AF748689

ഗ്രീൻ ബുക്സ്

ബസ്തറിലെ ചുവപ്പുവരകൾ

ഹൃദയേശ് ജോഷി

ഉത്തരാഖണ്ഡിലെ നൈനിത്താൾ ജില്ലയിലെ ഹൽദ്വാനിയിൽ ജനനം. കഴിഞ്ഞ ഇരുപതു വർഷമായി പത്രപ്രവർത്തകനാണ്. 2018ൽ സ്വതന്ത്ര പത്രപ്രവർത്തനം തുടങ്ങുന്നതിനു മുമ്പ് നിരവധി വാർത്താചാനലുകളിൽ പ്രവർത്തിച്ചിട്ടുണ്ട്. പ്രശസ്ത ന്യൂസ് ചാനലായ എൻ.ഡി.ടി.വിയിൽ പതിനാറു വർഷം പ്രവർത്തിച്ച് രാജ്യത്തിന്റെ നാനാഭാഗങ്ങളിൽനിന്ന് റിപ്പോർട്ടിംഗ് നടത്തിയിട്ടുണ്ട്. നക്സൽ ആക്രമണങ്ങളുടെ പിടിയിലമർന്ന ബസ്തറിൽനിന്ന് തുടർച്ചയായി ഏതാണ്ട് പത്തു വർഷം റിപ്പോർട്ടിംഗ് ചെയ്തിട്ടുണ്ട്. പ്രശസ്തമായ രാംനാഥ് ഗോയങ്ക പത്രപ്രവർത്തന പുരസ്കാരം രണ്ട് തവണ ലഭിച്ചിട്ടുണ്ട്.

വി.ജി. ഗോപാലകൃഷ്ണൻ :

തൃശ്ശൂർ ജില്ലയിലെ പാമ്പൂർ സ്വദേശി. കാലടി സംസ്കൃത സർവ്വകലാശാലയിലെ ഹിന്ദി വിഭാഗത്തിൽ പ്രൊഫസർ. ഹിന്ദിയിലും മലയാളത്തിലും വിവിധ സാഹിത്യ പ്രസിദ്ധീകരണങ്ങളിൽ നിരവധി ലേഖനങ്ങളും പ്രബന്ധങ്ങളും പ്രസിദ്ധീകരിച്ചിട്ടുണ്ട്.

ഗ്രീൻ ബുക്സ് പ്രസിദ്ധീകരിച്ച
വി.ജി. ഗോപാലകൃഷ്ണന്റെ
ഇതര ഹിന്ദി വിവർത്തനം

സഖാവേ, നേരിന്റെ വഴിയേതാണ്?

നോവൽ

ബസ്തറിലെ ചുവപ്പുവരകൾ

ഹൃദയേശ് ജോഷി

വിവർത്തനം

വി.ജി. ഗോപാലകൃഷ്ണൻ

ഗ്രീൻ ബുക്സ്

green books private limited
gb building, civil lane road, ayyanthole,
thrissur- 680 003, kerala, ph: +91 487-2381066, 2381039
website: www.greenbooksindia.com
e-mail: info@greenbooksindia.com

original title
(hindi)
lal lakeer

malayalam
bastharile chuvappuvarakal
novel
by
hridayesh joshi

translated by
v.g. gopalakrishnan

first published february 2020

cover design : mansoor cheruppa

branches:
thrissur 0487-2422515
thiruvananthapuram 0471-2335301
calicut 0495 4854662
ernakulam 8589095302

isbn : 978-93-89671-43-8

GBPL/1140/2018

മുഖക്കുറി

മദ്ധ്യപൂർവ്വദേശത്ത് തീവ്രവാദികൾ ഉണ്ടാകുന്നതെങ്ങനെ എന്ന് യാസ്മിനാ ഖാദ്രാ 'സൈറൻസ് ഓഫ് ബാഗ്ദാദ്' എന്ന കൃതിയിലൂടെ വെളിപ്പെടുത്തുന്നതുപോലെത്തന്നെ യാണ് ബസ്തറിൽ എന്തുകൊണ്ട് നക്സലൈറ്റുകളും മാവോവാദികളും ജനിക്കുന്നത് എന്ന് ഹൃദയേശ് ജോഷി വെളിച്ചപ്പെടുത്തുന്നത്. അനീതികൾ നിറഞ്ഞ ഒരു നിഷ്ഠുരലോകം അവിടെ മറഞ്ഞുകിടക്കുന്നു.

കൃഷ്ണദാസ്

മാനേജിങ് എഡിറ്റർ

18 ഏപ്രിൽ, 1998

ഠേ... ഠേ... ഠേ....

“പിടിക്ക് നായിന്റെ മക്കളെ” അയാൾ അലറി.

വെടിയുതിർക്കുന്നതിനു മുമ്പുതന്നെ രണ്ടു വിപ്ലവകാരികളും ഓടാൻ തുടങ്ങിയിരുന്നു. പൊലീസ് ഓഫീസർ തന്റെ ടീമിനൊപ്പം അവരുടെ പുറകെ ഓടി. അയാളുടെ കൂടെ ഒരു ഇൻസ്പെക്ടറും രണ്ട് സബ് ഇൻസ്പെക്ടർമാരും 18 പൊലീസുകാരും ഉണ്ടായിരുന്നു. എസ്.പി. സഞ്ചിത് ചൗധരി ഈ ഓപ്പറേഷനുവേണ്ടി കുറേ ദിവസമായി തയ്യാറെടുപ്പിലായിരുന്നു. തന്റെ ടീമിലെ ഏറ്റവും വിശ്വസ്തരും നല്ല ട്രെയിനിംഗ് കിട്ടിയ ആളുകളുമായാണ് അയാൾ ഇന്ന് ഇറങ്ങിപ്പുറപ്പെട്ടത്. ദക്ഷിണ ബസ്തറിലെ രണ്ടു തീവ്ര മാവോയിസ്റ്റുകളെ പിടിക്കുകയാണ് ഇന്നത്തെ ഓപ്പറേഷന്റെ ലക്ഷ്യം. അതുകൊണ്ട് ഇന്ന് രാവിലെ മുതൽ പൊലീസ് ബസ്തറിലെ അരൻപുരിൽ നിന്ന് കുറച്ചു കിലോമീറ്റർ അകലെ കാലി പഹാഡിയിൽ ആരെയോ പ്രതീക്ഷിച്ചു നിൽക്കുകയാണ്. നിശ്ശബ്ദമായി, മറഞ്ഞിരുന്ന്.

സഞ്ചിത് ചൗധരി ദന്തേവാഡയിലെ എസ്.പി.യായി വന്നിട്ട് അഞ്ചു മാസം മാത്രമേ ആയിട്ടുള്ളൂ. 28 വയസ്സുള്ള ചെറുപ്പക്കാരനായ പൊലീസ് ഉദ്യോഗസ്ഥൻ ആവേശത്തിലായിരുന്നു. ഏതു വിധത്തിലും തന്റെ കഴിവു തെളിയിക്കണമെന്ന് ആഗ്രഹിച്ചിരുന്നു. ദന്തേവാഡയിൽ എത്തി കുറച്ചു ദിവസങ്ങൾക്കകം തന്നെ അയാളെ വധിക്കാൻ ശ്രമം നടന്നിരുന്നു. മാവോവാദികൾ നടത്തിയ മൈൻ സ്ഫോടനത്തിൽ നിന്ന് അയാൾ തലനാരിഴയ്ക്കാണ് രക്ഷപ്പെട്ടത്. അതിനുശേഷം ഓരോ നിമിഷവും ജാഗ്രതയിലായിരുന്നു. അന്ന് സഞ്ചിത് ചൗധരി ഒരു കാര്യം മനസ്സിലാക്കി, ഇവിടെ വെടിയുണ്ടയും തോക്കും മാത്രമല്ല, ചാരന്മാരുടെ നെറ്റ്‌വർക്കും ആവശ്യമാണ്.

ദക്ഷിണ ബസ്തറിലെ രണ്ട് ലോക്കൽ നക്സൽ കമാണ്ടർമാർ ഇന്ന് പൊലീസിന്റെ വലയത്തിലാണ്. അപ്പൽ രാജുവും കരതം ഗംഗയും. കഴിഞ്ഞ രണ്ടു വർഷമായി ദക്ഷിണ ബസ്തറിലെ ഈ പ്രദേശത്ത് ലിബറേഷൻ സോൺ വ്യാപിപ്പിക്കാനുള്ള പരിശ്രമത്തിലായിരുന്നു രാജുവും ഗംഗയും. ബസ്തർ മേഖലയുടെ കമാണ്ടറായ നക്സൽ നേതാവ് ബീരം റാവു ഈ രണ്ടു പേരെയുമാണ് ഏറ്റവുമധികം വിശ്വസിച്ചിരുന്നത്. മാവോയിസ്റ്റ് ആശയങ്ങൾ പ്രചരിപ്പിക്കുക, മൈനുകൾ

സ്ഥാപിക്കുക, പുതിയ ആളുകളെ കാഡർമാരാക്കുക തുടങ്ങി എല്ലാ ഉത്തരവാദിത്വങ്ങളും അയാൾ ഇവർക്കാണ് നൽകിയിരുന്നത്.

"ഓട്... ഓട്... താഴെ കൂടി ഓട്..." രാജു അലറി.

അപ്പൽ രാജു ആന്ധ്രപ്രദേശിലെ ശ്രീകാകുളം സ്വദേശിയാണ്. കരതം ഗംഗ ഒരു ഗോണ്ട് ആദിവാസിയാണ്. പ്രതിസന്ധിഘട്ടത്തിൽ രാജുവിന്റെ വായിൽനിന്ന് തെലുങ്ക് പുറത്തുവരും. വാസ്തവത്തിൽ രണ്ടു വർഷം ഇവിടെ കൂടിയപ്പോഴേക്കും അയാൾ ഗോണ്ടി ഭാഷ പഠിച്ചിരുന്നു. തെലുങ്ക് മനസ്സിലാകാൻ ഗംഗയ്ക്കും വലിയ ബുദ്ധിമുട്ടുണ്ടായിരുന്നില്ല. കാരണം, ചെറുപ്പം മുതൽതന്നെ അയാൾ തെലുങ്ക് മാവോവാദി കമാണ്ടർമാരുടെ കൂടെ തന്നെയാണ് കഴിഞ്ഞിരുന്നത്, മാത്രമല്ല, ദീർഘകാലം അയാൾ ആന്ധ്രയിലും ഉണ്ടായിരുന്നു.

ഠേ... ഠേ...

പുറകിൽനിന്ന് രണ്ടു വെടികൾ കൂടി പൊട്ടി. രാജുവും ഗംഗയും കാലി പഹാഡിയിൽ വലതു വശത്തുകൂടി വേഗത്തിൽ ഓടാൻ തുടങ്ങി. രണ്ടു മാവോവാദികൾക്കും ഈ പർവ്വതങ്ങൾ തങ്ങളുടെ വീട്ടുമുറ്റം പോലെ സുപരിചിതമായിരുന്നു. ഈ പർവ്വതത്തിലൂടെ ഒരു കിലോമീറ്റർ ദൂരം മുറിവേൽക്കാതെ ഓടാൻ കഴിഞ്ഞാൽ പൊലീസുകാരെ വട്ടം കറക്കാൻ കഴിയുമെന്ന് അവർക്ക് ഉറപ്പുണ്ടായിരുന്നു.

ഗംഗ ഒന്നു നിന്നിട്ട് അരയിൽ കെട്ടിവെച്ചിരുന്ന പെട്ടിയിൽനിന്ന് ഒരു ഗ്രനേഡ് എടുത്തു. അതിന്റെ പിൻ ഊരി തങ്ങളുടെ പുറകെ ഓടി വരുന്ന പൊലീസ് പാർട്ടിക്കു നേരെ എറിഞ്ഞു.

"മാറ്... ഓടി മാറ്..." ഇൻസ്പെക്ടർ അനുപം ശുക്ല അലറി. ഗംഗ ഗ്രനേഡ് എറിയുന്നത് അയാൾ കണ്ടിരുന്നു. പൊലീസ് പാർട്ടിയിലെ മുഴുവൻ പേരും പെട്ടെന്ന് ഒഴിഞ്ഞുമാറി, ഗ്രനേഡ് പൊട്ടും മുമ്പ് എല്ലാ പൊലീസുകാരും നിലത്ത് കിടന്നുകഴിഞ്ഞിരുന്നു.

മിക്കവരും രക്ഷപ്പെട്ടു. എന്നാൽ ഗ്രനേഡിന്റെ ചില ചീളുകൾ കോൺസ്റ്റബിൾ കന്നുവിന്റെ കാലുകളിലും സബ് ഇൻസ്പെക്ടർ അൻസാരിയുടെ കവിളിലും തോളിലും വാരിയെല്ലുകളിലും കൊണ്ടു. അൻസാരി എഴുന്നേറ്റ് മാവോവാദികളുടെ പുറകേ ഓടാൻ തുടങ്ങി, ഒന്നും സംഭവിക്കാത്തതുപോലെ.

"പിടിക്ക്... പുല...യാടി... മക്കളെ", അയാൾ അലറി.

അയാൾക്കു പുറകെ മറ്റു പൊലീസുകാർക്കൊപ്പം കന്നുവും ഓടി.

ഇത്തരം ഒരു സന്ദർഭത്തിനു വേണ്ടി തന്നെയാണ് എസ്.പി. സഞ്ചിത് ഇത്തരമൊരു ടീം ഒരുക്കിയത്. അൻസാരി, കന്നു പോലെയുള്ള പയ്യന്മാർ അയാൾ പറഞ്ഞാൽ പ്രാണൻ കളയാൻപോലും തയ്യാറുള്ളവരായിരുന്നു. അൻസാരി പിഴയ്ക്കാത്ത ഉന്നമുള്ളവനായിരുന്നു. ഗോണ്ട് ആദിവാസിയായ കന്നുവിന് കാട്ടുവഴികൾ സുപരിചിതമായതിനാൽ തന്റെ ടീമിന് വഴിതെറ്റി അലയേണ്ടതായി വരില്ല.

ഈ ഗ്രനേഡ് കാരണം പൊലീസിന് കുറച്ചു നേരം നിൽക്കേണ്ടി വന്നു. ഈ ഇടവേളയ്ക്കിടയിൽ രാജുവിനും ഗംഗയ്ക്കും ഓടാനുള്ള കുറച്ചു സാവകാശം കിട്ടി. പൊലീസ് പാർട്ടിയുമായുള്ള അവരുടെ അകലം അല്പം വർദ്ധിച്ചു.. കുന്നിന്റെ താഴ്‌വാരം വരെ എത്തിയാൽ അവിടെ നിന്നു താഴെ ചാടി രക്ഷപ്പെടാൻ കഴിയുമെന്ന് അവർക്കു തോന്നി. താഴ്‌വര കഴിയുന്നതോടുകൂടി വലിയൊരു തോടുണ്ട്, അവിടെ നിന്ന് ഇട തൂർന്ന കാട് തുടങ്ങുകയാണ്. ഈ പ്രദേശത്തേക്കു കടന്നാൽ മാവോ വാദികളെ പിടിക്കുക പ്രയാസമാണ്. എന്നാൽ ഇന്ന് സഞ്ചിത് ചൗധ രിയും അത്ര ചെറിയ പ്ലാനിംഗൊന്നുമല്ല നടത്തിയിരുന്നത്. തോട് തുട ങ്ങുന്നതിനു തൊട്ടുമുമ്പ് സഞ്ചിത്തിന്റെ ട്രെയിനിംഗ് ലഭിച്ച പോരാളി കളായ അഞ്ച് പൊലീസുകാർ സാദാ വേഷത്തിൽ മാവോവാദികളെ പ്രതീക്ഷിച്ചു നിൽക്കുന്നുണ്ടായിരുന്നു. രാജുവും ഗംഗയും അവർക്കടുത്ത് എത്തിയതോടെ അവർ വെടിവെയ്ക്കാൻ തുടങ്ങി.

ഠോ... ഠോ... ഠോ... ഠോ...

ആദ്യത്തെ വെടിയുണ്ട ഗംഗയുടെ കാലിൽ കൊണ്ടു. മറ്റു മൂന്നും ഉന്നം പിഴച്ചു. അയാൾ തിരിച്ച് ഓടി താഴ്‌വരയുടെ ഇടതുവശത്തു കൂടെ ഇറങ്ങാൻ തുടങ്ങി. തോട് കടന്ന് രക്ഷപ്പെടാൻ കഴിയുമെന്ന് രാജുവിന് ഇപ്പോഴും വിശ്വാസമുണ്ടായിരുന്നു. അയാൾ കുന്നിൽനിന്ന് താഴേക്ക് കുതിച്ചു ചാടി തോടിന്റെ കരയിൽ എത്തി.

കുന്നിന്റെ താഴ്‌വരയുടെ ഇടതുഭാഗത്തേക്ക് അൻസാരി ഇതിനിടെ ഇറങ്ങിക്കഴിഞ്ഞിരുന്നു. തന്റെ എ.കെ. 47 തോക്കുമായി അയാൾ ഒരു മരത്തിനു പുറകിലേക്കു മാറി. ഗംഗ തന്റെ നേരെ വരുന്നത് അയാൾ കണ്ടു. ഗംഗയ്ക്ക് മുന്നറിയിപ്പു നൽകാൻ അയാൾ ഒരു വെടിയുതിർത്തു. ഗംഗ അമ്പരന്നു. കോൺസ്റ്റബിൾ കന്നുവും മറ്റു മൂന്നു പൊലീസുകാരു മൊത്ത് ഇൻസ്പെക്ടർ ശുക്ല മാവോവാദികൾക്ക് പുറകെ ഇരുന്നൂറു മീറ്റർ ദൂരെ എത്തിയത് അൻസാരി കണ്ടു.

മുറിവേറ്റ ഗംഗ ഇതിനിടെ താഴെ വീണു.

ഇതിനിടെ അഞ്ചു പൊലീസുകാർ മാത്രമല്ല എസ്.പി. സഞ്ചിത് ചൗധ രിയുടെ ടീമും അപ്പൽ രാജുവിന്റെ പുറകെ എത്തിക്കഴിഞ്ഞിരുന്നു. രാജു വിന് നേരെ ഇടതടവില്ലാതെ വെടിയുതിർക്കാൻ തുടങ്ങി. അയാൾ തോടു മുറിച്ചു കടന്നു, എന്നാൽ അതിനിടെ തന്നെ രണ്ട് വെടിയേറ്റിരുന്നു. ഒന്ന് കാലിലും മറ്റൊന്ന് തോളിലും.

അയാൾ താഴെ വീണു. അല്പനിമിഷങ്ങൾക്കകം തന്നെ ആയുധ ധാരികളായ പൊലീസുകാർ അയാളെ വളഞ്ഞു.

26 ജൂൺ, 1998

1

ഢം... ഢം... ഢം... ഢം...
രേലാ... രേലാ... രേലാ... രേലാ...
ഢം... ഢം... ഢം... ഢം...

ദക്ഷിണ ബസ്തറിൽ ദൂരെ ഏതോ ഗ്രാമത്തിൽ നിന്നു വരുന്ന ഈ ശബ്ദം ഗോണ്ടി പാട്ടിന്റെയും സംഗീതത്തിന്റെയും തനിമ വിളിച്ചോതുന്നുണ്ടായിരുന്നു. ഢോളിന്റേയും പെരുമ്പറയുടെയും ഈ ശബ്ദം ഏതോ പരിപാടിയുടെ സൂചനയായിരുന്നു.

ബസ്തറിലെ ഗ്രാമങ്ങളിൽ ഇത്തരം പരിപാടികൾ സാധാരണയായി സൂര്യാസ്തമനത്തിനുശേഷമാണ് തുടങ്ങുക, പാതിരാത്രിവരെ തുടരുകയും ചെയ്യും. ഗോണ്ട് ആദിവാസികൾ എല്ലാം മറന്ന് പാട്ടിലും സംഗീതത്തിലും മുഴുകിപ്പോകും. എന്നാൽ ജൂണിലെ ചുട്ടുപൊള്ളുന്ന വെയിലിൽ അതിരാവിലെ നടക്കുന്ന ഈ പരിപാടി കുറച്ചു വ്യത്യസ്തമായിരുന്നു. അതിനാൽ ആദിവാസികളിൽ സാധാരണ കണ്ടുവരാറുള്ള ഉത്സാഹം ഇന്നും പ്രകടമായിരുന്നില്ല. പതിവുള്ള ആവേശമില്ല, അത്യുത്സാഹമില്ല, പിന്നെ ഗോണ്ടി പാട്ടിലും സംഗീതത്തിലും പതിവായി കാണുന്ന ഉന്മാദമില്ല.

അരൻപുരിൽനിന്ന് ഏതാണ്ട് പതിനഞ്ചു കിലോമീറ്റർ ദൂരെ ഊഞ്ചാപാഡ ഗ്രാമത്തിൽ എന്തെന്നില്ലാത്ത ഒരു പരിഭ്രമം വ്യാപിച്ചിരുന്നു. അന്തരീക്ഷത്തിൽ ഒരു കൗതുകം നിറഞ്ഞുനിന്നു. രാവിലെ ഏഴു മണി മുതൽ തന്നെ ആളുകൾ വരാൻ തുടങ്ങിയിരുന്നു. രണ്ടു മണിക്കൂറിനകം ഏതാണ്ട് രണ്ടായിരത്തി അഞ്ഞൂറ് ആളുകൾ ഊഞ്ചാപാഡയിൽ എത്തിക്കഴിഞ്ഞിരുന്നു.

ഒരു കൂട്ടം പെൺകുട്ടികളും ആൺകുട്ടികളും ഏതാണ്ട് അരമണിക്കൂറായി ഒരു ആദിവാസി പാട്ടിന്റെ താളത്തിനനുസരിച്ച് നൃത്തം ചെയ്യുന്നുണ്ടായിരുന്നു. അവരുടെ അടുത്ത് നിലത്തിരുന്ന് ഒരു വൃദ്ധൻ പെരുമ്പറ കൊട്ടുന്നുണ്ടായിരുന്നു. മധ്യവയസ്കനായ മറ്റൊരാൾ ആടുകയും പാടുകയും ചെയ്യുന്ന ആൺകുട്ടികൾക്കും പെൺകുട്ടികൾക്കും ഇടയിൽ ആടികൊണ്ട് ഢോൽ കൊട്ടുന്നുണ്ടായിരുന്നു. ഗോണ്ടി പാട്ടിന്റെയും

സംഗീതത്തിന്റെയും ആവേശത്തിലുപരി അവർ മഹുവയുടെ ലഹരിയിലായിരുന്നു. അവിടെ കൂടിയിരുന്ന ജനങ്ങളിൽ അയാളെപോലെ വളരെ കുറച്ച് ആളുകൾ മാത്രമേ ഇന്നത്തെ പരിപാടിയിൽ ആദിവാസികളുടെ തനതുശൈലിയും ലഹരിയും ഉൾക്കൊണ്ടിരുന്നുള്ളൂ. എന്നാൽ ശേഷിച്ച ഏതാണ്ട് എല്ലാവരുടെ മുഖത്തും സാധാരണയായി ഇത്തരം പരിപാടികളിൽ കണ്ടുവരാറുള്ള ഉത്സാഹം അപ്രത്യക്ഷമായിരുന്നു.

വലിയൊരു പർവ്വതത്തിനു മുകളിൽ സ്ഥിതി ചെയ്യുന്നതു കൊണ്ടാകാം ഈ ഗ്രാമത്തിന് ഊഞ്ചാപാഡ എന്നു പേരു വന്നത്. ദന്തേവാഡയിൽ നിന്ന് ഏകദേശം നൂറുകിലോമീറ്റർ അകലെ സ്ഥിതി ചെയ്യുന്ന ഊഞ്ചാപാഡ ദക്ഷിണ ബസ്തറിലെ ഒരു ഉൾഗ്രാമമാണ്. ഇതിന്റെ ഏറ്റവും അടുത്ത് അറിയപ്പെടുന്ന പ്രദേശമാണ് അരൻപുർ, ഇത് ദന്തേവാഡയിൽ നിന്ന് ഏകദേശം അറുപത്തിയഞ്ച് കിലോമീറ്റർ ദൂരെയാണ്. അരൻപുരിന്റെ ഒരു ഭാഗത്ത് സമേലി ഗ്രാമം, മറുഭാഗത്ത് ജഗർഗുണ്ട. ഇവിടെ എത്താൻ പ്രധാനമായും രണ്ടു വഴികളാണ് ഉള്ളത് - ഒന്ന്, ദന്തേവാഡയിൽ നിന്ന് പാൽനാർ, നകുൽനാർ കടന്ന് സമേലി വഴി. രണ്ട്, മറുഭാഗത്തുള്ള ദോർനാപാൽ വഴി, ഇതിനിടെ ചിന്താഗുഫാ, ചിന്തൽനാർ, ജഗർഗുണ്ട എന്നീ പ്രദേശങ്ങൾ കടന്ന്.

ഈ ഗ്രാമങ്ങൾ, കഴിഞ്ഞ കുറേ വർഷങ്ങളായി, ദക്ഷിണ ബസ്തറിലെ ആദിവാസി കലയുടെയും സംസ്കാരത്തിന്റെയും കേന്ദ്രമായിരുന്നു. ദോർനാപാൽ, ജഗർഗുണ്ട, അരൻപുർ എന്നിവിടങ്ങളിൽ വലിയ ചന്തകൾ നടക്കാറുണ്ടായിരുന്നു. വളരെ ദൂരെ നിന്നുപോലും ആളുകൾ അവിടെ എത്തുമായിരുന്നു. കഴിഞ്ഞ കുറച്ചുകാലമായി ഈ ചന്തകളിൽ കാശും പണവും ഉപയോഗിക്കാൻ തുടങ്ങിയെങ്കിലും മിക്ക ആദിവാസികളും ഇപ്പോഴും സാധനങ്ങൾ പരസ്പരം കൈമാറ്റം ചെയ്യുകയാണ് ചെയ്യുന്നത്. ചിലർ മഹുവായ്ക്ക് പകരം വസ്ത്രം വാങ്ങും. ചിലർ കോഴികളെ കൊടുത്ത് ധാന്യം വാങ്ങും. മറ്റു ചിലർ വനവിഭവങ്ങൾക്കു പകരം പാത്രം, എണ്ണ, മസാലകൾ, മറ്റ് അവശ്യവസ്തുക്കൾ എന്നിവ വാങ്ങും. ഭാരതത്തിന്റെ ഈ വലിയൊരു പ്രദേശത്ത് ഇപ്പോഴും പണത്തിന്റെ തിളക്കമോ നാഗരിക കാപട്യത്തിന്റെ നിഴലോ എത്തിയിട്ടില്ല.

രാജ്യം സ്വാതന്ത്ര്യം നേടിയിട്ട് എഴുപത് വർഷമാകാറായെങ്കിലും ബസ്തറിലെ ഈ ഗ്രാമങ്ങളിൽ സർക്കാർ അപ്രത്യക്ഷമായിരുന്നു.

ദില്ലി, മുംബൈ, ഭോപ്പാൽ, ജംഷദ്പൂർ തുടങ്ങിയ നഗരങ്ങളിൽ വസിക്കുന്നവർക്ക് മധ്യഭാരതത്തിലെ ഈ വളരെ വലിയ പ്രദേശത്തെക്കുറിച്ച് യാതൊരു ധാരണയുമില്ല തന്നെ.

നേതാക്കന്മാർ ഇവിടെ വരാനുള്ള സാഹസമൊന്നും കാണിക്കാറില്ല.

സർക്കാരിനാണെങ്കിൽ ഇതിന്റെ ആവശ്യകത തന്നെ തോന്നിയിട്ടില്ല!

ഇവിടുത്തെ ഈ ശൂന്യത ഇല്ലാതാക്കുന്ന പ്രവർത്തനമാണ് മാവോവാദികൾ ഏറ്റെടുത്തിരിക്കുന്നത്. 1960കളിലും 1970കളിലും പശ്ചിമ

ബംഗാളിലാണ് ആദ്യമായി തീവ്ര ഇടതുപക്ഷ ചിന്താഗതിയിൽ നിന്ന് നക്സൽബാരി പ്രസ്ഥാനം വളരെ വേഗം വളർന്നുവന്നത്. 1967ൽ സി. പി.ഐ.(എം)ൽ നിന്ന് വിഘടിച്ചുണ്ടായ സി.പി.ഐ.(എംഎൽ) പാർട്ടി യാണ് ഈ പ്രസ്ഥാനത്തിന് നേതൃത്വം നൽകിയത്. നക്സൽബാരി പ്രസ്ഥാനം അടിച്ചമർത്തപ്പെട്ടു, എന്നാൽ രാജ്യത്തിന്റെ പല ഭാഗങ്ങളിലും തീവ്ര ഇടതുപക്ഷ ആശയം വേരൂന്നിക്കഴിഞ്ഞിരുന്നു. തീവ്ര ഇടതുപക്ഷ പാർട്ടിക്കുള്ളിലും ആശയപരമായ സംഘർഷങ്ങൾ ഉടലെടുക്കുകയും തുടർന്ന് സി.പി.ഐ. (എംഎൽ) പല കഷ്ണങ്ങളായി പിളരുകയും ചെയ്തു. ഇവയിൽ പ്രധാനപ്പെട്ടവയാണ് സി.പി.ഐ. (എം എൽ-പി യു), മാവോ വാദി കമ്മ്യൂണിസ്റ്റ് സെന്റർ അതായത് എംസിസി, പീപ്പിൾസ് വാർ ഗ്രൂപ്പ് എന്ന പിഡബ്ലിയുജി - മാവോവാദികൾ ഇതിനെ പീപ്പിൾസ് വാർ എന്നാണ് വിളിക്കുന്നത്. ആദ്യത്തെ രണ്ടു സംഘടനകളും (പി യു - എംസിസി) ഉത്തരഭാരതത്തിൽ സജീവമായിരുന്നു, പീപ്പിൾസ് വാർ പ്രധാ നമായും ആന്ധ്രപ്രദേശിലാണ് പ്രവർത്തിച്ചുകൊണ്ടിരുന്നത്. ബസ്ത റിലും പീപ്പിൾസ് വാറിന്റെ മാവോവാദികളാണ് ഇന്നുള്ളത്.

ആന്ധ്രപ്രദേശിന്റെ അതിർത്തിയോട് ചേർന്നുകിടക്കുന്നതിനാൽ പീപ്പിൾസ് വാറിന്റെ സഖാക്കൾ ദണ്ഡകാരണ്യം തങ്ങളുടെ ഹെഡ് ക്വാർട്ടർ ആക്കുന്ന കാര്യം ആലോചിക്കാൻ തുടങ്ങി. ബസ്തറിലെ ഇട തൂർന്ന ഈ കാട് മാവോവാദികളുടെ ഗറില്ലാ തന്ത്രങ്ങൾക്ക് ഏറ്റവും യോജിച്ചതായിരുന്നു. 1980കളുടെ തുടക്കത്തിൽ ചെറിയ ചെറിയ സംഘ ങ്ങളായി മാവോവാദികൾ ബസ്തറിൽ കടന്നുകയറി ഗ്രാമീണരുമായി ഇടപഴകാൻ തുടങ്ങി. ബസ്തറിൽ വനംവകുപ്പുകാരുടെയും പൊലീസു കാരുടെയും തന്നിഷ്ടം മാത്രം നടന്നിരുന്ന കാലമായിരുന്നു അത്. ആദി വാസികൾക്ക് അവരുടെ അടിമ തൊഴിലാളികളെപോലെ കഴിയേണ്ടി വന്നി രുന്നു. വനവാസികൾക്ക് ഏറ്റവും ഭയമുളവാക്കുന്ന പേര് ഫോറസ്റ്റ് ഗാർഡ് എന്നതായിരുന്നു. ഇവരുടെ ചൂഷണത്തിന് ഏറ്റവും വലിയ ഉത്തരവാദി ഇയാളായിരുന്നു. കാട്ടിലുണ്ടാകുന്ന ഒരു വസ്തുവിലും ഗ്രാമീണർക്ക് അവ കാശം ഉണ്ടായിരുന്നില്ല. ജോലിയുടെ കൂലി പോലും അവർക്ക് നൽകി യിരുന്നില്ല. ആദിവാസികളിൽ നിരാശയും ദുർബലതയും വളരെ ആഴ ത്തിൽ വ്യാപിച്ചിരുന്നു.

ഇത്തരമൊരു അവസ്ഥയിലാണ് മാവോവാദികൾ ദക്ഷിണ ബസ്ത റിനെ തങ്ങളുടെ പരീക്ഷണശാലയാക്കാൻ തുടങ്ങുന്നത്. ഇടതൂർന്ന കാടുള്ള ഈ പ്രദേശത്തെ ലിബറേറ്റ് സോൺ ആക്കാനുള്ള നീക്കം ഇന്ത്യ യുടെ ചരിത്രത്തിൽ പുതിയ അദ്ധ്യായം എഴുതിച്ചേർക്കാൻ പോകുക യാണ്.

രാവിലെ 10.30

ഊഞ്ചാപാഡയിൽ ഇന്നൊരു ജനകീയ കോടതി നടക്കുകയാണ്. മാവോവാദികളുടെ ജനകീയ കോടതി.

കുറച്ചു വർഷങ്ങൾക്കു മുമ്പ് ദക്ഷിണ ബസ്തറിലെ ചില ഭാഗങ്ങളിൽ മാവോവാദികൾ നടപ്പിലാക്കിയ ജനായത്ത സർക്കാരിന്റെ ഒരു ഭാഗമാണ് ഈ ജനകീയ കോടതി. ആരോപണ വിധേയരെ ഈ ജനകീയ കോടതിയിൽ വെച്ച് വിചാരണ ചെയ്ത് നക്സലുകൾ നീതി നടപ്പിലാക്കിയിരുന്നു.

ഊഞ്ചാപാഡയിൽ ഇപ്പോൾ പാട്ടും നൃത്തവും അവസാന ഘട്ടത്തിലാണ്. അടുത്തുള്ള രണ്ടു ഡസനോളം ഗ്രാമങ്ങളിൽ നിന്ന് ഏകദേശം നാലായിരത്തോളം ആളുകൾ ഈ ഗ്രാമത്തിൽ ഒത്തുകൂടിയിട്ടുണ്ട്. ആൾക്കൂട്ടത്തിൽ സായുധരായ മാവോവാദികളുടെ സാന്നിദ്ധ്യം പ്രകടമായി കാണാം. ഗോണ്ടി ഭാഷയിൽ ഇളയ സഹോദരനെ തമ്മൂർ എന്നും മൂത്ത സഹോദരനെ ദാദാ എന്നുമാണ് വിളിച്ചിരുന്നത്. മധ്യഭാരതത്തിലെ ഈ പ്രദേശത്ത് മാവോവാദികളുടെ എല്ലാ നേതാക്കളെയും ദാദാ എന്നാണ് വിളിക്കുന്നത്.

പാട്ടും നൃത്തവും അവസാനിച്ചപ്പോൾ പാർട്ടിയുടെ ഒരംഗം ആയുധങ്ങൾ പ്രദർശിപ്പിക്കാൻ തുടങ്ങി. ആദ്യം ആദിവാസികളുടെ പരമ്പരാഗത ആയുധങ്ങളായ അമ്പും വില്ലും മഴുവും കുന്തങ്ങളും പ്രദർശിപ്പിച്ചു. അതിനുശേഷം കഴിഞ്ഞ കുറച്ചു വർഷങ്ങളായി പൊലീസിൽനിന്നും സുരക്ഷാസേനയിൽനിന്നും കവർന്നെടുത്ത ആയുധങ്ങൾ പ്രദർശിപ്പിച്ചു - ഇവയിൽ സാധാരണ തോക്കുകൾ കൂടാതെ കുറച്ചു പഴകിയ ഇൻസാസ് റൈഫിളും ആധുനികമായ എ.കെ. 47ഉം ഉണ്ടായിരുന്നു. ജനകീയ കോടതി തുടങ്ങും മുമ്പ് പാട്ടും നൃത്തവും പിന്നെ ആയുധ പ്രദർശനവും മിക്കപ്പോഴും പതിവുണ്ട്. ആയുധങ്ങൾ കാണിക്കുന്നതിനിടെ ഒരു മാവോവാദി കമാണ്ടർ സംസാരിക്കാനായി എഴുന്നേറ്റു.

അയാൾ എഴുന്നേറ്റ ഉടനെ തന്നെ ഒരു കാഡർ മുദ്രാവാക്യം വിളിക്കാൻ തുടങ്ങി.

“സഖാവ് ബീരം റാവുവിന് അഭിവാദ്യങ്ങൾ.”

ബാക്കി ആളുകളും ഏറ്റുചൊല്ലി - “അഭിവാദ്യങ്ങൾ... അഭിവാദ്യങ്ങൾ...”

മുദ്രാവാക്യങ്ങൾ കഴിഞ്ഞപ്പോൾ ബീരം റാവു സംസാരിക്കാൻ തുടങ്ങി. അയാളുടെ തോളിൽ ഒരു എ.കെ. 47 തൂങ്ങി കിടന്നിരുന്നു. അരയിൽ തിരകളുടെ ഒരു ബെൽറ്റും ഒരു പിസ്റ്റളും ഉണ്ടായിരുന്നു.

“അഭിവാ...ദ്യ...ങ്ങൾ...” ബീരം റാവു ഉച്ചത്തിൽ പറഞ്ഞു.

മറുപടിയായി ഗ്രാമവാസികളും പറഞ്ഞു, “അഭിവാദ്യങ്ങൾ... അഭിവാദ്യങ്ങൾ...”

“സുഹൃത്തുക്കളെ, വ്യവസായികളുടെ പണത്തിന്റെ ബലത്തിൽ പ്രവർത്തിക്കുന്ന സർക്കാരിന്റെയും ബൂർഷ്വ ഭരണക്കാരുടെയും അക്രമം

കുറച്ചുനാളുകളായി നിരന്തരം വർദ്ധിച്ചുവരികയാണ്. തൊഴിലാളികളെ അടിച്ചമർത്തുകയാണ്. കൃഷി ചെയ്യുന്ന കർഷകർക്കെതിരായ നയങ്ങളാണ് നടപ്പിലാക്കുന്നത്. ഖനികളിൽ പണിയെടുക്കുന്ന തൊഴിലാളികളെകൊണ്ട് മൃഗങ്ങളെപ്പോലെയാണ് പണിയെടുപ്പിക്കുന്നത്. പണമെല്ലാം മുതലാളിമാർ കൊണ്ടുപോകുന്നു. രാപകൽ നടുവൊടിഞ്ഞ് പണിയെടുക്കുന്ന കർഷകനും തൊഴിലാളിക്കും അവരുടെ കുടുംബത്തിനും ഒന്നും കിട്ടുന്നില്ല. സർക്കാർ പാവപ്പെട്ടവരുടെ രക്തം കുടിക്കുകയാണ്, പൊലീസ് നമുക്കു നേരെ വെടിവെയ്ക്കുകയാണ്."

ഏതു ജനകീയ കോടതിക്കു മുമ്പും മാവോയിസ്റ്റ് നേതാവ് ഇത്തരം ദീർഘപ്രസംഗം നടത്തും. പാവപ്പെട്ടവന്റെ ഭൂമി കൊള്ളയടിക്കുകയാണെന്നും ധനികർ എന്നും സമ്പന്നരാകുകയാണെന്നും ആവർത്തിക്കും. സർക്കാരിന്റെ അടിച്ചമർത്തലിനും ചൂഷണത്തിനും ഇരയാകുന്ന ആദിവാസികൾ ഒരിക്കലും തങ്ങളുടെ സർക്കാരിനെയോ നേതാക്കളെയോ കണ്ടിട്ടില്ല.

"ഞങ്ങളുടെ പാർട്ടിയും മുഴുവൻ സഖാക്കളും ഭരണവർഗ്ഗത്തിന്റെ ഈ അതിക്രമങ്ങൾക്കെതിരെ നിലകൊള്ളുകയും പോരാടുകയും ചെയ്യുന്നു. രാജ്യത്തെ ജനങ്ങളും പതുക്കെ പതുക്കെ ഭരണക്കാർക്കെതിരെ നിലകൊള്ളാനും ഞങ്ങളുടെ പാർട്ടിയുമായി ബന്ധപ്പെടാനും തുടങ്ങിയിരിക്കുന്നു. ഇതിന്റെ ഫലമാണ് ഈ ജനായത്ത സർക്കാർ. സുഹൃത്തുക്കളേ... വളരെ വേഗം തന്നെ ഈ ജനായത്ത ഭരണം രാജ്യം മുഴുവൻ വ്യാപിക്കും, വിപ്ലവമുണ്ടാകും, നമ്മൾ ദില്ലിയിലെ ചെങ്കോട്ടയിൽ ചെങ്കൊടി പാറിക്കും. ലോകസഭയെന്നു പറയുന്ന പന്നികളുടെ കൂടാരം ഞങ്ങൾ തകർക്കും, പിന്നെ രാജ്യം മുഴുവൻ ശരിയായ അർത്ഥത്തിൽ ജനായത്ത സർക്കാർ വരും."

ബീരം റാവുവിന്റെ ഈ പ്രഖ്യാപനത്തോടെ വീണ്ടും മുദ്രാവാക്യങ്ങൾ മുഴങ്ങാൻ തുടങ്ങി. "സഖാവ് ബീരം റാവുവിന് ചുവപ്പൻ അഭിവാദ്യങ്ങൾ."

"അഭിവാദ്യങ്ങൾ... അഭിവാദ്യങ്ങൾ..." കേഡർമാർ മുദ്രവാക്യം വിളിക്കാൻ തുടങ്ങി.

തീവ്ര ഇടതുപക്ഷക്കാർ നക്സൽബാരി പ്രക്ഷോഭകാലത്ത് എഴുപതുകളിൽ തന്നെ 'ചെങ്കോട്ടയിൽ ചെങ്കൊടി' എന്ന മുദ്രാവാക്യം ഉയർത്തിയിരുന്നുവെങ്കിലും ഇന്നുവരെ ആ വിപ്ലവം വന്നില്ല. രാജ്യത്തെ നഗരപ്രദേശങ്ങളിൽ മാവോവാദി ആശയത്തെ പിന്തുണയ്ക്കുന്നവരുടെ എണ്ണം വളരെ കുറവായിരുന്നു. പാർട്ടിക്ക് പിന്തുണ ലഭിക്കുന്നുണ്ടെങ്കിൽ തന്നെ അത് കേവലം ആശയപരം മാത്രമായിരുന്നു. എന്നിരുന്നാലും ജനങ്ങൾ വിപ്ലവത്തിനായി തയ്യാറെടുക്കുകയാണെന്ന് മാവോവാദികൾ സ്വയം ആശ്വസിച്ചുകൊണ്ടിരുന്നു.

- ഈ മാറ്റത്തിന് കാലതാമസം ഉണ്ടെങ്കിൽ തന്നെ, ഏറെ വൈകാതെ വിപ്ലവം നടക്കുക തന്നെ ചെയ്യും.

ബീരം റാവു തന്റെ കാഡർമാരെ നിരന്തരം ബോദ്ധ്യപ്പെടുത്തികൊണ്ടിരുന്നു - മാവോയിസ്റ്റുകളുടെ പിഎൽജിഎ (പീപ്പിൾസ് ലിബറേഷൻ ഗറില്ല ആർമി) ഒരു ദിവസം പിഎൽഎ (പീപ്പിൾസ് ലിബറേഷൻ ആർമി) യായി രൂപം പ്രാപിക്കും, ഭാരതത്തിൽ കമ്മ്യൂണിസ്റ്റ് പാർട്ടിയുടെ സർക്കാർ ഉണ്ടാകും.

മാവോവാദികളുടെ കമ്മ്യൂണിസ്റ്റ് പാർട്ടി സർക്കാർ.

ബീരം റാവു തന്റെ തോളിലെ എ.കെ. 47 താഴെ ഇറക്കി വെച്ചു. പിന്നെ സംസാരിക്കാൻ തുടങ്ങി.

"ഒരു ഭാഗത്ത് പാർട്ടിസഖാക്കൾ രാജ്യം മുഴുവൻ ജനായത്ത സർക്കാർ സ്ഥാപിക്കാനും തൊഴിലാളികളിലൂടെ ചെങ്കൊടി എല്ലായിടത്തും പാറിക്കാനുമായി പൊരുതുമ്പോൾ തന്നെ മറുഭാഗത്ത് നമ്മുടെ ഇടയിലെ ചില വഞ്ചകർ ഭരണവർഗവുമായി കൂട്ടുചേർന്നിരിക്കുന്നു. ഇത്തരം ആളുകൾ മുതലാളിമാരുടെ ചെരുപ്പു ചുമക്കുന്നതിലും കാലു നക്കുന്നതിലുമാണ് വിശ്വസിക്കുന്നത്. ഇവരാണ് നമ്മുടെ വിപ്ലവപ്പാതയിലെ ഏറ്റവും വലിയ തടസ്സം. നമ്മുടെ ഇടയിലിരുന്ന് ഇവർ നമ്മളെ ഇല്ലായ്മ ചെയ്യാൻ പ്രവർത്തിക്കുകയാണ്. ജനവിരുദ്ധ സർക്കാരിന്റെ പൊലീസിനുവേണ്ടി ചാരപ്പണി ചെയ്യുകയാണ്. ഇന്നു നാം അത്തരമൊരു പ്രശ്നം പരിഹരിക്കാനാണ് ഇവിടെ ഒത്തുകൂടിയിരിക്കുന്നത്."

ബീരംറാവു ഇതുപറഞ്ഞതോടുകൂടി എല്ലാവരിലും ഒരു ഔത്സുക്യം വ്യാപിച്ചു. ഒരു പരിഭ്രമം എല്ലായിടത്തും പരന്നു.

"സുഹൃത്തുക്കളേ, ഇന്ന് ഈ ജനകീയ കോടതിയിൽ ഛുട്ടേപാൽ ഗ്രാമത്തിലെ ഹേഡിയാ കുഞ്ചാമിന്റെ കാര്യത്തിൽ പാർട്ടി തീരുമാനമെടുക്കും. നിങ്ങൾക്കെല്ലാം അറിയാം ഇവിടെ ജനായത്ത സർക്കാരാണ് ഉള്ളതെന്ന്. ജനങ്ങളുടെ ഭരണമാണ് ഇവിടെ നടക്കുന്നത്. ഇത് മുതലാളിമാരുടെ സർക്കാരല്ല. ഏതെങ്കിലും ബൂർഷ്വാ പാർട്ടിയുടെ ഭരണമല്ല ഇവിടെയുള്ളത്. ഈ ജനായത്ത സർക്കാർ പതുക്കെ പതുക്കെ രാജ്യം മുഴുവൻ വ്യാപിക്കും. ഇവിടെ ജനങ്ങൾ പറയുന്നതനുസരിച്ചാണ് തീരുമാനമുണ്ടാകുന്നത്. ജനങ്ങളോട് ചോദിച്ചാണ് പാർട്ടി തീരുമാനം ഉണ്ടാകുന്നത്. ഹേഡിയാ കുഞ്ചാമിന്റെ കാര്യത്തിൽ എന്തു വേണമെന്ന് ഇന്ന് ജനങ്ങൾ തന്നെ തീരുമാനിക്കും."

നക്സലുകളുടെ ജനകീയ കോടതിയിൽ നിൽക്കുന്ന ഹേഡിയാ കുഞ്ചാം ഇതെല്ലാം കേൾക്കുന്നുണ്ടായിരുന്നു. അയാളുടെ മുഖം ഭാവരഹിതമായിരുന്നു. മരണം അയാളുടെ തലയ്ക്കു മുകളിൽ വട്ടം ചുറ്റുകയായിരുന്നു. എന്നാൽ, തനിക്ക് എന്താണ് സംഭവിക്കാൻ പോകുന്നത് എന്നതിനെക്കുറിച്ച് എന്തെങ്കിലും വേവലാതി അയാളിൽ പ്രകടമായിരുന്നില്ല.

“കഴിഞ്ഞ ഏപ്രിൽ 18ന് കാലി പഹാഡിയിൽ എന്താണ് ഉണ്ടായതെന്ന് എല്ലാവർക്കും അറിയാവുന്നതാണല്ലോ. വലിയ തോതിൽ സൈന്യം സിവിൽഡ്രസ്സിൽ വന്ന് മിന്നലാക്രമണം നടത്തി. നമ്മുടെ ഏറ്റവും വിശ്വസ്തരായ രണ്ട് സഖാക്കൾ അപ്പൽ രാജുവും കരതം ഗംഗയും പൊലീസിന്റെ ചതിയിൽ പിടിക്കപ്പെട്ടു. രണ്ടു സഖാക്കളും ഈ പ്രദേശത്ത് ജനായത്ത സർക്കാരിനെ ശക്തിപ്പെടുത്തുകയായിരുന്നു. പാവപ്പെട്ട ജനങ്ങൾക്കുവേണ്ടി പ്രവർത്തിക്കുകയായിരുന്നു. എന്നിട്ടും ബൂർഷ്വാ ഭരണാധികാരികൾക്കുവേണ്ടി പ്രവർത്തിക്കുന്ന പൊലീസ് നമ്മുടെ രണ്ടു സഖാക്കളെയും പിടികൂടി. അവർ ഇപ്പോൾ ജയിലിലാണ്.”

ബീരം റാവു ഇതെല്ലാം പറഞ്ഞുകൊണ്ടിരുന്നപ്പോൾ ആൾക്കൂട്ടത്തിൽ അരൻപുരിലെ തന്നെ ശങ്കർ കൊഡോപിയെ ഹേഡിയാ കുഞ്ചാം കണ്ടു. കൊഡോപി സാവധാനം എഴുന്നേറ്റ് ബീരം റാവുവിന്റെ അടുത്തുവന്ന് നിലത്ത് ഇരിക്കുന്നത് ഹേഡിയ കണ്ടു. ശങ്കർ കൊഡോപി സംഗം അംഗമായിരുന്നു - മാവോവാദികളുടെ സുരക്ഷാവലയത്തിന്റെ ഏറ്റവും പുറത്തുള്ള ഭാഗം. പ്രദേശം മുഴുവൻ ചാരപ്പണി ചെയ്യുകയും ഏതെങ്കിലും പുതിയ ഒരാളെയോ സംഭവവികാസമോ ശ്രദ്ധയിൽ പെട്ടാൽ ഉടനെ തന്നെ അക്കാര്യം പ്രദേശത്തെ കമാണ്ടറെ അറിയിക്കുകയും ചെയ്യുക എന്നതായിരുന്നു സംഗം അംഗങ്ങളുടെ ജോലി. ഈ യോഗത്തിൽ ശങ്കർ കൊഡോപിയുടെ സാന്നിദ്ധ്യം അത്ര അസാധാരണമായ കാര്യമൊന്നുമല്ല.

ബീരം റാവു തുടർന്നു സംസാരിച്ചു തുടങ്ങി.

“സുഹൃത്തുക്കളേ, സഖാക്കൾ രാജുവിനും ഗംഗയ്ക്കും വെടിയേറ്റിട്ടുമുണ്ട്. ഗുരുതരമായ പരിക്കേറ്റിട്ടുണ്ട്. ഇവർ ഇരുവരെയും പൊലീസിന് പിടിക്കാൻ കഴിയുമായിരുന്നില്ല. എന്നാൽ ഇവർ കാലി പഹാഡിക്കടുത്ത് ഉണ്ടെന്ന വിവരം ആരോ പൊലീസിന് മുൻകൂട്ടി നൽകിയിരുന്നു. നമ്മുടെ സഖാക്കൾ കാലി പഹാഡിയിൽ ചില ബീഡിയില കോൺട്രാക്ടർമാരിൽ നിന്ന് ലെവി പിരിക്കാൻ പോകുന്നുണ്ടെന്ന വിവരം ചില ആളുകൾക്ക് അറിയാമായിരുന്നു. പൊലീസിന് ഈ വിവരം നൽകിയത് ആരാണ്? മുൻകൂട്ടി വിവരം കിട്ടാതെ പൊലീസിന് ഇത്ര വലിയ പദ്ധതി തയ്യാറാക്കാൻ കഴിയുമോ? മുൻകൂട്ടി വിവരം ലഭിക്കാതെ പൊലീസിന് ഇത്ര വലിയ വല വിരിക്കാൻ കഴിയുമോ?”

ചുറ്റും നിശ്ശബ്ദത പരന്നു. ബീരം റാവു ഏറെ നേരം ഹേഡിയയെ തുറിച്ചു നോക്കി. ഹേഡിയ യാതൊരു ഭയവുമില്ലാതെ ബീരം റാവുവിന്റെ കണ്ണിലേക്ക് നോക്കിക്കൊണ്ടിരുന്നു.

ഹേഡിയ കുഞ്ചാം അരൻപുരിനും ജഗർ ഗുണ്ടായ്ക്കുമിടയിലെ ചരുട്ടേപാൽ ഗ്രാമത്തിലെ ഒരു പ്രൈമറി സ്കൂൾ ടീച്ചറാണ്. അയാൾ മാവോവാദികളുടെ ആശയത്തിനും ഏകാധിപത്യത്തിനും എതിരായിരുന്നു. തോക്കിനോടും ഹിംസയോടും അയാൾക്ക് വെറുപ്പായിരുന്നു. അതുകൊണ്ടുതന്നെ ഏറെ കാലമായി അയാൾ നക്സലുകളുടെ കണ്ണിലെ കരടായിരുന്നു.

പൊലീസിന്റെ ഈ വലിയ നടപടിയിൽ തന്റെ പേര് വലിച്ചിഴച്ച് തന്നെ അവരുടെ വഴിയിൽനിന്ന് ഇല്ലായ്മ ചെയ്യാനുള്ള മാർഗ്ഗം തേടുകയാണോ മാവോവാദികൾ? ഹേഡിയയുടെ മനസ്സിൽ ഇക്കാര്യം തോന്നിയെങ്കിലും ഈ ചിന്തയെ തന്നിൽ സ്വാധീനം ചെലുത്താൻ അയാൾ അനുവദിച്ചില്ല. അയാൾ തന്നെയാണ് പൊലീസിന് രാജുവും ഗംഗയും കാലി പഹാഡി യിൽ ഉണ്ടെന്ന കാര്യം അറിയിച്ചത് എന്നതിന് ആരുടെ പക്കലും തെളി വുണ്ടായിരുന്നില്ല. എന്നാൽ അയാളാണ് ചാരപ്പണി നടത്തിയതെന്ന് ജന കീയ കോടതിയിൽ തെളിയിക്കണമായിരുന്നു.

ബീരം റാവു വീണ്ടും സംസാരിക്കാൻ തുടങ്ങി.

"നമ്മുടെ രണ്ടു സഖാക്കളും അവിടെ ഉണ്ടാകുമെന്ന വിവരം ഹേഡിയ കുഞ്ചാം നൽകിയതു വഴിയാണ് പൊലീസിന് അറിയാൻ കഴി ഞ്ഞത്." ഇതു പറയുന്നതിനിടെ ബീരം റാവുവിന്റെ സ്വരം കനത്തു. അയാൾ ആളുകളുടെ മുഖഭാവം ശ്രദ്ധിക്കാൻ തുടങ്ങി.

നക്സലുകൾ അയാളെ ഇഷ്ടപ്പെടുന്നില്ലെന്ന് ഹേഡിയയ്ക്കും അറിയാമായിരുന്നു. അയാളുടെ നിർഭയ സ്വഭാവമായിരുന്നു അയാളുടെ ശക്തി. അയാൾക്ക് ഒന്നിനേയും പേടിയില്ലായിരുന്നു.

"എനിക്കെതിരെ ഉന്നയിക്കുന്ന ആരോപണത്തിന് എന്തു തെളിവാ ണുള്ളത്?" ഹേഡിയ ചോദിച്ചു.

അവിടെ കൂടിയിരുന്ന ആളുകൾ ഹേഡിയയുടെ ഈ ഉയർന്ന സ്വരം പ്രതീക്ഷിച്ചിരുന്നില്ല. ബീരം റാവുവിനു മുന്നിൽ ആരും തന്നെ ഇത്ര കൂസ ലില്ലാതെ സംസാരിക്കില്ല. എന്നാൽ ഹേഡിയയുടെ ഈ സ്വഭാവം തന്നെയാണ് നക്സലുകൾക്ക് പിടിക്കാത്തത്. തങ്ങളെ ഭയക്കുകയോ ഒതുങ്ങി കൂടുകയോ ചെയ്യാത്ത ആളുകളെ മാവോവാദികൾ ഇഷ്ട പ്പെടാറില്ല.

"ഞാൻ ഇത്തരത്തിലുള്ള ഒരു ജനകീയ കോടതിയേയും അംഗീക രിക്കുന്നില്ല. കാരണം ഇതു കോടതിയല്ല, തന്നിഷ്ടം കാണിക്കാനുള്ള ഒരടവു മാത്രമാണ്. എന്നാലും ഞാൻ ചോദിക്കുകയാണ്, നിങ്ങളുടെ രണ്ടു കൂട്ടുകാർ കാലി പഹാഡിയിൽ ഉണ്ടെന്ന കാര്യം ഞാൻ പൊലീ സിനെ അറിയിച്ചു എന്നതിന് എന്തു തെളിവാണ് ഉള്ളത്?"

ബീരം റാവു മറുപടി നൽകി, "ഈ ജനകീയ കോടതിയിൽ ഞങ്ങൾ എന്തു ചെയ്യുന്നുവെന്ന് പറയേണ്ട ആവശ്യമില്ല. തെളിവും സാക്ഷിയും വെച്ചു തന്നെയാണ് ഇവിടെ തീരുമാനം ഉണ്ടാകുന്നതെന്ന് എല്ലാ ആളു കൾക്കും അറിയാം, പിന്നെ ജനങ്ങളുടെ അഭിപ്രായപ്രകാരമാണ് ശിക്ഷ നൽകുന്നത്."

ബീരം റാവു ശങ്കർ കൊഡോപിയെ നോക്കി. അയാൾ സംസാരി ക്കാനായി എഴുന്നേറ്റു. "ഏപ്രിൽ 16ന് രാവിലെ ഹേഡിയ ബീഡിയില കോൺട്രാക്ടർമാരുടെ കൂടെ ജീപ്പിൽ അരൻപുരിൽ പോയിരുന്നു.

അന്നു വൈകീട്ട് ഹേഡിയയെ അരൻപുർ പൊലീസ് സ്റ്റേഷനിൽ ഞാൻ കണ്ടു."

ശങ്കർ കൊഡോപി ഇതു പറയുമ്പോൾ ഹേഡിയയുടെ മുഖത്തേക്കു നോക്കിയില്ല. അയാൾ മുന്നിലുള്ള ആളുകളെയും നോക്കിയില്ല. ബീരം റാവുവിനു നേരെ നോക്കിയാണ് അയാൾ ഈ മൊഴി നൽകിയത്, പിന്നെ സംഗം അംഗങ്ങളുടെ നേരെ നോക്കി, പിന്നെ തല താഴ്ത്തി നിന്നു.

'ഓഹോ... അപ്പോൾ ഇതാണ് കാര്യം,' ഹേഡിയ കുഞ്ചാം പിറുപിറുത്തു. അന്ന് എന്താണ് ഉണ്ടായതെന്ന് അയാൾക്ക് ഓർമ്മ വന്നു. തന്നെ എങ്ങനെയാണ് വലയിൽ കുടുക്കുന്നതെന്ന് അയാൾക്കു മനസ്സിലായി.

ശങ്കർ കൊഡോപിയെ ഇതിലും നന്നായി ഉപയോഗിക്കാൻ കഴിയില്ല. തന്തയ്ക്കു പിറക്കാത്തവൻ.

ഹേഡിയ മനസ്സിൽ വിചാരിച്ചു, പിന്നെ പറഞ്ഞു, "ഒരു ദിവസം മുമ്പ് ഞാൻ എന്റെ മോട്ടോർസൈക്കിൾ നന്നാക്കാനായി സൂര്യ മെക്കാനിക്കിൽ കൊടുത്തിരുന്നു. അടുത്ത ദിവസം രാവിലെ അതു വാങ്ങാനായി പോകുമ്പോൾ അതുവഴി വന്ന ബീഡിയില കോൺട്രാക്ടർമാർ അവരുടെ ജീപ്പിൽ എന്നെയും കയറ്റി. ഇതുകൊണ്ട് ഞാനാണ് രാജുവിനെയും ഗംഗയേയും കുറിച്ച് പൊലീസിനോട് പറഞ്ഞതെന്ന് എങ്ങനെയാണ് തെളിയുന്നത്?"

ജനകീയ കോടതിയിൽ ആദ്യമായാണ് ഒരാൾ പരിഭ്രമിച്ച് സ്വയം നിരപരാധിയാണെന്ന് പറയുന്നതിനു പകരം തർക്കിക്കാൻ നിൽക്കുന്നതെന്ന് ബീരം റാവുവിനു മനസ്സിലായി. ജനകീയ കോടതിയിൽ കുറ്റം ആരോപിച്ചു കഴിഞ്ഞാൽ ആളുകൾ കൈകൂപ്പി കെഞ്ചും, വെറുതെ വിടണമെന്ന് പറയും. എന്നാൽ ഹേഡിയ തന്നിൽ ആരോപിക്കപ്പെട്ട കുറ്റങ്ങൾ ശക്തമായി നിഷേധിക്കുന്നു, കളവാണെന്ന് സ്ഥാപിക്കുന്നു.

"ഞങ്ങളുടെ സഖാക്കൾക്കു നേരെയുണ്ടായ ആക്രമണത്തിന് രണ്ടു ദിവസംമുമ്പ് നിങ്ങൾ ബീഡിയില കോൺട്രാക്ടർമാരുമായി ബന്ധപ്പെട്ടിരുന്നു, അന്നുതന്നെ പൊലീസ് സ്റ്റേഷനിലും നിങ്ങളെ കണ്ടു. കോൺട്രാക്ടർ ഉമർ സിങ് നിങ്ങളെ കയറ്റിയ ജീപ്പിൽ ശങ്കറും ഉണ്ടായിരുന്നു. ചില കോൺട്രാക്ടർമാരുമൊത്ത് 18-ാം തിയ്യതി കാലി പഹാഡിയിൽ വരുന്നുണ്ടെന്ന് ഉമർ സിങ് നിങ്ങളോടു പറഞ്ഞു. ഇതു സത്യമല്ലേ?" ബീരം റാവു ചോദിച്ചു.

"ഇതു പച്ചക്കള്ളമാണ്. ഉമർ സിങുമായി ഇങ്ങനെ ഒരു കാര്യം സംസാരിച്ചിട്ടില്ല."

ബീരം റാവു വീണ്ടും ശങ്കർ കൊഡോപിയെ നോക്കി.

"ഞാൻ ജീപ്പിൽ വെച്ചു കേട്ടതാണ്. രണ്ടു ദിവസം കഴിഞ്ഞ് കാലി പഹാഡിയിൽ വരുന്ന കാര്യം കോൺട്രാക്ടർ ഉമർ സിങ് പറഞ്ഞു.

ദാദമാരെ കാണുന്ന കാര്യവും അയാൾ പറഞ്ഞു." ശങ്കർ കൊഡോപി കള്ളസാക്ഷി പറയുകയണ്.

"അപ്പോൾ കാലി പഹാഡിയിൽവെച്ച് നമ്മുടെ സഖാക്കൾ ബീഡിയില കോൺട്രാക്ടർമാരെ കാണുമെന്ന് നിങ്ങൾക്ക് അറിയാമായിരുന്നു, എന്നിട്ട് അന്നുതന്നെ നിങ്ങൾ പൊലീസുകാർക്ക് ഈ വിവരം നൽകി," തീരുമാനം പ്രഖ്യാപിക്കുന്നതുപോലെ ബീരം റാവു പറഞ്ഞു.

"ഞാൻ എന്റെ മോട്ടോർ സൈക്കിൾ എടുക്കാനാണ് അരൻപുരിൽ പോയത്. സൂര്യ മെക്കാനിക് പൊലീസ് സ്റ്റേഷന് തൊട്ടടുത്താണ് പ്രവർത്തിക്കുന്നത്. ഇൻസ്പെക്ടർ ശുക്ലയുമായി കണ്ടുമുട്ടി. അയാൾ എന്നോട് സ്കൂളിനെക്കുറിച്ച് അന്വേഷിച്ചു. രാജുവും ഗംഗയും കാലി പഹാഡിയിൽ വരുന്നതിനെക്കുറിച്ച് എനിക്കറിയില്ലായിരുന്നു, ഏതെങ്കിലും ബീഡിയില കോൺട്രാക്ടറെക്കുറിച്ച് ഞാൻ പൊലീസിനോട് പറഞ്ഞിട്ടുമില്ല."

"വായടയ്ക്ക്," ബീരം റാവു അലറി. "ശങ്കർ കൊഡോപി എന്താണ് പറഞ്ഞതെന്ന് എല്ലാവരും കേട്ടതല്ലേ. അയാൾ നമ്മുടെ വിശ്വസ്തനായ മിത്രമാണ്. കളവു പറയാൻ കഴിയില്ല."

ഈ ജനകീയ കോടതിയിൽ തന്റെ വാക്കുകൾ കേൾക്കാൻ മാവോവാദികൾ തയ്യാറല്ലെന്ന് ഹേഡിയയ്ക്കു മനസ്സിലായി.

2

ഊഞ്ചാപാഡയിൽ നിന്ന് ഏതാണ്ട് ഇരുപതു കിലോമീറ്റർ ദൂരെ ചിട്ടാപാഡ കാടുകളിൽ രാവിലെ മുതൽ തന്നെ മഹുവാ (ഇലിപ്പ) പൂക്കൾ ശേഖരിക്കുന്നതിൽ മുഴുകിയിരിക്കുകയാണ് ഭീമേ. അവളുടെ കൂടെ ആ ഗ്രാമത്തിലെ തന്നെ രാംദേവും ഉണ്ട്. രാംദേവ് ഭീമേയുടെ കുട്ടിക്കാല കൂട്ടുകാരനാണ്. ഇരുവരും അരൻപുരിലാണ് വളർന്നത്, മിക്കപ്പോഴും ഒരുമിച്ചുണ്ടാകും. പതിനേഴു വയസ്സുള്ള ഭീമേയെക്കാൾ നാലു വയസ്സിന് മുതിർന്നതായിരുന്നു രാംദേവ്. അയാൾ എപ്പോഴും അവളെ ശുണ്ഠി പിടിപ്പിക്കുമായിരുന്നു. കുട്ടിക്കാലത്ത് ഭീമേയ്ക്ക് മരത്തിൽ കയറാൻ കഴിയാതെ വരുമ്പോൾ മരത്തിൽ കയറിയ രാംദേവ് അവളെ കളിയാക്കും. കഴിയുന്നത്ര അവളെ പരിഹസിക്കും, എന്നാൽ സ്നേഹം പ്രകടിപ്പിക്കാൻ കിട്ടുന്ന അവസരമൊന്നും പാഴാക്കാറില്ല. അവൾക്കു വേണ്ടി കാട്ടുപഴങ്ങൾ ശേഖരിക്കും, ആഴ്ചച്ചന്തയിൽ നിന്ന് കളിപ്പാട്ടങ്ങളും വളയും മാലയുമെല്ലാം വാങ്ങി അവൾക്കു നൽകും.

ഭീമേ പതുക്കെ പതുക്കെ യൗവനയുക്തയാകുകയായിരുന്നു. കഴിഞ്ഞ രണ്ടു വർഷത്തിനിടെ അവൾ വളരെ മാറിപ്പോയി. പ്രായത്തിലേറെയുള്ള വളർച്ച അവളിൽ പ്രകടമായിരുന്നു. ഭീമേ ഇപ്പോൾ ഒരു

ബാലികയായല്ല, ഒരു യുവതിയായി തോന്നിച്ചിരുന്നു. ശ്യാമനിറം, ആരേയും മോഹിപ്പിക്കുന്ന ശരീര സൗകുമാര്യം. വലിയ കണ്ണുകൾ, വീതിയേറിയ നെറ്റി, കവിളുകളിൽ നിന്ന് താഴെ താടിയിലെത്തുമ്പോഴേക്കും അവളുടെ മുഖം ഏതാണ്ട് ത്രികോണാകൃതിയിലാണ്, അതിനു മധ്യേയുള്ള അവളുടെ മൂക്കും അതിൽ തുങ്ങികിടക്കുന്ന മൂക്കുത്തിയും അവളെ ആദിവാസിയാക്കുന്നു. അവൾ നീലനിറത്തിലുള്ള ചെറിയ കുർത്ത പോലെയുള്ള ഒരു കമീസും അരയിൽ ലുങ്കിമുണ്ടും ധരിച്ചിരുന്നു. കമീസ് ഭീമേയുടെ അരയ്ക്കു മുകളിൽ വരെ മാത്രമേ എത്തിയിരുന്നുള്ളൂ, ലുങ്കി കാൽമുട്ടുകൾവരെയും. ഭീമേയുടെ കഴുത്തിൽ വെള്ളി മാലയും കാലുകളിൽ പാദസരവും അണിഞ്ഞിരുന്നു.

രാംദേവിന്റെ മനസ്സിൽ ഭീമേയോടുള്ള ആകർഷണം ഓരോ ദിവസവും കൂടിക്കൂടി വന്നു. അയാൾ ഭീമേയെ സാകൂതം നോക്കും, അവളിലുണ്ടാകുന്ന ഓരോ മാറ്റവും അയാൾക്ക് അനുഭവപ്പെടും. ഭീമേ മഹുവാ പൂക്കൾ പെറുക്കാനായി കുനിയുമ്പോൾ അവളെ നോക്കാനുള്ള ആഗ്രഹം രാംദേവിന് അടക്കാൻ കഴിയാറില്ല. അയാളുടെ ഹൃദയത്തിൽ ഭീമയോടുള്ള സ്നേഹം അലിഞ്ഞു ചേർന്നിരുന്നു. ഇരുപത്തിയൊന്നു വയസ്സുള്ള അയാളുടെ സ്നേഹം സുരതകാമനകൊണ്ട് പിടയ്ക്കുകയായിരുന്നു. ഈ പെൺകുട്ടിയുടെ നടത്തത്തിൽ അയാൾ ഒരു ലഹരി അനുഭവിക്കുകയായിരുന്നു. ഭീമേ അയാളുടെ അടുത്തേക്കു വരുമ്പോൾ അയാൾ അവളുടെ മുഖത്തോടൊപ്പം മാറിടത്തിലേക്കും നോക്കും, അയാളുടെ ഹൃദയത്തിൽ ഒരുപാട് തിരകൾ ഓളം തല്ലും. ഒരു ഉന്മാദം അയാളെ വലയം ചെയ്യും. രാംദേവിന്റെ കണ്ണുകൾ ഒളിഞ്ഞ് ഭീമേയുടെ ശരീരം മുഴുവൻ പരതും. അയാൾ ചിലപ്പോൾ അവളുടെ മുഖത്തു നോക്കും. ചിലപ്പോൾ അവളുടെ കഴുത്തിൽ. ചിലപ്പോൾ മാറിടം നോക്കും, ചിലപ്പോൾ കാലുകളെ, മറ്റു ചിലപ്പോൾ അവളുടെ അർദ്ധനഗ്നവയർ നോക്കും. രാംദേവിന്റെ ഉള്ളിൽ അവളെ പ്രാപിക്കാനുള്ള ആഗ്രഹം കവിഞ്ഞൊഴുകുകയാണ്. അവളെ കെട്ടിപ്പിടിച്ച് ചുംബിക്കാൻ അയാൾ ആഗ്രഹിച്ചു. ഇന്ന് അയാളുടെ മനസ്സിൽ ഇതിലുമേറെ മുന്നോട്ട് പോകണമെന്ന അത്യാഗ്രഹമുണ്ടായിരുന്നു.

രാംദേവിന്റെ മനസ്സിൽ പ്രേമവും ഒന്നുചേരാനുള്ള അഭിലാഷവും തീവ്രഗതിയിലാകുമ്പോൾ അയാളുടെ വാക്കുകൾ പുറത്തുവരില്ല. അയാൾ സംസാരിക്കാൻ മറക്കും. പുരുഷൻ മിക്കപ്പോഴും പ്രേമത്തിന്റെ സ്വകാര്യനിമിഷങ്ങളിൽ നിശ്ശബ്ദനാകുന്നു. സ്ത്രീകൾ വാചാലമായി സ്നേഹം പ്രകടിപ്പിക്കാൻ ഇഷ്ടപ്പെടുന്നു. തന്റെ കാമുകന്റെ ഈ ഭാവങ്ങളെ ഭീമേ നല്ല പോലെ മനസ്സിലാക്കിയിരുന്നു.

ബസ്തറിലെ ചില ആദിവാസി പ്രദേശങ്ങളിൽ ഇപ്പോഴും ഘോടുൽ (സഹവാസം) സമ്പ്രദായം നിലവിലുണ്ട്. ഇവിടെ ആദിവാസി ബാലികാബാലന്മാരും യുവാക്കളും ഒരുമിച്ച് വിദ്യാഭ്യാസം, സംസ്കാരം, സമൂഹം

എന്നിവയെക്കുറിച്ച് വളരെയേറെ പഠിക്കുന്നു. ആൺകുട്ടികളും പെൺ കുട്ടികളും ഒരുമിച്ച്. ഇവിടെ ലിംഗപരമായ വേർതിരിവുകളില്ല. വിവാഹ ത്തിനു മുമ്പ് മുതിർന്ന ആൺകുട്ടികൾക്കും പെൺകുട്ടികൾക്കും പരസ്പരം ചേർന്ന് എത്ര സമയം വേണമെങ്കിലും ചെലവഴിക്കാം. ഇരു വരും പരസ്പരം മനസ്സിലാക്കുക മാത്രമല്ല, അനുരാഗത്തിന്റെ സ്വകാര്യ നിമിഷങ്ങളിലേക്കു പോലും കടന്നുചെല്ലുന്നു. ചിലപ്പോൾ സെക്സിന്റെ സമയത്ത് പരസ്പരം തൃപ്തിപ്പെടുത്താനുള്ള ശേഷിയും താത്പര്യവും മനസ്സിലാക്കാൻ വേണ്ടി ആകണം. ആദിവാസിസമൂഹത്തിലെ ഈ തുറന്ന സമീപനം ഇന്നും മഹാനഗരങ്ങളിൽ വിലക്കുകളിൽ കുരുങ്ങി കിടക്കുകയാണ്.

രാംദേവിന്റെ ആഗ്രഹം മനസ്സിലാക്കാൻ ഭീമേക്ക് പ്രയാസമുണ്ടായി രുന്നില്ല. അവളുടെ മനസ്സിലും അതിരില്ലാത്ത സ്നേഹമുണ്ടായിരുന്നു. രാംദേവിൽ അവൾക്ക് പൂർണവിശ്വാസം ഉണ്ടായിരുന്നു, എന്നാലും ഇതു വരെയും അയാൾ അടുത്തുവരാതെ അവൾ തടഞ്ഞിരുന്നു. പ്രേമാർദ്ര മായ സംഭാഷണത്തിനിടെ രാംദേവ് അവളുടെ കൈകളിലും മുഖത്തും മുടിയിലും അരക്കെട്ടിലും ചിലപ്പോഴെല്ലാം തൊടുമായിരുന്നു. എന്നാൽ ഗാഢാലിംഗനം, ചുംബനം തുടങ്ങിയ പ്രേമലീലകളെ അവൾ തടഞ്ഞി രുന്നു. തന്റെ പ്രിയതമൻ അതിരു വിടാതിരിക്കാൻ അവൾ ഈ പ്രേമ ത്തിൽ അച്ചടക്കത്തിന്റെ ഒരു മതിൽ പടുത്തുയർത്തിയിരുന്നു. എന്നാൽ ഇന്ന് പ്രണയാതുരത ഭീമേയുടെ മനസ്സിലും പ്രബലമായിരുന്നു. അവൾ രാംദേവുമായി പ്രണയബദ്ധയാകാൻ ആഗ്രഹിക്കുന്നു. പ്രിയതമന്റെ കണ്ണു കളിൽ നിന്നൊഴുകുന്ന അനുരാഗം അവളുടെ ഹൃദയത്തിന്റെ കവാട ങ്ങളിൽ മുട്ടുകയാണ്. രാംദേവിന്റെ അനുരാഗ ചേഷ്ടകൾ ഭീമേയുടെ ഹൃദയത്തിന്റെ അടഞ്ഞുകിടക്കുന്ന കവാടങ്ങളിലൂടെ ഒഴുകി ജലം പോലെ അകത്തു പ്രവേശിക്കാൻ തുടങ്ങി. ഭീമേ മഹുവയുടെ കുട്ട താഴെ വെച്ച് രാംദേവിന്റെ അടുത്തേക്കു വന്നു.

രാംദേവ് അവളെ നൊക്കിക്കൊണ്ടിരുന്നു. നിശ്ശബ്ദമായി. അഭിലാഷം നിറഞ്ഞ കണ്ണുകളിൽ ചോദ്യം സ്പഷ്ടമായി കേൾക്കാമായിരുന്നു.

“എന്താ?” ഭീമേ കുനിഞ്ഞ് തീർത്തും നിഷ്കളങ്കമായി ചോദിച്ചു.

ഈ വാക്ക് പുറപ്പെടുവിച്ച് ഭീമേയുടെ ചുണ്ടുകൾ അനങ്ങിയപ്പോൾ രാംദേവിന്റെ ഹൃദയത്തിൽ അനുരാഗത്തിന്റെ ഒരു അഗ്നിപർവ്വതം പൊട്ടി. ഈ ഒരു വാക്കിൽ സ്നേഹസാഗരം നിറച്ചതു പോലെയായിരുന്നു അയാൾക്ക്. ഇന്നു വരെയും ഭീമേയുടെ പ്രതിരോധത്തെ ഭയന്ന് സങ്കോച പ്പെട്ടിരുന്ന രാംദേവിന് ഇതൊരു തുറന്ന ക്ഷണമായിരുന്നു. അയാൾ പെട്ടെന്ന് ഭീമേയുടെ കൈപിടിച്ച് തന്റെ അടുത്തേക്കു വലിച്ചു. ഭീമേ ഇപ്പോൾ രാംദേവിന്റെ കരുത്താർന്ന ആലിംഗനത്തിലാണ്. രാംദേവ് അവളെ വിടാൻ ആഗ്രഹിച്ചിരുന്നില്ല, അവളും അയാളിൽനിന്ന് അകന്നു മാറാൻ ശ്രമിച്ചതുമില്ല.

3

"ഹേഡിയ കുഞ്ചാം രണ്ടു പാർട്ടി സഖാക്കളെ കുടുക്കുക മാത്രമല്ല ചെയ്തത്, മറിച്ച് അയാൾ ജനായത്ത സർക്കാരിനെതിരെ കലാപക്കൊടി ഉയർത്തിയിരിക്കുന്നു. അയാൾ കലാപകാരിയാണെന്നും ശത്രുക്കളോടൊപ്പമാണെന്നും തെളിഞ്ഞിരിക്കുന്നു. ഇത്തരം കലാപകാരികൾക്ക് ഈ കോടതി വധശിക്ഷയാണ് നൽകുന്നത്. ആർക്കെങ്കിലും ഈ വിധിയെക്കുറിച്ച് എന്തെങ്കിലും അഭിപ്രായ വ്യത്യാസമുണ്ടെങ്കിലോ, അല്ലെങ്കിൽ ഈ ശിക്ഷ ഇളവു ചെയ്യണമെന്നോ മാറ്റണമെന്നോ പറയണമെന്നുണ്ടെങ്കിൽ ഈ ജനകീയ കോടതിയിൽ പറയാവുന്നതാണ്. തന്റെ തെറ്റ് അംഗീകരിച്ച് മാപ്പു ചോദിക്കാൻ ഹേഡിയ കുഞ്ചാമിനും അവകാശമുണ്ട്, ഈ വിഷയം ജനകീയ കോടതി പരിശോധിക്കും."

ആളുകൾക്കിടയിൽ നിശ്ശബ്ദത പരന്നു.

ഹേഡിയയുടെ മുഖത്ത് ഇപ്പോഴും ഭയത്തിന്റെ ഒരു ലാഞ്ഛന പോലുമില്ല. അയാൾ സ്വതന്ത്രചിന്താഗതിക്കാരനായിരുന്നു, അങ്ങേയറ്റം ധൈര്യശാലിയായിരുന്നു. തനിക്കെതിരെ എന്താണ് നടക്കാൻ പോകുന്നത് എന്നതിനെക്കുറിച്ച് തുടക്കം മുതൽ തന്നെ അയാൾക്ക് ഊഹമുണ്ടായിരുന്നു. എന്നാൽ എന്തുതന്നെ വന്നാലും മാവോവാദികൾക്കു മുന്നിൽ കീഴടങ്ങാൻ അയാൾ ആഗ്രഹിച്ചിരുന്നില്ല.

"സഖാവ് ബീരം റാവു, ഈ ഗ്രാമത്തിലെ ജനങ്ങൾ താങ്കളെ ദാദ എന്നു വിളിക്കുന്നു. താങ്കളുടെ ഏത് ആജ്ഞയും പാലിക്കുന്നു. എന്നാൽ ഈ ജനകീയ കോടതിയെ ഞാൻ അംഗീകരിക്കുന്നില്ല, എന്നിൽ ആരോപിക്കപ്പെട്ട കുറ്റവും ശരിയല്ല. ഞാൻ പൊലീസിനു വേണ്ടി ഒരു ചാരപ്പണിയും ചെയ്തിട്ടില്ല. എന്നാൽ ഗ്രാമങ്ങളിൽ ജനായത്ത സർക്കാരിന്റെ പേരിൽ നടക്കുന്ന ഭരണത്തിലെ പല കാര്യങ്ങളോടും എനിക്ക് യോജിക്കാനാവുന്നില്ല എന്നതും ശരിയാണ്."

സർക്കാരിന്റെ അടിച്ചമർത്തൽ നയങ്ങളെ എതിർക്കേണ്ടത് തോക്കിന്റെ വഴിയിലൂടെയല്ല, മറിച്ച് ജനകീയ പ്രക്ഷോഭങ്ങളിലൂടെയാണെന്ന് ഹെഡിയ കുഞ്ചാം കരുതിയിരുന്നു. ജനങ്ങളുടെ പോരാട്ടം റോഡുകളും ആസ്പത്രികളും സ്കൂളുകളും നിർമ്മിച്ചുകൊണ്ടായിരിക്കണമെന്ന് അയാൾ വിശ്വസിച്ചിരുന്നു, അല്ലാതെ രാജ്യത്തെ ലോകസഭയെ 'പന്നികളുടെ കൂടാരം' എന്നു പറഞ്ഞുകൊണ്ടല്ല. സായുധവിപ്ലവം നടത്തുമെന്ന വലിയ വീൺവാക്കുകൾകൊണ്ട് ഒന്നും കൈവരിക്കാൻ കഴിയില്ലെന്ന് അയാൾ എപ്പോഴും പറയുമായിരുന്നു. ഇന്നും അയാൾ അതു തന്നെയാണ് പറയുന്നത്.

"ജനായത്ത സർക്കാരുമായി നടക്കുന്ന താങ്കളുടെ പാർട്ടിയുടെ ലക്ഷ്യം വഴി ഈ ജനങ്ങൾക്ക് ഒന്നും തന്നെ ലഭിക്കാൻ പോകുന്നില്ല.

ഞാൻ ഇത് നിരന്തരം പറയുന്നുണ്ട്. എന്നാൽ പാർട്ടിക്ക് ഇത് ഇഷ്ട മല്ലെങ്കിൽ എനിക്ക് എന്തു ചെയ്യാൻ കഴിയും?" ഹേഡിയ കുഞ്ചാം പറഞ്ഞു.

ബീരം റാവു എന്തോ പറയാൻ തുടങ്ങുമ്പോഴേക്കും ഹേഡിയ കയ്യു യർത്തി വിലക്കി.

"ഞാൻ എന്തിനു വേണ്ടി മാപ്പു ചോദിക്കണം സഖാവേ? ഞാൻ ചെയ്യാത്ത കാര്യത്തിന് മാപ്പോ! ഞാൻ കുനിഞ്ഞാൽ ഈ ജനങ്ങളുടെ മേൽ നിങ്ങളുടെ സമ്മർദ്ദമേറും എന്നെനിക്കറിയാം. നിങ്ങൾക്ക് നിങ്ങ ളുടെ ജനായത്ത സർക്കാരിനെ കൂടുതൽ ശരിയെന്നു തെളിയിക്കാൻ കഴിയും. ഇത്തരം ജനകീയ കോടതികളുടെ തീരുമാനങ്ങൾ അംഗീകരി ക്കാൻ ഗ്രാമവാസികളിൽ സമ്മർദ്ദം കൂടും. ഇതാണല്ലോ നിങ്ങൾ ആഗ്ര ഹിക്കുന്നത് സഖാവേ."

ബീരം റാവുവിന് ഷോക്കേറ്റതു പോലെയായി. മാവോവാദികളുടെ തടവിൽ ആയിട്ടു കൂടി ഈ മനുഷ്യന് മരണത്തെ യാതൊരു ഭയവു മില്ല.

"സഖാവേ, ഈ ജനകീയ കോടതിയിൽ ജനങ്ങളുടെ ഇടയിൽ ശരിയെന്നു തെളിയിക്കുന്നതിനു വേണ്ടി നിങ്ങൾ എല്ലാവരുടെയും അഭി പ്രായം തേടുകയാണല്ലോ. എന്നാൽ നിങ്ങളുടെ തെറ്റായ ഒരു കാര്യ ത്തിനെതിരെ പോലും ശബ്ദമുയർത്താൻ കഴിയാത്തവർക്ക് എങ്ങനെ യാണ് നിങ്ങളുടെ തീരുമാനത്തിനെതിരെ പറയാൻ കഴിയുക ദാദ ബീരം റാവു? ഈ ആളുകളെ ഇവിടെ പിടിച്ചിരുത്തിയിട്ട് നിങ്ങൾ ഇതിനെ ജനകീയ കോടതിയെന്നു പറയുന്നോ? ഈ കോടതി തന്നെ തീർത്തും തെറ്റാണ്. ഇനി ഇന്ന് നിങ്ങൾ എന്നെ കൊല്ലുകയാണെങ്കിൽ തന്നെ അത് മറ്റൊരു കൊലപാതകമായിരിക്കും. ഇതിനപ്പുറം എനിക്ക് മറ്റൊന്നും പറ യാനില്ല."

മാവോവാദികളെ എതിർത്തുകൊണ്ട് ഹേഡിയ കുഞ്ചാം തന്റെ മരണ ത്തിന്റെ വഴി ഒരുക്കിയെടുത്തു.

ബീരം റാവു വായുവിൽ നിറയൊഴിച്ചു.

കൂടിയിരുന്ന ആളുകളുടെ ഹൃദയമിടിപ്പ് വർദ്ധിച്ചു.

"ഹേഡിയ കുഞ്ചാം! ഇത് ജനകീയ കോടതിയാണ്! ജനകീയ കോടതി!" അയാൾ അലറി. "ഇവിടെ തന്റെ കാര്യം മാത്രം പറഞ്ഞാൽ മതി. പ്രസംഗിക്കണ്ട. നിങ്ങൾക്കെതിരെയുള്ള കുറ്റം തെളിയിക്കപ്പെട്ടു കഴിഞ്ഞു. പിന്നെ നിങ്ങളുടെ വാക്കുകളിൽ നിന്നുതന്നെ നിങ്ങൾ ജനാ യത്ത സർക്കാരിനെ എത്രമാത്രം വെറുക്കുന്നുണ്ട് എന്ന് മനസ്സിലാകു ന്നുണ്ട്. നിങ്ങൾ ബൂർഷ്വാ മുതലാളിമാരുടെയും പൊലീസിന്റെയും സർക്കാരിന്റെയും അടിമയാണ്. മറ്റൊന്നുമല്ല. ഈ കോടതിയിൽ നിങ്ങൾക്ക് തീർച്ചയായും ശിക്ഷ ലഭിക്കും."

സംസാരിച്ചിട്ടു കാര്യമില്ല എന്നു ഹേഡിയയ്ക്ക് അറിയാം, എന്നാൽ പൊരുതാതെ മരണത്തെ വരിക്കാൻ അയാൾ ആഗ്രഹിച്ചിരുന്നില്ല. ഇവിടെ നിന്ന് ഓടി രക്ഷപ്പെടുക സാദ്ധ്യമല്ല, പൊരുതുക മാത്രമാണ് ഏകവഴി.

“അപ്പോൾ നിങ്ങൾ തടവിൽ മറ്റൊരു കൊലപാതകം കൂടി നടത്താൻ തീരുമാനിച്ചു അല്ലേ സഖാവെ? ഇതാണോ ജനായത്ത സർക്കാർ? ഇതാണോ പാർട്ടിയുടെ ജനകീയ കോടതി?”

“തടവിൽ കൊല്ലുന്നത് നിങ്ങളുടെ പൊലീസിന്റെ പണിയാണ്. വിചാരണ ചെയ്യാതെ ജയിലുകളിൽ അടച്ചിടുന്നു, പൊലീസ് ലോക്കപ്പിൽ ക്രൂരമായി മർദ്ദിക്കുന്നു. ഇത്തരത്തിൽ തെറ്റുകാരും സ്വയം മാറാൻ തയ്യാറല്ലാത്തവരുമായ ആളുകൾക്കാണ് ഞങ്ങൾ ഇവിടെ ശിക്ഷ നൽകുന്നത്. ഹേഡിയ, നിങ്ങൾ ജനായത്ത സർക്കാരിനെയോ ഈ കോടതിയെയോ മാനിക്കുന്നില്ല. നിങ്ങളുടെ മരണം തന്നെയാണ് ജനങ്ങൾക്ക് അനിവാര്യമായിട്ടുള്ളത് ഹേഡിയ കുഞ്ചാം.”

ഹേഡിയ കുഞ്ചാം ഒന്നും മിണ്ടിയില്ല. അയാൾ ആളുകളുടെ നേരെ നോക്കി. എല്ലാവരുടെയും നാവിറങ്ങിപ്പോയിരുന്നു. അധികാരത്തിലിരിക്കുന്നവരോട് ചോദ്യം ചോദിക്കാത്ത കാലത്തോളം മാത്രമേ മുഖ്യധാരാ ജനാധിപത്യത്തിൽ ഭരണാധികാരികൾ ജനാധിപത്യം ഇഷ്ടപ്പെടുന്നുള്ളൂ. നക്സലുകളുടെ ജനായത്ത സർക്കാരിന്റെ ജനാധിപത്യവും ഇതുപോലെ തന്നെയാണ്. ഇവിടെ വിപ്ലവകാരികൾക്കും തങ്ങളുടെ ചുറ്റും മുഖസ്തുതിക്കാർ വേണം. ഹേഡിയയെ പോലുള്ളവർ വിപ്ലവത്തിന് അപകടമാണ്.

“സുഹൃത്തുക്കളേ, ഹേഡിയ ചാരപ്പണി ചെയ്തത് എല്ലാവരും കണ്ടതാണ്. നമ്മുടെ സഖാക്കളായ രാജുവിനെയും ഗംഗയെയും കുടുക്കി. അയാൾ മാപ്പു ചോദിക്കാൻ തയ്യാറല്ല. നമ്മുടെ ജനായത്ത സർക്കാരിനോട് ഇയാൾക്ക് പ്രതിപത്തിയുമില്ല. അയാൾ നമ്മെ വെറുക്കുന്നു. ജനങ്ങളുടെ സർക്കാരിനെ ഇയാൾക്ക് ഇഷ്ടമല്ല. സത്യത്തിൽ ഹേഡിയ ഈ കോടതിയിൽ പൊലീസിന്റെയും പക്ഷം പിടിക്കുകയാണ്. ഇയാൾക്ക് മരണശിക്ഷ നൽകും. ഇതിനെക്കുറിച്ച് ആർക്കെങ്കിലും എന്തെങ്കിലും പറയാനുണ്ടോ?”

ആരും ഒന്നും പറഞ്ഞില്ല. ഒരു മരണ നിശ്ശബ്ദത അവിടെ വ്യാപിച്ചു.

“ആർക്കെങ്കിലും ഇതിനെക്കുറിച്ച് എന്തെങ്കിലും പറയാനുണ്ടോ?” ബീരംറാവു അലറി, ആളുകളോട് ചോദിക്കുന്നതു പോലെയല്ല, അവരെ വെല്ലുവിളിക്കുന്നതുപോലെ. “ഈ ജനകീയ കോടതിയിൽ ഹേഡിയ കുഞ്ചാമിന്റെ രക്ഷയ്ക്കായി ആരുടെയെങ്കിലും പക്കൽ എന്തെങ്കിലും ഉണ്ടെങ്കിൽ അയാൾക്ക് മുന്നോട്ടു വന്നു പറയാം.”

മറുപടിയായി ഒരു ശബ്ദവും വന്നില്ല. ഹേഡിയ കുഞ്ചാം പരിഹാസം നിറഞ്ഞ, പരാജിതന്റെ പുഞ്ചിരിയുമായി ആകാശത്തേക്കു നോക്കാൻ തുടങ്ങി.

4

"ഭീമേ... ഭീമേ... ഭീമേ... നീയെവിടെയാ?"

തന്റെ പേര് വിളിക്കുന്നതുകേട്ട് ഭീമേ ഞെട്ടിപ്പോയി. അവൾ ഇപ്പോഴും രാംദേവിന്റെ കരവലയത്തിലായിരുന്നു. പരിഭ്രമിച്ച് എഴുന്നേറ്റ് തന്റെ വസ്ത്രങ്ങൾ ശരിയാക്കി. എഴുന്നേറ്റുനിന്ന് ദൂരെ നിന്നു വരുന്ന ശബ്ദം ശ്രദ്ധിക്കാൻ തുടങ്ങി.

ചിട്ടാപാഡ ഗ്രാമത്തിൽ തന്നെ താമസിക്കുന്ന അവളുടെ കൂട്ടുകാരി സുരിയാണ് ഓടി വന്നിരുന്നത്. അവളെ കണ്ടപ്പോൾ എന്തോ കുഴപ്പമുണ്ടെന്ന് ഭീമേക്കു മനസ്സിലായി. ഭീമേ രാംദേവിനെ എഴുന്നേൽപ്പിച്ചു.

ഇതിനിടെ കിതച്ചുകൊണ്ട് സുരി അവരുടെ അടുത്ത് എത്തിക്കഴിഞ്ഞിരുന്നു.

"ഭീമേ... ഭീമേ... നിന്റെ അച്ഛൻ.."

തന്റെ വാക്കുകൾ പൂർത്തിയാക്കാൻ സുരിക്ക് കഴിയുന്നുണ്ടായിരുന്നില്ല. അവൾ നിന്നു കിതയ്ക്കുകയാണ്.

"അച്ഛനെന്തുപറ്റി?"

സുരി ഭീമേയോടു പറയാൻ തുടങ്ങി. ഊഞ്ചാപാഡയിൽ നടക്കുന്ന കോടതിയുടെ കാര്യം എല്ലായിടത്തും പരന്നുകഴിഞ്ഞിരുന്നു. ഹേഡിയയ്ക്ക് ശിക്ഷ നൽകുന്ന കാര്യമറിഞ്ഞ് പരിഭ്രമിച്ച സുരി ഇക്കാര്യം ഭീമേയെ അറിയിക്കാനായി ഏതാണ്ട് മൂന്നു കിലോമീറ്റർ കാട്ടിലൂടെ ഓടിയാണ് ഇവിടെ എത്തിയിരിക്കുന്നത്.

ഹേഡിയ കുഞ്ചാമിന്റെ ഏകമകളാണ് ഭീമേ. അഞ്ചാം വയസ്സിൽ ഭീമേയുടെ അമ്മ മരിച്ചു. അന്നു മുതൽ ഹേഡിയയാണ് സ്നേഹിച്ചു വളർത്തിയത്. തന്നെപോലെ നിർഭയയാകണമെന്ന് പറയുമായിരുന്നു.

'അച്ഛനെന്താണ് ഇക്കാര്യം എന്നിൽനിന്നു മറച്ചുവെച്ചത്? അച്ഛൻ എന്നോട് എല്ലാം പറയാറുണ്ട്. ഇന്ന് എന്നോട് വേഗം തന്നെ കാട്ടിൽ പോയി മഹുവാ പെറുക്കാൻ പറഞ്ഞത് ഇതിനു വേണ്ടിയായിരുന്നോ?'

സാധാരണയായി മാവോവാദികൾ ദിവസങ്ങൾക്കു മുമ്പുതന്നെ തങ്ങളുടെ ജനകീയ കോടതിയെക്കുറിച്ച് അറിയിപ്പു നൽകുമായിരുന്നു, കൂടുതൽ ആളുകൾ അറിയാനും കോടതിയിൽ പങ്കെടുക്കാനും വേണ്ടി. എന്നാൽ ഹേഡിയയുടെ കാര്യത്തിൽ ദാദമാർ അല്പം ധൃതി കൂട്ടിയിരുന്നു. തന്റെ മകൾ ജനകീയ കോടതിയിൽ വരണമെന്ന് ഹേഡിയയും ആഗ്രഹിച്ചിരുന്നില്ല. അവളെ മാവോവാദികളിൽനിന്നും അകറ്റി നിർത്തണമെന്ന് അയാൾ ആഗ്രഹിച്ചിരുന്നു.

"ഭീമേ, പെട്ടെന്നു ചെല്ല്... നിന്റെ അച്ഛന്റെ ജീവൻ അപകടത്തിലാണ്. ദാദമാർ അദ്ദേഹത്തിന് ശിക്ഷ വിധിക്കുകയാണ്."

അടുത്തു നിന്നിരുന്ന രാംദേവിന് കാര്യങ്ങളെല്ലാം മനസ്സിലായി.

"ഭീമേ, ഊഞ്ചാപാഡ ഇവിടെനിന്നും വളരെ ദൂരെയാണ്. ഓടിയെത്താൻ സമയമെടുക്കും." രാംദേവ് പറഞ്ഞു.

"എന്തു ചെയ്യും?"

"ഭീമേ, ഒരു കാര്യം ചെയ്യ്. നീ സുരിയുമൊത്ത് എളുപ്പവഴിയിലൂടെ ഊഞ്ചാപാഡയിലേക്ക് ഓടിക്കോ. ഞാൻ ഗ്രാമത്തിൽ പോയി മോട്ടോർ സൈക്കിൾ എടുത്ത് പുറകേ വരാം. വഴിയിൽ വെച്ച് കണ്ടുമുട്ടാം."

"പക്ഷേ, ആരാ നിങ്ങളെ സഹായിക്കാ?"

"ആരെങ്കിലും തീർച്ചയായും സഹായിക്കും. നീ ഓടിക്കോ ഭീമേ... പെട്ടെന്ന്..." രാംദേവ് ഉറക്കെ പറഞ്ഞു, എന്നിട്ട് തിരിഞ്ഞ് ഗ്രാമത്തിലേക്ക് ഓടി.

രാംദേവ് ഗോണ്ട് ആദിവാസിയാണ്. ഊർജ്ജസ്വലനാണ്. ഇത്തരം സന്ദർഭത്തിൽ സാധാരണയായി ആളുകൾ എന്തുചെയ്യണമെന്നറിയാതെ പകച്ചുനിൽക്കും. എന്നാൽ രാംദേവ് ഇന്ന് ഭീമേയോടൊത്ത് തന്റെ ജീവിതത്തിലെ ഏറ്റവും മനോഹരമായ നിമിഷങ്ങളാണ് ചെലവഴിച്ചത്. അയാളുടെ മനസ്സിൽ അവളോടുള്ള സ്നേഹം പലമടങ്ങ് വർദ്ധിച്ചു. അയാൾ അവൾക്കു വേണ്ടി എന്തും ചെയ്യാൻ തയ്യാറായിരുന്നു. ചിട്ടാപാഡയിലേക്ക് ഓടുന്നതിനിടെ തന്നെ അയാൾ ഒരു ഗ്രാമവാസിയിൽനിന്ന് മോട്ടോർ സൈക്കിൾ ഏർപ്പാടാക്കി.

ഇരുപതു മിനിട്ടിനു ശേഷം അയാൾ ഭീമേയേയും സുരിയേയും കൂട്ടി ഊഞ്ചാപാഡയിലേക്ക് മോട്ടോർ സൈക്കിൾ ഓടിച്ചുപോയി.

5

"**അ**ച്ഛാ... അച്ഛാ..." എന്നു വിളിച്ചുകൊണ്ട് ഭീമേ ഹേഡിയയുടെ അടുത്തേക്ക് ഓടി.

"രാമാ നോക്ക്... നോക്ക് രാമാ... അച്ഛനെന്താ പറ്റിയത്... അച്ഛന് ജീവനുണ്ടോ?"

ഭീമേ അലറിക്കരഞ്ഞു.

ഹേഡിയയുടെ തലയിൽനിന്നും വയറിൽനിന്നും രക്തം ഒഴുകുന്നത് രാംദേവ് കണ്ടു. അയാളുടെ വയറ്റിൽ രണ്ട് വെടിയുണ്ടകൾ ഏറ്റതിന്റെ അടയാളങ്ങൾ സ്പഷ്ടമായി കാണാമായിരുന്നു. എന്നാൽ ഹേഡിയ മരിച്ചിരുന്നില്ല.

തന്റെ മകളുടെ ശബ്ദം കേട്ട് അയാൾ കണ്ണുകൾ തുറന്നു.

"അച്ഛാ... അച്ഛൻ മരിച്ചിട്ടില്ല... രാമാ അച്ഛനെ എടുക്കൂ... നമുക്ക് ഇവിടെനിന്നും കൊണ്ടുപോകാം." ഭീമേയുടെ വാക്കുകളിൽ ഹൃദയം പിളർക്കുന്ന വേദന ഉണ്ടായിരുന്നു. ഹേഡിയയെ ഇവിടെ നിന്ന് ഏതാണ്ട്

ഇരുന്നൂറ് കിലോമീറ്റർ ദൂരെ ജഗദൽപുരിൽ മാത്രമേ ഡോക്ടറെ കാണിക്കാൻ കഴിയുകയുള്ളൂ എന്ന് രാംദേവിന് അറിയാമായിരുന്നു. അവിടെ എത്തിക്കാനുള്ള ഏതെങ്കിലും സൗകര്യമോ സമയമോ അവശേഷിച്ചിരുന്നില്ല.

തന്റെ മകൾ കരയുന്നതു കണ്ട് ഹേഡിയ തല അനക്കികൊണ്ട് അവളെ വിലക്കി. അയാളുടെ കണ്ണുകളിൽനിന്നും കണ്ണുനീർ ഒഴുകുന്നുണ്ടായിരുന്നു. അയാൾ സംസാരിക്കാൻ ശ്രമിച്ചു, എന്നാൽ അയാളുടെ വാക്കുകൾ മുറിഞ്ഞുകൊണ്ടിരുന്നു.

"ഭീമേ ഞാൻ... ര...ക്ഷ...പ്പെടില്ല, കു...റേ... ചോ...ര... പോയി... പക്ഷേ... നീ... അറി...യണം... ഞാൻ... തെ...റ്റ്... ചെയ്തി...ട്ടില്ല..., ഒറ്റു... കൊ...ടുത്തി...ട്ടില്ല... എന്നെ... കൊ...ന്നതാ...ണ്... ബീരം... റാ...വുവും... കുട്ടാ...ളികളും..."

ഭീമേ വളരെ പരവശയായി. ചുണ്ടുകൾ കടിച്ചുപിടിച്ച് ഒരുവിധം അവൾ തലകുലുക്കി.

"അച്ഛാ... എന്നോട്... എന്താ പറയാതിരുന്നേ... അച്ഛാ... എന്നെ നോക്കൂ... എന്താ എന്നോട് പറയാതിരുന്നേ?" ഭീമേ അച്ഛന്റെ നെഞ്ചിൽ തല വെച്ചു.

ഹേഡിയയുടെ ശ്വാസഗതി മന്ദഗതിയിലാകാൻ തുടങ്ങി. അയാളുടെ ബോധം മറയാൻ തുടങ്ങി. ഒന്നു ചെറുതായി പുഞ്ചിരിച്ചു. സംസാരശേഷിയും നഷ്ടപ്പെട്ടിരുന്നു. അയാൾ മകളുടെ കൈപിടിച്ചു, അത്ര മാത്രം.

ഭീമേ തല ഉയർത്തി നോക്കി... അച്ഛൻ എന്തോ പറയാൻ ആഗ്രഹിച്ചിരുന്നു, പക്ഷേ പെട്ടെന്ന് അയാളുടെ കഴുത്ത് ഒരു ഭാഗത്തേക്ക് ചെരിഞ്ഞു പോയി. ഹേഡിയയുടെ കണ്ണുകൾ തുറന്നുതന്നെ ഇരുന്നു.

"അച്ഛാ..." അവൾ അലറി. അവളുടെ കരച്ചിൽ കേട്ട് അടുത്തു നിൽക്കുന്ന ആളുകളുടെ ഹൃദയം നുറുങ്ങുകയായിരുന്നു.

ഹേഡിയ കുഞ്ചാം മരിച്ചുകഴിഞ്ഞു.

ഭീമേ തന്റെ പിതാവിന്റെ നെഞ്ചിൽ ശിരസ്സു വെച്ചു. ഇനി ഈ ലോകത്ത് അവൾക്ക് സ്വന്തമെന്നു പറയാൻ ആരുമില്ല.

അല്പസമയത്തിനകം ഹേഡിയയുടെ ശവത്തിനു ചുറ്റും ഊഞ്ചാപാഡയിലെ നിരവധി ആളുകൾ വന്നുചേർന്നു. പാർട്ടിക്കെതിരെ സംസാരിക്കാൻ ആർക്കും തന്നെ ധൈര്യമുണ്ടായിരുന്നില്ല. ആളുകൾക്കിടയിൽ ഉണ്ടായിരുന്ന സംഘം അംഗങ്ങൾ ഭീമേയോട് തന്റെ പിതാവിന്റെ ശവം അവിടെ നിന്നു കൊണ്ടുപോകാൻ പറഞ്ഞു. മാവോവാദികളുടെ കണ്ണിൽ ഹേഡിയ കുഞ്ചാം ഒറ്റുകാരനാണ്. അയാളോട് അവർക്ക് യാതൊരു സഹാനുഭൂതിയും ഉണ്ടായിരുന്നില്ല. അയാളുടെ അന്തിമസംസ്കാരം നടത്താൻ ആ പെൺകുട്ടിയെ സഹായിക്കാൻ തോന്നുംവിധമുള്ള സഹതാപമൊന്നും അവർക്ക് ഉണ്ടായിരുന്നില്ല.

ഇപ്പോൾ ഭീമേയുടെ കൂടെ രണ്ടുപേർ മാത്രമേ ഉണ്ടായിരുന്നുള്ളൂ - രാംദേവും സുരിയും.

ജനുവരി 2002 – ജൂലായ് 2004

6

ഹേഡിയ കുഞ്ചാം മരിച്ചിട്ട് നാല് വർഷമായി. ബസ്തറിലെ ഉൾഗ്രാമങ്ങളിൽ മാവോവാദികൾ വേരുറപ്പിക്കുവാൻ തുടങ്ങി. ഈ കൊടുംകാടിന്റെ അവകാശികൾ തങ്ങളാണെന്നും ജനങ്ങളുടെ യഥാർത്ഥ ഭരണകൂടം തങ്ങളുടെ ജനായത്ത സർക്കാരാണെന്നും അവർ പറഞ്ഞുകൊണ്ടിരുന്നു. രാജ്യത്തെ വലിയ നഗരങ്ങളിലെ ഇടത്തരക്കാരായ ആളുകൾ അവരെ വിപ്ലവകാരികളായല്ല, മറിച്ച് അരാജകവാദികളും ശല്യക്കാരും കുറ്റവാളികളുമായാണ് കാണുന്നത്. എന്നാൽ മാവോവാദി പാർട്ടി ചെങ്കോട്ടയിൽ ചെങ്കൊടി പാറിക്കാനുള്ള ശ്രമത്തിലായിരുന്നു.

ഇതിനിടെ മധ്യപ്രദേശിൽ നിന്ന് വേർപെടുത്തി ഛത്തീസ്ഗഢ് എന്ന പുതിയൊരു സംസ്ഥാനം രൂപീകരിച്ചിരുന്നു. ഇതിന്റെ വലിയൊരു ഭാഗം ബസ്തർ ആയിരുന്നു. പുതിയ സംസ്ഥാനം ഉണ്ടായതിനുശേഷവും ഇവിടെ വലിയ മാറ്റത്തിന്റെ ലക്ഷണങ്ങളൊന്നും കാണാനുണ്ടായിരുന്നില്ല. റോഡുകൾ വീതി കൂട്ടുന്നതും വലിയ വലിയ സർക്കാർ കെട്ടിടങ്ങൾ നിർമ്മിക്കുന്നതുമായ കാര്യങ്ങൾ പറയുന്നുണ്ടെങ്കിലും, വാസ്തവത്തിൽ കാര്യമായ ഒന്നും നടക്കുന്നുണ്ടായിരുന്നില്ല. സ്ഥിതി ഏതാണ് പഴയതുപോലെ തന്നെയായിരുന്നു. രണ്ടു വർഷം മുമ്പുവരെ ബസ്തർ ആകെ ഒരു ജില്ലയായിരുന്നു – കേരളത്തിനെക്കാൾ കൂടുതൽ വിസ്തീർണ്ണം ഉണ്ടായിരുന്നു. സംസ്ഥാനം ആയതിനുശേഷം ബസ്തർ വിഭജിച്ചു. ഇപ്പോൾ കാങ്കേർ, ബസ്തർ, ദന്തേവാഡ എന്നീ പേരുകളിൽ മൂന്നു ജില്ലകളാണ്.

ബസ്തറിലെ ഗ്രാമങ്ങളിൽ ജീവിക്കുന്ന ആദിവാസികൾ അവരുടെതായ താളത്തിൽ ജീവിക്കുകയാണ്. രാജ്യത്തെ സർക്കാർ ഏതാണ്ട് എന്നതൊന്നും അവർക്ക് വിഷയമായിരുന്നില്ല. പ്രധാനമന്ത്രി ആരാണ്, പ്രദേശത്തെ മുഖ്യമന്ത്രി ആരാണ് എന്നതൊന്നും അവർക്ക് പ്രശ്നമായിരുന്നില്ല. അധികം ആളുകളും കൃഷിയുമൊക്കെ ചെയ്താണ് കഴിഞ്ഞുകൂടുന്നത്. കാട്ടിൽനിന്ന് മഹുവാ കൊണ്ടുവരും. വിറകും പഴങ്ങളും ശേഖരിക്കും. ആടും പാടും ലഹരിയിലാവും. മാവോവാദികൾ ഇപ്പോഴും മുമ്പത്തെ പോലെതന്നെ ബസ്തറിലെ കാടുകളിൽ കറങ്ങി നടക്കുകയാണ്. വിപ്ലവത്തിന്റെ സ്വപ്നവും പേറി ബൂർഷ്വാ സർക്കാരിനും ബ്യൂറോ

ക്രാറ്റിക് സെറ്റപ്പിനും എതിരെയ മുദ്രാവാക്യം മുഴക്കികൊണ്ട്. സർക്കാർ നഗരങ്ങളിലോ ഗ്രാമങ്ങൾക്കു പുറത്തോ വരെ മാത്രം ഒതുങ്ങി നിന്നു. ഉൾഗ്രാമങ്ങളിൽ യൂണിഫോം അണിഞ്ഞ ദാദമാർ തന്നെയാണ് ഭരണം നടത്തിയിരുന്നത്.

പൊലീസ് ഉൾഗ്രാമങ്ങളിൽ പോകാറില്ല. മാവോവാദികൾ ദുർബലമായ ഇടങ്ങളിൽ ഫോറസ്റ്റ് ഗാർഡുകളുടെയും ഫോറസ്റ്റ് ഉദ്യോഗസ്ഥരുടെയും വിഹാരരംഗമായിരുന്നു. മിക്കപ്പോഴും ആദിവാസികൾ അവരുടെ തോന്നിവാസങ്ങൾ മൗനമായി സഹിച്ചുകൊണ്ടിരുന്നു. തീരെ സഹിക്കാൻ പറ്റാതെ വരുമ്പോൾ ചിലപ്പോഴെല്ലാം ദാദമാരോട് പരാതി പറയും. ദാദമാർ ഈ ഫോറസ്റ്റ് ഉദ്യോഗസ്ഥരെ വിളിച്ച് ശകാരിക്കും, ചിലപ്പോൾ അവരുടെ ജനകീയ കോടതിയിൽ വിളിച്ചുവരുത്തി തല്ലും.

ഭീമേ കുഞ്ചാം ഇപ്പോൾ കാട്ടിൽ മഹുവാ ശേഖരിക്കാൻ പോകാറില്ല. അവൾ ചിട്ടാപാഡയിലെ ജൂനിയർ ഹൈസ്കൂളിൽ ടീച്ചറായി. പിതാവിന്റെ കൊലപാതകം ഏല്പിച്ച മുറിവ് ഉണങ്ങിയിട്ടില്ല. എന്നാൽ മാവോവാദികൾക്ക് എതിരെയുള്ള വിദ്വേഷം തന്റെ മേൽ സ്വാധീനം ചെലുത്താൻ അവൾ അനുവദിച്ചിരുന്നില്ല.

ഇന്ന് ജനുവരി 26ന് സ്കൂളിൽ റിപ്പബ്ലിക് ദിനത്തോടനുബന്ധിച്ച് ചെറിയൊരു പരിപാടി ഉണ്ടായിരുന്നു. കുട്ടികൾ ചെറിയ പ്രസംഗങ്ങൾ നടത്തി. കവിതകൾ ചൊല്ലി, അവസാനം ദേശഭക്തി ഗാനം പാടി.

വിജയീ വിശ്വ തിരംഗാ പ്യാരാ
ഝണ്ഡാ ഊഞ്ചാ രഹേ ഹമാരാ...!!!

ഗാനം സ്കൂളിൽ എല്ലായിടത്തും മുഴങ്ങുകയായിരുന്നു. കുട്ടികൾ സന്തുഷ്ടരായിരുന്നു. പാട്ടിന്റെ വരികളും അതിന്റെ താളവും അവർക്ക് വളരെ ഇഷ്ടമായി.

ടിൻഖു, ജാമാ, കമലി എന്നിവർ വളരെ ഉച്ചത്തിൽ പാടുന്നത് ഭീമേ കണ്ടു. ടിൻഖു കീറിയ കമീസും പിന്നിൽ തുന്നൽവിട്ട നിക്കറുമാണ് ധരിച്ചിരുന്നത്. കഴിഞ്ഞ വർഷം അവന്റെ അച്ഛൻ മലേറിയ പിടിച്ച് മരിച്ചിരുന്നു. ജാമായും കമലിയും സഹോദരങ്ങൾ ആയിരുന്നു. ജാമായ്ക്ക് പന്ത്രണ്ടും കമലിക്ക് ഏഴും വയസ്സായിരുന്നു. ഇരുവരുടെയും സ്ഥിതി ടിൻഖുവിന്റേതിനേക്കാൾ ഭേദമായിരുന്നില്ല. പോളിയോ വന്ന് ജാമാ വികലാംഗനായിരുന്നു, കമലിയെ പോഷകാഹാരക്കുറവ് ബാധിച്ചിരുന്നു. ഈ ചെറുപ്രായത്തിൽ തന്നെ ഇരുവരുടെയും കണ്ണുകൾ കുഴിഞ്ഞുപോയത് ഭീമേ ശ്രദ്ധിച്ചു.

മൂവരും പതാകാ ഗാനം പാടുകയായിരുന്നു.

ടീച്ചർ രമേശാണ് ഈ പരിപാടി തയ്യാറാക്കിയത്. റായ്പുരിൽ നിന്ന് ഏകദേശം അറുപതു കിലോമീറ്റർ അകലെ ധംതരിയാണ് അയാളുടെ സ്വദേശം. മൂന്നാഴ്ചയായി അയാൾ കുട്ടികളെ പ്രസംഗവും കവിതകളും

പതാകഗാനവും പഠിപ്പിക്കുകയായിരുന്നു. ഇന്ന് കുട്ടികൾ പാടുന്നതു കണ്ട പ്പോൾ അയാൾക്ക് വളരെ സന്തോഷം തോന്നി.

പാട്ടിന്റെ സ്വരം ഉയർന്നു പൊങ്ങുകയായിരുന്നു.

"സദാ സത്യ സർസാനേ വാലാ
പ്രേം സുധാ ബർസാനേ വാലാ
വീരോം കോ ഹർഷാനേ വാലാ
മാതൃഭൂമി കാ തൻ-മൻ സാരാ...
ഝണ്ഡാ ഊഞ്ചാ രഹേ ഹമാരാ"

ചിട്ടാപാഡയിലെ ഈ ജൂനിയർ ഹൈസ്കൂളിൽ ഹെഡ്മാസ്റ്ററടക്കം നാല് ടീച്ചർമാരാണ് ഉള്ളത്. ഇതു കൂടാതെ ഒരു പ്യൂൺ ഉണ്ട്, മഡ്കാരാം മണ്ഡാവി. ദിവസത്തിൽ രണ്ടു തവണ മണിയടിക്കുന്നതു കൂടാതെ ഒരു തവണ ടീച്ചർമാർക്ക് ചായ ഉണ്ടാക്കി നൽകുകയും ചെയ്യുന്നു. പിന്നെ തോന്നിയാൽ ചിലപ്പോഴെല്ലാം സ്കൂൾ വൃത്തിയാക്കുകയും ചെയ്യും. ചില പ്പോൾ ആഴ്ചയിൽ ഒന്നു രണ്ടു തവണ. ഹെഡ്മാസ്റ്റർ രമാനാഥ് ഝാ മിക്കപ്പോഴും സർക്കാർ ജോലിയുടെ ഒഴിവുകഴിവു പറഞ്ഞ് അപ്രത്യ ക്ഷമായിരിക്കും. മാസത്തിൽ ആറേഴു ദിവസത്തിലധികം അയാളെ കാണാൻ കിട്ടാറില്ല. ഇന്നും അയാൾ ചിട്ടാപാഡയിലെ സകൂളിൽ ഉണ്ടാ കുന്നതിനു പകരം ജഗദൽപുരിൽ ആയിരുന്നു. സ്കൂളിൽ നടക്കുന്ന റിപ്പ ബ്ലിക് ദിന പരിപാടിയിൽ കുട്ടികൾക്കൊപ്പം നാലു പേർ മാത്രമേ ഉണ്ടാ യിരുന്നുള്ളൂ. ഭീമേ കുഞ്ചാം, രമേശ്, പിന്നെ മൂന്നാമത്തെ ടീച്ചർ മീന. നാലാമത്തെ ആൾ പ്യൂൺ മഡ്കാരാം ആയിരുന്നു.

ഏതാണ്ട് മുപ്പത്തിയഞ്ച് കുട്ടികൾ ജനുവരി ഇരുപത്തിയാറിന് സ്കൂളിൽ ഒത്തുകൂടിയിരുന്നു. ഇത് വലിയൊരു കാര്യമായിരുന്നു. പ്രശ്ന ബാധിതമായ ഈ പ്രദേശത്തെ മുഴുവൻ സ്കൂളുകളിലും പുറത്തുനിന്നും പഠിപ്പിക്കാൻ വരുന്ന ടീച്ചർമാർ ഏതു കുട്ടി എപ്പോൾ സ്കൂളിൽ വരുന്നു, എപ്പോൾ ഇവിടെ നിന്നും പോകുന്നു എന്നതൊന്നും ശ്രദ്ധിക്കാറില്ല. അവൻ എന്തു പഠിക്കുന്നു? ഏതു ക്ലാസ്സിലാണ്, വേണ്ടത്ര ശേഷി അവൻ കൈവരിച്ചോ ഇല്ലയോ? ഈ ചോദ്യങ്ങൾക്കൊന്നും അവിടെ നൽകുന്ന വിദ്യാഭ്യാസത്തിൽ യാതൊരു സ്ഥാനവും ഉണ്ടായിരുന്നില്ല.

എന്നാലും ഭീമേ കുഞ്ചാം കുട്ടികളോട് എന്നും രാവിലെ സ്കൂളിൽ വരാനും പുതിയ പുതിയ കാര്യങ്ങൾ പഠിക്കാനും പറയും. ആദിവാസി സമൂഹത്തോടുള്ള ആത്മബന്ധം അവരെ പഠിപ്പിക്കാനും കുട്ടികളെ പ്രോത്സാഹിപ്പിക്കാനും അവളെ പ്രേരിപ്പിച്ചുകൊണ്ടിരുന്നു. എന്നാൽ ഇന്ന് കുട്ടികളുടെ ഹാജർ വർദ്ധനവിൽ ഭീമേയെക്കാൾ അധികം പങ്കുവഹി ച്ചത് രമേശാണ്. സ്കൂളിൽ കുട്ടികളുടെ ചെറിയ നാടകവും പിന്നെ മധുര പലഹാരങ്ങളും ഉണ്ടാകുമെന്ന് മോഹിപ്പിച്ചാണ് അയാൾ കുട്ടികളെ വരു ത്തിയത്. അതിനാൽ പതാകാഗാനത്തിനു മുമ്പ് നാടകവും കളികളും ഉണ്ടായിരുന്നു. തുടർന്ന് അധ്യാപകരുടെ പ്രസംഗങ്ങളായിരുന്നു.

മീന പ്രത്യേകിച്ചൊന്നും പറഞ്ഞില്ല. അവർ കുട്ടികൾ സ്കൂളിൽ വന്നതിന് അഭിനന്ദിക്കുകയും പഠിച്ച് 'വലിയ ആൾ' ആകണമെന്ന് പറയുകയും ചെയ്തു. ഭീമേ കുഞ്ചാമിന് അതുകേട്ട് അത്ര ഇഷ്ടപ്പെട്ടില്ല. വലിയ ആളുകളോട് അവൾക്ക് വെറുപ്പായിരുന്നു. സ്വാർത്ഥതയും ചൂഷണവും സ്വഭാവമാക്കിയ അവരുടെ ക്രൂരതകൾ ബസ്തറിലെ പിന്നാക്കാവസ്ഥയിലുള്ള ഈ പ്രദേശത്ത് അവൾ ധാരാളം കണ്ടിട്ടുണ്ട്. മീന സംസാരം അവസാനിപ്പിച്ചപ്പോൾ ഭീമേ പേരിനുവേണ്ടി കയ്യടിച്ചു.

പിന്നീട് രമേശാണ് സംസാരിച്ചത്. കുട്ടികളെ രസിപ്പിക്കാൻ അയാൾ കയ്യടിച്ചു. പിന്നെ പറയാൻ തുടങ്ങി, "ഇന്ന് സ്കൂളിൽ വന്നിട്ട് ഇഷ്ടമായില്ലേ... നമുക്ക് ഇനിയും ഇത്തരം പുതിയ കാര്യങ്ങൾ ചെയ്യാം. പാട്ടും നൃത്തവും കളികളും കൊട്ടും പാട്ടും ഒക്കെ ആകാം."

പിന്നെ തന്റെ പ്രസംഗത്തിൽ അയാൾ കുട്ടികൾക്ക് ദേശസ്നേഹത്തെക്കുറിച്ച് പറഞ്ഞു കൊടുത്തു.

"കുട്ടികളേ, നിങ്ങൾ ഇപ്പോൾ പാടിയ പാട്ടിലെ ഈ പതാക നമ്മുടെയെല്ലാം ജീവനാണ്. നമ്മുടെ അഭിമാനമാണ് ഈ പതാക. നമ്മുടെ രാജ്യത്തിന്റെ പ്രൗഢിയാണ്."

കുട്ടികൾ രമേശിന്റെ വാക്കുകൾ മനസ്സിലാക്കാൻ വൃഥാ ശ്രമിക്കുകയായിരുന്നു. എന്നാൽ ഭീമേയ്ക്ക് രമേശിന്റെ വാക്കുകൾ തീർത്തും പൊള്ളയായി തോന്നി. കുട്ടിക്കാലം മുതൽ ഇന്നുവരെ അവൾ ബസ്തറിലെ ഈ ഗ്രാമങ്ങളിൽ വിശപ്പിന്റെ പിടച്ചിൽ കണ്ടിട്ടുണ്ട്, രോഗം മൂലം ആളുകൾ മരിക്കുന്നത് കണ്ടിട്ടുണ്ട്. ഫോറസ്റ്റ് ഗാർഡുമാരുടെയും ഉദ്യോഗസ്ഥരുടെയും അഴിമതി കണ്ടിട്ടുണ്ട്. അവരുടെ അതിക്രമങ്ങൾ കണ്ടിട്ടുണ്ട്. സർക്കാർ റേഷൻ മോഷ്ടിക്കുന്നതും സ്കൂളുകളിൽനിന്ന് അധ്യാപകർ മുങ്ങി നടക്കുന്നതും കണ്ടിട്ടുണ്ട്. ഇവിടുത്തെ ആളുകളെ സഹായിക്കാൻ ആരും ഒരിക്കലും വന്നിട്ടില്ല. സർക്കാർ തന്നെ ആളുകളുടെ ചോര കുടിച്ചുകൊണ്ടിരുന്നു. ഇന്ന് രമേശിന്റെ വാക്കുകൾ കേട്ടപ്പോൾ അവൾക്കു തോന്നിയത്, സർക്കാരിന്റെയും ഭരണക്കാരുടെയും കൊള്ളരുതായ്മകളും അതിക്രമങ്ങളും മൂടിവെയ്ക്കാനുള്ള ഒരു ഉപായം മാത്രമാണ് ദേശസ്നേഹത്തിന്റെ കഥ.

"ഈ പതാകയ്ക്കു വേണ്ടി നമ്മുടെ സൈനികർ രക്തസാക്ഷികളാകുന്നു. ഈ ദേശസ്നേഹമാണ് നമ്മളിൽ ഉണ്ടാകേണ്ടത്. ഈ പതാകയ്ക്കു വേണ്ടി നാം നമ്മുടെ ജീവൻ കൂടി നൽകേണ്ടി വരും. ഇതിന്റെ ശോഭ ഒരിക്കലും കുറയാൻ പാടില്ല. ഈ പതാക ഉണ്ടെങ്കിൽ നാം ഉണ്ട്. പതാക ഇല്ലെങ്കിൽ നമ്മളും ഇല്ല." രമേശിന്റെ പ്രസംഗം കേട്ട് ഭീമേക്ക് മനംമറിച്ചിൽ വന്നു തുടങ്ങി. പതാകയുടെ പേരിൽ കേൾപ്പിക്കുന്ന ദേശഭക്തിയെക്കുറിച്ചുള്ള ഈ വർണ്ണന അവൾക്ക് പൊള്ളയായി തോന്നി. പിന്നെ രമേശ് അവളെ സംസാരിക്കാൻ വിളിച്ചപ്പോൾ അവൾക്ക് മടുത്തു

പോയിരുന്നു. എന്നാലും അവൾക്ക് കുട്ടികളോട് ചിലത് പറയണമെന്നുണ്ടായിരുന്നു.

“കുട്ടികളേ, ഇന്നത്തെ ദിവസം വളരെ നന്നായിരുന്നു. നിങ്ങളെല്ലാവരും ഒന്നിച്ചു പ്രവർത്തിച്ചു. സന്തോഷമായി. നിങ്ങളെല്ലാവരും കൂടി കുറച്ചു കാര്യങ്ങൾ ചെയ്തു കണ്ടപ്പോൾ വളരെ നന്നായി തോന്നി. ഇനിയും ഒത്തൊരുമിച്ച് എന്തെങ്കിലുമൊക്കെ ചെയ്യണം.”

തന്റെ പ്രസംഗത്തിൽ ഭീമേ കുട്ടികൾ ഒത്തൊരുമിക്കേണ്ടതിനെക്കുറിച്ച് പറഞ്ഞുകൊണ്ടിരുന്നു. ഒന്നിക്കേണ്ടതിനെക്കുറിച്ചും വീടും സ്കൂളും വൃത്തിയായി ഇരിക്കേണ്ടതിനെക്കുറിച്ചും മറ്റുള്ളവരുടെ വേദന മനസ്സിലാക്കേണ്ടതിനെക്കുറിച്ചും പറഞ്ഞു. അവൾ അവരോട് ഗോണ്ടി ഭാഷയിലാണ് സംസാരിച്ചുകൊണ്ടിരുന്നത്. മീനയ്ക്കും രമേശിനും ഗോണ്ടി അറിയില്ലായിരുന്നു. എന്നാലും ഭീമേ മനസ്സിൽ തട്ടും വിധമാണ് സംസാരിക്കുന്നതെന്ന് അവർക്ക് മനസ്സിലായി. തന്റെ സഹപ്രവർത്തകരും താൻ എന്താണ് പറയുന്നത് എന്നു മനസ്സിലാക്കട്ടെ എന്നു കരുതി ഭീമേ തന്റെ പ്രസംഗത്തിന്റെ അവസാനം ഹിന്ദിയിൽ തുടർന്നു.

“കുട്ടികളേ, ഈ മൂവർണ കൊടി നമ്മളെ രാജ്യത്തെ സ്നേഹിക്കാൻ പഠിപ്പിക്കുന്നു. പക്ഷേ നിങ്ങളൊക്കെ ഓർക്കേണ്ട ഒരു കാര്യമുണ്ട്, രാജ്യത്തേക്കാളും വലിയ ഒന്നുണ്ട്. അതാണ് മനുഷ്യൻ. നമ്മൾ തമ്മിലുള്ള പരസ്പര അയൽബന്ധം. ദേശഭക്തിയുടെ കാര്യം എപ്പോഴും നമ്മുടെ മനസ്സിലുണ്ടാകണം. എന്നാൽ ഒന്നു നാം മനസ്സിലാക്കണം. അതു നമ്മളെ വഴി തെറ്റിക്കാൻ പാടില്ല. കാരണം, നമ്മുടെ അയൽക്കാരെ സ്നേഹിക്കുകയും നമ്മുടെ സൗഹൃദം കാത്തുസൂക്ഷിക്കുകയുമാണ് ഏറ്റവും വലിയ കാര്യം. നമ്മുടെ അയൽക്കാരനേയും നമ്മുടെ സുഹൃത്തിനേയും സ്നേഹിച്ചാൽ നമുക്ക് എപ്പോഴും നമ്മുടെ ഭൂമിയോട് ചേർന്നു നിൽക്കാൻ കഴിയും.”

രമേശും മീനയും ഭീമേയെ നോക്കി, പിന്നെ പരസ്പരം നോക്കി. ഭീമേ പറയുന്ന ഈ കാര്യങ്ങൾ കുട്ടികൾക്ക് മനസ്സിലാകുന്നുണ്ടാകുമോ? -രമേശ് ആലോചിച്ചു.

“അപ്പോൾ കുട്ടികളേ, നിങ്ങൾ രാജ്യത്തിന്റെ ഈ പതാക കയ്യിൽ പിടിക്കണം. എന്നാൽ അതിനു മുമ്പ് ദരിദ്രനായ മനുഷ്യന്റെ കൊടി പിടിക്കണം. നീതിയുടെ കൊടി പിടിക്കണം, അന്യായത്തിനെതിരെ തീർച്ചയായും കൊടി പിടിക്കണം. ഇല്ലേ?”

കുട്ടികൾക്ക് മനസ്സിലായോ ഇല്ലയോ എന്നറിയില്ല, എന്നാലും എല്ലാവരും ശരി എന്ന അർത്ഥത്തിൽ തല കുലുക്കി. ‘നീതിയുടെ കൊടി’യും ‘അന്യായത്തിനെതിരായ കൊടി’യും മാവോവാദികളുടെ മുദ്രാവാക്യങ്ങളാണെന്ന് രമേശിനു തോന്നി.

മൂവർണ കൊടിയേക്കാൾ അധികം പ്രാധാന്യം മറ്റൊരു വസ്തുവിനു നൽകാൻ ഭീമേക്ക് എങ്ങനെയാണ് കഴിയുക? രമേശ് ചിന്തിച്ചു.

അയാളുടെ ഉള്ളിലുള്ള നാഗരിക ദേശീയത ഭീമേയെ സംശയദൃഷ്ടിയോടെ നോക്കാൻ പ്രേരിപ്പിച്ചു.

'നന്ദികെട്ട വിപ്ലവകാരി', അയാൾ പിറുപിറുത്തു.

"വളരെ നന്ദി." ഭീമേ പ്രസംഗം അവസാനിപ്പിച്ച് ഇരിപ്പിടത്തിൽ വന്ന് ഇരുന്നു.

കുറച്ചു നേരം നിശ്ശബ്ദത പരന്നു. ഭീമേ കുട്ടികളോടാണോ സംസാരിച്ചിരുന്നത്; അതോ മറ്റേതോ ലോകത്ത് ഇരിക്കുന്ന ആളുകളോടാണോ സംസാരിച്ചിരുന്നത് എന്ന് ആർക്കും മനസ്സിലായില്ല.

ഇനി ആരും സംസാരിക്കാൻ ഉണ്ടായിരുന്നില്ല, സംസാരിക്കാനും ഒന്നും ഉണ്ടായിരുന്നില്ല. മഡ്കാരാം കുട്ടികൾക്ക് മധുരപലഹാരങ്ങൾ വിതരണം ചെയ്യാൻ തുടങ്ങി. പലഹാരങ്ങളും വാങ്ങി കുട്ടികൾ വീട്ടിലേക്കു പോകാൻ തുടങ്ങി.

കുറച്ചു കഴിഞ്ഞ് രമേശ് ഭീമേയുടെ അടുത്തേക്കു ചെന്നു.

"ഭീമേ ടീച്ചർ... മാഡം ഇന്ന് പ്രസംഗത്തിൽ പറഞ്ഞതൊക്കെ കുട്ടികൾക്ക് മനസ്സിലായിട്ടുണ്ടാകുമോ?"

"താങ്കൾക്ക് മനസ്സിലായോ സർ?" ഒരു നിമിഷം പോലും വൈകാതെ ഭീമേ ചോദിച്ചു.

അവളുടെ വാക്കുകൾ രമേശിന്റെ മുഖത്ത് കനത്ത ഒരടി പോലെ കൊണ്ടു.

"എനിക്ക്... എനിക്ക് വലിയ ആശ്ചര്യം തോന്നി. സത്യം പറഞ്ഞാൽ എനിക്ക് ദേഷ്യം വന്നു."

"എന്തിനാണ് ദേഷ്യം വന്നത് രമേശ് സർ?" ഇനി എന്താണ് സംഭവിക്കാൻ പോകുന്നതെന്ന് ഭീമേക്ക് അറിയാമായിരുന്നു.

"താങ്കൾ എന്തെങ്കിലും തെറ്റുപറഞ്ഞതായി താങ്കൾക്ക് തോന്നുന്നുണ്ടോ?"

"ഞാൻ എന്തു തെറ്റാണ് പറഞ്ഞത്?"

"താങ്കൾ എന്തെങ്കിലും തെറ്റു പറഞ്ഞതായി താങ്കൾക്ക് തോന്നുന്നില്ല?" രമേശ് കഴുത്തു ചെരിച്ച് കണ്ണുകൾ വിടർത്തി ചോദിച്ചു.

"രമേശ് സർ, ഞാൻ എന്റെ പ്രസംഗത്തിൽ എന്താണ് തെറ്റായി പറഞ്ഞത് എന്ന് ഞാൻ താങ്കളിൽനിന്ന് കേൾക്കാൻ ആഗ്രഹിക്കുന്നു." ഭീമേയുടെ സ്വരം കടുത്തതായിരുന്നു. സംഭാഷണം ചൂടു പിടിക്കാൻ തുടങ്ങി.

"ജനുവരി 26ന് ദേശഭക്തിയെക്കുറിച്ച്, ഈ കൊടിയെ കുറിച്ച് പറഞ്ഞാൽ അത് കുട്ടികളെ വഴി തെറ്റിക്കാൻ ഇടയാക്കും എന്നാണ് താങ്കൾ കുട്ടികളോട് പറയുന്നത്!"

"ഒരിക്കലുമില്ല... ഞാൻ എന്തെങ്കിലും തെറ്റു പറഞ്ഞെന്ന് എനിക്കു തോന്നുന്നില്ല രമേശ് സർ. വിപ്ലവകാരിയാകുന്നത് എപ്പോഴും തെറ്റായി

ക്കൊള്ളണമെന്നില്ല, അതുപോലെതന്നെ ദേശഭക്തിയുടെ കൊടി പിടിക്കുന്നത് എപ്പോഴും ശരിയാകണമെന്നും ഇല്ല. നാം ദേശഭക്തിയുടെ പേരിൽ എന്തും പറയുന്നു, ചെയ്യുന്നു. ഞാൻ പഠിപ്പിക്കുന്ന ഓരോ കുട്ടിയും ദേശഭക്തനാകും മുമ്പ് നല്ലൊരു മനുഷ്യനാകണമെന്ന് ഞാൻ ആഗ്രഹിക്കുന്നു..."

"എനിക്ക് മനസ്സിലാകുന്നില്ല. ദേശഭക്തി എന്ന ആശയത്തോട് നിങ്ങൾക്കെന്താണ് പ്രശ്നം?"

"എനിക്ക് ഒരു പ്രശ്നമില്ല രമേശ് സർ. ദേശഭക്തി എന്ന ആശയത്തിൽ ഒരു തെറ്റുമില്ല. അതിന്റെ മറവിൽ നടക്കുന്ന കാര്യങ്ങളാണ് തെറ്റ്. തന്റെ ചുറ്റുമുള്ള ആളുകളുടെ വേദന കാണാൻ അവസരം നൽകാതെയുള്ള അന്ധമായ ദേശസ്നേഹത്തിന്റെ വിത്ത് ഈ കുട്ടികളിൽ വിതയ്ക്കാൻ ഞാൻ ഇഷ്ടപ്പെടുന്നില്ല."

"താങ്കൾ എന്താണ് ഉദ്ദേശിക്കുന്നത്?"

രമേശ് ഒരേ ചോദ്യങ്ങൾ ആവർത്തിച്ചുകൊണ്ടിരിക്കുകയാണ്. ഭീമേ പറയുന്നത് മനസ്സിലാക്കാൻ തന്നെ ആഗ്രഹിക്കാത്തതുപോലെ. ഭീമേക്ക് ഇപ്പോൾ കോപം വരാൻ തുടങ്ങി.

"സർ, ഉദ്ദേശ്യം ഇപ്പോഴെങ്കിലും താങ്കൾക്ക് മനസ്സിലാകേണ്ടതായിരുന്നു. ജാമായേയും കമലിയേയും താങ്കൾ കണ്ടുവോ? ജാമായുടെ കാലുകൾ വളഞ്ഞതാണ്. അവന് പോളിയോ ബാധിച്ചതാണ്. അവന് അവന്റെ കാലുകൾ ഉയർത്താൻ കഴിയില്ല. എന്നിട്ടും അവൻ ഉച്ചത്തിൽ പറയുകയായിരുന്നു, നമ്മുടെ പതാക ഉയരട്ടെ... നമ്മുടെ പതാക ഉയരട്ടെ." ഭീമേയുടെ മുഖത്ത് ക്രോധവും വേദനയും പ്രകടമായി.

"ബസ്തറിലെ ആദിവാസി കുട്ടികൾക്ക് ദേശഭക്തിയുടെ മുദ്രാവാക്യങ്ങളല്ല വേണ്ടത്, മറിച്ച് മറ്റ് അടിസ്ഥാന ആവശ്യങ്ങൾ പരിഹരിക്കുകയാണ് വേണ്ടത്. ഇവിടെ ഉൾഗ്രാമങ്ങളിൽ ജനങ്ങൾ പട്ടിണികൊണ്ട് ബുദ്ധിമുട്ടുകയാണ്. അവർക്ക് റേഷൻ കിട്ടുന്നില്ല. കമലി കയ്യുയർത്തി പറയുകയാണ്, ഝണ്ടാ ഊംചാ രഹേ. പക്ഷേ അവളുടെ മുഖത്ത് കണ്ണുകൾ കുഴിഞ്ഞുപോയിരിക്കുന്നു. താങ്കൾ അതു കണ്ടോ?"

രമേശ് നിശ്ശബ്ദമായി കേൾക്കുകയായിരുന്നു. ഭീമേ അയാൾക്ക് മറ്റൊരു ലോകം കാണിച്ചുകൊടുക്കുകയായിരുന്നു.

"ടിൻഖുവിന്റെ അച്ഛൻ കഴിഞ്ഞ വർഷം മലേറിയ പിടിപെട്ട് മരിച്ചു. ഇവിടെ മരുന്നുകൾ എത്തുന്നില്ല. ആളുകൾ ഛർദ്ദിയും വയറിളക്കവുമായി മരിക്കുന്നു. മലേറിയ വലിയ രോഗമാണ്. ടീച്ചർമാർ സ്കൂളുകളിൽ വരുന്നില്ലെങ്കിൽ ദേശഭക്തിയുടെ കൊടി പിടിച്ചാൽ എല്ലാം ശരിയാകുമോ?"

ഭീമേയുടെ വാക്കുകൾ കയ്പേറിയതായിരുന്നു. സംസാരത്തിനിടയിൽ, കുട്ടികളെ പഠിപ്പിക്കുകയെന്ന അടിസ്ഥാന ഉത്തരവാദിത്വം

നിർവ്വഹിക്കുന്നതിൽ രമേശും മീനയും സത്യസന്ധത പുലർത്താത്തവ രാണെന്നും അവൾ പറഞ്ഞു. ഇന്നത്തെ പരിപാടിക്ക് കുട്ടികളെ തയ്യാ റാക്കുന്നതിൽ ഇരുവരും നന്നായി പ്രയത്നിച്ചിരുന്നു, എന്നാൽ ബാക്കി ദിവസങ്ങളിൽ സ്കൂളിൽ ഇവരുടെ സാന്നിദ്ധ്യം വളരെ കുറവായിരുന്നു. ബസ്തറിലെ ഗ്രാമങ്ങളിൽ സ്കൂളുകളിൽ പഠിപ്പിക്കാൻ ടീച്ചർമാർ വരാ ത്തത് ഒരു സാധാരണ കാര്യമാണ്.

“ഈ കുട്ടികൾ പരസ്പരം ബന്ധപ്പെടേണ്ടത് വളരെ അത്യാവശ്യ മാണ്.” ഭീമേയുടെ സ്വരത്തിലുണ്ടായിരുന്ന ഒരു വിറയൽ രമേശിന് സ്പഷ്ടമായി അനുഭവപ്പെട്ടു. “സർക്കാർ ഇത്രയും കാലമായി എത്തി നോക്കാത്ത ഈ പ്രദേശത്ത് ആഗസ്ത് പതിനഞ്ചിനും ജനുവരി ഇരുപ ത്തിയാറിനും കൊടി പാറിക്കുന്നതോ മിഠായി വിതരണം ചെയ്യുന്നതോ ഒരു ദിവസത്തെ പരിപാടിയാകാം, എന്നാൽ ഇവിടുത്തെ തീക്ഷ്ണമായ ജീവിത യാഥാർത്ഥ്യത്തെ മാറ്റിമറിക്കാൻ കഴിയില്ല.”

ഭീമേ തന്റെ സഞ്ചിയുമെടുത്ത് വീട്ടിലേക്ക് പുറപ്പെട്ടു. രമേശ് അവൾ പോകുന്നത് നോക്കി നിന്നു.

7

അരൻപുരിൽനിന്ന് ഏതാണ്ട് എട്ട് കിലോമീറ്റർ ദൂരെ ഇടതൂർന്ന കാടിനു നടുവിൽ മാവോവാദി ക്യാമ്പിൽ കമാണ്ടർ സഞ്ജീവൻ റെഡ്ഡി തന്റെ ഏതാണ്ട് 25 സഹപ്രവർത്തകരോടൊത്ത് മീറ്റിംഗ് നടത്തുകയാണ്. കഴിഞ്ഞ രണ്ടര വർഷമായി അയാൾ ദക്ഷിണ ബസ്തറിലെ ചുമതല വഹിക്കുകയാണ്. ഏതാണ്ട് നാലു വർഷം മുമ്പ് ഭീമേയുടെ പിതാവ് ഹേഡിയ കുഞ്ചാമിന് ജനകീയ കോടതിയിൽ വധശിക്ഷ നൽകിയ ബീരം റാവു ബസ്തറിൽ നിന്നു പോയിരുന്നു. അയാൾ ഇപ്പോൾ ഝാർഖ ണ്ഡിലെ പശ്ചിമ സിംഹഭൂമ ജില്ലയിലാണ്. സാരണ്ടാ കാടുകളിൽ.

ബസ്തറിൽ അയാളുടെ സ്ഥാനത്ത് മാവോവാദി കമാണ്ടർ സഞ്ജീ വൻ റെഡ്ഡി വന്നു. റെഡ്ഡിയും ആന്ധ്രപ്രദേശിൽ നിന്നു വന്ന പി.ഡബ്ല്യു യുജിയുടെ തെലുങ്ക് കമാണ്ടറാണ്. പിഡബ്ല്യുജി എന്ന പീപ്പിൾസ് വാർ ഗ്രൂപ്പ് - ഇതിനെ തെലുങ്ക് മാവോവാദികൾ പീപ്പിൾസ് വാർ എന്നു വിളി ക്കാനാണ് കൂടുതൽ ഇഷ്ടപ്പെടുന്നത്. സഞ്ജീവൻ റെഡ്ഡി നല്ല വണ്ണവും ഉയരവുമുള്ള ചെറുപ്പക്കാരനാണ്. ഏകദേശം മുപ്പത്തിയഞ്ച് വയസ്സു വരും. ഏതാണ്ട് ആറടി ഉയരം, ഉറച്ച ശരീരം, കറുത്ത മുഖം. അയാളുടെ വലതു കണ്ണിനു മുകളിൽ മുറിവിന്റെ അടയാളമുണ്ടായിരുന്നു. മുഖം വളരെ ആകർഷകമായിരുന്നു. പ്രശസ്തമായ വാറങ്കൽ റീജിയനൽ എൻജിനീ യറിംഗ് കോളേജിലാണ് സഞ്ജീവൻ പഠിച്ചത്. പരിശീലനം ലഭിച്ച ഒരു കെമിക്കൽ എൻജിനീയർ. പഠനത്തിനിടെ മൂന്നാം വർഷം ഇടതുപക്ഷ,

തീവ്ര ഇടതുപക്ഷ ആശയഗതിക്കാരായ ബുദ്ധിജീവികളുമായി സമ്പർക്കത്തിലായി. എൻജിനീയറിംഗ് ഡിഗ്രി കിട്ടുമ്പോഴേക്കും അയാളുടെ മനസ്സ് സായുധവിപ്ലവത്തിന്റെ ആശയത്തിന് വല്ലാതെ സ്വാധീനപ്പെട്ടുകഴിഞ്ഞിരുന്നു. നിരവധി വിപ്ലവസാഹിത്യം അയാളുടെ അടുത്ത് എത്തിപ്പെട്ടിരുന്നു. അയാൾ ലെനിൻ, സ്റ്റാലിൻ, മാവോ തുടങ്ങി ഫിഡൽ കാസ്ട്രോയേയും ചെ ഗുവേരയേയും മാത്രമല്ല വായിച്ചിരുന്നത്, അയാളുടെ പക്കൽ ഭാരതത്തിലെ കമ്യൂണിസ്റ്റ് ചിന്തയ്ക്ക് അടിത്തറയിട്ട എം.എൻ. റോയ് പോലുള്ള ചിന്തകരുടെ സാഹിത്യവും ഉണ്ടായിരുന്നു.

എന്നിരുന്നാലും സഞ്ജീവൻ റെഡ്ഡിക്ക് ജനാധിപത്യത്തിൽ വിശ്വാസമുണ്ടായിരുന്നു, അയാൾ സിസ്റ്റത്തിനകത്തു നിന്ന് മാറ്റം വരുത്തുന്നതിനെക്കുറിച്ച് ചിന്തിച്ചിരുന്നു. വിദ്യാഭ്യാസം പൂർത്തിയാക്കിയതിനുശേഷം അയാൾ ഹൈദരാബാദിനടുത്ത് ഒരു സ്വകാര്യ കമ്പനിയിൽ ജോലിക്കു ചേർന്നു. വീടും വീട്ടുപകരണങ്ങളും വൃത്തിയാക്കാൻ ഉപയോഗിക്കുന്ന കെമിക്കൽ പ്രൊഡക്ട്സ് ഉണ്ടാക്കുന്ന കമ്പനിയായിരുന്നു. ഇരുപത്തിമൂന്നാം വയസ്സിൽ അയാളിൽ ഊർജ്ജസ്വലതയും ആദർശവും നിറഞ്ഞുനിന്നു. ഈ ജോലിയിൽ ആദ്യത്തെ കുറച്ചുമാസങ്ങൾ നല്ല രീതിയിൽ കടന്നുപോയി. തന്റെ ജോലി അയാൾക്ക് ഇഷ്ടപ്പെടാൻ തുടങ്ങി.

എന്നാൽ പതുക്കെ പതുക്കെ അയാൾക്ക് ഒരു കാര്യം മനസ്സിലാകാൻ തുടങ്ങി. ഒരു സ്വകാര്യകമ്പനി ലാഭമുണ്ടാക്കാനായി എങ്ങനെയാണ് സർക്കാർ നിയമങ്ങൾ അട്ടിമറിക്കുന്നതെന്ന് അയാൾ കണ്ടു. കമ്പനിയുടെ ഉദ്യോഗസ്ഥർ പരിസ്ഥിതി സംബന്ധമായ മാനദണ്ഡങ്ങൾ മറികടക്കുന്നത് സഞ്ജീവൻ റെഡ്ഡിയുടെ ശ്രദ്ധയിൽ പെട്ടു. പ്ലാന്റിനു പുറകിലൂടെ ഒഴുകുന്ന നദിയിലേക്കാണ് വിഷം നിറഞ്ഞ കെമിക്കൽസ് ഒഴുക്കുന്നത്. ഈ നദിയിലെ വെള്ളമാണ് അടുത്തുള്ള ഗ്രാമങ്ങളിലെ ജനങ്ങൾ ഉപയോഗിക്കുന്നത്. പത്രങ്ങളിൽ മിക്കപ്പോഴും ഗ്രാമീണർ രോഗഗ്രസ്ഥരാകുന്നതും മരിക്കുന്നതുമായ വാർത്തകൾ വരും. ഈ രോഗങ്ങൾക്കും ഈ പ്രദേശത്തു പ്രവർത്തിക്കുന്ന പ്ലാന്റിൽനിന്നും പുറത്തുവിടുന്ന വിഷകരമായ കെമിക്കൽസിനും തമ്മിലുള്ള ബന്ധം റെഡ്ഡിക്കറിയാമായിരുന്നു. കമ്പനിക്കുള്ളിൽ അഴിമതിക്കെതിരെ റെഡ്ഡി ശബ്ദമുയർത്തിയപ്പോൾ നിശ്ശബ്ദമായിരിക്കാൻ മാനേജ്മെന്റ് പറഞ്ഞു. എല്ലാ കമ്പനികളും ഉദ്യോഗസ്ഥർക്ക് പണം എത്തിക്കുന്നുണ്ടെന്ന് റെഡ്ഡിക്ക് പിന്നീട് മനസ്സിലായി. അതിനുശേഷം അയാൾ കമ്പനിയുടെ ഉയർന്ന തലത്തിൽ പരാതി നൽകി. കമ്പനി ഒരു നടപടിയും എടുത്തില്ല. കുറച്ചു ദിവസം കഴിഞ്ഞപ്പോൾ കമ്പനിയെ സംബന്ധിച്ച വാർത്തകൾ മീഡിയയ്ക്ക് ചോർത്തി നൽകുന്നുവെന്ന് പറഞ്ഞ് റെഡ്ഡിയെ പുറത്താക്കി.

സഞ്ജീവൻ റെഡ്ഡിക്ക് വ്യവസ്ഥിതിയിലുള്ള വിശ്വാസം നഷ്ടപ്പെടാൻ തുടങ്ങി. എന്നാലും ജോലി ഉപേക്ഷിച്ചതിനു ശേഷം അയാൾ എല്ലാ കമ്പനികൾക്കും സർക്കാർ ഉദ്യോഗസ്ഥർക്കും എതിരെ കേസ് കൊടുത്തു.

കുറച്ചു മാസങ്ങൾക്കകം തന്നെ കമ്പനികൾ കൂട്ടുചേർന്ന് പൊലീസിന്റെയും കള്ളവക്കീലന്മാരുടെയും സഹായത്തോടെ കോടതിയിൽ കേസ് അനുകൂലമാക്കി. റെഡ്ഡി കേസ് തോറ്റു. ഇതിനു ശേഷം അയാൾ പതുക്കെ പതുക്കെ തീവ്ര ഇടതുപക്ഷമായി മാറിക്കൊണ്ടിരുന്നു. അങ്ങനെ ഒരു ദിവസം പിഡബ്ള്യുജിയുടെ അംഗമായി.

കഴിഞ്ഞ രണ്ടു വർഷത്തിനുള്ളിൽ ഈ പ്രദേശത്ത് മാവോവാദികളുടെ സ്വാധീനം വർധിപ്പിക്കുന്നതിൽ അയാൾക്ക് വളരെയേറെ മുന്നേറാൻ കഴിഞ്ഞിരുന്നു. ബസ്തറിലെ ഗ്രാമങ്ങളിൽ അയാൾ സഞ്ജീ ദാദ എന്നാണ് അറിയപ്പെട്ടിരുന്നത്, ജനങ്ങൾ വിളിച്ചിരുന്നതും അങ്ങനെതന്നെ. മാവോവാദി കമാണ്ടർ കോസ പലതവണ അയാളെ വന്നു കണ്ടിരുന്നു. രണ്ടു മാസം മുമ്പാണ് മാവോവാദികളുടെ സുപ്രീം കമാണ്ടർ ഗണപതി അയാളെ അഭിനന്ദിച്ചുകൊണ്ട് കത്തയച്ചത്.

സഞ്ജീവന് വലിയൊരു ലക്ഷ്യമുണ്ടായിരുന്നു - പിഎൽജിഎയിൽ ധാരാളം സ്ത്രീകളെ ചേർക്കുക. ഇപ്പോൾ അയാളുടെ കൂടെ ഇരിക്കുന്ന രണ്ടു ഡസൻ മാവോവാദികളിൽ എട്ട് സ്ത്രീകളുണ്ട്. അതിൽ അഞ്ചു പേർ കഴിഞ്ഞ മൂന്നു മാസത്തിനുള്ളിൽ ചേർന്നതാണ്. ഇവരെ കൂടാതെ ഏതാണ്ട പത്തു സ്ത്രീകളെ ട്രെയ്നിംഗ് നൽകി ബസ്തറിലെ മറ്റു ഗ്രാമങ്ങളിലേക്ക് അയാൾ അയച്ചിട്ടുണ്ട്. ഈ പ്രദേശത്തുനിന്ന് ഏറ്റവും ചുരുങ്ങിയത് നൂറ് സ്ത്രീകളെ ട്രെയ്നിംഗ് കൊടുത്ത് പിഎൽജിഎയിൽ ചേർക്കുകയാണ് അയാളുടെ ലക്ഷ്യം.

റെഡ്ഡിയുടെ ഈ മീറ്റിംഗിലും സ്ത്രീ കേഡർമാരെ ചേർക്കലായിരുന്നു മുഖ്യ വിഷയം. മാവോവാദി കമാണ്ടർമാരായ സരിതയ്ക്കും സീമയ്ക്കുമാണ് അയാൾ ഇതിന്റെ ഉത്തരവാദിത്വം നൽകിയിരുന്നത്. സരിത ബീജാപുർ ജില്ലയിലെ ബാസ്ഗുഡ സ്വദേശിയാണ്. മുരിയ ആദിവാസി. അഞ്ചടി അഞ്ച് ഇഞ്ച് ഉയരമുള്ള സരിത മാവോവാദികളുടെ ഈ പ്ലാറ്റൂണിലെ ഏറ്റവും വേഗതയേറിയ അംഗമാണ്. ഏറ്റവും ദുർഘടമായ കുന്നുകളിലൂടെ ഇരുപത്തിയഞ്ച്-മുപ്പതു കിലോമീറ്റർ ദൂരം ഏതാനും മണിക്കൂറുകൾകൊണ്ട് അവൾക്ക് താണ്ടാൻ കഴിയുമായിരുന്നു. മാവോവാദി സംഘടനയിൽ ചേർന്നതിനുശേഷം ഏകദേശം മൂന്നു മാസം വരെ രാപകലില്ലാതെ ഉന്നംപിടിക്കുന്നതിൽ പരിശീലനം നേടി. ഇന്ന് ബസ്തറിൽ ഏറ്റവും കൃത്യതയോടെ ലക്ഷ്യത്തിലേക്ക് വെടിയുതിർക്കാൻ കഴിയുന്ന വ്യക്തിയാണ് അവൾ.

സരിത നല്ല കരുത്തും മനോഹരമായ ആകാരവടിവും ഉള്ളവൾ ആയിരുന്നു. കറുത്ത നിറമുള്ള അവൾക്ക് വലിയ കണ്ണുകൾ ഉണ്ടായിരുന്നു. സരിത എപ്പോഴും മുടി നെറുകയിൽ കെട്ടിവെയ്ക്കുമായിരുന്നു. അവൾ മുടി അഴിച്ചിട്ടാൽ അത് അരക്കെട്ടു വരെ എത്തി പരന്നുകിടക്കുമായിരുന്നു. ഇരുപത്തിരണ്ടു വയസ്സുള്ള ഈ ആദിവാസി പെൺകുട്ടിക്ക് അദ്ഭുതകരമായ സൗന്ദര്യമുണ്ടായിരുന്നു. എന്നാൽ അവൾ എപ്പോഴും കനത്ത, ഗൗരവമാർന്ന മുഖഭാവത്തിലായിരുന്നു.

സീമ നാരായൺപുരിലെ ഫരസ്ഗാവ് സ്വദേശിയാണ്. ഗോണ്ട് ആദിവാസി. അവൾക്ക് പതിനെട്ടു വയസ്സു മാത്രമേ ആയിട്ടുള്ളൂ. മൂന്നു വർഷം മുമ്പാണ് അവൾ മാവോവാദികളുടെ സാംസ്കാരിക വിഭാഗമായ ചേതന നാട്യസംഘവുമായി ബന്ധപ്പെടുന്നത്. അന്നുവരെ അവൾക്ക് മാവോയിസത്തെക്കുറിച്ച് ഒന്നും അറിയില്ലായിരുന്നു. പതിനഞ്ചു വയസ്സു വരെ അവളുടെ അറിവു വെച്ച് നക്സലുകൾ കുഴപ്പമുണ്ടാക്കുന്ന ശല്യക്കാരായിരുന്നു. എന്നാൽ ചേതന നാട്യമണ്ഡലിയുടെ പാട്ടും ഗാനങ്ങളും അവൾക്ക് വളരെ ഇഷ്ടപ്പെട്ടു. ആദ്യമായി സീമയുടെ കുട്ടിക്കാല അറിവ് മാവോവാദികളുടെ പോരാട്ടത്തിന്റെ ആശയവുമായി പരിചയപ്പെട്ടു. ബസ്തറിലെ ഈ പിന്നാക്ക പ്രദേശത്തെ ചൂഷിതരും അടിച്ചമർത്തപ്പെട്ടവരുമായ ജനങ്ങളുടെ ഇടയിൽ വളർന്നു വന്ന പെൺകുട്ടിക്ക് തിരിച്ചറിവിന്റെ പുതിയൊരു ആകാശം തുറന്നു കിട്ടിയതുപോലെ ആയിരുന്നു.

നാരായൺപുരിലെ ഗ്രാമങ്ങളിൽ ചേതന നാട്യസംഘത്തോടൊപ്പം വേഷം മാറി സഞ്ജീവൻ റെഡ്ഡി സഞ്ചരിക്കുന്ന നാളുകളായിരുന്നു അത്. മാവോവാദികളുടെ പോരാട്ടവുമായി ചേരാൻ വളരെയേറെ സാദ്ധ്യത സീമയ്ക്കുള്ളതായി അയാൾ മനസ്സിലാക്കി. റെഡ്ഡി പറഞ്ഞതനുസരിച്ച് ചേതന നാട്യസംഘത്തിലെ അംഗങ്ങൾ സീമയോട് കുറച്ചു ദിവസം സംഘത്തോടൊപ്പം ചെലവഴിക്കാൻ പറഞ്ഞു. മാവോവാദി പ്രസ്ഥാനവുമായി സീമയെ ബന്ധപ്പെടുത്താൻ ഈ ഒരവസരം റെഡ്ഡിക്ക് ധാരാളമായിരുന്നു.

തന്റെ പ്രമുഖരായ ഈ രണ്ട് മാവോവാദി അംഗങ്ങളുടെ സഹായത്തോടെ സഞ്ജീവൻ റെഡ്ഡി മഹിളാ കേഡർമാരുടെ എണ്ണം വർധിപ്പിക്കാൻ ആഗ്രഹിച്ചിരുന്നു.

"സഖാക്കളേ, വരുംനാളുകളിൽ സ്ത്രീകളുടെ പങ്കാളിത്തം വർധിപ്പിക്കുകയാണ് പാർട്ടിയുടെ പ്രഥമ ലക്ഷ്യം. അധികാരിവർഗ്ഗത്തിന്റെ അതിക്രമത്തിന് ഇരയായ പെൺകുട്ടികൾക്ക് മുൻഗണനന നൽകണം. എതിർപ്പ് പ്രകടിപ്പിക്കാൻ ആഗ്രഹിക്കുന്നവർ, അല്ലെങ്കിൽ അതിന് തയ്യാറാക്കി എടുക്കാൻ കഴിയുന്നവർ." റെഡ്ഡി തെലുങ്ക് കലർന്ന ഹിന്ദിയിൽ തന്റെ സഹപ്രവർത്തകരോട് പറഞ്ഞു.

മാവോവാദികളുടെ വിചാരത്തിൽ നെറ്റ്വർക്ക് വ്യാപിപ്പിക്കുവാനും ഗറില്ലാതന്ത്രം തയ്യാറാക്കാനും രഹസ്യവിവര ശേഖരണതന്ത്രങ്ങൾ ശക്തിപ്പെടുത്താനും സ്ത്രീകേഡർമാർ പാർട്ടിക്ക് ഏറെ പ്രയോജനം ചെയ്യും.

"സഖാവ് സീമയും സഖാവ് സരിതയും ഇതിന്റെ ഉത്തരവാദിത്വം ഏൽക്കും," റെഡ്ഡി പറഞ്ഞു. പിന്നെ അവരുടെ നേരെ നോക്കിക്കൊണ്ട് പറഞ്ഞു, "സഖാക്കളെ, നിങ്ങൾ കുറച്ചു നാളത്തേക്ക് ആയുധങ്ങൾ ഉപേക്ഷിച്ച് ചേതന നാട്യസംഘത്തിൽ ചേരുക. നിങ്ങൾ ഇരുവരും നാട്യസംഘത്തോടൊപ്പം ബസ്തറിലെ ഗ്രാമങ്ങളിൽ സഞ്ചരിച്ച് പാർട്ടിയിൽ ചേരാൻ സാധ്യതയുള്ള പെൺകുട്ടികളെ കണ്ടെത്തണം."

"ശരി കമാണ്ടർ," സരിത പറഞ്ഞു. പിന്നെ സീമയെ നോക്കി. അവളുടെ മനസ്സിൽ എന്തോ ചോദ്യമുണ്ടെന്ന് സഞ്ജീവന് തോന്നി.

"സഖാവ് സീമയ്ക്ക് എന്തെങ്കിലും ചോദിക്കാനുണ്ടോ?" റെഡ്ഡി ചോദിച്ചു.

"എവിടെ നിന്നു തുടങ്ങണം?" സീമ ചോദിച്ചു.

"ബീജാപുരിൽനിന്ന്..." റെഡ്ഡി മറുപടി പറയുംമുമ്പ് പെട്ടെന്ന് സരിത പറഞ്ഞു.

"നിങ്ങളുടെ പ്രദേശമാണ്...", റെഡ്ഡി പുഞ്ചിരിച്ചുകൊണ്ട് പറഞ്ഞു. "പക്ഷേ, കരുതലോടെ വേണം... തിരിച്ചറിയാൻ പാടില്ല," ഇത്രയും പറഞ്ഞ് അയാൾ അവിടെ നിന്നുപോയി. സീമയും സരിതയും മറ്റു കൂട്ടുകാരും അടുത്ത പ്ലാനിംഗ് നടത്താൻ തുടങ്ങി.

8

ജൂലായ് മാസം. മൂന്നാമത്തെ ആഴ്ച ആയിരുന്നു. ബസ്തർ മുഴുവൻ സൂര്യൻ അഗ്നിവർഷിക്കുകയായിരുന്നു. ഇടവിട്ട് മഴ പെയ്യുന്നുണ്ടെങ്കിലും താപനില നാല്പത്-നാല്പത്തിയഞ്ച് ഡിഗ്രിക്ക് ഇടയിൽ തന്നെയാണ് നിൽക്കുന്നത്. ഉഷ്ണംമൂലം ഈ വേനൽ ഏറെ ക്ലേശകരമായിരുന്നു. ഒരു ഭാഗത്ത് വേനലിന്റെ തീക്ഷ്ണത, മറുഭാഗത്ത് മഴയ്ക്കുശേഷം പടരുന്ന രോഗങ്ങൾ. കുട്ടികളാണ് ഇതിന് ഏറ്റവും കൂടുതൽ ഇരയാകുന്നത്. ചിലർക്ക് ഛർദ്ദിയും വയറിളക്കവുമാണെങ്കിൽ മറ്റു ചിലർക്ക് പനി പിടിക്കുന്നു. ഇതിനിടെ മലേറിയയുടെ ആക്രമണവും ഏറുകയായിരുന്നു. മധ്യഭാരതത്തിലെ ഉൾഗ്രാമങ്ങളിൽ കുട്ടികളെ മലേറിയയ്ക്കൊപ്പം കോളറയും മസ്തിഷ്ക ജ്വരവും പിടികൂടാറുണ്ട്. ഛർദ്ദി-വയറിളക്കം മൂലമുള്ള മരണങ്ങൾ സാധാരണമായിരുന്നു. ഭീമേയുടെ സ്കൂളിലെ കുട്ടികൾക്കും രോഗം പിടിപെട്ടു. അവരുടെ ഹാജർ കുറഞ്ഞു വരികയായിരുന്നു.

ചിട്ടാപാഡയിലെ ജൂനിയർ ഹൈസ്കൂളിൽ കുട്ടികളുടെ ഹാജർ മാത്രമല്ല കുറഞ്ഞിരുന്നത്, അധ്യാപകരും അപ്രത്യക്ഷരായിരുന്നു. ഹെഡ്മാസ്റ്ററെ കുറിച്ച് ഒരു വിവരവും ഉണ്ടായിരുന്നില്ല. മീന വീണ്ടും ഒരിക്കൽ കൂടി മെഡിക്കൽ ലീവിലായിരുന്നു. രമേശ് ആഴ്ചയിൽ ഒന്നോ രണ്ടോ ദിവസം വരും. അതും ഒന്നുകിൽ വൈകി വരും, അല്ലെങ്കിൽ നേരത്തെ പോകും. കുട്ടികളെ പഠിപ്പിക്കാനും സ്ഥിതിഗതികൾ മാറ്റാനുമുള്ള അവളുടെ ആവേശം കഴിഞ്ഞ ആറുമാസത്തിനിടെ തന്നെ തണുത്തുപോയിരുന്നു. അവൾ ഈ സ്കൂളിൽ വന്നിട്ട് ഒന്നര വർഷമായി. ആദ്യത്തെ ഒരു വർഷം എന്തെങ്കിലുമൊക്കെ ചെയ്യാനുള്ള ആവേശം കാണിച്ചു. പക്ഷേ പിന്നീട് പതുക്കെ പതുക്കെ അത് കുറഞ്ഞു വന്നു. കഴിഞ്ഞ ഹോളിയുടെ

അവധിക്ക് ധംതരിയിലെ തന്റെ വീട്ടിൽ പോയി രമേശ് തിരിച്ചു വന്നത് പുതിയ ആഗ്രഹവുമായാണ്. ഇപ്പോൾ അയാൾ സ്റ്റേറ്റ് പബ്ലിക് സർവ്വീസ് കമ്മീഷന്റെ പരീക്ഷയ്ക്കുള്ള തയ്യാറെടുപ്പിലാണ്. ബസ്തറിൽ ടീച്ചറായിരിക്കുമ്പോൾ ഈ പരീക്ഷ പാസ്സാകാനുള്ള സുവർണ്ണാവസരമാണ് വന്നിരിക്കുന്നതെന്ന് ആരോ അയാളെ ഉപദേശിച്ചു. കാരണം, ജോലി ഉപേക്ഷിക്കാതെ തന്നെ സ്കൂളിൽനിന്നും മുങ്ങി പരീക്ഷയുടെ തയ്യാറെടുപ്പിന് ആവശ്യമായ മുഴുവൻ സമയവും കണ്ടെത്താൻ കഴിയും.

മീന ചിട്ടാപാഡ സ്കൂളിൽ വന്നിട്ട് രണ്ടര വർഷമായി. ഇവിടെ വന്നതു മുതൽ ഇതുവരെ സ്കൂളിന്റെ പഠനപ്രവർത്തനങ്ങളിൽ കാര്യമായി അവരുടെ സംഭാവനയൊന്നും ഇല്ലെന്നു പറയാം. ആദ്യം കുറച്ചു ദിവസം അസുഖം പിടിപെട്ടു. മാറി വന്ന് ചില ആഴ്ചകൾ കഴിഞ്ഞപ്പോഴേക്കും അവൾ വിവാഹം കഴിച്ചു, പിന്നെ ഒരു മാസത്തോളം അവധിയിലായിരുന്നു. അവളുടെ ഭർത്താവ് കോണ്ടാഗാവിൽ ഒരു സർക്കാർ ബാങ്കിൽ ക്ലർക്ക് ആയിരുന്നു. ചിട്ടാപാഡയിൽ നിന്ന് ദന്തേവാഡയിലേക്ക് ഏകദേശം രണ്ടു മണിക്കൂർ വരും, അവിടെ നിന്ന് കോണ്ടാഗാവിലേക്ക് ഏതാണ്ട് മൂന്നു മണിക്കൂറിന്റെ വഴിയുണ്ട്. അതായത് മീനയ്ക്ക് തന്റെ ഭർത്താവിന്റെ അടുത്ത് പോകണമെങ്കിൽ അരദിവസം യാത്ര ചെയ്യണം. അവൾ മിക്കപ്പോഴും കൊണ്ടാഗാവിൽ പോകും, പോയാൽ നാലഞ്ചു ദിവസം കഴിഞ്ഞു മാത്രമേ വരൂ. അമ്മയാകാൻ പോകുകയാണ് എന്ന് അറിയുന്നതു വരെ മീനയുടെ സ്കൂളിൽ വരവ് തോന്നിയതുപോലെയായിരുന്നു. അതിനുശേഷം അവളുടെ സ്കൂളിൽ വരവ് ഏതാണ്ട് അവസാനിച്ചതു പോലെയായി. ഒരു കൊല്ലത്തിനു ശേഷം വന്നപ്പോൾ അവൾ സ്ഥലം മാറ്റത്തിനായി ശ്രമിക്കുകയാണെന്ന് ഭീമേയോട് പറഞ്ഞു. മീന റായ്പുരിനടുത്ത് ദുർഗിലാണ് താമസിക്കുന്നത്. അവിടെ ഏതെങ്കിലും സ്കൂളിലേക്ക് സ്ഥലംമാറ്റം ലഭിക്കണമെന്നാണ് അവൾ ആഗ്രഹിക്കുന്നത്.

ടീച്ചർമാരുടെ നിരുത്തരവാദിത്തവും സ്കൂളിൽനിന്ന് മുങ്ങി നടക്കലും കാരണം ഭീമേ ഇന്ന് കോപംകൊണ്ട് ജ്വലിക്കുകയായിരുന്നു.

എല്ലാ നിയമങ്ങളും അട്ടത്തുവെച്ച് തന്നിഷ്ടം കാണിക്കുക ഈ ഗ്രാമങ്ങളിൽ എത്ര എളുപ്പമാണ് - ഭീമേ മിക്കപ്പോഴും ഇങ്ങനെ ചിന്തിക്കും. ഇവർക്ക് നഗരപ്രദേശങ്ങളിലെ സ്കൂളുകളിൽ നിന്നും ഇങ്ങനെ മുങ്ങി നടക്കാൻ കഴിയുമോ? ഇവിടെ നിയമവും ചട്ടവും പാലിക്കാത്തവർ നഗരങ്ങളിലെ നിയമങ്ങളും സമയവും പാലിക്കുന്നതെങ്ങനെ? - ഭീമേയുടെ മനസ്സിൽ ഈ ചോദ്യം നിരന്തരം ഉയർന്നുകൊണ്ടിരുന്നു.

ഇന്ന് ദിവസം മുഴുവൻ ഭീമേ രണ്ടു മുതൽ അഞ്ചുവരെ ക്ലാസ്സുകളിലെ കുട്ടികളെ പഠിപ്പിച്ചു. കുട്ടികൾ കുറവായിരുന്നു. ചിലർ വരില്ല, ചിലർ മാതാപിതാക്കളോടൊപ്പം കാട്ടിൽ പോകും. എന്നാലും ഒന്നു മുതൽ എട്ടുവരെ ക്ലാസ്സുകളിലെല്ലാം കൂടി അറുപതിലധികം കുട്ടികൾ സ്കൂളിൽ

വന്നിരുന്നു. ഇവർക്കെല്ലാം കൂടി ടീച്ചറെന്ന പേരിൽ ഭീമേ മാത്രമാണ് ഉണ്ടായിരുന്നത്.

അവൾ ഒന്നാം ക്ലാസ് പ്യൂൺ മഡ്കാരാമിനെ ഏല്പിച്ചു. മഡ്കാരാം നിരക്ഷരനായിരുന്നു. എന്നാൽ അയാൾ ഈ കൊച്ചുകുട്ടികളുടെ കൂടെ കളിക്കും, പിന്നെ ചില പാട്ടുകൾ പാടും. ഇതാണ് ഈ കുട്ടികളുടെ പഠിത്തം.

ആറു മുതൽ എട്ടുവരെയുള്ള കുട്ടികളെ പഠിപ്പിക്കുന്നതിൽ ഭീമേക്ക് ഒരു റോളും ഉണ്ടായിരുന്നില്ല. അവരെ പഠിപ്പിക്കാനുള്ള ഉത്തരവാദിത്വം രമേശിനും ഹെഡ്മാസ്റ്റർ രമാനാഥ് ഝായ്ക്കുമായിരുന്നു. ഝാ സാഹബിനെക്കുറിച്ച് മിക്കപ്പോഴും ഒരു വിവരവും ഉണ്ടാകാറില്ല. രമേശ് തന്റെ പരീക്ഷയുടെ തയ്യാറെടുപ്പിൽ മുഴുകിയിരിക്കുകയായിരുന്നു.

ചിട്ടാപാഡയിലെ ജൂനിയർ ഹൈസ്കൂളിന്റെ മാത്രമല്ല ഈ സ്ഥിതി, ബസ്തറിലെ മുഴുവൻ ഗ്രാമങ്ങളിലും ഇതായിരുന്നു അവസ്ഥ. ടീച്ചർമാർ അപ്രത്യക്ഷരാകുന്നത് ഇവിടെ അത്ര വലിയ കാര്യമൊന്നും ആയിരുന്നില്ല. മീനയും രമേശും ബസ്തറിനു പുറത്ത് താമസിക്കുന്നവരാണ്. മറ്റു സ്കൂളുകളിൽ ആ പ്രദേശത്തെ ടീച്ചർമാരും ഉണ്ട്, അവർക്കും കുട്ടികളെക്കുറിച്ച് യാതൊരു ചിന്തയും ഉണ്ടായിരുന്നില്ല. അവിടെയും സ്കൂളുകളിൽ ടീച്ചർമാർ അപ്രത്യക്ഷരായിരുന്നു. ഈ ഗ്രാമങ്ങളിലെ അവബോധത്തിന്റെ കുറവ് ഒരു പ്രധാന കാരണമായിരുന്നു. ടീച്ചർമാർ സ്കൂളിൽ വരാത്തതിനെക്കുറിച്ച് പ്രതിഷേധിക്കുന്നതു പോകട്ടെ, ആളുകൾ തങ്ങളുടെ കുട്ടികളെ സ്ഥിരമായി സ്കൂളിൽ അയയ്ക്കുന്നതിലും പ്രത്യേക താത്പര്യം കാണിച്ചിരുന്നില്ല.

സ്കൂളിന്റെ സമയം കഴിയാറായി. സ്കൂൾ അടച്ച് വീട്ടിൽ പോകുന്ന കാര്യം ഭീമേ ആലോചിക്കുകയായിരുന്നു. പെട്ടെന്ന് ആരോ ദൂരെ നിന്നു വരുന്നത് അവൾ കണ്ടു. ഹെഡ്മാസ്റ്റർ രമാനാഥ് ഝാ രമേശുമൊത്ത് വരികയായിരുന്നു. ഭീമേ ഒരു വിധം തന്റെ കോപം അടക്കിപ്പിടിച്ച് നിൽക്കുകയായിരുന്നു. സാഹചര്യങ്ങളോട് പൊരുത്തപ്പെട്ട് അവൾ വീട്ടിൽ പോകാൻ തയ്യാറെടുക്കുകയായിരുന്നു. എന്നാൽ ഇരുവരെയും കണ്ടതോടുകൂടി അവളുടെ ക്രോധം തിളച്ചുപൊങ്ങാൻ തുടങ്ങി. അവളുടെ ശരീരത്തിലൂടെ കറന്റ് പാഞ്ഞതു പോലെയായി. എന്നും വീർപ്പുമുട്ടുന്നതിൽ നല്ലത് ഇന്ന് മനസ്സിൽ വന്നത് പറയുക തന്നെയാണെന്ന് അവൾ വിചാരിച്ചു.

“എന്താണ് വിശേഷം ഭീമേ മാഡം?”

സ്കൂളിൽ പ്രവേശിച്ചുകൊണ്ട്, ഹെഡ്മാസ്റ്റർ അശ്രദ്ധമായി ചോദിച്ചു. അയാളുടെ പിന്നാലെ രമേശും പുഞ്ചിരിച്ചുകൊണ്ട് കടന്നുവന്നു.

ഭീമേയുടെ ഹൃദയത്തിലെ രക്തം കുതിച്ച് മസ്തിഷ്കത്തിലേക്കു ഓടി. അവൾ മൗനം പാലിച്ചു. കോപംകൊണ്ട് തന്റെ ഹൃദയമിടിക്കുന്ന ശബ്ദം അവൾക്ക് കേൾക്കാമായിരുന്നു.

"ആരുടെ വിശേഷമാണ് ചോദിക്കുന്നത് സർ, എന്റെയോ സ്കൂളിന്റെയോ?" സ്വയം നിയന്ത്രിച്ചുകൊണ്ട് സംയമനത്തോടെ ഭീമേ ചോദിച്ചു.

ഭീമേയുടെ വാക്കുകളിലെ വ്യംഗ്യം ഹെഡ്മാസ്റ്റർക്ക് മനസ്സിലായി. എന്നാൽ അവളുടെ കോപം മനസ്സിലാക്കാൻ കഴിഞ്ഞില്ല. വെറും നിഷ്കളങ്കയെപോലെ തോന്നിക്കുന്ന ഒരു ആദിവാസി പെൺകുട്ടിക്ക് ഇവിടുത്തെ സ്കൂളുകളിൽ ടീച്ചർമാരുടെ അസാന്നിദ്ധ്യത്തെക്കുറിച്ച് കോപം വരുമെന്ന് ചിലപ്പോൾ അയാൾ കരുതിയതുപോലുമില്ല. അയാൾ ചുറ്റുപാടും നോക്കി. സ്കൂളിൽ അടിച്ചുവാരലൊക്കെ ശരിക്കു നടന്നിട്ടുണ്ട്. താനില്ലെങ്കിലും പ്യൂൺ മഡ്കാരാം മുടങ്ങാതെ വരുന്നുണ്ടെന്ന് തോന്നുന്നു. പുറത്ത് ബ്ലാക്ക് ബോർഡിൽ അക്ഷരമാലയും ഗുണനപട്ടികയും എഴുതിയിട്ടുണ്ട്. കുട്ടികളെ കണക്കിലെ കൂട്ടലും കുറയ്ക്കലും പഠിപ്പിക്കാൻ ശ്രമിച്ചിട്ടുള്ളതും സ്പഷ്ടമായി കാണാൻ കഴിയും. മിക്ക കുട്ടികളും വീട്ടിലേക്കു പോയികഴിഞ്ഞിരുന്നു. എന്നാൽ ആറു മുതൽ എട്ടു വരെയുള്ള ക്ലാസുകളിലെ മുതിർന്ന കുട്ടികൾ കുറച്ചകലെ ക്രിക്കറ്റ് കളിക്കുന്നുണ്ടായിരുന്നു. അവരുടെ ശബ്ദങ്ങൾ ഇവിടെ വരെ എത്തുന്നുണ്ട്.

"സ്കൂൾ നന്നായി നടക്കുന്നുണ്ടെന്ന് തോന്നുന്നു. നിങ്ങൾ നിങ്ങളുടെ വിശേഷങ്ങൾ പറയൂ ഭീമേ മാഡം..."

ഹെഡ്മാസ്റ്ററുടെ ഈ വാക്കുകൾ ഭീമേയുടെ ശരീരത്തിൽ തീ കൊളുത്തിയതുപോലെയായി. അവളുടെ ചോര തിളയ്ക്കാൻ തുടങ്ങി. സ്കൂളിന്റെ ഉന്നമനത്തിനുവേണ്ടി ചിന്തിക്കേണ്ട മധ്യവയസ്കനായ ടീച്ചറാണ് സ്കൂളിൽനിന്ന് മുങ്ങി നടന്നിട്ട് ഒരു നാണവുമില്ലാതെ വിദ്യാഭ്യാസത്തെ പരിഹസിക്കുന്നത് – ഭീമേ വിചാരിച്ചു.

"സ്കൂൾ ശരിക്കല്ല നടക്കുന്നത് സർ. സ്കൂൾ ഒരിക്കലും ശരിക്കല്ല നടക്കുന്നത്." അവൾ കടുത്ത സ്വരത്തിൽ പറഞ്ഞ് ഝായെ നോക്കി.

"എന്താ കുട്ടികൾ സ്കൂളിൽ വരുന്നില്ലേ?"

"കുട്ടികൾ കുറവാണ് വരുന്നത്. എന്നാൽ അധ്യാപകർ തീരെ വരുന്നില്ല." ഹെഡ്മാസ്റ്ററുടെ കണ്ണുകളിൽ നേരെ നോക്കിയാണ് ഭീമ പറഞ്ഞത്. "അതിലും വലിയ പ്രശ്നം സ്കൂളിലെ ഹെഡ്മാസ്റ്റർ സർ വരുന്നില്ല എന്നതാണ്." ഇന്നുവരേയും ഒരു ടീച്ചറും ഹെഡ്മാസ്റ്ററുടെ മുന്നിൽ ഈ വിധം സംസാരിച്ചിട്ടുണ്ടാകില്ല എന്ന് ഭീമേയ്ക്ക് അറിയാമായിരുന്നു.

"നിങ്ങൾ സ്വബോധത്തിലാണോ ഭീമേ കുഞ്ഞാം? എന്താണ് പറയുന്നത്?" ഹെഡ്മാസ്റ്റർ ശകാരസ്വരത്തിൽ പറഞ്ഞു.

"സ്വബോധത്തിൽ തന്നെയാണ് മാസ്റ്റർ സാബ്. അതുകൊണ്ടുതന്നെയാണ് ദിവസവും സ്കൂളിൽ വരുന്നത്." ഭീമേയുടെ ഈ മറുപടി ഹെഡ്മാസ്റ്റർക്ക് മുഖത്തൊരു അടിപോലെയായി. രമേശ് വല്ലാതെ സങ്കോചത്തിലായി. ഭീമേയുടെ സ്വഭാവത്തെക്കുറിച്ച് അയാൾക്ക് അറിയാമായിരുന്നു. എന്നാൽ അവൾ ഹെഡ്മാസ്റ്ററോടും ഈ രീതിയിൽ ഉടക്കുമെന്ന് അയാൾ കരുതിയില്ല.

“ഈ പ്രദേശങ്ങളിൽ സ്കൂൾ തുടങ്ങിയതുതന്നെ ചെറിയ കാര്യമാണോ?” ഭീമേയിൽനിന്ന് അപമാനിതനായെങ്കിലും ഝാ തോൽവി സമ്മതിക്കാൻ ആഗ്രഹിച്ചിരുന്നില്ല. “കക്കൂസ് സൗകര്യമോ വഴിയോ ആസ്പത്രിയോ ഇല്ലാത്ത ഈ പ്രദേശങ്ങളിൽ പഠിപ്പിക്കാൻ ആരും വരുന്നില്ല. ജീവൻ അപകടത്തിലാണെന്നത് മറ്റൊരു കാര്യം. ഈ സ്കൂൾ തമ്മിൽ ഭേദം നന്നായി നടക്കുന്നുണ്ട്. പ്യൂൺ വന്ന് മണിയെങ്കിലും അടിക്കുന്നുണ്ട്.”

ഭീമേ എന്തെങ്കിലും പറയും മുമ്പ് ഝാ പറഞ്ഞു, “പിന്നെ നിങ്ങൾ തന്നെ പറയൂ ആരാണ് ഈ അവസ്ഥയ്ക്ക് ഉത്തരവാദി? ഇവിടെ ഒന്നും നടക്കാൻ അനുവദിക്കാത്തത് ആദിവാസികളിലെ വിപ്ലവകാരികളല്ലേ.”

ഝാ നക്സലുകൾക്കു നേരെയാണ് വിരൽ ചൂണ്ടുന്നതെന്ന് ഭീമേയ്ക്കു പെട്ടെന്നു തന്നെ മനസ്സിലായി.

“ടീച്ചർമാർ സ്കൂളിൽ വരാത്തതും ഇതുമായി എന്തു ബന്ധമാണുള്ളത് സർ?”

“കാരണം, ആളുകൾ മാറാൻ ഇഷ്ടപ്പെടുന്നില്ല. അവർ കാട്ടിൽ കഴിയാൻ ആഗ്രഹിക്കുന്നു. അമ്പും വില്ലുമായി. പഠിക്കുന്നതിലുപരി മഹുവാ ശേഖരിക്കുന്നതാണ് അവർക്കിഷ്ടം. ഇതിന്റെ നേട്ടമുണ്ടാക്കുന്നത് തോക്കുമേന്തി ഇവിടെ കറങ്ങി നടക്കുന്ന ആ വിപ്ലവകാരികളാണ്. അതുകൊണ്ട് ആരും ഇവിടെ വരുന്നില്ല.”

തന്റെ ശക്തമായ വാദഗതി ഭീമേയുടെ വായടപ്പിച്ചു എന്ന് ഹെഡ്മാസ്റ്റർക്കു തോന്നി. എന്നാൽ അയാളുടെ മറുപടി ഭീമേയുടെ കോപം ഇരട്ടിപ്പിച്ചു.

“സർ... സർ... സർ... ഒന്നു കേൾക്കൂ... ആദിവാസികളെ പഴിപറയും മുമ്പ് ഈ സ്കൂളിന്റെ ഒരു കാര്യം കേൾക്കൂ. ഇക്കൊല്ലം ജനുവരി 26ന് ഈ സ്കൂളിൽ ചെറിയൊരു പരിപാടി നടത്തിയിരുന്നു സർ. അങ്ങ് ഉണ്ടായിരുന്നില്ല. അങ്ങയുടെ കുറവ് അനുഭവപ്പെട്ടതുമില്ല, കാരണം അങ്ങ് സ്കൂളിൽ ഉണ്ടാകാറില്ലല്ലോ,” ഹെഡ്മാസ്റ്ററെ പരിഹസിച്ചുകൊണ്ട് ഭീമേ പറഞ്ഞു.

രമാനാഥ് ഝാ സ്തംഭിച്ചുനിന്നു. അയാൾ ഭീമേയെ നോക്കുകയായിരുന്നു.

“അന്ന് ഇവിടെ ദേശഭക്തിയുടെ വലിയ വലിയ കാര്യങ്ങൾ പറഞ്ഞു. ഇക്കാര്യങ്ങൾ പറയുന്നവർ ഈ സ്കൂളിലെ ആദിവാസി കുട്ടികളായിരുന്നില്ല, ആദിവാസി ടീച്ചറായ ഞാനും ആയിരുന്നില്ല. അങ്ങയെ പോലുള്ള ആളുകളാണ് ഈ കാര്യങ്ങൾ പറഞ്ഞത്, അവരാരും ആദിവാസികളായിരുന്നില്ല. അവരെല്ലാം അങ്ങയുടെ നാഗരിക സംസ്കാരസമ്പന്നരായ ആളുകളായിരുന്നു, അവരാണ് അന്ന് ഈ കുട്ടികളെ ദേശഭക്തി പഠിപ്പിച്ചത്.”

ഭീമേ രമേശിനു നേരെ നോക്കി പറഞ്ഞു, “അന്ന് ദേശസ്നേഹത്തെ കുറിച്ച് പഠിപ്പിച്ചവർ പിന്നെ സ്കൂളിൽ നിന്നുതന്നെ അപ്രത്യക്ഷമായി സർ. ഇതാണ് ഞങ്ങൾ ആദിവാസികളുടെ യാഥാർത്ഥ്യം. സ്വന്തം തെറ്റ് മറയ്ക്കാനായി ഈ പാവങ്ങളെ പഴി പറയുന്ന അങ്ങയെ പോലുള്ള ആളുകളുടെ ചിന്താഗതി ഇതാണ് മാസ്റ്റർ സർ,” ഭീമേ കോപം കൊണ്ട് ഹെഡ്മാസ്റ്ററുടെ കണ്ണുകളിൽ തറപ്പിച്ചു നോക്കികൊണ്ട് പറഞ്ഞു.

ഇരുവരും പരസ്പരം നോക്കി നിന്നു. ഭീമേ കോപം കൊണ്ട് വിറയ്ക്കുകയായിരുന്നു. രമേശിന് ആരോ തന്നെ ഐസു പോലെ തണുത്ത വെള്ളത്തിൽ ഇട്ടതായി തോന്നി.

രമാനാഥ് ഝാ എന്തെങ്കിലും പറയുന്നതിനു മുമ്പ് ഭീമേ സ്കൂളിൽ നിന്ന് പുറത്തേക്കു നടന്നു. ഹെഡ്മാസ്റ്റർക്കൊപ്പം രമേശും പ്യൂൺ മഡ്കാരാമും അവൾ പോകുന്നത് നോക്കി നിന്നു.

9

ബിഷൻ തന്റെ മടിയിൽ എടുത്ത കുട്ടിക്ക് ഏഴു വയസ്സായിരുന്നു, പക്ഷേ തൂക്കം കഷ്ടിച്ച് പതിനഞ്ചു കിലോ ഉണ്ടാകും. അവന്റെ ശരീരം വിയർപ്പിൽ നനഞ്ഞിരുന്നു. കടുത്ത പനി ഇപ്പോഴാണ് മാറിയത്, അതുകൊണ്ട് തീർത്തും തണുത്തു പോയിരുന്നു. അയാൾ കുട്ടിയുടെ തലയിൽ തലോടി. അയാൾ സുഹൃത്തിനോട് ആംഗ്യം കാണിച്ചു. അയാൾ ബാഗിൽ നിന്ന് സ്പിരിറ്റ് കുപ്പിയും സ്ലൈഡും സൂചിയും എടുത്തു.

“ദേവാ... ഇതാ ഇങ്ങോട്ട്, ഈ കയ്യിൽ.” ക്ഷീണിച്ച്, ഏതാണ്ട് അബോധാവസ്ഥയിൽ കിടക്കുന്ന കുട്ടിയുടെ ഇടതുകയ്യിന്റെ നടുവിരൽ പിടിച്ചുകൊണ്ട് ബിഷൻ പറഞ്ഞു.

ദേവ സ്പിരിട്ടിൽ മുക്കിയ പഞ്ഞികൊണ്ട് കുട്ടിയുടെ വിരൽ വൃത്തിയാക്കി, പിന്നെ സൂചി കുത്തി.

കുട്ടി കരയാൻ തുടങ്ങി. ദേവ വിരൽ അമർത്തി. ഒന്നു രണ്ടു തുള്ളി രക്തം സ്ലൈഡിൽ എടുത്തു. പിന്നെ കുട്ടിയുടെ വിരൽ പഞ്ഞികൊണ്ട് അമർത്തി പിടിച്ചു, അവന്റെ മുടിയിൽ തലോടി കൊണ്ട് ഗോണ്ടി ഭാഷയിൽ പറഞ്ഞു, “ആന്താ, ആന്താ” (കഴിഞ്ഞു, കഴിഞ്ഞു). കുട്ടി ഇപ്പോഴും കരയുകയായിരുന്നു.

ബിഷൻ കുട്ടിയെ അടുത്ത് പരിഭ്രമിച്ചു നിൽക്കുന്ന അമ്മയുടെ കയ്യിൽ കൊടുത്തു.

പെട്ടെന്ന് അമ്മ കരയാൻ തുടങ്ങി, എന്നിട്ട് ബിഷന്റെ കയ്യിൽ പിടിച്ചു. അവർ ഗോണ്ടിയിൽ എന്തോ പറയുകയായിരുന്നു. ബിഷൻ ദേവയെ അടുത്തേക്കു വിളിച്ചു.

"കഴിഞ്ഞ മാസം രണ്ടു കുട്ടികൾ മരിച്ചു. ഇനി ഈ ഒരു കുട്ടിയേ ഉള്ളൂ. ഭർത്താവ് കഴിഞ്ഞ കൊല്ലം ഇതേ രോഗത്താൽ മരിച്ചു." കുട്ടിയുടെ അമ്മ പറഞ്ഞത് ദേവാ ബിഷന് പറഞ്ഞുകൊടുത്തു. ബിഷനും ഗോണ്ട് ആദിവാസിയാണ്. എന്നാൽ ജനിച്ചതും വളർന്നതും റായ്പുരിലാണ്. അതുകൊണ്ട് ഗോണ്ടി വലിയ തോതിലൊന്നും മനസ്സിലാവില്ല. ഗ്രാമത്തിലെ ഉൾപ്രദേശങ്ങളിലെ തനിനാടൻ ഭാഷ മനസ്സിലാക്കാൻ പ്രയാസമുണ്ടായിരുന്നു. പന്ത്രണ്ടാം ക്ലാസുവരെ റായ്പുരിലാണ് അയാൾ പഠിച്ചത്, പിന്നെ ദില്ലിയിൽ പോയി പാരാമെഡിക്കൽ കോഴ്സ് ചെയ്തു. ചെറുപ്പം മുതലേ ഈ ആദിവാസി ഗ്രാമങ്ങളിൽ ഉള്ളിൽ ചെന്ന് ആളുകളെ ചികിത്സിക്കണമെന്ന് വിചാരിക്കുമായിരുന്നു. തന്റെ മൂത്ത ചേട്ടനും ചേച്ചിയും മലേറിയ വന്നാണ് മരിച്ചതെന്ന് അച്ഛൻ പറഞ്ഞ് കേട്ടിട്ടുണ്ട്. ഗ്രാമത്തിൽ ചികിത്സയ്ക്കുള്ള സൗകര്യമൊന്നും ഉണ്ടായിരുന്നില്ല. നിരക്ഷരരായ മാതാപിതാക്കൾക്ക് രോഗം മനസ്സിലായതുമില്ല. അറിഞ്ഞുപിടിച്ച് ഒരു വിധം ജഗദൽപൂർ എത്തിച്ചു, അപ്പോഴേക്കും സ്ഥിതി മോശമായി കഴിഞ്ഞിരുന്നു. റായ്പുർ എത്തുമ്പോഴേക്കും ചേട്ടൻ മരിച്ചു. മൂന്നാം ദിവസം ചേച്ചിയും പോയി. ബസ്തറിലെ ഗ്രാമങ്ങളിലെ ഏറ്റവും അപകടകാരിയായ രോഗമായിരുന്നു മലേറിയ.

തന്റെ രണ്ടു മക്കളുടെ മരണശേഷം ഗ്രാമത്തിലേക്ക് തിരിച്ചുപോകാനുള്ള ധൈര്യം മാതാപിതാക്കൾക്ക് ഉണ്ടായില്ല. റായ്പുരിൽ തന്നെ താമസിച്ചു. ബിഷന്റെ ആദിവാസികളായ മാതാപിതാക്കൾക്ക് നഗരത്തിലെ ജീവിതം അത്ര എളുപ്പമായിരുന്നില്ല. അച്ഛൻ ഇവിടെ കൂലിപ്പണി തുടങ്ങി. അമ്മ മറ്റുള്ളവരുടെ വീടുകളിൽ അടുക്കളപണിക്ക് പോകാൻ തുടങ്ങി. രണ്ടു കൊല്ലത്തിനുശേഷം ബിഷൻ ജനിച്ചു. വലുതായി വന്നപ്പോൾ തന്റെ സഹോദരങ്ങളുടെ മരണത്തിന്റെ കഥ കേട്ടു. തന്റെ ഗ്രാമത്തിൽ ഇപ്പോഴും ഓരോ വർഷവും എത്രയെത്ര പേരാണ് മലേറിയയും ഡയേറിയയും മൂലം മരിക്കുന്നതെന്ന് പതുക്കെ പതുക്കെ മനസ്സിലാകാൻ തുടങ്ങി. ഇതെല്ലാം അയാളിൽ ഒരു ഡോക്ടറാകുക എന്ന അഭിനിവേശം ഉടലെടുക്കാൻ കാരണമായി. എന്നാൽ ഒരു ഡോക്ടറാവാൻ ഏറെ കടമ്പകൾ കടക്കേണ്ടതുണ്ട് എന്ന് അയാൾക്ക് പെട്ടെന്നുതന്നെ മനസ്സിലായി. നല്ലൊരു വിദ്യാഭ്യാസം അയാൾക്കു നൽകാൻ ആവശ്യമായ പണം പോലും അയാളുടെ മാതാപിതാക്കളുടെ പക്കലുണ്ടായിരുന്നില്ല. പിന്നെയാണ് ഡോക്ടറാകുന്ന കാര്യം! പിന്നെ ബിഷന് ഈ ദൗത്യത്തിൽ പങ്കുചേരാനുള്ള ഏറ്റവും ലളിതവും ചെലവു കുറഞ്ഞതുമായ മാർഗ്ഗം പാരാമെഡിക്കൽ ട്രെയിനിംഗ് ആയിരുന്നു. തന്റെ പ്രയത്നത്തിലൂടെ അയാൾ ദില്ലിയിലെ സർക്കാർ സ്ഥാപനത്തിൽ പ്രവേശനം നേടി. കോഴ്സ് പൂർത്തിയാക്കി റായ്പുരിൽ വന്നു, പിന്നെ ഈ ഗ്രാമങ്ങളിൽ ജനങ്ങളെ സഹായിക്കുന്ന ഒരു ഹെൽത്ത് എൻജിഒയുമായി ബന്ധപ്പെട്ട് പ്രവർത്തിക്കാൻ തുടങ്ങി.

ബിഷൻ ഉസേണ്ടി തന്റെ മൂന്നു സുഹൃത്തുക്കളുമൊത്ത് ഇപ്പോൾ ബസ്തറിലെ ഉൾനാടൻ ഗ്രാമങ്ങളിലാണ്. ബീജാപുരിലെ ഗംഗാലൂരി നടുത്തുള്ള ഗ്രാമത്തിലിരുന്ന് അയാൾ മധ്യവയസ്കയായ ഒരു സ്ത്രീയുടെ കണ്ണുകളിൽ നോക്കുകയായിരുന്നു. ഒന്നൊന്നായി മക്കൾ നഷ്ടപ്പെടുന്നതിന്റെ വേദനയും ദുഃഖവും അയാൾ തന്റെ മാതാപിതാക്കളുടെ മുഖങ്ങളിലും വാക്കുകളിലും കുട്ടിക്കാലം മുതൽ കണ്ടിരുന്നു. എന്നാൽ ഈ സ്ത്രീ തന്റെ ഭർത്താവിന്റെ മരണശേഷം മക്കൾ മരിക്കുന്നതും കണ്ടു.

ആരാണ് ഇവരെ ആശ്വസിപ്പിച്ചിട്ടുണ്ടാകുക? – ബിഷൻ ആലോചിച്ചു. ബസ്തറിലെ ഈ പ്രദേശങ്ങളിൽ ഇത്തരത്തിലുള്ള ആളുകളെ ഏതാണ്ട് എല്ലാ ദിവസവും അയാൾ കാണുന്നുണ്ട്. ചിലപ്പോൾ വികാരരാഹിത്യം അയാളെ പിടികൂടും, മറ്റു ചിലപ്പോൾ ജോലിഭാരം അയാളുടെ ആവേശം തണുപ്പിക്കും. എന്നാൽ ഒരല്പം വിശ്രമം കിട്ടിയാൽ വീണ്ടും ഊർജ്ജസ്വലനാകും. എന്നാൽ ഇത്തരം അവസ്ഥ കാണുമ്പോൾ അയാൾ പരവശനാകും. ചിലപ്പോൾ ഒറ്റയ്ക്കിരുന്ന് കരയുകയും ചെയ്യും. കരഞ്ഞാൽ ചെറിയൊരു ആശ്വാസം തോന്നും. ഈ ആളുകളെ ചെളിക്കുണ്ടിൽ നിന്ന് രക്ഷിക്കാനായി എന്തെങ്കിലുമൊന്ന് ചെയ്യുകയാണല്ലോ എന്നു വിചാരിച്ച് സ്വയം ആശ്വസിപ്പിക്കും.

ദേവ ബാഗിൽ നിന്ന് കുറച്ചു ഗുളികകൾ എടുത്തു. പിന്നെ മരുന്ന് കുട്ടിക്ക് എങ്ങനെ കൊടുക്കണമെന്ന് പറഞ്ഞു കൊടുത്തു.

മലേറിയയുടെ ഗുളികകൾ നല്ല കയ്പുള്ളതാണ്. കുട്ടികളെ കഴിപ്പിക്കുക ഏറെ പ്രയാസകരമായ ജോലിയായിരുന്നു. അവർക്ക് ക്ലോറോക്വിൻ സിറപ്പ് ആവശ്യമായിരുന്നു, കാരണം കുട്ടികളെ അതു കുടിപ്പിക്കുക എളുപ്പമായിരുന്നു. മിക്കപ്പോഴും സിറപ്പ് കിട്ടിയിരുന്നില്ല. സർക്കാർ വല്ലപ്പോഴും സഹായിക്കും, എന്നാൽ അതൊന്നും പര്യാപ്തമായിരുന്നില്ല. ഈ ആരോഗ്യപ്രവർത്തകരുടെ പക്കലാണെങ്കിൽ വിഭവങ്ങൾ വളരെ പരിമിതമായിരുന്നു.

“ദേവാ, കുട്ടി ഗുളികകൾ തുപ്പിക്കളയും. ഗുളിക പൊടിക്ക്,” ബിഷൻ പറഞ്ഞു.

ഉരലുപോലെയുള്ള ചെറിയൊരു പാത്രത്തിൽ ഗുളികയിട്ട് പൊടിച്ച് ദേവ ചെറിയ പൊതികളാക്കി.

കുട്ടികൾക്ക് ഗുളികകളെക്കാളും പൊടി നൽകാൻ എളുപ്പമാണ്. ഗുളികകൾ കുട്ടികൾ ഒന്നുകിൽ തുപ്പും അല്ലെങ്കിൽ ഛർദ്ദിക്കും. പൊടിയാകുമ്പോൾ വെള്ളത്തിൽ കലക്കി കുടിപ്പിക്കാൻ എളുപ്പമാണ്. ആരോഗ്യപ്രവർത്തകർക്ക് ഈ ഗ്രാമങ്ങളിലെ കുട്ടികളുടെ മാതാപിതാക്കളെ മരുന്നു കൊടുക്കുന്ന വിധവും പഠിപ്പിക്കണമായിരുന്നു. ദേവ ഗുളികകൾ പൊടിച്ച് ചെറിയ പൊതികളാക്കുമ്പോൾ കുട്ടിയുടെ അമ്മ ഇമയനക്കാതെ

തുറിച്ചു നോക്കുകയായിരുന്നു, അയാളെന്തോ, വലിയ ശാസ്ത്ര പ്രവർത്തനം നടത്തുകയാണെന്ന പോലെ. അവരേയും മരുന്നു കൊടുക്കേണ്ട വിധം പഠിപ്പിക്കേണ്ടതുണ്ടെന്ന് ബിഷന് മനസ്സിലായി.

"ദേവാ, ഒരു പൊതി നാം തന്നെ കൊടുക്കേണ്ടി വരും." ബിഷൻ ഒരു പൊതി മരുന്ന് ചെറിയ പാത്രത്തിൽ കലക്കി. ദേവ അമ്മയുടെ മടിയിൽ നിന്നും കുട്ടിയെ വാങ്ങി, പിന്നെ പറഞ്ഞു, "ഇങ്ങനെ കൊടുക്കണം."

ബിഷൻ ടീസ്പൂൺ കൊണ്ട് കുട്ടിയുടെ വായിൽ മരുന്ന് ഒഴിച്ച ഉടനെതന്നെ കുട്ടി പിടയാൻ തുടങ്ങി. ദേവ കുട്ടിയുടെ കയ്യും കാലും പിടിച്ചിരുന്നു. എന്നിട്ടും കുട്ടി മരുന്ന് ഇറക്കുന്നതിനു പകരം വായിൽ തന്നെ പിടിച്ചുവെച്ചു.

ബിഷൻ അമ്മയുടെ നേരെ നോക്കി കുട്ടിയുടെ മൂക്കു പിടിച്ചുകൊണ്ട് പറഞ്ഞു, "ഇങ്ങനെ."

മൂക്ക് അടച്ചുപിടിച്ചതോടു കൂടി മരുന്ന് ഇറക്കുകയല്ലാതെ കുട്ടിക്ക് മറ്റൊരു വഴിയും ഉണ്ടായിരുന്നില്ല.

"ദേവാ... ഇവിടെ ഇനിയും ആൾക്കാരെ ഏർപ്പാടാക്കേണ്ടി വരും. ഗ്രാമങ്ങളുടെ സ്ഥിതി വളരെ മോശമാണ്. രോഗം വർദ്ധിച്ചുകൊണ്ടിരിക്കുകയാണ്," ബിഷൻ ഗൗരവത്തിൽ പറഞ്ഞു.

ദേവ അതെ എന്ന അർത്ഥത്തിൽ തലയാട്ടി. പിന്നെ ചോദിച്ചു, "പക്ഷേ ഇതൊക്കെ എങ്ങനെ നടക്കും? രോഗം എല്ലാം ഗ്രാമങ്ങളിലും പടരുകയാണ്."

"ജനങ്ങളെ ബോധവത്കരിക്കാൻ ക്യാമ്പ് സംഘടിപ്പിക്കേണ്ടി വരും. ഈ ജോലി ചെയ്യാനും സഹായിക്കാനും കഴിയുന്ന കുറച്ച് ആൺകുട്ടികളേയും പെൺകുട്ടികളേയും ഗ്രാമത്തിൽനിന്നു തന്നെ കണ്ടെത്തേണ്ടി വരും. ആരോഗ്യപ്രവർത്തകരെ മാത്രം ആശ്രയിച്ച് മുന്നോട്ടു പോകാൻ കഴിയില്ല."

ഈ സംസാരം കേട്ടുകൊണ്ടിരുന്ന ഒരു പയ്യൻ ബിഷന്റെ അടുത്തു വന്നു. ഉണ്ടക്കണ്ണുകൾ, വീതിയേറിയ നെറ്റി, ചതുര മുഖം. അവൻ മുടി പുറകിലേക്ക് ഒതുക്കിവെച്ചിരുന്നു. ചെറിയൊരു കുടുമ കെട്ടിവെച്ചിരുന്നു.

"നമസ്തെ."

"നമസ്തെ."

"ചേട്ടാ ഒരു കാര്യം പറയട്ടെ...?"

"പറഞ്ഞോളൂ..."

"ഞാൻ നിങ്ങൾ സംസാരിക്കുന്നത് കേൾക്കുകയായിരുന്നു. രോഗത്തെക്കുറിച്ച് ആളുകൾക്ക് പറഞ്ഞുകൊടുക്കാൻ സഹായിക്കാം."

"നല്ല കാര്യം. സ്കൂളിൽ പോയിട്ടുണ്ടോ? അതായത് പഠിപ്പ് ഉണ്ടോ?"

“ഉണ്ട് ചേട്ടാ, എട്ടാം ക്ലാസ് വരെ.”

എട്ടാം ക്ലാസ് വരെ പഠിച്ച ഈ പ്രായത്തിലുള്ള പയ്യൻ കാര്യം ശരിക്കും മനസ്സിലാക്കുകയാണെങ്കിൽ വളരെ സഹായകരമാകുമെന്ന് ബിഷന് തോന്നി.

“കൊതുകുകളിൽനിന്ന് രക്ഷ നേടാനുള്ള മാർഗ്ഗങ്ങളെക്കുറിച്ച് ഗ്രാമീണർക്ക് പറഞ്ഞുകൊടുക്കാനും രോഗലക്ഷണം കണ്ടാൽ ഉടനെ മലേറിയയുടെ മരുന്നു നൽകാനും കഴിയുന്ന കുറച്ചാളുകളെ നിനക്ക് നിന്റെ കൂടെ കൂട്ടാൻ കഴിയുമോ?”

“തീർച്ചയായും.”

“എന്നാൽ ഇന്നുതന്നെ ഈ ജോലി തുടങ്ങിക്കോ. ഞങ്ങൾ കുറെ പേർക്ക് മരുന്ന് വിതരണം ചെയ്തു. ഇപ്പോഴും കൊടുത്തുകൊണ്ടിരിക്കുകയാണ്. നീ അവരെയെല്ലാം നേരിൽ കണ്ട് അവർ കൃത്യമായി മരുന്നു കഴിക്കുന്നുണ്ടെന്ന് ഉറപ്പാക്കണം. ഇതാണ് നിന്റെ ആദ്യത്തെ ജോലി.” ബിഷൻ ആ കുട്ടിയോട് പറഞ്ഞു.

“ദേവാ, ഇവനെ കാര്യങ്ങൾ നന്നായി മനസ്സിലാക്കി കൊടുക്കൂ. മരുന്നു കൊടുത്ത രോഗികൾക്ക് എങ്ങനെയാണ് കഴിക്കേണ്ടത് എന്ന് പറഞ്ഞു കൊടുക്കണം. വെള്ളം ഇങ്ങനെ കെട്ടിക്കിടക്കാൻ അനുവദിക്കരുത് എന്നു പറയണം. ഇതുവഴിയാണ് രോഗം പരക്കുന്നത്.” തൊട്ടടുത്ത് കുഴികളിൽ കെട്ടിക്കിടക്കുന്ന വെള്ളം കാണിച്ചുകൊണ്ട് ബിഷൻ പറഞ്ഞു.

“രാവിലെയും വൈകുന്നേരവും വീടുകൾക്ക് പുറത്ത് വേപ്പിന്റെയും തുളസിയുടെയും ഇലകളിട്ട് കത്തിക്കണം. കൊതുകുകളെ ഓടിക്കാനാണ്.”

ഇതു പറഞ്ഞുകൊണ്ട് ബിഷൻ ഒരു സുഹൃത്തിന്റെ മോട്ടോർ സൈക്കിളിനു പുറകിൽ കയറി. അയാളുടെ പിന്നിൽ ദേവയും മറ്റു രണ്ട് ആരോഗ്യപ്രവർത്തകരും ഇരുന്നു.

പോകുന്നതിനിടെ അയാൾ പയ്യനോട് ചോദിച്ചു, “പേരെന്താ പറഞ്ഞത്?”

“വികാസ്...”

അടുത്ത അഞ്ചു മണിക്കൂറിൽ ബിഷൻ ദേവയോടും രണ്ടു സഹപ്രവർത്തകരോടും ഒത്ത് മോട്ടോർ സൈക്കിളിൽ ഈ പ്രദേശത്തെ ഒരു ഡസനോളം ഗ്രാമങ്ങൾ സന്ദർശിച്ചു. രക്തസാമ്പിളുകൾ ശേഖരിച്ചു. പലയിടത്തുനിന്നും കെട്ടിക്കിടക്കുന്ന വെള്ളത്തിന്റെ സാമ്പിളും ശേഖരിച്ചു. ഈ ഉൾനാടൻ ഗ്രാമങ്ങളിൽ ആശുപത്രികൾ കടലാസുകളിൽ മാത്രമാണ് ഉണ്ടായിരുന്നത്. ബിഷനെ പോലെയുള്ള ആരോഗ്യപ്രവർത്തകർക്ക് വെള്ളത്തിന്റെയും രക്തത്തിന്റെയും സാമ്പിളുകൾ പരിശോധനയ്ക്കു നൽകാൻ ബസ്തറിൽ ബീജാപുരിലും ജഗദൽപുരിലും രണ്ട് സ്ഥലങ്ങൾ മാത്രമേ ഉണ്ടായിരുന്നുള്ളൂ.

അയാൾ തന്റെ സഹപ്രവർത്തകരുമൊത്ത് ഈ ഗ്രാമങ്ങളിൽ നിന്നും മടങ്ങുമ്പോൾ ഇരുട്ടുപരക്കാൻ തുടങ്ങിയിരുന്നു. പാതിരാത്രി ആകുമ്പോഴേക്കും അവർക്ക് ബീജാപുരിൽ എത്തണമായിരുന്നു.

10

ഭീമേ സ്കൂളിൽനിന്ന് വീട്ടിൽ എത്തിയപ്പോൾ രാംദേവ് അവിടെ അവളെ കാത്തിരിക്കുകയായിരുന്നു. അയാൾ ഭീമേയ്ക്ക് ഭക്ഷണം തയ്യാറാക്കാനും തുടങ്ങിയിരുന്നു.

"അല്ലാ, രാമാ നീ എപ്പോൾ വന്നു?" ചുമരിലെ കൊളുത്തിൽ തന്റെ സഞ്ചി തൂക്കിയിട്ടുകൊണ്ട് ഭീമേ ചോദിച്ചു.

രാംദേവ് ഭീമേയെ നോക്കി. അവളുടെ മുഖത്ത് സങ്കടങ്ങളുടെ ഒരു ചുഴലിക്കാറ്റ് കാണാമായിരുന്നു, രാംദേവിനെപോലൊരു കാമുകനു മാത്രമേ അതു മനസ്സിലാക്കാൻ കഴിയുകയുള്ളൂ. രാംദേവ് ഭീമേയെ വിവാഹം കഴിച്ചിട്ടില്ല. എന്നാൽ അയാൾ അരൻപുർ വിട്ട് ഇപ്പോൾ ചരുട്ടേപാലിൽ വന്നിരിക്കുകയാണ്. ഇപ്പോൾ ഇരുവരും ഒരുമിച്ചാണ് താമസിക്കുന്നത്. വർഷങ്ങളായുള്ള ഇരുവരുടെയും ബന്ധം അവരുടെ സ്നേഹത്തെ കൂടുതൽ കെട്ടുറപ്പുള്ളതാക്കിയിരിക്കുന്നു. രാംദേവിന്റെ ഹൃദയം പഴയതുപോലെ തന്നെ ഭീമേക്കു വേണ്ടി മിടിക്കും. കാട്ടിൽ മഹുവ ശേഖരിക്കാൻ പോകുന്ന ഭീമേയെ കാണുമ്പോൾ മനസ്സിലുണ്ടാകുന്ന കോലാഹലം പോലെ തന്നെയാണ് ഈ ഭീമേയെ പ്രതീക്ഷിച്ചിരിക്കുമ്പോൾ ഉണ്ടാക്കുന്ന അങ്കലാപ്പും. ചിട്ടാപാഡയിലെ കാടുകളിൽ ഭീമേയുടെ സമ്മതമില്ലാതെ അവളുടെ ശരീരത്തിൽ സ്പർശിക്കുമ്പോൾ ഉണ്ടാകാറുള്ള ഉന്മാദം ഇന്നും ഭീമേയുടെ ശരീരസ്പർശത്തിൽ നിന്ന് അയാൾക്ക് അനുഭവപ്പെടാറുണ്ട്.

ഇരുവരുടെയും ഈ സ്നേഹം കേവലം ശാരീരിക ആകർഷണം മാത്രമായിരുന്നില്ല. ഭീമേ രാംദേവിനു വേണ്ടി പ്രാണൻ കളയുമായിരുന്നു. രാംദേവിനാകട്ടെ ഭീമേയുടെ ചെറിയൊരു വിഷമം പോലും സഹിക്കാൻ കഴിയുമായിരുന്നില്ല. അവളെ പരവശയായി കാണാൻ അയാൾക്ക് പറ്റുമായിരുന്നില്ല. അതുകൊണ്ടുതന്നെ ഇന്ന് സ്കൂളിൽ നിന്ന് തിരിച്ചെത്തിയ ഭീമേയുടെ മുഖഭാവം കണ്ടപ്പോൾ ഉടനെ അയാൾ ചോദിച്ചു-

"എന്തുപറ്റി ഭീ?" ഇരുവരും സ്നേഹത്തോടെ 'രാമാ' എന്നും 'ഭീ' എന്നുമാണ് വിളിച്ചിരുന്നത്. സ്നേഹത്തിൽ വാക്കുകൾ ചുരുങ്ങുകയും ആത്മബന്ധം ഏറുകയും ചെയ്യും.

"ഒന്നുമില്ല..."

"ഒന്നുമില്ലേ ഭീ...?" രാംദേവ് ആശ്ചര്യത്തോടെ ചോദിച്ചു. "നിന്റെ മുഖം എല്ലാം വിളിച്ചു പറയുന്നുണ്ട്."

"നീ എപ്പോ വന്നു രാമാ?"

ഭീമേ വിഷയം മാറ്റാൻ ശ്രമിച്ചു.

"കുറച്ചു നേരമായി... പക്ഷേ, ഭീമേ എന്താ ഉണ്ടായത്?"

"നിനക്ക് ജോലിയൊന്നും കിട്ടിയില്ലേ?" രാംദേവിന്റെ നേരെ നോക്കാതെ ഭീമേ ചോദിച്ചു. ചുമരിൽ തൂക്കിയിട്ടിരുന്ന ഒരു കണ്ണാടിയിൽ അവൾ തന്റെ മുഖം നോക്കുന്നതായി നടിച്ചു.

രാംദേവിന് സ്ഥിരമായ തൊഴിലൊന്നും ഉണ്ടായിരുന്നില്ല. അയാൾ ചിലപ്പോൾ ബീഡിയില കോൺട്രാക്ടർമാർക്കുവേണ്ടി പണിയെടുക്കും. മറ്റു ചിലപ്പോൾ ജഗദൽപുരിൽ വസ്ത്രങ്ങളുടെയും മസാലകളുടെയും ചെറുകിട വ്യാപാരികളുടെ വണ്ടികൾ ഓടിക്കും.

"ഭീ... നീ വിഷയം മാറ്റാൻ ശ്രമിക്കുകയാണ്. എനിക്ക് പെട്ടെന്നൊന്നും ഒരു ജോലി കിട്ടുകയില്ലെന്ന് നിനക്ക് അറിയാവുന്നതാണ്. സ്കൂളിൽ എന്താണ് ഉണ്ടായത്?"

ഭീമേ ഇപ്പോഴും കണ്ണാടിയിൽ നോക്കുകയായിരുന്നു. കുറച്ചുനേരം അവൾ നിശ്ശബ്ദത പാലിച്ചു. അവൾ തന്റെ ഇരുചുണ്ടുകളും അമർത്തി പിടിച്ചു, ഏതാണ്ട് തൊണ്ടയിടറികൊണ്ട് പറഞ്ഞു, "രാമാ, ഇപ്പോൾ പഠിപ്പിക്കുന്നതിൽ താത്പര്യം തോന്നുന്നില്ല... സ്കൂൾ തീർത്തും പിടിക്കുന്നില്ല."

ഭീമേയുടെ വാക്കുകളിൽ ഇത്രയും നിരാശ ആദ്യമായാണ് രാംദേവിന് അനുഭവപ്പെടുന്നത്. എന്നാൽ ഭീമേ തുറന്നുപറയുന്നു എന്നതിൽ അയാൾക്ക് ആശ്വാസം തോന്നി.

"ഭീമേ, കുട്ടികളെ പഠിപ്പിക്കുക എന്ന വിചാരം തന്നെ ഏറെ സന്തോഷം നൽകുന്നതാണെന്ന് നീ തന്നെയല്ലേ പറയാറുള്ളത്?"

ഭീമേയുടെ പുറകിൽ നിന്നുകൊണ്ട് രാമാ അവളെ തന്റെ കൈകൾക്കുള്ളിലാക്കി, തന്റെ താടി അവളുടെ തലയിൽ വെച്ചു. ഇരുവരും ഇപ്പോൾ പരസ്പരം കണ്ണാടിയിൽ നോക്കുകയായിരുന്നു.

"അതേ രാമാ... കുട്ടികളെ പഠിപ്പിക്കേണ്ടത് വളരെ അത്യാവശ്യമാണെന്ന് ഞാൻ ഇപ്പോഴും പറയുന്നു. ഇവിടെ നിന്നാണ് ഏറ്റവും വലിയ മാറ്റം വരിക..."

"പിന്നെ ഇപ്പോഴെന്തുണ്ടായി? എന്താ നിരാശയായത് ഭീ...?"

ബസ്തറിലെ ഈ ഗ്രാമങ്ങളിൽ തന്നെയാണ് രാംദേവ് വളർന്നു വന്നത്. കുട്ടിക്കാലം മുതൽ സ്കൂളുകളുടെ അവസ്ഥ അയാൾക്കറിയാമായിരുന്നു. വിദ്യാഭ്യാസം വ്യാപിപ്പിക്കാനുള്ള ആവേശവും ജ്വലിക്കുന്ന അഗ്നിയും ഭീമേയുടെ ഉള്ളിൽ കാണുമ്പോൾ അയാൾ വളരെ സന്തോഷവാൻ ആകുമായിരുന്നു. സ്കൂളിൽനിന്ന് ടീച്ചർമാർ അപ്രത്യക്ഷരാകുന്ന കഥ ഭീമേയിൽ നിന്ന് അയാൾ എപ്പോഴും കേൾക്കാറുണ്ട്. എന്നാൽ

അതൊന്നും ഭീമേയുടെ ആത്മവിശ്വാസത്തെ തകർത്തില്ല. രാംദേവിന്റെ പ്രോത്സാഹനം കൊണ്ടു മാത്രമാണ് ഭീമേ ഒരു പ്യൂണിന്റെയും കുറച്ചു കുട്ടികളുടെയും സഹായത്തോടെ ദിവസം മുഴുവൻ സ്കൂളിൽ കഴിച്ചു കൂട്ടിയിരുന്നത്. എന്നാൽ ബാക്കി ടീച്ചർമാരുടെ നിർദ്ദയമായ പെരുമാറ്റം അവളെ തകർക്കുകയായിരുന്നു.

"രാമാ, നമ്മൾ ആദിവാസികളെ ആരും മനുഷ്യരായി കണക്കാക്കുന്നില്ല. പട്ടണസമൂഹത്തിന്റെ കണ്ണിൽ നമ്മൾ അവരുടെ കൂട്ടത്തിൽ പെട്ടവരല്ല. ഇവിടുത്തെ ദരിദ്രരായ കുട്ടികൾക്ക് പഠിക്കാനുള്ള അവകാശം തന്നെ ഇല്ലെന്നു തോന്നുന്നു." ഭീമേയുടെ സ്വരം വിറയ്ക്കുന്നുണ്ടായിരുന്നു.

രാംദേവ് ഭീമേയെ തന്റെ നേരെ തിരിച്ചു. ഭീമേ കരച്ചിലടക്കാൻ ശ്രമിക്കുകയാണെന്ന് അയാൾക്കു മനസ്സിലായി.

അവൾ തല കുനിച്ചു. അവൾ നിറഞ്ഞ കണ്ണുകൾ രാംദേവിനെ കാണിക്കാൻ ഇഷ്ടപ്പെട്ടിരുന്നില്ല. രാംദേവ് അവളുടെ നെറ്റിയിൽ ചുംബിച്ചു. പൊള്ളുന്ന ചൂടിൽ നടന്നുവന്ന ഭീമേയുടെ ശരീരത്തിലെ വിയർപ്പിന്റെ ഗന്ധം അയാൾ അനുഭവിച്ചു. ഭീമേ തളർന്ന് അയാളുടെ നെഞ്ചിൽ തല ചായ്ച്ചു. അവൾ ഇപ്പോൾ പൊട്ടിക്കരയുകയായിരുന്നു. അവളുടെ വിചാരങ്ങളുടെ ബലൂൺ പുറത്തു വരുന്നതും കാത്ത് രാംദേവ് നിന്നു.

കുറച്ചു നേരത്തിനുശേഷം രാംദേവ് അവളുടെ താടി പിടിച്ചുയർത്തി. കണ്ണുനീരിൽ കുതിർന്ന അവളുടെ മുഖത്ത് വികാരങ്ങൾ ചിതറിക്കിടക്കുന്നത് അയാൾ കണ്ടു. തന്റെ പിതാവ് ഹേഡിയായുടെ മരണസമയത്തു മാത്രമാണ് ഭീമേയെ ഇത്രയും പരവശയായി രാംദേവ് കണ്ടിട്ടുള്ളത്.

"മതി ഭീ..., കരയരുത്," രാമയുടെ തൊണ്ടയിൽനിന്ന് വാക്കുകൾ പുറത്തു വീണു.

കുറച്ചുനേരം കരഞ്ഞതിനുശേഷം ഭീമേ സ്വയം നിയന്ത്രിക്കാൻ തുടങ്ങി. അവൾ തന്റെ കണ്ണുനീർ തുടച്ചു.

"ഭീമേ, ശരിയായ പ്രശ്നം എന്താണെന്ന് നിനക്കറിയോ?" രാംദേവ് ചോദിച്ചു.

ഭീമേ രാംദേവിനെ നോക്കി - എനിക്കൊന്നുമറിയില്ല, നീ തന്നെ പറയ് എന്നു പറയും പോലെ.

"സ്കൂളിൽ ടീച്ചർമാർ വരാത്തത്, കുട്ടികളുടെ ഹാജർ കുറയുന്നത്. ഇതൊന്നുമല്ല ശരിയായ പ്രശ്നം ഭീമേ," രാംദേവ് പറഞ്ഞു.

ഭീമേ ഇപ്പോഴും ഒരു സ്കൂൾ കുട്ടിയെ പോലെ ഏതോ പ്രധാനപ്പെട്ട ഒരു പാഠം കേട്ടു പഠിക്കുന്നതുപോലെ രാംദേവിന്റെ മുഖത്തേക്ക് നോക്കിക്കൊണ്ടിരുന്നു.

"സ്ത്രീകളുടെ പങ്കാളിത്തമില്ലാത്തതാണ് യഥാർത്ഥ പ്രശ്നം. അമ്മമാരിൽ ബോധവൽക്കരണത്തിന്റെ കുറവ്."

ഭീമേ നിശ്ശബ്ദയായിരുന്നു. രാംദേവ് ഏതോ വലിയ കടങ്കഥയുടെ ചുരുളഴിക്കുന്നതു പോലെയാണ് അവൾക്കു തോന്നിയത്.

"ഭീ... ഞാൻ പറഞ്ഞു വരുന്നത്, സ്കൂളിൽ കുട്ടികളുടെ ഹാജർ വർദ്ധിക്കുമ്പോൾ അധ്യാപകർ സ്കൂളിൽ വരാൻ നിർബന്ധിതരാകും. അമ്മമാർ വിചാരിച്ചാലേ കുട്ടികളെ നിർബന്ധിച്ച് സ്കൂളിൽ വിടാനാകൂ."

ആദിവാസി സമൂഹത്തിൽ എപ്പോഴും സ്ത്രീകൾക്കാണ് പ്രധാന സ്ഥാനമുള്ളത്. ഇപ്പോൾ ഒരിക്കൽ കൂടി ആദിവാസി സ്ത്രീകൾ മുൻകൈ എടുക്കേണ്ടിയിരിക്കുന്നു. ഇക്കാര്യം ഭീമേയെ ബോദ്ധ്യപ്പെടുത്തുകയാണ് രാംദേവ്.

"ഭീമേ, സ്ത്രീകൾ ഒരു തവണ നീ പറയുന്നതു മനസ്സിലാക്കിയാൽ പകുതി വിജയിച്ചു. പഠിപ്പുള്ളതു കൊണ്ടാണ് നിന്റെ ഉള്ളിൽ ഇത്രയും രോഷം പതഞ്ഞുപൊങ്ങുന്നത്. ഇതിന്റെ പകുതി അറിവ് സ്ത്രീകൾക്കു ലഭിച്ചാൽ ഈ പോരാട്ടം ജയിക്കുമെന്ന് ഉറപ്പാണ്."

നിരാശയിലാണ്ടിരിക്കുന്ന ഭീമേയ്ക്ക് പെട്ടെന്ന് പ്രതീക്ഷയുടെ ഒരു കിരണം കിട്ടിയതു പോലെയായി. അവൾക്ക് തന്റെ ഞെരമ്പുകളിൽ രക്തം തുടിക്കുന്നത് അനുഭവപ്പെടാൻ തുടങ്ങി.

അന്നു രാത്രി ഏറെ വൈകുന്നതുവരെ ഭീമേ തിരിഞ്ഞും മറിഞ്ഞും കിടന്നുകൊണ്ടിരുന്നു. സ്കൂൾ ഉപേക്ഷിക്കണമോ വേണ്ടയോ? നാളെ തന്നെ ഉപേക്ഷിക്കണമോ വേണ്ടയോ? നാളെ തന്നെ ഉപേക്ഷിക്കാമെന്ന് ചിലപ്പോൾ വിചാരിക്കും. അത്ര പെട്ടെന്നു വേണ്ടെന്ന് പിന്നെ ചിന്തിക്കും. തന്റെ നിർദ്ധനാവസ്ഥയെക്കുറിച്ച് അവൾക്ക് ബോദ്ധ്യമുണ്ടായിരുന്നു. പിന്നെ രാംദേവിന് സ്ഥിരജോലിയില്ലാത്ത കാര്യവും അവളുടെ മനസ്സിലുണ്ട്. എന്നാൽ രാംദേവുമായുള്ള സംഭാഷണത്തിനുശേഷം അവളുടെ നിരാശ പോയി മറഞ്ഞു. അയാളുടെ വാക്കുകൾ അവളുടെ മനസ്സിൽ ഇടംപിടിച്ചിരുന്നു. സ്ത്രീകളെ സംഘടിപ്പിക്കുകയും അവരെ ശക്തിപ്പെടുത്തുകയും ചെയ്യുന്ന കാര്യം. രാംദേവിന്റെ ആശയത്തിൽ അവൾക്ക് എപ്പോഴും വിശ്വാസമുണ്ടായിരുന്നു. അയാളുടെ സാമർത്ഥ്യത്തിലും. എന്നാൽ ഇന്ന് രാമായെക്കുറിച്ച് അവൾക്ക് അഭിമാനം തോന്നുകയായിരുന്നു. അടിച്ചമർത്തപ്പെട്ട ഈ സമൂഹത്തിന്റെ ഊടുംപാവും അയാൾ എത്ര നന്നായി മനസ്സിലാക്കിയിരിക്കുന്നു!

സ്ത്രീകളുടെ സംഘടന ഉണ്ടാക്കുമെന്ന് ഭീമേ തീരുമാനിച്ചു. പക്ഷേ, ഈ കാര്യത്തിൽ ആരാണ് തന്നെ സഹായിക്കാനായി ഉണ്ടാവുക? പെട്ടെന്ന് അവൾക്ക് ഇക്കാര്യത്തിൽ തന്നെ സഹായിക്കാൻ പറ്റുന്ന ഒരാളെ ഓർമ്മ വന്നു. പരവശയായ അവളുടെ മുഖത്ത് പെട്ടെന്ന് ഒരു പുഞ്ചിരി വിടർന്നു. ഇനി അവൾക്ക് സ്വസ്ഥമായി ഉറങ്ങാം. അവൾ തിരിഞ്ഞു

കിടന്നപ്പോൾ തന്റെ അടുത്ത് രാംദേവും ഉണർന്നു കിടക്കുന്നത് അവൾ കണ്ടു. അവൾ പുഞ്ചിരിച്ചു. ഭീമേയുടെ രാമാ അവളെ തന്റെ കൈകളിൽ ഒതുക്കി. അല്പസമയത്തിനകം ഇരുവരും ഉറക്കത്തിലായി.

11

"സർ ഡെൽറ്റ ഫിറ്റ് ചെയ്തു..."

ഇൻസ്പെക്ടർ ശുക്ലയുടെ ശബ്ദം കേട്ട് എസ്.പി. സഞ്ചിത് ചൗധരി ഞെട്ടിയുണർന്നു. ആഗസ്തിലെ കടുത്ത ചൂടിൽ തന്റെ ഓഫീസിൽ കസേരയിൽ തല ചാരി വിശ്രമിക്കുകയായിരുന്നു അയാൾ. എസി ഉള്ളതുകൊണ്ട് മുറിയിൽ ചൂടിന് ആശ്വാസമുണ്ടായിരുന്നു. എന്തോ ആലോചിച്ചിരുന്ന് മയങ്ങിപ്പോയതാണ്. ശുക്ലയോടൊപ്പം സബ് ഇൻസ്പെക്ടർ ഇംതിയാസ് അൻസാരിയും ഉണ്ടായിരുന്നു. ഇരുവരേയും മീറ്റിംഗിനായി തന്റെ മുറിയിലേക്ക് വിളിപ്പിച്ചതാണ്. അയാൾ എപ്പോഴും മാവോവാദികൾക്കെതിരെ പദ്ധതി തയ്യാറാക്കുന്നതിൽ മുഴുകിയിരുന്നു. അപ്പൽ രാജുവിനെയും കരതം ഗംഗയെയും പിടിച്ചതിനുശേഷം മാവോവാദികളുടെ മറ്റു ചില കൂട്ടാളികളെയും പിടികൂടുന്നതിൽ അയാൾ വിജയിച്ചിരുന്നു. അറസ്റ്റുകൾ ആഴ്ചതോറും നടക്കാറുണ്ട്. എന്നാൽ അതിൽ അധികവും ഗ്രാമവാസികളായിരിക്കും, അവർക്കാകട്ടെ മാവോവാദികളുമായി ഒരു ബന്ധവും ഉണ്ടാകില്ല. സംശയത്തിന്റെ പേരിലാണ് അവരെ പിടിച്ചിരുന്നത്. കുറച്ചു ആഴ്ചകളോ ഒന്നു-രണ്ടു മാസമോ കഴിയുമ്പോൾ അവർ മോചിതരാകും. ചൗധരി ഇതിനിടെ ഉൾഗ്രാമങ്ങളിൽ തന്റെ ചാരന്മാരുടെ നെറ്റ്‌വർക്ക് ഉണ്ടാക്കുന്നതിൽ ശ്രദ്ധ കേന്ദ്രീകരിച്ചിരിക്കുകയാണ്.

"സർ ഡെൽറ്റ ഫിറ്റ് ചെയ്തു." ചൗധരിയുടെ മുന്നിൽ കസേരയിൽ ഇരുന്നുകൊണ്ട് ശുക്ല പറഞ്ഞു.

"വെരി ഗുഡ് എവിടെയാണ് സ്ഥാപിച്ചത്?"

"ഹെൽത്ത് വർക്കർമാരുടെ കൂടെ."

"എന്നുവെച്ചാൽ?"

"സർ, ചുറ്റുപാടും മലേറിയ പടർന്നിരിക്കുകയാണ്. എല്ലാ ഗ്രാമങ്ങളിലും ആളുകൾക്ക് രോഗം പിടിപെട്ടിട്ടുണ്ട്. സർക്കാർ മലേറിയ പ്രതിരോധ പ്രവർത്തനം തുടങ്ങിയിരിക്കുകയാണ്. ഗ്രാമങ്ങളിൽ മരുന്ന് വിതരണം ചെയ്യുന്നതിനും മലേറിയ തടയുന്നതിനുമായി നിരവധി ആരോഗ്യ പ്രവർത്തകർ ചുറ്റി സഞ്ചരിക്കുന്നുണ്ട്. പല എൻജിഒകളും ഇതിൽ ചേർന്നിട്ടുണ്ട്. അവർക്ക് ആളുകളെ ആവശ്യമുണ്ട്." ശുക്ല പറഞ്ഞു.

"അവരിൽ ഒരാളുടെ കൂടെ പറഞ്ഞുവിട്ടു സർ. വളണ്ടിയർ എന്ന

പേരിൽ," സബ് ഇൻസ്പെക്ടർ അൻസാരി പുഞ്ചിരിച്ചുകൊണ്ട് പൂർത്തീകരിച്ചു.

"ബ്രില്യന്റ്!" ചൗധരി സന്തോഷംകൊണ്ട് മുഷ്ടി ചുരുട്ടി മേശയിൽ ഇടിച്ചുകൊണ്ട് പറഞ്ഞു. "ബ്രില്യന്റ്! ശുക്ലാ ബ്രില്യന്റ്! ബോത്ത് ഓഫ് യു ആർ ജസ്റ്റ് ടൂ ഗുഡ്."

"മറ്റൊരു കാര്യം കൂടിയുണ്ട് സർ. ഈ എൻജിഒ കൂടുതൽ ആളുകളെ കണ്ടെത്താനും മലേറിയാ പ്രതിരോധപ്രവർത്തനത്തിൽ അവരെ പങ്കാളിയാക്കാനുമുള്ള ഉത്തരവാദിത്തം ഡെൽറ്റയ്ക്കാണ് നൽകിയിരിക്കുന്നത്," അൻസാരി പറഞ്ഞു.

"എന്നുവെച്ചാൽ നമുക്ക് കൂടുതൽ ആളുകളെ ഫിറ്റു ചെയ്യാൻ കഴിയുമെന്ന്..."

"അതെ സർ," ശുക്ല പറഞ്ഞു.

"എന്നാൽ ഇതിൽ തെറ്റുപറ്റാൻ സാദ്ധ്യതയുണ്ട്," ചൗധരി സംശയത്തോടെ പറഞ്ഞു. "എല്ലാവരും ഡെൽറ്റയെ പോലെ സ്മാർട്ട് ആകണമെന്നില്ല. ഇപ്പോൾ അയാളെ അയാളുടെ ജോലി ചെയ്യാൻ വിടുക. ലെറ്റ്സ് സീ ഹൗ ഇറ്റ് ഗോസ്. അതിനുശേഷം തീരുമാനിക്കാം."

ശുക്ലയും അൻസാരിയും അയാൾ പറഞ്ഞത് അംഗീകരിക്കുന്ന മട്ടിൽ തല കുലുക്കി.

"ശരി, ഞാൻ ഇപ്പോൾ പുറപ്പെടുകയാണ്. എനിക്ക് റായ്പുർ പോകണം. നിങ്ങൾ കരുതിയിരിക്കണം, പ്രവർത്തനം തുടരണം," എന്നു പറഞ്ഞുകൊണ്ട് ചൗധരി മുറിക്ക് പുറത്തേക്കു പോയി.

12

ഞായറാഴ്ച ആയിരുന്നു. അതിരാവിലെതന്നെ ഭീമേ സുരിയുടെ അടുത്തേക്കു പോയി.

അവൾ ചെല്ലുമ്പോൾ സുരി പശുക്കൾക്ക് തീറ്റ തയ്യാറാക്കുകയായിരുന്നു. അവളുടെ കൈകൾ നനഞ്ഞിരുന്നു. തന്റെ പശുക്കളെ സുരി നല്ലപോലെ പരിപാലിച്ചിരുന്നു. ചിട്ടാപാഡയിൽ മാത്രമല്ല, അയൽഗ്രാമങ്ങളിലൊന്നും തന്നെ സുരിയെപ്പോലെ വളർത്തുമൃഗങ്ങളെ സ്നേഹിച്ചിരുന്ന മറ്റാരും ഉണ്ടായിരുന്നില്ല. ആളുകൾ കാലികളെ മേയാനായി കാട്ടിലേക്ക് അങ്ങനെ അഴിച്ചുവിടും. എന്നാൽ സുരി തന്റെ പശുക്കൾക്ക് അങ്ങാടിയിൽ നിന്നും പ്രത്യേകം തീറ്റ വാങ്ങിക്കൊണ്ടു വരും. പോഷകാഹാരമുള്ളതും തന്റെ പശുക്കൾക്ക് ഇഷ്ടപ്പെട്ടതുമായ തീറ്റ. കാട്ടുപുല്ലുമായി കൂട്ടി കലർത്തി പ്രത്യേക തീറ്റ തയ്യാറാക്കും. ആഴ്ചയിൽ ചുരുങ്ങിയത് മൂന്നു തവണ.

സുരി അല്പം ആശ്ചര്യത്തോടെ ഭീമേയെ നോക്കി. പിന്നെ, മെലിഞ്ഞ അരക്കെട്ടിൽ ഇരുകൈകളും വെച്ച് അവൾ പറഞ്ഞു, "അല്ലാ ഭീമേ, എന്താ അതിരാവിലെ തന്നെ."

ഭീമേ പുഞ്ചിരിച്ചുകൊണ്ട് അവളെ നോക്കി. ഒന്നും പറഞ്ഞില്ല.

അവളുടെ മറുപടിക്കു കാത്തുനിൽക്കാതെ സുരി വീണ്ടും തീറ്റ തയ്യാറാക്കാൻ തുടങ്ങി. തന്റെ കാലികളോടുള്ള അവളുടെ ഈ സമർപ്പണ മനോഭാവം ഭീമേക്ക് വളരെ ഇഷ്ടമായിരുന്നു.

"നിനക്ക് ഒരു കൂട്ടുകാരന്റെ ആവശ്യം ഒരിക്കലും ഉണ്ടാകില്ല എന്നാണ് എനിക്കു തോന്നുന്നത്. ഈ പശുക്കളുടെ കൂടെ നീ ജീവിതം കഴിച്ചോ." സുരിയെ കളിയാക്കികൊണ്ട് ഭീമേ പറഞ്ഞു.

"ഞാൻ കാലികളുടെ കൂടെ കഴിയണോ അതോ എന്റെ കൂട്ടുകാരനെ കന്നുകാലിയാക്കണോ എന്നതിനെക്കുറിച്ച് ആലോചിച്ച് നീ തല പുണ്ണാക്കണ്ട." ചിരിച്ചുകൊണ്ട് സൂരി പറഞ്ഞു. "അതു പോകട്ടെ, എന്താ ഈ അതിരാവിലെ."

സുരി ഭീമേയെക്കാൾ ഏതാണ്ട് നാലു വയസ്സ് ചെറുപ്പമാണ്. അവളുടെ ഏറ്റവും അടുത്ത കൂട്ടുകാരിയാണ്. ഭീമേയുടെ മനസ്സിൽ എന്താണ് നടക്കുന്നതെന്ന് ഏറ്റവും അധികം, ഏറ്റവും നന്നായി അറിയുന്നത് സുരിക്കാണ്. ഭീമേയെക്കാൾ താഴെയാണെങ്കിലും പലപ്പോഴും സുരിക്ക് അവളുടെ മൂത്ത സഹോദരിയെ പോലെ പെരുമാറേണ്ടി വന്നിട്ടുണ്ട്. ഭീമേയുടെ മനസ്സ് അസ്വസ്ഥമാകുമ്പോൾ, അവളുടെ മനസ്സ് അശാന്തമാകുമ്പോൾ സൂരി അവളെ സാന്ത്വനിപ്പിക്കും. ചിലപ്പോഴെല്ലാം വഴക്കു പറയും, ചിലപ്പോൾ കലഹിക്കും. അവൾ ഭീമേയുടെ രഹസ്യസൂക്ഷിപ്പുകാരി കൂടിയായിരുന്നു. അവളുടെ ഓരോ ചുവടുവെയ്പും മനസ്സിലെ ഓരോ അങ്കലാപ്പുകളും സുരിക്ക് അറിയാമായിരുന്നു. സുരിയും ഭീമേയും തമ്മിൽ ദൃഢമായ ആത്മബന്ധമായിരുന്നു. ഒരാളുടെ ഒരു കാര്യവും മറ്റൊരാൾ തള്ളിക്കളയില്ല, എന്തു ചെയ്യാനും അവർ തയ്യാറായിരുന്നു. ഊഞ്ചാപാഡയിലെ ജനകീയ കോടതിയിൽ ഭീമേയുടെ പിതാവ് ഹേഡിയ കുഞ്ചാമിന് മാവോവാദികൾ ശിക്ഷ വിധിക്കുമ്പോൾ, അന്ന് ചിട്ടാപാഡയിലെ കാടുകളിലൂടെ ഓടിയോടി ഭീമേയെ വിവരമറിയിക്കാൻ എത്തിയത് സുരിയായിരുന്നു. അന്നു മുതൽ ഇരുവരുടെയും സൗഹൃദത്തിൽ പ്രത്യേകമൊരു ആത്മബന്ധമുണ്ടായി.

ചിലപ്പോൾ അതുകൊണ്ടു തന്നെയാകാം സ്ത്രീകളെ സംഘടിപ്പിക്കുന്നതിനെക്കുറിച്ച് ഭീമേയോട് രാംദേവ് പറഞ്ഞപ്പോൾ അക്കാര്യത്തെക്കുറിച്ച് ഏറ്റവും ആദ്യം സുരിയോടു സംസാരിക്കാനായി അവൾ അവിടെ വന്നത്. ഇക്കാര്യത്തിൽ അവൾക്ക് സുരിയുടെ സഹായവും അഭിപ്രായവും ആവശ്യമുണ്ടായിരുന്നു.

"സ്കൂളുമായി ഒത്തുപോകാൻ കഴിയുന്നില്ല സുരീ," ഭീമേ കാര്യം പറയാൻ തുടങ്ങി, ഗൗരവത്തിലായി. സുരി ബക്കറ്റിലെ വെള്ളത്തിൽ കൈ

മുക്കി, പിന്നെ തന്റെ വസ്ത്രത്തിൽ തുടച്ചുകൊണ്ട് അടുത്തുള്ള കട്ടിലിൽ വന്ന് ഇരുന്നു. ഭീമേ ഇപ്പോഴും നിൽക്കുകയായിരുന്നു. അവൾ തുടർന്നു പറയാൻ തുടങ്ങി.

"സ്കൂളിൽ കുട്ടികൾ മുഴുവനായും വരുന്നില്ല, അധ്യാപകരും. അധ്യാപകർ ദിവസങ്ങളോളം സ്കൂളിൽ വരുന്നതേയില്ല."

"ഇത് നീ മുമ്പും എന്നോട് പറഞ്ഞിട്ടുണ്ട്." സുരി നിഷ്കളങ്കതയോടെ പറഞ്ഞു.

"ശരിയാണ്. എന്നാൽ ഇപ്പോൾ സ്ഥിതി വഷളായിക്കൊണ്ടിരിക്കുകയാണ്. ഇതെല്ലാം മാറേണ്ടതുണ്ട് സുരീ. സ്കൂളുകളിൽ ടീച്ചർമാരും കുട്ടികളും വരാതിരിക്കുന്നത് എന്നു വരെ നാം സഹിക്കും?" സംസാരിച്ചുകൊണ്ട് ഭീമേ സുരിയുടെ അടുത്തുവന്ന് ഇരുന്നു.

"നോക്ക്, ആദിവാസികൾക്കും പഠിക്കാനുള്ള അവകാശമുണ്ടെന്ന് പുറത്തുനിന്നു വരുന്ന ടീച്ചർമാർ മനസ്സിലാക്കുന്നില്ല. സുരീ, നമ്മുടെ ആളുകൾ വിദ്യാഭ്യാസം നേടിയിട്ട് എന്തു ചെയ്യാനാണ് എന്നാണ് മിക്കവരുടെയും വിചാരം. അതുകൊണ്ടുതന്നെയാണ് റായ്പുരിലെയോ ധംതരിയിലെയോ സ്കൂളുകളിൽ ദിവസവും കൃത്യമായി പഠിപ്പിക്കാൻ പോകുന്ന അദ്ധ്യാപകർ നമ്മുടെ ഇവിടെ വന്നാൽ സ്കൂളുകളിൽനിന്ന് മുങ്ങി നടക്കുന്നത്. ഇവിടെ ടീച്ചർമാർക്ക് മേലധികാരികളെ ഭയപ്പെടേണ്ടതില്ല എന്നതാണ് ഒരു കാര്യം. പിന്നെ ഇവിടുത്തെ ആളുകളിലും താത്പര്യമൊന്നും ഇല്ല. ഇതും ഒരു വസ്തുതയാണ്."

സുരി നിശ്ശബ്ദയായി ഭീമേ പറയുന്നതു കേൾക്കുകയാണ്.

"കഴിഞ്ഞ ഒന്നര ആഴ്ചയായി ഞാനും പ്യൂൺ മഡ്കാരാമും ചേർന്നാണ് സ്കൂൾ നടത്തിക്കൊണ്ടു പോകുന്നത്. എട്ടാം ക്ലാസ് വരെയുള്ള സ്കൂളാണ്. ഹെഡ്മാസ്റ്ററടക്കം നാല് അദ്ധ്യാപകർ! ഇവരില് മൂന്നു പേർ അപ്രത്യക്ഷമായിരിക്കുന്നു."

"ഇത് എത്ര കാലമായി നടക്കുന്ന കാര്യമാണ് ഭീമേ? സ്ഥിതി മെച്ചപ്പെടുത്താൻ നമുക്ക് എന്തു ചെയ്യാൻ കഴിയും?" സുരി ഒന്നുമറിയാത്ത പോലെ ചോദിച്ചു.

"എനിക്കു മടുത്തു. ഇപ്പോൾ സ്കൂളിൽ പോകാൻ തോന്നുന്നില്ല. ഇന്നലെ ഹെഡ്മാസ്റ്ററുമായി നല്ല വഴക്കുണ്ടായി."

"അപ്പോൾ നീ സ്കൂൾ ഉപേക്ഷിക്കുകയാണോ ഭീമേ?"

"അങ്ങനെ ചെയ്യാൻ തന്നെയാണ് ഞാൻ വിചാരിച്ചത്. പിന്നെ തോന്നി ഒളിച്ചോടിയതുകൊണ്ട് പ്രശ്നം പരിഹരിക്കപ്പെട്ടില്ല എന്ന്. രാമാ ഒരു ഐഡിയ പറഞ്ഞിട്ടുണ്ട്. അവൻ പറയുന്നതു ശരിയാണെന്ന് എനിക്കു തോന്നുന്നു."

അതിനുശേഷം ഭീമേ സുരിയോട് മുഴുവൻ കാര്യങ്ങളും പറഞ്ഞു. സ്ത്രീകളെ സംഘടിപ്പിച്ച് ഉണർത്തേണ്ടത് എങ്ങനെയെന്ന് വിശദീകരിച്ചു.

സുരി വളരെ മിടുക്കിയായ പെൺകുട്ടിയായിരുന്നു. സ്ത്രീകളെ സംഘടിപ്പിക്കുന്ന കാര്യം അവൾക്ക് വളരെ ഇഷ്ടപ്പെട്ടു. ഈ ഒരു പ്രവർത്തനം എത്ര വലിയ മാറ്റം കൊണ്ടുവരുമെന്ന് പെട്ടെന്ന് അവൾക്കു മനസ്സിലായി.

"സുരീ, സ്ത്രീകളോട് അവരുടെ കുട്ടികളെ എന്നും സ്കൂളിൽ അയയ്ക്കണമെന്ന് നമുക്കു പറയണം. സ്ത്രീകളുടെ ജാഗ്രത ഒരു ഗ്രാമത്തിൽ മാത്രമല്ല, എല്ലാ ഗ്രാമങ്ങളിലും ഉണ്ടാകണം. ചിട്ടാപാഡയിൽ നിന്നും ഛുട്ടേപാലയിൽനിന്നും നമുക്കു തുടങ്ങാം. ചുരുങ്ങിയത് മുപ്പത്-നാല്പതു സ്ത്രീകളെ അടുത്ത ഒരു മാസത്തിനകം സംഘടിപ്പിക്കേണ്ടതുണ്ട്."

സുരി ശരി എന്ന അർത്ഥത്തിൽ തലയാട്ടി. പിന്നെ പറഞ്ഞു, "പക്ഷേ ഭീമേ, സ്ത്രീകളെ മീറ്റിംഗിനായി ഇങ്ങനെ വിളിച്ചാലൊന്നും ആരും വരാൻ പോകുന്നില്ല, ആർക്കും ഒന്നും മനസ്സിലാകുക പോലും ഇല്ല."

"നീ പറഞ്ഞതു ശരിയാണ്. അതുകൊണ്ട് ഞാൻ ചിലത് ആലോചിച്ചിട്ടുണ്ട്. ഒന്നാമതായി സ്ത്രീകളോട് പറയേണ്ടത്, അടുത്ത ഞായറാഴ്ച പഞ്ചായത്ത് ആപ്പീസിനടുത്ത് ആദിവാസി പാട്ടും നൃത്തവും ആഘോഷവും ഉണ്ടെന്നാണ്."

ഭീമേയ്ക്ക് വളരെ ആലോചിച്ചപ്പോൾ കിട്ടിയ ഉപായമാണ്. പഞ്ചായത്ത് ആപ്പീസിനടുത്തു തന്നെയാണ് എല്ലാ ശനിയാഴ്ചയും നാട്ടുചന്ത കൂടുന്നത്. അതുകൊണ്ട് ആ സ്ഥലത്തെക്കുറിച്ച് പറഞ്ഞു മനസ്സിലാക്കിക്കാൻ പ്രയാസമുണ്ടാകില്ല. ആദിവാസി പാട്ടും നൃത്തവും ഉണ്ടെന്നു പറഞ്ഞാൽ ഇവിടെ പെട്ടെന്ന് ആളുകൾ ഒത്തുകൂടും. പ്രത്യേകിച്ച് സ്ത്രീകൾ ഇക്കാര്യത്തിൽ പ്രത്യേകം താത്പര്യം കാണിച്ചിരുന്നു.

ഇതു കേട്ടപ്പോൾ സുരിക്ക് വലിയ ആവേശം തോന്നി. സ്ത്രീകൾ എങ്ങനെ വരുമെന്ന ആശങ്ക അവൾക്ക് ഉണ്ടായിരുന്നു. എന്നാൽ ആദിവാസി പാട്ടും സംഗീതവും എന്ന ഐഡിയ അവൾക്ക് വളരെ ഇഷ്ടപ്പെട്ടു.

"ഭീമേ, കാര്യമൊക്കെ ഗംഭീരം തന്നെ. പക്ഷേ ഇത് നിന്റെ ബുദ്ധിയാണോ അതോ രാമായുടെയോ?" ഇപ്പോൾ കളിയാക്കാനുള്ള അവസരം സുരിയുടേതായിരുന്നു.

"ബുദ്ധി ആരുടേതാണ് എന്ന കാര്യം തൽക്കാലം വിട്. പരമാവധി ആളുകളെ എത്തിക്കാനുള്ള വഴി നോക്ക്." സുരിയുടെ വ്യംഗ്യം മനസ്സിലായതേയില്ല എന്ന രീതിയിൽ ഭീമേ പറഞ്ഞു.

"ഭീമേ, നീ ഛുട്ടേപാലയിലെ സ്ത്രീകളോട് പറയ്. ഞാൻ ചിട്ടാപാഡയിലെ എല്ലാവരേയും സംഘടിപ്പിക്കാം."

അതിനു ശേഷം പോകുന്നതിനിടെ ഭീമേ മറ്റൊരു ഐഡിയ കൂടി സുരിയോടു പറഞ്ഞു. ഈ മീറ്റിംഗ് വിജയിപ്പിക്കുന്നതിനു വേണ്ടി.

ഇതുകേട്ട് സുരിയുടെ കണ്ണുകൾ തിളങ്ങി.

13

രാത്രി ഒമ്പതര മണിയായിരുന്നു. കാലിപഹാഡിയിൽനിന്ന് ഏകദേശം ഇരുപതു കിലോമീറ്റർ ദൂരെ മാവോവാദി ക്യാമ്പിൽ കുറച്ചു പന്തങ്ങൾ കത്തുന്നുണ്ടായിരുന്നു. നല്ല ഉഷ്ണമുള്ള വേനൽക്കാലമായിരുന്നു. എന്നിട്ടും നീലപുതപ്പിനുള്ളിൽ ഉറങ്ങിയിരുന്ന പതിനേഴു വയസ്സുള്ള ഒരു വനിതാ കാഡർ തണുത്തു വിറയ്ക്കുകയായിരുന്നു. ഒരു കൂട്ടുകാരി അവളെ കമ്പിളി പുതപ്പിച്ചു, എന്നിട്ട് മുഖം മറച്ച് ഉറങ്ങിക്കൊള്ളാൻ പറഞ്ഞു.

"മൂന്നു ദിവസമായി പനി തുടങ്ങിയിട്ട്, ഇവളുടെ സ്ഥിതി വഷളായി കൊണ്ടിരിക്കുകയാണ്." കമലയെ പരിപാലിച്ചിരുന്ന ഒരു ഗോണ്ടി പെൺകുട്ടി പറഞ്ഞു.

കഴിഞ്ഞ അഞ്ചു മാസത്തിനിടെ രണ്ടു തവണ കമലയ്ക്ക് മലേറിയ വന്നിരുന്നു. ഇതു മൂന്നാം തവണയാണ് അവളെ രോഗം ആക്രമിക്കുന്നത്.

"മലേറിയയുടെ ഗുളികയൊന്നും പതിവായി ഇവർ കഴിച്ചിരുന്നില്ലേ?" തെലുഗു ശൈലിയിൽ സഞ്ജീവൻ റെഡ്ഡി ചോദിച്ചു.

"ഇവളെ ഇടയ്ക്കിടയ്ക്ക് രോഗം ആക്രമിക്കുന്നുണ്ട്. മെയ് മുതൽ ഇത് മൂന്നാം തവണയാണ്." പെൺകുട്ടി പറഞ്ഞു.

"അപ്പോൾ ഇവളെ ഇവിടെനിന്നും മാറ്റേണ്ടി വരും. ഗ്രാമത്തിൽ ആരുടെയെങ്കിലും അടുത്ത് അയയ്ക്ക്."

കടുത്ത രോഗം വന്നാൽ ഒരു കാഡറിനേയും കാട്ടിൽ താമസിപ്പിക്കാൻ കഴിയുമായിരുന്നില്ല. കമലയെപ്പോലുള്ള സഖാവിനെ ഗ്രാമത്തിൽ സംഗം അംഗങ്ങളുടെ അടുത്ത് വിടാൻ കഴിയും. തന്റെ സഹപ്രവർത്തകരെ പൊലീസിൽനിന്ന് രക്ഷിച്ച് ഗ്രാമങ്ങളിൽനിന്നും ദൂരെ ക്യാമ്പിൽ പാർപ്പിക്കേണ്ടത് തന്റെ ജോലിയാണെന്ന് സഞ്ജീവന് അറിയാമായിരുന്നു. എന്നാൽ അവരെ മലേറിയ മൂലം മരിക്കാൻ വിടാനും കഴിയില്ല.

റെഡ്ഡി പറഞ്ഞതനുസരിച്ച് പാർട്ടിയിലെ രണ്ട് ആൺകുട്ടികൾ ഗ്രാമത്തിലേക്ക് പുറപ്പെട്ടു. പുലർച്ചെ സംഗത്തിലെ നാലാളുകൾ ഈ ക്യാമ്പിൽ എത്തിയിരുന്നു. ഒരു കട്ടിലും കൊണ്ടാണവർ വന്നത്. കട്ടിലിന്റെ കാലുകൾ നീക്കം ചെയ്ത് അത് ഒരു സ്ട്രെച്ചർ പോലെ ആക്കിയിരുന്നു. കമലയെ അതിൽ കിടത്തി അവർ കൊണ്ടുപോയി.

റെഡ്ഡി പുറകിൽനിന്ന് പറഞ്ഞു, "ശ്രദ്ധിച്ചു പോകണം. അവളുടെ നില മോശമാണ്. പെട്ടെന്ന് ചികിത്സ കൊടുക്കണം."

റെഡ്ഡിയുടെ അനുമാനം ശരിയായിരുന്നു. കുറച്ചു ദൂരം പിന്നിട്ടപ്പോഴേക്കും കമലയുടെ സ്ഥിതി വഷളാകാൻ തുടങ്ങി. അവൾ ഛർദ്ദിക്കുവാൻ തുടങ്ങി. അല്പസമയത്തിനകം അവളുടെ ശരീരം പനിച്ചു

വിറയ്ക്കാൻ തുടങ്ങി. അവളുടെ ശരീരത്തിലെ ചൂടു കുറയ്ക്കാൻ കൂടെയുണ്ടായിരുന്ന വനിതാ സഖാവ് നനഞ്ഞ തോർത്ത് അവളുടെ നെറ്റിയിൽ വെച്ചു. എന്നാൽ ഇത്തവണ കമലയുടെ നില വളരെ മോശമാകാൻ തുടങ്ങി. അവൾ പിറുപിറുത്തുകൊണ്ട് കൂട്ടുകാരോടു നിൽക്കാൻ പറഞ്ഞു.

അവളെ ചുമന്നിരുന്ന ഗ്രാമീണർ കട്ടിൽ താഴെ വെച്ച് അവളെ മരത്തിനു താഴെ കിടത്തി. പെട്ടെന്ന് കമല തന്റെ കൈകാലുകൾ ഇട്ട് അടിക്കാൻ തുടങ്ങി. അല്പസമയത്തിനകം അവൾ ബോധരഹിതയായി. ഗ്രാമീണർ വീണ്ടും അവളെ എടുത്ത് കട്ടിലിൽ കിടത്തി നടക്കാൻ തുടങ്ങി. ഒരു മണിക്കൂർ കഴിഞ്ഞപ്പോൾ അവർ ചിട്ടാപാഡ ഗ്രാമത്തിനു പുറത്തെത്തി. ബിഷനും ദേവയും ഇവിടെ ഈ രോഗിയെ കാത്തു നിൽക്കുകയായിരുന്നു. രോഗം മൂർച്ഛിച്ച ഒരു രോഗിയെ കൊണ്ടുവരുന്നുണ്ടെന്ന് അവരോട് പറഞ്ഞിരുന്നു. കമലയെ ചുമലിൽനിന്ന് ഇറക്കിയ ഉടനെ തന്നെ ബിഷൻ അവളുടെ കണങ്കൈയിൽ നാഡി പരതാൻ തുടങ്ങി. ഏറെ നേരം നാഡി തെരഞ്ഞുകൊണ്ടിരുന്നു. പിന്നെ അവളുടെ കഴുത്തിലും നെഞ്ചിലും അനക്കമുണ്ടോ എന്നു നോക്കാൻ തുടങ്ങി. അവസാനം അയാൾ കമലയുടെ കണ്ണുകൾ പരിശോധിച്ചു.

പിന്നെ നിരാശയോടെ ബിഷൻ ദേവയെ നോക്കി. കമല മരിച്ചിരുന്നു.

അല്പസമയത്തിനകം ഈ വാർത്ത റെഡ്ഡിയുടെ അടുത്തെത്തി. തന്റേയും തന്റെ സുഹൃത്തുക്കളുടെയും കാര്യം നോക്കേണ്ടതുണ്ടെന്ന് സഞ്ജീവൻ റെഡ്ഡിക്കു തോന്നി. സ്ഥിതി നിയന്ത്രണവിധേയമാക്കാൻ കരുതലോടെ പ്രവർത്തിക്കേണ്ടതുണ്ട്. തന്റെ ക്യാമ്പിൽ മരുന്നുകളുടെ മെച്ചപ്പെട്ട സപ്ലൈ ആവശ്യമുണ്ട്.

14

ചിട്ടാപാഡയ്ക്കും ഛരുട്ടേപാലിനും ഇടയിൽ ചന്ത കൂടാറുള്ള സ്ഥലത്ത് രാവിലെ പതിനൊന്നു മണിക്ക് സ്ത്രീകളുടെ യോഗം ചേരാനാണ് തീരുമാനിച്ചത്. സുരിയും രാംദേവും രാവിലെ എട്ടുമണിക്കു തന്നെ അവിടെ എത്തി. രാംദേവ് രാവിലെതന്നെ ചിട്ടാപാഡയിൽ പോയി സുരിയേയും കൂട്ടി വന്നു. പഴയ മുണ്ടുകളുടെ ഒരു ഭാണ്ഡവും കുറച്ച് വടികളും സുരി കൂടെ കൊണ്ടുവന്നിരുന്നു. അല്പസമയത്തിനുള്ളിൽ ഭീമേ എത്തിച്ചേരും.

അവിടെ എത്തിയപ്പോൾ രാംദേവ് നാലുപാടും ഒന്നു നോക്കി. അയാൾ മീറ്റിംഗിന് പറ്റിയ ഒരു സ്ഥലം അന്വേഷിക്കുകയായിരുന്നു. കഴിഞ്ഞ രാത്രി തന്നെ ഭീമേ തന്റെ പ്ലാനിംഗ് എന്താണെന്നും എങ്ങനെയാണ് ഇരിപ്പിടം ഒരുക്കേണ്ടതെന്നും രാംദേവിന് പറഞ്ഞുകൊടുത്തിരുന്നു.

"ഇതാ... അവിടെ..." ഏതാണ്ട് ഇരുന്നൂറു മീറ്റർ അകലെ ഒരു സ്ഥലം ചൂണ്ടിക്കാണിച്ച് രാംദേവ് പറഞ്ഞു.

അവിടെ ചെറിയൊരു ഭാഗം അല്പം ഉയർന്നതായിരുന്നു. അത് ഒരു മൺതറ പോലെ ആയിരുന്നു. അവിടെ മീറ്റിംഗിനെ അഭിസംബോധന ചെയ്യുന്നവർക്ക് നിൽക്കാൻ കഴിയും. അതിനു പുറകിൽ മൂന്നു മരങ്ങൾ ഏതാണ്ട് V ആകൃതിയിൽ നിന്നിരുന്നു.

"സുരീ... ഭാണ്ഡം ഇങ്ങുതാ."

രാംദേവ് ഭാണ്ഡം തുറന്നു. ഭീമേ കുറെ മുണ്ടുകൾ ഒന്നിച്ച് തുന്നിയത് സുരിക്ക് നൽകി. രാംദേവ് നീളമേറിയ വിശാലമായ മുണ്ടിന്റെ ഒരറ്റം പിടിച്ച് ആദ്യത്തെ മരത്തിന്റെ അടുത്തുചെന്നു.

"ഇത് പിടിക്ക്... ഇങ്ങനെ," മുണ്ട് മരത്തോടു ചേർത്തുവെച്ചുകൊണ്ട് രാംദേവ് പറഞ്ഞു. പിന്നെ കീശയിൽനിന്ന് ആണികൾ ഉള്ള ഒരു ചെറിയ ഡബ്ബ എടുത്തു. അതിനുശേഷം അയാൾ മുണ്ട് മരത്തിൽ തൂക്കിയിടാനായി കല്ലുകൊണ്ട് ആണി തറയ്ക്കാൻ തുടങ്ങി.

സുരിക്ക് എന്തെങ്കിലും മനസ്സിലാകും മുമ്പ് രാംദേവ് രണ്ടാമത്തെ മരത്തെ ചുറ്റി മൂന്നാമത്തെ മരത്തിന് അടുത്തെത്തി. സുരി മുണ്ട് പിടിച്ചു കൊടുത്തു, രാംദേവ് മുണ്ട് ആണികൊണ്ട് മരത്തിൽ തറച്ചു. V ആകൃതിയിൽ ഒരു യവനിക തയ്യാറായി.

"കഴിഞ്ഞു... ഇനി ഈ വടികളിൽ ഈ ഹാർഡ്ബോർഡുകൾ തറയ്ക്കണം... അതോടെ തീർന്നു... ബാക്കിയൊക്കെ ഭീമേയുടെ ചുമതല." സുരിയെ നോക്കി രാംദേവ് പുഞ്ചിരിച്ചു.

ഹാർഡ്ബോർഡുകളിൽ വെള്ളക്കടലാസ് പതിച്ചിരുന്നു, അവയിൽ ചിത്രാത്മകമായ സന്ദേശങ്ങൾ ഉണ്ടായിരുന്നു.

എന്നോട് പറഞ്ഞതിൽ ഉപരിയായി ഭീമേ തയ്യാറെടുപ്പ് നടത്തിയിരിക്കുന്നു. സുരി മനസ്സിൽ വിചാരിച്ചു.

പത്തു മണിയോടടുത്ത് ഭീമേ വന്നു. അവൾ അഞ്ച് ആൺകുട്ടികളേയും അഞ്ച് പെൺകുട്ടികളേയും പിന്നെ വേറെ കുറച്ച് കുട്ടികളേയും കൂടെ കൂട്ടിയിരുന്നു. ആദിവാസി വാദ്യോപകരണങ്ങളുമായി കുറച്ചു കലാകാരന്മാരും കൂടെ ഉണ്ടായിരുന്നു. എല്ലാവരും പരമ്പരാഗത ആദിവാസി വേഷത്തിലായിരുന്നു. കൂടെ വന്ന ആറ് കുട്ടികൾ സ്കൂൾ യൂണിഫോം ധരിച്ചിരുന്നു. അവരുടെ കയ്യിൽ സ്കൂൾ ബാഗും മറ്റും ഉണ്ടായിരുന്നു.

"ആളുകൾ സമയത്ത് എത്തണമെങ്കിൽ എന്തെങ്കിലും വാദ്യഘോഷങ്ങൾ വേണ്ടി വരും," രാംദേവ് ചിരിച്ചുകൊണ്ടു പറഞ്ഞു, എന്നിട്ട് കലാകാരന്മാരുടെ നേരെ നോക്കി. കാര്യം പിടി കിട്ടിയപ്പോൾ അവർ ചെണ്ട കൊട്ടാൻ തുടങ്ങി.

പതിനൊന്നു മണി ആയപ്പോഴേക്കും സ്ത്രീകൾ എത്താൻ തുടങ്ങി. എന്നാൽ ഭീമേ അല്പം കൂടി കാത്തിരിക്കാം എന്ന പക്ഷത്തായിരുന്നു. സ്ത്രീകളുടെ എണ്ണം വളരെ കൂടുതൽ ഉണ്ടാകും എന്ന് അവൾക്ക് നല്ല പ്രതീക്ഷയുണ്ടായിരുന്നു. ഭീമേയും സുരിയും ഓരോ വീട്ടിലും ചെന്ന് ആളുകളെ പറഞ്ഞു മനസ്സിലാക്കിയിരുന്നു. പാട്ടും സംഗീതവുമെല്ലാം ഉള്ള പരിപാടിയാണെന്നാണ് എല്ലാ സ്ത്രീകളോടും പറഞ്ഞിരുന്നത്. ഭീമേ സ്കൂൾ കുട്ടികളെ V ആകൃതിയിലുള്ള കർട്ടനു പിറകെ ഒളിപ്പിച്ച് ഇരുത്തിയിരുന്നു. അവർക്ക് ഇഷ്ടമുള്ള ഭക്ഷണപദാർത്ഥങ്ങൾ നൽകിയിരുന്നു. രാംദേവ് അവരോടൊപ്പം കർട്ടനു പിറകെ തന്നെ ഇരുന്നു. ഭീമേയുടെ ഇന്നത്തെ മിഷനിൽ അയാളുടെ റോൾ വളരെ പ്രധാനപ്പെട്ടതാണ്.

സ്ത്രീകളെല്ലാം വന്നു ചേർന്നപ്പോൾ ഭീമേ സംസാരിക്കാൻ തുടങ്ങി.

“സഹോദരിമാരേ, ഞാൻ വിളിച്ചപ്പോൾ നിങ്ങളെല്ലാവരും ഇവിടെ എത്തിച്ചേർന്നതിൽ എനിക്ക് അതിയായ സന്തോഷം ഉണ്ട്. എന്നെ അറിയാത്ത ചിലർ ഉണ്ടെന്നു തോന്നുന്നു. ഞാൻ നിങ്ങളുടെ കുട്ടികൾ പഠിക്കുന്ന സ്കൂളിലെ ടീച്ചറാണ്.”

പല സ്ത്രീകൾക്കും കാര്യമൊന്നും പിടികിട്ടിയില്ല.

“ഞാൻ അദ്ധ്യാപികയാണ്. നിങ്ങളുടെ കുട്ടികളുടെ... ചിട്ടാപാഡയിലെ സ്കൂളിൽ”, ഭീമേ ഗോണ്ടി ഭാഷയിൽ പറഞ്ഞു, പിന്നെ ആംഗ്യം കൊണ്ടും മനസ്സിലാക്കിക്കാൻ ശ്രമിച്ചു.

പല സ്ത്രീകളുടെയും മുഖത്തെ പിരിമുറുക്കം അയയാൻ തുടങ്ങി. ഭീമേ എന്താണ് ചെയ്യുന്നതെന്ന് അവർക്കു മനസ്സിലായി. പലരും പുഞ്ചിരിച്ചുകൊണ്ട് ശരി ശരി എന്ന അർത്ഥത്തിൽ തലയാട്ടി. പിന്നീട് ഭീമേ ഗോണ്ടി ഭാഷയിൽ തന്നെ സംസാരിക്കാൻ തുടങ്ങി.

“വളരെ പ്രധാനപ്പെട്ട കാര്യം സംസാരിക്കാനാണ് നാം ഇവിടെ ഒത്തുചേർന്നിരിക്കുന്നത്. എന്നാൽ നിങ്ങൾക്കെല്ലാം ആദിവാസി പാട്ടും നൃത്തവും വളരെ ഇഷ്ടമാണല്ലോ. അതുകൊണ്ട് നമുക്ക് അതിൽനിന്നും തുടങ്ങാം. നിങ്ങളുടെ ഗ്രാമത്തിലെ തന്നെ ആൺകുട്ടികളും പെൺകുട്ടികളും പിന്നെ കാങ്കേറിൽ നിന്നുവന്ന ചില കലാകാരന്മാരുമാണ് ഈ സംഗീതവും പാട്ടും അവതരിപ്പിക്കുന്നത്.”

പാട്ടും നൃത്തവും തുടങ്ങിയതോടുകൂടി അന്തരീക്ഷം ഒന്നയഞ്ഞു. എല്ലാവരും ആസ്വദിക്കാൻ തുടങ്ങി. ആദ്യ പാട്ടിന്റെ വരികൾ ഗോണ്ടി സമൂഹത്തിന്റെ സാംസ്കാരിക മഹത്വത്തെക്കുറിച്ചുള്ളതായിരുന്നു. രണ്ടാമത്തെ പാട്ട് സ്ത്രീകളുടെ പ്രാധാന്യവും അവരുടെ റോളും എടുത്തുകാട്ടുന്നതായിരുന്നു. ഭീമേയുടെ തൊട്ടടുത്താണ് സുരി ഇരുന്നിരുന്നത്. അവൾ ഭീമേയെ നോക്കി പുഞ്ചിരിച്ചുകൊണ്ടിരുന്നു, ‘മോളേ, നീ പറയാൻ ഉദ്ദേശിച്ച കാര്യങ്ങളെല്ലാം എത്ര സമർത്ഥമായാണ് ഒരുക്കിയിരിക്കുന്നത്’ എന്നു പറയുംപോലെ.

പാട്ട് അവസാനിച്ചതോടുകൂടി ഭീമേ എഴുന്നേറ്റു നിന്ന് പറയാൻ തുടങ്ങി.

"സഹോദരിമാരേ, ഈ കുട്ടികൾ ഇവിടെ അവതരിപ്പിക്കാൻ ശ്രമിച്ചത് നമ്മുടെ ജീവിതമാണ്... നമ്മുടെ ബസ്തറിലെ ജീവിതം. ആദിവാസികളുടെ സംസ്കാരം... നമ്മുടെ സമ്പ്രദായങ്ങൾ... നമ്മുടെ അന്തരീക്ഷം... നമ്മുടെ ഓരോ ദിവസത്തേയും ജീവിതം."

ഇത്രയും പറഞ്ഞ് ഭീമേ ഓരോരുത്തരുടെയും മുഖഭാവങ്ങൾ മനസ്സിലാക്കാൻ ശ്രമിച്ചു. താൻ പറയുന്നത് ഈ സ്ത്രീകളുടെ ഉള്ളിലേക്ക് ഇറങ്ങി ചെല്ലണമെന്ന് അവൾ ആഗ്രഹിച്ചിരുന്നു. അവൾ പറയുന്നത് അവർക്ക് അനുഭവപ്പെടണം.

"ആദിവാസി സമൂഹത്തിന്റെ ശക്തി സ്ത്രീകളാണെന്ന് ഈ പാട്ടുകളിൽ നാം കണ്ടതാണ്... നിങ്ങളാണ് ഈ സമൂഹത്തെ നയിക്കുന്നത്... നിങ്ങളാണ് മുന്നോട്ടു കൊണ്ടുപോകുന്നത്... അല്ലേ?"

സുരിയുടെ അടുത്തിരിക്കുന്ന സ്ത്രീ പിറുപിറുക്കുന്നുണ്ടായിരുന്നു, 'ഈ പെൺകുട്ടി പറയുന്നത് ശരിയാണ്...' ഭീമേ തന്റെ ആശയവുമായി സ്ത്രീകളുടെ ഉള്ളിൽ പ്രവേശിക്കുകയാണ് എന്നു മനസ്സിലായപ്പോൾ സുരിക്ക് അതിയായ സന്തോഷമുണ്ടായി.

ഭീമേ തുടർന്നു സംസാരിച്ചു.

"കുഞ്ഞു ജനിച്ചു കഴിഞ്ഞാൽ അമ്മയിൽ നിന്നാണ് അത് ആദ്യത്തെ വാക്ക് പഠിക്കുന്നത്. അമ്മ തന്നെയാണ് അതിനെ സംസാരിക്കാനും നടക്കാനും ഭക്ഷണം കഴിക്കാനും എഴുന്നേൽക്കാനും ഇരിക്കാനും പഠിപ്പിക്കുന്നത്... ഞാൻ പറഞ്ഞു വരുന്നത്, നിങ്ങൾ ആഗ്രഹിക്കുകയാണെങ്കിൽ എല്ലാ ആളുകളേയും ശക്തരാക്കാനുള്ള കരുത്ത് നിങ്ങൾക്കുണ്ട്. നിങ്ങൾ മനസ്സുവെച്ചാൽ എല്ലാവരേയും മുന്നോട്ടു കൊണ്ടുപോകാൻ കഴിയും..."

"ഞാൻ ഒരു സ്കൂളിലെ അദ്ധ്യാപികയാണ്... ഞാൻ നിങ്ങളുടെ ഇടയിൽ നിന്നാണ് വരുന്നത്... ഞാൻ ഒരു സ്ത്രീയാണ്... ഈ ചിന്ത തന്നെ എനിക്ക് വലിയ കരുത്തു നൽകുന്നുണ്ട്... എന്നെ നല്ല ടീച്ചർ ആക്കുന്നുണ്ട്. പക്ഷേ സഹോദരിമാരേ... നിങ്ങൾ എന്നോടൊപ്പമില്ലെങ്കിൽ എനിക്ക് ഒറ്റയ്ക്ക് എന്തു ചെയ്യാൻ കഴിയും? ജനിച്ചിട്ട് 3-4 കൊല്ലംവരെ കുഞ്ഞിനെ എല്ലാം പഠിപ്പിക്കുന്ന അമ്മയുടെ ഉത്തരവാദിത്വമാണ് സ്വന്തം കുഞ്ഞിനെ സ്കൂളിൽ അയയ്ക്കുക എന്നുള്ളത്... എല്ലാ ദിവസവും സ്കൂളിൽ അയയ്ക്കുക."

സ്ത്രീകൾ ഭീമേ പറയുന്നത് കേൾക്കുകയായിരുന്നു. ചിലർക്ക് കാര്യം മുഴുവൻ പിടികിട്ടിയിരുന്നില്ല. എന്നിരുന്നാലും ഭീമേ എന്തോ ചില അത്യാവശ്യ കാര്യമാണ് പറയുന്നതെന്ന് അവർക്ക് മനസ്സിലായിരുന്നു.

"നിങ്ങളുടെ കുട്ടികൾ പഠിക്കുന്ന സ്കൂളിൽ എത്ര ക്ലാസ്സുകൾ ഉണ്ടെന്ന് അറിയാമോ...?" ഭീമേ അവരോട് ചോദിച്ചു.

സ്ത്രീകളെല്ലാം നിശ്ശബ്ദത പാലിച്ചു.

"അവിടെ എട്ട് ക്ലാസ്സുകൾ ഉണ്ട്... എട്ടാം തരം വരെ... അതായത് പഠിപ്പിക്കാൻ ഏറ്റവും കുറഞ്ഞത് എട്ടു പേർ വേണം... എട്ടില്ലെങ്കിൽ ഏഴ്... ഏഴില്ലെങ്കിൽ ആറ്... വേണ്ടേ?"

ഈ കാര്യം സ്ത്രീകൾക്ക് മനസ്സിലാകുന്നുണ്ടായിരുന്നു. അവർ താത്പര്യത്തോടെ ഭീമേയെ നോക്കിക്കൊണ്ടിരുന്നു.

"അവിടെ എത്ര പേർ ഉണ്ടെന്ന് നിങ്ങൾക്ക് അറിയാമോ?" ഭീമേ ചോദിച്ചു, പിന്നെ സ്ത്രീകളുടെ പ്രതികരണത്തിനായി നിർത്തി. അവൾ സ്ത്രീകളുടെ മുഖഭാവം മനസ്സിലാക്കാൻ ആഗ്രഹിച്ചിരുന്നു.

"അവിടെ ആകെ നാല് പേരാണ് ഉള്ളത്. നാലു പേർ മാത്രം... നാലേ നാല് പേർ," ഭീമേ തന്റെ കയ്യിലെ തള്ളവിരൽ മടക്കി നാല് വിരലുകൾ കാണിച്ചു.

സ്ത്രീകൾ താൻ പറയുന്നതിൽ താത്പര്യം കാണിക്കുന്നുണ്ടെന്ന് ഭീമേയ്ക്കു തോന്നി. എന്നാലും അവരെ സ്പഷ്ടമായി തന്നെ മനസ്സിലാക്കിക്കേണ്ടതുണ്ട്. ഇനി തന്റെ കുട്ടികളെ ഇവരുടെ മുന്നിലേക്കു കൊണ്ടു വരണം.

"നോക്കൂ സഹോദരിമാരേ, നാല് പേരേ ഉള്ളൂ എന്നതല്ല പ്രശ്നം... നിങ്ങളുടെ മക്കളെ പഠിപ്പിക്കാൻ ആരും വരുന്നില്ല എന്നതാണ് പ്രശ്നം... ഇനി ഇക്കാര്യം നിങ്ങളുടെ മക്കൾ തന്നെ നിങ്ങളോട് പറയും." സ്ത്രീകൾക്ക് എളുപ്പത്തിൽ മനസ്സിലാകാൻ വേണ്ടി ഭീമേ കൂടുതൽ കാര്യങ്ങളും ഗോണ്ടി ഭാഷയിലാണ് പറഞ്ഞത്.

ഭീമേ ഇതു പറഞ്ഞതോടുകൂടി സുരി സൂചന നൽകിയതനുസരിച്ച് ആദിവാസി കലാകാരന്മാർ ഒരു ഗോണ്ടി ഗാനം ആലപിക്കാൻ തുടങ്ങി. ഈ സമയത്ത് ഓരോരോ കുട്ടികളെയായി രാംദേവ് പുറത്തേക്ക് അയയ്ക്കാൻ തുടങ്ങി. കുട്ടികളുടെ കൈകളിൽ ഉണ്ടായിരുന്ന ബോർഡുകളിൽ സന്ദേശ രൂപത്തിലുള്ള ചിത്രങ്ങൾ ഉണ്ടായിരുന്നു. ഈ ചിത്രങ്ങളിലൂടെ ഭീമേ സ്കൂളിലെ ഇന്നത്തെ അവസ്ഥ വരച്ചു കാണിച്ചിരുന്നു. രണ്ടു കുട്ടികൾ രണ്ടു ചിത്രങ്ങൾ പിടിച്ച് അടുത്തടുത്ത് നിന്നു. ടീച്ചറില്ലാത്ത ക്ലാസ് റൂമിൽ കുട്ടികൾ പരസ്പരം വഴക്കടിക്കുന്നതായിരുന്നു ഒരു ചിത്രം. രണ്ടാമത്തെ ചിത്രത്തിൽ അദ്ധ്യാപകൻ വീട്ടിൽ കിടന്ന് ഉറങ്ങുന്നു. സ്കൂളുകളുടെ ഈ ദുരവസ്ഥയെക്കുറിച്ച് ഒരു കലാകാരൻ ഗോണ്ടി ഗാനം പാടാൻ തുടങ്ങി. ഗ്രാമത്തിലെ ആളുകൾക്ക് കാര്യങ്ങളൊക്കെ പിടികിട്ടി. ഇത്തരത്തിലുള്ള കുറെ ചിത്രങ്ങൾ കാണിച്ച് പറഞ്ഞും പാടിയും അവരെ കാര്യങ്ങൾ ധരിപ്പിച്ചു.

ഗ്രാമത്തിലെ സ്ത്രീകൾക്ക് വസ്തുത ബോദ്ധ്യപ്പെട്ടു, സ്കൂളിൽ

പഠിപ്പിക്കാനായി വരുന്ന നാലാളുകളിൽ മൂന്നുപേരെ കുറിച്ചും മിക്കപ്പോഴും വിവരമൊന്നും ഇല്ല.

അന്ന് പാട്ടെല്ലാം കഴിഞ്ഞപ്പോൾ സ്ത്രീകൾ ഭീമേയെയും സുരിയെയും വളഞ്ഞു. ഒരുപാടുനേരം ഇവർ പരസ്പരം സംസാരിച്ചുകൊണ്ടിരുന്നു. ഭീമേയോടും സുരിയോടും ചോദ്യങ്ങൾ ചോദിച്ചുകൊണ്ടിരുന്നു. ഭീമേയുടെ പോരാട്ടത്തിൽ ഗ്രാമത്തിലെ ആളുകളെല്ലാം അവളുടെ കൂടെ ഉണ്ടാകുമെന്ന് നിരവധി സ്ത്രീകൾ വാക്കു കൊടുത്തു.

15

2002 നവംബർ മാസം. വേനൽ ചൂട് അല്പമൊന്നു കുറഞ്ഞിട്ടുണ്ട്. എന്നാൽ ബസ്തറിലെ ഗ്രാമങ്ങളിൽ മലേറിയയുടെ ആക്രമണത്തിന് കുറവു വന്നിരുന്നില്ല. എന്നിരുന്നാലും അതിനോട് പൊരുതാനായി ബിഷൻ തയ്യാറാക്കിയിരുന്ന ഹെൽത്ത് വർക്കർമാരുടെ ടീം വലുതായിക്കൊണ്ടിരുന്നു. ബീജാപുരിലേയും ദന്തേവാഡയിലേയും നിരവധി ഗ്രാമങ്ങളിൽ ജനങ്ങൾ ബിഷന്റെ സ്ഥാപനമായ 'ആരോഗ്യ'യെ സഹായിക്കുന്നുണ്ടായിരുന്നു. ഡോക്ടർമാരുടെ സാന്നിദ്ധ്യം ഇപ്പോഴും നാമമാത്രമായിരുന്നു. സർക്കാർ മരുന്നുകടകളിൽ ഒന്നും കിട്ടാനുണ്ടായിരുന്നില്ല. എന്നാൽ ഛത്തീസ്ഗഢ് പുതിയ സംസ്ഥാനമാണെന്നുള്ളതും ശരിയാണ്. സംസ്ഥാനത്തെ ആദ്യത്തെ സർക്കാർ 'ആരോഗ്യ' പോലെയുള്ള സന്നദ്ധസംഘടനകൾക്ക് മലേറിയ പ്രതിരോധ പ്രവർത്തനങ്ങൾക്ക് ധാരാളം പണം നൽകുന്നുണ്ടായിരുന്നു. അടുത്ത ഡിസംബറിൽ തെരഞ്ഞെടുപ്പ് നടക്കാനുള്ളതാണ്. അതുകൊണ്ടുതന്നെ ഏതു വിധത്തിലും ഈ ഗ്രാമങ്ങളിൽ സർക്കാരിന്റെ സാന്നിദ്ധ്യമുണ്ടെന്ന് ബോദ്ധ്യപ്പെടുത്തേണ്ടത് അത്യാവശ്യമായിരുന്നു.

തന്റെ സ്ഥാപനത്തിന്റെ നെറ്റ്‌വർക്ക് വളരുന്നതിൽ ബിഷൻ സന്തോഷവാനായിരുന്നു. 'ആരോഗ്യ'യുടെ ജോലി വർദ്ധിക്കുന്നതോടൊപ്പം തന്നെ അയാളുടെ ഉത്തരവാദിത്തങ്ങളും കൂടിക്കൊണ്ടിരുന്നു. എല്ലായിടത്തും ഓടി നടക്കുന്നതിനിടയിൽ ഓഫീസിലെ ഫയൽപണികളുടെ ഭാരവും അയാളിലായി. ജഗദൽപുരിൽനിന്നാണ് അയാളുടെ സ്ഥാപനം പ്രവർത്തിച്ചിരുന്നത്, എന്നാൽ 'ആരോഗ്യ'യുടെ ഹെഡ് ഓഫീസ് റായ്പുർ ആയിരുന്നു. അതുകൊണ്ടുതന്നെ ജഗദൽപുരിനും റായ്പുരിനുമിടയിലും ബിഷൻ ഓടിക്കൊണ്ടിരുന്നു. ഇതിനിടെ തന്റെ സ്ഥാപനത്തോട് ബഹളം വെച്ച് തന്റെ ടീമിന് ആവശ്യമുള്ള നിരവധി സാധനങ്ങൾ സംഘടിപ്പിച്ചു. ആറു മാസം മുമ്പുവരെ അവരുടെ അടുത്ത് രണ്ട് മോട്ടോർ സൈക്കിൾ മാത്രമേ ഉണ്ടായിരുന്നുള്ളൂ. അതിൽ ബിഷനും ദേവയും സഹപ്രവർത്തകരും ദന്തേവാഡയിലേയും ബീജാപുരിലേയും ഗ്രാമങ്ങളിൽ

ഓടിക്കൊണ്ടിരുന്നു. കഴിഞ്ഞ മൂന്നു മാസത്തിനുള്ളിൽ മോട്ടോർ സൈക്കിളുകൾ രണ്ടിൽ നിന്ന് അഞ്ചായി. ഇപ്പോൾ ഓരോ ടീമിന്റെ പക്കലും ഓരോ മൊബൈൽ ഫോൺ ഉണ്ട്. അതുകൊണ്ട് ഗ്രാമത്തിലെ ജനങ്ങൾക്ക് അത്യാവശ്യ ഘട്ടത്തിൽ ഇവരുമായി നേരിട്ട് ബന്ധപ്പെടാനും വിവരങ്ങൾ അറിയിക്കാനും കഴിയുമായിരുന്നു.

ഇന്നലെ രാത്രിയാണ് ബിഷൻ റായ്പുരിൽനിന്ന് ജഗദൽപുരിൽ തിരിച്ചെത്തിയത്. രാവിലെ ഏകദേശം ആറുമണിക്ക് അയാളുടെ മൊബൈൽ ഫോൺ അടിച്ചു. അത് ദേവയുടെ ഫോൺ ആയിരുന്നു.

“ങാ, പറയൂ ദേവാ?” ബിഷൻ ഉറക്കച്ചടവോടെ പറഞ്ഞു.

“ഭയ്യാ, അങ്ങ് ഇവിടെ എത്തിയോ?”

“ഉവ്വ്, പറയ്... എന്താ കാര്യം?”

“ഒരു പ്രധാന കാര്യമുണ്ട്. അങ്ങയെ ഇപ്പോൾ തന്നെ കാണണം.”

“ഈ അതിരാവിലെ എന്താണ് കാര്യം ദേവാ... ങാ... ഇന്ന് നിനക്ക് ദോർനാപാൽ പോകേണ്ടതല്ലേ? പെട്ടെന്ന് പുറപ്പെട്, വൈകീട്ട് വന്നിട്ട് സംസാരിക്കാം.” ബിഷൻ ആലസ്യത്തോടെ പറഞ്ഞു.

“അതു പോരാ ഭയ്യാ... അങ്ങേക്ക് ക്ഷീണമുണ്ടെന്ന് അറിയാം... പക്ഷേ പോകും മുമ്പ് അങ്ങയെ കാണണം, കണ്ടിട്ടേ ഞാൻ അവിടെ പോകൂ.”

ദേവയുടെ ശബ്ദത്തിൽ പരിഭ്രമമുണ്ടെന്ന് ബിഷന് മനസ്സിലായി. അയാൾ ഇങ്ങനെയൊന്നും ഒരിക്കലും സംസാരിക്കാറില്ല. ഈ പരിഭ്രമത്തിന്റെ കാരണം എന്തായിരിക്കും?

“ശരി, എന്നാൽ വരൂ,” അയാൾ പറഞ്ഞു. എന്നിട്ട് എഴുന്നേറ്റ് ചായ ഉണ്ടാക്കാനായി അടുക്കളയിലേക്കു കടന്നു. ദേവ പെട്ടെന്നു വരുമെന്ന് അയാൾക്ക് അറിയാമായിരുന്നു. ഗ്യാസ് സ്റ്റൗവിൽ ചായപാത്രം വെച്ചുകൊണ്ട് ബിഷൻ വീണ്ടും ആലോചിക്കാൻ തുടങ്ങി. ഹെൽത്ത് വർക്കർമാരെ രഹസ്യമായി നിരീക്ഷിക്കുന്നുണ്ടെന്ന് കുറച്ചുനാളുകളായി ദേവയ്ക്ക് എപ്പോഴും തോന്നിയിരുന്നു. ഏതെല്ലാം ഗ്രാമങ്ങളിൽ ഹെൽത്ത് വർക്കർമാർ പോകുന്നുണ്ടോ അവിടെയെല്ലാം തൊട്ടടുത്ത ദിവസം പൊലീസ് എത്തി ഗ്രാമീണരോട് അന്വേഷണം നടത്താറുണ്ടെന്ന് കഴിഞ്ഞ ആഴ്ച അയാൾ പറഞ്ഞിരുന്നു. ഇത്തരമൊരു അവസ്ഥയിൽ ഹെൽത്ത് വർക്കർമാർക്ക് വലിയ പ്രയാസങ്ങൾ നേരിട്ടിരുന്നു.

പൊലീസ് ഹെൽത്ത് വർക്കർമാരുടെ ഇടയിൽ അവരുടെ ചാരന്മാരെ ഗ്രാമങ്ങളിലേക്ക് അയച്ചിട്ടുണ്ട് എന്നോ മറ്റോ മാവോവാദികൾക്ക് തോന്നിയാലോ എന്നതായിരുന്നു ദേവയുടെ ഭയം. മിക്കപ്പോഴും രോഗം പിടിപ്പെട്ട സഖാക്കളെ ലിബറേറ്റഡ് സോണിനടുത്തുള്ള ഗ്രാമങ്ങളിലാണ് ചികിത്സയ്ക്ക് കൊണ്ടുവരാറുള്ളത്. എപ്പോൾ എങ്ങനെ ഒരു നക്സലിന്റെ സാന്നിദ്ധ്യം കണ്ടെത്താം എന്ന ശ്രമത്തിലായിരുന്നു പൊലീസ്. നക്സലുകളുടെ മിന്നലാക്രമണത്തിനു മറുപടിയായി പൊലീസ് തങ്ങളുടെ

രഹസ്യാന്വേഷണ ശൃംഖല ശക്തിപ്പെടുത്തുകയായിരുന്നു. ഹെൽത്ത് വർക്കർമാരിൽ നുഴഞ്ഞു കയറി അവർ നിരവധി ആളുകളെ പിടിക്കുകയും ചെയ്തിരുന്നു. ഇതു സംബന്ധിച്ച് എന്തെങ്കിലും വാർത്തയുമായി ആകും ദേവ വരുന്നതെന്ന് ബിഷന് തോന്നി.

ഏതാണ്ട് ഇരുപതു മിനിറ്റ് കഴിഞ്ഞപ്പോൾ കോളിംഗ് ബെൽ അടിച്ചു.

ബിഷൻ വാതിൽ തുറന്നു. ദേവ മുന്നിൽ നിൽക്കുന്നു. അകത്തുവന്ന് അയാൾ ഹെൽമറ്റ് മേശപ്പുറത്തു വെച്ചു, എന്നിട്ട് കസേരയിൽ ഇരുന്നു. ഇതിനിടെ ബിഷൻ അടുക്കളയിൽ നിന്ന് രണ്ടു കപ്പ് ചായയുമായി വന്നു. ഒരു കപ്പ് ദേവയ്ക്കു നൽകി അയാൾ അടുത്ത കസേരയിൽ ഇരുന്നു.

"പറയൂ... എന്താണ് വിശേഷം?" ബിഷൻ ചോദിച്ചു.

"ഭയ്യാ, ഇന്നലെ ചേന്ദൽനാറിൽ പോയിരുന്നു."

ചേന്ദൽനാർ ദന്തേവാഡയിലെ ഒരു ഉൾപ്രദേശഗ്രാമമാണ്. കഴിഞ്ഞ ആഴ്ച ഇവിടെ മലേറിയ മൂലം രണ്ടുപേർ മരിച്ചിട്ടുണ്ട്. ഈ പ്രദേശത്ത് പ്രത്യേക ശ്രദ്ധ വേണമെന്ന് ബിഷൻ നിർദ്ദേശിച്ചിട്ടുണ്ടായിരുന്നു.

"അവിടെ എന്തുണ്ടായി?" എന്തോ മോശം വാർത്തയാണ് ഉള്ളതെന്ന് ദേവയുടെ മുഖം കണ്ടാൽ മനസ്സിലാകും. "പൊലീസ് മിന്നൽ പരിശോധന നടത്തിയോ? പിന്നെ നിങ്ങളെ..."

"ഇല്ല ഭയ്യാ, പൊലീസല്ല...!"

"പിന്നെ..."

ബിഷൻ അക്ഷമനാകുന്നത് ദേവ ശ്രദ്ധിച്ചു. അയാൾ കാര്യം തുറന്നു പറഞ്ഞു, "അവിടെ ദാദമാർ വന്നിരുന്നു ഭയ്യാ. അവരിൽ ചിലർ നമ്മെ തടയുകയും ചെയ്തു."

"എന്ത്?" ബിഷൻ ഷോക്കടിച്ചതു പോലെയായി. മാവോവാദികൾ ദേവയെ പിടിച്ചോ?

ഇതുവരെയും മാവോവാദികൾ ഹെൽത്ത് വർക്കർമാരെ ബുദ്ധിമുട്ടിച്ചിരുന്നില്ല. രോഗികൾക്ക് മരുന്നു നൽകുന്നതിലും ചികിത്സിക്കുന്നതിലും അവർക്ക് പ്രശ്നമൊന്നും ഉണ്ടായിരുന്നില്ല. എന്നാലും ദന്തേവാഡയിലെ ഗ്രാമങ്ങളിൽ ഏതൊരു എൻജിഒയ്ക്കും പ്രവർത്തിക്കണമെങ്കിൽ മാവോവാദികളുമൊത്ത് സമരസപ്പെടണമായിരുന്നു. കോൺട്രാക്ടർമാർക്കും ബീഡിയില വ്യാപാരികൾക്കുമൊപ്പം ഈ എൻജിഒ പ്രവർത്തകരേയും മാവോവാദികൾ നിരീക്ഷിച്ചിരുന്നു. കോൺട്രാക്ടർമാരിൽ നിന്നും ബീഡിയില വ്യാപാരികളിൽനിന്നും നക്സലുകൾ ലെവി ഈടാക്കിയിരുന്നു, എന്നാൽ എൻജിഒ പ്രവർത്തകരുമായുള്ള അവരുടെ ബന്ധം കുറവായിരുന്നു. അവരുടെ പ്രവർത്തനങ്ങൾ നക്സൽ സ്വാധീനം വർദ്ധിപ്പിക്കുന്നതിൽ ഏതെങ്കിലും വിധത്തിൽ തടസ്സം സൃഷ്ടിക്കുന്നുണ്ടോ എന്നു മാത്രമാണ് മാവോവാദികൾ നിരീക്ഷിച്ചുകൊണ്ടിരുന്നത്.

“അതെ ഭയ്യാ,” ദേവ പറഞ്ഞു. “അവർ ഞങ്ങളെ കാടിനുള്ളിലേക്ക് കൊണ്ടുപോയി, ഒരു മാവോവാദി കമാണ്ടറുടെ മുന്നിൽ ഹാജരാക്കി.”

എന്നെങ്കിലും ഒരിക്കൽ ഇതു സംഭവിക്കേണ്ടതാണ്, ബിഷൻ മനസ്സിൽ വിചാരിച്ചു. മനസ്സുകൊണ്ട് അയാൾ അതിന് തയ്യാറുമായിരുന്നു. സംഘം അംഗങ്ങളുമായി മിക്കപ്പോഴും അയാൾ കണ്ടുമുട്ടാറുണ്ടായിരുന്നു, എന്നാൽ അവർ അയാളുടെ പ്രവർത്തനങ്ങളെക്കുറിച്ചു മാത്രമേ അന്വേഷിക്കാറുള്ളൂ. ബിഷൻ തന്റെ എൻജിഒ സഹപ്രവർത്തകർക്കിടയിൽ ഇവരെ അനുജന്മാർ എന്നാണ് പറയാറുള്ളത്. അയാൾ എപ്പോഴും എല്ലാവരോടും പറയുമായിരുന്നു, നിങ്ങൾ അനുജന്മാർ പറയുന്നത് അധികം ശ്രദ്ധിക്കേണ്ട, അവനവന്റെ തൊഴിലിന് മുൻഗണന നൽകുക. ഇന്നുവരെയും ബിഷനോ അയാളുടെ ഏതെങ്കിലും ടീം അംഗത്തിനോ ഏതെങ്കിലും വലിയ മാവോവാദി കമാണ്ടറുമായി ബന്ധപ്പെടേണ്ടി വന്നിട്ടില്ല.

ബിഷൻ ചായക്കപ്പ് മേശപ്പുറത്തു വെച്ചു. അയാളുടെ മുഖത്ത് ഗൗരവം നിഴലിച്ചു.

“സഞ്ജീവൻ റെഡ്ഡി?” അയാൾ ഊഹിച്ചുകൊണ്ട് ചോദിച്ചു.

ബസ്തറിലെ എല്ലാ ചലനങ്ങളും സഞ്ജീവൻ റെഡ്ഡിയാണ് നിരീക്ഷിച്ചിരുന്നത്. റായ്പുരിലും ജഗദൽപുരിലും ‘സഞ്ജീ ദാദ’യെ കുറിച്ച് ബിഷൻ ധാരാളം കേട്ടിട്ടുണ്ട്. ദേവയേയും അയാൾ തന്നെയാണോ വിളിപ്പിച്ചത്? അയാളുടെ ചിന്തയിലൂടെ ഇത്തരം കാര്യങ്ങൾ ഞൊടയിടയ്ക്കുള്ളിൽ കടന്നു പോയി.

“അല്ല. ഏതോ ലോക്കൽ കമാണ്ടർ ആയിരുന്നു ഭയ്യാ. സഞ്ജീ ദാദാ ഇവിടുത്തെ വലിയ കമാണ്ടറാണ്.”

“അയാൾ എന്താണ് പറഞ്ഞത്?” ബിഷൻ ചോദിച്ചു. ഹെൽത്ത് വർക്കർമാർക്കിടയിൽ പൊലീസിന് ചാരപ്പണി ചെയ്യുന്നവർ ഉണ്ടെന്നായിരിക്കും മാവോവാദികൾ ദേവയോട് പറഞ്ഞിരിക്കുക എന്ന് അയാൾ ഭയപ്പെട്ടു. എന്നാൽ ദേവ മറ്റ് ഏതോ ഒരു കഥയുമായാണ് വന്നിരിക്കുന്നത്.

“ഭയ്യാ, മലേറിയ നക്സലുകളെയും ബാധിച്ചിട്ടുണ്ട്. നമ്മൾ അവരെ സഹായിക്കണമെന്നാണ് അവർ ആഗ്രഹിക്കുന്നത്.”

ഇങ്ങനെ ഉണ്ടാകുമെന്ന് ബിഷൻ നേരത്തെ അനുമാനിച്ചിരുന്നു. ഇത് അത്ര പരിഭ്രമിക്കേണ്ട കാര്യമൊന്നുമല്ല. ഗ്രാമങ്ങളിൽ മലേറിയ ഇത്രയധികം പടർന്നപ്പോൾ കാട്ടിൽ അതിന്റെ പ്രഹരം കൂടുക തന്നെ ചെയ്യും. ഇത് എളുപ്പത്തിൽ മനസ്സിലാക്കാവുന്നതേ ഉള്ളൂ. എന്നാൽ ഗ്രാമങ്ങൾക്കപ്പുറത്ത് ഹെൽത്ത് വർക്കർമാക്ക് ഒരറിവും ഇല്ലാത്ത സ്ഥലങ്ങളിൽ ആരും തന്നെ സഹായം ആവശ്യപ്പെടാതെ ഒരു കാരണവുമില്ലാതെ പോകേണ്ട കാര്യം തന്നെ ഇല്ല.

"ഭയ്യാ, മാവോവാദികൾ മലേറിയയുടെ ഗുളികകൾ മൊത്തമായി വാങ്ങുകയാണ്. എന്നാൽ ഇപ്പോൾ കേൾക്കുന്നത് ഉള്ളിൽ വളരെയധികം ആളുകൾ രോഗബാധിതരാണ് എന്നാണ്. ഇവർക്കെല്ലാം മരുന്നു വാങ്ങാൻ ഇടയ്ക്കിടെ പോകുമ്പോൾ പൊലീസിന്റെ പിടിയിൽ പെടുമെന്ന ഭയം മാവോവാദികൾക്കുണ്ട്. മൊത്തമായി മരുന്നു വാങ്ങുന്നവരെ പൊലീസ് സംശയത്തോടെ നിരീക്ഷിക്കുന്നുണ്ട്."

"അപ്പോൾ?" ബിഷൻ സംശയത്തോടെ ചോദിച്ചു. ദേവ ഇനിയെന്താണ് പറയാൻ പോകുന്നതെന്ന് അയാൾക്ക് അറിയാമായിരുന്നു. മലേറിയ, ഛർദ്ദി, വയറിളക്കം എന്നിവയുടെ മരുന്നുകൾ ആരെങ്കിലും മൊത്തമായി വാങ്ങിയാൽ പൊലീസിനെ അറിയിക്കണമെന്ന് പട്ടണത്തിലെ മുഴുവൻ മരുന്നുകടക്കാർക്കും നിർദ്ദേശം നൽകിയിട്ടുണ്ടായിരുന്നു.

"ഭയ്യാ, ഞാൻ കണ്ട കമാണ്ടറുടെ പേര് എന്താണ് എന്നെനിക്കറിയില്ല. എന്നാൽ പിന്നീട് ഗ്രാമീണർ പറഞ്ഞത് അയാൾ സഞ്ജീ ദാദയുടെ വളരെ അടുത്ത ആളാണ് എന്നാണ്. പാർട്ടി സഖാക്കൾ രോഗബാധിതരാണ്. ഞങ്ങൾക്ക് അവരെ ചികിത്സിക്കണം എന്നാണ് അയാൾ പറഞ്ഞത്."

"നമ്മൾ അവരെ ചികിത്സിക്കണമെന്നോ, എന്നുവെച്ചാൽ?" ബിഷൻ ചോദിച്ചു നക്സലുകൾ അവരുടെ ക്യാമ്പുകളിലേക്കാണോ ഞങ്ങളെ വിളിക്കുന്നത്? അയാൾ ആലോചനയിലായി.

"അയാളുടെ വാക്കുകളിൽ നിന്നു മനസ്സിലാക്കാൻ കഴിഞ്ഞത്, നക്സലുകൾ അവരുടെ രോഗബാധിതരായ സഖാക്കളെ ശുശ്രൂഷയ്ക്കായി ഗ്രാമത്തിലേക്ക് കൊണ്ടുവരുന്നുവെന്നും ഗ്രാമീണർ അവരെ നോക്കിക്കൊള്ളും എന്നാണ്. നമ്മൾ അവർക്ക് മരുന്നു നൽകുകയും അവരുടെ ബ്ലഡ് ടെസ്റ്റ് തുടങ്ങിയവ ചെയ്യണമെന്നാണ് അവർ ആഗ്രഹിക്കുന്നത്." ദേവ പറഞ്ഞു.

ബിഷൻ ആശ്വാസത്തിന്റെ ദീർഘശ്വാസം വിട്ടു. അയാൾക്ക് ഇതിൽ വലിയ ബുദ്ധിമുട്ട് തോന്നിയില്ല. നക്സലുകൾ രോഗികളായ അവരുടെ സഹപ്രവർത്തകരെ ഗ്രാമത്തിൽ കൊണ്ടുവന്ന് താമസിപ്പിക്കുകയാണെങ്കിൽ അവരെ ചികിത്സിക്കാൻ ഹെൽത്ത് വർക്കർമാർക്ക് വലിയ പ്രയാസമോ എതിർപ്പോ ഉണ്ടാകില്ല. ഇതുകൊണ്ട് അവരുടെ മിഷന് പ്രത്യേകിച്ചൊന്നും സംഭവിക്കാനും പോകുന്നില്ല. ചിന്തിച്ചുകൊണ്ടിരുന്നപ്പോൾ ബിഷന് അല്പം ആശ്വാസം തോന്നി.

"ദേവാ, ആളുകളെ ചികിത്സിക്കുകയാണ് നമ്മുടെ ജോലി. അത് നക്സലുകളായാലും സാധാരണ ഗ്രാമീണരായാലും. ഇതിൽ നമുക്ക് ലാഭ-നഷ്ടങ്ങളൊന്നും ഇല്ല. നമ്മുടെ തൊഴിൽ ഹെൽത്ത് വർക്കർമാരുടേതാണല്ലോ. നമ്മൾ ആളുകൾക്ക് മരുന്നു നൽകുന്നു, രോഗം ഭേദമാക്കുന്നു. അത്ര തന്നെ."

“പക്ഷേ ഭയ്യാ, അയാൾ മറ്റൊരു കാര്യം കൂടി പറഞ്ഞു. മാവോ വാദികളുടെ പാർട്ടി കാഡർമാർക്ക് മലേറിയയുടെ ഗുളികകൾ വേണം. അതും വളരെയധികം, നിരന്തരമായി. ഇങ്ങനെ സപ്ലൈ ചെയ്യാൻ നാം അവരെ സഹായിക്കണമെന്നാണ് അയാൾ പറയുന്നത്.”

ആരോ എടുത്ത് തണുത്ത വെള്ളത്തിൽ ഇട്ടതുപോലെയായി ബിഷന്റെ അവസ്ഥ. അയാൾ വ്യാകുലനായി. ഇതെങ്ങനെ പറ്റും. സ്ഥാപനത്തിന്റെ മരുന്നുകൾ രോഗികളായ ആളുകളെ ചികിത്സിക്കാനുള്ളതാണ്. അത് മൊത്തമായി ആർക്കെങ്കിലും എങ്ങനെയാണ് കൊടുക്കുന്നത്? അയാൾ ആലോചനയിലായി.

“അങ്ങാടിയിൽ നിന്ന് മരുന്ന് മൊത്തമായി വാങ്ങുന്നവരെ പൊലീസ് നിരീക്ഷിക്കുന്നുണ്ട്. കാങ്കേർ, കോണ്ടാഗാവ്, നാരായൻപുർ, ദന്തേവാഡ, ജഗദൽപുർ, ബീജാപുർ തുടങ്ങി എല്ലായിടത്തും മരുന്നുകടക്കാർക്ക് നിർദ്ദേശമുണ്ട്. അതുകൊണ്ട് നക്സലുകൾ പരിഭ്രാന്തരാണ്,” ദേവ പറഞ്ഞു.

ബിഷൻ എഴുന്നേറ്റു, മുറിയിൽ അങ്ങോട്ടും ഇങ്ങോട്ടും നടക്കാൻ തുടങ്ങി.

“എന്നുവെച്ചാൽ മരുന്ന് മൊത്തമായി ലഭ്യമാക്കാൻ അവർ നമ്മെ പ്രയോജനപ്പെടുത്താൻ ഉദ്ദേശിക്കുന്നു”, ബിഷൻ പിറുപിറുത്തു.

നക്സലുകളുടെ ഈ ആവശ്യം വളരെ അപകടകരമാകാൻ ഇടയുണ്ട്. പൊലീസിന്റെ ചാരന്മാർ എല്ലായിടത്തും ഉണ്ട്. നമ്മൾ അവർക്ക് മരുന്ന് സപ്ലൈ ചെയ്യുന്നുവെന്ന് ഇവരറിഞ്ഞാൽ സ്ഥാപനത്തെ ആകെ തന്നെ മോശമായി ചിത്രീകരിക്കും. നമ്മുടെ ഹെൽത്ത് വർക്കർമാർ അറസ്റ്റ് ചെയ്യപ്പെടാം. ‘ആരോഗ്യ’യെ നിരോധിച്ചേക്കാം. ബിഷൻ ചിന്തയിലാണ്ടു.

“ദേവാ, ഇക്കാര്യം ഇപ്പോൾ നിങ്ങൾ ആരോടും പറയണ്ട. നിങ്ങളുടെ ജോലി തുടർന്നുകൊണ്ടിരിക്കുക. ഗ്രാമത്തിൽ രോഗികളാകുന്നവരെ നാം ചികിത്സിക്കും. അവർ ആരാണ്, എന്തു ചെയ്യുന്നു... ഇതൊന്നും നമ്മുടെ വിഷയമല്ല. ഇക്കാര്യം എല്ലാവരോടും വിവേകത്തോടെ പറയുക.”

“മരുന്നു സപ്ലൈയുടെ കാര്യമോ?”

“അതു നമുക്കു ചെയ്യാൻ പറ്റില്ല. ഇനി അടുത്ത തവണ ആരെങ്കിലും തടഞ്ഞുനിർത്തി ചോദിച്ചാൽ, സ്ഥാപനത്തിന് അധികം മരുന്ന് ആവശ്യപ്പെട്ടെങ്കിലും സ്റ്റോക്ക് കിട്ടുന്നില്ലെന്ന് പറയണം.”

ഈ ഒഴിവുകഴിവ് അധിക ദിവസം തുടരാനാവില്ലെന്ന് ദേവയ്ക്ക് അറിയാമായിരുന്നു. ബിഷന്റെ ഈ നിർദ്ദേശത്തെ അർദ്ധമനസ്സോടെയാണ് അംഗീകരിക്കുന്നതെന്ന് അയാളുടെ മുഖഭാവത്തിൽ പ്രകടമായിരുന്നു.

“പിന്നെ ഒരു കാര്യം. ഇത് ഇപ്പോൾ നമ്മൾ മാത്രം അറിഞ്ഞാൽ മതി. സ്ഥാപനത്തിലെ മുകളിലുള്ളവർ തൽക്കാലം ഇക്കാര്യം അറിയണ്ട.”

ദേവ ശരിയെന്ന് തല കുലുക്കി. പിന്നെ അയാൾ പോകാൻ എഴുന്നേറ്റപ്പോൾ ബിഷൻ അയാളോട് ഇരിക്കാൻ ആംഗ്യം കാണിച്ചു.

“ഒരു കാര്യം പറയൂ ദേവാ. നമ്മൾ അടുത്ത ദിവസങ്ങളിൽ ചികിത്സയ്ക്കു പോയ ഏതെങ്കിലും ഗ്രാമത്തിൽ പൊലീസ് മിന്നൽ പരിശോധന നടത്തിയിട്ടുണ്ടോ?”

“ഇന്നലെ ഒരു ഗ്രാമത്തിൽ റെയ്ഡ് നടന്നിട്ടുണ്ട്...”

“എവിടെ? ഏതു ഗ്രാമത്തിലാണ്?”

“അത്... കോഡേപാലിലാണെന്നാണ് പറയുന്നത്.”

“കോഡേപാൽ...”, ബിഷൻ പിറുപിറുത്തു. പിന്നെ പറഞ്ഞു, “അവിടെയും നമ്മുടെ ആളുകൾ പോയിരുന്നു ദേവാ. നിനക്കറിയില്ല, കഴിഞ്ഞ ആഴ്ച നമ്മുടെ ടീം അവിടെ പോയിരുന്നു. ദൈവമേ... ഇവർ എല്ലായിടത്തും നമ്മെ പിന്തുടരുകയാണല്ലോ!”

ദേവയുടെ മുഖത്ത് ഭയത്തിന്റെ ലാഞ്ചന ബിഷൻ കണ്ടു. അവന് ധൈര്യം പകർന്നുകൊണ്ട് അയാൾ പറഞ്ഞു, “വേവലാതിപ്പെടേണ്ട ദേവാ. ഒരല്പം കരുതൽ ഉണ്ടായാൽ മതി. നമ്മുടെ ജോലിക്ക് ചില ചിട്ടകൾ ഉണ്ടാക്കൂ... അതായത്, ഏതു ഗ്രാമത്തിൽ പോയാലും അധികസമയം അവിടെ തങ്ങേണ്ട. നാളെ എവിടെ പോകും, ഇന്ന് എവിടേക്കാണ് പോകുന്നത്, ഈ വിധ കാര്യങ്ങൾ ആരോടും പറയാതിരിക്കുക, നേരം ഇരുട്ടും മുമ്പ് ഗ്രാമങ്ങളിൽ നിന്ന് പുറത്തു കടക്കുക.”

“ശരി ഭയ്യാ... പോകട്ടെ,” എന്നു പറഞ്ഞ് തന്റെ ഹെൽമെറ്റ് എടുത്ത് ദേവ പോകാൻ തുടങ്ങി.

“ടെൻഷൻ അടിക്കേണ്ട, ദേവാ. ഞാൻ നിന്റെ കൂടെയുണ്ട്. എന്നാൽ ശരി.” ബിഷൻ പറഞ്ഞപ്പോൾ ദേവ പുഞ്ചിരിച്ചുകൊണ്ട് പുറത്തേക്കു പോയി.

ബിഷൻ മേശപ്പുറത്തിരുന്ന കപ്പ് എടുത്ത് ഒരു കവിൾ കുടിച്ചു. ചായ തണുത്തു പോയിരുന്നു.

16

സഞ്ജീവൻ റെഡ്ഡി പറഞ്ഞതുപ്രകാരമുള്ള മിഷനിൽ സരിതയും സീമയും ജോലി ചെയ്യാൻ തുടങ്ങിയിട്ട് ഏതാണ്ട് നാലര മാസമായി. മാവോവാദികളുടെ സായുധ കേഡറിൽ ചേർക്കാൻ പറ്റുന്ന പതിനഞ്ചു പെൺകുട്ടികളെ അവർ ഇതുവരെ അന്വേഷിച്ചു കണ്ടെത്തിയിരുന്നു. കേഡർമാരായി തെരഞ്ഞെടുക്കുന്നതിന് സഞ്ജീവൻ റെഡ്ഡി നിശ്ചയിച്ചിട്ടുള്ള കടുത്ത നിബന്ധനകൾ വെച്ചു നോക്കുമ്പോൾ ഈ റിക്രൂട്ട്മെന്റ്

അത്ര മോശമല്ല. പോരാളി കേഡർമാരെ തയ്യാറാക്കാനാണ് സഞ്ജീവൻ റെഡ്ഡി ആഗ്രഹിക്കുന്നത്. പെൺകുട്ടികളെ തെരഞ്ഞെടുക്കുന്നതിൽ പ്രത്യേക നിഷ്കർഷ വേണമെന്ന് സരിതയോടും സീമയോടും അയാൾ വ്യക്തമായി പറഞ്ഞിരുന്നു. സർക്കാരിൽ നിന്നോ വ്യവസ്ഥിതിയിൽ നിന്നോ മുറിവേറ്റവരോ അപമാനിക്കപ്പെട്ടവരോ ആകണം. ശരീരം കൊണ്ടും മനസ്സുകൊണ്ടും കരുത്തരായിരിക്കണം. തോക്കുകൊണ്ട് പകരം വീട്ടാൻ ധൈര്യമുള്ള കരുത്തുറ്റ പെൺകുട്ടികളെയാണ് അയാൾക്കു വേണ്ടിയിരുന്നത്.

സരിതയും സീമയും ബീജാപുരിലെ ഗ്രാമങ്ങളിൽ നിന്നാണ് മിഷൻ തുടങ്ങിയത്. സരിത ഇതേ പ്രദേശത്തു താമസിക്കുന്നവളാണ്. ഇവിടുത്തെ നിരവധി സ്ഥലങ്ങൾ നന്നായി അറിയാമായിരുന്നതുകൊണ്ട് അവൾക്ക് ഇത് ഇഷ്ടപ്പെട്ടു. സർക്കാരിന്റെ അടിച്ചമർത്തലും അതിക്രമവും ഏറ്റവും കൂടുതൽ അനുഭവപ്പെട്ട ഗ്രാമങ്ങളിലേക്ക് അവൾ തന്റെ ചേതന നാട്യസംഘവുമായി പോയി. എന്നാൽ ഈ ഗ്രാമങ്ങളിൽ സരിതയ്ക്ക് കൂടുതൽ കരുതലും ആവശ്യമായിരുന്നു. ആരെങ്കിലും അവളെ തിരിച്ചറിഞ്ഞാൽ ഉടൻ തന്നെ വിവരം പൊലീസിന്റെ അടുത്ത് എത്താം. അവൾ ഇനാം പ്രഖ്യാപിക്കപ്പെട്ട നക്സലൈറ്റ് ആണ്. അവൾ കുടുങ്ങിയാൽ നാട്യസംഘം വലിയ പ്രതിസന്ധിയിലാകും.

ബീജാപുരിലെ ഗ്രാമങ്ങളിൽ ചേതന നാട്യസംഘം ഏതാണ്ട് രണ്ടര ആഴ്ച തങ്ങി. ഈ കാലയളവിൽ സരിത പുരുഷ കലാകാരന്റെ വേഷത്തിലായിരുന്നു. അവളുടെ നല്ല ഉയരവും ഒത്ത ശരീരവും ഇതിന് സഹായകരമായി. ബീജാപുരിൽനിന്ന് സീമയ്ക്കും സരിതയ്ക്കും മൂന്നു പെൺകുട്ടികളെ മാത്രമാണ് മാവോവാദി കേഡറിൽ ചേർക്കാനായി തയ്യാറാക്കാൻ കഴിഞ്ഞത്. ഈ പെൺകുട്ടികൾ സഞ്ജീവൻ റെഡ്ഡി നിശ്ചയിച്ച മാനദണ്ഡങ്ങൾ അനുസരിച്ച് യോഗ്യരായിരുന്നു.

എന്നാൽ മഹിളാ മാവോവാദികളുടെ മിഷൻ ദന്തേവാഡയിലെ ഗ്രാമങ്ങളിൽ പ്രവേശിച്ചപ്പോൾ അവിടെ ഒരു മാറ്റം പ്രകടമായി കണ്ടു. സ്ത്രീകളിൽ കണ്ട ജാഗ്രതയായിരുന്നു ആ മാറ്റം. ഇവിടുത്തെ സ്ത്രീകൾക്ക് അവരുടെ അധികാരങ്ങളെ കുറിച്ച് നല്ല അറിവുണ്ടായിരുന്നു. എഴുത്തിന്റെയും വായനയുടെയും മഹത്വം അവർക്ക് അറിയാമായിരുന്നു, കുടുംബം ചെറുതായി ഇരിക്കുന്നതിന്റെ ഗുണങ്ങളും. ഭീമേ കുഞ്ചാം ഇവിടെ സ്ത്രീകളെ സംഘടിപ്പിച്ചുകൊണ്ടിരിക്കുകയാണ്. ഇപ്പോൾ അവൾ ദന്തേവാഡയിൽ നിന്ന് ഏകദേശം എഴുപതു കിലോമീറ്റർ അകലെ ഗാദീരാസിൽ ആണ്. അടുത്ത ഒരാഴ്ച ഇവിടെ തമ്പടിക്കാനാണ് അവൾ തീരുമാനിച്ചിരിക്കുന്നത്. അടുത്ത കാലത്ത് ഭീമേയുടെ മഹിളാ നെറ്റ്‌വർക്കിൽ ചേർന്ന ഫൂലോ ദേവിയുടെ വീട്ടിലാണ് അവൾ തങ്ങുന്നത്. നാല്പത്തിയഞ്ചു വയസ്സുള്ള വിധവയാണ് ഫൂലോ ദേവി. എന്നും സുരിയേയും ഭീമേയേയും അടുത്തുള്ള ഗ്രാമങ്ങളിൽ കൊണ്ടുപോയി

അവർ സ്ത്രീ ശാക്തീകരണത്തിന്റെ ഗുണഫലങ്ങളെക്കുറിച്ച് പറയും. ഫൂലോ ദേവിയുടെ സഹായത്തോടെ ഇരുവരും ദിവസവും വീടുകൾ കയറി ആളുകളുമായി ബന്ധപ്പെട്ടുകൊണ്ടിരുന്നു. ഒരു വർഷംകൊണ്ട് ഇവിടെ സ്ത്രീകളുടെ കരുത്തുറ്റ ഒരു സംഘടന ഉണ്ടാക്കിയെടുക്കുമെന്ന് ഭീമേ മനസ്സിലുറപ്പിച്ചു. ദിവസവും അതിരാവിലെ സുരിയും ഭീമേയും വീട്ടിൽ നിന്ന് പുറപ്പെടും, ഉച്ചതിരിയുമ്പോഴേക്കും തിരിച്ചെത്തും. പിന്നെ ഫൂലോദേവിയോടൊത്ത് അടുത്ത ദിവസത്തെ പരിപാടി തയ്യാറാക്കും. എന്നാൽ ഇന്ന് ഗ്രാമങ്ങളിൽ സഞ്ചരിച്ച് സുരി മടങ്ങി എത്തിയപ്പോൾ ഇരുട്ടാകാൻ തുടങ്ങിയിരുന്നു. ഫൂലോയും ഭീമേയും അവളെയും പ്രതീക്ഷിച്ച് മുറ്റത്ത് ഇരിക്കുകയായിരുന്നു.

"അല്ലാ സുരീ... ഇന്ന് നീ ഏറെ ദൂരേക്ക് പോയോ?" ഭീമേ തന്റെ കൂട്ടുകാരിയോട് ചോദിച്ചു.

"അതെ, ഇന്ന് കുറെ ഗ്രാമങ്ങളിൽ പോയി. വളരെ ദൂരെ..."

"സ്ത്രീകളെ കണ്ടോ... ആളുകളോട് സംസാരിച്ചോ?" ഫുലോദേവി ചോദിച്ചു.

"സ്ത്രീകളേയും കണ്ടു, മറ്റൊരു വിവരവും കിട്ടി." സുരി സസ്പെൻസ് ഉണ്ടാക്കി പറഞ്ഞു.

"വിവരമോ...?"

"അതെ വിവരം... അതും വലിയ പ്രയോജനമുള്ളത്," സുരി മറുപടി നൽകി. പിന്നെ പറഞ്ഞു, "സ്ത്രീശക്തിയിൽ നമുക്കു മാത്രമല്ല, മറ്റു ചിലർക്കും നോട്ടമുണ്ട്."

"എന്നുവെച്ചാൽ?" ഭീമേ സംശയഭാവത്തിൽ ചോദിച്ചു. സുരിയുടെ പറയുന്ന രീതിയിൽ നിന്നും അവൾക്ക് തോന്നിയത് ഭീമേയുടെ മിഷന് തടസ്സം സൃഷ്ടിക്കുന്ന വാർത്തയാണ് എന്നാണ്.

"നക്സലൈറ്റുകൾ ഗ്രാമങ്ങളിൽ വനിതാ റിക്രൂട്ട്മെന്റ് പദ്ധതി ആരംഭിച്ചിരിക്കുകയാണ് ഭീമേ." പദ്ധതി എന്ന വാക്കിൽ ഊന്നൽ നൽകികൊണ്ട് സുരി പറഞ്ഞു.

നക്സലുകളോടൊത്ത് സ്ത്രീകൾ ചേരുന്നത് പുതിയ കാര്യമൊന്നുമല്ല. എന്നാൽ സുരി പദ്ധതി എന്ന വാക്കിനു നൽകിയ ഊന്നലിൽ നിന്നു മനസ്സിലാകുന്നത് അവൾക്ക് ഇതിനെക്കുറിച്ച് വളരെയധികം അറിയാമെന്നാണ്.

"എന്താണ് കാര്യം സുരി? എന്തു പദ്ധതിയാണ് നടപ്പിലാക്കുന്നത്? നിനക്ക് എന്തൊക്കെ അറിയാം?"

"കഴിഞ്ഞ കുറച്ചു മാസങ്ങളായി ദാദമാർ സ്ത്രീകളെ റിക്രൂട്ട് ചെയ്യാനായി പദ്ധതിയിട്ടിരിക്കുകയാണ്. ഗ്രാമങ്ങൾ തോറും പെൺകുട്ടികളെ കണ്ടെത്തിക്കൊണ്ടിരിക്കുകയാണ്."

"എങ്ങനെ?"

"നക്സൽ കമാണ്ടർ സഞ്ജീ ദാദാ തന്റെ കുറച്ചു വനിതാ സഖാക്കളെ ഈ ജോലിക്കായി ഗ്രാമങ്ങളിലേക്ക് അയച്ചിരിക്കുകയാണ്. മാവോവാദി പ്രസ്ഥാനത്തിൽ വനിതകളുടെ എണ്ണം വർദ്ധിപ്പിക്കണമെന്ന് അയാൾ ആഗ്രഹിക്കുന്നു..."

"പിന്നെ..." ബാക്കിയുള്ളതു കൂടി പറയാൻ ഭീമേ സുരിയോടു പറയുകയായിരുന്നു.

"ഗ്രാമവാസികൾ പറയുന്നത് ഇക്കൊല്ലം ഇതുവരെ സഞ്ജീ ദാദാ മുപ്പത്-നാല്പത് പെൺകുട്ടികളെ ആയുധം പിടിപ്പിച്ചു എന്നാണ്. ഇവർ ചേതന നാട്യസംഘത്തിന്റെ സഹായത്തോടെയാണ് പ്രചാരണം നടത്തുന്നത്."

"ഉം..." ഭീമേ ആലോചിക്കാൻ തുടങ്ങി. "മറ്റെന്തെങ്കിലും വിവരം...?"

"നാളെ രാവിലെ ഏതാണ്ട് പത്തു മണിക്ക് ഇവിടെ നിന്ന് പതിനഞ്ചു കിലോമീറ്റർ ദൂരെ ഡോംഗർപാൽ ഗ്രാമത്തിൽ ചേതന നാട്യസംഘത്തിന്റെ പരിപാടി. നക്സലുകൾ അവിടെ സ്ത്രീകളോട് പിഎൽജിഎ കേഡറിൽ ചേരാൻ പറയും."

ഡോംഗർപാൽ എന്ന പേർ കേട്ടതോടെ ഫൂലോദേവിയുടെ മുഖത്ത് പിരിമുറുക്കം പ്രകടമായി. ഡോംഗർപാലിൽ നക്സലുകൾ എന്ത് ആഗ്രഹിച്ചാലും അത് നടക്കുമെന്ന് അവർക്ക് അറിയാമായിരുന്നു.

"ഡോംഗർപാൽ പൂർണമായും നക്സലുകളുടെ അധീനത്തിലുള്ള ഗ്രാമമാണ് ദീദീ. അവിടെ ജനായത്ത സർക്കാരിന്റെ വലിയ സ്വാധീനമുണ്ട്."

ഫൂലോദേവി ഭീമേയോടു പറഞ്ഞു. ഫൂലോവിന് ഭീമേയേക്കാൾ ഏതാണ്ട് ഇരട്ടി പ്രായമുണ്ടായിരുന്നു. എന്നാലും ഗ്രാമത്തിലെ നിരക്ഷരരായ സ്ത്രീകൾ ഭീമേയെ ദീദീ എന്നാണ് വിളിച്ചിരുന്നത്.

ഭീമേ ആലോചനയിൽ മുഴുകി. ഇപ്പോൾ നക്സലുകളോട് എതിരിടേണ്ട സമയമാണോ, അതോ അവരെ അവഗണിച്ച് സ്ത്രീകളെ ശാക്തീകരിക്കുന്നതിനുള്ള പ്രവർത്തനങ്ങളിൽ മുഴുകണോ? തന്റെ മിഷൻ നക്സലുകളുടെ പദ്ധതിയുമായി ഏറ്റുമുട്ടാൻ പോകുകയാണെന്ന് ഭീമേക്കു മനസ്സിലായി.

ഞങ്ങളുടെ പ്രയത്നത്തിന് അവർ തുരങ്കം വെയ്ക്കുകയാണ്. ഞങ്ങൾ സ്ത്രീകളോട് എഴുത്തിന്റെയും വായനയുടെയും ശക്തി വ്യാപിപ്പിക്കുന്ന കാര്യവും അവർക്ക് തൊഴിൽ നൽകുന്ന കാര്യവുമാണ് പറയുന്നത്. എന്നാൽ മാവോവാദികൾ പെൺകുട്ടികളോട് ആയുധമെടുക്കേണ്ട കാര്യമാണ് പറയുന്നത്.

"നാളെ നമുക്ക് ഈ പരിപാടിക്ക് പോകണം. റെഡ്ഡിയുടെ ആളുകൾ

എന്താണ് സ്ത്രീകളോട് പറയുന്നതെന്ന് അറിയാമല്ലൊ," ഭീമേ സുരിയോട് പറഞ്ഞു.

"ഭീമേ, ആ സ്ഥലം ഇവിടെ നിന്ന് പതിനഞ്ചു കിലോമീറ്റർ ദൂരെയാണ്."

"സാരമില്ല. നമുക്ക് രാവിലെ നേരത്തെ പുറപ്പെടാം."

"ദീദീ, നിങ്ങൾക്കവിടെ നക്സലുകളെ എതിർക്കാൻ കഴിയില്ല. ഡോംഗർപാൽ അവരുടെ കോട്ടയാണ്," ഫുലോദേവി മുന്നറിയിപ്പ് നൽകി.

"നിങ്ങൾ ആശങ്കപ്പെടേണ്ട ഫൂലോ. ഞങ്ങൾ വെറുതെ കാണാൻ പോകുകയാണ്," ഭീമേ പറഞ്ഞു. അവൾ തീരുമാനിച്ചു കഴിഞ്ഞിരുന്നു. മാവോവാദികളുടെ ഈ മീറ്റിംഗിൽ പങ്കെടുക്കാതെ അവൾ പിന്മാറില്ലെന്ന് സുരിക്ക് അറിയാമായിരുന്നു.

പിറ്റേദിവസം അതിരാവിലെ തന്നെ സുരിയോടൊത്ത് ഭീമേ ഡോംഗർപാലിലേക്ക് പുറപ്പെട്ടു.

17

"ഇവിടെ ഗ്രാമങ്ങളിൽ രോഗികളായ ആളുകളെ ചികിത്സിക്കുക മാത്രമാണ് ഞങ്ങൾ ചെയ്യുന്നത്. അവർ ആരാണ്, എന്തു ചെയ്യുന്നു... ഞങ്ങൾ ഇതൊന്നും അറിയാൻ ശ്രമിക്കാറില്ല. എന്നാൽ നിങ്ങൾ ചെയ്യുന്ന കാര്യങ്ങൾ ഞങ്ങളുടെ ജോലിക്ക് തടസ്സം സൃഷ്ടിക്കുകയാണ്." ബിഷൻ പറഞ്ഞപ്പോൾ ഇൻസ്പെക്ടർ ശുക്ല തന്റെ പുരികം ചുളിച്ചു. ഏതോ ഹെൽത്ത് വർക്കർ പൊലീസ് സ്റ്റേഷനിൽ വന്ന് പൊലീസിനെ ഉപദേശിക്കുമെന്ന് ശുക്ലയ്ക്ക് വിശ്വസിക്കാൻ കഴിഞ്ഞില്ല.

"ഞങ്ങൾ നിങ്ങളുടെ ജോലിക്ക് എങ്ങനെയാണ് തടസ്സം നിൽക്കുന്നതെന്ന് ഒന്നു പറഞ്ഞു തരാമോ?" ശുക്ല തന്റെ കസേരയിൽ ഏതാണ്ട് കിടന്നുകൊണ്ട് ചോദിച്ചു.

ബിഷനും അയാളുടെ കൂട്ടുകാരും വളരെ സമ്മർദ്ദത്തിലായിരുന്നു. ഒരു ഭാഗത്ത് മാവോവാദികൾ മലേറിയയുടെ ഗുളികകൾ സപ്ലൈ ചെയ്യാനായി തന്റെ കൂട്ടുകാരിൽ സമ്മർദ്ദം ചെലുത്തിക്കൊണ്ടിരിക്കുന്നു. മറുഭാഗത്ത് ശുക്ല ഹെൽത്ത് വർക്കർമാരുടെ കൂടെ അയാളുടെ ചാരന്മാരെ ചേർക്കാനും രഹസ്യാന്വേഷണം നടത്താനും പറയുന്നു, നക്സലുകളെ കയ്യോടെ പിടികൂടാൻ. അങ്ങാടിയിൽ നിന്ന് മൊത്തമായി മരുന്നു വാങ്ങുന്നതോ, ചോദിക്കുന്നതോ നക്സലുകൾക്ക് ഏറെ പ്രയാസകരമായിരിക്കുന്നു. മൊത്തമായി ആർക്കും മലേറിയയുടെ മരുന്ന് നൽകാൻ കഴിയില്ലെന്ന് വളരെ സ്പഷ്ടമായി തന്നെ ബിഷൻ തന്റെ കൂട്ടുകാരോട് പറഞ്ഞു കഴിഞ്ഞിരുന്നു. അതുകൊണ്ട് രോഗബാധിതരാകുന്ന തങ്ങളുടെ

പ്രവർത്തകരെ മാവോവാദികൾ ഗ്രാമത്തിലേക്ക് കൊണ്ടുവരാൻ തുടങ്ങി. ഗ്രാമത്തിലുള്ള തങ്ങളുടെ സംഘം അംഗങ്ങൾ വഴിയും ചാരന്മാർ വഴിയും ഏതെല്ലാം ദിവസം ഏതെല്ലാം സ്ഥലത്താണ് ഹെൽത്ത് വർക്കർമാർ എത്തുന്നതെന്ന് മാവോവാദികൾ മനസ്സിലാക്കിയിരുന്നു. അതിനനുസരിച്ചാണ് അവർ തങ്ങളുടെ പ്രവർത്തകരെ ചികിത്സയ്ക്കായി ഗ്രാമത്തിൽ കൊണ്ടുവന്നിരുന്നത്.

മറുഭാഗത്ത് പൊലീസുകാർ തങ്ങളുടെ ചാരന്മാരുടെ സഹായത്തോടെ ഹെൽത്ത് വർക്കർമാരുടെ പിറകെ കൂടിയിരുന്നു, പിന്നെ മാവോവാദികളെ പിടിക്കാനായി ഗ്രാമങ്ങളിൽ മിന്നൽപരിശോധന നടത്തിയിരുന്നു. ഈ കളിയെല്ലാം അപകടകരമാണെന്ന് ബിഷന് തോന്നിയിരുന്നു. ഇതിനെക്കുറിച്ച് പരാതി പറയാനാണ് അയാൾ ഇന്ന് ദന്തേവാഡ പൊലീസ് സ്റ്റേഷനിൽ വന്നത്. ഈ വിഷയത്തിൽ എസ്.പി. സഞ്ചിത് ചൗധരിയെ കാണാനാണ് അയാൾ വന്നത്, എന്നാൽ സഞ്ചിത് അപ്പോൾ അവിടെ ഉണ്ടായിരുന്നില്ല.

“സർ, ഉള്ളിൽ ഗ്രാമങ്ങളിൽ ആളുകൾ രോഗം പിടിപെട്ട് മരിക്കുകയാണ്. ഇത് അങ്ങേക്ക് അറിയാമല്ലോ. പൊലീസ് കാരണം ഗ്രാമത്തിൽ മാവോവാദികളുടെ കേഡർമാർ ഞങ്ങളെ സംശയിക്കുകയാണ്. അവർ ഞങ്ങളെ ഈ ഗ്രാമങ്ങളിൽ പോകുന്നതിൽനിന്ന് തടയുന്നു... ഞങ്ങൾ...”

“അപ്പോൾ മിസ്റ്റർ ബിഷൻ ഉസേണ്ടി... താങ്കൾ പറയുന്നത് പൊലീസ് അവരുടെ പണി അവസാനിപ്പിക്കണമെന്നാണോ?” ബിഷൻ പറയുന്നതിനിടെ ഇടയ്ക്കു കയറി ശുക്ല പറഞ്ഞു.

“അല്ല സർ... പൊലീസിന് അവരുടെ ജോലി ചെയ്യാൻ ഞങ്ങളെ ഉപയോഗിക്കരുത് എന്നു മാത്രമാണ് ഞാൻ പറയുന്നത്.”

“ഞങ്ങൾ ആരേയും ഉപയോഗിക്കുന്നില്ല. ഞങ്ങൾ ഞങ്ങളുടെ ജോലി ചെയ്യുകയാണ്.”

ഈ പ്രദേശത്ത് പൊലീസിനോടും മാവോവാദികളോടും ഏറ്റുമുട്ടുന്നത് അപകടകരമാണെന്ന് ബിഷന് അറിയാം. അതുകൊണ്ട് ശുക്ലയോട് നേരിട്ട് പൊലീസ് എന്താണ് ചെയ്യുന്നതെന്ന് പറയാൻ അയാൾ ആഗ്രഹിച്ചില്ല. അയാൾ മൃദുവായ രീതിയിൽ കാര്യം പറഞ്ഞു.

“അല്ല ശുക്ലാജി. പൊലീസ് ഹെൽത്ത് വർക്കർമാരെ രഹസ്യനിരീക്ഷണം നടത്തുകയാണ്. അവർ ഞങ്ങളുടെ പിറകെ കൂടി ഗ്രാമങ്ങളിലുള്ള നക്സൽ കേഡർമാരുടെ അടുത്ത് എത്താനാണ് ശ്രമിക്കുന്നത്. ഈ കളി വളരെ അപകടകരമാണ്. ഇതു മൂലം ഞങ്ങളുടെ ആളുകളുടെ ജീവൻ അപകടത്തിലാവുകയാണ്.”

ബിഷൻ വാസ്തവത്തിൽ പറയാൻ ആഗ്രഹിച്ചത് ഇതാണ് - നിങ്ങൾ നിങ്ങളുടെ ചാരന്മാരെ ഞങ്ങളുടെ ഹെൽത്ത് വർക്കർമാരുടെ ഇടയിൽ തിരുകി കയറ്റുകയാണ്. എന്നാൽ ഇത്തരം ആരോപണം ഉന്നയിക്കുന്നത്

വളരെ അപകടകരമാണ്, കാരണം ഇതു സംബന്ധിച്ച് അയാളുടെ പക്കൽ പ്രത്യക്ഷ തെളിവ് ഉണ്ടായിരുന്നില്ല. രഹസ്യനിരീക്ഷണത്തെക്കുറിച്ചും തെളിവൊന്നും ഉണ്ടായിരുന്നില്ല. എന്നിരുന്നാലും കഴിഞ്ഞ ഒരു മാസമായി ഗ്രാമങ്ങളിൽ നടക്കുന്ന പൊലീസിന്റെ മിന്നൽപരിശോധനയുടെ രീതി കണ്ട്, പൊലീസ് ഹെൽത്ത് വർക്കർമാരുടെ പിൻപറ്റിയാണ് വരുന്നതെന്ന് നക്സലുകൾക്ക് നല്ല ബോദ്ധ്യമുണ്ടായിരുന്നു.

"ഞങ്ങൾ... രഹസ്യനിരീക്ഷണം നടത്തുകയാണോ... നിങ്ങളെ! എങ്ങനെ?" ശുക്ല 'താങ്കൾ' എന്നതിൽനിന്നും 'നിങ്ങൾ' എന്നതിലേക്കു മാറി. അയാളുടെ സംസാരത്തിൽ പൊലീസ് ശൈലിയിലെ അഹങ്കാരം പ്രകടമാകാൻ തുടങ്ങി.

കാര്യം എങ്ങോട്ടാണ് പോകുന്നതെന്ന് ബിഷനും മനസ്സിലായി, എന്നാൽ ഭയക്കാതെ അയാൾ പറഞ്ഞു, "സർ, കഴിഞ്ഞ ആഴ്ച കോഡോപാലിലും അതിനടുത്തുള്ള മൂന്നു ഗ്രാമങ്ങളിലും ഹെൽത്ത് വർക്കർമാർ പോയി. അതിനുശേഷം ഇരുപത്തിനാല് മണിക്കൂറിനകം ആ ഗ്രാമത്തിൽ പൊലീസ് റെയ്ഡ് നടത്തി. നിരവധി ആളുകളെ കസ്റ്റഡിയിലെടുത്തു. ചോദ്യം ചെയ്തു. കുറച്ചാളുകൾ ഇപ്പോഴും താങ്കളുടെ കസ്റ്റഡിയിലാണ്. അതിനുശേഷം ഞങ്ങളുടെ ഹെൽത്ത് വർക്കർമാർക്ക് അവിടെ പോകുക പ്രയാസമായി. കാരണം, മാവോവാദികൾക്ക് ഞങ്ങളെക്കുറിച്ച് സംശയം തോന്നുന്നു."

"ഓ, അപ്പോൾ അവരെ വിടുവിക്കാനാണോ നിങ്ങൾ ഇവിടെ വന്നിരിക്കുന്നത്?" ബിഷനെ കളിയാക്കുന്ന രീതിയിൽ ശുക്ല ചോദിച്ചു.

"കോഡേപാലിലേയും അടുത്ത ഗ്രാമങ്ങളിലേയും ആളുകൾ വിചാരിക്കുന്നത് ഞങ്ങൾ അവിടുത്തെ നക്സലുകളുടെ സാന്നിദ്ധ്യത്തെക്കുറിച്ച് താങ്കൾക്ക് വിവരം നൽകുന്നു എന്നാണ്."

"അവർ വിചാരിക്കട്ടെ... നിങ്ങൾ നിങ്ങളുടെ പണി ചെയ്തോളൂ... ഞങ്ങളെ ഞങ്ങളുടെ പണി ചെയ്യാൻ വിടൂ," ശുക്ല ഒരു കൂസലുമില്ലാതെ പറഞ്ഞു.

"തികച്ചും ശരിയാണ്... പക്ഷേ, ഞങ്ങളെ രഹസ്യമായി പിന്തുടർന്നുകൊണ്ട് ആകരുത്."

ശുക്ല ചൂടായി.

"രഹസ്യാന്വേഷണം... രഹസ്യാന്വേഷണം... കിറുക്കു പിടിച്ചോ നിങ്ങൾക്ക്? പൊലീസുകാർക്ക് അവരുടെ പണി ചെയ്യാനറിയാം. ഞങ്ങളെ ഉപദേശിക്കേണ്ട. മനസ്സിലായോ?"

ബിഷൻ എന്തെങ്കിലും പറയും മുമ്പ് സംസാരം അവസാനിപ്പിക്കും വിധം ശുക്ല പറഞ്ഞു, "ബിഷൻ സാബ്, എല്ലാവർക്കും പ്രയാസമുണ്ടാകുന്നുണ്ട്. വാർ സോൺ ആണ്. തെമ്മാടികളായ ഈ നക്സലുകൾ ഇവിടെ ഉള്ള കാലത്തോളം ഇതൊക്കെ തന്നെ ഇവിടെ നടക്കും. ഞങ്ങളും

വിഷമത്തിലാണ്. ഒരല്പം വിഷമം നിങ്ങളും സഹിക്കേണ്ടി വരും. അങ്ങനെയല്ലേ...?"

"ശുക്ലാജി, താങ്കൾ താങ്കളുടെ ചാരന്മാരെ ഞങ്ങളുടെ ഇടയിൽ തിരുകി കയറ്റുകയാണ്. ഇത് ഞങ്ങളുടെ ജീവൻ അപകടത്തിലാക്കുന്ന കളിയാണ്... ഇതവസാനിപ്പിക്കണം," ബിഷന്റെ സ്വരം മഞ്ഞുറയും പോലെ തണുത്തതായിരുന്നു.

ബിഷന്റെ ആരോപണം ശരിയായിരുന്നു. ഇത് ശുക്ലയുടെ മുഖത്തേറ്റ അടിപോലെ ആയിരുന്നു. അയാൾ ദേഷ്യം കൊണ്ട് വിറച്ചു.

"നിങ്ങൾ വകതിരിവില്ലാതെ ഓരോന്നു പറയുകയാണ് ബിഷൻ. നിങ്ങളുടെ പക്കൽ എന്തെങ്കിലും തെളിവുണ്ടോ...?"

ബിഷൻ എന്തെങ്കിലും പറയുന്നതിനുമുമ്പ് പുറത്ത് ഒരു മോട്ടോർ സൈക്കിൾ വന്നുനിന്നു. അതിൽ സാധാരണ വസ്ത്രം ധരിച്ച രണ്ടു പേർ ആയിരുന്നു. ആദ്യത്തെ ആൾ സബ് ഇൻസ്പെക്ടർ അൻസാരി ആയിരുന്നു. എന്നാൽ പിന്നിലിരിക്കുന്ന ആളെ കണ്ടപ്പോൾ ബിഷന്റെ രക്തം തിളച്ചു.

"വികാസ്...", അയാൾ പിറുപിറുത്തു.

ശുക്ലയുടെ അടുത്ത് ബിഷൻ ഇരിക്കുന്നുണ്ടെന്ന് അൻസാരിക്കറിയില്ലായിരുന്നു. മുറിയിലേക്ക് കടന്നുകൊണ്ട് അയാൾ പറഞ്ഞു, "സർ, ഡെൽറ്റ കൂടെ..."

"അൻസാരി... അൻസാരി ഒരു മിനിറ്റ് ഇരിക്കൂ... ഞാൻ പുറത്തേക്കു വരാം," ശുക്ല പരിഭ്രമത്തോടെ പറഞ്ഞു.

അൻസാരി ബിഷനെ നോക്കി. അയാൾക്ക് ബിഷനെ അറിയാമായിരുന്നു. അയാളെ അവിടെ കണ്ടപ്പോൾ അയാൾ അമ്പരന്നുപോയി.

"ഓ... ഓകേ... ശരി സർ," എന്നു പറഞ്ഞ് അൻസാരി പുറത്തുപോയി.

താൻ ഇത്രയധികം വിശ്വസിച്ച വികാസ് പൊലീസിനുവേണ്ടി ജോലി ചെയ്യുകയാണെന്ന് ബിഷന് ഒരിക്കലും സങ്കല്പിക്കാൻ കഴിയുന്നുണ്ടായിരുന്നില്ല.

പൊലീസ് ഇയാൾക്ക് ഡെൽറ്റ എന്നു പേർ നൽകിയിരിക്കുന്നു എന്ന് ബിഷനു തോന്നി.

ബിഷൻ വല്ലാതായി. എന്നാൽ ഇൻസ്പെക്ടർ ശുക്ല അയാളോട് തെളിവു ചോദിക്കുന്ന സമയത്താണ് വികാസ് പൊലീസുകാരുമൊത്ത് അവിടെ വന്നത്. ഇനിയിപ്പോൾ ശുക്ലയ്ക്ക് പ്രത്യേക തെളിവൊന്നും കൊടുക്കേണ്ട ആവശ്യമില്ല.

"താങ്കൾ തെളിവു ചോദിക്കുന്നു, ഞങ്ങളുടെ ആളുകൾ താങ്കളുടെ ആളുകളുടെ കൂടെ കറങ്ങുന്നു," ബിഷൻ ശുക്ലയോട് പറഞ്ഞു.

"വിഡ്ഢിത്തം നിർത്തൂ മിസ്റ്റർ. ഞങ്ങൾ ആരേയും രഹസ്യാന്വേഷണം നടത്തുന്നില്ല. ഇപ്പോൾ നിങ്ങൾ പോകൂ. ഇത് വാർ സോൺ ആണെന്ന് ഓർത്തോളൂ. ഇവിടെ യുദ്ധം നടക്കുകയാണ്, യുദ്ധം. ഇവിടെ ഏതു തന്ത്രവും സ്വീകരിക്കേണ്ടി വരും."

ബിഷൻ നിശ്ശബ്ദനായി. ശുക്ലയോട് തർക്കിച്ചിട്ട് കാര്യമില്ലെന്ന് ബിഷനു മനസ്സിലായി.

"ഇപ്പോൾ നിങ്ങൾ പോകൂ. ഞങ്ങൾക്ക് നാളത്തെ മീറ്റിംഗിന് തയ്യാറെടുക്കേണ്ടതുണ്ട്," ശകാരരൂപത്തിൽ ശുക്ല പറഞ്ഞു.

"പോകുന്നു... ഞങ്ങളോട് താങ്കൾ അതിക്രമമാണ് ചെയ്യുന്നത്. ഒന്നോർത്തോളൂ സർ, തീ പിടിച്ചാൽ പിന്നെ എല്ലാവരുടെ വീടും കത്തും... ആ ജ്വാലയിൽ താങ്കളും സഹപ്രവർത്തകരുമെല്ലാം എരിയും..."

ശുക്ല എന്തോ പറയാൻ തുനിഞ്ഞെങ്കിലും ബിഷൻ കയ്യുയർത്തി തടഞ്ഞു. പിന്നെ വെറുപ്പോടെ അയാളെ നോക്കി. സ്റ്റേഷനിൽ നിന്ന് പുറത്തേക്കു പോയി.

18

രാവിലെ ഏതാണ്ട് ഒമ്പതരയോട് അടുത്ത് ഭീമേ സുരിയുമൊത്ത് ഡോംഗർപാൽ എത്തി. അവൾ അനുമാനിച്ചതിലും അധികം ആൾക്കാർ അവിടെ വന്നു ചേർന്നിരുന്നു. കയ്യിൽ നാടൻ തോക്കുകളുമായി സംഗം അംഗങ്ങളെ വളഞ്ഞ് ദളം കേഡർമാർ. നാലുപാടും മാവോവാദികളുടെ ബാനർ, പോസ്റ്റർ, ചെങ്കൊടികൾ. സർക്കാരിനെതിരെ മുദ്രാവാക്യങ്ങൾ. വിപ്ലവ ഘോഷണങ്ങൾ. കണ്ടാൽ പീപ്പിൾസ് വാറിന്റെ ചെറിയൊരു റാലി പോലെ ഉണ്ടായിരുന്നു. ഭീമേയുടെ ശരീരത്തിൽ ഒരു വിറയൽ അനുഭവപ്പെട്ടു. അവൾ സുരിയുടെ കൈ പിടിച്ചു.

പാട്ടും നൃത്തവും തുടങ്ങി. ചേതന നാട്യമഞ്ചിന്റെ പരിപാടി മുമ്പും ഭീമേ കണ്ടിട്ടുണ്ടായിരുന്നു. എന്നാൽ ഇപ്പോൾ ഓരോ കലാകാരനും ആയുധധാരിയായ നക്സൽ ആയി അവൾക്കു തോന്നി. കുറച്ചു സമയത്തിനുശേഷം പാട്ടും നൃത്തവും അവസാനിച്ചപ്പോൾ സംസാരിക്കാനായി സരിത എഴുന്നേറ്റു.

"അഭിവാദ്യങ്ങൾ..."

"അഭിവാദ്യങ്ങൾ, അഭിവാദ്യങ്ങൾ," നാലുപാടു നിന്നും ശബ്ദമുയർന്നു.

"ലാൽസലാം... ലാൽസലാം... സഖാവ് സരിതയ്ക്ക് ലാൽസലാം."

ഭീമേ സുരിയെ നോക്കി. ഇരുവരും പരസ്പരം നോക്കി. ഇവിടെ നമുക്കു ചെയ്യാൻ എന്താണ് ഉള്ളത്. ഈ സ്ഥലം പൂർണമായും ഇവരുടേതാണ്, ഇരുവരും മനസ്സിൽ പറഞ്ഞു.

സുരി പതുക്കെ പറഞ്ഞു, 'ഭീമേ, നാം പുറത്തു നിന്നുള്ളവരാണ്. ഇവിടെ അധികസമയം നിൽക്കുന്നത് ശരിയല്ല. ഏതെങ്കിലും സംഗം അംഗമോ ചാരനോ നമ്മെ തിരിച്ചറിഞ്ഞാൽ കുഴപ്പമാകും."

സ്ത്രീകളെ റിക്രൂട്ട് ചെയ്യുന്ന പദ്ധതിയിൽ ആളുകളോട് മാവോവാദികൾ എന്താണ് പറയുന്നത് എന്നറിയാനാണ് ഭീമേ വന്നത്. അവൾ സരിത പറയുന്നത് കേൾക്കാൻ ആഗ്രഹിച്ചിരുന്നു, അതുകൊണ്ട് സുരിയോട് മിണ്ടാതിരിക്കാൻ ആംഗ്യം കാണിച്ചു.

മുദ്രാവാക്യം നിലച്ചതോടെ സരിത സംസാരിക്കാൻ തുടങ്ങി. പാർട്ടിയിൽ സ്ത്രീകളുടെ പങ്കാളിത്തം എത്ര പ്രധാനപ്പെട്ടതാണെന്ന് അവൾ ഗ്രാമവാസികളെ ബോദ്ധ്യപ്പെടുത്താൻ തുടങ്ങി.

"ഇപ്പോൾ എല്ലാവരും ആഗ്രഹിക്കുന്നത് എന്താണ്... മോചനം. ബൂർഷ്വാ സർക്കാരിന്റെ അടിച്ചമർത്തലിൽനിന്ന് മോചനം. പാർട്ടി ഇതിനുവേണ്ടിയാണ് ശ്രമിച്ചുകൊണ്ടിരിക്കുന്നത്. ഞങ്ങൾ ജനകീയ യുദ്ധത്തിന് തയ്യാറെടുക്കുകയാണ്. ഈ ജനകീയ യുദ്ധത്തിൽ എല്ലാവരും പങ്കാളികളാകണം. എല്ലാവരും. സ്ത്രീകളും. സ്ത്രീകൾ ജനകീയ യുദ്ധത്തിന്റെ ഭാഗമാകണം. ഇത് പാർട്ടിയുടെ തീരുമാനമാണ്, പാർട്ടിയുടെ ആവശ്യവുമാണ്."

"പീപ്പിൾസ് വാർ സിന്ദാബാദ്!"

"സിന്ദാബാദ്, സിന്ദാബാദ്!"

"അടുത്ത മൂന്നു ദിവസം സഖാവ് സീമയും ഞാനും ഇവിടെ ഉണ്ടാകും. പാർട്ടിയുടെ ഗറില്ലാ ഫോഴ്സിനു വേണ്ടി ഇവിടെ നിന്ന് പെൺകുട്ടികളെ തെരഞ്ഞെടുക്കും. ഇതിൽ ചേരാൻ ആഗ്രഹിക്കുന്ന വനിതകൾ ഞങ്ങളെ വന്നു കാണൂ."

ഇത്രയും പറഞ്ഞ് സരിത നിശ്ശബ്ദയായി.

ചോദ്യരൂപേണ അവൾ ആളുകളെ നോക്കാൻ തുടങ്ങി. അല്പനേരം അവിടെ ഒരു നിശ്ശബ്ദത പരന്നു. പിന്നെ ഒരു പെൺകുട്ടി എഴുന്നേറ്റ് സരിതയുടെ അടുത്തേക്കു വന്നു. അവൾക്ക് ഏതാണ്ട് പതിനഞ്ച്-പതിനാറ് വയസ്സ് ആയിട്ടുണ്ടാകും. സരിതയുടെ നേരെ മുന്നിൽ വന്നു നിന്ന് അവൾ കമ്യൂണിസ്റ്റ് സല്യൂട്ട് മാതൃകയിൽ മുഷ്ടി ചുരുട്ടി വായുവിൽ വീശി.

"ലാൽസലാം സഖാവെ!" എന്നു പറഞ്ഞ് അവൾ കാലുയർത്തി നിലത്തടിച്ചു.

സരിത സീമയെ നോക്കി. ഇതുവരെ മിണ്ടാതിരുന്ന സീമ പെൺകുട്ടി യോട് ചോദിച്ചു.

“പേര്?”

“രേഖ”

“വിലാസം?”

“ഗോരലി ഗ്രാമം, ഗാദീരസ് സ്റ്റേഷൻ...”

“എന്തിനാണ് പാർട്ടിയിൽ ചേരുന്നത്?”

“നീതി കിട്ടണം... അഭിമാനത്തോടെ ജീവിക്കണം.”

സീമ സരിതയെ ചോദ്യരൂപത്തിൽ നോക്കി. സരിത തലയാട്ടി ശരി യെന്നു വ്യക്തമാക്കി. സീമ രേഖയോട് സരിതയുടെ അടുത്തേക്ക് ചെല്ലാൻ പറഞ്ഞു. സരിത പെൺകുട്ടിയെ ആൾക്കൂട്ടത്തിൽ നിന്ന് അല്പം ദൂരേക്കു കൊണ്ടുപോയി. അവിടെ വലിയൊരു കല്ലിനു മുകളിൽ ഇരുന്ന് അവൾ രേഖയോട് സംസാരിക്കാൻ തുടങ്ങി.

ഇതിനു ശേഷം മൂന്നു പെൺകുട്ടികൾ കൂടി മാവോവാദി കേഡർ മാരാകാൻ മുന്നോട്ടു വന്നു. സീമ അവരോട് ചില ചോദ്യങ്ങൾ ചോദിച്ച് അവരെ സരിതയുടെ അടുത്തേക്കു അയച്ചു. ഈ പെൺകുട്ടികളെ സായുധ കേഡർമാരിൽ ചേർക്കാനായി തെരഞ്ഞെടുക്കപ്പെട്ടിരുന്നു. സഞ്ജീവൻ റെഡ്ഡിയുടെ ദൗത്യം പുരോഗമിക്കുകയായിരുന്നു.

ഇതെല്ലാം കണ്ട് ഭീമേ വിഷാദത്തിലായി. ഏതെങ്കിലും ഗ്രാമത്തിലെ ഒരു പെൺകുട്ടി മാവോവാദി സംഘടനയിൽ ചേർന്നു എന്നു മാത്രമാണ് അവൾ കേട്ടിരുന്നത്. എന്നാൽ ഇന്ന് വളരെ ആസൂത്രിതമായ രീതിയിൽ പെൺകുട്ടികൾ നക്സലുകളുടെ കൂടെ പോകുന്നത് അവൾ നേരിട്ടു കാണുകയായിരുന്നു.

“ഇതു തെറ്റാണ്,” ഭീമേ പിറുപിറുത്തു. അവൾ പറഞ്ഞത് സുരിക്കു വ്യക്തമായി കേൾക്കാമായിരുന്നു. അവൾ ഭീമേയുടെ കൈ പിടിച്ച് ഇവിടെ നിന്ന് പുറത്തു പോകാം എന്നു പറഞ്ഞു.

ദളത്തിന്റെ രണ്ടു സായുധരായ കേഡർമാർ അവരെ കണ്ട കാര്യം സുരിക്കും ഭീമേക്കും അറിയുമായിരുന്നില്ല.

നക്സൽ കേഡറിൽ ചേരാൻ വന്ന പെൺകുട്ടികൾ സീമയോടും സരിതയോടും സംസാരിക്കുന്നത് ഭീമേ നോക്കുകയായിരുന്നു. സുരി യാകട്ടെ പോകാനായി അവളെ നിർബന്ധിക്കുകയായിരുന്നു.

“ഇതെന്താ ഇത്... ഇത് തടയണം സുരീ,” ഭീമേ പറഞ്ഞു.

“പോകാം...” സുരി അവളുടെ കൈ പിടിച്ചു വലിച്ചു.

പകൽ പന്ത്രണ്ടു മണി ആയിരുന്നു. ഭീമേയും സുരിയും ഡോംഗർ

പാൽനിന്ന് ഗാദീരാസിലേക്കു പുറപ്പെട്ടു. ഇരുവരും ഏതാണ്ട് ഒരു കിലോമീറ്റർ പിന്നിട്ടപ്പോഴേക്കും പിന്നിൽനിന്നും ശബ്ദം കേട്ടു.

"നിൽക്ക്... നിൽക്ക്... അവിടെതന്നെ നിൽക്ക്..."

ഭീമേയും സുരിയും തിരിഞ്ഞു നോക്കി. ആയുധധാരികളായ നാല് മാവോവാദികൾ അവരുടെ പിന്നിൽ നിൽക്കുന്നു.

19

ഇപ്പോൾ ബിഷന്റെ പിരിമുറുക്കം അല്പം അയഞ്ഞു. കഴിഞ്ഞ രണ്ടാഴ്ചയായി ഗ്രാമങ്ങളിലെ ഹെൽത്ത് മിഷൻ പ്രവർത്തനം നന്നായി നടക്കുന്നുണ്ടെന്ന് ഇന്നലെ വൈകിട്ടാണ് ദേവ പറഞ്ഞത്. മാവോവാദികളുടെയും പൊലീസുകാരുടെയും ഇടപെടലിനെക്കുറിച്ച് മുമ്പ് എന്നും പറയാറുള്ളതുപോലെയുള്ള ആശങ്കയൊന്നും ഇപ്പോൾ അയാളുടെ വാക്കുകളിൽ നിഴലിക്കുന്നില്ല.

"ഭയ്യാ പ്രയാസങ്ങളൊക്കെ കുറവാണ് ഇപ്പോൾ. ആളുകൾക്കും നമ്മൾ പറയുന്നത് മനസ്സിലാകുന്നുണ്ട്. എല്ലാവരും സഹകരിക്കുന്നുണ്ട്," ദേവ പറഞ്ഞു.

"ഇത് എന്തുകൊണ്ടായിരിക്കും ദേവാ?" പെട്ടെന്ന് ഉണ്ടാകുന്ന മാറ്റത്തിന്റെ കാരണം ബിഷന് പിടകിട്ടുന്നുണ്ടായിരുന്നില്ല.

"ഭയ്യാ, അങ്ങ് ഇൻസ്പെക്ടർ ശുക്ലയോട്, സംസാരിച്ചതിന്റെ ഇഫക്ട് ആണെന്നു തോന്നുന്നു," ദേവ ഇതു പറഞ്ഞപ്പോൾ അവൻ തന്നെ പ്രശംസിച്ചതാണോ അതോ കളിയാക്കിയതാണോ എന്ന് ബിഷന് മനസ്സിലായില്ല.

"വട്ടു പിടിച്ചോ. തമാശ പറയുകയാണോ. ആ പൊലീസുകാർ എന്നെക്കുറിച്ച് എന്താണ് മനസ്സിലാക്കിയിരിക്കുന്നത്?"

"അങ്ങനെയല്ല ഭയ്യാ, ഒരു കാര്യമുണ്ട്. അന്ന് സ്റ്റേഷനിൽ വെച്ച് അങ്ങ് പൊലീസിന്റെ കൂടെ വികാസിനെ കണ്ടല്ലോ. ഡെൽറ്റ എന്ന പേരിലുള്ള ഈ ചാരൻ വെളിപ്പെട്ടതായി അവർക്കു മനസ്സിലായി. ഇതിന്റെ സ്വാധീനം തീർച്ചയായും ഉണ്ടാകും."

"ദേവാ, നീ ശ്രദ്ധിക്കണം, നമ്മുടെ ആളുകളുടെ കാര്യവും ശ്രദ്ധിക്കണം. ഈ പൊലീസുകാരെയൊന്നും വിശ്വസിക്കാൻ കൊള്ളില്ല." ബിഷൻ പറഞ്ഞു. ദേവയെക്കുറിച്ച് അയാൾക്ക് നല്ല വേവലാതി ഉണ്ടായിരുന്നു.

"ഭയ്യാ, വികാസിന്റെ കള്ളത്തരം പൊളിഞ്ഞതോടെ അവൻ മുങ്ങിയിരിക്കുകയാണ്. പൊലീസ് അവരുടെ ബാക്കിയുള്ള ചാരന്മാരെയും

പിൻവലിച്ചിരിക്കുകയാണ് എന്നു തോന്നുന്നു. അതുകൊണ്ട് ഇപ്പോൾ നാം പോകുന്ന ഗ്രാമങ്ങളിലൊന്നും മിന്നൽപരിശോധന നടക്കുന്നില്ല."

പൊലീസ് പിന്മാറി എന്നതിൽ ബിഷന് സന്തോഷമുണ്ടായിരുന്നു. എന്നാൽ പൊലീസ് എപ്പോഴും അവസരം കാത്തിരിക്കുകയാകും എന്ന് അയാൾക്ക് അറിയാമായിരുന്നു.

"ഇനി എന്താണ് പ്ലാൻ ദേവാ?"

"ഇന്ന് ഞങ്ങൾ മരിയംപാഡയിൽ പോകുകയാണ്. രാത്രി അവിടെ തങ്ങേണ്ടി വരും. ഈ ഗ്രാമം വളരെ ഉള്ളിലാണ്. അവിടെ ഒരുപാട് പേർക്ക് രോഗം പിടിപെട്ടിട്ടുണ്ട് ഭയ്യാ."

നക്സലുകളുടെ ലിബറേറ്റഡ് സോണിന്റെ ഭാഗമാണ് മരിയംപാഡ. ഇതിനെക്കുറിച്ച് ബിഷന് അറിയാം. അവിടെ നക്സലുകളും അവരുടെ പാർട്ടിയുടെ ആളുകളും ഉണ്ടാകും. ആളുകൾ അവർ പറയുന്നതു മാത്രമാണ് കേൾക്കുന്നത്.

"ദേവാ, നമ്മുടെ പ്ലാൻ ആരോടും പറയരുത്," ബിഷൻ മുന്നറിയിപ്പു നൽകി.

"അങ്ങ് ആശങ്കപ്പെടേണ്ട ഭയ്യാ. എല്ലാം സീക്രറ്റാണ്," ദേവ പുഞ്ചിരിച്ചുകൊണ്ട് പറഞ്ഞു. അയാൾ പോകാനായി എഴുന്നേറ്റു, പിന്നെ ബിഷന്റെ കൈ പിടിച്ച് പറഞ്ഞു. "ഭയ്യാ, താങ്ക്യൂ... അങ്ങ് ജോലി വളരെ എളുപ്പമാക്കി. കുറച്ചു ദിവസം മുമ്പു വരെ ഭയമായിരുന്നു. ഇപ്പോൾ നമ്മുടെ കൂടെ ഉള്ളവർക്കെല്ലാം ഉള്ളിൽ നല്ല ധൈര്യമുണ്ട്... പ്രശ്നമെന്തെങ്കിലും ഉണ്ടായാൽ അങ്ങ് നോക്കിക്കൊള്ളും എന്ന് അവർ കരുതുന്നു."

ബിഷൻ ഒന്നും പറഞ്ഞില്ല. ഒന്നു പുഞ്ചിരിച്ചിട്ട് കണ്ണുകൾ അടച്ചു. ദേവ പുറത്തേക്കു പോയി.

അയാൾ പോയി കഴിഞ്ഞപ്പോൾ ബിഷൻ വാതിൽ അടച്ചു, പിന്നെ കസേരയിൽ ഇരുന്ന് ആലോചിക്കാൻ തുടങ്ങി. ദേവയുമായി ഇതുവരെ സംസാരിച്ച കാര്യങ്ങൾ ബിഷൻ ഓർക്കാൻ തുടങ്ങി. അയാളുടെ പിരിമുറുക്കം നന്നായി കുറഞ്ഞു. അയാൾ സിഗരറ്റ് കത്തിച്ച് ചുമരിൽ തൂക്കിയിട്ട ചിത്രം നോക്കാൻ തുടങ്ങി. ബസ്തറിലെ ഉൾഗ്രാമത്തിലെ ഈ ഫോട്ടോയിൽ ബിഷന്റെ മടിയിൽ ഒരു മെലിഞ്ഞ ആദിവാസി കുട്ടിയുണ്ട്, ദേവ അവന് മരുന്നുകൊടുക്കുകയാണ്. ഈ ചിത്രം കണ്ടപ്പോൾ അയാളുടെ മുഖത്ത് പുഞ്ചിരി വിടർന്നു. ബസ്തറിൽ പ്രവർത്തിക്കാൻ തുടങ്ങിയിട്ട് ഒന്നര വർഷമേ ആയിട്ടുള്ളൂ, പക്ഷേ എന്തെല്ലാം ഓർമ്മകളാണ് അയാളുടെ ജീവിതത്തിൽ വന്നു ചേർന്നിരിക്കുന്നത്! ബിഷൻ ആ ചിത്രം നോക്കികൊണ്ടിരുന്നു, അയാൾ ആലോചിച്ചു – കഴിഞ്ഞ വർഷം മാത്രമാണ് ദേവയെ കണ്ടുമുട്ടിയത്. എന്നാൽ അവനുമായുള്ള അടുപ്പം കണ്ടാൽ വർഷങ്ങൾ പഴക്കമുള്ള പരിചയമുണ്ട് എന്നു തോന്നും.

20

"ഞങ്ങളുടെ ഗ്രാമങ്ങളിലെ പെൺകുട്ടികളെ സ്കൂളിൽ പറഞ്ഞയയ്ക്കുന്നതിനു പകരം നിങ്ങൾ അവരുടെ കൈകളിൽ തോക്കുകൾ പിടിപ്പിക്കുന്നത് എന്തിനാണ്?" ഭീമേയുടെ വാക്കുകളിൽ ഭയം അല്പം പോലും ഉണ്ടായിരുന്നില്ല. ആയുധധാരികളായ നാല് മാവോവാദികളും കൂടി ഭീമേയേയും സുരിയേയും വഴിയിൽ നിന്നു പിടിച്ച് തിരികെ ഡോംഗർപാലിൽ എത്തിച്ചിരുന്നു.

നിരായുധയായ ഒരാൾക്ക് നിർഭയമായി, കൂസലില്ലാതെ തങ്ങളുടെ മുന്നിൽ നിൽക്കാൻ കഴിയുമെന്ന് സരിതയ്ക്കും സീമയ്ക്കും വിശ്വസിക്കാൻ കഴിഞ്ഞില്ല.

"അല്പം മുമ്പ് ഞങ്ങൾ ഇവിടെ പറഞ്ഞത് നിങ്ങൾ കേട്ടില്ലേ? ഇത് പാർട്ടിയുടെ ഓർഡറാണ്. വനിതകളെ റിക്രൂട്ട് ചെയ്യുക."

"ആരാണ് ഓർഡർ നൽകിയത്?" സരിതയുടെ കണ്ണുകളിൽ നോക്കി ഭീമേ ചോദിച്ചു.

നീ കൊല്ലിക്കുമോ ഭീമേ, സുരി മനസ്സിൽ ചോദിച്ചു.

"ഇവിടെ ജനായത്ത സർക്കാരാണ്. പാർട്ടിയുടെ തീരുമാനത്തെ ചോദ്യം ചെയ്യുന്ന നിങ്ങൾ ആരാണ്?" സരിത ചോദിച്ചു.

"ഞങ്ങൾ ഇവിടുത്തെ ജനങ്ങളാണ്. എന്നാൽ ജനങ്ങളുടെ ആഗ്രഹത്തിന്റെ തീരുമാനം അവരോട് ചോദിക്കാതെ നടപ്പിലാക്കുന്ന എന്തു ജനായത്ത സർക്കാരാണ് ഇത്?" ഭീമേ മറുചോദ്യം ഉന്നയിച്ചു.

സീമ തോക്ക് എടുത്തുയർത്തി.

ഭീമേ നേരെ അവളുടെ കണ്ണുകളിലേക്ക് നോക്കുകയായിരുന്നു. ഇമ അനക്കാതെ.

സരിത ഭീമേയെ നോക്കി. അവൾക്ക് അവളുടെ മുഖത്ത് വെറുപ്പ് പ്രകടമായി കാണാമായിരുന്നു. സുരി ഭീമേയുടെ കയ്യിൽ പിടിച്ചു, പതുക്കെ അമർത്തി, ശാന്തയാകാൻ പറയുന്നതു പോലെ. നക്സലുകളോട് എതിർപ്പു കാണിക്കുന്നവർ കൊല്ലപ്പെടുന്ന കഥകൾ ഇവിടെ സാധാരണമായിരുന്നു. ഒരു തരത്തിലുള്ള എതിർപ്രവർത്തികളും വിപ്ലവകാരികൾക്ക് സഹിക്കാൻ കഴിയുമായിരുന്നില്ല. എന്നിട്ടും ഭീമേ ഇവരുടെ മുന്നിൽ തല ഉയർത്തി നിൽക്കുന്നു. ഈ അവസ്ഥയിൽ തന്റെ ഭയം മുഖത്തു പ്രകടമാകാതിരിക്കാൻ സുരി ശ്രദ്ധിച്ചു.

സീമ തോക്ക് നീട്ടി പിടിച്ചു. അതിന്റെ കുഴൽ ഇപ്പോൾ ഭീമേക്കു നേരെയായിരുന്നു. സുരിയുടെ കാലുകൾ നിലത്ത് ഉറഞ്ഞുപോയതു പോലെയായി. ഭീമേയുടെ അതിസാഹസികതയിൽ അവളെ പ്രാകാൻ തുടങ്ങി.

“നിങ്ങളെക്കുറിച്ച് ഞങ്ങൾ ഇപ്പോൾതന്നെ തീരുമാനിച്ചുകൊള്ളാം. ഒറ്റ വെടിയുണ്ടകൊണ്ട്. നിങ്ങൾ പൊലീസിന്റെ ചാരയാണോ അതോ... പറയ്...” സീമ പറഞ്ഞു.

“ആരെയെങ്കിലും പിടിച്ച് തടവിലിട്ട് കൊല്ലുന്നത് നിങ്ങൾക്ക് പുതിയ കാര്യമൊന്നുമല്ല... ഈ വിഷയത്തിൽ പൊലീസുകാരും നിങ്ങളും തമ്മിൽ ഒരു വ്യത്യാസവുമില്ല.” ഭീമേ നിർഭയമായി പറഞ്ഞു.

ഇക്കാര്യം സീമയുടെ ഹൃദയത്തിൽ അമ്പുപോലെ കൊണ്ടു. അല്പ നേരം അവൾ ആലോചിച്ചു. പിന്നെ തോക്കു താഴ്ത്തി. അവൾ സരിത യുടെ അടുത്തേക്കു പോയി. കുറച്ചുനേരം ഇരുവരും പരസ്പരം സംസാ രിച്ചു.

സുരി ശ്വാസം പിടിച്ച് ഇരിക്കുകയായിരുന്നു. ഇന്നിനി എന്തെല്ലാമാണ് ഉണ്ടാകാൻ പോകുന്നത്!

അല്പസമയത്തിനുശേഷം സരിത തങ്ങൾക്കു നേരെ വരുന്നത് ഭീമേയും സുരിയും കണ്ടു. സീമ അവിടെ തന്നെ നിൽക്കുകയായിരുന്നു.

സരിത കീശയിൽനിന്ന് റിവോൾവർ പുറത്തെടുത്തു. പിന്നെ ഭീമേ യുടെ ചെവിക്കുറ്റിയിൽ വെച്ചു.

“ആരാണ് നിങ്ങൾ?” അവൾ ചോദിച്ചു.

“ഭീമേ,” ഭീമേ പറഞ്ഞു. “എന്റെ കൂടെ എന്റെ കൂട്ടുകാരി സുരി. ഞാൻ ഛുട്ടേപാൽ സ്വദേശിയാണ്, ഇവർ ചിട്ടാപാഡക്കാരിയും.”

സരിതയ്ക്കു കലി വന്നു. ഇതൊക്കെ ഭീമേ മുമ്പു പറഞ്ഞതാണ്. ഡോംഗർപാലിൽ ഇവർ ഇരുവരും വന്നതിന്റെ കാരണമാണ് സരിതയ്ക്ക് അറിയേണ്ടിയിരുന്നത്.

“നിങ്ങൾ എന്താണ് ചെയ്യുന്നത്?” ഇതു പറഞ്ഞുകൊണ്ട് സരിത റിവോൾവർ കൊണ്ട് ഭീമേയെ പതുക്കെയൊന്നു തള്ളി. ഭീഷണിയുടെ രൂപത്തിൽ.

ഇവളോട് ഇതു പറയേണ്ടതുണ്ടോ – ഭീമേ മനസ്സിൽ ആലോചിച്ചു. അവൾ ഈ രണ്ട് മാവോവാദികളുടെയും ധൈര്യത്തെ പലതവണ പരീ ക്ഷിച്ചു കഴിഞ്ഞിരുന്നു. എന്നിട്ടും അവൾ പറഞ്ഞു, “എന്നെ ഭയപ്പെടു ത്താൻ ശ്രമിക്കണ്ട. ഞാൻ മരിക്കാൻ ഭയക്കുന്നില്ല. എന്തെങ്കിലും ചോദി ക്കാനുണ്ടെങ്കിൽ റിവോൾവർ മാറ്റി സാവകാശം ചോദിക്കൂ.”

സരിത അവളെ തുറിച്ചു നോക്കിക്കൊണ്ട് തന്റെ കൈ താഴ്ത്തി. പിന്നെ അവൾ രണ്ടു നിമിഷം കഴിഞ്ഞ് ദീർഘശ്വാസം എടുത്ത് ചോദിച്ചു, “പെട്ടെന്ന് പറയണം. നിങ്ങൾ എന്താണ് ചെയ്യുന്നത്?”

“ടീച്ചറാണ്. ചിട്ടാപാഡ ജൂനിയർ ഹൈസ്കൂളിൽ.”

സരിത അവളെ തുറിച്ചു നോക്കി.

"ഓഹോ, പൊലീസ് ഇപ്പോൾ ടീച്ചർമാരെ കൊണ്ടാണോ ചാരപ്പണി ചെയ്യിക്കുന്നത്," സരിത ചോദ്യം ചോദിക്കുന്നതുപോലെ പറഞ്ഞു. അപ്പോഴേക്കും സീമ അവളുടെ അടുത്ത് വന്നു കഴിഞ്ഞിരുന്നു. അവൾ ഭീമേയെ ശക്തിയോടെ അടിച്ചു.

ഭീമേയുടെ കാലിടറി. പിന്നെ നേരെ നിന്നുകൊണ്ട് ഇരുവരെയും തുറിച്ചു നോക്കി.

ഭീമേ എന്തെങ്കിലും പറയുംമുമ്പ്, ഇതുവരെ നിശ്ശബ്ദയായിരുന്ന സുരി പറഞ്ഞു.

"ഞങ്ങൾ ചാരപ്പണിയൊന്നും ചെയ്യുന്നില്ല. ഞങ്ങൾ സ്ത്രീകൾക്ക് അറിവു നൽകുകയാണ്."

"അറിവോ?"

"അതേ... അറിവ്, എഴുത്ത്, വായന, തൊഴിൽ എന്നിവയെക്കുറിച്ച്," സുരി വീണ്ടും പറഞ്ഞു.

സരിത സീമയുടെ നേരെ സംശയദൃഷ്ടിയോടെ നോക്കി. പിന്നെ അവളുടെ നോട്ടം സുരിയിലൂടെ വീണ്ടും ഭീമേയിലായി. ചോദ്യരൂപത്തിൽ അവൾ ഭീമേയെ തുറിച്ചുനോക്കി.

"അതേ, നിങ്ങൾ ചെയ്യേണ്ട കാര്യം ഞങ്ങൾ ചെയ്യുന്നു," ഭീമേ കളിയാക്കും പോലെ പറഞ്ഞു. സീമയുടെ അടി കിട്ടിയതുകൊണ്ട് അവൾ അല്പം പോലും ഭയന്നിരുന്നില്ല.

സുരിക്കു ദേഷ്യം വന്നു. ഭീമേയുടെ വാക്കുകൾ വെറുതെ പ്രകോപനം ഉണ്ടാക്കുന്നവയായി അവൾക്കു തോന്നി. പക്ഷേ ഭീമേ വായാടിയാണ്. മുന്നിൽ അപകടം വന്നു നിൽക്കുമ്പോഴും മനസ്സിലെ വിചാരം തടഞ്ഞുവെയ്ക്കാൻ അവൾക്കു കഴിഞ്ഞിരുന്നില്ല.

ഭീമേയുടെ പരിഹാസത്തിന്മേൽ സരിതയും സീമയും ഏതെങ്കിലും വിധത്തിൽ പ്രതികരിക്കും മുമ്പ് സുരി പറഞ്ഞു.

"ഇവിടെ സ്കൂളുകളിൽ അധ്യാപകർ വരുന്നില്ല. ഞങ്ങൾ ഗ്രാമത്തിലെ ആളുകളോട് പറയുന്നത് അവരുടെ മക്കളെ സ്കൂളിൽ അയയ്ക്കാനാണ്... അപ്പോൾ അധ്യാപകർക്ക് സ്കൂളിൽ വരേണ്ടതായി വരും."

ഇതു പറഞ്ഞുകൊണ്ട് സുരി തന്റെ പെട്ടിയിൽനിന്ന് കുറച്ചു നോട്ടീസുകളും പാംഫലറ്റുകളും എടുത്ത് സരിതയ്ക്കു നേരെ നീട്ടി. ഇതിൽ സ്ത്രീകളെ ബോധവത്കരിക്കാനുള്ള ചിത്ര സന്ദേശങ്ങളായിരുന്നു. കഴിഞ്ഞ കുറച്ചു സമയത്തെ ഭീമേയുടെയും സുരിയുടെയും ശ്രമം ഫലം കാണാൻ തുടങ്ങിയിരുന്നു. ഇത്തരത്തിലുള്ള ചിത്രസന്ദേശങ്ങൾ ദക്ഷിണ ബസ്തറിലെ ഗ്രാമങ്ങളിൽ ധാരാളമായി കാണപ്പെടുന്നുണ്ടായിരുന്നു.

ആളുകൾ ഇതിനെക്കുറിച്ച് ചർച്ച ചെയ്യാൻ തുടങ്ങിയിരുന്നു. പ്രാദേശിക പത്രങ്ങളിൽ ഒന്നു-രണ്ടു വാർത്തകളും വന്നിരുന്നു. കുറച്ചു ദിവസങ്ങൾക്കു മുമ്പ് ദന്തേവാഡയിലെ ഒരു ഗ്രാമത്തിൽ ഇത്തരത്തിലുള്ള ചില നോട്ടീസുകളും സന്ദേശങ്ങളും സരിത കണ്ടിരുന്നു. എന്നാൽ കൂടുതൽ ശ്രദ്ധിക്കുക ഉണ്ടായില്ല. ഇപ്പോഴാണ് ആ ചിത്രസന്ദേശങ്ങൾ ഓർമ്മ വരുന്നത്.

അവൾ ആലോചിക്കാൻ തുടങ്ങി - അപ്പോൾ ഇവരാണ് ആളുകളോട് പഠിക്കാൻ പറയുന്ന ആ പെൺകുട്ടികൾ.

സുരി ദീർഘശ്വാസം വിട്ടു. ഇടപെടൽ ഫലം കണ്ടു എന്നു തോന്നുന്നു.

“എന്നും സ്കൂളിൽ പോയി കുട്ടികളെ പഠിപ്പിക്കണമെന്ന് അധ്യാപകർക്ക് പാർട്ടി നിർദ്ദേശം നൽകിയിട്ടുണ്ട്. എന്നിട്ടും അദ്ധ്യാപകർ വരുന്നില്ലെങ്കിൽ ജനങ്ങൾ ഞങ്ങളോടാണ് പരാതി പറയേണ്ടത്,” സരിത പറഞ്ഞു. ജനായത്ത സർക്കാരിന് നേതൃത്വം നൽകുന്ന മാവോവാദികൾ ഈ വിഷയത്തിൽ മുമ്പു തന്നെ ഇടപെട്ടു പ്രവർത്തിച്ചിരുന്നുവെന്ന് അവൾക്ക് ഭീമേയുടെയും സുരിയുടെയും മുന്നിൽ കാണിക്കണമായിരുന്നു. എന്നാൽ വാസ്തവത്തിൽ ഇവിടെ മാതാപിതാക്കൾ തന്നെയാണ് കുട്ടികളെ സ്കൂളിൽ അയയ്ക്കുന്നതിൽ അലസത കാണിച്ചിരുന്നത്. അതുകൊണ്ടുതന്നെ ടീച്ചർമാർക്ക് സ്കൂളിൽ നിന്നും മുങ്ങാൻ എളുപ്പത്തിൽ അവസരം കിട്ടുകയും ചെയ്യുന്നു. ടീച്ചർമാർ സ്കൂളിൽ പോകണമെന്ന് മാവോവാദികൾ തീർച്ചയായും പറയുന്നുണ്ട്. എന്നാൽ അതുകൊണ്ട് പ്രത്യേകിച്ച് കാര്യമൊന്നുമില്ല. കാരണം കുട്ടികളുടെ മാതാപിതാക്കളെ ബോധവത്കരിക്കാൻ നക്സലുകൾ ഒന്നും ചെയ്തിരുന്നില്ല.

“ജനായത്ത ഭരണത്തിൽ പാർട്ടി പറയുന്നത് ചിലപ്പോൾ ടീച്ചർമാർ അനുസരിക്കുന്നുണ്ടാവില്ല,” ഭീമേ വീണ്ടും പരിഹസിച്ചു.

സുരിക്ക് വല്ലാത്ത കോപം വന്നു. എന്നാൽ തന്റെ ഭാവമാറ്റം പുറത്തു പ്രകടമാകാതിരിക്കാൻ ശ്രദ്ധിച്ചു. എന്തിനാണ് തന്റെ കൂട്ടുകാരി കയ്യിൽ തോക്കേന്തി നിൽക്കുന്ന ഈ പെൺകുട്ടികളെ തുടരെ തുടരെ പ്രകോപിപ്പിക്കുന്നത്?

ഭീമേ എന്തിനാണ് വണ്ടിയെ നിരന്തരം പാളത്തിൽ നിന്ന് ഇറക്കുന്നത്? ഭീമേയെ നോക്കിക്കൊണ്ട് സുരി ആലോചിച്ചു.

ഭീമേയുടെ പരിഹാസം കേട്ട് ക്രുദ്ധയായ സീമ ഭീമേയുടെ കഴുത്തിനു പിടിച്ച് തള്ളി. അവൾ നിലത്തു വീണു. സീമ അവളുടെ കാൽ ഭീമേയുടെ കഴുത്തിലും തോക്കിൻകുഴൽ അവളുടെ നെഞ്ചിലും വെച്ചു.

സുരി കണ്ണുകൾ അടച്ചു. തന്റെ എല്ലാ പ്രയത്നങ്ങളും ഭീമേ നിഷ്പ്രഭമാക്കിയെന്ന് അവൾക്കു തോന്നി. എന്നാൽ ഭീമേക്ക് ഒരു ഭയവും

തോന്നാത്തതുപോലെ. അവൾ നേരെ സീമയുടെ കണ്ണുകളിലേക്കു നോക്കുകയായിരുന്നു.

"ഞാൻ ഹേഡിയാ കുഞ്ചാമിന്റെ മകളാണ്. കുറച്ചു വർഷം മുമ്പ് നിങ്ങൾ എന്റെ അച്ഛനെ ഒരു ജനകീയ കോടതിയിൽ വെച്ചു കൊന്നു. വ്യാജ ആരോപണം ഉന്നയിച്ച്, ഇന്നു വേണമെങ്കിൽ മറ്റൊരു കൊല കൂടി ചെയ്യാം." സീമയെ വെല്ലുവിളിച്ചു കൊണ്ട് ഭീമേ പറഞ്ഞു.

സീമ ഷോക്കേറ്റതു പോലെയായി. തോക്ക് മാറ്റാതെ തന്നെ അവൾ സരിതയെ നോക്കി. കഴിഞ്ഞ കുറച്ചുവർഷങ്ങളായി ഹേഡിയ കുഞ്ചാം ബസ്തറിലെ അറിയപ്പെടുന്ന പേരായി മാറിക്കഴിഞ്ഞിരുന്നു. മാവോവാദി കോടതിയിൽ അയാൾ കൊല്ലപ്പെട്ട കാര്യം ഇവിടെ എല്ലാവർക്കും അറിയാം. പത്രങ്ങളിൽ ധാരാളം വാർത്ത വന്നതാണ്. പൊലീസിനും നക്സലുകൾക്കെതിരെ തങ്ങൾ നടത്തുന്ന പ്രചരണം ശരിയെന്നു സ്ഥാപിക്കാനും അവരെ അപകീർത്തിപ്പെടുത്താനും 'ഹേഡിയ സംഭവം' വളരെയേറെ സഹായിച്ചു.

"നിങ്ങളുടെ കൈകൊണ്ട് എന്റെ അച്ഛൻ മരിക്കുന്നത് ഞാൻ കണ്ടു. നാലു കൊല്ലം മുമ്പ്. അച്ഛൻ നിരപരാധിയായിരുന്നു. പൊലീസിന്റെ ചാരനാണെന്ന വ്യാജ ആരോപണം അദ്ദേഹത്തിനെതിരെ ഉന്നയിച്ചു. എന്നാൽ അദ്ദേഹം കുട്ടികളെ പഠിപ്പിക്കുകായിരുന്നു...." ഭീമേ പറഞ്ഞു.

സീമയും സരിതയും ഇപ്പോഴും പരസ്പരം നോക്കുകയായിരുന്നു. ഹേഡിയ കൊല്ലപ്പെട്ടതിന്റെ പേരിൽ പഴി കേൾക്കേണ്ടി വന്നതിൽ മാവോവാദികളുടെ സെൻട്രൽ കമ്മിറ്റിയും വലിയ കോപത്തിലായിരുന്നു. ബീരം റാവുവിനെ ബസ്തറിൽ നിന്നും മാറ്റിയത് ഹേഡിയാ സംഭവം മൂലമാണെന്നും പറയപ്പെടുന്നുണ്ട്. ബീരം റാവുവിന്റെ സ്ഥാനത്ത് സഞ്ജീവൻ റെഡ്ഡിയെ പറഞ്ഞയയ്ക്കാനുള്ള കാരണവും ഹേഡിയ കുഞ്ചാമിന്റെ മരണം തന്നെയായിരിക്കാം.

ഭീമേ സംസാരിച്ചു കൊണ്ടിരുന്നു.

"... ഇന്ന് ഞാൻ നിങ്ങളുടെ മുന്നിലാണ്. എന്റെ അച്ഛനെ പോലെ ഞാനും ടീച്ചറായി. ഞാൻ പൊലീസിന്റെ ചാരയല്ല. എന്നാലും എന്നെ വെടിവെച്ചു കൊന്നിട്ട് ഞാൻ പൊലീസിനുവേണ്ടി പ്രവർത്തിക്കുകയായിരുന്നു എന്നു പറയണം."

തെറ്റ് ചെയ്യാതിരിക്കുന്നതിനുള്ള മുന്നറിയിപ്പാണ് ഭീമേ നൽകുന്നതെന്ന് സരിതയ്ക്കു മനസ്സിലായി. ഹേഡിയ സംഭവം മുന്നേ തന്നെ മാവോവാദികൾക്ക് വലിയ പേരുദോഷം ഉണ്ടാക്കിയിരുന്നു. ഏതെങ്കിലും ടീച്ചറെയോ സാമൂഹ്യപ്രവർത്തകരെയോ ഹെൽത്ത് വർക്കർമാരെയോ ഒരു തരത്തിലും ബുദ്ധിമുട്ടിക്കരുതെന്ന് സഞ്ജീവൻ റെഡ്ഡിയുടെ കർശന നിർദ്ദേശം ഉണ്ടായിരുന്നു. അവരെക്കുറിച്ച് എന്തെങ്കിലും സംശയം ഉണ്ടെങ്കിൽ തന്നെ പാർട്ടിയുടെ സെൻട്രൽ കമ്മിറ്റി അംഗങ്ങൾ അന്തിമ തീരുമാനം എടുക്കും.

സരിത ആലോചിച്ചു - ഈ പെൺകുട്ടി ഒരു ടീച്ചറാണ്. ഇവളെ ഇവിടുത്തെ ഒരുപാട് പേർക്ക് അറിയാം. ഇവൾ സാമൂഹ്യപ്രവർത്തനങ്ങൾ നടത്തുന്നവളാണ്. ഇവളെ ഇപ്പോൾ വെറുതെ വിടുന്നതിൽ അപകടമൊന്നും ഇല്ല. എന്നാൽ കൊന്നാൽ പാർട്ടിക്ക് ചീത്തപ്പേര് ഉണ്ടാകുമെന്ന അപകടമുണ്ട്.

സീമയും സരിതയും വീണ്ടും ഒരിക്കൽ കൂടി ഒറ്റയ്ക്കു പോയി ചർച്ച ചെയ്യാൻ തുടങ്ങി. ഭീമേയേയും സുരിയേയും സഞ്ജീവൻ റെഡ്ഡിയുടെ അടുത്തേക്ക് അയയ്ക്കാൻ കഴിയും, എന്നാൽ റെഡ്ഡി ഇപ്പോൾ വളരെ ദൂരെയാണ്. അയാളെ കണ്ടെത്തി അവിടേക്ക് അയയ്ക്കുന്നതിന് ഏറെ സമയമെടുക്കും. അവർക്കാണെങ്കിൽ യുവതികളെ കേഡർമാരായി റിക്രൂട്ട് ചെയ്യുന്ന പ്രവർത്തനം തുടരേണ്ടതുണ്ട്. ഇരുവരെയും വിടാനായി അവർ തീരുമാനിച്ചു. എന്നാൽ തങ്ങളുടെ മാനം നിലനിർത്താൻ ഈ രണ്ടു മാവോവാദികൾക്കും എന്തെങ്കിലും ചെയ്യേണ്ടതുണ്ടായിരുന്നു.

അവസാനം സരിത ഭീമേയുടെ അടുത്തു വന്ന് പറഞ്ഞു, "നിങ്ങൾ രണ്ടുപേരും ഇവിടെ നിന്നു പോ, പക്ഷേ ഒന്നോർക്കണം. ആൾക്കാരെ തെറ്റിദ്ധരിപ്പിക്കരുത്. പാർട്ടിയുടെ പരിപാടിക്ക് എതിരെ സംസാരിക്കരുത്. ഇത് പാർട്ടിയുടെ ഓർഡർ ആണ്."

സുരി ദൈവത്തോട് പ്രാർത്ഥിക്കുകയായിരുന്നു, ഈ അവസരത്തിൽ ഭീമേ വേണ്ടാതീനം ഒന്നും എഴുന്നള്ളിക്കല്ലേ.

നിങ്ങളുടെ പാർട്ടിയും അതിന്റെ പരിപാടിയും പോയി തുലയട്ടെ - ഭീമേ പറയാൻ ആഗ്രഹിച്ചു. എന്നാൽ സുരിയുടെ നോട്ടത്തിൽ നിന്നും അവൾ വളരെയധികം മനസ്സിലാക്കി. അവൾ നിശ്ശബ്ദത പാലിച്ചു.

"ഇപ്പോൾ നിങ്ങൾക്കു പോകാം. പക്ഷേ കമാണ്ടർ തീർച്ചയായും നിങ്ങളെ വിളിപ്പിക്കും."

"ഞാനും സഞ്ജീ ദാദയെ കാണാൻ ആഗ്രഹിക്കുന്നു," ഭീമേ അല്പം മയത്തിൽ പറഞ്ഞു. "അവസരം വരുമ്പോൾ എന്നെ വിവരം അറിയിച്ചാൽ മതി."

സരിത അടുത്തു നിൽക്കുന്ന സായുധരായ നാല് ആൺകുട്ടികളെ നോക്കി ഇരുവരേയും കൊണ്ടുപോകാൻ ആംഗ്യം കാണിച്ചു. സുരിയും ഭീമേയും പോകാനായി തിരിഞ്ഞപ്പോൾ പുറകിൽനിന്ന് ശബ്ദം കേട്ടു.

"പാർട്ടിയുടെ കണ്ണ് നിങ്ങളുടെമേൽ ഉണ്ടാകും എന്ന് ഓർക്കണം."

ഭീമേ പിൻതിരിഞ്ഞ് നോക്കി. സരിതയോടും സമീയോടുമുള്ള വെറുപ്പ് അവളുടെ മുഖത്ത് കാണാമായിരുന്നു. എന്നാൽ ഇപ്പോൾ അവൾ ഒന്നും പറഞ്ഞില്ല. സുരി ദീർഘശ്വാസം വിട്ടു. ഭീമേയും താനും ജീവനോടെ തിരിച്ച് ഗാദീരാസിലേക്ക് പുറപ്പെടുകയാണെന്ന് അവൾക്ക് വിശ്വസിക്കാൻ കഴിഞ്ഞിരുന്നില്ല.

21

മരിയംപാഡയിൽ എത്തിയ ഉടനെത്തന്നെ അവിടുത്തെ സ്ഥിതി വളരെ മോശമാണെന്ന് ദേവയ്ക്ക് മനസ്സിലായി. വീടുകൾ തോറും മലേറിയ പടർന്നിരിക്കുന്നു. എവിടെ നിന്നാണ് ചികിത്സ തുടങ്ങേണ്ടതെന്ന് അയാൾക്ക് ഒരു പിടിയും കിട്ടിയില്ല. ഗ്രാമത്തിൽ ഏതാണ്ട് അമ്പത് വീടുകൾ ഉണ്ടാകും, ഏകദേശം എല്ലാ വീടുകളിലും ആർക്കെങ്കിലുമൊക്കെ മലേറിയയുടെ ലക്ഷണങ്ങൾ ഉണ്ട്. ഈ കണക്കു പ്രകാരം അറുപത്-എഴുപത് ആളുകളെ പരിശോധിക്കേണ്ടി വരും. ഇന്ന് ദേവയോടൊപ്പം മൂന്ന് ആരോഗ്യപ്രവർത്തകർ മാത്രമേ ഉണ്ടായിരുന്നുള്ളൂ. കൂക, മഹേഷ്, മൈനാലാൽ. കൂകയും മഹേഷും വന്നിട്ട് കുറച്ചു നാളുകളേ ആയിട്ടുള്ളൂ. രണ്ടു-മൂന്നു ദിവസം തങ്ങാതെ ജോലി പൂർണമാകില്ലെന്ന് ദേവയ്ക്കും മനസ്സിലായി. അയാൾ കൂകയേയും മഹേഷിനേയും വെള്ളത്തിന്റെ സാമ്പിൾ ശേഖരിക്കാൻ ചുമതലപ്പെടുത്തി. അയാൾ മൈനാലാലുമൊത്ത് രോഗികളുടെ രക്തസാമ്പിളുകൾ ശേഖരിക്കാൻ തുടങ്ങി. പനിയുള്ള ആളുകൾക്ക് അയാൾ ഉടൻ തന്നെ ക്ലോറോക്വിൻ ഗുളികകൾ നൽകി. ഉച്ചയാകുമ്പോഴേക്കും ഏകദേശം ഇരുപതു വീടുകളിൽ പരിശോധന കഴിഞ്ഞിരുന്നു.

"വൈകുന്നേരം ആകുമ്പോഴേക്കും നമുക്ക് പത്തു വീടുകൾ കൂടി തീർക്കാം," ദേവ മൈനാലാലിനോട് പറഞ്ഞു.

"എന്നാലും നാളെ മുഴുവൻ തുടരേണ്ടി വരും ഭയ്യാ," മൈനാലാൽ പറഞ്ഞു.

"സാരമില്ല," മെഡിക്കൽ ബോക്സിൽ നിന്ന് ഒരു പാക്കറ്റ് സ്ലൈഡ് എടുത്തു തുറന്നുകൊണ്ട് ദേവ പറഞ്ഞു.

"നിങ്ങൾ മഹേഷിനെയും കൂകയേയും ഇങ്ങോട്ടു വിളിക്കൂ. പെട്ടെന്ന്."

മൈനാലാൽ ഇരുവരെയും ഉറക്കെ വിളിച്ചു. ഇരുവരും അങ്ങോട്ടു വന്നു.

"വെള്ളത്തിന്റെ സാമ്പിൾ എടുത്തു കഴിഞ്ഞോ?" ദേവ ചോദിച്ചു.

"ഉവ്വ് ഭയ്യാ."

"ശരി. നിങ്ങൾ രണ്ടുപേരും വാട്ടർ സാമ്പിളും ബ്ലഡ് സാമ്പിളും കൊണ്ട് പുറപ്പെട്ടോളൂ. ഇപ്പോൾ പുറപ്പെട്ടാൽ രാത്രി ആകുമ്പോഴേക്കും പുറത്ത് എത്താം. നാളെ രാവിലെ ഇതെല്ലാം ജഗദൽപുരിൽ എത്തിക്കണം." ബ്ലഡ് സാമ്പിളിന്റെ ബോക്സ് അയാൾ അവരെ ഏല്പിച്ചു. "എനിക്കും മൈനാലാലിനും നാളെ വൈകുന്നേരത്തോടെ മാത്രമേ ഇവിടെ നിന്നു പോരാൻ കഴിയുള്ളൂ. ഞങ്ങൾ സുരക്ഷിതരാണ് എന്ന് ബിഷൻ ഭയ്യായെ ഫോൺ വിളിച്ചു പറയണം."

"ശരി ഭയ്യാ," ഇരുവരും മോട്ടോർ സൈക്കിൾ സ്റ്റാർട്ട് ആക്കി.

ദേവയും മൈനയും ഗ്രാമവാസികളെ വിളിച്ചു ചേർത്ത് വൈകുന്നേരമായാൽ വീടുകൾക്ക് മുന്നിൽ ചാണകവറളികൾ കത്തിച്ച് പുകയ്ക്കണമെന്ന് പറഞ്ഞു. "കൊതുകുകളിൽ നിന്ന് രക്ഷ നേടാൻ ഇതാണ് ഏറ്റവും നല്ല മാർഗ്ഗം," തന്റെ മുമ്പിലിരിക്കുന്ന ഗ്രാമവാസികളോട് ദേവ ഗോണ്ടി ഭാഷയിൽ വിശദീകരിച്ചു.

പെട്ടെന്നാണ് ദേവയുടെ നോട്ടം കുന്നിന്മേൽ പതിഞ്ഞത്. നാല് നക്സൽ കേഡർമാർ ഒരാളെ കട്ടിലിൽ കിടത്തി കൊണ്ടുവരുന്നതാണ് അയാൾ കണ്ടത്. മാവോവാദികളെ നേരിട്ടു കാണുകയും അവരെ ചികിത്സിക്കുകയും ചെയ്യുന്നത് ദേവയ്ക്ക് ഇപ്പോൾ പുതിയ കാര്യമല്ല. കുറച്ചു നാളുകളായി ഉൾഗ്രാമങ്ങളിൽ പാർട്ടിക്കാർ കേഡർമാരെ ചികിത്സയ്ക്കായി അയയ്ക്കാറുണ്ട്. ഇത്ര വേനൽചൂടിലും അവരുടെ രോഗി തണുത്തു വിറയ്ക്കുന്നുണ്ടായിരുന്നു. ദേവ അയാൾക്ക് ആദ്യം പനിയുടെ മരുന്നു നൽകി, പിന്നെ ക്ലോറോക്വീൻ ടാബലറ്റും. പിന്നെ അയാളുടെ രക്തത്തിന്റെ സാമ്പിൾ എടുത്ത് കട്ടിലിൽ തന്നെ കിടന്ന് ഉറങ്ങിക്കൊള്ളാൻ പറഞ്ഞു.

"അയാളുടെ നെറ്റിയിൽ നനഞ്ഞ തുണി വെയ്ക്കൂ. നല്ല ചൂടുണ്ട്."

അയാളുടെ സ്ഥിതി മോശമായിരുന്നു. എന്നാലും ധൈര്യം നൽകി കൊണ്ട് ദേവ പറഞ്ഞു, "ധൈര്യമായി ഇരിക്കൂ. വേഗം സുഖമാകും സഖാവെ."

അയാൾ ഒന്നു പുഞ്ചിരിച്ചു. എന്നാൽ അയാളുടെ അവസ്ഥ ശരിയല്ലെന്ന് അയാളുടെ മുഖം വ്യക്തമാക്കുന്നുണ്ടായിരുന്നു.

രാത്രി ഏതാണ്ട് എട്ടു മണിയോടടുത്ത് ഗ്രാമീണർ ചപ്പാത്തിയും കറിയും കൊണ്ട് ദേവയുടെയും മൈനയുടെയും അടുത്തു വന്നു. കൂടെ ഇവർക്കുവേണ്ടി മുട്ട പുഴുങ്ങിയതും ഉണ്ടായിരുന്നു.

"ആദ്യം ഇയാൾക്കു നൽകൂ," രോഗിയായ നക്സൽ കേഡറെ ചൂണ്ടിക്കാട്ടി ദേവ പറഞ്ഞു. അയാളുടെ പനി കുറഞ്ഞിരുന്നു.

"എല്ലാവർക്കുമുണ്ട് ദാദാ," രണ്ടു മൂന്നു പ്ലെയ്റ്റുകളും പാത്രങ്ങളുമായി വന്ന ഏകദേശം ഇരുപതു വയസ്സുള്ള പയ്യൻ പറഞ്ഞു.

എല്ലാവരും ഭക്ഷണം കഴിച്ചു. രാത്രി ഒരു കുടിലിനു മുന്നിൽ കൊതുകുവല കെട്ടി ദേവയും മൈനാലാലും ഉറങ്ങി. അവിടെ നിന്ന് അല്പം മാറി രോഗിയായ തങ്ങളുടെ സഹപ്രവർത്തകന്റെ അടുത്ത് നാല് നക്സലുകളും നിലത്ത് തുണി വിരിച്ച് കിടന്നു. ദേവ വളരെ ക്ഷീണിതനായിരുന്നു. കിടന്ന ഉടനെ ഉറങ്ങിപ്പോയി. അല്പസമയത്തിനകം ഗ്രാമം മുഴുവൻ ഉറക്കത്തിലായി. എല്ലായിടത്തും നിശ്ശബ്ദത പരന്നു. ചിലപ്പോൾ ചീവിടിന്റെ ശബ്ദമോ മറ്റു ചിലപ്പോൾ ഏതെങ്കിലും വീട്ടിൽനിന്ന് ഏതെങ്കിലും രോഗിയുടെ ഞരങ്ങുന്ന ശബ്ദമോ ഈ നിശ്ശബ്ദതയെ ഭഞ്ജിച്ചിരുന്നു.

പുലർച്ചെ ഏതാണ്ട് മൂന്നു മണിക്ക് പെട്ടെന്ന് നായ്ക്കൾ കുരയ്ക്കാൻ തുടങ്ങി. ഈ ബഹളം കേട്ട് മൈനാലാൽ പെട്ടെന്ന് ഉണർന്നു. അയാൾ അടുത്തു കിടന്ന് ഉറങ്ങുന്ന ദേവയെ ഉണർത്തി.

“ഭയ്യാ... ഭയ്യാ... എണീക്കൂ.”

“എന്താ മൈനാ...” ദേവ പിറുപിറുത്തുകൊണ്ട് തിരിഞ്ഞു കിടന്നു. അയാൾ എഴുന്നേൽക്കേണ്ട മൂഡിൽ ആയിരുന്നില്ല.

“ഭയ്യാ എണീക്കൂ...” മൈനാലാൽ ശക്തിയോടെ ദേവയെ കുലുക്കി.

ദേവ പരിഭ്രമിച്ച് എഴുന്നേറ്റു. ദൂരെ നിന്ന് ആരോ ടോർച്ച് കത്തിക്കുന്നത് അയാൾ കണ്ടു. അപ്പുറത്ത് കിടന്നിരുന്ന രോഗിയായ നക്സലും കൂട്ടുകാരും അവിടെനിന്ന് അപ്രത്യക്ഷമായത് ദേവ ശ്രദ്ധിച്ചു. അയാൾക്ക് പരിഭ്രമമായി.

“പൊലീസ്...” അയാൾ പറഞ്ഞു.

മൈനാലാൽ പരിഭ്രമത്തോടെ ചോദിച്ചു, “എന്തു ചെയ്യും ഭയ്യാ? ഇരുട്ടാണ്. ഇവർ വെടി വെച്ചാലോ?”

“ഈ തെമ്മാടികൾ നമ്മളെ പിന്തുടർന്ന് ഇവിടെയും എത്തി.” ദേവ പിറുപിറുത്തു.

“ആരും അനങ്ങിപ്പോകരുത്. വെടിവെയ്ക്കും.” ദൂരെനിന്ന് ശബ്ദം കേട്ടു.

“നിലത്ത് കിടക്കൂ മൈനാ’, ദേവ മൈനാലാലിനോട് പറഞ്ഞു. പിന്നെ ഉറക്കെ വിളിച്ചുപറഞ്ഞു, “വെടിവെയ്ക്കരുത്, ഞങ്ങൾ മാവോവാദികളല്ല. മലേറിയക്കാരാണ്.”

ഇതിനിടെ കുടിലിനു പുറകിൽനിന്ന് നക്സലുകൾ ഓടിപ്പോകുന്ന ശബ്ദം കേട്ടു.

“കൊല്ല് നായിന്റെ മക്കളേ. അവർ ഓടുകയാണ്...” പൊലീസുകാരൻ പറഞ്ഞു.

“മലേറിയക്കാരാണ്... ഞങ്ങൾ നക്സലുകൾ അല്ല.” ദേവയും മൈനയും പിന്നെയും ഉറക്കെ വിളിച്ചുപറഞ്ഞു.

എന്നാൽ ആരും അവരുടെ വാക്കുകൾ കേട്ടില്ല. അടുത്ത പത്തുമിനിറ്റ് മരിയംപാഡയിൽ തുരുതുരെ വെടി ഉതിർത്തുകൊണ്ടിരുന്നു.

22

ഗൗദീരാസിൽനിന്ന് തിരിച്ച് തന്റെ ഗ്രാമമായ ചരുട്ടേപാലിൽ ഭീമേ എത്തി ഏകദേശം മൂന്ന് ആഴ്ച കഴിഞ്ഞപ്പോൾ അവളുടെ വീട്ടിൽ സഞ്ജീവൻ റെഡ്ഡിയുടെ സന്ദേശമെത്തി. രണ്ടു ദിവസത്തിനുശേഷം ചൊവ്വാഴ്ച ചരുട്ടേ

പാലിൽനിന്ന് ഏകദേശം ഇരുപതു കിലോമീറ്റർ അകലെയുള്ള ഒരു സ്ഥല ത്തേക്ക് അവളെ വിളിപ്പിച്ചിരിക്കുന്നു. നാല് വരികളുള്ള ആ കത്ത് രാംദേവ് അവളെ കാണിച്ചു. പാർട്ടിയുടെ വലിയ നേതാവിന് അവളെ കാണണം എന്ന് അതിൽ എഴുതിയിരുന്നു. സരിതയും സീമയുമായി ഡോംഗർ പാലിൽ ഉണ്ടായ സംഭവം റെഡ്ഡിയുടെ അടുത്തേക്ക് എത്തിച്ചിരിക്കുന്നു വെന്ന് ഭീമേയ്ക്ക് പെട്ടെന്നുതന്നെ മനസ്സിലായി.

കത്തു കണ്ടപ്പോൾ ഭീമേയ്ക്ക് ചെറിയൊരു ഭയം തോന്നി. തന്റെ അച്ഛൻ മാവോവാദികളുടെ കൈകളാൽ കൊല്ലപ്പെടുന്നത് അവൾ നേരിട്ടു കണ്ടിരുന്നു.

സരിതയും സീമയുമായി തർക്കിക്കുന്ന സമയത്ത് തനിക്ക് എവിടെ നിന്നാണ് ഇത്ര ഉൾക്കരുത്ത് കിട്ടിയത്? ഇപ്പോൾ എന്താണ് ഇത്ര പരി ഭ്രമം തോന്നുന്നത്? ഭീമേ ആലോചിക്കാൻ തുടങ്ങി.

അവളുടെ മാനസികാവസ്ഥ രാംദേവ് പെട്ടെന്ന് മനസ്സിലാക്കി. അയാൾ അടുത്തുവന്ന് സ്നേഹത്തോടെ അവളെ ആലിംഗനം ചെയ്തു. ഭീമേ അയാളുടെ നെഞ്ചിൽ തല ചായ്ച്ചു.

"എന്തുപറ്റി ഭീമേ? എന്താണ് വിഷമം? അവളെ തന്റെ കൈകളിലൊ തുക്കി രാംദേവ് ചോദിച്ചു.

ഭീമേ മൗനം പാലിച്ചു. രാംദേവിന്റെ നെഞ്ചിൽ തലവെച്ചുകൊണ്ടു തന്നെ അവൾ ഒരു ദീർഘശ്വാസം വിട്ടു. പിന്നെ അവളും തന്റെ രാമായെ മുറുകെ കെട്ടിപ്പിടിച്ചു. ഭീമേ തന്നിൽനിന്നും മാറാൻ ആഗ്രഹിക്കുന്നില്ല എന്ന് രാംദേവിന് തോന്നി.

"ഭീ... ഇതു സംഭവിക്കേണ്ടതുതന്നെയാണ്. നീ തെരഞ്ഞെടുത്ത വഴി യിൽ ഇവരുമായി നേരിടേണ്ടിവരും എന്നുള്ളത് ഉറപ്പാണ്." രാംദേവ് പറഞ്ഞു.

കുറച്ചു നേരം രാംദേവിനോട് ചേർന്ന് ഇരുന്നശേഷം അവൾ സ്വയം അകന്നുമാറി.

"രാമാ എനിക്ക് എന്റെ ജീവനെക്കുറിച്ച് ഒരു ഭയവും തോന്നുന്നില്ല. നീ എന്നെങ്കിലും എനിക്ക് നഷ്ടപ്പെടുമോ എന്ന ഭയം മാത്രമാണ് എനിക്കുള്ളത്. അച്ഛനുശേഷം നീ മാത്രമാണ് എന്റെ കൂടെ ബാക്കി യുള്ളത്."

ഭീമേ ഇന്നു വളരെയധികം വികാരവതിയാകുന്നത് രാംദേവ് ശ്രദ്ധിച്ചു. ഇത്തരം വൈകാരികമായ കാര്യങ്ങൾ അവൾ വളരെ കുറച്ചേ പറയാ റുള്ളൂ.

"എന്തുപറ്റി? ങും... ഭീ... പറയ്... എന്തുപറ്റി?"

ഭീമേ രാംദേവിനോട് ഡോംഗർപാലിൽ നടന്ന മുഴുവൻ സംഭവങ്ങളും വിവരിച്ചു. നക്സലുകളോട് തർക്കിച്ച് എങ്ങനെയാണ് അവൾ മരണ വാതിൽക്കൽവരെ എത്തിയതെന്ന് ഭീമേ രാംദേവിനോട് പറഞ്ഞു.

“രാമാ, അവൾ എന്റെ നെഞ്ചിൽ തോക്ക് വെച്ചപ്പോൾ എനിക്ക് മരിക്കാൻ ഭയം തോന്നിയില്ല. എനിക്ക് നിന്റെ മുഖം മാത്രമാണ് ഓർമ്മവന്നത്. നിന്നെ വേറിട്ടുപോകുന്ന ചിന്ത മാത്രമാണ് മനസ്സിൽ കടന്നുവരുന്നത്.”

രാമാ ഭീമേയെ വലിച്ച് കെട്ടിപ്പിടിച്ചു.

“മിണ്ടാതിരിക്ക് ഭീ... ഇനി ഞാൻ നിന്നെ റെഡ്ഡിയുടെ അടുത്തു പോകാൻ അനുവദിക്കില്ല.”

“ഇല്ല രാമാ...” പെട്ടെന്ന് കടുത്ത സ്വരത്തിൽ ഭീമേ പറഞ്ഞു. “ഞാൻ റെഡ്ഡിയുടെ അടുത്ത് തീർച്ചയായും പോകും... എന്തായാലും നമ്മുടെ മിഷന് അയാളെ കാണേണ്ടത് വളരെ അത്യാവശ്യമാണ്. ഒരിക്കൽ റെഡ്ഡിയുമായി സംസാരിച്ചുകഴിഞ്ഞാൽ ഈ പ്രദേശത്ത് നമ്മുടെ പ്രവർത്തനം നടത്തുമ്പോൾ ആർക്കും നമ്മെ തടയാൻ കഴിയില്ല.”

“പക്ഷേ നിന്റെ ജീവന് അപകടമാണ് ഭീ....” രാംദേവ് അവളുടെ കൈ പിടിച്ച് പറഞ്ഞു.

“ഒരു അപകടവും ഇല്ല രാമാ... സഞ്ജീവൻ റെഡ്ഡി എന്റെ ജീവൻ എടുക്കില്ല. കൂടിവന്നാൽ നമ്മളോട് നമ്മുടെ സ്ത്രീശാക്തീകരണ പ്രസ്ഥാനം അവസാനിപ്പിക്കാൻ അയാൾ പറയുമായിരിക്കും.”

“നിനക്ക് ഉറച്ച വിശ്വാസം ഉണ്ടോ?”

ഭീമേയുടെ കണ്ണുകളിൽ നോക്കിക്കൊണ്ട് രാംദേവ് ചോദിച്ചു. “ഞാനും നിന്റെ കൂടെ വരാം...”

“വേണ്ട രാമാ... ഞാൻ അവിടെ ഒറ്റയ്ക്കുതന്നെ പോകും. ഈ സന്ദേശത്തിൽ ഒറ്റയ്ക്കുതന്നെ ചെല്ലാനാണ് പറഞ്ഞിരിക്കുന്നത്.” രാംദേവിന് കത്തു കാണിച്ചുകൊടുത്തുകൊണ്ട് ഭീമേ പറഞ്ഞു.

രാംദേവ് നിശ്ശബ്ദനായി. ഇനി അയാളുടെ ഭീയ്ക്ക് നക്സലുകളുടെ ക്യാമ്പിൽ പോകണം. അവളുടെ പിതാവിനെ ഏകദേശം അഞ്ചു കൊല്ലം മുമ്പ് ഒരു ജനകീയ കോടതിയിൽ വെച്ച് മരണശിക്ഷ നൽകിയ അതേ ആളുകളുടെ അടുത്ത്.

23

ബിഷൻ ഇപ്പോൾ ശ്മശാനത്തിലായിരുന്നു. അയാളുടെ മുന്നിൽ ചിത ആളിക്കത്തുകയാണ്. അതിലെ നാളങ്ങളിൽ അയാൾക്ക് ദേവയുടെ മുഖം കാണാൻ കഴിഞ്ഞു. ഒന്നരവർഷം മുമ്പു മാത്രമാണ് ദേവയെ കിട്ടിയത്. എന്നാൽ അയാളുടെ ഏറ്റവും വിശ്വസ്തനായ സുഹൃത്തായി അയാൾ. എത്ര ഗ്രാമങ്ങളിലാണ് ദേവയും ബിഷനും ഒരുമിച്ച് പോയിട്ടുള്ളത്. ബിഷനെപ്പോലെ ദേവയും ഒരു പാവപ്പെട്ട ആദിവാസി കുടുംബത്തിൽ നിന്നാണ് വരുന്നത്. പണം സമ്പാദിക്കുന്നിൽ ഉപരിയായി തന്റെ സമുദായത്തിൽപ്പെട്ട ആളുകളെ പട്ടിണിമരണത്തിൽനിന്നും രോഗത്തിൽനിന്നും

പുറത്തുകൊണ്ടുവരിക എന്നതായിരുന്നു അയാളുടെ ആഗഹ്രം. അയാൾ ബസ്തറിൽ ശാന്തിയും സമൃദ്ധിയും ആഗ്രഹിച്ചിരുന്നു. ഈ മിഷനിൽ അയാൾ രാപ്പകൽ ബിഷനെ സഹായിച്ചു. എന്നാൽ പെട്ടെന്ന് അയാൾ ബിഷനെ ഒറ്റയ്ക്ക് ആക്കി പോയി.

മരിയംഗുഡയിൽ ആ രാത്രി നക്സലുകളെ പിടിക്കാനായി പൊലീസ് ഇരുട്ടിൽ വെടിവെച്ചു. ഫയറിംഗിൽ രണ്ടു ഗ്രാമീണരും ഓടിപ്പോയിരുന്ന രണ്ടു നക്സലുകളും മരിച്ചു. ഇതിൽ ചികിത്സയ്ക്കായി ഗ്രാമത്തിൽ കൊണ്ടുവന്ന രോഗിയായ ആ നക്സലും ഉണ്ടായിരുന്നു. നിലത്ത് കിടന്നപ്പോൾ ആ സ്ഥലം അത്ര സുരക്ഷിതമല്ല എന്ന് മൈനാലാലിനും ദേവയ്ക്കും തോന്നി. ഇരുവരും തൊട്ടടുത്തുള്ള കുടിലിന്റെ മറവിലേക്ക് മാറാൻ ശ്രമിച്ചു. ഇരുവരും ആ ഭാഗത്തേക്ക് ഓടുമ്പോഴേക്കും ഒരു വെടിയുണ്ട മൈനാലാലിന്റെ ചുമലിൽ സ്പർശിച്ച് കടന്നുപോയി. എന്നാൽ രണ്ടാമത്തേത് ദേവയുടെ തലയിൽ കൊണ്ടു.

തന്റെ സുഹൃത്തിന്റെ ചിത കത്തുന്നതു കണ്ടപ്പോൾ ഒരാളുടെ ജീവിതവുമായി ഇഴുകിച്ചേരുന്നത് എന്താണ് എന്ന് ആദ്യമായി ബിഷനു മനസ്സിലായി. ഒരുമിച്ചു ജോലി ചെയ്യുമ്പോൾ ഒരാൾ എങ്ങനെയാണ് മറ്റൊരാളുടെ ശീലവും ബലഹീനതയും ആകുന്നതെന്ന് മനസ്സിലായി.

രാവിലെ എഴുന്നേറ്റാൽ ബിഷന്റെ ആദ്യസംഭാഷണം ദേവയോടു തന്നെ ആയിരിക്കും. രാത്രി ഉറങ്ങാൻ പോകുമ്പോൾ അവസാനസംഭാഷണവും ദേവയോടുതന്നെയാകും.

“ദേവാ ഇത് ചെയ്യണം.”

“ദേവാ, അവിടെ നീ പോയിരുന്നോ?”

“ദേവാ, എനിക്കവിടെ പോകണം. നീയും കൂടെ ഉണ്ടാകണം.”

“ദേവാ, നാളെ രാവിലെ പെട്ടെന്നു വരണം.”

ഇങ്ങനെ എത്രയെത്ര കാര്യങ്ങളാണ് ബിഷന് ഓർമ്മവരുന്നത്. പക്ഷേ, ദേവ പോയിക്കഴിഞ്ഞു. മുന്നിൽ അയാളുടെ ചിതയാണ്. പെട്ടെന്ന് ആരോ തന്റെ തോളിൽ കൈവെച്ചതായി ബിഷൻ മനസ്സിലാക്കി. മൈനാലാൽ തന്റെ അടുത്തുനിൽക്കുന്നത് അയാൾ കണ്ടു.

“ഭയ്യാ...” എന്നു വിളിച്ച് ബിഷന്റെ തോളിൽ തലവെച്ച് മൈനാലാൽ കരയാൻ തുടങ്ങി. ബിഷൻ അയാളുടെ തലയിൽ കൈവെച്ച് അയാളെ ആശ്വസിപ്പിച്ചു.

അല്പം സംയമനം പാലിച്ചശേഷം മൈനാലാൽ പറഞ്ഞു.“ഭയ്യാ രാത്രി പൊലീസ് ഗ്രാമത്തിൽ വന്നപ്പോൾ ഞങ്ങൾ മലേറിയക്കാരാണ് എന്ന് ഉറക്കെ വിളിച്ചുപറഞ്ഞു. മാവോവാദികളല്ല വെടിവെക്കരുത്... പക്ഷേ പൊലീസുകാർ വെടിവെച്ചു. ഒരുപാട് തവണ വെടിവെച്ചു ഭയ്യാ.”

ബിഷന്റെ കണ്ണുകളിൽനിന്ന് കണ്ണുനീർ ഒഴുകുകയായിരുന്നു. അയാൾ മൈനാലാൽ പറയുന്നത് കേട്ടുകൊണ്ടിരുന്നു.

"ദേവാഭയ്യാ എന്നോട് നിലത്തു കിടക്കാൻ പറഞ്ഞു. അതിനിടെ ചികിത്സയ്ക്കു വന്ന നാല് മാവോവാദികളും കുടിലിനു പുറകിൽനിന്ന് ഓടാൻ തുടങ്ങി." മൈനാലാലിന്റെ തൊണ്ടയിടറി. അല്പനേരം നിർത്തിയിട്ട് അയാൾ തുടർന്നു. "അവർ ഓടുന്നതു കണ്ടപ്പോൾ പൊലീസുകാർ ഇരുട്ടിൽ തുരുതുരെ വെടിവെയ്ക്കാൻ തുടങ്ങി. ഇവിടെ മാവോവാദികളില്ലെന്ന് ഞങ്ങൾ പലതവണ പറഞ്ഞു. പക്ഷേ, പൊലീസ് വെടിവെപ്പ് നിർത്തിയില്ല ഭയ്യാ."

"മതി മൈനാ... വരൂ, തിരിച്ചുപോകാം."

വീട്ടിലേക്കു പോകാനായി ബിഷൻ തിരിഞ്ഞ് ഒന്നുരണ്ടടി നടന്ന ശേഷം ഒരിക്കൽകൂടി തന്റെ സുഹൃത്തിനു നേരെ അവസാനമായി നോക്കി. അയാളുടെ കത്തുന്ന ചിത പതുക്കെ പതുക്കെ എരിഞ്ഞ് ചാരമാകുകയായിരുന്നു.

24

സഞ്ജീവൻ റെഡ്ഡിയുടെ ക്യാമ്പ് വരെ എത്തുന്നതിന് ഭീമേയ്ക്ക് ഏകദേശം ഒന്നര ദിവസം നടക്കേണ്ടിവന്നു. അവളുടെ കൂടെ രണ്ട് സംഗം അംഗങ്ങളും ഒരു ദളം അംഗവും ഉണ്ടായിരുന്നു. സംഗത്തിലെ ആളുകളെ അവൾ ഗ്രാമത്തിൽ കണ്ടുമുട്ടി, ദളത്തിന്റെ അംഗം റെഡ്ഡിയുടെ ക്യാമ്പിൽനിന്നുതന്നെ വന്നതാണ്. ഛുട്ടേപാലിന്റെ വടക്കേദിശയിൽ ഏതാണ്ട് പത്തുകിലോമീറ്റർ ദൂരെ വലിയ പർവ്വതത്തിനു പിന്നിൽ ഇടതൂർന്ന വനമുണ്ട്. അവിടെ ആരും പോകാറില്ല. ഇവിടെ ചെങ്കുത്തായ ഒരു ഇറക്കത്തിലൂടെ ഏകദേശം ഒരു മണിക്കൂർ ഇറങ്ങിയ ശേഷം ഭീമേ ഈ ആളുകൾക്കൊപ്പം ഒരു ചെറിയ നദി കടന്നു. അതിനുശേഷം സംഗത്തിന്റെ രണ്ടുപേരും അവിടെ നിന്നു. തോക്കുധാരിയായ ആ നക്സലൈറ്റിന്റെ കൂടെ ഭീമേ റെഡ്ഡിയുടെ ക്യാമ്പിലേക്ക് നടന്നു.

അടുത്ത ദിവസം രാവിലെ പതിനൊന്നു മണിയോടടുത്ത് ഭീമേ റെഡ്ഡിയുടെ ക്യാമ്പിൽ എത്തി. വാസ്തവത്തിൽ ഛുട്ടേപാലിൽനിന്ന് എത്ര ദൂരെയാണ് ഈ സ്ഥലമെന്ന് അവൾക്ക് ഊഹിക്കാൻ കഴിഞ്ഞിരുന്നില്ല. എന്തായാലും മാവോവാദികൾ അവളെ ഏറ്റവും കുറഞ്ഞത് മുപ്പതു കിലോമീറ്റർ നടത്തിച്ചിട്ടുണ്ട്.

നക്സൽ ക്യാമ്പിൽ എത്തിയതോടെ തന്റെ തുടക്കത്തിലെ ആശങ്ക തീർത്തും തെറ്റായിരുന്നുവെന്ന് ഭീമേയ്ക്ക് ബോദ്ധ്യമായി. ഭീമേ പേടിച്ചിരുന്നതിനു വിപരീതമായി റെഡ്ഡിയുടെ ക്യാമ്പിൽ ഭീമേയെ സൗഹൃദത്തോടെയാണ് സ്വീകരിച്ചത്. അവളോട് യാത്രയെക്കുറിച്ച് ചോദിച്ചു. അവിടെ എത്തിയ ഉടനെ രണ്ടു വനിതാ നക്സലുകൾ ഭീമേയ്ക്ക് ചായ നൽകി. പിന്നീട് പ്രാതൽ കൊണ്ടുവന്നു. എന്നാൽ വളരെയേറെ ക്ഷീണിത ആയിരുന്നെങ്കിലും ഭീമേയ്ക്ക് ചായയും പ്രാതലും കഴിക്കുന്നതിലുപരി

റെഡ്ഡിയെ കാണാനുള്ള ആകാംക്ഷയായിരുന്നു കൂടുതൽ. എത്രയും വേഗം ഇവിടെനിന്ന് ഛരുട്ടേപാലിലേക്ക് തിരിച്ചുപോകണമെന്നും അവൾ ആഗ്രഹിച്ചിരുന്നു. ഏകദേശം രണ്ടു മണിക്കൂർ കാത്തിരുത്തിയതിനു ശേഷം സഞ്ജീവൻ റെഡ്ഡി ഭീമേയ്ക്കു മുന്നിൽ പ്രത്യക്ഷപ്പെട്ടു. ചില പ്പോൾ അയാൾ ഈ ക്യാമ്പിൽനിന്ന് കുറച്ച് അകലെ സുരക്ഷിതമായ മറ്റൊരു സ്ഥലത്താകാം. റെഡ്ഡി ഭീമേയുടെ അടുത്തേക്കു വരുമ്പോൾ രണ്ടു വനിതാ നക്സലുകൾ അവളോടു സംസാരിച്ചുകൊണ്ടിരിക്കുക യായിരുന്നു. റെഡ്ഡിയെ കണ്ടതോടുകൂടി വനിതാ കേഡർമാർ എഴുന്നേറ്റു നിന്നു.

“ലാൽസലാം സഖാവേ.”

“ലാൽസലാം.”

റെഡ്ഡി ഭീമേയെ നോക്കി.

ഭീമേ എഴുന്നേറ്റു നിന്നു. അവൾ നേരെ റെഡ്ഡിയുടെ കണ്ണുകളിലേക്ക് നോക്കി.

“അഭിവാദ്യങ്ങൾ’ എന്നു പറഞ്ഞുകൊണ്ട് റെഡ്ഡി ഭീമേയ്ക്ക് നേരെ കൈ നീട്ടി.

“അഭിവാദ്യങ്ങൾ...” എന്നു പറഞ്ഞ് ഭീമേ റെഡ്ഡിക്ക് കൈ കൊടുത്തു.

“സഞ്ജീവൻ റെഡ്ഡി...” റെഡ്ഡി സ്വയം പരിചയപ്പെടുത്തി.

റെഡ്ഡിയുടെ ചുമലിൽ എ.കെ. 47 തൂങ്ങിക്കിടക്കുന്നത് ഭീമേ കണ്ടു. അയാൾ തൊപ്പി ധരിച്ചിരുന്നു. താടിയില്ലാത്ത, കനത്ത മീശയുള്ള നക്സൽ കമാണ്ടർ. ആദ്യമായി ഭീമേ സഞ്ജീദാദായ്ക്കു മുന്നിൽ. നക്സ ലുകളുടെ ഉത്തരവിനെതിരെ സംസാരിച്ചതിനാണ് ഈ കമാണ്ടറുടെ മുന്നിൽ തന്നെ ഹാജരാക്കിയിരിക്കുന്നത് എന്ന കാര്യം വകവെയ്ക്കാതെ അവൾ നിന്നു. എന്നാൽ സഞ്ജീവൻ റെഡ്ഡിയെ കണ്ടപ്പോൾ അവൾ തന്റെ പേരു പറയാൻ മറന്നുപോയി. സാധാരണപോലെ തോന്നുന്ന ഈ പെൺകുട്ടിയാണ് ബസ്തറിലെ ഗ്രാമങ്ങളിൽ ഇത്ര വലിയ കോളിളക്കം സൃഷ്ടിക്കുന്നതെന്ന് ഭീമേയെ കണ്ടപ്പോൾ സഞ്ജീവൻ റെഡ്ഡിക്ക് വിശ്വസിക്കാൻ കഴിഞ്ഞില്ല.

റെഡ്ഡി അവിടെനിന്ന് ഏകദേശം ഇരുന്നൂറ് മീറ്റർ അകലെ പോയി പാറപോലുള്ള വലിയ ഒരു കല്ലിൽ ഇരുന്നു. പർവ്വതത്തിന്റെ കല്ലു നിറഞ്ഞ ഈ ഭാഗത്ത് ഈ പാറക്കല്ലിന് അടുത്തായി നിരവധി വലിയ കല്ലുകൾ ഉണ്ട്. റെഡ്ഡി കുറച്ചു സമയം അവിടെ ഇരുന്നു. അതിനുശേഷം വനിതാ കേഡർ ഭീമേയോട് റെഡ്ഡിയുടെ അടുത്തേക്ക് ചെല്ലാൻ പറഞ്ഞു. രണ്ട് നക്സൽ കേഡർമാരും റെഡ്ഡിയിൽനിന്നും ഭീമേയിൽ നിന്നും കുറച്ചു ദൂരെ മാറി നിന്നു.

“ഭീമേ കുഞ്ചാം?” റെഡ്ഡി ഭീമേയോട് അവളുടെ പേര് ചോദിച്ചു.

“അതെ സാബ്’, റെഡ്ഡിയുടെ കണ്ണുകളിൽ നേരെ നോക്കിക്കൊണ്ട്

അവൾ പറഞ്ഞു. ഇത് ഭീമേയുടെ വ്യക്തിത്വത്തിന്റെ ഏറ്റവും ശക്തമായ പ്രത്യേകതയായിരുന്നു. സംസാരിക്കുന്നവരുടെ കണ്ണിലേക്ക് അവൾ നേരിട്ട് നോക്കുമായിരുന്നു. മുന്നിലുള്ള ആളിൽ ഇത് എന്തു സ്വാധീന മാണ് ചെലുത്തുന്നത് എന്ന കാര്യം ചിലപ്പോൾ അവൾക്കുതന്നെ അറി യുമായിരിക്കില്ല.

"ഡോംഗർപാലിൽ നടന്നതെല്ലാം അറിഞ്ഞു. നിങ്ങൾ പാർട്ടിയെ തുറന്ന് എതിർത്തു?"

സഞ്ജീവൻ റെഡ്ഡി നേരിട്ട് വിഷയത്തിലേക്ക് വന്നത് ഭീമേ ശ്രദ്ധിച്ചു. മാത്രമല്ല അയാൾ ഭീമേയ്ക്ക് മേൽ ആരോപണം ഉന്നയിച്ചിരിക്കുന്നു.

"ഞാൻ ഒരു ടീച്ചറാണ്. സ്ത്രീകളോട് അവരുടെ കുട്ടികളെ സ്കൂളിൽ അയയ്ക്കാൻ ഞാൻ പറയുന്നുണ്ട്. ഇതിനായി ഞാൻ ഗ്രാമ ത്തിലെ പെൺകുട്ടികളുമൊത്ത് പല സ്ഥലങ്ങളിലും പ്രചരണം നടത്തു ന്നുണ്ട്."

ഭീമേ യാതൊരു ഭയവുമില്ലാതെയാണ് സംസാരിക്കുന്നതെന്ന് സഞ്ജീ വന് തോന്നി. ഭീമേയിൽ ഒരു വിമതഭാവം അയാൾ കണ്ടു. ഇത്തരം പെൺകുട്ടികളെ കണ്ടെത്തി നക്സൽ ഫോഴ്സിന്റെ ഭാഗമാക്കാനാണ് സീമയേയും സരിതയേയും അയാൾ പറഞ്ഞയച്ചത്.

ഈ പെൺകുട്ടി പാർട്ടിയിൽ ചേരുമോ, റെഡ്ഡി ആലോചിക്കുകയായി രുന്നു.

'ഡോംഗർപാലിൽ സഖാക്കൾ സീമയും സരിതയും പെൺകുട്ടിക ളോട് തോക്കെടുക്കാൻ പറയുന്നത് ഞാൻ കണ്ടു. സർക്കാരിനെ എതിർ ക്കാൻ. എതിർപ്പിന്റെ ഈ രീതി തെറ്റാണെന്ന് എനിക്കു തോന്നുന്നു." ഭീമേ തുടർന്നു പറഞ്ഞു.

"നിങ്ങൾക്ക് എന്താണ് ശരിയെന്നു തോന്നുന്നത്?" റെഡ്ഡി കോപം നിറഞ്ഞ സ്വരത്തിൽ ചോദിച്ചു, പാർട്ടിയുടെ ആശയത്തിനെതിരെ സംസാരിക്കാൻ നിങ്ങൾ ആരാണ് എന്നു ചോദിക്കാൻ ആഗ്രഹിക്കുന്നതു പോലെ.

"ഞാൻ ചിട്ടാപാഡയിലെ സ്കൂളിലാണ് പഠിപ്പിക്കുന്നത്. അവിടെ ടീച്ചർമാർ വരുന്നതേയില്ല, ആഴ്ചകളോളം. അതിന് ജനങ്ങളെ ജാഗരൂക രാക്കേണ്ടത് അത്യാവശ്യമാണ്."

"ഗുരുജിമാരോട് സ്കൂളിൽ പോകണമെന്ന് ഞങ്ങൾ പറയുന്നുണ്ട്."

"പക്ഷേ അങ്ങയുടെ വാക്കുകൾ ഇവിടെ ആരും കേൾക്കുന്നില്ല എന്നാണ് തോന്നുന്നത് സഞ്ജീ ദാദാ." ഭീമേ ഡോംഗർപാലിൽ സരിത യോടും സീമയോടും പറഞ്ഞ അതേ കാര്യം വീണ്ടും റെഡ്ഡിയോടു പറഞ്ഞു. എന്നാൽ ഇത്തവണ പരിഹസിക്കുന്ന രീതിയിലായിരുന്നില്ല, മറിച്ച് പരാതിയുടെ രൂപത്തിലായിരുന്നു. ഭീമേയുടെ 'സഞ്ജീ ദാദ' എന്ന

സംബോധന കേട്ടപ്പോൾ റെഡ്ഡി ആലോചിച്ചു. ഈ പെൺകുട്ടി സ്വയം ജനായത്ത സർക്കാരിന്റെ ഭാഗമാണെന്നു കരുതുകയാണോ?

"പാർട്ടി കേഡർമാർ സ്കൂളുകളിൽ പ്രത്യേകം ശ്രദ്ധവെയ്ക്കും. കരുതിക്കൂട്ടി സ്കൂളിൽ വരാത്ത ഗുരുജിമാരെ ഞങ്ങളുടെ കോടതിയിൽ വിളിപ്പിക്കും."

ജനകീയ കോടതി എന്നു കേട്ടപ്പോൾതന്നെ ഭീമേയുടെ ശരീരത്തിൽ ഒരു വിറയൽ അനുഭവപ്പെട്ടു. തന്റെ നിരപരാധിയായ പിതാവ് ഹേഡിയാ കുഞ്ചാമിനെ ഒരു ജനകീയകോടതിയിലാണ് മാവോവാദികൾ ശിക്ഷിച്ചത്.

"ജനകീയ കോടതി ശരിയായ രീതിയല്ല സഞ്ജീദാദാ, തോക്കു ചൂണ്ടി ഭയപ്പെടുത്തുന്നതും ശരിയല്ല." ഭീമേ കടുത്ത സ്വരത്തിൽ പറഞ്ഞു. അവളുടെ വാക്കുകൾ കേട്ടപ്പോൾ, ഭീമേ അയാളുടെയും മാവോവാദി പാർട്ടിയുടെയും ആജ്ഞകളെ പരസ്യമായി തിരസ്കരിക്കുകയാണെന്ന് സഞ്ജീവൻ റെഡ്ഡിക്കു തോന്നി.

"തോക്ക് ശരിയോ തെറ്റോ എന്നൊന്നും നിങ്ങൾ ഞങ്ങളെ മനസ്സിലാക്കിക്കണ്ട ഭീമേ കുഞ്ചാം. ഞങ്ങൾ അവസാന നിമിഷം മാത്രമാണ് ഈ ബലം പ്രയോഗിക്കുന്നത്. എല്ലായ്പോഴും വെടിയുതിർത്തുകൊണ്ടല്ല ഞങ്ങൾ കറങ്ങിയടിക്കുന്നത്." റെഡ്ഡി അലറി.

"ശരിയായ കാര്യം എന്തെന്നാൽ..."

"എന്ത് ശരി, എന്ത് തെറ്റ് എന്നു തീരുമാനിക്കുന്നത് പാർട്ടിയാണ്. അത് നിങ്ങളുടെ പണിയല്ല." റെഡ്ഡി ഇടയ്ക്കു കയറി പറഞ്ഞു.

ഭീമേ സങ്കോചപ്പെട്ടു. അവൾ അയാളുടെ മുഖത്തേക്കു നോക്കി.

"ഇവിടെ ഞങ്ങളുടെ സർക്കാരാണ്. ജനങ്ങളുടെ സർക്കാർ. വ്യവസായികൾക്കും ബ്യൂറോക്രാറ്റുകൾക്കും ബൂർഷ്വാ പണക്കാർക്കുംവേണ്ടി പണിയെടുക്കുന്ന സർക്കാരിനെതിരെ പൊരുതുകയാണ് ഞങ്ങൾ... പിന്നെ ഇതൊക്കെ എങ്ങനെ ചെയ്യണമെന്ന് പാർട്ടി തീരുമാനിക്കും. നിങ്ങൾ നിങ്ങളുടെ പ്രശ്നം മാത്രം പറഞ്ഞാൽ മതി. ആക്ഷൻ എടുക്കേണ്ടത് ഞങ്ങളുടെ ജോലിയാണ്." ഞാനാണ് ഇവിടത്തെ ബോസ്, നിങ്ങളല്ല എന്ന് വ്യക്തമാക്കുന്ന രീതിയിലാണ് സഞ്ജീവൻ റെഡ്ഡി പറഞ്ഞത്.

റെഡ്ഡി തുടർന്നു. "നിങ്ങൾ ഡോംഗർപാലിൽ ചെയ്ത കാര്യം തന്നെ നിങ്ങളെ ജനകീയ കോടതിയിൽ വിളിച്ചുവരുത്താൻ ധാരാളമാണ്. പക്ഷേ നിങ്ങൾ എജ്യുക്കേഷൻ പ്രചരിപ്പിക്കുകയാണ്... സ്ത്രീകൾക്കിടയിൽ ബോധവത്കരണപ്രവർത്തനം നടത്തുകയാണ്... അതുകൊണ്ടാണ് നിങ്ങൾക്ക് പറയാനുള്ളതു പറയാൻ ഞങ്ങൾ അവസരം നൽകിയത്... ഇവിടേക്ക് നിങ്ങളെ വിളിപ്പിച്ചത്..."

റെഡ്ഡി മാവോവാദികളുടെ അധികാരം ബോധ്യപ്പെടുത്താൻ ശ്രമിക്കുകയാണെന്ന് ഭീമേയ്ക്കു തോന്നി. കൂടുതൽ സംഘർഷമുണ്ടാക്കാതെ അവൾ തന്റെ കാര്യം പറയാൻ ആഗ്രഹിച്ചു.

"എനിക്ക് ജനകീയ കോടതിയെ ഒരു ഭയവുമില്ല സഞ്ജീദാദാ. എന്റെ നിരപരാധിയായ പിതാവിനെ കുറച്ചു വർഷങ്ങൾക്കുമുമ്പ് അങ്ങയുടെ പാർട്ടി ജനകീയ കോടതിയിൽ തന്നെയാണ് കൊന്നത്... ചിലപ്പോൾ എന്നെങ്കിലും ഒരിക്കൽ എനിക്കും ശിക്ഷ കിട്ടും... എന്നാൽ... എന്നാൽ ഞാൻ എന്റെ ഹൃദയത്തിലെ വാക്കുകളാണ് പറയുന്നത്."

ഭീമേയുടെ പിതാവ് ഹേഡിയ കുഞ്ചാമിന്റെ കൊലപാതകം മാവോവാദികൾക്ക് ഏറെ പേരുദോഷം വരുത്തിയിരുന്നു. ഹേഡിയയെ അയാളുടെ ഗ്രാമത്തിലേയും അടുത്ത പ്രദേശങ്ങളിലേയും ജനങ്ങൾ ഇഷ്ടപ്പെട്ടിരുന്നു. അയാളുടെ കൊലപാതകം മൂലമുണ്ടായ പേരുദോഷത്തിനു ശേഷമാണ് പാർട്ടിയിലെ മുതിർന്ന നേതാക്കൾ ബീരം റാവുവിനെ അവിടെ നിന്നു മാറ്റി അയാളുടെ സ്ഥാനത്ത് സഞ്ജീവൻ റെഡ്ഡിയെ ബസ്തർ പ്രദേശത്തേക്ക് അയച്ചത്. ബീരം റാവുവിനെ അപേക്ഷിച്ച് റെഡ്ഡി അല്പംകൂടി കാര്യപ്രാപ്തിയുള്ള തണുത്ത പ്രകൃതക്കാരൻ ആയിരുന്നു. എന്നാൽ മാവോവാദി ആശയങ്ങൾക്കുവേണ്ടി ശക്തമായി നിലകൊള്ളുന്നവനും ഐഡിയലുമായിരുന്നു.

"നോക്കൂ ഭീമേ, ഞങ്ങൾ നിങ്ങളുടെ പിതാവിനെക്കുറിച്ച് കേട്ടിട്ടുണ്ട്. അന്നു സംഭവിച്ചതിൽ ഞങ്ങളുടെ പാർട്ടിയിലെ ടോപ്പ് ലെവൽ ലീഡർമാർ പോലും സന്തുഷ്ടരല്ല. പാർട്ടി തെറ്റുചെയ്തു എന്ന് ഞങ്ങൾ അംഗീകരിക്കുന്നു. ഇത്തരം കാര്യങ്ങളിൽ അന്വേഷണം നടക്കേണ്ടതായിരുന്നു. പക്ഷേ ഞങ്ങളുടെ ഗ്രാമങ്ങളിലുള്ള ജനങ്ങൾ പാർട്ടിയുടെ അധീനത്തിൽ ജോലി ചെയ്യണം. പാർട്ടിയുടെ ആജ്ഞകൾ പാലിക്കണം."

ഭീമേ ഇക്കാര്യം അധികം വലിച്ചുനീട്ടാൻ ആഗ്രഹിച്ചില്ല. അവൾ നേരിട്ട് കാര്യത്തിലേക്ക് കടക്കാൻ തീരുമാനിച്ചു.

"അങ്ങ് എന്നിൽനിന്ന് എന്താണ് പ്രതീക്ഷിക്കുന്നത് സഞ്ജീദാദാ?"

മാവോവാദി കമാണ്ടർ രണ്ടു നിമിഷം നിശ്ശബ്ദനായി. പിന്നെ പറഞ്ഞു, "നിങ്ങൾ ചെയ്യുന്ന കാര്യം ശരിയാണ്. എന്നാൽ നിങ്ങൾ പാർട്ടിയിൽ ചേർന്നുകൊണ്ട് ഈ പ്രവർത്തനം ചെയ്യൂ. ഞങ്ങളുടെ എജ്യുക്കേഷൻ വിംഗിൽ നിങ്ങളെപോലുള്ള ആളുകളെ ആവശ്യമുണ്ട്."

സഞ്ജീവൻ റെഡ്ഡി തന്നെ ശിക്ഷിക്കാനോ ഭീഷണിപ്പെടുത്താനോ അല്ലെങ്കിൽ കുറഞ്ഞപക്ഷം ശകാരിക്കാനോ ആയിരിക്കും വിളിച്ചതെന്നാണ് ഭീമേ കരുതിയത്. എന്നാൽ അയാൾ അവളെ പാർട്ടിയിൽ ചേരാൻ ക്ഷണിക്കുകയാണ് ചെയ്യുന്നത്. അവൾക്ക് ധൈര്യംകൂടി. ഇപ്പോൾ തന്റെ മനസ്സിലെ കാര്യം തുറന്നു പറയാം. എന്നാൽ ഇപ്പോൾ അവൾ മൗനം പാലിച്ചു. അവൾ റെഡ്ഡി പറയുന്നത് കേൾക്കാൻ ആഗ്രഹിച്ചു.

“നിങ്ങൾ ഗ്രാമങ്ങളിൽ പോയി പ്രചരിപ്പിക്കൂ. കുട്ടികളെ സ്കൂളിൽ പറഞ്ഞയയ്ക്കാൻ ജനങ്ങളെ ബോധവൽക്കരിക്കൂ. ഇതിന് ഞങ്ങളുടെ നെറ്റ്‌വർക്ക് പ്രയോജനപ്പെടുത്തൂ. ഞങ്ങളുടെ സഖാക്കളുമായി നിരന്തരം ബന്ധപ്പെടൂ. നിങ്ങളുടെ കൂടെ കൂടുതൽ ആളുകളെ ചേർക്കൂ.”

ഭീമേ റെഡ്ഡിയെ നോക്കിക്കൊണ്ടിരുന്നു.

“മാറ്റത്തിന് പാർട്ടി വികസിക്കേണ്ടത് അനിവാര്യമാണ്. നിങ്ങളെപ്പോലുള്ള ആളുകൾ ചേർന്നാൽ വിപ്ലവം വരും. പിന്നെ ഒന്നോർക്കണം, ബൂർഷ്വാ സർക്കാരിനെ പ്രയോജനപ്പെടുത്തി മാവോവാദി സർക്കാരിനെ വികസിപ്പിക്കുക... അതിനെ മുന്നോട്ടു കൊണ്ടുപോകുക... അതാണ് മിഷൻ.”

റെഡ്ഡി തന്നെ തന്റെ മിഷന്റെ ഭാഗമാക്കാനാണ് ക്ഷണിക്കുന്നത് എന്നതിൽ ഭീമേയ്ക്ക് ഒരു സംശയവും ഉണ്ടായിരുന്നില്ല. ചിലപ്പോൾ ഡോംഗർപാലിൽ നടന്ന സംഘർഷത്തെക്കുറിച്ച് സീമയും സരിതയും പറഞ്ഞു കേട്ടപ്പോൾ പെൺകുട്ടി ശേഷിയുള്ളവളാണ്, ഇവൾ പാർട്ടിയിൽ ചേർക്കാൻ പറ്റിയവളാണ് എന്ന് റെഡ്ഡിക്ക് തോന്നിയിട്ടുണ്ടാകാം. എന്നാൽ മാവോവാദി വിപ്ലവത്തെക്കുറിച്ച് ഭീമേയ്ക്ക് യാതൊരു ആശയക്കുഴപ്പവും ഉണ്ടായിരുന്നില്ല.

അവൾ പറഞ്ഞു, “ദാദാ, ഞാൻ മാതാപിതാക്കളോട് പറയുന്നത് അവരുടെ മക്കളെ സ്കൂളിൽ പറഞ്ഞയയ്ക്കൂ, അങ്ങനെ വിപ്ലവം ഉണ്ടാകും എന്നാണ്. അങ്ങ് എന്നോട് പറയുന്നത് വിപ്ലവത്തിന് തയ്യാറെടുക്കാനാണ്. അങ്ങയുടെ കാഴ്ചപ്പാടും എന്റെ കാഴ്ചപ്പാടും വ്യത്യസ്തമാണെന്നു തോന്നുന്നു. കാരണം, ഞാൻ വിദ്യാഭ്യാസത്തിലൂടെ വിപ്ലവം ഉണ്ടാകുന്ന കാര്യം പറയുന്നു, അങ്ങ് വിപ്ലവശേഷം സ്കൂൾ തുറക്കാൻ ആഗ്രഹിക്കുന്നു.”

ഭീമേ താൻ പറയുന്നത് നേരിട്ട് അംഗീകരിക്കുന്നതിനു പകരം തർക്കിക്കാൻ നിൽക്കുന്നത് റെഡ്ഡിക്ക് ഇഷ്ടപ്പെട്ടില്ല. എന്നാലും അയാൾ നിശ്ശബ്ദമായി കേട്ടുകൊണ്ടിരുന്നു.

“ദാദാ, ഞാൻ മാവോവാദി പാർട്ടിയിൽ ചേർന്ന് ഗ്രാമത്തിൽ എല്ലാവരോടും പഠിക്കണം എന്ന് പറയണമെന്നാണ് അങ്ങ് ആഗ്രഹിക്കുന്നത്. നിങ്ങളെല്ലാം പരസ്യമായി അഹിംസാപരമായ ജനകീയ പ്രക്ഷോഭത്തിലൂടെ സാമൂഹികമാറ്റത്തിനായി പൊരുതുകയാണെങ്കിൽ ഞാൻ തീർച്ചയായും അങ്ങനെ ചെയ്യും. വെടിയുണ്ടയും തോക്കും ഇല്ലാതെ, ഹിംസയുടെ കൂടെ നിൽക്കാൻ എനിക്കു കഴിയില്ല.”

ഭീമേ ഹിംസയ്ക്ക് തീർത്തും എതിരായിരുന്നു. തന്റെ ചുറ്റുപാടുമുള്ള അവസ്ഥകളിൽനിന്നാണ് അവൾ ഈ നിലപാടിൽ എത്തിയത്. അവിടെ ഓരോ ദിവസവും ഉണ്ടാകുന്ന ഹിംസ മനുഷ്യന്റെ ഉള്ളിൽ എന്തെങ്കിലുമൊന്ന് നഷ്ടപ്പെടുത്തുന്നു. ഭീമേ പാർട്ടിക്കൊപ്പം ഒരിക്കലും നിൽക്കില്ല

എന്ന് റെഡ്ഡിക്ക് മനസ്സിലായി. അയാൾക്ക് തീരെ ഇഷ്ടപ്പെട്ടില്ല. എന്നാൽ അയാൾ രാഷ്ട്രീയമായി പക്വത വന്ന ആളായിരുന്നു. ഭീമേയ്ക്ക് ശിക്ഷ നൽകുന്നത് മാവോവാദികൾക്ക് ഒരിക്കൽകൂടി ചീത്തപ്പേര് ഉണ്ടാക്കാം. അയാൾ ഭീമേയെ പോകാൻ അനുവദിച്ചു.

"നിങ്ങൾ ഞങ്ങളുടെ പാർട്ടിയുടെ പ്രവർത്തനങ്ങളിൽ സഹകരിക്കേണ്ട. ശരി, പൊയ്ക്കോളൂ. പക്ഷേ ഒന്ന് ഓർത്തോളൂ, പാർട്ടിയുടെ പ്രവർത്തനങ്ങളിൽ തടസ്സം ഉണ്ടാക്കരുത്. ഞങ്ങളുടെ കണ്ണ് നിങ്ങളുടെ മേൽ ഉണ്ട്. ഇനി ഒരിക്കൽ പാർട്ടിയുടെ പ്രവർത്തനങ്ങൾക്ക് തടസ്സം സൃഷ്ടിച്ചാൽ അതിനുള്ള ശിക്ഷ ഉണ്ടാകും."

ഭീമേ മൗനം പാലിച്ചു.

സഞ്ജീവൻ റെഡ്ഡി പറഞ്ഞു, "ഒന്നു മനസ്സിലാക്കിക്കോളൂ, വിപ്ലവം തോക്കിലൂടെ വരും. ഈ സർക്കാരിനെ പിഴുതെറിയുന്നതിലൂടെ തന്നെയാണ് റെവല്യൂഷൻ വരിക."

റെഡ്ഡി തന്റെ രണ്ട് മാവോവാദികളോടു പറഞ്ഞു, "ഇവരെ പുറത്തു കൊണ്ടുവിടുക." പിന്നെ അയാൾ പോകാനായി എഴുന്നേറ്റപ്പോൾ ഭീമേ പറഞ്ഞു, "സഞ്ജീ ദാദാ, അങ്ങയുടെ അടുത്ത് തോക്കിന്റെ ശക്തിയുണ്ട്. എന്നാൽ സർക്കാരിന്റെ പക്കൽ ഈ ശക്തി അങ്ങയേക്കാൾ പല മടങ്ങ് കൂടുതലാണ്. അങ്ങ് തോക്കിന്റെ കരുത്ത് എത്രത്തോളം കാണിക്കുമോ സർക്കാർ അത്രയും ഫോഴ്സിനെ ഇവിടേക്ക് അയയ്ക്കും. മാറ്റം തോക്കു കൊണ്ട് വരില്ല."

25

പൊലീസിന്റെ വെടിയേറ്റ് ദേവ കൊല്ലപ്പെട്ടിട്ട് ഒരാഴ്ച കഴിഞ്ഞു. ഇന്ന് ദന്തേവാഡ പൊലീസ് സ്റ്റേഷനിൽ പ്രക്ഷോഭകാരികൾ ഒത്തുകൂടിയിട്ടുണ്ട്. എന്നാൽ അവരുടെ ധർണ സമാധാനപരമായിരുന്നു. റായ്പൂർ, ജഗദൽപൂർ, ദില്ലി എന്നിവിടങ്ങളിൽനിന്ന് മനുഷ്യാവകാശ സംഘടനകളുടെ കുറച്ച് അംഗങ്ങൾ ഇവിടെ വന്നിട്ടുണ്ട്. അവരുടെ കൂടെ ഏകദേശം എണ്ണൂറ് പ്രദേശവാസികളും ഉണ്ട്. സ്റ്റേഷനു പുറത്ത് ആളുകൾ ദേവയുടെ ഫോട്ടോയിൽ മാല ചാർത്തി, മെഴുകുതിരികൾ കത്തിച്ചു. അതിനടുത്ത് സന്ദേശങ്ങൾ എഴുതിയ ബോർഡുകൾ ചിലർ വെച്ചു.

"ഞാൻ ആളുകൾക്ക് മലേറിയയുടെ ഗുളിക നൽകി. പൊലീസ് എനിക്ക് മരണത്തിന്റെ വെടിയുണ്ട നൽകി."

"ഞാൻ മാവോവാദിയല്ല, ഞാൻ ഹെൽത്ത് മിഷനിൽ ആയിരുന്നു."

"എന്റെ മരണത്തിന്റെ ഉത്തരവാദി ആര്?"

ആളുകൾ സ്റ്റേഷനു പുറത്ത് പ്രസംഗിക്കാൻ തുടങ്ങി. ഓരോരുത്തരും ദേവയുടെ നിരപരാധിത്വത്തെക്കുറിച്ചും പൊലീസിന്റെ അശ്രദ്ധയെക്കുറിച്ചും സംസാരിച്ചു.

സ്റ്റേഷനിൽ ഈ സമയത്ത് ഏതാണ്ട് ഇരുപത് പൊലീസുകാർക്കൊപ്പം സബ് ഇൻസ്പെക്ടർ അൻസാരിയും ഇൻസ്പെക്ടർ ശുക്ലയും ഉണ്ടായിരുന്നു. ശുക്ലയുടെ അടുപ്പക്കാരനും പൊലീസിന്റെ ചാരനുമായ വികാസും അവരോടൊപ്പം സ്റ്റേഷനിൽ ഉണ്ടായിരുന്നു. പൊലീസ് അവരുടെ കോഡിൽ വികാസിനെ ഡെൽറ്റ എന്നാണ് വിളിക്കുന്നത്. പുറത്തു നടക്കുന്ന പ്രസംഗങ്ങൾ കേട്ട് സ്റ്റേഷനിൽ ഇരിക്കുന്ന പൊലീസുകാർക്ക് ദേഷ്യം വരുന്നുണ്ടായിരുന്നു. അന്നു രാത്രി മരിയംപാഡയിൽ വികാസിന്റെ സൂചനപ്രകാരം അൻസാരിയാണ് ഓപ്പറേഷന് നേതൃത്വം നൽകിയത്. വാസ്തവത്തിൽ പ്ലാനിംഗ് മുഴുവൻ ശുക്ലയുടേതായിരുന്നു. എന്നാൽ ശുക്ല അന്നു രാത്രി കുറച്ചു പൊലീസുകാരുടെ കൂടെ ഗ്രാമത്തിനു പുറത്ത് തങ്ങുകയായിരുന്നു. ആദ്യവെടിയുതിർത്തത് അൻസാരി തന്നെയായിരുന്നു.

“മരിയംപാഡയിൽ അന്നു രാത്രിയിലെ ഇരുട്ടിൽ നക്സലുകളുടെ വെടിയേറ്റ് നമ്മുടെ ആളുകൾ കൊല്ലപ്പെട്ടിരുന്നെങ്കിൽ ഈ നായിന്റെ മക്കളൊന്നും നെഞ്ചത്തടിച്ചു കരയാൻ ഇവിടെ കാണുമായിരുന്നില്ല.” അൻസാരി ശുക്ലയോടു പറഞ്ഞു.

“തെമ്മാടികളെ ലാത്തികൊണ്ട് അടിച്ച് ഓടിക്കാം സർ.” പൊലീസുകാരൻ കന്നൂ പറഞ്ഞു.

“ഏയ്, മിണ്ടാതിരിക്ക്.” ശുക്ല കന്നുവിനെ ശകാരിച്ചു. “കുറച്ചുനേരം പുലമ്പിയിട്ട് ആ തെണ്ടികള് പൊയ്ക്കോളും.”

“പുറത്തുനിന്നു വന്ന ആ ആൾക്കാർ പ്രശ്നമില്ല. എന്നാൽ തെണ്ടി ലോക്കൽ നായിന്റെ മക്കളെ വെറുതെ വിടാൻ പാടില്ല. അവർ നക്സലുകളോട് സഹതാപം കാണിച്ച് അവർക്കുവേണ്ടി പ്രൊട്ടസ്റ്റ് ചെയ്യുകയാണ്.” അൻസാരി പറഞ്ഞു.

അപ്പോഴാണ് പുറത്തുനിന്നും കേൾക്കുന്ന പ്രസംഗത്തിന്റെ സ്വരം മാറിയത്. ഒരു സ്ത്രീ ശക്തിയോടെ ഉച്ചത്തിൽ സംസാരിക്കുകയായിരുന്നു.

“നമ്മൾ പോകുകയാണെങ്കിൽ എവിടെ പോകും. എഴുത്തിന്റെയും വായനയുടെയും കാര്യം പ്രചരിപ്പിച്ചാൽ നക്സലുകൾക്ക് പ്രയാസമുണ്ടാകുന്നു. ഹെൽത്ത് മിഷന്റെ പ്രവർത്തനം നടത്തിയാൽ പൊലീസുകാർ പിന്തുടരുന്നു. നക്സലുകൾ പറയുന്നു ഞങ്ങളുടെ കൂടെ വരൂ. പൊലീസുകാർ പറയുന്നു ഞങ്ങളുടെ ചാരന്മാരാകൂ. ബസ്തറിലെ ആദിവാസികൾ പോകുകയാണെങ്കിൽ എവിടെ പോകും? വികാസ് പുറത്തേക്ക് എത്തിനോക്കി, ഭീമേ കുഞ്ചാമാണ് സംസാരിക്കുന്നത്. അവൾ രാംദേവിന്റെ കൂടെ ഈ ധർണയിൽ പങ്കെടുക്കാൻ വന്നതാണ്.

ഭീമേ രണ്ടു ദിവസം മുമ്പു മാത്രമാണ് റെഡ്ഡിയെ സന്ദർശിച്ചതിനു ശേഷം കാട്ടിൽനിന്ന് പുറത്തുവന്ന് ദന്തേവാഡയിൽ തങ്ങിയത്. കഴിഞ്ഞ ദിവസങ്ങളിൽ വിദ്യാഭ്യാസത്തിന്റെ പ്രചരണം നടത്തുന്നതിനിടയിൽ ഭീമേയും രാംദേവും സുരിയും മിക്കപ്പോഴും 'ആരോഗ്യ'യുടെ പ്രവർത്ത കരെ കാണാറുണ്ടായിരുന്നു. ബിഷനും ദേവയുമായി ഭീമേയ്ക്ക് നല്ല പരി ചയം ആയിക്കഴിഞ്ഞിരുന്നു. ബിഷനും ദേവയും അവരുടെ സഹപ്രവർത്ത കരും പലതവണ ഭീമേയ്ക്കും സുരിക്കും അവരുടെ മോട്ടോർ സൈക്കി ളിൽ ലിഫ്റ്റ് കൊടുത്തിരുന്നു. വിദ്യാഭ്യാസവും ആരോഗ്യവുമായി ബന്ധ പ്പെട്ട് പ്രവർത്തിക്കുന്ന ഇവർക്കിടയിൽ സൗഹൃദപരമായ സഹകരണം നിലനിന്നിരുന്നു. ദേവയുടെ മരണം ഇന്നു ഭീമേയെ തളർത്തിക്കളഞ്ഞു. ഇന്നലെ വരെ രാപ്പകലില്ലാതെ എല്ലായിടത്തും ഓടിനടന്നിരുന്ന ദേവ മരിച്ചു എന്ന കാര്യം അവൾക്ക് വിശ്വസിക്കാൻ കഴിഞ്ഞിരുന്നില്ല. ഇപ്പോൾ സ്റ്റേഷനു പുറത്ത് ദേവയുടെ ഫോട്ടോയും മെഴുകുതിരികളും കണ്ടപ്പോൾ അവൾക്കു കരച്ചിൽ വന്നു. എന്നാൽ അയാൾ എങ്ങനെയാണ് മരിച്ചത് എന്നറിഞ്ഞപ്പോൾ ഭീമേയുടെ ദുഃഖം കോപമായി മാറി.

"ദേവ നക്സൽ ആയിരുന്നില്ല, പൊലീസിന്റെ വെടിയേറ്റു മരിച്ച ഗ്രാമീ ണനും ആയിരുന്നില്ല. പൊലീസിന് വെടിവെയ്ക്കാൻ മാത്രമേ അറിയൂ. നക്സലുകളെപോലെ."

വികാസ് അകത്തുവന്നു പറഞ്ഞു, "ചിട്ടാപാഡയിലെ ഭീമേ കുഞ്ചാം ആണ് സർ. ടീച്ചറാണ്. എൻ.ജി.ഒ. ടൈപ്പ് പ്രവർത്തനവും ചെയ്യുന്നുണ്ട്. കടുപ്പക്കാരിയാണ്."

നിന്നുകൊണ്ട് സിഗരറ്റ് വലിക്കുകയായിരുന്ന അൻസാരി ശുക്ലയുടെ അടുത്തുവന്ന് കസേരയിൽ ഇരുന്നു.

"നായിന്റെ മോളുടെ ശബ്ദം തീക്ഷ്ണമാണ്." ശുക്ല പറഞ്ഞു.

"പെൺകുട്ടി കടുപ്പമാണ് സർ. ഭയമില്ലാത്തവൾ. ആരേയും പേടി ക്കാറില്ല." വികാസ് പറഞ്ഞു.

അല്പസമയത്തിനുശേഷം അൻസാരിയും ശുക്ലയും പുറത്തുവന്ന് ഭീമേയെ നോക്കി. അവളുടെ പ്രസംഗം അവസാനിച്ചിരുന്നില്ല. തന്റെ വാക്കുകളെകൊണ്ടും അംഗവിക്ഷേപങ്ങളെകൊണ്ടും ഭീമേ പോലീസിനെ വെല്ലുവിളിക്കുകയായിരുന്നു.

ജൂൺ-സെപ്തംബർ, 2005

26

"ഭീമേ... ഭീമേ..." ദൂരെ നിന്നും ശബ്ദം കേട്ടു. "ഭീമേ... ഭീമേ നീ എവിടെയാ?"

ഭീമേ വീട്ടിൽനിന്നു പുറത്തേക്കു വന്നു. സുരി ഓടിക്കൊണ്ടുവരുന്നത് അവൾ കണ്ടു. പരിഭ്രാന്തയായപോലെ. ചിട്ടാപാഡ ഭീമേയുടെ ഛുട്ടേപാൽ ഗ്രാമത്തിൽ നിന്ന് വളരെയധികം ദൂരെയല്ല, എന്നാൽ ഒരാൾക്ക് ഇങ്ങനെ ഓടിക്കൊണ്ട് വരാൻ മാത്രം അത്ര അടുത്തുമല്ല. അവൾ ഭയന്നിരുന്നു എന്നു മാത്രമല്ല, മോശം വാർത്തയുമായാണ് സുരി വരുന്നതെന്ന് ഭീമേയ്ക്കു മനസ്സിലായി.

"രാമാ... രാമാ... വേഗം പുറത്തു വാ." ഭീമേ രാംദേവിനെ വിളിച്ചു. "നോക്കൂ, സുരി ഭ്രാന്തുപിടിച്ചപോലെ... അവൾ ഓടിവരുന്നതു കണ്ടില്ലേ?"

രാംദേവ് പുറത്തു വരുമ്പോഴേക്കും സുരി ഭീമേയുടെ മുറ്റംവരെ എത്തിക്കഴിഞ്ഞിരുന്നു. അവൾ കിതയ്ക്കുകയായിരുന്നു.

"എന്തുപറ്റി? എന്താ കാര്യം?" ഭീമേ സുരിയോട് ചോദിച്ചു.

"ഭീ...മേ... അവര് വ...രുന്നു. ആ ആളുകൾ നാ...ളെ നമ്മുടെ ഗ്രാമങ്ങളിൽ വരുന്നു." പറഞ്ഞുകൊണ്ട് സുരി ഭീമേയുടെ മുറ്റത്ത് നിർമ്മിച്ച തിണ്ണയിൽ ഇരുന്നു. അവൾ കിതയ്ക്കുകയാണ്. അവൾ അല്പനേരം നിശ്ശബ്ദയായി. രാംദേവ് അവൾക്ക് വെള്ളമെടുക്കാൻ അകത്തേക്ക് ഓടി.

അപ്പോൾ നമ്മുടെ ഗ്രാമം ഒഴിപ്പിക്കാൻ ജുഡുമിന്റെ ആളുകൾ വരികയാണോ? ഭീമേ ആലോചിക്കാൻ തുടങ്ങി. ആ വിചാരംതന്നെ അവളിൽ വിറയൽ ഉണ്ടാക്കി.

"സുരീ, നീ എന്താണ് കണ്ടത്?" ഭീമേ ചോദിച്ചു.

"രാ...വിലെ ഗണേശി മാമ വ...ന്നു. ദന്തേവാഡയിൽനിന്ന്." സുരിയുടെ തൊണ്ട വരണ്ടിരുന്നു. അവൾ നിർത്തി. ഇതിനിടെ രാംദേവ് അവൾക്ക് വെള്ളം നൽകി.

"ഇതാ സുരീ, ആദ്യം വെള്ളം കുടിക്ക്."

ഒറ്റശ്വാസത്തിന് ഒരു ഗ്ലാസ് വെള്ളം മുഴുവൻ അവൾ കുടിച്ചു. പിന്നെ അവൾ ദീർഘശ്വാസം വിട്ടു.

"ഇനി പറയ്." രാംദേവ് പറഞ്ഞു.

"രാവിലെ ഗണേശിമാമ വന്നു. രാത്രി ദന്തേവാഡയിൽ പോയതാണ്. അവിടെ നിന്നാണ് വിവരം കിട്ടിയത്, ജുഡുമിന്റെ ആളുകൾ നാളെ രാവിലെ അവിടെനിന്ന് നമ്മുടെ ഗ്രാമങ്ങളിലേക്ക് വരുന്നുണ്ട്."

ബീജാപുർ ജില്ലയിൽനിന്ന് ആരംഭിച്ച സൽവാ ജുഡും ദക്ഷിണ ബസ്തറിലെ നിരവധി പ്രദേശങ്ങളിൽ തീപോലെ പടരുകയാണ്. ഗ്രാമങ്ങൾ തോറും ഒഴിപ്പിക്കുകയാണ്. ഭീമേയുടെ ചരുട്ടേപാൽ ഗ്രാമമടക്കം സമീപഗ്രാമങ്ങളിൽവരെ അതിന്റെ ചൂട് എത്തുകയാണ്. സംസ്ഥാനത്ത് ഭാരതീയ ജനതാ പാർട്ടിയുടെ സർക്കാരാണ്. എന്നാൽ കോൺഗ്രസ് നേതാവും ദന്തേവാഡയുടെ സാമാജികനുമായ മഹേന്ദ്രകർമ്മയാണ് നക്സലുകൾക്കെതിരെ ഈ ദൗത്യത്തിന് ചുക്കാൻ പിടിക്കുന്നത്. ഈ മുന്നേറ്റത്തിൽ സംസ്ഥാനത്തെ രണ്ടു വലിയ ദേശീയപാർട്ടികളും തമ്മിൽ വലിയ ഐക്യമായിരുന്നു. മാവോവാദികൾക്കെതിരെ ഒരു ബ്യൂഗിൾ മുഴങ്ങിക്കഴിഞ്ഞിരുന്നു.

2005 മെയ്മാസത്തിൽ നക്സലുകൾക്കെതിരെ ശബ്ദം ഉയരാൻ തുടങ്ങി. അവരുടെ തോന്നിവാസം കണ്ട് മടുത്ത ജനങ്ങൾ തങ്ങളുടെ രോഷം പ്രകടിപ്പിക്കാൻ തുടങ്ങിയിരുന്നു. മഹേന്ദ്രകർമ്മയും അയാളുടെ കൂട്ടാളികളും ബസ്തർ നിവാസികളുടെ ഈ രോഷത്തെ പ്രക്ഷോഭമാക്കി മാറ്റി. ബസ്തറിൽ എല്ലായിടത്തും 'നക്സലുകളെ തുരത്തൂ, ബസ്തറിനെ രക്ഷിക്കൂ' മുദ്രാവാക്യം മുഴങ്ങാൻ തുടങ്ങി. ആദിവാസികളുടെ കൈകളിൽ ചിലയിടത്ത് അമ്പും വില്ലും എങ്കിൽ മറ്റു ചിലയിടത്ത് പഴയ നാടൻതോക്കുകൾ കാണപ്പെടാൻ തുടങ്ങി. ഗ്രാമരക്ഷാസമിതിയിലെ ആദിവാസി ആൺകുട്ടികൾ നക്സലിസത്തിനെതിരെയുള്ള ആദ്യത്തെ മതിലായി. സർക്കാർ ഭാഷ്യത്തിൽ ഇവരെ സ്പെഷ്യൽ പൊലീസ് ഓഫീസർ അല്ലെങ്കിൽ എസ്.പി.ഒ. എന്നു പറയുന്നു.

ബസ്തറിലെ ആദിവാസികളിൽ ഭിന്നിപ്പ് ഉണ്ടായി. അപകടകരമായ ഒരു ഏറ്റുമുട്ടൽ ആരംഭിച്ചു. മഹേന്ദ്രകർമ്മയുടെ കൂട്ടാളികളും സൽവാ ജുഡുമിന്റെ സംഘാടകരും മാവോവാദികൾക്ക് എതിരായിരുന്നു. എന്നാൽ നക്സലുകളുടെ ജനായത്ത സർക്കാരിനെ പിന്തുണയ്ക്കുന്നവർ സൽവാ ജുഡും പ്രസ്ഥാനത്തിന് എതിരായിരുന്നു. നക്സലുകൾക്കെതിരെയുള്ള ഈ യുദ്ധത്തിൽ പൊലീസിന്റെ ആയുധമാകാൻ വളരെയേറെ ആളുകൾ ഇഷ്ടപ്പെട്ടിരുന്നില്ല. എന്നാൽ അവരുടെ ഇഷ്ടത്തിന് ഒരു വിലയും ഉണ്ടായിരുന്നില്ല. അത്തരം ആളുകളെ ഇന്ന് ബസ്തറിൽ നക്സലുകളെ പിന്തുണയ്ക്കുന്നവർ എന്നാണ് പറയുന്നത്.

"രാമാ നമ്മൾ ഇവിടെനിന്നും പോകില്ല. പോകുന്നവർ പോകട്ടെ." ഭീമേ ധൈര്യം സംഭരിച്ചുകൊണ്ട് പറഞ്ഞു. അവൾ പറയുന്നതുപോലെ പ്രവർത്തിക്കുക വലിയ പ്രയാസമാണെന്ന് അവൾക്ക് അറിയാമായിരുന്നു.

രാംദേവ് ഒന്നും പറഞ്ഞില്ല. ഇത്തരം ഒരു അവസ്ഥയിൽ അയാൾക്ക് പറയാൻ ഒന്നും ഉണ്ടായിരുന്നില്ല. അയാളുടെ മനസ്സ് അസ്വസ്ഥമാകുകയായിരുന്നു. എന്നാൽ തന്റെ ഭയം അയാൾ ഭീമേയുടെയും സുരിയുടെയും മുന്നിൽ പ്രകടിപ്പിക്കാൻ ആഗ്രഹിച്ചിരുന്നില്ല. പരിഭ്രമിച്ച സുരി ഇടയ്ക്ക് രാംദേവിനെ നോക്കും. ഇടയ്ക്ക് ഭീമേയെ നോക്കും. ഉമ്മറത്ത് അല്പ നേരം നിശ്ശബ്ദത പരന്നു.

"ഭീമേ, നീ എന്റെ കൂടെ ചിട്ടാപാഡയിലേക്ക് വാ. നാളെ ഉച്ചയാകുമ്പോഴേക്കും ജുഡുമിന്റെ ആളുകൾ അവിടെ എത്തും. അവർ ആളുകളോട് വീട് ഉപേക്ഷിച്ചുപോകാൻ പറയും." ചിട്ടാപാഡ ഗ്രാമം ഇവിടെ നിന്ന് കുറച്ചു കിലോമീറ്റർ ദൂരെയാണ്.

സുരിയുടെ അവസ്ഥ കണ്ട് ഭീമേയ്ക്ക് കരച്ചിൽ വരാൻ തുടങ്ങി. ഏതെല്ലാം ദുഷ്കരമായ സ്ഥിതികളിലാണ് ഈ ആദിവാസി പെൺകുട്ടി തന്നോടൊപ്പം നിന്നിട്ടുള്ളത്. ഇന്ന് സ്വന്തം വീട് ഉപേക്ഷിക്കേണ്ടിവരും എന്നു വന്നപ്പോൾ പിടയുകയാണ്. തന്റെ വീടും തനിക്ക് ഉപേക്ഷിക്കേണ്ടി വരും എന്ന കാര്യം ഒരു നിമിഷം ഭീമേ മറന്നുപോയി. സുരിയുടെ വേദന അവൾക്ക് തന്റെ വേദനയായായാണ് തോന്നിയത്.

ജുഡുമിന്റെ ഈ നീക്കത്തിൽ പങ്കുചേർന്ന് വീട് ഒഴിയുക എന്നു വെച്ചാൽ റോഡരികിൽ ജീവിതം ചെലവഴിക്കലാണെന്ന് ഭീമേയ്ക്ക് അറിയാം. ഗ്രാമങ്ങളിൽനിന്ന് ജനങ്ങൾ കുട്ടികളുമൊത്ത് താൽക്കാലിക ടെന്റ് പോലെയുള്ള വീടുകളിലോ ഷെഡ്ഡുകളിലോ താമസിക്കാനാണ് പോകുന്നത്. സൽവാ ജുഡുമിന്റെ മിക്ക ക്യാമ്പുകളും ഹൈവേയിലോ അതിനടുത്തോ ആണ് സ്ഥാപിച്ചിരിക്കുന്നത്. ഈ ക്യാമ്പുകൾ ഇവിടുത്തെ ആദിവാസികളുടെയോ സാധാരണ ഗ്രാമീണരുടെയോ സ്വഭാവത്തിനും ജീവിതരീതിക്കും ഒരുവിധത്തിലും യോജിക്കുന്നതായിരുന്നില്ല. ആളുകൾ നക്സലുകളെ ഭയന്നാണ് വീട് ഉപേക്ഷിച്ച് ഈ ക്യാമ്പുകളിലേക്ക് വരുന്നതെന്നാണ് ജുഡുമിനെ പിന്തുണയ്ക്കുന്നവർ പറഞ്ഞിരുന്നത്. എന്നാൽ ഇത്തരം വാദഗതി കേൾക്കുമ്പോൾ ഭീമേ കുഞ്ചാം കോപം കൊണ്ട് വിറയ്ക്കും. ബസ്തറിൽ ഇത്തരം ഒരു സ്ഥിതിവിശേഷം ഉണ്ടാക്കിയെടുക്കുന്നതിൽ നക്സലുകളുടെ പങ്കും ചെറുതല്ല എന്ന് അവൾക്കറിയാം. എന്നാൽ തന്റെ വീട് ഉപേക്ഷിച്ച് തെരുവിൽ താമസിക്കേണ്ടി വരുന്ന കാര്യം ഓർത്തപ്പോൾ അവളിൽ കോപവും നിരാശയും ഉണ്ടായി.

"നമ്മൾ എന്തിന് നമ്മുടെ വീട് ഉപേക്ഷിക്കണം... നമ്മൾ പോകില്ല." ഭീമേ പറഞ്ഞു.

അങ്ങനെ പറയുമ്പോൾ അവളുടെ ഹൃദയം തകരുകയായിരുന്നു. ഉറക്കെ പൊട്ടിക്കരയാനാണ് അവൾക്കു തോന്നിയത്. അവൾ തന്റെ ഗ്രാമം വിട്ടുപോകാൻ ആഗ്രഹിച്ചിരുന്നില്ല. എന്നാൽ അവൾക്ക് മുന്നിൽ വേറെ എന്തെങ്കിലും വഴിയുണ്ടോ? അവൾ തന്റെ വീടിനുനേരെ നോക്കി.

ഭീമേയുടെ വീട് ചെറുതായിരുന്നു. പക്ഷേ അവളുടെ ഹൃദയം അതിനുള്ളിൽ ആയിരുന്നു. പുറത്തെ ചുമരുകളിൽ ഭീമേ ചിത്രങ്ങൾ വരച്ചിരുന്നു. അവൾ ചുമരുകളിലേക്ക് നോക്കി. ആ ചിത്രങ്ങളിലെ പാടുകയും നൃത്തം ചെയ്യുകയും കൊട്ടുകയും ചെയ്യുന്ന ആൺകുട്ടികളും പെൺകുട്ടികളും അവളെ അവരുടെ അടുത്തേക്ക് ബലമായി വലിക്കുവാൻ തുടങ്ങി. വീടിനു പിന്നിൽ കോഴിക്കൂട് ഉണ്ടായിരുന്നു. കോഴികളുടെ കൊ... കൊ... കുഞ്ഞുങ്ങളുടെ ചും... ചും... ശബ്ദങ്ങൾ കേൾക്കാമായിരുന്നു. അതിന്റെ കൂടെ അങ്ങോട്ടും ഇങ്ങോട്ടും ഓടുന്ന ആടുകളുടെ കരച്ചിൽശബ്ദവും ഭീമേയുടെ കാതുകളിൽ പതിക്കുന്നുണ്ടായിരുന്നു. അവളുടെ മുറ്റത്തു നിൽക്കുന്ന മരം ഇളംതെന്നലിൽ പതുക്കെ പതുക്കെ ഇളകുന്നുണ്ടായിരുന്നു. അത് അവളോട് ഇവിടെനിന്നും പോകരുത് എന്ന് പറയുന്നതു പോലെ ഭീമേയ്ക്കു തോന്നി.

ഇതെല്ലാം കണ്ടപ്പോൾ ഭീമേയുടെ ഉള്ളിൽ വികാരങ്ങൾ തിളച്ചു പൊങ്ങി. കോപംകൊണ്ട് ശരീരത്തിലാകെ ഒരു വിറയൽപോലെ അനുഭവപ്പെട്ടു. നിശ്ശബ്ദയായി ഇരിക്കില്ല എന്ന് അവൾ തീരുമാനിച്ചു. സുരിയോടൊത്ത് താൻ ചിട്ടാപാഡയിൽ പോകും.

‘രാമാ, ജുഡുമിനെ എതിർക്കുകതന്നെ വേണം.” ഭീമേ രാംദേവിനോട് പറഞ്ഞു.

രാംദേവ് ഭീമേയെ നോക്കി. ബസ്തറിൽ പിടിച്ച തീ അവസാനം നമ്മുടെ വാതിൽക്കൽവരെ എത്തി - അയാൾ ആലോചിച്ചു.

“നാളെ നമ്മൾ ചിട്ടാപാഡയിൽ പോകും രാമാ.” ഭീമേ പറഞ്ഞു. ഇതു പറയുമ്പോഴും അവൾ സുരിയെ കെട്ടിപ്പിടിച്ചിരിക്കുകയായിരുന്നു. സുരി പരിഭ്രമിച്ച ഒരു കുട്ടിയെപ്പോലെ അവളോട് ഒട്ടിനിന്നു.

രാംദേവ് നിശ്ശബ്ദം ഇരുവരെയും നോക്കിനിന്നു. അയാൾക്ക് ഒന്നും പറയാൻ ഉണ്ടായിരുന്നില്ല. അയാൾ ആലോചനയിൽ ആണ്ടു. പിന്നെ അല്പം കഴിഞ്ഞ് അയാൾ കീശയിൽനിന്ന് മൊബൈൽ എടുത്ത് ബിഷന്റെ നമ്പർ ഡയൽ ചെയ്തു.

27

സൽവാ ജുഡും തുടങ്ങിയ ഉടനെതന്നെ മീഡിയാ വാർത്തകളിൽ സ്ഥാനംപിടിക്കാൻ തുടങ്ങി. റായ്പൂരിൽനിന്നും പ്രസിദ്ധീകരിക്കുന്ന ‘ഛഗ് ബന്ധു’ പത്രത്തിന്റെ റിപ്പോർട്ടർ അഭീക് ബാനർജി നിരന്തരം ബസ്തറിൽ തങ്ങുന്നുണ്ടായിരുന്നു. ഹോട്ടൽ മുറിയിൽ ഇരുന്ന് ബാനർജി താൻ കഴിഞ്ഞ കുറച്ചു ദിവസങ്ങളിലായി എഴുതിയ വാർത്തകളുടെ കട്ടിംഗ് വായിക്കുകയായിരുന്നു. രണ്ടു ദിവസം മുമ്പാണ് അയാൾ തന്റെ

പത്രത്തിൽ ഒന്നാംപേജിൽ വിശദമായ വാർത്ത എഴുതിയത്. അതിന്റെ തലവാചകം ഇങ്ങനെയായിരുന്നു-

"ബസ്തറിലെ രക്തരൂഷിത സംഘർഷത്തിൽ കുരുങ്ങിയ ആദിവാസികൾ, മാവോവാദികൾക്കെതിരായ സന്നാഹം സംശയത്തിന്റെ നിഴലിൽ."

അഭീക് ബാനർജി തന്റെ റിപ്പോർട്ടിൽ വിശദചിത്രം വരച്ചുകാട്ടിയിരുന്നു.

> ദന്തേവാഡ, 24 ജൂൺ: ബസ്തറിൽ വളരെ പെട്ടെന്ന് വ്യാപിച്ചുകൊണ്ടിരിക്കുന്ന സൽവാ ജുഡും പ്രസ്ഥാനം ഈ ആഴ്ച ഏകദേശം ഒരു ഡസൻ ഗ്രാമങ്ങൾ ഒഴിപ്പിച്ചു. ജുഡും തുടങ്ങിയിട്ട് ഒരു മാസമായി, ഇതിനിടെ ഇതുവരെ ഏകദേശം അമ്പതു ഗ്രാമങ്ങൾ ഒഴിപ്പിച്ചുകഴിഞ്ഞു. ബസ്തറിൽ സൽവാ ജുഡും വ്യാപിക്കുന്നതിന്റെ വേഗതയ്ക്ക് അനുസരിച്ചുതന്നെ അതേ വേഗത്തിൽ അതിനെക്കുറിച്ച് നിരവധി കഥകൾ പറഞ്ഞുകേൾക്കുന്നുണ്ട്. ഛത്തീസ്ഗഢ് സർക്കാരും ജുഡും മിഷനുമായി ബന്ധപ്പെട്ട നേതാക്കളും ഇതിനെ ജനങ്ങളുടെ സ്വാഭാവിക രോഷമായി പറയുന്നു. ആദിവാസികൾക്കിടയിൽ വേർതിരിവ് ഉണ്ടാക്കാനുള്ള ശ്രമമാണ് ഇതെന്നാണ് നക്സലുകൾ പറയുന്നത്. അവർ ഇതിനെ അവരുടെ 'ജനകീയയുദ്ധ'ത്തിന് എതിരെയുള്ള ഗൂഢാലോചനയാണ് എന്നു പറയുന്നു. കോർപ്പറേറ്റ് കുത്തകകൾക്കു വേണ്ടി ഭൂമി കയ്യടക്കാനാണ് സർക്കാർ ഇത്തരം മിഷൻ തുടങ്ങിയിരിക്കുന്നത് എന്ന് സാമൂഹിക പ്രവർത്തകരും ബുദ്ധിജീവികളും പറയുന്നു.
>
> സൽവാ ജുഡും മിഷന്റെ കാര്യത്തിൽ കോൺഗ്രസ്സിന്റെയും ബി.ജെ.പിയുടെയും നേതാക്കളുടെ ഐക്യപ്പെടൽ കാണുന്നുണ്ട്. സംസ്ഥാന മുഖ്യമന്ത്രിയും ആഭ്യന്തരമന്ത്രിയുമടക്കം ബി.ജെ.പിയുടെ മുതിർന്ന നേതാക്കളെല്ലാം ജുഡുമിന് പൂർണ പിന്തുണ നൽകുന്നു. ഇതിന് നേതൃത്വം കൊടുക്കുന്നത് ദന്തേവാഡയിലെ സാമാജികനും നിയമസഭയിൽ പ്രതിപക്ഷ നേതാവുമായ മഹേന്ദ്രകർമ്മയാണ്.

ബാനർജി തന്റെ റിപ്പോർട്ടിൽ സൽവാ ജുഡുമിന്റെ ആളുകൾ ഒഴിപ്പിച്ച ഗ്രാമങ്ങളുടെ പേരും എഴുതിയിരുന്നു. അവർ ജഗദൽപുർ ആണ് അവരുടെ താവളമാക്കിയിരുന്നത്. അയാൾ സൽവാ ജുഡുമിന്റെ പേരിൽ ഗ്രാമം ഒഴിപ്പിക്കുന്നതിന് എതിരെ ആദിവാസികൾ ഉയർത്തുന്ന പ്രതിരോധത്തെക്കുറിച്ചും വാർത്ത എഴുതിയിരുന്നു.

> കോണ്ട, 26 ജൂൺ: ഒരു ഭാഗത്ത് കർമ്മയും അയാളുടെ പിന്തുണക്കാരും ഇതിനെ ആദിവാസികളുടെ രോഷവും

> നക്സലിസത്തിനെതിരെയുള്ള അവരുടെ പ്രതിരോധവുമായി പറയുമ്പോൾ, മറുഭാഗത്ത് ബസ്തറിലെ ഗ്രാമത്തിലൂടെ സഞ്ച രിക്കുമ്പോൾ മനസ്സിലാകുന്നത് ആദിവാസികൾക്ക് അവരുടെ വീടുകൾ ഉപേക്ഷിക്കാൻ ഇഷ്ടമില്ല എന്നാണ്. ദന്തേവാഡ, ബീജാപുർ, കോണ്ട, ബസ്തർ എന്നിവിടങ്ങളിലെ നിരവധി ഗ്രാമങ്ങളിലെ ജനങ്ങൾ പലായനത്തിൽനിന്നു രക്ഷപ്പെടുന്ന തിനായി വനത്തിലേക്ക് ഓടിപ്പോയിരിക്കുകയാണ്. ജുഡുമിനെ പിന്തുണയ്ക്കുന്നവർ ഈ ആളുകളെ മാവോവാദികളുടെ ചാര ന്മാരെന്നും ഏജന്റുകളെന്നുമാണ് വിളിക്കുന്നത്. എന്നാൽ 'ഛഗ്ബന്ധു' ഇവരിൽ പല ആളുകളുമായി സംസാരിച്ചു. അവർ പറയുന്നത്, അവർ മാവോവാദികൾക്കുവേണ്ടി പ്രവർത്തിക്കുന്നില്ല, എന്നാൽ സ്വന്തം വീട് ഉപേക്ഷിക്കാൻ കഴി യില്ല. മിക്ക ആദിവാസികൾക്കും ഇരിപ്പപഴം പെറുക്കൽ, ബീഡിയില ശേഖരിക്കൽ, കൂടാതെ കൃഷിയിലും മൃഗങ്ങളെ വളർത്തലിലും അല്ലാതെ മറ്റൊന്നിലും താത്പര്യമില്ല. വീട് ഉപേക്ഷിച്ച് റോഡരികിൽ താമസിക്കുന്ന കാര്യം ഓർക്കു മ്പോൾതന്നെ അവർക്ക് ഭയമാകുന്നു.

അഭീക് ബാനർജി തന്റെ വാർത്തകളിൽ മാവോവാദികളുടെ തോന്നി വാസങ്ങളെക്കുറിച്ച് എഴുതി, എന്നാൽ ജുഡുമിന്റെ അതിക്രമങ്ങളും വ്യക്തമാക്കി. അയാൾ മാവോവാദികളുടെ ക്രൂരതയും സാമന്തനിലപാടും കൊണ്ട് പൊറുതിമുട്ടിയ ഗ്രാമീണരുടെ മൊഴി തന്റെ റിപ്പോർട്ടിൽ ചേർത്തു. കൂടെ തന്നെ പൊലീസുമായി ചേർന്ന് ജുഡുമിന്റെ സംഘാട കർ എങ്ങനെയാണ് പ്രായപൂർത്തിയാകാത്ത ആൺകുട്ടികളുടെ കൈയിൽ തോക്ക് പിടിപ്പിക്കുന്നത് എന്നും എഴുതി.

> ഉർപൽമെട്ട, ബീജാപുർ 28 ജൂൺ: ബസ്തർ പൂർണമായും ഒരു വാർ സോൺ ആയി മാറിക്കഴിഞ്ഞിരിക്കുന്നു. ഇവിടെ സിവിൽ ഡ്രസ്സിൽ കറങ്ങുന്ന എസ്.പി.ഒ. പുതിയൊരു ഫോഴ്സ് ആണ്. അവരുടെ ഷർട്ടിലെ ബട്ടൻ തുറന്നുകിടക്കു ന്നുണ്ട്, പക്ഷേ അവരുടെ തോളിൽ റൈഫിൾ തൂങ്ങിക്കിട ക്കുന്നുണ്ട്. അവരുടെ കാലുകളിൽ ഹവായ് ചെരുപ്പുകളാണെ ങ്കിലും അവരുടെ അരയിൽ വെടിയുണ്ടകളുടെ പെട്ടിയുണ്ട്. അവർക്കായി സർക്കാരിന്റെ ഇൻഷുറൻസ് പോളിസിയൊന്നും ഇല്ല. എന്നാൽ ഈ യുദ്ധത്തിൽ ഏറ്റവും അധികം സമർപ്പണ മനോഭാവമാണ് അവരിൽ കാണുന്നത്. എല്ലാ എസ്.പി.ഒ.മാരും ആദിവാസികൾ തന്നെയാണ്. അധികം പേരും കോയാ സമു ദായത്തിൽ നിന്നാണ്, അതുകൊണ്ട് ഇവരെ കോയാ കമാണ്ടോ എന്നും വിളിക്കുന്നുണ്ട്. ഇവരിൽ ഉൾഗ്രാമങ്ങളിൽ നിന്നും വന്ന ആൺകുട്ടികളും ബീജാപുർ, ദന്തേവാഡ,

> ബസ്തർ എന്നിവയുടെ അടുത്ത പ്രദേശങ്ങളിൽനിന്നു വന്ന വരും ഉണ്ടായിരുന്നു.
>
> ഈ എസ്.പി.ഒ.കൾ ഇന്ന് പൊലീസിന്റെയും സുരക്ഷാസേനയുടെയും ഏറ്റവും വലിയ കൂട്ടാളികളാണ്. ഇവർക്ക് നക്സലുകൾ ഒളിച്ചിരിക്കുന്ന സ്ഥലം അറിയാം. മാവോവാദികൾ എവിടെയാണ് ആയുധം ഒളിപ്പിക്കുന്നതെന്നും എവിടെയാണ് പണം സൂക്ഷിക്കുന്നതെന്നും ഇവർക്ക് അറിയാം. ഇവർക്ക് അവരുടെ യുദ്ധതന്ത്രങ്ങൾ അറിയാം. കാട്ടിലെ വഴികൾ ഇവർക്ക് വീട്ടുമുറ്റംപോലെ പരിചിതമാണ്. അതുകൊണ്ടു തന്നെ നക്സലുകൾക്കെതിരായ ഏതൊരു നീക്കത്തിലും ഇവർ സുരക്ഷാസേനയേക്കാളും പൊലീസിനേക്കാളും മുന്നിൽ നിൽക്കുന്നു. അവർക്ക് വഴി കാണിച്ചുകൊടുക്കുന്നു. മാവോവാദികൾ വിരിച്ച വല (ഏംബുഷ്) യിൽ കുരുങ്ങുകയാണെങ്കിൽ സൈനികരെ മരണത്തിന്റെ വളയത്തിൽനിന്ന് പുറത്തെത്തിക്കാൻ ഈ എസ്.പി.ഒ.കൾ പ്രയോജനപ്പെടുന്നു.

എസ്.പി.ഒ.മാരെ ഉണ്ടാക്കി സർക്കാർ ആദിവാസികൾക്കിടയിൽ തടിച്ചൊരു വരയാണ് വരച്ചിരിക്കുന്നത് എന്നതും സത്യമായിരുന്നു. ഇപ്പോൾ ഒരേ ഗ്രാമത്തിലെ കുറച്ച് ആൺകുട്ടികൾ മാവോവാദി ക്യാമ്പിൽ ആയിരുന്നെങ്കിൽ മറ്റു ചിലർ സൽവാ ജുഡും നടത്തുകയായിരുന്നു. കുറച്ച് ആൺകുട്ടികളുടെ തോക്കുകളിൽ കലാപകാരികളുടെ ഉണ്ടകളായിരുന്നെങ്കിൽ മറ്റു ചിലർ സർക്കാരിനുവേണ്ടി വെടി ഉതിർക്കുകയായിരുന്നു. ആദിവാസികൾക്ക് എല്ലായിടത്തുനിന്നും തല്ല് കിട്ടും. ചിലപ്പോൾ അവരെ നക്സലുകൾ പീഡിപ്പിക്കുന്നു, മറ്റു ചിലപ്പോൾ സൽവാ ജുഡുംകാർ അവരെ കഷ്ടപ്പെടുത്തുന്നു. ബാനർജിയുടെ അടുത്ത റിപ്പോർട്ട് ഇതിനെ കുറിച്ചായിരുന്നു.

> ദന്തേവാഡ 29 ജൂൺ: പൊലീസും എസ്.പി.ഒ.യും നിരപരാധികളായ ആളുകളെ നക്സൽ അനുയായികൾ ആണെന്നു പറഞ്ഞ് കസ്റ്റഡിയിൽ എടുക്കുകയാണ് എന്ന് കുവാകോണ്ടാ സ്റ്റേഷൻ പരിധിയിൽ വരുന്ന ഗ്രാമങ്ങളിലെ ആദിവാസികൾ ആരോപണം ഉന്നയിച്ചു. 'ഛഗ്ബന്ധു' ഛോട്ടേ തോംഗ്പാൽ അടക്കം ആറ് ഗ്രാമങ്ങളിൽ സഞ്ചരിച്ചു. അവിടെ രംഗുമുക, കർതി ഗംഗാ, സുന്നം സൂര്യ തുടങ്ങി നിരവധി ആദിവാസികൾ പറഞ്ഞത്, കഴിഞ്ഞ കുറച്ചു മാസങ്ങളായി ആളുകളെ പിടിച്ചുകൊണ്ടുപോയി സൽവാ ജുഡും ക്യാമ്പുകളിൽ അവരെ ചോദ്യം ചെയ്യുകയും പീഡനങ്ങൾ ഏല്പിക്കുകയും ചെയ്യുന്നു എന്നാണ്.
>
> "എന്നെ പിടിച്ച് കുവാകോണ്ടയ്ക്ക് അടുത്തുള്ള ക്യാമ്പിൽ മൂന്നു ദിവസം ഇട്ടു സാബ്. എനിക്ക് നക്സലുകളെക്കുറിച്ച്

> ഒന്നും അറിയില്ല, പിന്നെ ഞാൻ എങ്ങനെ പറയും. എന്നാൽ അവിടെ അവർ എന്നെ കറന്റ് അടിപ്പിച്ചു, നിലത്ത് കിടത്തി മൂന്ന് എസ്.പി.ഒ.മാർ എന്റെ മുഖത്ത് മുളകുവെള്ളം ഒഴിച്ചു. എന്റെ കണ്ണുകൾ നീറിപ്പോയി. ഒരു കണ്ണുകൊണ്ട് ഇപ്പോഴും ഒന്നും കാണാൻ കഴിയുന്നില്ല." രംഗുമുക പറഞ്ഞു. രംഗുവിന്റെ കണ്ണുകൾ ചുവന്നിരുന്നു, അയാൾക്ക് ഏതോ രോഗം പിടിപെട്ടതുപോലെ. മുക തന്റെ തുടകളിലേയും രഹസ്യഭാഗത്തിന് അടുത്തുമുള്ള അടയാളങ്ങൾ കാണിച്ചുതന്നു, കറന്റ് പാടുകളാണ് എന്നാണ് അയാൾ പറഞ്ഞത്.
>
> മറുഭാഗത്ത് ബീജാപുരിലെ ഗംഗാലൂരിൽ അഞ്ചുപേരുടെ ശവം കിട്ടി... ഇവരെ പൊലീസ് ചാരന്മാർ ആണെന്നു പറഞ്ഞ് നക്സലുകൾ കൊന്നതാണെന്നാണ് പൊലീസ് പറയുന്നത്. "ഞങ്ങൾക്ക് ശവത്തിന് അടുത്തുനിന്ന് അഞ്ച് നോട്ടീസുകൾ കിട്ടി. അതിൽ സൽവാ ജുഡുമിൽനിന്ന് അകലം പാലിക്കാനും പൊലീസിനെ സഹായിക്കരുത് എന്നും ഭീഷണിപ്പെടുത്തിയിട്ടുണ്ട്." ബീജാപുർ എസ്.പി. ഫോണിലൂടെ പറഞ്ഞു. ഈ സംഭവത്തോടെ ഗംഗാലൂരിൽ വലിയ രോഷമുയർന്നിട്ടുണ്ട്. മാവോവാദികൾ കൊന്ന ആളുകൾക്ക് ചാരപ്പണിയുമായി ഒരു ബന്ധവുമില്ല എന്നാണ് ആളുകൾ പറയുന്നത്.

ബാനർജിയുടെ വാർത്തകളിൽനിന്ന് മനസ്സിലാകുന്നത്, ബസ്തറിലെ യുദ്ധത്തിൽ സാധാരണ ആദിവാസികളാണ് യാതനകൾ അനുഭവിക്കുന്നത്. ഇവയിൽ പല വാർത്തകളുടെയും യാഥാർത്ഥ്യം കണ്ടെത്തുക പ്രയാസമായിരുന്നു. ഈ സംഭവങ്ങളെല്ലാം മൈലുകൾ അകലെയുള്ള ഗ്രാമങ്ങളിലാണ് ഉണ്ടായിക്കൊണ്ടിരുന്നത്. എല്ലായിടത്തും എത്തിപ്പെടുക എളുപ്പമായിരുന്നില്ല. പ്രത്യേകിച്ച് മാവോവാദികളുടെ പക്ഷം അറിയുക ഏറെ ബുദ്ധിമുട്ടായിരുന്നു, കാരണം ഈ അന്തരീക്ഷത്തിൽ അവരുടെ അടുത്തുപോകുക സാധ്യമായിരുന്നില്ല.

ഇതിനിടെ ഛത്തീസ്ഗഢ് സർക്കാർ ജനസുരക്ഷാ ആക്ട് എന്ന പേരിൽ പുതിയൊരു നിയമം പാസ്സാക്കി. ഈ നിയമം മനുഷ്യാവകാശത്തെക്കുറിച്ച് പറയുന്ന സാമൂഹ്യപ്രവർത്തകർക്കൊപ്പം സർക്കാരിന്റെയും പൊലീസിന്റെയും ഭാഗത്തുനിന്നുണ്ടാകുന്ന ഏതെങ്കിലും അതിക്രമത്തെക്കുറിച്ച് എഴുതുകയോ മാവോവാദികളുടെ വാദഗതി അച്ചടിക്കുകയോ ചെയ്യുന്ന പത്രക്കാർക്കും വലിയ ബുദ്ധിമുട്ട് ഉണ്ടാക്കി. നക്സലുകളെ കാണുന്നതിനുള്ള സാധ്യത ഈ നിയമം ഏതാണ്ട് ഇല്ലാതാക്കി.

സൽവാ ജുഡും വ്യാപിച്ചുകൊണ്ടിരുന്നു. മാവോവാദികളിൽ പരിഭ്രമം കൂടി വന്നു. അവരും ചാരന്മാരുടെ നെറ്റ്വർക്ക് വ്യാപിപ്പിക്കാൻ തുടങ്ങി. പുതിയ ആക്രമണങ്ങൾക്ക് തയ്യാറെടുപ്പ് ആരംഭിച്ചു. പൊലീസിന്റെ അതിക്രമങ്ങളെക്കുറിച്ചും മീഡിയയുടെ മൗനത്തെക്കുറിച്ചും ചോദ്യം ഉയർത്താൻ തുടങ്ങി.

"പൊലീസ് നിരപരാധികളെ കൊല്ലുകയാണ്. എന്നാൽ മീഡിയ നിശ്ശബ്ദമാണ്. കാരണം, അവർ കോർപ്പറേറ്റ് കുത്തകകളുടെയും സർക്കാരിന്റെയും ദല്ലാൾമാരായി മാറിയിരിക്കുന്നു. അവർ വിൽക്കപ്പെട്ടവരാണ്. അതുകൊണ്ടാണ് ജനകീയയുദ്ധം നടത്തുന്ന പാവപ്പെട്ട ആദിവാസികളുടെ പക്ഷം ഒരിക്കലും കാണിക്കാത്തത്." സി.പി.ഐ (മാവോവാദി) ഇറക്കിയ ഒരു നോട്ടീസിൽ പറയുന്നു. ഇത്തരം നോട്ടീസ് പാർട്ടിയുടെ ആളുകൾ ഗ്രാമങ്ങൾ തോറും വിതരണം ചെയ്തു. ചുമരുകളിൽ പതിച്ചു.

ബസ്തറിൽ ജോലി ചെയ്യുന്ന അഭീക് ബാനർജിയെപോലുള്ള പത്രക്കാർക്ക് ഒരു ഭാഗത്ത് നക്സലുകളുടെ ഭീഷണിയും മറുഭാഗത്ത് പൊലീസിനോടുള്ള ഭയവും.

'ഹറാംപിറന്ന തെണ്ടികളെ... നിങ്ങൾ മീഡിയക്കാർ ഈ നക്സലുകളോടാണ് സഹതാപം കാണിക്കുന്നത്. പച്ചപ്പാവങ്ങൾ എന്നു തോന്നിക്കുന്ന ആദിവാസികളെല്ലാം മാവോവാദികളെ സഹായിക്കുന്നവരാണ്." കുറച്ചു ദിവസം മുമ്പാണ് ഒരു പൊലീസുകാരൻ പ്രാദേശിക പത്രപ്രവർത്തകരോട് പറഞ്ഞത്. ആ പൊലീസുകാരന്റെ പേര് അനുപം ശുക്ല എന്നാണെന്ന് പിന്നീട് അഭീക്കിനു മനസ്സിലായി.

ബസ്തറിൽ ഇപ്പോൾ നടക്കുന്ന യുദ്ധത്തിന്റെ റിമോട്ട് കൺട്രോൾ ശുക്ലയുടെ പക്കലായിരുന്നു. ഈ യുദ്ധത്തിൽ 'ഫ്രീ ഹാൻഡ്' ആയിരുന്ന പൊലീസുകാരിൽപെട്ട ആളായിരുന്നു അയാൾ. എസ്.പി. സഞ്ചിത് ചൗധരിക്ക് അയാൾ നേരിട്ടാണ് റിപ്പോർട്ട് നൽകിയിരുന്നത്. ചൗധരിക്ക് ശുക്ലയിൽ പൂർണവിശ്വാസമായിരുന്നു. സബ് ഇൻസ്പെക്ടർ അൻസാരി ഈ യുദ്ധത്തിൽ ശുക്ലയുടെ ഒപ്പമുണ്ടായിരുന്നു. അയാൾ പറയുന്നതു പ്രകാരമാണ് പ്ലാൻ നടപ്പിലാക്കിയിരുന്നത്.

അഭീക് ഇത്തരം ചിന്തകളിൽ മുഴുകിയിരിക്കുമ്പോൾ അയാളുടെ ഫോൺ മണിയടിച്ചു.

"ഹലോ, അഭീക് ഭയ്യാ." ഫോണിന്റെ മറുതലയ്ക്കൽനിന്ന് ശബ്ദം കേട്ടു. "നാളെ രാവിലെ ചിട്ടാപാഡയിൽ വരൂ."

28

"നക്സൽവാദ്... മുർദ്ദാബാദ്."

"നക്സലുകളെ തുരത്തൂ... ബസ്തറിനെ രക്ഷിക്കൂ."

ഉച്ചതിരിഞ്ഞ് രണ്ടുമണിയോടുകൂടി ചിട്ടാപാഡയിൽ സൽവാ ജുഡുമിനെ പിന്തുണയ്ക്കുന്ന ഏകദേശം ആയിരത്തിയഞ്ഞൂറ് പേർ എത്തിയിരുന്നു, സുരിയുടെ ഗ്രാമം ഒഴിപ്പിക്കുന്നതിന്. ഈ ആളുകളാണ് ഗ്രാമത്തിൽ പ്രവേശിച്ച ഉടനെ ഇങ്ങനെ മുദ്രാവാക്യം വിളിക്കാൻ തുടങ്ങിയത്.

ഭീമേ സുരിയോടൊത്ത് ഗ്രാമീണരെ സംഘടിപ്പിച്ചിരുന്നു. ഈ തീ അധികം വൈകാതെ തന്റെ ഗ്രാമത്തിലേക്കും എത്തിച്ചേരുമെന്ന് അവൾക്ക് അറിയാമായിരുന്നു. അപകടകരമായ ഒരു ഏറ്റുമുട്ടലിന് രണ്ടു കൂട്ടുകാരികളും ഇന്ന് തയ്യാറായിരുന്നു.

ബിഷനും രാംദേവും ഈ ഗ്രാമത്തിൽ ഉണ്ടായിരുന്നു. ആളുകളെ ചികിത്സിക്കാൻ എന്ന വ്യാജേനയാണ് ബിഷൻ ചിട്ടാപാഡയിൽ വന്നത്. ദേവയുടെ മരണശേഷമാണ് ബിഷൻ ഭീമേയെ കൂടുതൽ അടുത്ത് അറിയാൻ തുടങ്ങിയത്. പെട്ടെന്നുതന്നെ അയാൾക്ക് അവൾ ധൈര്യവതിയാണെന്നു മനസ്സിലായി. പിന്നെ രാംദേവും സുരിയുമായുള്ള അയാളുടെ പരിചയം വർദ്ധിച്ചു. എല്ലാവരും മിക്കപ്പോഴും കണ്ടുമുട്ടും. പരസ്പരമുള്ള ബന്ധം എല്ലാവർക്കും ഇഷ്ടമായിരുന്നു. ചിട്ടാപാഡയിൽ എത്തിയ സൽവാ ജുഡുമിന്റെ ആളുകൾക്കു പുറമെ അഭീക് ബാനർജിയും അവിടെ എത്തിയിരുന്നു. ഇന്ന് ഇവിടെ നടക്കുന്ന യോഗത്തെക്കുറിച്ച് ബിഷനാണ് അയാളെ ഫോൺ വിളിച്ച് അറിയിച്ചത്. ബിഷനാണ് മിക്കപ്പോഴും അയാൾക്ക് വിവരങ്ങൾ നൽകിക്കൊണ്ടിരുന്നത്. അതിന്റെ അടിസ്ഥാനത്തിലാണ് ബാനർജി പല പ്രധാന റിപ്പോർട്ടുകളും തയ്യാറാക്കിയിരുന്നത്.

ജുഡുമിന്റെ ആളുകൾക്ക് പത്രക്കാരെ ഇഷ്ടമായിരുന്നില്ല. ടി.വിക്കാരോടും പത്രക്കാരോടും അവർ മിക്കപ്പോഴും കലഹിക്കുമായിരുന്നു. വാർത്ത കവർ ചെയ്യുന്നത് തടയുമായിരുന്നു. മീഡിയ ജുഡുമിന് എതിരാണെന്ന് അവർക്ക് തോന്നിയിരുന്നു. അതുകൊണ്ട് അഭീക് തന്റെ തൊഴിൽ അവിടെ പ്രകടമാക്കിയില്ല. അയാൾ ഗ്രാമീണർക്കിടയിൽ അവരിൽ ഒരാളെന്നപോലെ ഇടപഴകി. ചിട്ടാപാഡയിലെ ജുഡുമിന്റെ ആ ആൾക്കൂട്ടത്തിൽ അയാളെ ആരെങ്കിലും തിരിച്ചറിഞ്ഞോ എന്നറിയില്ല. എന്നാൽ അയാളെ കണ്ടപ്പോൾ ബിഷനും രാംദേവിനും സുരിക്കും ഭീമേയ്ക്കും വലിയ ആശ്വാസം തോന്നി.

ഈ ആൾക്കൂട്ടത്തിന്റെ നേതാവ് സൽവാ ജുഡുവിന് നേതൃത്വം നൽകുന്ന മഹേന്ദ്രകർമ്മയുടെ അടുപ്പക്കാരനായിരുന്നു. അയാൾ കർമ്മ ഉണ്ടാക്കിയ സൽവാ ജുഡുമിന്റെ നേതാക്കളിൽ ഒരാളായിരുന്നു. അയാൾക്ക് ഇരുപത്തിയഞ്ചു വയസ്സിനടുത്ത് പ്രായം ഉണ്ടായിരുന്നു. അയാൾ ജീൻസും ഷർട്ടുമാണ് ധരിച്ചിരുന്നത്. അയാളുടെ പക്കൽ ആയുധമൊന്നും കാണാൻ ഉണ്ടായിരുന്നില്ല. എന്നാൽ അയാളുടെ കൂടെ കുറഞ്ഞത് ഇരുപത് ആയുധധാരികളായ ആളുകൾ ഉണ്ടായിരുന്നു. ആ ചെറുപ്പക്കാരുടെ പക്കൽ എ.കെ. 47, എസ്.എൽ.ആർ., ഇൻസാസ് റൈഫിൾ, .303 തോക്കുകൾ ഉണ്ടായിരുന്നു. കൂടെ ഏകദേശം നൂറ് ആളുകളുടെ കൈയിൽ ലാത്തിയും വടിയും കുന്തവും അമ്പും വില്ലും ഉണ്ടായിരുന്നു. ഇവരാണ് ഗ്രാമങ്ങൾതോറും ചെന്ന് എല്ലാവരോടും മാവോവാദികളുമായി പോരാടാൻ അവരവരുടെ വീട് ഒഴിയാൻ പറയുന്നത്.

അയാൾ സംസാരിക്കാൻ തുടങ്ങി, "സുഹൃത്തുക്കളേ... എന്റെ പേര് വികാസ് ഹഡ്മ എന്നാണ്. ഞാൻ ഈ ജുഡുമിന്റെ കൂടെയാണ്.... ഞാൻ

ഈ ജുഡുമിന്റെ കൂടെയാണ്. കാരണം, ബസ്തറിൽനിന്ന് നക്സലിസം അവസാനിപ്പിക്കണം. മാവോവാദികളെ തുരത്തണം.”

ബിഷൻ വികാസിനെ പെട്ടെന്ന് തിരിച്ചറിഞ്ഞു. ഒരിക്കൽ ഹെൽത്ത് മിഷനിൽ പ്രവർത്തിക്കാൻ എന്ന വ്യാജേന ബിഷന്റെ ടീമിൽ നുഴഞ്ഞു കയറിയ വികാസ് തന്നെയായിരുന്നു അത്. പൊലീസുകാർ ഇയാൾക്ക് ഡെൽറ്റ എന്നാണ് പേര് നൽകിയിരുന്നത്. ദേവയുടെ മരണത്തിനുമുമ്പ് തന്നെ അയാളുടെ കള്ളം പുറത്തായിരുന്നു. അയാൾ പിടിക്കപ്പെടാതിരിക്കാൻ അന്നു മുതൽ ഇയാളെ പൊലീസ് ബസ്തറിലെ മറ്റു ഭാഗങ്ങളിൽ നിയോഗിച്ചിരിക്കുകയായിരുന്നു. സൽവാ ജുഡും തുടങ്ങിയതോടുകൂടി വികാസിനെപോലുള്ള ആളുകളുടെ കൈകളിൽ തോക്കുകൾ വന്നു, അവർ പരസ്യമായി ഗുണ്ടായിസം കാണിക്കാൻ തുടങ്ങി. ആ വികാസ് ഹഡ്മയാണ് ഇന്ന് തന്റെ ആദിവാസി സമൂഹത്തിന്റെ മുന്നിൽ വന്ന് അവരോട് അവരുടെ വീടുകൾ ഉപേക്ഷിക്കാനും ആയുധം എടുക്കാനും പറയുന്നത്. ബിഷന്റെ മനസ്സിൽ അയാളോട് രോഷവും വെറുപ്പും പതഞ്ഞുപൊങ്ങി.

“തെണ്ടിനായ... ആദ്യം പൊലീസിനുവേണ്ടി ചാരപ്പണി ചെയ്തു... ഇപ്പോൾ സ്വന്തം ആളുകളുടെ വീടുകൾ തന്നെ നശിപ്പിക്കുന്നു.” ബിഷൻ പിറുപിറുത്തുകൊണ്ട് രാംദേവിനോട് പറഞ്ഞു.

രാംദേവ് ഒന്നും പറഞ്ഞില്ല. അയാൾ ബിഷനെ നോക്കി, പിന്നെ വികാസ് പറയുന്നതു കേൾക്കാൻ തുടങ്ങി.

വികാസ് ഹഡ്മയുടെ മനസ്സിൽ യാതൊരു ആശയക്കുഴപ്പവും ഉണ്ടായിരുന്നില്ല. പൊലീസും സർക്കാരും അയാൾക്ക് ശക്തി പകർന്ന് തങ്ങളുടെ മിഷനുമായി അയച്ചിരിക്കുകയാണ്. അയാൾ തന്റെ മുന്നിൽ നിൽക്കുന്ന ചിട്ടാപാഡയിലെ ഗ്രാമീണരുടെ മുഖം വീക്ഷിച്ചു. അവരുടെ മുഖഭാവങ്ങളിൽ അയാൾ സന്തുഷ്ടനായിരുന്നില്ല. മറ്റു ഗ്രാമങ്ങളിൽ ഇത്രയും പറയുമ്പോഴേക്കും ആളുകൾ ഒന്നുകിൽ നക്സലുകൾക്കെതിരെ മുദ്രാവാക്യം വിളിക്കാൻ തുടങ്ങും. അല്ലെങ്കിൽ ചുരുങ്ങിയത് പേടികൊണ്ട് ‘ശരി’യെന്ന് തലയാട്ടും. എന്നാൽ ഇവിടെ ചിട്ടാപാഡ, ഛുട്ടേപാൽ തുടങ്ങിയ അടുത്തുള്ള ഗ്രാമങ്ങളിൽ ജുഡും പറയുന്നതിനെ അനുകൂലിക്കുന്നവർ ഉണ്ടായിരുന്നില്ല. ഭീമേ, സുരി, രാംദേവ്, ബിഷൻ തുടങ്ങിയ ആളുകളുടെ ജാഗ്രതാ പ്രസ്ഥാനം ഈ ഗ്രാമങ്ങളിൽ ഒരു ആത്മധൈര്യം ഉണ്ടാക്കി എടുത്തിരുന്നു. ഇവരുടെ എല്ലാം ഉള്ളിൽ തങ്ങൾ ആദിവാസികൾ ആണെന്നതിൽ അഭിമാനം ഉണ്ടായിരുന്നു. താൻ ഇന്ന് വ്യത്യസ്തരായ കുറച്ച് ആളുകളുടെ മുന്നിലാണ് നിൽക്കുന്നതെന്ന തോന്നൽ ഹഡ്മയ്ക്ക് ഉണ്ടായി. എന്നാലും അയാൾ തുടർന്നു സംസാരിക്കാൻ തുടങ്ങി.

“നക്സലുകളെ അടിച്ചോടിക്കാൻ നമുക്ക് എല്ലാവർക്കും ഒരുമിച്ച് പോരാടണം, ആ പോരാട്ടം ആരംഭിച്ചുകഴിഞ്ഞു. മാവോവാദികളെ തുടച്ചു

നീക്കാൻ എല്ലാവരും മുഴുവൻ ശക്തിയും ഉപയോഗിച്ച് പോരാടണം." വികാസ് ഗോണ്ടിഭാഷയിൽ തന്നെയാണ് സംസാരിച്ചുകൊണ്ടിരുന്നത്. എന്നാൽ ചിട്ടാപാഡയിൽ അയാളുടെ ഭാഷയോ അയാളുടെ വാക്കുകളോ യാതൊരു സ്വാധീനവും ചെലുത്തിയില്ല. അയാൾ ഓരോ കാര്യം പറഞ്ഞു കഴിയുമ്പോഴും ആളുകൾ പരസ്പരം നോക്കും. തങ്ങളുടെ വീടിനേയും തങ്ങളുടെ സ്വത്വത്തേയും സ്നേഹിക്കാൻ പഠിപ്പിച്ച ഭീമേയുടെ നേരെ പലരും നിരന്തരം നോക്കുന്നുണ്ടായിരുന്നു. ഇതുകണ്ട വികാസ് ഹഡ്മ തന്റെ സ്വരം കടുപ്പിച്ചു.

"ഏതെല്ലാം ഗ്രാമങ്ങളിലാണോ നക്സലുകൾ വന്നുപോയിക്കൊണ്ടിരിക്കുന്നത്, എവിടെയൊക്കെയാണോ അവർ ഒളിച്ചിരിക്കുന്നത് ആ ഗ്രാമങ്ങളെല്ലാം ഒഴിയുകതന്നെ വേണം. ജുഡുമിന്റെ ആളുകളോടൊപ്പം പൊലീസും പാരാമിലിട്ടറിയും വരും. ഇവിടെ മിന്നലാക്രമണം നടത്തും. നക്സലുകളുടെ ഒളിത്താവളങ്ങൾ ഇല്ലാതാക്കും. ഇനി ബസ്തറിൽ ഒരു മാവോവാദിയോ അയാളുടെ അനുയായിയോ ഉണ്ടാകില്ല."

ജുഡുമിന്റെ അനുയായികൾ മുദ്രാവാക്യം വിളിക്കാൻ തുടങ്ങി, "നക്സലിസം മൂർദ്ദാബാദ്, മൂർദ്ദാബാദ്, മൂർദ്ദാബാദ്... നക്സലുകളെ തുരത്തൂ... ബസ്തറിനെ രക്ഷിക്കൂ...

ഉച്ചത്തിൽ മുദ്രാവാക്യം മുഴങ്ങിക്കൊണ്ടിരുന്നു. ഈ മുദ്രാവാക്യങ്ങൾക്കിടയിൽ സുരി ഭീമേയുടെ കൈ മുറുകെ പിടിച്ചു. ഭീമേ അവളുടെ തല തന്റെ തോളിനടുത്ത് കൊണ്ടുവന്ന് തലോടി. അവൾ ഭീമേയോട് ചേർന്ന് ഇരുന്നു. രാംദേവ് ബിഷനു നേരെ നോക്കുകയായിരുന്നു. ഗ്രാമം ഒഴിയണമെന്ന പ്രഖ്യാപനത്തോടുകൂടി രാംദേവിന്റെ ശരീരത്തിൽ വിറയൽ അനുഭവപ്പെട്ടു. ബിഷൻ രാംദേവിനു നേരെ നിസ്സഹായതയോടെ നോക്കി. പിന്നെ ഇരുവരുടെയും നോട്ടം ഭീമേയുടെയും സുരിയുടെയും നേരെയായി. ഭീമേയുടെ മുഖത്ത് കാഠിന്യം ആയിരുന്നെങ്കിൽ സുരി ജുഡും നേതാക്കളുടെ വാക്കുകൾ കേട്ട് തകർന്നതുപോലെ ആയിരുന്നു. പെട്ടെന്ന് രാംദേവ് അഭീക്കിനെ നോക്കി. അയാൾ ആരുമറിയാതെ തന്റെ ചെറിയ ക്യാമറകൊണ്ട് മുദ്രാവാക്യം മുഴക്കുന്ന ജുഡും അംഗങ്ങളുടെ ചിത്രങ്ങൾ എടുക്കുകയായിരുന്നു. ഈ ആൾക്കൂട്ടത്തിൽ ആരും അയാളെ തിരിച്ചറിഞ്ഞിരുന്നില്ല. ആളുകളുടെ ശ്രദ്ധ അഭീക്കിലേക്ക് തിരിയാതിരിക്കാൻ ബിഷൻ രാംദേവിനോട് അയാളുടെ നേരെ നോക്കരുതെന്ന് ആംഗ്യം കാണിച്ചു. ചിട്ടാപാഡയിലെ കഥ എന്തുതന്നെ ആയാലും അവിടുത്തെ യാഥാർത്ഥ്യം സമൂഹത്തിനു മുന്നിൽ കൊണ്ടുവരുന്ന ജോലി അഭീക് ബാനർജിയുടെ കൈകളിലാണെന്ന് ബിഷന് നന്നായി അറിയാമായിരുന്നു.

ചിട്ടാപാഡയിലെ ആളുകളിൽ ഈ മുദ്രാവാക്യങ്ങൾ കേട്ടിട്ടും യാതൊരു ഉത്സാഹവും പ്രകടമാകുന്നില്ലെന്ന് വികാസിനു മനസ്സിലായി. ഇവിടുത്തെ ആളുകൾ ജുഡുമിന്റെ ഒപ്പം നിൽക്കാൻ തയ്യാറല്ലെന്ന്

അയാൾക്കു മനസ്സിലായി. ഇതു കണ്ടിട്ട് അയാൾക്ക് ദേഷ്യം വന്നു. മുദ്രാവാക്യത്തിന്റെ ശബ്ദം കുറഞ്ഞപ്പോൾ അയാൾ ഉറക്കെ പ്രഖ്യാപിച്ചു.

"ഈ ഗ്രാമത്തിൽ നക്സലുകൾ നിരന്തരം വന്നുപോകുന്നുണ്ടെന്നും ഇവിടെ നിരവധി ആളുകൾ സംഗത്തിന്റേതാണെന്നും എല്ലാവർക്കും അറിയാം. നക്സലുകളിൽനിന്ന് മോചനം നേടാൻ ആഗ്രഹിക്കുന്നവർ അടുത്ത രണ്ടു ദിവസത്തിനുള്ളിൽ ദന്തേവാഡയ്ക്ക് അടുത്തുള്ള ജുഡും ക്യാമ്പുകളിൽ വരണം. വരാത്ത ആളുകളെ നക്സലുകളുടെ അനുയായികളായി കണക്കാക്കും."

ജുഡുമിന്റെ ആളുകൾ വീണ്ടും മുദ്രാവാക്യം വിളിക്കാൻ തുടങ്ങി.

"നക്സലിസം മൂർദ്ദാബാദ്."

"നക്സലുകളെ തുരത്തൂ, ബസ്തറിനെ രക്ഷിക്കൂ..."

"ഞങ്ങൾ ഞങ്ങളുടെ ഗ്രാമം ഉപേക്ഷിച്ച് എവിടെയും പോകില്ല." മധ്യവയസ്കനായ ഒരാൾ ഗോണ്ടി ഭാഷയിൽ ഉറക്കെ പറഞ്ഞു. അയാൾ കാണാൻ ദുർബലനായിരുന്നു. എന്നാൽ ജുഡുമിന്റെ ഈ ആൾക്കൂട്ടത്തിനു മുന്നിൽ അയാൾ ധൈര്യത്തോടെയാണ് നിന്നത്.

ദുർബലനെപോലെ കാണപ്പെടുന്ന ഗണേശി ഈ തോക്കുധാരികൾക്കു മുന്നിൽ ഇങ്ങനെ എഴുന്നേറ്റു നിൽക്കുമെന്ന് രാംദേവിന് വിശ്വസിക്കാൻ കഴിഞ്ഞില്ല. ഗണേശി സുരിയുടെ ബന്ധുവായിരുന്നു. അവളുടെ രണ്ടാനമ്മയുടെ സഹോദരനായിരുന്നു. ഒരു ദിവസം മുമ്പ് ഗണേശിയാണ് ചിട്ടാപാഡയിൽ ജുഡുമിന്റെ ആളുകൾ വരുന്ന കാര്യം സുരിയെ അറിയിച്ചത്.

"നക്സലുകളോട് യുദ്ധം ചെയ്യുന്നതിന് ഞങ്ങൾ എന്തിന് വീട് വിട്ടു പോകണം? ഞങ്ങൾ ഇവിടെത്തന്നെ താമസിക്കും." ഗണേശി പറഞ്ഞു. "ഞങ്ങൾ ക്യാമ്പിൽ കഴിയാൻ ഇഷ്ടപ്പെടുന്നില്ല."

ഇതുകേട്ട ഉടനെ ഒരു എസ്.പി.ഒ. ഗണേശിയുടെ അടുത്തേക്ക് ഓടി. വികാസ് എന്തെങ്കിലും പറയുംമുമ്പ് ജുഡുമിന്റെ ആ പയ്യൻ ഗണേശിയെ ശക്തിയിൽ അടിച്ചു, പിന്നെ താഴേക്ക് തള്ളിയിട്ടു.

"മാമാ... മാമാ..." സുരി ഗണേശിയുടെ അടുത്തേക്ക് ഓടിച്ചെന്ന് അയാളെ എഴുന്നേൽപ്പിച്ചു.

"മാമാ, ഒന്നും പറ്റിയില്ലല്ലോ...' ഗണേശി സ്വയം നിയന്ത്രിച്ചു, പിന്നെ ഇരുവരും എഴുന്നേറ്റ് നിന്നു.

"ഇത് ഞങ്ങളുടെ ഗ്രാമമാണ്... ചിട്ടാപാഡ... ഞങ്ങൾ എവിടെയും പോകില്ല." സുരി പറഞ്ഞു.

"ഹറാം പിറന്നവർ... തെമ്മാടികൾ... ഇത് വഴിപിഴച്ച നക്സലുകളുടെ ഗ്രാമമാണ്... ഈ തെമ്മാടികളെ പിടിച്ചുകൊണ്ടുപോ..."

ജുഡുമിന്റെ പയ്യന്മാർ ഗണേശിയേയും സുരിയേയും പിടിക്കാൻ ശ്രമിച്ചു. ഈ പയ്യന്മാരുടെ പിടിയിൽനിന്ന് രക്ഷപ്പെടാൻ സുരി

കുതറുമ്പോൾ ഉയരമുള്ള ഒരു പയ്യൻ അവളെ ശക്തിയിൽ അടിച്ചു. അവൾ അല്പം ദൂരെ പോയി വീണു. അവളുടെ ചുണ്ടുകളിൽനിന്ന് ചോര വരാൻ തുടങ്ങി.

“നിർത്ത്... നിങ്ങൾ എന്താണീ ചെയ്യുന്നത്?” ഭീമേ അലറി. “ഞങ്ങളോട് വീട് ഒഴിയാൻ പറയുന്ന നിങ്ങൾ ആരാണ്?”

“ബസ്തറിൽനിന്ന് നക്സലുകളെ തുരത്താനാണ് ജുഡും തുടങ്ങിയിട്ടുള്ളത്. ഇക്കാര്യത്തിൽ ഞങ്ങളോടൊപ്പം നിൽക്കാത്തവരെല്ലാം നക്സലുകളുടെ കൂടെയാണ്.” വികാസ് ഇപ്പോൾ ജുഡുമിന്റെ മുതിർന്ന നേതാക്കളുടെ ഭാഷയാണ് സംസാരിക്കുന്നത്. മഹേന്ദ്രവർമ്മ തന്റെ കൂട്ടാളികളെ ഇതാണ് പഠിപ്പിച്ചിരുന്നത് - ജുഡുമുമായി സഹകരിക്കാത്തവർ എല്ലാം നക്സലുകളുടെ കൂടെയെന്ന് കണക്കാക്കിക്കോളൂ.

“ഞങ്ങൾ ആരുടെയും കൂടെയല്ല. ഗ്രാമത്തിലെ ജനങ്ങൾ ഇവിടെ താമസിക്കാൻ ആഗ്രഹിക്കുന്നു. വീട് ഉപേക്ഷിച്ച് ക്യാമ്പിൽ പോകാൻ ഞങ്ങൾക്ക് ഇഷ്ടമില്ല.” ഭീമേ അലറി.

“വീട് ഉപേക്ഷിക്കേണ്ടിവരും.” വികാസ് അലറി. “ആരുടെ കൂടെയാണ് ഈ ഗ്രാമം? നക്സലുകളുടെ കൂടെയോ ജുഡുമിന്റെ കൂടെയോ?”

“ഇവിടെ ഒരു ഗ്രാമം മാത്രമല്ല, അനേകം ഗ്രാമങ്ങളുണ്ട്. എല്ലാവരും ഒരുമിച്ചാണ്. ജുഡും പറയുന്നതിന് അനുസരിച്ച് ആരും വീട് വിട്ട് പോകില്ല.” ഭീമേ നേരിട്ട് വികാസിനെ വെല്ലുവിളച്ചു.

ഭീമേയുടെ ധൈര്യം കണ്ടപ്പോൾ ഗ്രാമത്തിലെ കുറച്ച് ആളുകൾക്കും ധൈര്യം കിട്ടി. രണ്ടുപേർ മുന്നോട്ടുവന്നു. അവർക്കു പിറകെ മൂന്ന് സ്ത്രീകളും മുന്നോട്ടു വന്നുനിന്നു. അവരിൽ ഒരാൾ പറഞ്ഞു. “ഞങ്ങൾ ചിട്ടാപാഡ വിട്ട് പോകില്ല. ഗ്രാമത്തിലെ എല്ലാ ആളുകളും ഇവിടെ താമസിക്കാനാണ് ആഗ്രഹിക്കുന്നത്.”

ബാക്കി ഗ്രാമവാസികളും അവർ പറഞ്ഞത് ശരിയെന്നു പറഞ്ഞു.

ജുഡുമിന്റെ നേതാക്കൾക്ക് ഇത്രയും പ്രതിരോധം ധാരാളമായിരുന്നു. അവർ തങ്ങളുടെ കൂട്ടാളികളോട് ഈ ഗ്രാമം കത്തിച്ചുകളയാൻ പറഞ്ഞു.

“ഈ തെമ്മാടികളുടെ വീടുകൾക്ക് തീ വെയ്ക്ക്. ആരെങ്കിലും നിങ്ങളെ തടഞ്ഞാൽ ആ തെണ്ടികളെ വെടിവെച്ചുകൊല്ല്.”

ചില പയ്യന്മാർ ആകാശത്തേക്ക് വെടിവെച്ചു.

വെടിയുടെ ശബ്ദം കേട്ടപ്പോൾ ആയുധധാരികളായ ആളുകളെ ഭയന്ന് ചിട്ടാപാഡയിലെ ജനങ്ങൾ പിന്നോട്ടു മാറി. എതിർക്കുന്നത് മരണം ഏറ്റുവാങ്ങലാണെന്ന് അവർക്കു തോന്നി. നക്സലുകളെ എതിർത്താൽ മരണശിക്ഷ കിട്ടുന്നത് അവർ കണ്ടിരുന്നു. ഇപ്പോൾ നക്സലുകളുടെ ശത്രുക്കളും അവരെ അതുതന്നെ ചെയ്യുമെന്ന് ഭീഷണിപ്പെടുത്തുന്നു.

ജുഡുമിന്റെ ആളുകൾ വീടുകളിൽ കയറി തീ കൊളുത്താനുള്ള സാധനങ്ങൾ തിരയാൻ തുടങ്ങി. അവരുടെ മുന്നിൽ ആദ്യത്തെ വീട് സുരിയുടേത് ആയിരുന്നു. സുരിക്ക് എന്തെങ്കിലും മനസ്സിലാകുംമുമ്പ് രണ്ട് പയ്യന്മാർ അവളുടെ വീട്ടിൽ കടന്ന് കിടയ്ക്കയിൽനിന്നും വിരിപ്പും അടുക്കളയിൽനിന്നും മണ്ണെണ്ണടിന്നും എടുത്തുകൊണ്ടുവന്നിരുന്നു.

സുരി ഉറക്കെ വിളിച്ചു പറഞ്ഞു, “അരുതേ... നിൽക്കൂ... നിൽക്കൂ... നിങ്ങൾ എന്താണ് ചെയ്യുന്നത്?”

ഒരു പയ്യൻ വിരിപ്പിൽ മണ്ണെണ്ണ ഒഴിച്ചു, ബാക്കിയുള്ളത് അവളുടെ വീടിന് മുകളിൽ ഒഴിച്ചു.

ഭീമേയും സുരിയും ഓടിച്ചെന്ന് അവരെ തടയാൻ ശ്രമിച്ചു. എന്നാൽ അപ്പോഴേക്കും അവർ വിരിപ്പിന് തീ കൊടുത്ത് മേല്പുരയിലേക്ക് എറിഞ്ഞിരുന്നു.

സുരിയുടെ വീട് ആളിക്കത്താൻ തുടങ്ങി. മേല്പുര ഉണക്കപ്പുല്ലു കൊണ്ട് ഉള്ളതായിരുന്നു. തീ പടരാൻ ഏറെനേരം വേണ്ടിവന്നില്ല. വീടിനുള്ളിലെ കുറച്ചു സാധനങ്ങൾ എടുത്തുമാറ്റാനായി വീടിനുള്ളിലേക്ക് സുരി ഓടാൻ തുടങ്ങിയപ്പോൾ ഭീമേ അവളെ പിടിച്ചുനിർത്തി. തീ അതിവേഗത്തിലാണ് പടർന്നിരുന്നത്. സുരി വീടിനകത്തേക്ക് കടന്നാൽ പിന്നെ തിരിച്ചിറങ്ങാൻ പറ്റുകയില്ലെന്ന് ഭീമേയ്ക്ക് മനസ്സിലായി.

സുരി തകർന്നുപോയി. അവൾ കരയാൻ തുടങ്ങി.

അവൾക്കു ചുറ്റും മുദ്രാവാക്യം മുഴങ്ങാൻ തുടങ്ങി.

“സൽവാ ജുഡും സിന്ദാബാദ്...”

“നക്സലിസം മുർദ്ദാബാദ്...”

“നക്സലകളെ തുരത്തൂ... ബസ്തറിനെ രക്ഷിക്കൂ...”

ഇതിനിടെ മറ്റു ചില വീടുകൾക്കും തീ പിടിച്ചത് ഭീമേ കണ്ടു. ഇവയിൽ ഒന്ന് ഗണേശിയുടെ വീടായിരുന്നു. ജുഡുമിന്റെ ആളുകൾ വീടുകൾ മനസ്സിലാക്കിയാണ് കത്തിക്കുന്നതെന്ന് അവൾക്ക് മനസ്സിലായി. ഗണേശിയും സുരിയും ആദ്യം എതിർപ്പ് പ്രകടിപ്പിച്ചവരാണ്. ഒന്നൊന്നായി മറ്റു വീടുകളിലും തീനാളങ്ങൾ ഉയരുന്നത് അവൾ കണ്ടു.

രാംദേവ് നിരന്തരം ജുഡുമിന്റെ ആളുകളെ തടയാനും കത്തുന്ന വീടുകളെ രക്ഷിക്കാനും ശ്രമിക്കുകയായിരുന്നു. എന്നാൽ അയാളോടൊപ്പം നിൽക്കുന്നവരുടെ എണ്ണം കുറവായിരുന്നു. എല്ലാവരും വല്ലാതെ ഭയന്നുപോയിരുന്നു.

രാംദേവിനെ ഒരു എസ്.പി.ഒ. നിലത്ത് തള്ളിയിട്ടത് ഭീമേ കണ്ടു. മറ്റുള്ളവർ അയാളെ കാലുകൊണ്ട് ചവിട്ടുന്നതു കണ്ടു. ഭീമേ അയാളുടെ അടുത്തേക്ക് ഓടി. രാംദേവിനെ രക്ഷിക്കാനായി അവൾ ആ പയ്യന്മാരുമായി പിടിവലിയായി, പക്ഷേ അവൾക്ക് അതിൽ അധികമൊന്നും വിജയിക്കാൻ കഴിഞ്ഞില്ല.

രണ്ടു പയ്യന്മാർ ഭീമേയെ വലിച്ച് അകലേക്ക് മാറ്റി, അവളെ പിടിച്ചു വെച്ചു.

ഇതിനിടെ തന്റെ വീട് കത്തുന്നതു കണ്ട സുരിയുടെ ഭയവും ദുഃഖവും പെട്ടെന്ന് രോഷമായി മാറി. അവൾ തന്റെ മുറ്റത്തുനിന്നുതന്നെ കത്തുന്ന ഒരു തടിച്ച വിറക് എടുത്ത് രാംദേവിനെ മർദ്ദിക്കുന്ന പയ്യന്മാരുടെ നേരെ ഓടി. സുരി രാംദേവിന്റെ അടുത്ത് എത്തുമ്പോഴേക്കും ഒരു എസ്.പി.ഒ. അവളെ പിടിച്ചു. എന്നിട്ട് തന്റെ തോക്കിന്റെ പാത്തികൊണ്ട് അവളുടെ തലയിൽ ശക്തിയോടെ അടിക്കാൻ ശ്രമിച്ചു. രക്ഷപ്പെടാൻ സുരി പിറകോട്ട് മാറിയപ്പോൾ അവളുടെ നെഞ്ചിൽ അടിയേറ്റു. തോക്കിന്റെ പാത്തി തലയിൽ കൊണ്ടിരുന്നുവെങ്കിൽ ചിലപ്പോൾ സുരിയുടെ പണി അപ്പോൾതന്നെ തീരുമായിരുന്നു. എന്നാൽ ഈ ആക്രമണത്തിലും അവളുടെ നെഞ്ചിൽ കുറച്ചൊന്നുമല്ല വേദന ഉണ്ടായത്. അവൾ തല്ലിയടിച്ച് നിലത്തുവീണു.

ബിഷന് അവളെ സഹായിക്കാൻ ഓടിച്ചെല്ലണമെന്ന് ഉണ്ടായിരുന്നു. എന്നാൽ ജുഡുമിന്റെ ആളുകൾ അയാളെ പിടിച്ചാൽ പിന്നെ അഭീക്കിന് അവിടെനിന്ന് പുറത്തു കടക്കുക പ്രയാസകരമാണെന്ന് അയാൾക്ക് അറിയാമായിരുന്നു. ഈ പോരാട്ടത്തിൽ തന്റെ റോൾ എന്താണെന്ന് അയാൾക്ക് നന്നായി അറിയാം. അഭീക് ഇപ്പോഴും രഹസ്യമായി എല്ലാ ചിത്രങ്ങളും എടുക്കുന്നത് അയാൾ കണ്ടു. ബിഷൻ അയാളുടെ അടുത്തുചെന്ന് പതുക്കെ പറഞ്ഞു, "ഭയ്യാ, ഇവിടെനിന്നു പോകാം... ഇപ്പോൾതന്നെ ധാരാളമായി. ഈ ആളുകൾ താങ്കളെ കണ്ടിട്ട് ഉണ്ടാകാം."

അഭീക്കിന് മുന്നറിയിപ്പു നൽകാനാണ് ബിഷൻ ഇക്കാര്യം അയാളോട് പറഞ്ഞത്. വികാസും ജുഡുമിന്റെ ബാക്കി പയ്യന്മാരും ഇപ്പോഴും ചിട്ടാപാഡയെ കത്തിക്കുന്നതിലും ഇവിടുത്തെ ആളുകളെ ഭയപ്പെടുത്തുന്നതിലും മുഴുകിയിരിക്കുകയായിരുന്നു. അവരുടെ ശ്രദ്ധ അഭീക്കിനു മേൽ പതിഞ്ഞിരുന്നില്ല. വികാസ് പയ്യന്മാരോട് സുരിയേയും ഭീമേയേയും രാംദേവിനേയും ഒരു ജീപ്പിൽ എടുത്തിടാൻ പറഞ്ഞു.

"ഈ നീചന്മാരെ ക്യാമ്പിലേക്ക് കൊണ്ടുപോകൂ." അയാൾ അലറി. എന്നാൽ ഇവർക്ക് ഗ്രാമീണരെ ഇങ്ങനെ എടുത്തുകൊണ്ടുപോകാൻ നിയമപരമായ അധികാരമൊന്നും ഉണ്ടായിരുന്നില്ല. എന്നാൽ ഇപ്പോൾ സർക്കാർ ചില ആദിവാസികൾക്ക് തങ്ങളുടെ സമുദായത്തിലെത്തന്നെ ജനങ്ങളുടെ ജീവിതത്തോട് കളിക്കാൻ പൂർണമായ അധികാരം നൽകിയിരിക്കുന്നു. വികാസ് ഹഡ്മയുടെ പക്കൽ ഭരണഘടനാപരമായ ശക്തി ഉണ്ടായിരുന്നില്ലെങ്കിൽ തന്നെ, ഇന്ന് അയാൾ ഭരണഘടന നടപ്പിലാക്കുന്നവരുടെ കരുത്തിൽതന്നെയാണ് നിയമത്തോട് കളിക്കുന്നത്.

ജുഡുമിന്റെ പയ്യന്മാർ സുരിയേയും രാംദേവിനേയും ഭീമേയെയും ഗണേശിയെയും എടുത്തു കൊണ്ടുപോയി ജീപ്പിൽ ഇടുകയായിരുന്നു. ആ സമയത്ത് രണ്ടു ചെറുപ്പക്കാർ മോട്ടോർ സൈക്കിളിൽ അവിടെനിന്നു

പോകുന്നത് വികാസ് കണ്ടു. ഇരുവരും മുഖം വസ്ത്രംകൊണ്ട് മറച്ചിരുന്നു. പിന്നിലിരുന്ന ആളുടെ കൈയിൽ ചെറിയൊരു കാമറ ഉണ്ടായിരുന്നു.

വികാസിന് അപകടം മനസ്സിലായി.

"ഹറാംപിറന്ന മീഡിയക്കാർ!" അയാൾ അലറി.

അയാൾ തന്റെ കൂട്ടാളികളോട് അവരെ രണ്ടുപേരെയും പിന്തുടരാൻ പറഞ്ഞു. എന്നാൽ ഈ ബഹളത്തിനിടെ ആർക്കും ഒന്നും മനസ്സിലായില്ല. ബിഷനും അഭീക്കും മോട്ടോർ സൈക്കിളിൽ പോയ വഴിയിലേക്ക് ചൂണ്ടിക്കാണിച്ച് വികാസ് അലറിക്കൊണ്ടിരുന്നു. എന്നാൽ അയാളുടെ കൂട്ടാളികൾക്ക് വികാസ് എന്താണ് പറയുന്നത് എന്ന് മനസ്സിലായില്ല. പിന്നെ അയാൾ ഒരു പയ്യനെ അടുത്തുവിളിച്ച് മോട്ടോർ സൈക്കിളിൽ പോയ ആ രണ്ടു പയ്യന്മാരേയും പിടിച്ചുകൊണ്ടുവരാൻ പറഞ്ഞു. ജുഡുമിന്റെ ആളുകൾ ഗ്രാമവാസികളെ മർദ്ദിക്കുന്ന ചിത്രങ്ങൾ അഭീക് എടുത്തിരുന്നു. അയാളുടെ പക്കൽ ഗ്രാമത്തിലെ വീടുകൾ കത്തുന്ന ചിത്രങ്ങളുണ്ട്. തീ കത്തിച്ച ആളുകൾ ആരൊക്കെയാണെന്ന് അയാൾക്ക് അറിയാം. അയാൾ എല്ലാം കൺമുന്നിൽ കണ്ടതാണ്. അഭീക്കിന്റെ കാമറയിൽ വെടിമരുന്നാണ് ഉള്ളത് എന്ന് ബിഷന് അറിയാമായിരുന്നു. അഭീക്കിനെ പുറത്തെത്തിക്കാൻ അയാൾ അപകടം ഏറ്റെടുക്കുകയായിരുന്നു. അയാൾക്ക് മിക്കപ്പോഴും ഈ ഗ്രാമങ്ങളിൽ വരേണ്ടതുണ്ടായിരുന്നു. അയാൾ വേഗത്തിൽ മോട്ടോർ സൈക്കിൾ ഓടിക്കാൻ തുടങ്ങി. എത്ര വേഗത്തിലാണോ അയാൾ വണ്ടി ഓടിച്ചിരുന്നത് അതിലും വേഗത്തിൽ അയാളുടെ ഹൃദയം മിടിക്കുന്നുണ്ടായിരുന്നു.

അയാളെ ആരെങ്കിലും തിരിച്ചറിഞ്ഞിരിക്കുമോ എന്നാണ് അയാൾ ആലോചിച്ചുകൊണ്ടിരുന്നത്!

ആദ്യത്തെ വളവിൽ റോഡരികിൽ ഒരു ഉണങ്ങിയ മരം കിടക്കുന്നത് അയാൾ കണ്ടു. മോട്ടോർ സൈക്കിൾ നിർത്തിയിട്ട് അയാൾ അഭീക്കിനോട് പറഞ്ഞു: "ഭയ്യാ ഈ മരം പിടച്ച് റോഡിന് വിലങ്ങനെ ഇടാം."

സമയം വളരെ കുറവായിരുന്നു. ഇരുവരും ആ മരം വലിച്ച് റോഡിലേക്ക് കൊണ്ടുവരാൻ ശ്രമം തുടങ്ങി. അവർ വിചാരിച്ചതിലും അധികം ഭാരം ആ മരത്തിന് ഉണ്ടായിരുന്നു. ആദ്യശ്രമത്തിൽ മരം നീങ്ങിയില്ല. അഭീക്കും ബിഷനും വീണ്ടും ശക്തി ഉപയോഗിച്ചു. സമയം വളരെ കുറവായിരുന്നു. ബിഷനും അഭീക്കിനും അവരവരുടെ ഹൃദയമിടിപ്പ് കേൾക്കാമായിരുന്നു. അവസാനം ഒരുവിധത്തിൽ ഇരുവരും മരം വലിച്ച് റോഡിന് നടുവിൽ ഇട്ടു.

ഇതിനിടെ ജുഡുമിന്റെ ആളുകളുടെ ജീപ്പ് വരുന്നത് അഭീക് കണ്ടു.

"ബിഷൻ... വേഗം വാ..." അഭീക് അലറി.

മോട്ടോർ സൈക്കിൾ വീണ്ടും പറക്കാൻ തുടങ്ങി. മരണം ഇന്ന് അവരെ പിന്തുടരുന്നതുപോലെ ആയിരുന്നു.

കുറച്ചു മുന്നോട്ടു പോയാൽ വഴി രണ്ടായി പിരിയുന്നുണ്ട്. ജുഡുമിന്റെ ആളുകളിൽ നിന്ന് അവർക്ക് രക്ഷപ്പെടാനുള്ള അവസാന അവസരമാണ് ഇത്. ഇവിടെ എല്ലാവർക്കും ബിഷനെ അറിയാം. മലേറിയ പടർന്നുപിടിച്ച സമയത്ത് അയാൾ ഒട്ടനവധി ആളുകളെ ചികിത്സിച്ചിട്ടുണ്ട്. ഒരു വൃദ്ധൻ അവിടെ ഇരുന്ന് വിറക് ശേഖരിക്കുന്നത് അയാൾ കണ്ടു. ബിഷൻ പെട്ടെന്ന് അവിടെ ഇറങ്ങി അയാളോട് ഗോണ്ടി ഭാഷയിൽ എന്തോ പറഞ്ഞു.

വൃദ്ധൻ സമ്മതഭാവത്തിൽ തലയാട്ടി. താൻ പറഞ്ഞത് വൃദ്ധന് മനസ്സിലായോ ഇല്ലയോ എന്ന് ബിഷന് അറിയില്ല. എന്നാൽ ഇപ്പോൾ അടവ് പയറ്റാതെ കഴിയില്ല. ബിഷൻ മോട്ടോർ സൈക്കിൾ ഇടതുറോഡിലേക്ക് തിരിച്ച് ഓടിച്ചു. അവരുടെ പിന്നാലെ വന്ന ജീപ്പ് കാണാൻ ഉണ്ടായിരുന്നില്ല.

കുറച്ചു സമയത്തിനുശേഷം ജീപ്പ് അവിടെ എത്തി. ജുഡുമിന്റെ പയ്യന്മാർ വൃദ്ധനോട് മോട്ടോർ സൈക്കിളിൽ വന്നവർ ഏതുവഴിക്കാണ് പോയത് എന്നു ചോദിച്ചു.

വൃദ്ധൻ വലത്തോട്ടു പോകുന്നവഴി ചൂണ്ടിക്കാണിച്ചു.

29

ഏകദേശം ഒന്നര മണിക്കൂർ ബിഷൻ മോട്ടോർ സൈക്കിൾ നിറുത്താതെ ഓടിച്ചു. ഏകദേശം നാല്പത് കിലോമീറ്റർ യാത്ര ചെയ്ത് അവർ റായ്പുർ പോകുന്ന ഹൈവേയിൽ എത്തി. ഇപ്പോൾ ജഗദൽപുരിൽ തങ്ങാനുള്ള സമയമല്ല എന്ന് അഭീക് തീരുമാനിച്ചു. അയാൾക്ക് റായ്പുരിൽ എത്തണം. അതിനാൽ ഇരുവരും യാത്ര തുടർന്നു. കോണ്ടഗാവിൽ എത്തിയപ്പോൾ ബിഷനും അഭീക്കും ആശ്വാസത്തിന്റെ ദീർഘനിശ്വാസം വിട്ടു.

തൽക്കാലം അപകടം ഒഴിവായി. ബിഷൻ വിചാരിച്ചു.

“ഇവിടെനിന്ന് ഞാൻ ബസ് പിടിച്ചോളാം.” അഭീക് ബിഷനോട് പറഞ്ഞു.

“എന്തെങ്കിലും കഴിക്കാം ഭയ്യാ.” ബിഷൻ പറഞ്ഞു. രാവിലെ മുതൽ ഇരുവരും പട്ടിണിയാണ്.

“വേണ്ട... സമയം വൈകുന്നു.” അഭീക് മുന്നിലുള്ള ബസ്സിനെ നോക്കി. അത് പോകാൻ തയ്യാറായി നിൽക്കുകയായിരുന്നു.

ബിഷൻ ഓടിപ്പോയി അഭീക്കിന് ഒരു കുപ്പിവെള്ളം വാങ്ങിക്കൊണ്ടു വന്നു.

“ഇതാ ഭയ്യാ... വഴിയിൽ ആവശ്യം വരും.”

അഭീക് ബിഷനെ കെട്ടിപ്പിടിച്ചു. അല്പനേരം ഇരുവരും ചേർന്നു നിന്നു. പിന്നെ ബിഷന്റെ ചുമലിൽ കൈവെച്ചുകൊണ്ട് അയാളുടെ കണ്ണുകളിലേക്ക് നോക്കി അഭീക് പറഞ്ഞു, ''ഇന്ന് നിങ്ങൾ ഇല്ലായിരുന്നെങ്കിൽ ജീവൻ പോകുമായിരുന്നു ബിഷൻ.''

"പോരാട്ടം വലുതാണ് ഭയ്യാ." ബിഷൻ വിളറിയ പുഞ്ചിരിയോടെ മറുപടി പറഞ്ഞു. ഇന്നു ചെയ്തതിന്റെ വില അധികം വൈകാതെ നൽകേണ്ടിവരുമെന്ന് അയാൾക്കു തോന്നി. അഭീക്കിനെ സഹായിച്ചത് ആരെന്ന് പൊലീസും ജുഡുമിന്റെ ആളുകളും കണ്ടെത്തുകതന്നെ ചെയ്യും.

"ഞാൻ രാത്രിയിൽ നാരായൺപുരിലേക്ക് പോകുകയാണ് ഭയ്യാ. അവിടെ ഞങ്ങളുടെ സ്ഥാപനത്തിന്റെ ആളുകൾ ഉണ്ട്." അഭീക്കിന് വിട പറഞ്ഞുകൊണ്ട് ബിഷൻ പറഞ്ഞു. "ഞാൻ ചിട്ടാപാഡയിൽ ഉണ്ടായിരുന്ന കാര്യം ആരോടും പറയണ്ട."

"മിണ്ടാതിരിക്ക്...!" ബിഷന്റെ കവിളിൽ സ്നേഹത്തോടെ തട്ടിക്കൊണ്ട് അഭീക് പറഞ്ഞു. പിന്നെ അയാൾക്ക് കൈകൊടുത്ത് അയാൾ ബസ്സിൽ കയറി.

അടുത്ത ദിവസം രാവിലെ അഭീക് ബാനർജിയും അയാളുടെ റിപ്പോർട്ടുമായിരുന്നു എല്ലായിടത്തും ചർച്ചാവിഷയം. 'ഛഗ്ബന്ധു' സർക്കാരിനെ പിടിച്ചുകുലുക്കിയതുപോലെയായി. ഏതെങ്കിലും തരത്തിലുള്ള ഒഴികഴിവിന് ഒരു സാധ്യതയും ഉണ്ടായിരുന്നില്ല. നിരവധി ചിത്രങ്ങളിലൂടെ അഭീക് മുഴുവൻ വാർത്തയും നൽകിയിരുന്നു. അതിന്റെ പത്രാധിപർ മഹേശ് ഗാംഗുലി പ്രശസ്തനായ പത്രപ്രവർത്തകനും തഴക്കം വന്ന പത്രാധിപരുമായിരുന്നു. അദ്ദേഹം തന്റെ 'ഛഗ്ബന്ധു'വിന്റെ ഒന്നാം പേജിൽ ഈ തലക്കെട്ടോടെ വാർത്ത കൊടുത്തു.

"ബസ്തറിൽ ജുഡുമിന്റെ താണ്ഡവം, വീട് ഉപേക്ഷിക്കാത്തതിന് പട്ടാപ്പകൽ ഗ്രാമം ചുട്ടെരിച്ചു."

വാർത്തയിൽ സംഭവം മുഴുവൻ വിസ്തരിച്ച് എഴുതിയിരുന്നു. തുടർന്ന് ഗ്രാമങ്ങളിൽ എസ്.പി.ഒ.മാർക്ക് എങ്ങനെയാണ് തോന്നിവാസം കാണിക്കാൻ കഴിയുന്നതെന്ന ചോദ്യവും ഉന്നയിച്ചിരുന്നു. ചിട്ടാപാഡ ഗ്രാമം കത്തിക്കുന്നതിന്റെയും അവിടെ ആളുകളെ മർദ്ദിക്കുന്നതിന്റെയും നിരവധി ചിത്രങ്ങളും പ്രസിദ്ധീകരിച്ചിരുന്നു. ഈ റിപ്പോർട്ടിന്റെ മദ്ധ്യത്തിൽ ബോക്സിൽ ഒരു വാർത്ത നൽകിയിരുന്നു. അതിന്റെ തലവാചകം ഇങ്ങനെയായിരുന്നു-

"ഗ്രാമം കത്തിച്ചത് മഹേന്ദ്രകർമ്മയുടെ ആളുകൾ?"

ആ ബോക്സിൽ എഴുതിയിരുന്നു.

ജുഡുമിന്റെ നേതാവ് വികാസ് മഹേന്ദ്രകർമ്മയുടെ അടുത്ത ആളാണ്. അയാളെപ്പോലെ കുറെ നേതാക്കൾ മഹേന്ദ്രകർമ്മയുടെ സംരക്ഷണത്തിലാണ്. അവരാണ് ഗ്രാമങ്ങളിൽ കുഴപ്പം

സൃഷ്ടിക്കുന്നതെന്ന് ഗ്രാമവാസികൾ ആരോപിക്കുന്നു. മഹേന്ദ്രകർമ്മ കോൺഗ്രസ്സിന്റെ വലിയ നേതാവു മാത്രമല്ല ഛത്തീസ്ഗഢ് നിയമസഭയിലെ പ്രതിപക്ഷനേതാവ് കൂടിയാണ്. പ്രതിപക്ഷമായിരുന്നിട്ടുകൂടി മുഖ്യമന്ത്രിയുമായി അദ്ദേഹത്തിന് നല്ല ബന്ധമാണ് ഉള്ളതെന്ന് പറയപ്പെടുന്നു. സൽവാ ജുഡുമിന്റെ കാര്യത്തിൽ ഇരുവരും യോജിച്ചാണ് പ്രവർത്തിക്കുന്നത്.

'ഛഗ്ബന്ധു'വിന്റെ റിപ്പോർട്ട് സർക്കാരിനെയും പ്രതിപക്ഷത്തെയും ഒരുപോലെ പ്രതിസന്ധിയിലാക്കി. ഈ സംഭവത്തിൽ ജുഡുമിനെ സംരക്ഷിക്കുക പ്രയാസകരമായിരുന്നു. സംഭവത്തെക്കുറിച്ച് അന്വേഷിക്കും എന്ന് മുഖ്യമന്ത്രിക്ക് പറയേണ്ടിവന്നു. ചിട്ടാപാഡയിലേക്ക് ഒരു ടീമിനെ അയയ്ക്കുമെന്ന് പ്രഖ്യാപിച്ചു. കർമ്മയ്ക്ക് ഇത്തരം ആളുകളുമായി ഒരു ബന്ധവുമില്ലെന്ന് പ്രതിപക്ഷം പറഞ്ഞു. പത്രം ഓഫീസിലേക്ക് കോപാകുലരായ സർക്കാർ ഉദ്യോഗസ്ഥരുടെയും പൊലീസ് ഓഫീസർമാരുടെയും ഫോൺ വന്നുകൊണ്ടിരുന്നു.

30

"**നാ**യിന്റെ മോളേ... പട്ടീ, അപ്പോൾ നീയാണ് ഇത്രയും നാൾ ആളുകളെ വഴിപിഴപ്പിച്ചിരുന്നത്." ഇതു പറഞ്ഞ് വികാസ് ഭീമേയെ ശക്തിയിൽ അടിച്ചു. കുറച്ചുനേരം അവൾ മരവിച്ചപോലെയായി.

ഭീമേ ദന്തേവാഡയിൽനിന്നും ദൂരെ സൽവാ ജുഡുമിന്റെ ഒരു ക്യാമ്പിലായിരുന്നു. ഗ്രാമത്തിൽ തീകൊളുത്തിയതിനുശേഷം ജുഡുമിന്റെ ചെറുക്കന്മാർ കുറച്ച് ആളുകളെ അവിടെനിന്നും പൊക്കിയിരുന്നു. അവരിൽ ഭീമേയെ കൂടാതെ രാംദേവ്, സുരി, ഗണേശി എന്നിവർ ഉണ്ടായിരുന്നു. ഭീമേ ഇപ്പോൾ ഒരു ടെന്റിൽ ആയിരുന്നു. രാദേവും സുരിയും ഗണേശിയും ഈ ക്യാമ്പിൽ ഉണ്ടോ അതോ മറ്റേതെങ്കിലും സ്ഥലത്തേക്ക് അവരെ കൊണ്ടുപോയോ എന്ന് അവൾക്ക് അറിയില്ലായിരുന്നു.

"നിന്നെ ഞങ്ങൾ അവിടെവെച്ച് കൊന്നുകളയുമായിരുന്നു. എന്നാൽ നിന്റെ ശവം കളയേണ്ട പ്രശ്നമുണ്ടായിരുന്നു." വികാസ് ഭീമേയോട് പറഞ്ഞു.

അച്ഛനെ നക്സലുകൾ കൊന്നു. ഇനി നക്സലുകളുടെ ശത്രുക്കൾ എന്നെ കൊല്ലും. ഭീമേ വിചാരിച്ചു.

കഴിഞ്ഞ കുറച്ചു വർഷങ്ങളായി അവൾ നിരന്തരം ഈ പ്രശ്നവുമായി ഏറ്റുമുട്ടുകയായിരുന്നു. ബസ്തറിൽ ആദിവാസികളുടെ ജീവിതം ദുരിതപൂർണമായിരുന്നു. ഇവിടെ കിണർ എങ്കിൽ അവിടെ കിടങ്ങ് എന്ന സ്ഥിതിയായിരുന്നു. മരണഭയം ഭീമേയുടെ മനസ്സിൽനിന്നും

മസ്തിഷ്കത്തിൽനിന്നും വിട്ടുപോയിരുന്നു. ഭീമേയുടെ കൈകൾ ബന്ധിച്ചിരുന്നു. അവൾ അവളുടെ വലതുതോൾ ഉയർത്തി കവിളിൽ ഉള്ള മണ്ണ് തുടയ്ക്കാൻ ശ്രമിച്ചു. എന്നാൽ വേണ്ടത്ര വിജയിച്ചില്ല.

“എന്റെ കൂട്ടുകാർ എവിടെയാണ്?” ഭീമേ ചോദിച്ചു.

തന്റെ ചോദ്യത്തോടൊപ്പംതന്നെ ഭീമേയ്ക്ക് പുറത്തുനിന്നും ബഹളം കേൾക്കാൻ കഴിഞ്ഞു. മർദ്ദനത്തിന്റെയും തെറിവിളികളുടെയും ശബ്ദം കേട്ടു. പിന്നെ കുറച്ചുപേർ തള്ളിക്കയറി ആ ടെന്റിലേക്ക് കടന്നുവന്നു.

നാല് എസ്.പി.ഒമാർ സുരി, രാംദേവ്, ഗണേശി എന്നിവരെ തള്ളിക്കൊണ്ട് അകത്തേക്ക് കൊണ്ടുവന്നു. രാംദേവിന്റെയും ഗണേശിയുടെയും കൈകൾ ബന്ധിച്ചിരുന്നു. ഇരുവരുടെയും വസ്ത്രങ്ങൾ കീറിയിരുന്നു. അവരെ ക്രൂരമായി മർദ്ദിച്ചിരിക്കുന്നുവെന്ന് കണ്ടാൽതന്നെ സ്പഷ്ടമാണ്. സുരി പരിഭ്രാന്തമായ അവസ്ഥയിലായിരുന്നു.

“രാമാ...!!” അവരെ കണ്ടപ്പോൾ ഭീമേയുടെ വായിൽനിന്ന് നിലവിളി പുറത്തുവന്നു.

രാംദേവ് ഭീമേയെ കണ്ടു. വഴിയിൽവെച്ച് വികാസ് ഭീമേയെ വേറെ ജീപ്പിൽ അയാളുടെ അടുത്ത് ഇരുത്തുകയായിരുന്നു. അപ്പോൾ മുതൽ രാംദേവ് ഭീമേയെക്കുറിച്ചാണ് ചിന്തിച്ചുകൊണ്ടിരുന്നത്. ഇപ്പോൾ ഇവിടെ അവളെ കണ്ടപ്പോൾ രാംദേവിന് തെല്ല് ആശ്വാസം തോന്നി.

“നിനക്ക് കുഴപ്പമില്ലല്ലോ ഭീ...” രാംദേവ് ചോദിച്ചു. ഭീമേയുടെ കണ്ണുകളിൽനിന്ന് കണ്ണുനീർ ഒഴുകാൻ തുടങ്ങി.

പെട്ടെന്ന് ഒരു എസ്.പി.ഒ. അയാളുടെ തോക്കിന്റെ പട്ടകൊണ്ട് രാംദേവിന്റെ നെഞ്ചിൽ ശക്തിയോടെ അടിച്ചു.

“നക്സലുകള്.. പുലയാടികള്... കൊല്ല് ഇവറ്റയെ.” രണ്ടാമൻ അലറി.

മൂന്നാമതൊരു എസ്.പി.ഒ. ഗണേശിയെ താഴെ തള്ളിയിട്ടു. പിന്നെ കാലുകൊണ്ട് ചവിട്ടാൻ തുടങ്ങി.

ടെന്റിന് ഉള്ളിൽ വികാസിന്റെ കൂടെ നാല് എസ്.പി.ഒമാർ ഉണ്ടായിരുന്നു. ഇപ്പോൾ എല്ലാ എസ്.പി.ഒമാരും രാംദേവിനെയും ഗണേശിയെയും പ്രഹരിക്കുന്നതിൽ മുഴുകി ഇരിക്കുകയായിരുന്നു. സുരി ഒരിക്കൽകൂടി അവരെ തടയാനായി ശ്രമിച്ചപ്പോൾ വികാസ് അവളെ കൈവീശി അടിച്ചു.

സുരിക്ക് ചുവടുതെറ്റി. അവൾ വീഴുംമുമ്പ് ഒരു എസ്.പി.ഒ. അവളുടെ കൈപിടിച്ചു വലിച്ചു. അയാൾ അവളെ തന്റെ കൈപിടികളിൽ ഒതുക്കി. സുരി കുതറിമാറാൻ ശ്രമിച്ചു. എന്നാൽ ആ പയ്യന്റെ പിടുത്തം ബലമേറിയതായിരുന്നു. അല്പനിമിഷങ്ങൾക്കുള്ളിൽ അയാൾ സുരിയുടെ കഴുത്തിലും ചുമലുകളിലും ചുംബിക്കാൻ തുടങ്ങി. അയാളുടെ കൈ സുരിയുടെ കുപ്പായത്തിനുള്ളിൽ എത്തി. മറ്റു മൂന്ന് എസ്.പി.ഒമാരും രാംദേവിനെയും ഗണേശിയെയും തല്ലുന്നതിൽ മുഴുകിയിരിക്കുകയായിരുന്നു. വികാസ് ടെന്റിന് പുറത്തുവന്ന് ഇൻസ്പെക്ടർ ശുക്ലയ്ക്ക് ഫോൺ ചെയ്തു.

31

അതിരാവിലെ അഭീക്കിന്റെ മൊബൈൽ ഫോൺ മണിയടിച്ചു. പരിചയമില്ലാത്ത നമ്പർ ആയിരുന്നു.

"ഹലോ കോമ്രേഡ്, താങ്കൾ വളരെ ഗംഭീരമായി സ്റ്റോറി ചെയ്തു... ചിട്ടാപാഡയിലെ യാഥാർത്ഥ്യം താങ്കൾ പുറത്തുകൊണ്ടുവന്നു." തെലുങ്ക് ചുവയുള്ള ഹിന്ദിയിൽ മറുഭാഗത്തുനിന്ന് വാക്കുകൾ വന്നു, പരിചയമുള്ള ശബ്ദംപോലെ.

അഭീക്കിന് ശരീരത്തിൽ ഒരു വിറയൽ അനുഭവപ്പെട്ടു. അയാളുടെ ഹൃദയം വേഗത്തിൽ മിടിക്കാൻ തുടങ്ങി.

"ആരാണ് സംസാരിക്കുന്നത്?"

"കയ്യിൽ വിസിറ്റിംഗ് കാർഡൊന്നും ഇല്ലാത്ത ആളാണ് ഞാൻ കോമ്രേഡ്." അയാൾ പറഞ്ഞു. പിന്നെ പതിഞ്ഞ സ്വരത്തിൽ ചിരിക്കാൻ തുടങ്ങി.

അഭീക്കിന് മനസ്സിലായി. അത് നക്സൽ കമാണ്ടർ സഞ്ജീവൻ റെഡ്ഡിയുടെ വിശ്വസ്തനായ കൂട്ടുകാരനാണ്. പത്രത്തിൽ വാർത്ത കൊടുക്കുന്നതിനായി ഇയാളാണ് മിക്കപ്പോഴും ഫോൺ ചെയ്യാറുള്ളത്. എന്നാൽ ഒരിക്കലും തന്റെ പേര് പറയാറില്ല. ആദ്യത്തെ തവണ ബാനർജിയെ അയാൾ ഫോൺ വിളിച്ചപ്പോഴും അയാളുടെ പേര് ചോദിച്ചിരുന്നു. അപ്പോഴും ഇതേ മറുപടിയാണ് കിട്ടിയത്.

"എന്തിനാണ് എന്റെ പേര് ചോദിക്കുന്നത് കോമ്രേഡ്, എനിക്ക് യാതൊരു വിസിറ്റിംഗ് കാർഡും ഇല്ല." അന്നു മുതൽ റെഡ്ഡിയുടെ ഈ സുഹൃത്ത് അങ്ങനെയാണ് അയാളെ പരിചയപ്പെടുത്തിയിരുന്നത്. എന്നെങ്കിലും ഒരിക്കൽ തീർച്ചയായും രസികനായ ഈ കഥാപാത്രത്തെ കണ്ടുമുട്ടും എന്ന് അഭീക് വിചാരിച്ചു. ഇന്ന് ഏതോ പ്രത്യേക കാരണം കൊണ്ടാണ് ഇയാളുടെ ഫോൺ വന്നിട്ടുള്ളത്.

ചിട്ടാപാഡയിലെ വാർത്ത സർക്കാരിനെതിരെ പ്രചരിപ്പിക്കാൻ മാവോവാദികൾക്ക് പ്രയോജനം ചെയ്യുമെന്ന് അഭീക്കിന് അറിയാമായിരുന്നു. വാർസോണിൽ പൊലീസും മാവോവാദികളും പരസ്പരം എതിർപ്രചാരണം നടത്താൻ കിട്ടുന്ന ഒരു അവസരവും നഷ്ടപ്പെടുത്താറില്ല. എന്നാൽ പൊലീസിന് തങ്ങളുടെ പക്ഷം പ്രസിദ്ധീകരിക്കാനും മീഡിയയിൽ ഇടം കണ്ടെത്താനും വളരെ എളുപ്പമായിരുന്നു എന്നത് മറ്റൊരു കാര്യം.

ഈ വാർത്ത പ്രസിദ്ധീകരിച്ചതിനുശേഷം റെഡ്ഡി എന്നെ കാണാൻ തയ്യാറാകുമോ? ബാനർജി ആലോചിച്ചു.

"പറയൂ സർ. സുഖമല്ലേ?" അഭീക് മറുപടി പറഞ്ഞു.

"പേപ്പറിൽ ആദ്യമായി സത്യം വന്നു എന്നതിൽ ഞങ്ങൾക്ക് സന്തോഷമുണ്ട്. ഇന്നുവരെ ഒരു പേപ്പറിലും സത്യം വന്നിട്ടില്ല. ജനങ്ങൾ ദുരിതത്തിലാണ്. പക്ഷേ വസ്തുത പേപ്പറിൽ വരുന്നില്ല."

ബാനർജി നിശ്ശബ്ദം കേട്ടുകൊണ്ടിരുന്നു. ഏറെ നാളുകളായി അയാൾ മാവോവാദികളുമായി ബന്ധപ്പെടാൻ ശ്രമിച്ചുകൊണ്ടിരിക്കുകയായിരുന്നു. എന്നാൽ ഏതെല്ലാം നമ്പറുകളിലാണോ മാവോവാദികൾ ഫോൺ ചെയ്തിരുന്നത്, ആ നമ്പറുകളിൽ രണ്ടാമതൊരിക്കൽ വിളിക്കാറില്ല. നക്സലുകൾ മിക്കപ്പോഴും ഏകപക്ഷീയമായാണ് സംഭാഷണം നടത്താറുള്ളത്. പ്രത്യേകിച്ച് സ്വതന്ത്രസ്വഭാവമുള്ളവരും നിഷ്പക്ഷമായി വാർത്ത എഴുതുകയും ചെയ്യുന്ന പത്രപ്രവർത്തകരോട്. ഇന്നത്തെ ഈ അവസരം റെഡ്ഡിയുമായി ഒരു കൂടിക്കാഴ്ചയ്ക്ക് പ്രയോജനപ്പെടുത്താൻ അഭീക് ആഗ്രഹിച്ചിരുന്നു.

“പക്ഷേ താങ്കളുടെ പേപ്പറിലും മുഴുവൻ കാര്യവും വന്നില്ല. ബീജാപൂരിലും ഇങ്ങനെതന്നെ ഗ്രാമങ്ങൾ കത്തുകയാണ്. പാർട്ടി സഖാക്കൾ എത്രയെത്ര ആളുകളെയാണ് രക്ഷിച്ചത്. ഇതിനെക്കുറിച്ചൊന്നും എവിടെയും പരാമർശിക്കുന്നില്ല.” മറുഭാഗത്തുനിന്നും വീണ്ടും വാക്കുകൾ വന്നു.

“കോമ്രേഡ്, അങ്ങ് ഞങ്ങളെ നേരിൽ കാണുകയോ ഏതെങ്കിലും മുതിർന്ന നേതാവ് സംസാരിക്കുകയോ ചെയ്യാതെ... ഞങ്ങൾ എങ്ങനെ ഇക്കാര്യങ്ങളെല്ലാം എഴുതും? ചിട്ടാപാഡയിലെ വാർത്ത കൊടുത്തത് അതെല്ലാം നേരിൽ കണ്ടതുകൊണ്ടാണ്.” അഭീക് കൂടിക്കാഴ്ചയ്ക്കായി വലയെറിഞ്ഞു.

“ഇപ്പോൾ എല്ലായിടത്തും ഫോഴ്സ് ആണ്. കാണുക പോസിബിൾ അല്ല.” റെഡ്ഡിയുടെ സുഹൃത്ത് പറഞ്ഞു.

“പക്ഷേ, തീർച്ചയായും കാണണം. താങ്കൾ എന്തെങ്കിലും ഏർപ്പാട് ഉണ്ടാക്കൂ. ഞാൻ എത്തിക്കൊള്ളാം.” അഭീക് സമ്മർദ്ദം ചെലുത്തി. നക്സലുകൾക്ക് ഇപ്പോൾ പബ്ലിസിറ്റിയുടെ ആവശ്യമുണ്ടെന്ന് അയാൾക്ക് അറിയാമായിരുന്നു. പൊലീസ് അവർക്ക് തോന്നിയപോലുള്ള വാർത്തകൾ നൽകുകയായിരുന്നു. മാവോവാദികൾ തങ്ങളുടെ പക്ഷം പ്രസ്സിൽ കൊണ്ടുവരുന്നതിനായി തിടുക്കപ്പെടുകയായിരുന്നു. അത്തരമൊരു സന്ദർഭത്തിൽ ലിബറേറ്റഡ് സോണിൽ കടന്നുപറ്റാനുള്ള ഒരവസരം അഭീക് നഷ്ടപ്പെടുത്താൻ ആഗ്രഹിച്ചിരുന്നില്ല.

“ഇപ്പോൾ താങ്കൾ ഞാൻ പറയുന്നത് പ്രസിദ്ധീകരിച്ചാൽ മതി. ബസ്തറിലെ ഗ്രാമങ്ങളിൽ എല്ലായിടത്തും തീ പിടിച്ചിരിക്കുകയാണ് എന്നതിൽ കവിഞ്ഞ് എന്തു വലിയ വാർത്തയാണ് താങ്കൾക്ക് കിട്ടുക?” റെഡ്ഡിയുടെ ഈ സുഹൃത്ത് പെട്ടെന്ന് അയയുന്ന കൂട്ടത്തിലായിരുന്നില്ല. കാടിനുള്ളിൽ സ്ഥിതി വളരെ മോശമാണെന്ന് അഭീക്കിന് അറിയാമായിരുന്നു. എന്നാൽ എല്ലാ ഗ്രാമത്തിലും തീപിടിച്ചിരിക്കുന്നു എന്നു പറയുന്നതും അതിശയോക്തി ആയിരിക്കും. കൂടിക്കാഴ്ചയ്ക്കുമുമ്പ് ഈ വാർത്ത പ്രസിദ്ധീകരിക്കാൻ നക്സലുകൾ അടവ് പയറ്റുകയാണെന്ന് അഭീക്കിന് മനസ്സിലായി.

“പക്ഷേ എന്നാണ് താങ്കൾ കോമ്രേഡ് റെഡ്ഡിയുമായി കൂടിക്കാഴ്ച ഒരുക്കുക?” അഭീക് നേരിട്ട് കാര്യം ചോദിച്ചു.

“ആദ്യം താങ്കൾ സത്യം പത്രത്തിൽ പ്രസിദ്ധീകരിക്കൂ. ഞാൻ കോമ്രേഡിനെ കോണ്ടാക്ട് ചെയ്യാൻ ശ്രമിക്കാം. അദ്ദേഹം ഇപ്പോൾ ഈ പ്രദേശത്ത് ഇല്ല.” മറുഭാഗത്തുനിന്നും മറുപടി വന്നു.

ഡീൽ നടത്താൻ ഇയാൾ സമർത്ഥനാണ് - അഭീക് വിചാരിച്ചു. നക്സലുകൾ തങ്ങളുടെ വാർത്ത പ്രസിദ്ധീകരിക്കാൻ വിലപേശുകയാണ്.

“നോക്കൂ, ഉള്ള കാര്യം പറയാമല്ലോ. താങ്കൾ പറയുന്നതുകൊണ്ടു മാത്രം ഇതെല്ലാം പ്രസിദ്ധീകരിക്കാൻ കഴിയില്ല. പാർട്ടി ഏതെങ്കിലുമൊരു പ്രസ്താവന നടത്തുകയാണെങ്കിൽ സി.പി.ഐ. (മാവോവാദി)യുടെ സ്റ്റേറ്റ്മെന്റ് എന്ന രീതിയിൽ ഞങ്ങൾക്ക് അത് പ്രസിദ്ധീകരിക്കാൻ കഴിയും.” അഭീക് പറഞ്ഞു.

അല്പനേരം ആലോചിച്ചിട്ട് അയാൾ പറഞ്ഞു, “ശരി, ഇതു സംബന്ധിച്ച് പാർട്ടിയുടെ പ്രസ്താവന ഉണ്ട്. ഞാൻ താങ്കൾക്ക് ഇമെയിൽ ആയി അയച്ചുതരാം.”

അയാൾ സ്തംഭിച്ചുപോയി. ഇവർ ടെക്നോളജിയിലും ഫുൾ ആണ് - അയാൾ സ്വയം പറഞ്ഞു.

“താങ്കൾ താങ്കളുടെ ഇമെയിൽ പറയൂ കോമ്രേഡ്.” മറുഭാഗത്തുനിന്ന് ശബ്ദം കേട്ടു. വൺ അവറിൽ പാർട്ടിയുടെ സ്റ്റേറ്റ്മെന്റ് താങ്കളുടെ അടുത്ത് എത്തും.”

അഭീക് അയാൾക്ക് തന്റെ ഇമെയിൽ പറഞ്ഞുകൊടുത്തു. ഈ ഇടപാട് ശരിക്കും നടക്കുമോ എന്ന് അയാൾ ആലോചിച്ചു.

32

ഇൻസ്പെക്ടർ അനുപം ശുക്ല ക്യാമ്പിൽ എത്തുമ്പോഴേക്കും രാത്രി ഒമ്പതു കഴിഞ്ഞിരുന്നു. എസ്.പി.ഒ.യുടെ അടി കിട്ടിക്കിട്ടി രാംദേവിന്റെയും ഗണേശിയുടെയും സ്ഥിതി വളരെ മോശമായിരുന്നു. ഇരുവരും ബോധം കെട്ട് കിടക്കുകയായിരുന്നു. നല്ലതുപോലെ മർദ്ദിച്ചതിനുശേഷം എസ്.പി.ഒ.മാർ അവരെ ടെന്റിൽ വിട്ട് പോയിരുന്നു. കരഞ്ഞുകരഞ്ഞ് സുരിയും ബോധംകെട്ട് നിലത്ത് കിടന്നിരുന്നു. എസ്.പി.ഒ. സുരിയോട് അപമര്യാദയായി പെരുമാറുകയും അവളുടെ വസ്ത്രങ്ങൾ കീറുകയും ചെയ്തിരുന്നു. ഭീമേയുടെ എതിർപ്പുമൂലമാണ് അയാൾ സുരിയെ ഉപേക്ഷിച്ചത്. ഭീമേ മാത്രമാണ് ഇപ്പോൾ സ്വബോധത്തിൽ ഉള്ളത്. എന്നാൽ അവളുടെ കൈകൾ കെട്ടിയിരിക്കുകയായിരുന്നു. അവൾ നിരങ്ങി നിരങ്ങി രാംദേവിന്റെ അടുത്ത് എത്തി. അവൾ രാംദേവിനെ അടുത്തുനിന്ന് കണ്ടു. പിന്നെ

അയാളുടെ മുഖം പരിശോധിച്ച് അയാൾക്ക് ജീവൻ ഉണ്ടോ ഇല്ലയോ എന്നറിയാൻ അവൾ പരിശ്രമിച്ചു. പതുക്കെ പതുക്കെ ആണെങ്കിലും അയാൾക്ക് ശ്വാസഗതി ഉണ്ടായിരുന്നു. ഇതുവരെ ധൈര്യം സംഭരിച്ചിരുന്ന ഭീമേ പെട്ടെന്ന് പൊട്ടിക്കരയാൻ തുടങ്ങി. തന്റെ സുഹൃത്തിന്റെ അവസ്ഥ കണ്ട് അവളുടെ ഹൃദയം തകരാൻ തുടങ്ങി. അവൾ തനിക്കു ചുറ്റും കനത്ത ഏകാന്തത അനുഭവിക്കുകയായിരുന്നു.

"രാ...മാ... രാ...മാ... എഴുന്നേൽക്ക് രാമാ... എഴുന്നേൽക്ക് രാമാ..." ഭീമേ വിതുമ്പാൻ തുടങ്ങി.

ഈ വേദനയിൽ ഭീമേയുടെ മനസ്സിൽ തന്റെ രാജ്യത്തെയും അവിടുത്തെ ജനാധിപത്യഭരണത്തെയും കുറിച്ച് ചോദ്യങ്ങൾ ഉയരാൻ തുടങ്ങി. തന്റേതന്നെ രാജ്യത്തും തന്റേതന്നെ ഗ്രാമത്തിലും താൻ എത്രമാത്രം ഒറ്റയ്ക്കാണെന്ന് അവൾ അറിയുകയായിരുന്നു. തന്റെ പിതാവ് തന്നെ സ്വാതന്ത്ര്യത്തിന്റെ തത്ത്വശാസ്ത്രം പഠിപ്പിച്ചു. നിർഭയമായിരിക്കാൻ പറഞ്ഞു. എന്നാൽ ഇവിടെ തന്റെ കഴുത്തു ഞെരക്കുന്നവർ മറ്റാരുമല്ല, തന്റെ സ്വന്തം ആളുകളാണ്. ബസ്തറിലെ ആളുകൾ. അവളുടെ സ്വന്തം കൂട്ടുകാർ. തന്റെ ആദിവാസികൾ.

എന്തുകൊണ്ടാണ് എന്നറിയില്ല, ഭീമേയ്ക്ക് ചിട്ടാപാഡയിലെ സ്കൂളിലെ ആ ദിവസം ഓർമ്മവരാൻ തുടങ്ങി. അന്ന് രമേശ് മാഷ് കുട്ടികളോടൊത്ത് പാടുകയായിരുന്നു.

വിജയീ വിശ്വ തിരംഗാ പ്യാരാ

ഝണ്ഡാ ഊൻചാ രഹേ ഹമാരാ...

ഭീമേ ഭ്രാന്തുപിടിച്ചപോലെ പുലമ്പാൻ തുടങ്ങി.

വിജ്ജ...യീ... വിശ്...വ്.... തിരംഗാ... പ്യാ..രാ...

ഝം... ണ്ഡാ... ഊൻചാ... ചാ...രഹേ.... ഹമാ...രാ...

അവളുടെ തൊണ്ടയിടറി. അവൾ വീണ്ടും കരയാൻ തുടങ്ങി. ഇന്നു തന്റെ മനസ്സാന്നിധ്യം നഷ്ടപ്പെടുമെന്ന് അവൾക്കു തോന്നി.

ഈ എസ്.പി.ഒ.മാർ ആരാണ്? അവൾ ആലോചിക്കാൻ തുടങ്ങി. ഈ ആദിവാസി പയ്യന്മാർക്ക് എങ്ങനെയാണ് സ്വന്തം ആളുകളുടെ മേൽ ഇത്ര ക്രൂരരാകാൻ കഴിയുന്നത്? ഇവരുടെ വേദന ഞങ്ങളുടെ വേദനയിൽനിന്ന് ഭിന്നമാണോ? ഞങ്ങളുടെ നിരപരാധിത്വം കാണാൻ കഴിയാത്തവിധം ആരാണ് ഇവരുടെ ബുദ്ധിയിൽ ഇത്രയേറെ വിഷം നിറച്ചത്?

നക്സലുകൾക്ക് എതിരെ ഉയരുന്ന രോഷത്തെ സൽവാ ജുഡും മൂർച്ച കൂട്ടി. ബസ്തറിൽ ആദിവാസിസമൂഹം വിഭജിക്കപ്പെട്ടു. തങ്ങളുടെ വീടുകളിൽ താമസിക്കാൻ ആഗ്രഹിച്ച ആളുകൾക്ക് ഒരു ഇടവും ഇല്ലാതായി.

നേതാക്കൾ ഈ വിഭജനത്തിനായി ജുഡുമിനെ ഒരു ആയുധമാക്കി – ഭീമേ സ്വയം പറഞ്ഞു. പിന്നെ അവൾ ആലോചിക്കാൻ തുടങ്ങി,

പൊലീസിനൊപ്പം ചേർന്നിരിക്കുന്ന ഈ എസ്.പി.ഒ.മാർ ഈ യുദ്ധത്തിലെ തലതിരിഞ്ഞ പോരാളികളാണ്. പൊലീസിന്റെ കരുത്ത് ഇവർക്ക് രസം പകരുന്നുണ്ടാകാം, എന്നാൽ സ്വന്തക്കാരുടെ വേദന ഇവർ കാണുന്നില്ല.

ചിന്തയിൽ മുഴുകിയ ഭീമേ രാംദേവിന്റെ ശബ്ദം കേട്ടു. അയാൾ എന്തോ പിറുപിറുക്കുകയായിരുന്നു.

"വെ...ള്ളം..."

ഭീമേ അയാളുടെ ശബ്ദം കേട്ടു... രാംദേവ് വെള്ളം ചോദിക്കുകയാണ്. അവൾക്ക് വല്ലാത്ത വിഷമം തോന്നി. ആരെയെങ്കിലും സഹായത്തിന് വിളിക്കാം എന്ന് അവൾ ആദ്യം വിചാരിച്ചു. എന്നാൽ ഇവിടെ ആരെങ്കിലും അവളെ സഹായിക്കുമെന്ന് അവൾക്ക് വിശ്വാസമുണ്ടായിരുന്നില്ല. മറിച്ച് വീണ്ടും ആരെങ്കിലും വന്ന് രാംദേവിനെ മർദ്ദിക്കാൻ തുടങ്ങുമോ എന്ന ഭയമായിരുന്നു അവൾക്ക്. ഭീമേ ചുറ്റുപാടും നോക്കി. മുറിയിൽ ഒരു മൂലയിൽ ഒരു കുടം ഇരിപ്പുണ്ട്. അവൾ മുന്നോട്ടു നീങ്ങാൻ ശ്രമിച്ചപ്പോഴാണ് തന്റെ കൈകൾ ബന്ധനത്തിലാണ് എന്ന് അവൾ ഓർത്തത്. വെള്ളം കണ്ട ആവേശത്തിൽ ഒരു നിമിഷം അവൾ ഇക്കാര്യം മറന്നിരുന്നു. ഭീമേയുടെ മാത്രമല്ല, സുരി, രാംദേവ്, ഗണേശി എന്നിവരുടെ കൈകളും ബന്ധിച്ചിരുന്നു. ഗണേശി അബോധാവസ്ഥയിൽ ആയിരുന്നു.

ഗണേശി രക്ഷപ്പെടുമോ? അയാളുടെ തലയിൽ വലിയ മുറിവുണ്ട് - ഭീമേ ആലോചിച്ചു. അതോ ഗണേശി മരിച്ചോ? ഭീമേ അയാളുടെ അടുത്തേക്ക് നീങ്ങാൻ ശ്രമിക്കുമ്പോഴേക്കും വീണ്ടും രാംദേവ് പിറുപിറുക്കുന്നതു കേട്ടു. "വെള്ളം..." രാംദേവിനെ സ്വബോധത്തിൽ കൊണ്ടുവരേണ്ടതാണ് ഇപ്പോഴത്തെ ആവശ്യമെന്ന് ഭീമേയ്ക്ക് തോന്നി. അയാൾക്ക് പെട്ടെന്ന് വെള്ളം കൊടുക്കണം. ഇത് അവൾക്ക് ഒറ്റയ്ക്ക് ചെയ്യാൻ പറ്റുന്ന കാര്യമായിരുന്നില്ല. അവൾ സുരിയെ കുലുക്കി ഉണർത്തി.

33

ചിട്ടാപാഡ ഗ്രാമം കത്തിച്ചുവെന്ന അഭീക് ബാനർജിയുടെ റിപ്പോർട്ട് റായ്പുർ മുതൽ ദില്ലി വരെ ഇളക്കിമറിച്ചു. കഴിഞ്ഞ മൂന്നു ദിവസമായി 'ഛഗ്ബന്ധു' പത്രം ആ വാർത്തയെ പിന്തുടരുകയായിരുന്നു. പുതിയ വസ്തുതകൾ പുറത്തുകൊണ്ടുവരികയായിരുന്നു. ഇന്നത്തെ പത്രത്തിൽ ഗ്രാമത്തിലെ ഭീമേയും രാംദേവുമടക്കമുള്ള കുറച്ച് ആളുകളെ കാണാതായ വാർത്ത ഉണ്ടായിരുന്നു.

> ദക്ഷിണബസ്തറിലെ ഛുട്ടേപാൽ ഗ്രാമത്തിലെ സാമൂഹ്യ പ്രവർത്തക ഭീമേ കുഞ്ചാമിനെയും അവരുടെ കുറച്ചു

> സഹപ്രവർത്തകരെയും കഴിഞ്ഞ മൂന്നു ദിവസമായി കാൺമാനില്ല. ഛരുട്ടേപാൽ ചിട്ടാപാഡയോട് അടുത്തുകിടക്കുന്ന ഗ്രാമമാണ്. ജുഡുമിന്റെ ക്രുദ്ധരായ ആൾക്കൂട്ടം ചിട്ടാപാഡ ഗ്രാമത്തിന് തീ കൊളുത്തുമ്പോൾ ഭീമേയും അവളുടെ സഹപ്രവർത്തകരും അവിടെ ഉണ്ടായിരുന്നു. ഭീമേയും അവളുടെ കൂട്ടുകാരി സുരിയും (ചിട്ടാപാഡ നിവാസി) ഗ്രാമം ഒഴിപ്പിക്കുന്നതിനെതിരെ പ്രതിഷേധിക്കുകയായിരുന്നു. അന്നുമുതൽ സുരിയെക്കുറിച്ചും വിവരമൊന്നും ഇല്ല.

ഈ വാർത്തയ്ക്ക് ഒപ്പംതന്നെ സി.പി.ഐ (മാവോവാദി) 'ഛഗ്ബന്ധു' വിന്റെ ഓഫീസിലേക്ക് അയച്ചുകൊടുത്ത കത്തിന്റെ ഭാഗവും പത്രത്തിൽ പ്രസിദ്ധീകരിച്ചിരുന്നു. വാർത്തയുടെ തലവാചകം ഇതായിരുന്നു.-

ബസ്തറിൽ അക്രമം തുടരുന്നു. മാവോവാദികളുടെ ആരോപണം, ജുഡുമിന്റെ ആളുകൾ ഗ്രാമങ്ങൾ ഒന്നൊന്നായി കത്തിക്കുന്നു

> ബസ്തറിൽ തുടങ്ങിയ പോരാട്ടം അക്രമമായി മാറുന്നു. നക്സലുകൾ ബീജാപുരിൽ മൂന്ന് ഗ്രാമീണരെകൂടി കൊന്നിരിക്കുന്നുവെന്നാണ് പൊലീസ് പറയുന്നത്. ഈ ആളുകൾ പൊലീസിന്റെ ചാരന്മാരാണെന്ന് മാവോവാദികൾ ആരോപണം ഉന്നയിക്കുന്നു. എന്നാൽ മറുഭാഗത്ത് മീഡിയയ്ക്ക് നൽകിയ കത്തിൽ മാവോവാദികൾ പറയുന്നത്, പൊലീസിന്റെ സഹായത്തോടെ ജുഡുമിന്റെ ആളുകൾ ഒന്നൊന്നായി ഗ്രാമങ്ങൾ കത്തിക്കുകയാണ് എന്നാണ്.

'ഛഗ്ബഡു' പത്രത്തിലെ വാർത്ത ദേശീയ മീഡിയയിലും എത്തി. സാമൂഹികപ്രവർത്തകർ ഇതിനെ വലിയ വിഷയമാക്കി. റായ്പുർ മുതൽ ദില്ലി വരെയുള്ള വലിയ പത്രങ്ങളും ടി.വി. ചാനലുകളും സർക്കാർ നയത്തെ പ്രതിക്കൂട്ടിലാക്കാൻ തുടങ്ങി. സർക്കാരിനു മേൽ സമ്മർദ്ദമേറി. ബസ്തറിൽ ഭരണപക്ഷവും പ്രതിപക്ഷവും ജുഡുമിന് ഒപ്പമായിരുന്നു. കർമ്മ മീഡിയയോട് നിരന്തരം പറഞ്ഞു, "സൽവാ ജുഡും പൂർണമായും ജനങ്ങളുടെ രോഷത്തിൽനിന്നും ഉണ്ടായ പ്രസ്ഥാനമാണ്. ബസ്തറിലെ ജനങ്ങൾ നക്സലിസത്തിൽനിന്ന് മോചനം ആഗ്രഹിക്കുന്നു. അവർ ഇതിനെ അവസാനിപ്പിക്കുന്നതിനുള്ള പോരാട്ടത്തിലാണ്. ജുഡുമിനെ എതിർക്കുന്ന ആളുകൾ ഈ യുദ്ധത്തിൽ നക്സലുകളെ സഹായിക്കുകയാണ്."

ആഭ്യന്തരമന്ത്രിയുടെയും മുഖ്യമന്ത്രിയുടെയും പ്രസ്താവനകളും അതിന് അടുത്തുതന്നെ ഉണ്ടായിരുന്നു. സൽവാ ജുഡും പോലെയുള്ള നക്സൽവിരുദ്ധ പ്രസ്ഥാനത്തെ മീഡിയ സംശയിക്കുന്നതിൽ സർക്കാർ

തങ്ങളുടെ പ്രസ്താവനയിൽ അദ്ഭുതം പ്രകടിപ്പിച്ചു. റായ്പുരിലെ പത്രങ്ങളിൽ സർക്കാരിന്റെ വിശദീകരണം വന്നു.

> ബസ്തറിൽ നടക്കുന്ന സൽവാ ജുഡും നീക്കത്തിൽ മനുഷ്യാവകാശലംഘനം ഉണ്ടെന്ന കാര്യം സർക്കാർ പൂർണമായും നിഷേധിച്ചു. നക്സലുകൾക്ക് എതിരെയുള്ള ജനങ്ങളുടെ രോഷമാണ് ഇപ്പോൾ പ്രക്ഷോഭമായി പൊട്ടിപ്പുറപ്പെട്ടിരിക്കുന്നതെന്ന് മുഖ്യമന്ത്രി പറഞ്ഞു. സംസ്ഥാനം മുഴുവൻ നക്സലിസത്തിന്റെ അപകടത്തിന് എതിരേ പോരാടുമ്പോൾ മീഡിയ ഉത്തരവാദിത്വത്തോടെ റിപ്പോർട്ടിംഗ് നടത്തണം, ബുദ്ധിജീവികൾ സംയമനം പാലിക്കണം, വസ്തുതകൾ മനസ്സിലാക്കണമെന്ന് സർക്കാർ പറയുന്നു. നക്സലുകളാണ് മനുഷ്യാവകാശലംഘനം നടത്തുന്നത്, പൊലീസ് അല്ല എന്ന് സംസ്ഥാന ആഭ്യന്തരമന്ത്രി പറഞ്ഞു.

34

ടെന്റിന്റെ വാതിൽ തുറന്നു. ഇൻസ്പെക്ടർ അനുപം ശുക്ലയും വികാസും അകത്തേക്കു വന്നു. അവരുടെ കൂടെ നാല് എസ്.പി.ഒ.മാരും ഉണ്ടായിരുന്നു. അകത്ത് വെളിച്ചം കുറവായിരുന്നു. പുറത്ത് കത്തുന്ന വിളക്കുകൾ കൂടാതെ വളരെ മങ്ങിയ പ്രകാശമുള്ള ഒരു ബൾബ് ആണ് ഈ ടെന്റിനകത്ത് വെളിച്ചം നൽകിയിരുന്നത്. ശുക്ല ഒരു പയ്യനോട് ആംഗ്യം കാണിച്ചു. അയാൾ ടോർച്ച് കത്തിച്ചു. അനക്കം അനുഭവപ്പെട്ട ഭാഗത്തേക്ക് ടോർച്ചടിക്കാൻ പറഞ്ഞു.

സുരിയും ഭീമേയും കൂടി രാംദേവിന് വെള്ളം കൊടുക്കുന്നത് ശുക്ല കണ്ടു. മൂവരുടെ കൈകളും പിറകിൽ കെട്ടിയിട്ടിരുന്നു. സുരിയും ഭീമേയും എങ്ങനെയൊക്കെയോ തങ്ങളുടെ കാൽമുട്ടുകൾകൊണ്ട് കുടം ചെരിച്ച് പതുക്കെ പതുക്കെ അതിൽനിന്ന് വെള്ളം ഒഴിച്ചുകൊടുക്കുകയായിരുന്നു. കുടത്തിന്റെ വായ് അവർ അവരുടെ കാൽമുട്ടുകളിലാണ് വെച്ചിരുന്നത്. നിലത്ത് കമിഴ്ന്നുകിടന്നിരുന്ന രാംദേവ് വീഴുന്ന വെള്ളം കുടിക്കാൻ ശ്രമിക്കുകയായിരുന്നു. വായിലേക്ക് വീഴുന്നതിലും അധികം വെള്ളം നിലത്ത് വീഴുകയായിരുന്നു. രാംദേവിന് പണി എളുപ്പമാകാൻ വേണ്ടി ഭീമേ കുടത്തിന്റെ വായ അധികം ചെരിച്ചതിനാൽ അത് അയാളുടെ ചുണ്ടുകളിൽ തങ്ങിനിന്നു. ഇപ്പോൾ ചുണ്ടുകൾകൊണ്ട് വെള്ളം വലിച്ചെടുക്കാൻ അയാൾക്ക് എളുപ്പമായിരുന്നു.

“ഓ.. ഹോ... പ്രിയതമനെ സേവിക്കുകയാണ്.” ശുക്ല പറഞ്ഞു. അയാൾ മൂന്നുപേരെയും പെട്ടെന്ന് തിരിച്ചറിഞ്ഞു. ദേവയുടെ മരണത്തിനു ശേഷം ദന്തേവാഡ പൊലീസ് സ്റ്റേഷനു മുന്നിൽ ഭീമേ പ്രസംഗിച്ചിരുന്നു.

ആ ദിവസം ശുക്ലയ്ക്ക് ഇപ്പോഴും നല്ല ഓർമ്മയുണ്ട്. അന്നാണ് അയാൾ രാംദേവിനെയും സുരിയേയുംകുറിച്ച് അറിഞ്ഞത്. അന്നുമുതൽ അയാൾ ഇവരുടെ ചെയ്തികൾ നിരീക്ഷിക്കുകയായിരുന്നു.

"ഇത്ര തല്ലിച്ചതച്ചിട്ടും ഈ ഹറാംപിറന്ന നക്സലിന് ബോധം വന്നു." വികാസ് ആശ്ചര്യത്തോടെ പറഞ്ഞു. ഭീമേ അയാളെ വെറുപ്പോടെ നോക്കി. മർദ്ദനം കൊണ്ടുള്ള വേദന ഒരു നിമിഷം അവളിൽ കുറയുകയും നക്സൽ എന്നു വിളിച്ചതിലുള്ള ക്രോധം മനസ്സിൽ കൂടുകയും ചെയ്തു.

"ഞങ്ങളുടെ കൈ അഴിക്കൂ. ഇയാൾക്ക് വെള്ളം കൊടുക്കണം." ഭീമേ കടുത്ത സ്വരത്തിൽ പറഞ്ഞു. ഇവരിൽനിന്ന് ഒരുതരത്തിലുള്ള അനുകമ്പയും കിട്ടുമെന്ന് അവൾ കരുതുന്നില്ല. അവരുടെ നിർദയത്വം അവരെ ബോധ്യപ്പെടുത്തണമെന്ന് അവൾക്കു തോന്നി.

ശുക്ല ആംഗ്യം കാണിച്ചു. ഒരു പയ്യൻ സുരിയുടെയും ഭീമേയുടെയും കൈകളിലെ കെട്ട് അഴിച്ചു. അയാൾ രാംദേവിന്റെ കൈയിലെ കെട്ട് അഴിക്കാൻ മുന്നോട്ടു നീങ്ങിയപ്പോൾ ശുക്ല പറഞ്ഞു, "അയാളുടെ വേണ്ട... അതവിടെ നിൽക്കട്ടെ."

പയ്യൻ തിരിച്ചുവന്നു.

ഭീമേ വെള്ളമെടുത്ത രാംദേവിന്റെ വായിൽ വെച്ചു. ഇപ്പോൾ അയാൾക്ക് ബോധം വന്നിരുന്നു. രാംദേവ് വെള്ളം കുടിച്ചുകഴിഞ്ഞപ്പോൾ ഭീമേ തന്റെ മുണ്ടിന്റെ അറ്റംകൊണ്ട് അയാളുടെ മുഖത്ത് ഉണ്ടായിരുന്ന രക്തം തുടച്ചു.

ശുക്ല രാംദേവിനും ഭീമേയ്ക്കും അടുത്തേക്ക് നീങ്ങുന്നത് സുരി കണ്ടു.

"കാമുകനെ ശുശ്രൂഷിച്ചുകഴിഞ്ഞെങ്കിൽ ഇനി ഞങ്ങളെയും ഒന്നു ശുശ്രൂഷിക്ക്." ശുക്ല ഭീമേയോട് പറഞ്ഞ് അവളുടെ കൈപിടിച്ചു വലിച്ച് അവളെ രാംദേവിൽനിന്ന് അകറ്റി. ഭീമേയുടെ മേൽമുണ്ട് താഴേക്ക് വീണിരുന്നു. അവൾ നിലത്ത് ഇരിക്കുകയായിരുന്നു, ശുക്ല അവളുടെ മുന്നിൽ നിൽക്കുകയായിരുന്നു. അയാൾ അവിടെനിന്ന് അവളുടെ അർദ്ധനഗ്ന ശരീരത്തിലേക്ക് നോക്കി... നോക്കിക്കൊണ്ടിരുന്നു.

"ഇവൻ നിനക്കുവേണ്ടി ഇത്ര ഭ്രാന്തുപിടിക്കുന്നത് എന്തിനാണെന്ന് ഇപ്പോൾ മനസ്സിലായി." ഗൂഢമായ പുഞ്ചിരിയോടെ ഭീമേയ്ക്ക് അടുത്ത് തന്റെ കൈ കുത്തി ഇരുന്ന് ശുക്ല പറഞ്ഞു. ശുക്ലയുടെ വായിൽനിന്ന് ചാരായത്തിന്റെ ദുർഗന്ധം വരുന്നുണ്ടായിരുന്നു. ഭീമേ പിന്നോട്ട് മാറുമ്പോഴേക്കും ശുക്ല അവളുടെ ബ്ലൗസിനുള്ളിൽ കൈകടത്തി അവളുടെ ശരീരം തൊട്ടറിഞ്ഞു. അവൾ അലറിക്കൊണ്ട് കുതറി ദൂരേക്ക് മാറി. രാംദേവ് നിലത്ത് കിടന്നുകൊണ്ടുതന്നെ ശുക്ലയ്ക്ക് ഒരു ചവിട്ടു കൊടുത്തു. പിന്നെ അയാളുടെ മേൽ തുപ്പി.

"ഹറാംപിറന്നോനേ... ഈ തേവിടിശ്ശിയെ തൊട്ടാൽ നിനക്ക് വേദ നിക്കും അല്ലേ? എന്താടാ ഇവളുമായി നിനക്ക് ബന്ധം...? പുലയാടി നക്സല്." ശുക്ല അലറി. സുരി ഭയന്നു വിറയ്ക്കാൻ തുടങ്ങി. ഇനി എന്താണ് സംഭവിക്കാൻ പോകുന്നതെന്ന് അവൾ ഊഹിക്കുകയായി രുന്നു. എന്നാൽ സംഭവിച്ചതാകട്ടെ സുരിയുടെ ഊഹത്തിന് അപ്പുറത്തുള്ള കാര്യങ്ങളായിരുന്നു.

ക്രുദ്ധനായ ശുക്ല ശക്തിയോടെ രാംദേവിനെ ചവിട്ടി, പിന്നെ അയാ ളുടെ മുന്നിൽനിന്ന് പാന്റിന്റെ സിബ്ബ് അഴിച്ചു.

"നിനക്ക് വല്ലാതെ ദാഹിക്കുന്നുണ്ട് അല്ലേ... ഇന്നാ... ഇതു കുടിച്ചോ..."

രാംദേവ് ഒഴിഞ്ഞുമാറാൻ ശ്രമിച്ചെങ്കിലും അയാളുടെ ശരീരമാകെ ദുർഗന്ധത്താൽ നനഞ്ഞു. ശുക്ല അയാളുടെ മേൽ മൂത്രമൊഴിച്ചുകൊണ്ടി രുന്നു. അയാൾക്ക് കോപംകൊണ്ട് ഭ്രാന്തുപിടിച്ചുപോയിരുന്നു.

ഭീമേ ഉച്ചത്തിൽ ശുക്ലയെ പുച്ഛിച്ചു. "നീ പൊലീസുകാരനാണോ ശുക്ലേ? നിനക്ക് നാണം വേണം. നിന്റെ സഹപ്രവർത്തകരായ എത്ര പേരാണ് നക്സലുകളുടെ കൈകൾകൊണ്ട് കൊല്ലപ്പെട്ടിട്ടുള്ളത്. അവർ സ്വന്തം രക്തം ഒഴുക്കുമ്പോൾ നീ ഞങ്ങൾ ഗ്രാമീണരുടെ മേലാണ് ആണത്തം കാണിക്കുന്നത്."

"തെണ്ടി പുലയാടീ... നീ എന്നെ പഠിപ്പിക്കുകയാണോ? നീ എത്ര പേരുടെ കൂടെ കിടന്ന് ഉറങ്ങിയിട്ടുണ്ടെടീ? അതിൽ ഒരുത്തനായ ഇവന് വേണ്ടിയാ നീ കിടന്ന് പിടയ്ക്കുന്നത്?" രാംദേവിന് നേരെ ചൂണ്ടിക്കൊണ്ട് ശുക്ല പറഞ്ഞു. "എന്നിട്ട്... എന്നിട്ട് ഇപ്പോൾ പൊലീസുകാര് മരിക്കുന്ന തിൽ നിനക്ക് വേദന തോന്നുന്നു. ഹറാംപിറന്ന നായിന്റെ മോള് നാടകം കളിക്കാ."

ശുക്ല കോപംകൊണ്ട് വിറയ്ക്കുകയായിരുന്നു. അയാളിൽ മൃഗീയത പടരുകയായിരുന്നു. എന്നാൽ ഇതിനിടെ നിലത്ത് കിടന്നിരുന്ന ഗണേശി യിലേക്ക് ഒരു എസ്.പി.ഒ.യുടെ ശ്രദ്ധ ചെന്നു. ഇവിടെ നടക്കുന്ന ബഹള ങ്ങൾക്കും കുഴപ്പങ്ങൾക്കുമിടയിലും അയാളുടെ ശരീരത്തിൽ ഒരു ചല നവും കണ്ടില്ല. അയാൾ അയാളുടെ അടുത്തുചെന്ന് നാഡി പരിശോ ധിച്ചു.

"സർ, ഇയാൾ മരിച്ചു." ഗണേശിയുടെ കൈ താഴെ വെച്ചുകൊണ്ട് അയാൾ പറഞ്ഞു. സുരി അലറിക്കരഞ്ഞു.

"മാമാ... മാമാ..." എന്ന് അലറി വിളിച്ചുകൊണ്ട് അവൾ ഗണേശി യുടെ അടുത്തേക്ക് ഓടി.

നിലത്തു കിടക്കുന്ന ഗണേശിയെ ശുക്ല തുറിച്ചുനോക്കി. അയാൾ ചോദിച്ചു. 'ആരാണിത്?"

"സർ, ഇയാളെ ചിട്ടാപാഡയിൽ നിന്ന് ഇവരോടൊപ്പം കൊണ്ടുവന്ന താണ്. അവിടെ വല്ലാതെ കിടന്ന് ചിലയ്ക്കുകയായിരുന്നു."

"ഇയാളെ ഇവിടെനിന്നു മാറ്റൂ. പുറത്തു കൊണ്ടുപോ." വികാസ് പറഞ്ഞു. മൂന്നു പയ്യന്മാർ ഗണേശിയുടെ ശവം എടുത്ത് പുറത്തു പോയി.

"...ദൂരെ എവിടെയെങ്കിലും കൊണ്ടുപോയി വഴിയിൽ എറിയൂ." പയ്യന്മാർ പുറകിൽനിന്ന് ശുക്ലയുടെ ശബ്ദം കേട്ടു.

"പിന്നെ മുഖം വികൃതമാക്കണം... പിന്നെ പൊലീസിന്റെ ചാരനാണ് എന്നുള്ള നക്സലുകളുടെ കുറിപ്പുംകൂടെ ഇടണം..." തളർന്ന ശബ്ദത്തിൽ രാംദേവ് ശുക്ലയെ ലക്ഷ്യംവെച്ച് പറഞ്ഞു.

"ചെയ്യില്ലേ ശുക്ലാസാബ്..." ബസ്തറിൽ നടക്കുന്ന പോരാട്ടത്തിൽ ഇത്തരം സംഭവങ്ങൾ സാധാരണമായിക്കൊണ്ടിരിക്കുകയാണ്. രാംദേവിന്റെ വ്യംഗ്യം ശുക്ലയ്ക്ക് മുഖത്തേറ്റ അടിപോലെയായി.

"തെണ്ടി നായിന്റെ മോനേ... നിന്റെ നാവ് ഇനിയും അടങ്ങിയില്ലേ? ഞാൻ നിനക്കുള്ള ചികിത്സ തരാം." ഇതുപറഞ്ഞ് ശുക്ല രാംദേവിന്റെ തലയിൽ കാൽവെച്ചു. ശുക്ല നല്ല കനമുള്ള ഷൂസ് ധരിച്ചിരുന്നു. അയാൾ തന്റെ തല ചവിട്ടിയരയ്ക്കുമെന്ന് രാംദേവിന് തോന്നി.

ഭീമേ മുന്നോട്ടുവന്ന് ശുക്ലയെ തള്ളി. അയാൾ മറിഞ്ഞുവീണു. രാംദേവ് ഒരുവിധം എഴുന്നേറ്റ് ടെന്റിന്റെ ചുമരിൽ ചാരിനിന്നു.

ശുക്ല എഴുന്നേറ്റു നിന്ന് തന്റെ അരയിൽ തൂക്കിയിട്ടിരുന്ന റിവോൾവർ എടുത്തു. ഭീമേയ്ക്ക് ശരീരത്തിൽ വിറയൽ അനുഭവപ്പെട്ടു. ശുക്ല എല്ലാവരോടും പുറത്തുപോകാൻ പറഞ്ഞു. വികാസ് ആംഗ്യം കാണിച്ചപ്പോൾ എല്ലാ പയ്യന്മാരും ടെന്റിന് പുറത്തുപോയി. ശുക്ല വികാസിനെ തുറിച്ചു നോക്കി. അയാൾക്ക് കാര്യം മനസ്സിലായി. അയാൾ തലയാട്ടി.

പോകുന്നതിനു മുമ്പ്, സുരിയുടെ നേരെ നോക്കി വികാസ് ചോദിച്ചു. "ഇവളെ എന്തു ചെയ്യണം സർ?" സുരിയുടെ വസ്ത്രങ്ങൾ കീറിയിരുന്നു. അവൾ കരയുകയായിരുന്നു.

"ഇവളുടെ സ്ഥിതി കണ്ടിട്ട് ഇവളെ എന്തു ചെയ്യണമെന്ന് ഞാൻ പറഞ്ഞുതരണോ? നിന്റെ കൂടെ കൊണ്ടുപോ." ശുക്ല പറഞ്ഞു. വികാസ് സുരിയുടെ കൈ പിടിച്ചുവലിച്ച് അവളെ കൊണ്ടുപോകാൻ തുടങ്ങി.

ഭീമേ അലറി. "നിർത്തടാ..." അവൾ സുരിയുടെ അടുത്തേക്ക് ഓടാൻ ശ്രമിച്ചു. ശുക്ല ആകാശത്തേക്ക് വെടിവെച്ചു. ഭീമേ പെട്ടെന്നു നിന്നു. "ഇനി മുന്നോട്ടു നീങ്ങിയാൽ അടുത്ത വെടിയുണ്ട നിന്റെ തലയിലാകും." ശുക്ല മുരണ്ടു.

ഇപ്പോൾ മുറിയിൽ മൂന്നുപേർ മാത്രമേ ഉള്ളൂ. രാംദേവ് ശുക്ലയുടെ മുന്നിലാണ് നിന്നിരുന്നത്. ഇവർ രണ്ടുപേർ കൂടാതെ ഭീമേ മാത്രമേ ടെന്റിൽ ഉണ്ടായിരുന്നുള്ളൂ. കുറച്ചുനേരം അവളെ നോക്കിയശേഷം ശുക്ല തിരിഞ്ഞ് രാംദേവിനെ തുറിച്ചുനോക്കാൻ തുടങ്ങി.

"എനിക്ക് ഇപ്പോൾ മരണത്തെ ഭയമില്ല. വെടിവെയ്ക്ക്." രാംദേവ് പറഞ്ഞു.

ഭീമേ ഇരുവർക്കും ഇടയിൽ വന്നുനിന്നു. അവൾ ഒരിക്കൽകൂടി ശുക്ലയെ പറഞ്ഞു ബോധ്യപ്പെടുത്താൻ ശ്രമിച്ചു.

“ഞങ്ങളുടെ ഗ്രാമം നക്സലുകളുടെ കൂടെയല്ല. ഞങ്ങളെ വെറുതെ എന്തിനാണ് ശിക്ഷിക്കുന്നത്. ഇനി മതിയാക്കൂ... ഞങ്ങളെ വെറുതെ വിടൂ.” ഭീമേ പറഞ്ഞു.

ശുക്ല ഭീമേയെ ഒരു ഭാഗത്തേക്ക് തള്ളിമാറ്റി. “മാറിപ്പോ.” പിന്നെ അയാൾ രാംദേവിനുനേരെ റിവോൾവർ ചൂണ്ടി. ഇനി രക്ഷപ്പെടുമെന്ന പ്രതീക്ഷ രാംദേവിന് ഇല്ലായിരുന്നു. എന്നാൽ ജീവനുവേണ്ടി അയാൾ കെഞ്ചി യാചിച്ചില്ല. നെഞ്ചുയർത്തി നിന്നു.

“പട്ടിയെപോൽ ജീവിക്കുന്നതിലും നല്ലത് മരിക്കുന്നതാണ്. എന്നെയും മരിക്കാൻ വിട്...” രാംദേവ് ഭീമേയോട് പറഞ്ഞു. മരണം മുന്നിൽ നിൽക്കുന്നു. എന്നിട്ടും തന്റെ ജീവൻ ആരുടെ കൈത്തുമ്പിലാണോ അയാളെ ആ മനുഷ്യൻ തുറിച്ചുനോക്കുന്നു. അയാളുടെ ധൈര്യം ശുക്ലയുടെ ഉള്ളിൽ വലിയ ഭൂകമ്പം സൃഷ്ടിച്ചു. കാമുകിയുടെ മുന്നിൽ നെഞ്ചു വിരിച്ച് നിൽക്കുകയാണ് രാംദേവ്. അയാളുടെ നിർഭയത്വം ആയുധധാരിയായ ഒരു പൊലീസ് വേഷധാരിയെ നഗ്നനാക്കുകയായിരുന്നു. രാംദേവിന്റെ ധൈര്യം ശുക്ലയുടെ അഹങ്കാരത്തെ വെല്ലുവിളിക്കുകയായിരുന്നു. ശുക്ല ആദ്യം രാംദേവിനെയും പിന്നെ ഭീമേയെയും നോക്കി. ഇരുവരും പരസ്പരം നോക്കുകയായിരുന്നു. ഇരുവരുടെയും കണ്ണുകളിൽ പരസ്പരം സ്നേഹം പ്രകടമായിരുന്നു. രാംദേവിനെ തന്റെ കൈകളിൽ ഒളിപ്പിക്കണമെന്ന് ഭീമേയുടെ മനസ്സ് ആഗ്രഹിച്ചു. ലഹരിയിൽ ആണ്ടുനിന്നിരുന്ന ശുക്ലയ്ക്ക് കാമുകീകാമുകരുടെ ഈ ദൃശ്യം വിറളിപിടിച്ച കാളയ്ക്ക് ചുവപ്പുവസ്ത്രം കണ്ടതുപോലെയായി.

അയാൾ റിവോൾവർ ഉറയിലിട്ടു. അടുത്തുകിടന്ന കയർ എടുത്ത് രാംദേവിനു നേരെ ചെന്നു. അയാൾ രാംദേവിന്റെ കൈകൾ മാത്രമല്ല. കാലുകൾകൂടി ബന്ധിച്ചു. പിന്നെ അയാൾ പെട്ടെന്ന് ഭീമേയെ കടന്നുപിടിച്ചു. എന്നിട്ട് അവളുടെ കുപ്പായത്തിനുള്ളിൽ കൈകടത്തി അവളുടെ ശരീരം തടവാൻ തുടങ്ങി.

“തെമ്മാടീ, ഇങ്ങനെയാണോടാ നക്സലുകളോട് യുദ്ധം ചെയ്യുക?” രാംദേവ് അലറി.

ഭീമേയുടെ മനസ്സിൽ ഈ ആശങ്ക മുമ്പേ ഉണ്ടായിരുന്നു. അവൾ ശുക്ലയെ തള്ളിമാറ്റി. ദൂരേയ്ക്കു മാറിനിൽക്കുവാൻ ശ്രമിച്ചു. എന്നാൽ അയാൾ വീണ്ടും റിവോൾവർ പുറത്തെടുത്തു.

“ഇത്തവണ വെറുതെ വിടില്ല. നിന്റെ കാമുകനെ വെടിവെക്കും. നീ എന്തെങ്കിലും എതിർപ്പു കാണിച്ചാൽ നിന്റെ കാമുകൻ പോയെന്നു കണക്കാക്കിക്കോ.”

ഭീമേ വിവശയായി രാംദേവിനെ നോക്കി. രാംദേവ് കിടന്ന് പിടയുകയായിരുന്നു. പക്ഷേ അതുകൊണ്ട് യാതൊരു പ്രയോജനവും

ഉണ്ടായിരുന്നില്ല. അയാളുടെ കൈകാലുകൾ ബന്ധിച്ചിരുന്നു. അയാളുടെ നേരെ നോക്കി ശുക്ല മുരണ്ടു. "നീ ഒന്ന് അനങ്ങിയാൽ പിന്നെ ഈ പെണ്ണിന്റെ കഥ കഴിക്കാൻ അധികം വൈകില്ല." ശുക്ല രോഷം കൊള്ളുകയായിരുന്നു.

പിന്നെ അയാൾ ഭീമേയെ നിലത്ത് വീഴ്ത്തി, തന്റെ വസ്ത്രങ്ങൾ അഴിക്കാൻ തുടങ്ങി. രാംദേവ് കണ്ണുകൾ അടച്ചു.

35

മാവോവാദി നേതാവ് സഞ്ജീവൻ റെഡ്ഡി ഇപ്പോൾ ഛത്തീസ്ഗഡ്-ഒറീസയുടെ അതിർത്തിയിലാണ്, ദന്തേവാഡയിൽനിന്ന് വളരെ ദൂരെ. ഏതാണ്ട് ഒന്നര ഡസൻ ആയുധധാരികളായ മാവോവാദികളുടെ സംഘത്തിന്റെ കൂടെ മൂന്നു ദിവസം കാൽനടയായാണ് അയാൾ ഒറീസയുടെ ഇടതൂർന്ന വനങ്ങളിൽ എത്തിയത്. സംഘത്തിൽ ആറ് വനിതകളും ഉണ്ടായിരുന്നു. പി.എൽ.ജി.എയുടെ വനിതാ കമാണ്ടർമാരായ സരിതയും സീമയും ഇപ്പോൾ റെഡ്ഡിയോടൊപ്പമാണ് കഴിയുന്നത്. റെഡ്ഡിക്ക് അപകടം കൂടിയിരിക്കുന്നു, അതുകൊണ്ട് സീമയും സരിതയുമാണ് അയാളുടെ സുരക്ഷയുടെ ചുമതല ഏറ്റെടുത്തിരിക്കുന്നത്. ഇരുവരും വളരെ ജാഗരൂകരായിരുന്നു. പ്രദേശം മുഴുവൻ നിരീക്ഷിക്കലും പ്രധാനപ്പെട്ട വിവരങ്ങൾ നൽകുന്ന നക്സൽ ചാരന്മാരെ ബന്ധപ്പെടുന്നതും ഇവരുടെ ജോലിയായിരുന്നു. നക്സലുകളുടെ ചാരന്മാർ പൊലീസിന്റെയും സൈന്യത്തിന്റെയും മാത്രമല്ല ജുഡുമിന്റെ ആളുകളുടെ ചെയ്തികളും നിരീക്ഷിക്കുന്നുണ്ടായിരുന്നു. ക്യാമ്പുകളിൽ എന്താണ് നടക്കുന്നത് എന്ന വിവരം നൽകലും ഈ ചാരന്മാരുടെ പണിയായിരുന്നു. ഒരു ചാരൻ ഏതോ പ്രധാനപ്പെട്ട വിവരവുമായി തന്റെ അടുത്തേക്ക് വരുന്നുണ്ടെന്ന് ഇന്നലെ വൈകുന്നേരമാണ് സരിത അറിയുന്നത്. അവൾ അയാളെ പ്രതീക്ഷിച്ച് ഇരിക്കുകയായിരുന്നു.

റെഡ്ഡി ഇപ്പോൾ തമ്പടിച്ചിരിക്കുന്ന ഒറീസയിലെ മൽകാൻഗിരി ജില്ലയിലെ ഈ പ്രദേശം രാജ്യത്തിന്റെ മറ്റു പ്രദേശങ്ങളിൽനിന്ന് ഒറ്റപ്പെട്ടതായിരുന്നു. പൊലീസോ ഭരണക്കാരോ ഇന്നും ഈ പ്രദേശത്ത് വന്നുപോകുന്നില്ല. അതുകൊണ്ട് ഇന്ത്യയുടെ മാപ്പിൽ ഈ കാടുകളെ 'കട് ഓഫ് ഏരിയ' എന്നാണ് രേഖപ്പെടുത്തിയിട്ടുള്ളത്. കാക്കി യൂണിഫോംകാരെ ഇവിടുത്തെ ആളുകൾ ഒരിക്കലും കണ്ടിട്ടില്ല. എന്നാൽ പച്ച യൂണിഫോമിൽ ജനായത്ത സർക്കാർ നടത്തുന്നവരാണ് അവരെ ഭരിക്കുന്നത്. ഇത് വേറിട്ടൊരു രാജ്യമാണ്. ഇവിടെ സർക്കാരിന്റെ സാമൂഹികപദ്ധതികളുടെ നേട്ടങ്ങളൊന്നും എത്തിയിരുന്നില്ല എങ്കിലും ആ പദ്ധതികളുടെ ദുരുപയോഗത്തെക്കുറിച്ചുള്ള കഥകളെല്ലാം എല്ലാവർക്കും അറിയാമായിരുന്നു.

രാജ്യത്തെ സർക്കാരിനോട് ജനങ്ങൾ ന്യായം ആവശ്യപ്പെടാറില്ല. എന്നാൽ ചിലപ്പോഴെല്ലാം സർക്കാർ ഉദ്യോഗസ്ഥരുടെ അതിക്രമങ്ങൾക്ക് എതിരെ പരാതി പറയാറുണ്ടായിരുന്നു. അവരെ ഭരിക്കുന്നവരും അവർക്ക് ന്യായം ലഭ്യമാക്കുന്നവരും ഇവിടെ മാവോവാദികൾ തന്നെയായിരുന്നു.

'കട് ഓഫ് ഏരിയ'യിൽ സഞ്ജീവൻ റെഡ്ഡി ഇന്ന് അത്തരമൊരു വിഷയത്തിൽ വിചാരണ നടത്തുകയായിരുന്നു. അയാളുടെ മുന്നിൽ ഒരു ഫോറസ്റ്റ് ഗാർഡ് നിൽക്കുന്നുണ്ട്. മാവോവാദി പാർട്ടിയുടെ മൂന്നു സഖാക്കൾ അയാളെ ഏതാണ്ട് നാല്പത് കിലോമീറ്റർ അകലെയുള്ള ഒരു ഗ്രാമത്തിൽനിന്ന് പൊക്കിക്കൊണ്ടുവന്നിരിക്കുകയാണ്. സാധാരണ ഉയരവും വണ്ണവും ഉള്ള ആളായിരുന്നു ഫോറസ്റ്റ് ഗാർഡ്. അയാൾക്ക് നീളൻ മുടി ഉണ്ടായിരുന്നു. അയാൾ കാക്കി പാന്റും വെളുത്ത ഷർട്ടും ധരിച്ചിരുന്നു. മാവോവാദികളുമായി ആദ്യമായാണ് അയാൾ ഇടപെടുന്നതെന്ന് തോന്നുന്നു. ഗ്രാമീണരുടെ പരാതിയിൽ ഫോറസ്റ്റ് ജീവനക്കാരെയും പൊലീസുകാരെയും നക്സലുകൾ പൊക്കിക്കൊണ്ടുപോകുന്ന കഥകളൊക്കെ അയാൾ ധാരാളം കേട്ടിട്ടുണ്ട്. എന്നാൽ മാവോവാദികളുടെ മുന്നിൽ അയാളെ ഹാജരാക്കുന്നത് ആദ്യമായാണ്. നക്സലുകളെ നേരിൽ കാണുന്നതുപോലും ആദ്യമാണെന്നു തോന്നുന്നു. അയാളുടെ മുഖത്ത് ഭയം പ്രകടമായിരുന്നു. ഗ്രാമത്തിലെ ഏതാണ്ട് അഞ്ഞൂറ് പേർ ഇവിടെ വന്നുചേർന്നിട്ടുണ്ട്. അവരുടെ മുന്നിലാണ് അയാളെ വിചാരണ ചെയ്യേണ്ടതും അയാളുടെ തെറ്റിനുള്ള ശിക്ഷ തീരുമാനിക്കേണ്ടതും.

"എന്താ നിങ്ങളുടെ പേര്?" റെഡ്ഡി മുഴങ്ങുന്ന സ്വരത്തിൽ ചോദിച്ചു. ആയുധധാരികളായ അഞ്ച് മാവോവാദികൾ റെഡ്ഡിയുടെ അടുത്ത് നിൽക്കുന്നുണ്ട്. മൂന്നുപേർ ഫോറസ്റ്റ് ഗാർഡിന്റെ പിറകിലും.

"ഹ... ഹ... രി... ഹരീസിങ്... ഹരീസിങ് എന്നാണ് എന്റെ പേര് ദാദാ." അയാൾ ഭയത്തോടെ പറഞ്ഞു.

"ഈ പ്രദേശത്ത് എത്ര വർഷമായി?"

"ഒന്നര വർഷമായി കോമ്രേഡ്..."

"ഗ്രാമീണർ കാട്ടിൽ പോകുന്നത് നിങ്ങൾ തടയുന്നു... വിറക് പെറുക്കുമ്പോൾ നിങ്ങൾ വഴക്ക് ഉണ്ടാക്കുന്നു..."

"ഇല്ല... അതെ... ഇല്ല... ദാദാ.. ഒരിക്കലുമില്ല."

റെഡ്ഡി അടുത്തുനിന്നിരുന്ന ഒരു നക്സൽ കേഡറിനോട് ചോദിച്ചു, "ഇയാൾ എന്താണ് ചെയ്തത്?"

ആ കേഡർ നിവർന്നുനിന്നു. എന്നിട്ട് പറഞ്ഞു, "കോമ്രേഡ്, ഹരിസിങ് ഗ്രാമീണരെ കാട്ടിൽനിന്ന് മഹുവാ ശേഖരിക്കുന്നതും വിറക് കൊണ്ടുവരുന്നതും തടയുന്നു. നിരവധി ഗ്രാമീണരെ മർദ്ദിച്ചിട്ടുണ്ട്. ആളുകളെ ജയിലിൽ അടയ്ക്കുമെന്ന് ഇയാൾ ഭീഷണിപ്പെടുത്തിയിട്ടുണ്ട്."

റെഡ്ഡി ഗ്രാമവാസികളെ നോക്കി. എല്ലാവരും തലയാട്ടി ഹരിസിങ്ങിനെതിരായ ആരോപണം ശരിയെന്നു പറഞ്ഞു. പിന്നെ റെഡ്ഡി ഹരിസിങ്ങിനെ നോക്കി. അയാൾ ഭയന്നു വിറയ്ക്കുകയായിരുന്നു.

"ക്ഷമിക്കണം ദാദാ. സർക്കാരിന്റെ നിയമമാണ്. ഞങ്ങൾക്ക് ഈ ഓർഡർ ആണ് ഉള്ളത്." റെഡ്ഡി അയാളെ അടുത്തുവിളിച്ചു. അയാളെ ശക്തിയിൽ അടിച്ചു.

"ഏതു സർക്കാരിനെകുറിച്ചാണ് നിങ്ങൾ പറയുന്നത്? ഇവിടെ ഏതു സർക്കാരാണ്... പറയൂ." റെഡ്ഡി ചോദിച്ചു.

ഹരിസിങ് നിലത്ത് കിടക്കുകയായിരുന്നു. അയാൾ മാപ്പ് അപേക്ഷിക്കുന്നപോലെ കൈകൂപ്പിക്കൊണ്ട്, കൈമുട്ടിലൂന്നി പകുതി കിടന്നുകൊണ്ട് പറഞ്ഞു, "അങ്ങയുടെ സർക്കാർ... ദാദാ, അങ്ങയുടെ സർക്കാർ... തെറ്റുപറ്റിപ്പോയി..."

റെഡ്ഡി അയാളെ ചവിട്ടി. "ഇവിടെ വരുമ്പോൾ എല്ലാവരും പറയുന്നു. തെറ്റുപറ്റി എന്ന്. നിങ്ങൾ ഇപ്പോഴും തെറ്റുകാരനാണ്... ഇവിടെ ആരുടെയും സർക്കാരല്ല, ഈ ജനങ്ങളുടെ സർക്കാരാണ്... ജനായത്ത സർക്കാർ... ഈ ജനങ്ങളുടെ ഭരണമാണ് ഇവിടെ." ആളുകളുടെ നേരെ ചൂണ്ടിക്കൊണ്ട് റെഡ്ഡി ഉറക്കെ പറഞ്ഞു.

ഗ്രാമീണർക്ക് ഒരു ശക്തി കിട്ടിയതുപോലെ തോന്നി. ജനം തന്നെയാണ് രാജാവ് എന്ന് ഒരു നിമിഷം അവർക്കു തോന്നി. തങ്ങളെ ഉപദ്രവിക്കുന്നവൻ, തങ്ങളോട് അതിക്രമം കാണിക്കുന്നവൻ നിലത്തു കിടന്ന് തന്റെ ജീവനുവേണ്ടി യാചിക്കുകയാണ്. ഹരിസിങ്ങിനെപോലെയുള്ള വനജീവനക്കാർക്ക് ചെറിയൊരു തെറ്റിനുപോലും ഏത് ആദിവാസിയെയും ജയിലിൽ അയയ്ക്കാൻ കഴിയുമായിരുന്നു. കാട്ടിൽനിന്ന് കുറച്ച് വിറക് എടുത്തതിനും ഏതെങ്കിലും വനവിഭവങ്ങൾ ശേഖരിച്ചതിനും രാജ്യത്തെ ഏതെല്ലാം പ്രദേശങ്ങളിൽ എത്രയെത്ര ആദിവാസികളാണ് ജയിലിൽ ഉള്ളത്. വനങ്ങളെകൊണ്ട് മൂടിയ ഈ പ്രദേശങ്ങളിൽ ആദിവാസികളെ ഫോറസ്റ്റ് ഗാർഡുമാരുടെ അതിക്രമങ്ങളിൽനിന്ന് മാവോവാദികൾ മോചിപ്പിച്ചിരുന്നു. ഈ ന്യായം മധ്യഭാരതത്തിലെ ദുർബലരും ദരിദ്രരുമായ ആളുകൾക്ക് കരുത്ത് പകർന്നിരുന്നു. അവരിൽ പലരും നക്സലുകളുടെ നെറ്റ്‌വർക്കിനെതന്നെയാണ് തങ്ങളുടെ സർക്കാരായി കണക്കാക്കാൻ തുടങ്ങിയിരുന്നത്.

നിലത്ത് കിടന്നിരുന്ന ഹരിസിങ്ങിനോട് റെഡ്ഡി പറഞ്ഞു, "പേടിക്കണ്ട, ഫസ്റ്റ് ടൈം ആണ്. ഇത്തവണ നിങ്ങളെ വിടുന്നു. എന്നാൽ അടുത്ത തവണ രക്ഷപ്പെടില്ല. ഇത്തവണ നിങ്ങൾക്ക് പത്ത് ചാട്ടവാറടി ശിക്ഷ..."

ജീവൻ രക്ഷപ്പെട്ട സന്തോഷമായിരുന്നു ഹരിസിങ്ങിന്. എന്നാൽ ഇവിടെനിന്ന് പോകുന്നതിനുമുമ്പ് പത്ത് ചാട്ടയടി കൊള്ളണം. ആലോചിച്ചപ്പോൾ അയാൾ വിയർത്തുപോയി.

ഗ്രാമവാസികളെ നോക്കി റെഡ്ഡി പറഞ്ഞു, "നിങ്ങൾ പരസ്പരം ആലോചിച്ചു തീരുമാനിക്കൂ, ആരൊക്കെയാണ് ഇയാളെ ചാട്ടയടിക്കുന്നത് എന്ന്. ഒരാൾക്ക് രണ്ടിലധികം തവണ അടിക്കാൻ പറ്റില്ല." ഗ്രാമത്തിലെ മൂന്നുപേർ മാത്രമാണ് മുന്നോട്ടുവന്നത്. ഗ്രാമീണർക്ക് വനജീവനക്കാരെ ഭയമായതുകൊണ്ടാണ് അവർ തങ്ങളുടെ മുന്നിൽ കിടക്കുന്ന ഈ കുറ്റവാളിക്ക് സ്വയം ശിക്ഷ നൽകാൻ പേടിക്കുന്നതെന്ന് റെഡ്ഡിക്ക് മനസ്സിലായി.

"മൂന്നുപേരേ ഉള്ളൂ..." റെഡ്ഡി ചോദിച്ചു. ഹരിസിങ്ങിന് പ്രതീക്ഷയേറി. ആറ് ചാട്ടയടികൊണ്ട് കാര്യം കഴിയുമോ? എന്നാൽ റെഡ്ഡി പെട്ടെന്ന് പ്രശ്നപരിഹാരം കണ്ടെത്തി.

"ബാക്കി നാല് ചാട്ടയടി നമ്മുടെ കോമ്രേഡുകൾ ചെയ്യും."

ഹരിസിങ്ങിന്റെ മുഖത്ത് ഭയം പരന്നു. കാട്ടിനു വെളിയിൽ ദൂരെ നഗരത്തിലെ സംസ്കാരസമ്പന്നമായ സമൂഹത്തിൽ മാവോവാദികളുടെ ഈ ന്യായവ്യവസ്ഥിതിയെ കങ്കാരു കോടതി എന്നാണ് വിളിച്ചിരുന്നത്. അവിടെ ആളുകൾ ഇതിനെ മധ്യയുഗത്തിലെ ന്യായസമ്പ്രദായമായോ താലിബാൻ സമൂഹത്തിന്റെ നിലവാരത്തിലുള്ളത് ആയോ ആണ് കണക്കാക്കിയിരുന്നത്. എന്നാൽ രാജ്യത്തെ ഇത്തരം പ്രദേശങ്ങളിൽ തെരഞ്ഞെടുക്കപ്പെട്ട സർക്കാരുകളോ അവരുടെ പ്രതിനിധികളോ വരാറില്ല. വ്യവസ്ഥിതിയുടെ നിഷ്ക്രിയത്വംകൊണ്ട് പൊറുതിമുട്ടിയ ജനങ്ങൾ നീതി ലഭിക്കാൻ വെമ്പൽ കൊള്ളും. മാവോവാദികളെ സംബന്ധിച്ച് ഇത് ഏറ്റവും ഉചിതമായ സ്ഥിതിവിശേഷമാണ്. അവരുടെ ന്യായം നടപ്പിലാക്കുന്ന രീതി ജനങ്ങൾക്ക് ആശ്വസിക്കാനുള്ള ഏകമാർഗ്ഗമായിരുന്നു. ഇതാകട്ടെ മാവോവാദി ഭരണത്തേയും അവരുടെ ജനായത്ത സർക്കാരിനേയും ശക്തിപ്പെടുത്തുന്നതായിരുന്നു.

ഹരിസിങ്ങിന് ചാട്ടയടി ഏറ്റുകൊണ്ടിരുന്നപ്പോൾ സരിത റെഡ്ഡിയുടെ അടുത്തുവന്ന് പറഞ്ഞു, "കോമ്രേഡ് അങ്ങയോട് ഒരു കാര്യം പറയാനുണ്ട്."

അവൾ റെഡ്ഡിയെ അല്പം അകലേക്ക് കൊണ്ടുപോയി. പിന്നെ പറഞ്ഞു. "ഭൈരംഗഢിൽനിന്ന് ബൂട്ടാ വന്നിട്ടുണ്ട്."

ബൂട്ടാ ബീജാപുർക്കാരനാണ്. അയാൾക്ക് ഗോണ്ടി, തെലുങ്ക്, ഹിന്ദി, ഇംഗ്ലീഷ് ഭാഷകൾ അറിയാം. രാപ്പകലില്ലാതെ അയാൾ നക്സൽ പ്രസ്ഥാനത്തെക്കുറിച്ചു മാത്രമാണ് ആലോചിക്കുന്നത്. കഴിഞ്ഞ രണ്ടു വർഷത്തിനുള്ളിൽ വളരെ പ്രധാനപ്പെട്ട പല വിവരങ്ങളും സഞ്ജീവൻ റെഡ്ഡിക്ക് നൽകി അയാൾ റെഡ്ഡിയുടെ വിശ്വാസം ആർജ്ജിച്ചിരുന്നു. ഇന്ന് അയാൾ പാർട്ടിയിലെ ഏറ്റവും വിശ്വസ്തനും ഉത്സാഹിയുമായ ചാരന്മാരിൽ ഒരാളാണ്.

"അയാളെ ഇങ്ങോട്ട് വിളിക്കൂ." റെഡ്ഡി പറഞ്ഞു. പൊലീസും ജുഡുമിന്റെ ആളുകളും എല്ലായിടത്തും നക്സലുകളെ തിരയുന്ന സമയമാണ്.

വളരെ ജാഗരൂകമാകേണ്ടതുണ്ട്. അതുകൊണ്ടുതന്നെ ബൂട്ടയെപോലുള്ള വിശ്വസ്തരായ ചാരന്മാർക്കുപോലും റെഡ്ഡിയുടെ അടുത്ത് എത്തുന്നതിനുമുമ്പ് കാത്തിരിക്കേണ്ടിവരുന്നു.

ഏകദേശം ഒരു മണിക്കൂറിനുശേഷം ബൂട്ട റെഡ്ഡിയുടെ അടുത്തെത്തി. സീമയാണ് അയാളെ കൂട്ടിക്കൊണ്ടുവന്നത്. റെഡ്ഡി എവിടെപ്പോയാലും ഏകദേശം ഒരു കിലോമീറ്റർ ദൂരത്തിൽ ഒരു സുരക്ഷാവലയം സൃഷ്ടിക്കാനുള്ള ചുമതല സീമയ്ക്ക് ആയിരുന്നു. ഗ്രാമീണർക്കൊപ്പം സംഗം അംഗങ്ങളേയും സായുധകേഡർമാരേയും അവൾ കൂട്ടിയിണക്കിയിരുന്നു. ബൂട്ടയെപ്പോലെ വിശ്വസ്തരായ സുഹൃത്തുക്കൾക്കും ഈ വലയം മറികടന്ന് റെഡ്ഡിയുടെ അടുത്ത് എത്താൻ സമയമെടുക്കുമായിരുന്നു.

റെഡ്ഡിയെ വന്ദിച്ച് ബൂട്ട പറയാൻ തുടങ്ങി.

"ദാദാ, ചിട്ടാപാഡയിൽ ഉണ്ടായ ജുഡുമിന്റെ ആക്രമണത്തെക്കുറിച്ച് അങ്ങും കേട്ടിരിക്കുമല്ലോ. ഗ്രാമം മുഴുവൻ കത്തിച്ചാമ്പലായി. ഗ്രാമം നശിപ്പിച്ചതിനുശേഷം ജുഡുമിന്റെ ആളുകൾ അവിടെ അടുത്തുള്ള ചില ഗ്രാമങ്ങൾക്കും തീവെച്ചു. ചിട്ടാപാഡയിലെ കുറച്ച് ആളുകളെ പൊക്കിയെടുത്ത് എസ്.പി.ഒ.മാർ ഭൈരംഗഢിന് അടുത്തുള്ള ബേൽഘാട്ട് ക്യാമ്പിലേക്ക് കൊണ്ടുപോയിട്ടുണ്ട്."

റെഡ്ഡി നിശ്ശബ്ദമായി ബൂട്ട പറയുന്നത് കേൾക്കുകയായിരുന്നു. ബൂട്ട തുടർന്നു പറഞ്ഞു.

"ബേൽഘാട്ട് ക്യാമ്പിൽ കുറച്ചു ഗ്രാമീണരെ തടവുകാരാക്കി വെച്ചിട്ടുണ്ട്. ചിട്ടാപാഡയിൽ ജുഡുമിനെ എതിർത്തിരുന്ന ചില ആളുകളും ഉണ്ട്. ചിട്ടാപാഡയിലേയും അടുത്തുള്ള പ്രദേശങ്ങളിലെയും ജനങ്ങൾ ഗ്രാമം ഒഴിഞ്ഞുപോകാൻ തയ്യാറായിരുന്നില്ല. എസ്.പി.ഒ. കുറച്ച് ആളുകളെ പിടിച്ച് ഈ ക്യാമ്പിൽ കൊണ്ടുവന്നിട്ടുണ്ട്. ഇപ്പോഴും ടോർച്ചർ നടക്കുകയാണ്."

റെഡ്ഡി ഒന്നും പറഞ്ഞില്ല. അയാൾ ബൂട്ടയെ നോക്കിയിരുന്നു. ഇനി എന്താണ് നാം ചെയ്യേണ്ടതെന്ന് പറയൂ എന്നു ചോദിക്കുന്നതുപോലെ.

"ദാദാ, ജുഡുമിന്റെ അറ്റാക്ക് ഇപ്പോൾ വർദ്ധിച്ചുവരികയാണ്. വളരെ പരസ്യമായാണ് അവർ പ്ലാനിംഗ് നടത്തുന്നത്. ജനങ്ങൾ കോപാകുലരാണ്. സഹായിക്കാൻ ആളുണ്ട് എന്ന തോന്നൽ ജനങ്ങൾക്ക് ഉണ്ടാകണം. ഓപ്പറേഷൻ വേണം."

റെഡ്ഡി ആലോചനയിലായി. അയാൾ സരിതയെ നോക്കി.

"ഭൈരംഗഢിലെ ഈ ക്യാമ്പിൽ എത്ര തടവുകാർ ഉണ്ട്?" സരിത ചോദിച്ചു.

"കുറെ ആളുകൾ ഉണ്ടാകാൻ സാധ്യതയുണ്ട്. ഇപ്പോൾ ചിട്ടാപാഡയിലെ ആക്രമണത്തിനുശേഷം നാലഞ്ചുപേരെ കൊണ്ടുവന്നിട്ടുണ്ട്."

"ആരെയെങ്കിലും അറിയാമോ?"

"ചിട്ടാപാഡയിൽനിന്നു കൊണ്ടുവന്നവരിൽ ഭീമേ കുഞ്ചാമും ഉണ്ട്. ആദ്യം ഒരു സ്കൂൾ ടീച്ചറായിരുന്നു. ഇപ്പോൾ ജനങ്ങൾക്കിടയിൽ പ്രവർത്തിക്കുന്നു."

സരിതയും സീമയും ഇതുകേട്ട് ഷോക്കടിച്ചതുപോലെയായി. ഇരുവരും പരസ്പരം നോക്കി. പിന്നെ ഇരുവരും ബൂട്ടയെ തുറിച്ചുനോക്കാൻ തുടങ്ങി.

"ഭീമേ കുഞ്ചാമിനെ പൊലീസ് കൊണ്ടുപോയി!" സരിത ബൂട്ടയോട് ചോദിച്ചു.

"അതെ. അന്ന് ചിട്ടാപാഡയിൽ ഗ്രാമം ഒഴിപ്പിക്കുന്നതിനെ അവൾ എതിർക്കുകയായിരുന്നു. അവളുടെ ഛരുട്ടേപാൽഗ്രാമം അടുത്തുതന്നെയാണ്. പിന്നീട് ജുഡുമിന്റെ ആളുകൾ ആ ഗ്രാമവും കത്തിച്ചു."

സീമയ്ക്കും സരിതയ്ക്കും ഭീമേയുമായി ഉണ്ടായ കയ്പേറിയതും തീക്ഷ്ണവുമായ കണ്ടുമുട്ടൽ ഓർമ്മയിലുണ്ടായിരുന്നു. നക്സലുകളെ എതിർക്കുന്ന ഭീമേ സർക്കാരിന്റെയും പൊലീസിന്റെയും അടുപ്പക്കാരിയായിരിക്കും എന്നാണ് ഇരുവരും കരുതിയിരുന്നത്. അവളുടെ ചിന്ത ഭരണകൂടത്തിന് അനുകൂലമാണെന്നാണ് അവർക്ക് തോന്നിയിരുന്നത്. എന്നാൽ ഇവിടെയാകട്ടെ ജുഡുമിന്റെ ആളുകളാണ് ഭീമേയെ പിടിച്ചുകൊണ്ടുപോയത്. അവരാകട്ടെ പൊലീസിന്റെയും സർക്കാരിന്റെയും സഹായത്തോടെയാണ് പ്രവർത്തിക്കുന്നത്.

"എന്തു ചെയ്യണം കോമ്രേഡ്? അവരെ പാഠം പഠിപ്പിക്കാൻ പറ്റിയ സമയമാണ്... നമുക്ക് എതിരെ നിന്നവർക്ക് കണക്കിന് കിട്ടുകയാണ്." സരിത പറഞ്ഞു.

റെഡ്ഡി എന്തെങ്കിലും പറയും മുമ്പ് സീമ പറഞ്ഞു. "ഇപ്പോൾ ഈ വിഷയത്തിൽ നാം ഇടപെടാതിരിക്കുന്നതാണ് നല്ലത്." പാർട്ടിയുടെ ചിന്തയ്ക്കും ആശയത്തിനും എതിരായി നിൽക്കുന്ന ഭീമേയെപ്പോലുള്ള ഒരു പെൺകുട്ടിക്കുവേണ്ടി ഇത്രയും ആപത്കരമായ ദൗത്യം ഏറ്റെടുക്കേണ്ടതില്ല എന്നാണ് അവൾക്കും തോന്നിയത്.

സഞ്ജീവൻ റെഡ്ഡി രാഷ്ട്രീയബോധമുള്ള ആളായിരുന്നു. തന്റെ സഹപ്രവർത്തകരുടെ അഭിപ്രായങ്ങൾ കേട്ട് അയാൾ ആലോചനയിലായി. അല്പസമയത്തിനുശേഷം അവിടെ ഉണ്ടായിരുന്ന മുഴുവൻ സായുധരായ മാവോവാദികളേയും വിളിച്ചു ചേർത്തു. എന്നിട്ട് പറഞ്ഞു,

"നമ്മുടെ പോരാട്ടം വെടിയുണ്ടകളും ആയുധങ്ങളും കൊണ്ട് മാത്രം നടത്തുന്ന പോരാട്ടമല്ല. ആളുകളുടെ വിശ്വാസം നേടിയെടുക്കണം, എങ്കിൽ മാത്രമേ ജനകീയ യുദ്ധത്തിന് ആളുകൾ തയ്യാറാകൂ. ജനങ്ങളാണ് നമ്മുടെ വിപ്ലവത്തിന്റെ ശക്തി. ജനകീയയുദ്ധം നടത്തണമെങ്കിൽ ജനങ്ങളെ തയ്യാറാക്കണം. ജനങ്ങളെ ഒരുക്കിയെടുക്കാതെ ഭരണവർഗത്തെ പരാജയപ്പെടുത്തുക പ്രയാസമാണ്."

റെഡ്ഡി എന്തിനാണ് ഇപ്പോൾ ഈ കാര്യം പറയുന്നതെന്ന് സീമയ്ക്കും സരിതയ്ക്കും മനസ്സിലായില്ല.

"നമ്മളോടൊപ്പം നിൽക്കാത്ത ജനങ്ങളെയും നമ്മുടെ കൂടെ കൊണ്ടു വരാനുള്ള അവസരം തേടണം. എന്നുവെച്ചാൽ അവരേയും നമ്മോടൊപ്പം കൊണ്ടുവരണം. ഇതായിരിക്കണം നമ്മുടെ പൊളിറ്റിക്സും ടാക്ടിസും. ആളുകളെ പറഞ്ഞു മനസ്സിലാക്കണം. മനസ്സിലാക്കിയില്ലെങ്കിൽ വീണ്ടും മനസ്സിലാക്കാൻ ഉള്ള അവസരം തേടണം." റെഡ്ഡി തുടർന്നു പറഞ്ഞു.

റെഡ്ഡി വിഷയം എവിടേക്കാണ് കൊണ്ടുപോകുന്നതെന്ന് സരിതയ്ക്ക് ഇപ്പോൾ മനസ്സിലായി.

"ബേൽഘാട്ടിലെ ജുഡുമിന്റെ ക്യാമ്പിൽ ഇപ്പോഴുള്ള ആളുകൾ നമുക്ക് എതിരാണ്, എന്നാലും ഇപ്പോൾ നമുക്ക് അവരെ സഹായിക്കണം. ജുഡുമിന്റെ ആളുകൾ അവരുടെ ഗ്രാമം ആക്രമിച്ചതോടുകൂടി അവരുടെ വിശ്വാസം നഷ്ടപ്പെട്ടു. ഇപ്പോൾ നമ്മുടെ ആളുകൾ അവരെ മോചിപ്പിച്ചാൽ ഭാവിയിൽ അവർ പാർട്ടിയുമായി സഹകരിക്കാൻ സാധ്യതയുണ്ട്." തെലുങ്ക് ചുവയുള്ള ഹിന്ദിയിൽ റെഡ്ഡി തന്റെ കേഡർമാരെ പറഞ്ഞ് ബോധ്യപ്പെടുത്തുകയായിരുന്നു. ഭീമേയെയും രാംദേവിനെയും പോലെയുള്ള ആളുകൾക്ക് പൊലീസുകാരിൽനിന്നും എസ്.പി.ഒ.മാരിൽനിന്നും അപമാനവും പീഡനവും സഹിക്കേണ്ടിവന്നു എങ്കിൽ ഇവരെ മാവോവാദികളുടെ പക്കലേക്ക് ആകർഷിക്കാനുള്ള വലിയ അവസരമാണിത്. സൽവാ ജുഡും ആരംഭിച്ചതുമുതൽ ഇന്നുവരെ ഒരു വലിയ ആക്രമണവും നടത്തിയിട്ടില്ല. ബേൽഘാട്ട് ക്യാമ്പ് ആക്രമിക്കുന്നതിന് വലിയ പ്ലാനിംഗ് ആവശ്യമുണ്ട്, വളരെയധികം ആളുകളും വേണം.

ഈ ആക്രമണത്തിന്റെ നേതൃത്വം ആർക്കു നൽകണമെന്ന് റെഡ്ഡി ആലോചിച്ചു. അല്പസമയം അയാൾ മൗനം പാലിച്ചു. പിന്നെ ചുറ്റുപാടും നോക്കി, എന്നിട്ട് വിളിച്ചു, "കോമ്രേഡ് അപ്പു..."

"കോമ്രേഡ് ഏതാണ്ട് അഞ്ചരയടി പൊക്കമുള്ള കുള്ളനെപോലെ തോന്നുന്ന ഒരു പയ്യൻ അയാളുടെ മുന്നിൽ നിന്നിരുന്നു. അയാൾക്ക് ഏകദേശം മുപ്പത് വയസ്സ് ഉണ്ടാകും. കറുത്ത നിറം, കുഴിഞ്ഞ കണ്ണുകൾ. നീളമുള്ള ചിതറിയ മുടി. അരക്കെട്ടിൽ വെടിയുണ്ടകൾ നിറച്ച പെട്ടി, പുറത്ത് X ആകൃതിയിൽ തുകൽ ബെൽറ്റ്. അയാളുടെ തോളിൽ എ.കെ. 47 തൂങ്ങിക്കിടന്നിരുന്നു. പച്ച യൂണിഫോമിൽ അപകടകാരിയായ ഒരു ഗറില്ലയായി തോന്നിച്ചിരുന്നു."

"കോമ്രേഡ് അപ്പു ബീജാപുരിൽ നിന്നാണ്. അയാൾ ഈ ഓപ്പറേഷൻ ലീഡ് ചെയ്യും. വൈകുന്നേരം ആകുമ്പോഴേക്കും പ്ലാനിംഗ് നടത്തി അടുത്തുള്ള പ്രദേശങ്ങളിലെല്ലാം വിവരം എത്തിക്കണം. പാർട്ടിയുടെ പരമാവധി ആളുകൾ ഭൈരംഗഢിൽ ഒത്തുചേരണം. സംഗം, ദളം എന്നിവയുടെ മുഴുവൻ ആളുകളെയും വിവരം അറിയിക്കണം."

“കോമ്രേഡ്, ഭൈരംഗഢ് പ്രദേശത്ത് കഴിഞ്ഞ കുറെ നാളുകളായി പാർട്ടി യാതൊരു ആക്ഷനും നടത്തിയിട്ടില്ല.” സരിത പറഞ്ഞു. അപ്പുവിനെപോലെതന്നെ സരിതയും ബീജാപുർക്കാരിയായിരുന്നു.

റെഡ്ഡി പുഞ്ചിരിച്ചു. “ഇത് നല്ല കാര്യമാണ്. കോമ്രേഡ്... എലിമെന്റ് ഓഫ് സർപ്രൈസ്.”

സരിത സീമയെ നോക്കി പുഞ്ചിരിച്ചു. മറ്റ് നക്സൽ പ്രവർത്തകരുടെ നേരെ നോക്കി റെഡ്ഡി പറഞ്ഞു. “ഞെട്ടിപ്പിക്കുകയും മുൻസൂചന ഇല്ലാതെ ശത്രുവിനെ ലക്ഷ്യംവെക്കുകയുമാണ് ഗറില്ലകളുടെ ഏറ്റവും വലിയ ആയുധം. അതായത് ഭൈരംഗഢിൽ ശത്രുക്കൾ തീർച്ചയായും നിശ്ചിന്തരായിരിക്കും. നമുക്ക് ഇതിന്റെ നേട്ടം ഉണ്ടാകണം.”

പിന്നെ ബൂട്ടയുടെ നേരെ നോക്കി റെഡ്ഡി പറഞ്ഞു, “കോമ്രേഡ്, താങ്കളുടെ റോൾ വളരെ പ്രധാനപ്പെട്ടതാണ്. ഈ കാര്യങ്ങളെല്ലാം സീക്രട്ട് ആയി വെക്കണം. അടുത്ത നാലഞ്ച് ദിവസത്തിനകം നമുക്ക് ഈ ഓപ്പറേഷൻ നടത്തണം. നിങ്ങൾ പോയി തയ്യാറെടുപ്പ് നടത്തൂ. പറ്റിയ സമയവും അവസരവും കണ്ടെത്തൂ. മറ്റെന്നാൾ രാവിലെ ആകുമ്പോഴേക്കും കോമ്രേഡ് അപ്പുവും സരിതയും മറ്റുള്ള ആളുകളുമായി ആ പ്രദേശത്ത് ഉണ്ടാകും.”

36

ഭീമേയ്ക്ക് ബോധം വന്നപ്പോൾ അടുത്ത് എവിടെയും രാംദേവിനെയും സുരിയെയും കണ്ടില്ല. അവളുടെ ശരീരം നുറുങ്ങിപ്പോയിരുന്നു. മുഖത്തും കൈകളിലും മാറിൽ പലഭാഗത്തും മുറിവുകൾ ഉണ്ടായിരുന്നു. അവളുടെ ശരീരത്തിന്റെ താഴ്ഭാഗത്തുനിന്ന് രക്തം ഒഴുകിയത് ഉണങ്ങിക്കിടന്നിരുന്നു. അവളുടെ വയറിലും അരക്കെട്ടിലും തുടകളിലും കാൽമുട്ടുകളിലുമെല്ലാം ശുക്ലം ഉണങ്ങിപ്പിടിച്ചിരുന്നു. ഭീമേയ്ക്ക് ശരീരമാസകലം വേദനിക്കുന്നുണ്ടായിരുന്നു. അവൾ ഇരുട്ടിന്റെ ഒരു സമുദ്രത്തിൽ മുങ്ങിത്താഴുകയായിരുന്നു. ബോധം വന്നിട്ടും അവൾക്ക് സുബോധം ഉണ്ടായിരുന്നില്ല. ബലാൽസംഗം ഭീമേയുടെ ശരീരത്തേക്കാൾ ഉപരി അവളുടെ ആത്മാവിനെയാണ് രക്തപങ്കിലമാക്കിയത്. ഭരണകൂടത്തിന്റെ നിർദ്ദയത്വവും ക്രൂരതയും അവൾക്ക് ബോധ്യമില്ലാതല്ല, എന്നാൽ ഇന്ന് തന്റെ കൺമുന്നിൽ ഭരണവർഗ്ഗത്തിന്റെ മുഖം നഗ്നമാകുന്നത് അവൾ കണ്ടു.

ചിട്ടാപാഡയെ ചുട്ടെരിച്ചതിനുശേഷം നാല് ദിവസം പിന്നിട്ടിരിക്കുന്നു. ഭീമേയെയും രാംദേവ്, സുരി, ഗണേശി എന്നിവരെയും ജുഡുമിന്റെ ആളുകൾ എവിടേക്കാണ് പിടിച്ചുകൊണ്ടുപോയത് എന്ന് ഗ്രാമത്തിൽ ആർക്കും അറിയില്ലായിരുന്നു. ഗ്രാമത്തിൽനിന്ന് ആരെയെങ്കിലും കൊണ്ടുപോയ കാര്യം വികാസും അയാളുടെ സഹപ്രവർത്തകരും പൂർണമായി

നിഷേധിച്ചു. അവരെ കാണാനില്ല എന്ന റിപ്പോർട്ട് എഴുതാൻ പൊലീസ് തയ്യാറായില്ല. ബസ്തറിലെ പോരാട്ടത്തിൽ വരകൾ കൃത്യമായി വരച്ചു കഴിഞ്ഞിരുന്നു. നക്സലുകളോട് പൊരുതാനാണെങ്കിൽ ശരി, അല്ലെങ്കിൽ പൊലീസ് ഒരു സഹായവും ചെയ്യില്ല.

ഭീമേയെ ശുക്ല ബലാൽസംഗം ചെയ്ത ക്യാമ്പ് ഭൈരംഗഢിന് വളരെ അടുത്തായിരുന്നു. സൽവാ ജുഡുമിന്റെ ഏറ്റവും അധികം ചൂട് അനുഭവിച്ചിരുന്ന പ്രദേശമാണ് ഇത്. നക്സലുകളുടെ പീഡനങ്ങൾ സഹിക്കുകയും തങ്ങളുടെ സ്വന്തക്കാരുടെ ജീവൻ നഷ്ടപ്പെടുകയും ചെയ്ത നിരവധി കുടുംബങ്ങൾ ഇവിടെ ഉണ്ടായിരുന്നു. അതുകൊണ്ട് നക്സൽവിരുദ്ധ നീക്കം ആരംഭിച്ചപ്പോൾതന്നെ ഇവിടെ നിരവധി ആളുകൾ സ്വയം സൽവാ ജുഡുമിൽ ചേർന്നു. ചേരാൻ ആഗ്രഹിക്കാത്ത ആളുകളുടെ മേൽ ശക്തമായ സമ്മർദ്ദം ഉണ്ടായി. ഇപ്പോൾ ഭീമേയെ തടവിലാക്കിയിട്ടുള്ള ക്യാമ്പിൽ നക്സലുകളുടെയും സർക്കാരിന്റെയും പീഡനത്തിന് ഇരയായവർ ഉണ്ട്.

ഭീമേയ്ക്ക് തന്റെ അവസ്ഥയെക്കുറിച്ച് യാതൊരു ചിന്തയും ഉണ്ടായിരുന്നില്ല. അവൾ തന്റെ സുഹൃത്തുക്കളെ കണ്ടെത്തണമെന്ന് ആഗ്രഹിച്ചു. ടെന്റിനുള്ളിൽ സുരിയെയും രാംദേവിനെയും കാണാതായപ്പോൾ ഭീമേ പുറത്തേക്കു നോക്കി. പ്രഭാതമാകുകയായിരുന്നു. അടുത്തൊന്നും ആരുമില്ല എന്ന് അവൾ മനസ്സിലാക്കി. തന്റെ കൂട്ടുകാർ എവിടെ ആയിരിക്കുമെന്ന് അവൾ ആലോചിക്കാൻ തുടങ്ങി. ഗണേശി മുമ്പ് മരിച്ചിരുന്നു. ഗണേശിയുടെ ശവം വഴിയിൽ വലിച്ചെറിയാൻ ഭീമേയുടെ മുന്നിൽ വെച്ചു തന്നെയാണ് ഇൻസ്പെക്ടർ ശുക്ല ജുഡുമിന്റെ ആളുകളോട് പറഞ്ഞത്. അപ്പോൾ രാംദേവിനെയും ഇവർ അങ്ങനെതന്നെ ചെയ്തുവോ? ഭീമേ ആലോചിച്ചു. എന്റെ രാമാ മരിച്ചുപോയോ? അവളുടെ മനസ്സിൽ ചിന്തകൾ ഉയർന്നു പൊങ്ങാൻ തുടങ്ങി. പെട്ടെന്ന് അവൾക്ക് കരച്ചിൽ വന്നു. രാമ മരിച്ചോ, അതോ വേറെ ഏതെങ്കിലും ക്യാമ്പിൽ വീണ്ടും പീഡിപ്പിക്കുകയാണോ? എന്നോട് ചെയ്തതെല്ലാം സുരിയോടും ചെയ്തിരിക്കും? എന്നോടു ചെയ്ത അപരാധത്തിന് സാക്ഷിയാണ് രാമ. പൊലീസ് അയാളെ ജീവനോടെ വിടുമോ? ഭീമേയുടെ മസ്തിഷ്കം ഒന്നിനു പിറകെ ഒന്നായി ചിന്തകളിൽ നീന്താൻ തുടങ്ങി.

നേരം വെളുക്കാൻ തുടങ്ങിയിരുന്നു. എന്നാൽ ഇരുട്ട് പൂർണമായും മാറിയിട്ടില്ല. എന്നാലും തന്റെ കാവലിൽ ജുഡുമിന്റെ ആളുകൾ ഇത്രയും അയവു വരുത്തിയിരിക്കുന്നത് എന്തുകൊണ്ടാണെന്ന് നാല് ദിവസമായി ഈ ക്യാമ്പിൽ കഴിയുന്ന ഭീമേ ആശ്ചര്യപ്പെട്ടു. വാസ്തവത്തിൽ ഇന്ന് ആരും തന്നെ നോക്കുന്നില്ലേ? പുറത്തു കടന്നപ്പോൾ അവിടെ ടെന്റിന് അടുത്ത് നിലത്ത് ഇരുന്ന് ഒരാൾ ഉറക്കംതൂങ്ങുന്നുണ്ടായിരുന്നു. മറ്റൊരാൾ കൂർക്കംവലിക്കുന്നുണ്ടായിരുന്നു.

ഈ രണ്ടുപേരെയാണോ എനിക്ക് കാവലായി ഏർപ്പെടുത്തിയിരിക്കുന്നത്? ഭീമേ ആലോചിച്ചു. രാവിലെയായതുകൊണ്ട് അധികം

ആളുകളും വെളിക്കിരിക്കാൻ പോയതായിരിക്കും... ക്യാമ്പിൽനിന്ന് പുറത്തു കടക്കാൻ ഭീമേയ്ക്കുള്ള സുവർണാവസരമാണ് ഇത്. ഭീമേ ടെന്റിന് പുറത്തുവന്ന് മുണ്ടിന്റെ കോന്തലകൊണ്ട് മുഖം മറച്ച് പതുക്കെ നടക്കാൻ തുടങ്ങി.

"നിൽക്ക്..." പുറകിൽനിന്ന് ശബ്ദം കേട്ടു. ഉറക്കം തൂങ്ങിയിരുന്ന പയ്യൻ അവൾ പോകുന്നത് കണ്ടിരുന്നു.

ഭീമേ പെട്ടെന്ന് നിന്നു. അവളുടെ ഹൃദയം ശക്തിയായി മിടിക്കാൻ തുടങ്ങി.

"എവിടെയാണ് പോകുന്നത്?" അവൻ ചോദിച്ചു.

ഭീമേ മുഖത്തുനിന്ന് വസ്ത്രം മാറ്റി. മുഖത്ത് വേദന പ്രകടമാക്കിക്കൊണ്ട് വെളിക്കിരിക്കാൻ പോകുകയാണെന്ന് അവൾ ആംഗ്യം കാണിച്ചു. ഭീമേയുടെ സ്ഥിതി വളരെ മോശമാണെന്ന് പയ്യന് മനസ്സിലായി. അവളുടെ മുഖമാകെ മുറിവുകൾ ഉണ്ടായിരുന്നു. അവൾ മുടന്തിയാണ് നടന്നിരുന്നത്. ഇന്നലെ രാത്രി മുഴുവൻ അവൻ ഭീമേയുടെ ക്യാമ്പിന് പുറത്തുതന്നെ ഉണ്ടായിരുന്നു. ഈ അവസ്ഥയിൽ ഈ പെൺകുട്ടി ശ്രമിച്ചാൽപോലും അധികദൂരം ഓടിപ്പോകാൻ കഴിയില്ലെന്ന് അവന് അറിയാമായിരുന്നു.

"പെട്ടെന്ന്... അധികം ദൂരെ പോകണ്ട..."

ഭീമേ ചുറ്റുപാടും നോക്കിയിട്ട് പറഞ്ഞു. "അവിടെ ആ മരത്തിനു പുറകിൽ..."

പയ്യൻ സമ്മതിച്ചു.

"നിങ്ങൾ ഇവിടെ നിന്നോളൂ..." ഭീമേ ആ പയ്യനോട് പറഞ്ഞു. അവളുടെ ബുദ്ധി അതിവേഗം പ്രവർത്തിക്കുകയായിരുന്നു, ഹൃദയമാകട്ടെ അതിലും വേഗത്തിൽ മിടിക്കുകയായിരുന്നു.

അല്പം അകലെ ഒരു വലിയ മരം വീണുകിടന്നിരുന്നു. അവൾക്ക് പെട്ടെന്ന് ഒരു സൂത്രം തോന്നി. ഭീമേ തന്റെ മുണ്ടിന്റെ ഒരു ഭാഗം ആ മരത്തിന്മേൽ വെച്ചു, താൻ അവിടെത്തന്നെ ഉണ്ട് എന്ന് പയ്യന് വിശ്വാസം വരാൻ വേണ്ടി. അതിനുശേഷം അവൾ തന്റെ പല്ലുകൾകൊണ്ട് മുണ്ട് കീറി. ഈ കഷ്ണം അവൾ വീണുകിടന്നിരുന്ന മരത്തിനു മുകളിൽ വെച്ചു. ശേഷിച്ച ഭാഗംകൊണ്ട് അവൾ ശരീരത്തിൽ ചുറ്റി. അവൾ ഒളിഞ്ഞുനോക്കി, പയ്യൻ ദൂരെ ആകാശത്തേക്കു നോക്കിനിൽക്കുകയാണ്. അവൻ പുറംതിരിഞ്ഞാണ് നിൽക്കുന്നത്. ഇനി ഭീമേയ്ക്ക് ഇവിടെനിന്ന് രക്ഷപ്പെടണം, എന്നാൽ അതിന് വളരെയേറെ ധൈര്യവും ഭാഗ്യവും കൂടെ ഉണ്ടാകണം.

ഭീമേ പതുക്കെ പതുക്കെ ഇഴഞ്ഞുകൊണ്ട് മുന്നോട്ട് നീങ്ങാൻ തുടങ്ങി. പയ്യനെ കബളിപ്പിച്ചുകൊണ്ട് നിലത്ത് ഇഴഞ്ഞ് മുന്നോട്ടു നീങ്ങുമ്പോഴും, വെളിക്കിരിക്കാൻ പോയ ആൾ വൈകുന്നതിനെക്കുറിച്ച് അവൻ

സംശയിക്കരുത് എന്ന് അവൾ ആഗ്രഹിച്ചു. എന്നാൽ ഭീമേയ്ക്ക് അത്ര ഭാഗ്യം ഉണ്ടായിരുന്നില്ല. പയ്യന് പെട്ടെന്നുതന്നെ എന്തോ കുഴപ്പമുണ്ടെന്നു തോന്നി. അവൻ മരത്തിനു നേരെ ഓടി. അവിടെ നിലത്തു വീണുകിടന്നിരുന്ന മരത്തിനുമേൽ ഭീമേയുടെ മുണ്ടിന്റെ ഒരു കഷ്ണം ഉണ്ടായിരുന്നു, എന്നാൽ ഭീമേ അപ്രത്യക്ഷയായിരുന്നു. അവൻ ഉച്ചത്തിൽ വിസിൽ വിളിക്കാൻ തുടങ്ങി. അല്പസമയത്തിനകം അടുത്തുള്ള ടെന്റുകളിൽനിന്നും ടിൻഷെഡ്ഡിൽനിന്നും കുറെ പയ്യന്മാർ പുറത്തുവന്നു. എല്ലാവരുടെ കൈകളിലും തോക്കുകൾ ഉണ്ടായിരുന്നു.

37

"ആർ യൂ മേഡ് ശുക്ലാ... ഭ്രാന്തുപിടിച്ചോ... നിങ്ങൾ ഇത്രയും ദിവസമായിട്ടും ആളുകളെ ക്യാമ്പിൽ വെച്ചിരിക്കുകയാണോ?" എസ്.പി. സഞ്ചിത് ചൗധരി ശുക്ലയോട് ചോദിച്ചു.

സഞ്ചിത് ചൗധരി അനുപം ശുക്ലയ്ക്ക് എല്ലാ സ്വാതന്ത്ര്യവും നൽകിയിരുന്നു. ഇഷ്ടമുള്ളതെല്ലാം ചെയ്യാം. ശുക്ലയുടെ കഠോരമായ പെരുമാറ്റം കാരണം ജുഡുമിന്റെ എസ്.പി.ഒ.മാരെല്ലാം വളരെ സന്തോഷത്തിലായിരുന്നു. ഈ യുദ്ധത്തിൽ ജുഡുമിന്റെ പയ്യന്മാർക്കും ശുക്ല പ്രത്യേകിച്ച് നിയന്ത്രണമൊന്നും ഏർപ്പെടുത്തിയിരുന്നില്ല. ഈ പയ്യന്മാർ പുതിയ കരുത്തും തോക്കും മിക്കപ്പോഴും ഗ്രാമീണരെ ഭയപ്പെടുത്താനും ഭീഷണിപ്പെടുത്താനുമാണ് പ്രയോജനപ്പെടുത്തിക്കൊണ്ടിരുന്നത്. ആ ആക്രമണ ദൗത്യത്തിൽ പൊലീസാകട്ടെ ക്രിമിനൽ റെക്കോർഡ് ഉള്ള ആളുകളേയും കൂടെ കൂട്ടിയിരുന്നു. ഇപ്പോൾ കൈയിൽ തോക്ക് വന്നപ്പോൾ അവരിൽ ഒരു നിയന്ത്രണവും ഉണ്ടായിരുന്നില്ല.

എന്നാൽ ബസ്തറിലെ ഗ്രാമങ്ങളിൽ നിരന്തരം വർദ്ധിച്ചുവരുന്ന സംഭവങ്ങൾ ചിലപ്പോഴെല്ലാം മീഡിയായിലും വലിയ കോലാഹലം ഉണ്ടാക്കിയിരുന്നു. പല വിഷയങ്ങളിലും അന്വേഷണം നടത്താനും കുറ്റക്കാരെ ശിക്ഷിക്കാനും പൊലീസ് ഉദ്യോഗസ്ഥരോട് ആവശ്യമുന്നയിച്ചു. ഇന്നും റായ്പുരിൽനിന്നും ജഗദൽപുരിൽനിന്നും സഞ്ചിത് ചൗധരിക്ക് നിരന്തരം ഫോൺ വന്നുകൊണ്ടിരിക്കുന്നു. ചിട്ടാപാഡയിൽനിന്ന് ആളുകളെ പിടിച്ചുകൊണ്ടുപോയ സംഭവം മീഡിയായിൽ കത്തിപ്പടരുകയായിരുന്നു. പത്രങ്ങളിലെ വാർത്തകളിൽനിന്നുതന്നെ ഏതാനും ഗ്രാമീണരെ ബേൽഘാട്ട് ക്യാമ്പിൽ തടവുകാരാക്കി വെച്ചിട്ടുണ്ടെന്ന് സഞ്ചിത് ചൗധരിക്ക് മനസ്സിലായി. ഇക്കാര്യം അന്വേഷിക്കാനാണ് ചൗധരി ശുക്ലയെ തന്റെ അടുത്തേക്ക് വിളിപ്പിച്ചത്.

"സർ ഇവർ വെറും ആളുകളല്ല." ശുക്ല ആളുകൾ എന്ന വാക്കിൽ ഊന്നൽ കൊടുത്തുകൊണ്ട് പറഞ്ഞു. "ഇവർ നക്സലുകൾ ആണ്. ഇവരെ ചോദ്യം ചെയ്യേണ്ടതുണ്ട്."

ഗ്രാമീണരെ ഒന്നുരണ്ടു ദിവസം ക്യാമ്പിൽ പാർപ്പിക്കുന്നതും ചോദ്യം ചെയ്യുന്നതും മൂന്നാംമുറ പ്രയോഗിക്കുന്നതും സാധാരണ കാര്യമാണ്. ഇതെല്ലാം പൊലീസുകാർ ചെയ്തുകൊണ്ടിരിക്കുന്നതാണ്. എന്നാൽ ഇപ്പോൾ പതുക്കെ പതുക്കെ ദീർഘനാൾ തടവിൽവെക്കാനും ചോദ്യം ചെയ്യാനും ക്യാമ്പുകൾ ഉപയോഗിക്കുന്നു എന്നുള്ളത് ഒരു സാധാരണ കാര്യമായിക്കൊണ്ടിരിക്കുകയാണ്.

"ശുക്ലാ, പത്രങ്ങളിലൊക്കെ കോലാഹലമാണ്. കേസിന് ബലമുണ്ടെങ്കിൽ അവരെ അറസ്റ്റ് ചെയ്യൂ. കോടതിയിൽ ഹാജരാക്കി ജയിലിൽ അയയ്ക്കൂ. ഇത്ര അധികം ദിവസം ക്യാമ്പിൽ വെക്കാൻ പറ്റില്ല."

ചൗധരിയെ ആശ്വസിപ്പിക്കുന്ന രീതിയിൽ ശുക്ല പറഞ്ഞു, "ഇപ്പോൾ വിട്ടയച്ചാൽ, തങ്ങളെ തടവിൽ പാർപ്പിച്ചിരിക്കുകയായിരുന്നു എന്ന് ഇവർ മീഡിയായ്ക്കു മുന്നിൽ മൊഴി നൽകും. കുറച്ചു ദിവസങ്ങൾക്കുള്ളിൽ കാട്ടിൽ ഒരു റെയ്ഡ് സംഘടിപ്പിച്ച് ഇവരെ അവിടെനിന്നും പിടിച്ചതാണെന്നു പറയാം. ഇവർ നക്സലുകളുടെ കൂടെയായിരുന്നു."

ഒരു നിമിഷത്തേക്ക് ശുക്ലയുടെ പ്ലാനിൽ ചൗധരിക്ക് വിശ്വാസം തോന്നി. എന്നാൽ പിന്നീട് പ്രശ്നം വഷളാകാൻ സാധ്യതയുണ്ട് എന്നു തോന്നി.

"എന്തെങ്കിലും ചെയ്യുന്നുണ്ടെങ്കിൽ പെട്ടെന്ന് ചെയ്യൂ. പത്രങ്ങളിൽ മുറവിളിയാണ്." ചൗധരി പറഞ്ഞു.

"സർ, ചിട്ടാപാഡയിലും അയൽഗ്രാമങ്ങളിലും ജുഡുമിന്റെ ആളുകൾ ആക്ഷൻ നടത്തി. അവിടെനിന്നാണ് ഈ ആളുകളെ അവർ കൂടെ കൊണ്ടുവന്നത്. നമ്മൾ ജുഡുമിന്റെ കൂടെ നിന്നില്ലെങ്കിൽ നാളെ അവർ പൊലീസിനെ സഹായിക്കുമോ സർ?" ശുക്ല ബോധ്യപ്പെടുത്താൻ ശ്രമിച്ചു.

"അതൊക്കെ ശരിയാണ്... എത്ര പേരെയാണ് കൊണ്ടുവന്നത്?"

"ചിട്ടാപാഡയിൽനിന്ന് നാലു പേർ. മറ്റു ഗ്രാമങ്ങളിൽനിന്ന് വേറെ ചിലരുമുണ്ട്."

"എല്ലാവരും നിങ്ങളുടെ അടുത്താണോ?"

"ഇല്ല സർ... ബാക്കി എല്ലാവരേയും വിട്ടയച്ചു. ചിട്ടാപാഡയിൽനിന്ന് പിടിച്ചുകൊണ്ടുവന്നവർ മാത്രമേ ജുഡുമിന്റെ ക്യാമ്പിൽ ഉള്ളൂ."

"നാലുപേരും?" എസ്.പി. സഞ്ചിത് ചൗധരി ചോദിച്ചു.

"മൂന്നുപേർ സർ. ഒരാൾ മരിച്ചു." ശുക്ല പറഞ്ഞു.

"എന്ത്? മരിച്ചോ? കസ്റ്റഡിയിൽ മരിച്ചോ?" ചൗധരി അമ്പരന്നു. ശുക്ലയ്ക്ക് അയാളോട് ദേഷ്യം വരാൻ തുടങ്ങി. എന്തിനാണ് തന്റെ ഉന്നത ഉദ്യോഗസ്ഥൻ ഇങ്ങനെ ഭയക്കുന്നത്? അയാൾ ആലോചിച്ചു.

"സർ, അയാളെ എത്തേണ്ടിടത്ത് എത്തിച്ചു. അയാൾ നക്സലുകളുടെ കൂടെയായിരുന്നു." ശുക്ല പറഞ്ഞു.

“എന്നുവെച്ചാൽ?”

“നക്സലുകൾ ഒരാളെ കൊന്ന് വഴിയിൽ തള്ളി എന്ന് കുറച്ചു ദിവസം മുമ്പ് താങ്കൾ കേട്ടിരിക്കും.”

“ഉവ്വ്...” ശുക്ലയുടെ നേരെ നോക്കിക്കൊണ്ട് ചൗധരി പറഞ്ഞു. അയാളുടെ വായ തുറന്നിരുന്നു, അയാൾ ശുക്ല പറയുന്നത് പൂർത്തീകരിക്കാൻ കാത്തിരിക്കുന്നതുപോലെ.

“അയാളാണ് സർ. ഞങ്ങളാണ് കൊന്നത്. ജുഡുമിന്റെ ആളുകളുടെ ചോദ്യം ചെയ്യലിനിടയിൽ അയാൾ മരണപ്പെട്ടു. വഴിയിൽ വലിച്ചെറിഞ്ഞു കൊണ്ട് ഞങ്ങൾ പറഞ്ഞു. നക്സലുകളാണ് കൊന്നതെന്ന്.” ശുക്ല പറഞ്ഞ് അവസാനിപ്പിച്ചു.

ശുക്ലയുടെ വാക്കുകൾ കേട്ടപ്പോൾ ചൗധരിക്ക് തന്റെ ഉള്ളിൽ കുറ്റബോധം ഉണ്ടാകുന്ന തരത്തിലുള്ള ഒരു വിചിത്രമായ തോന്നൽ അനുഭവപ്പെട്ടു. എന്തുകൊണ്ടെന്ന് അറിയില്ല. ഗണേശി നക്സലൈറ്റ് ആയിരിക്കില്ല എന്ന് അയാൾക്കു തോന്നി.

പിന്നെ എങ്ങനയാണ് ശുക്ലയ്ക്ക് ഇതെല്ലാം ചെയ്യാൻ കഴിയുന്നത്? അയാൾ ആലോചിച്ചു. കുറച്ചു വർഷങ്ങൾക്കു മുമ്പ് നക്സലുകൾക്കെതിരെ ഈ ടീം ഉണ്ടാക്കിയെടുക്കുമ്പോൾ ഈ പോരാട്ടം ഇത്ര വൃത്തികെട്ടതായിരിക്കുമെന്ന് അയാൾ ഒരിക്കലും കരുതിയിരുന്നില്ല.

നമ്മുടെ പൊലീസിലെ ആളുകൾ ഗ്രാമീണരെ കൊന്നിട്ട് നക്സലുകളാണെന്ന് പ്രഖ്യാപിക്കുകയാണ് – അയാൾ ചിന്തിക്കാൻ തുടങ്ങി.

തന്റെ മേലുദ്യോഗസ്ഥൻ മൗനം പാലിക്കുന്നതുകണ്ട് ശുക്ലയ്ക്ക് ആശങ്കയായി. ഇയാൾക്ക് ഇതെന്തുപറ്റി? അയാൾ ആലോചിച്ചു.

“സർ, എവരിതിങ് ഈസ് ഫെയർ ഇൻ ലൗവ് ആൻഡ് വാർ... നക്സലുകളെ ഡീൽ ചെയ്യുന്നത് ഒരു വാർ തന്നെയാണെന്ന് അങ്ങുതന്നെയാണല്ലോ പറയാറുള്ളത്.” ശുക്ല പറഞ്ഞു. പിന്നെ താൻ പറയുന്നത് സത്യമാണെന്ന് തെളിയിക്കാൻ അയാൾ പറഞ്ഞു. “സർ കഴിഞ്ഞ ആറു മാസമായി നമ്മുടെ പ്രദേശത്ത് ഒരു മാവോവാദി അറ്റാക്ക് പോലും ഉണ്ടായിട്ടില്ല. ജുഡുമിന്റെ പയ്യന്മാർ ആത്മാർത്ഥമായി ജോലി ചെയ്യുന്നുണ്ട് സർ... മാവോവാദികൾ ബാക്ഫുട്ടിലാണ്... അവർ ഓടിരക്ഷപ്പെടുകയാണ്. ഇപ്പോൾ നമ്മൾ പതറുകയാണെങ്കിൽ കളി കൈവിട്ടുപോകും സർ.”

“മറ്റു മൂന്നുപേർ എവിടെയാണ്?” ശുക്ലയുടെ വാക്കുകൾക്ക് ചെവി കൊടുക്കാതെ ചൗധരി ക്യാമ്പിൽ തടവിലാക്കിയ ആളുകളെക്കുറിച്ചുള്ള അന്വേഷണം തുടർന്നു.

“രണ്ട് വ്യത്യസ്ത ക്യാമ്പുകളിലാണ് സർ. ഇവരെ ഇപ്പോൾ വിടുകയാണെങ്കിൽ മീഡിയയിൽ നമുക്കെതിരെ സംസാരിക്കും. ഹ്യൂമൻ റൈറ്റുകാർ കോലാഹലം ഉണ്ടാക്കും സർ. കുറച്ചു ദിവസങ്ങൾക്കുശേഷം ഇവരെ കാട്ടിൽനിന്നു കണ്ടെത്തിയെന്നു പറയാം സർ. ഇവരാണെങ്കിൽ

നക്സലുകളുടെ സഹായികളാണ്. അപ്പോൾ നമുക്ക് കുറച്ച് ഗ്രാമീണരെ നക്സലുകൾ എങ്ങനെയാണ് പ്രയോജനപ്പെടുത്തുന്നതെന്ന് പറയാൻ എളുപ്പമാകും."

"ചെയ്യാനുള്ളത് പെട്ടെന്ന് ചെയ്യണം ശുക്ല... പിന്നെ ശ്രദ്ധ വേണം... ഇനി തടവിൽ ഒരാളുടെ പോലും ജീവൻ നഷ്ടപ്പെടാൻ പാടില്ല... അത് ആരുടെതന്നെ ആയാലും വേണ്ടില്ല." ഇതു പറഞ്ഞുകൊണ്ട് ചൗധരി മുറിയിൽനിന്ന് പുറത്തേക്കു പോയി.

38

ജുഡും ക്യാമ്പിൽ ഭീമേയുടെ ഒമ്പതാമത് ദിവസമാണ് ഇന്ന്. അന്നു രാവിലെ രക്ഷപ്പെടാനുള്ള ശ്രമം വൃഥാവിലായി. ഇപ്പോൾ അവൾ കനത്ത കാവലിലാണ്. രാത്രി ഏതാണ്ട് രണ്ടരമണി ആയിട്ടുണ്ട്. എന്നാണ് തനിക്ക് ഇവിടെനിന്ന് മോചനം കിട്ടുകയെന്ന് ടെന്റിൽ ഇരുന്നുകൊണ്ട് ഭീമേ ആലോചിക്കുകയായിരുന്നു. ഇവിടെ ഓരോ ദിവസവും കഴിച്ചുകൂട്ടുന്നത് അവൾക്ക് വളരെ പ്രയാസകരമായിരുന്നു. എന്നാൽ ഇന്ന് ദൂരെനിന്നു വരുന്ന ആദിവാസി പാട്ടും സംഗീതവും കേട്ട് കഴിച്ചുകൂട്ടി. ബസ്തറിൽ ഇപ്പോൾ വിജ്ഞാപണ്ഡും ആഘോഷിക്കുകയാണ്. വിത്തുവിതയ്ക്കൽ ഉത്സവം. ക്യാമ്പിൽ ആളുകളെല്ലാം നല്ല ആഘോഷത്തിലായിരുന്നു. ദിവസം മുഴുവൻ പാട്ടും നൃത്തവും കള്ള് കുടിക്കലും പിന്നെ വൈകുന്നേരം ആഘോഷതിമിർപ്പ്. ഈ ആഘോഷം വൈകീട്ട് ഒന്നുകൂടി കൊഴുത്തു. കാങ്കേറിൽനിന്ന് പാട്ടും നൃത്തവുമായി വന്ന കലാകാരന്മാർ ഇവിടെയും വന്നിരുന്നു. ഇവരോടൊപ്പമുള്ള ആഘോഷത്തിൽ ജുഡുമിന്റെ ആളുകളും പങ്കുചേർന്നു. സന്ധ്യയായതോടെ പയ്യന്മാർ മദ്യപിച്ചു, ഒരുപാട് കൂത്തുമറിഞ്ഞു.

ഭീമേ ദിവസം മുഴുവൻ ഈ ഉത്സവത്തിന്റെ ശബ്ദഘോഷങ്ങളും ബഹളങ്ങളും കേട്ടുകൊണ്ടിരുന്നു. തന്റെ ജീവിതത്തിലെ എല്ലാ നിറങ്ങളും എങ്ങനെയാണ് പെട്ടെന്ന് നഷ്ടപ്പെട്ടതെന്ന് അവൾ ആലോചിക്കാൻ തുടങ്ങി. ഈ ക്യാമ്പിൽ അവൾ എന്നും യാതനകളിലൂടെ കടന്നുപോകുകയും അപമാനം സഹിക്കുകയും ചെയ്തു. എപ്പോഴും പ്രസന്നയായിരുന്ന ഭീമേയുടെ മനസ്സിൽ ഇപ്പോൾ ജീവിക്കണമെന്ന ആഗ്രഹം ഇല്ലാതായി. രാംദേവിന്റെ ഓർമ്മ അവളെ വേദനിപ്പിച്ചുകൊണ്ടിരുന്നു. മരിക്കുന്നതിനു മുമ്പ് ഒരു തവണ രാംദേവിനെ കാണാൻ കഴിയുമോ എന്ന് അവൾ ആലോചിച്ചു. അവൾ അല്പനേരം ഉറങ്ങാൻ ആഗ്രഹിച്ചു. അവൾ തന്റെ തല നിലത്ത് വെച്ചു. അവൾ കണ്ണുകൾ അടയ്ക്കും മുമ്പ് വലിയ ശബ്ദമുണ്ടായി, ടെന്റിലെ വിളക്ക് അണഞ്ഞുപോയി.

ജനറേറ്ററിന്റെ പ്രവർത്തനം നിലച്ചു. ക്യാമ്പ് മുഴുവൻ ഇരുട്ടിലായി.

ക്യാമ്പിലെ വിളക്കുകൾ എല്ലാം ഒരുമിച്ച് അണഞ്ഞു! എന്തെങ്കിലും കുഴപ്പം പറ്റിയിരിക്കാം? ഭീമേ വിചാരിച്ചു. അപ്പോൾ വെടിയുതിർക്കുന്ന ശബ്ദം കേട്ടു. പിന്നെ ബഹളവും. അവൾ എഴുന്നേറ്റു. ടെന്റിന് പുറത്തു വന്നു നോക്കി. അടുത്തുള്ള തമ്പുകളിലും കുടിലുകളിലും ടിൻ ഷെഡ്ഡു കളിലും തീ പിടിച്ചിരിക്കുന്നു. ആയുധങ്ങളുമായി പച്ച യൂണിഫോമിലുള്ള കുറെ ആളുകൾ അങ്ങോട്ടും ഇങ്ങോട്ടും ഓടുന്നുണ്ട്.

മാവോവാദികൾ ബേൽഘാട്ട് ക്യാമ്പ് ആക്രമിച്ചിരിക്കുന്നു.

വിജ്ഞാപണ്ഡുമിന്റെ ആഘോഷത്തിൽ എല്ലാവരും നല്ല ലഹരിയി ലായിരിക്കുമെന്ന് ബൂട്ടാ തന്റെ ചാരന്മാർ വഴി മനസ്സിലാക്കിയിരുന്നു. അയാളുടെ സഹപ്രവർത്തകർ കുറെ ദിവസമായി ഈ ക്യാമ്പ് നിരീ ക്ഷിക്കുകയായിരുന്നു. എവിടെയൊക്കെ എത്ര ആളുകളെ നിയോഗിച്ചിട്ടു ണ്ടെന്ന് അവർക്ക് അറിയാമായിരുന്നു. പാട്ടും നൃത്തവും മദ്യവും ധാരാള മായിരുന്നു. നക്സൽ കമാണ്ടർ അപ്പുവിന്റെ രണ്ട് വനിതാ സഖാക്കൾ കാങ്കേറിൽനിന്നു വന്ന നാട്യസംഘത്തിൽ ഇഴുകിച്ചേർന്നിരുന്നു. തങ്ങ ളുടെ പാട്ടും നൃത്തവും വഴി അവർ നിരവധി പയ്യന്മാരെ സുഖിപ്പിച്ചു. വളരെയേറെ എസ്.പി.ഒ.മാർ അവരുടെ ചതിയിൽ പെട്ടു. ഇരുവരും അവരെ ധാരാളം മദ്യം കുടിപ്പിച്ചു. ഭീമേയെ എവിടെയാണ് പാർപ്പിച്ചിരി ക്കുന്നത് എന്ന് സരിതയ്ക്കും സീമയ്ക്കും വിവരം കിട്ടിയിരുന്നു. പാതി രാത്രിയാകുമ്പോഴേക്കും ഭൈരംഗഢിനടുത്ത് സ്ഥാപിച്ച ബേൽഘാട്ട് ക്യാമ്പ് തീർത്തും അസുരക്ഷിതമായിത്തീർന്നിരുന്നു. എല്ലാ എസ്.പി.ഒ. മാരും ലഹരിയിൽ മുങ്ങിയിരുന്നു അവരിൽ മിക്കവരും ഒന്നുകിൽ അവര വരുടെ ടെന്റുകളിൽ അല്ലെങ്കിൽ അതിനടുത്ത് നിലത്ത് വീണുകിടന്നി രുന്നു.

നക്സലുകൾ ബേൽഘാട്ട് പ്രദേശത്ത് ഇതിന് മുമ്പ് ഒരിക്കലും ആക്ര മണം നടത്തിയിരുന്നില്ല. സൽവാ ജുഡും ആരംഭിച്ചതിനുശേഷം അടു ത്തുള്ള പ്രദേശങ്ങളിലൊന്നും മാവോവാദികൾ ഒരു ആക്ഷനും നടത്തി യിരുന്നില്ല. അതുകൊണ്ടുതന്നെ ഇത് സുരക്ഷിത ക്യാമ്പ് ആണെന്നാണ് കരുതപ്പെട്ടിരുന്നത്. നക്സലുകൾ ഓടി രക്ഷപ്പെട്ടുകൊണ്ടിരിക്കുകയാണ് എന്നാണ് പൊലീസിനും ജുഡുമിനും സാധാരണ ജനങ്ങൾക്കും കഴിഞ്ഞ കുറച്ചു നാളുകളായി തോന്നിയിരുന്നത്. എന്നാൽ ശത്രുവിന്റെ പാളയത്തിൽ കരുതൽ കുറവും അമിതമായ ആത്മവിശ്വാസവും ഉണ്ടാ കുമ്പോൾ ഗറില്ലകൾക്ക് ഇത് പ്രഹരം ഏല്പിക്കുന്നതിനുള്ള ഏറ്റവും ഉചിതമായ സമയമാകുന്നു. പി.എൽ.ജി.എ.യുടെ കേഡർമാരോടൊപ്പം ഇന്ന് ഈ ആക്രമണം വിജയിപ്പിക്കാൻ സംഗത്തിന്റെയും ദളത്തിന്റെയും നാല് ഡസനിലധികം ആളുകളും ഉണ്ടായിരുന്നു. കൂടെ അത്രതന്നെ ഗ്രാമീണരും ഉണ്ടായിരുന്നു. ആക്രമണസമയത്ത് പുറത്ത് ഒരു വലയം സൃഷ്ടിക്കുകയായിരുന്നു ഇവരുടെ ജോലി.

വൈദ്യുതിബന്ധം വിച്ഛേദിച്ച ഉടനെ ഏറ്റവും ആദ്യം മാവോവാദിക ളുടെ ഒരു സംഘം കാവൽ നിൽക്കുകയായിരുന്ന എസ്.പി.ഒ.മാർക്കും

പൊലീസുകാർക്കും നേരെ നിറയൊഴിച്ചു. ഇത്തരം ഒരു ആക്രമണം അവർ ഒരിക്കലും പ്രതീക്ഷിച്ചിരുന്നില്ല. ഇതേ സമയത്തുതന്നെ സരിത ഏതാണ്ട് ഇരുപത് ആയുധധാരികളായ മാവോവാദികളുടെ കൂടെ, മദ്യ ലഹരിയിൽ ആണ്ട് ജുഡുമിന്റെ പയ്യന്മാർ തങ്ങിയിരുന്ന തമ്പുകൾ ആക്ര മിച്ചു. ആദ്യം അവരുടെ തമ്പുകളിൽ ഡീസൽ ഒഴിച്ച് തീ കൊളുത്തി, പിന്നെ കത്തുന്ന വസ്ത്രങ്ങളും തോർത്തുകളും അവർ ആ തമ്പുകൾക്ക് ഉള്ളിലേക്ക് ഇട്ടു. ഒട്ടുമിക്ക എസ്.പി.ഒ.മാരും ഉറക്കത്തിൽ അഗ്നിക്കിര യായി. രക്ഷപ്പെട്ട് പുറത്തുവരുന്നവരെ കാത്ത് വെടിയുണ്ടകൾ തയ്യാ റായി നിൽക്കുന്നുണ്ടായിരുന്നു.

ക്യാമ്പിനോട് ചേർന്നുള്ള പൊലീസ് സ്റ്റേഷനിൽനിന്ന് പൊലീസു കാർ വെടിയുതിർക്കാൻ തുടങ്ങി. എന്നാൽ ഒരു സംഘം മാവോവാദി കൾ അവിടേക്ക് ഗ്രനേഡ് എറിയാൻ തുടങ്ങി. ഒരു ഭാഗത്ത് മദ്യലഹരി യിൽ ആടുന്ന പരിഭ്രമിച്ച പൊലീസുകാർ, മറുഭാഗത്താകട്ടെ നല്ല പരി ശീലനം ലഭിച്ച വിപ്ലവകാരികളായ മാവോയിസ്റ്റ് കേഡർമാർ.

പൊലീസ് സ്റ്റേഷനിൽ ബോധത്തിൽ ഉണ്ടായിരുന്ന ഒരു പൊലീസു കാരൻ വയർലസ് സെറ്റിലൂടെ സഹായം അഭ്യർത്ഥിച്ചു.

“സർ, ബേൽഘാട്ട് സ്റ്റേഷൻ... മാവോയിസ്റ്റ് അറ്റാക്ക്. സഹായം വേണം... സേനയെ അയയ്ക്കണം.. ഓവർ.”

പരിഭ്രമിച്ച പൊലീസുകാരൻ അടുത്തുള്ള സ്റ്റേഷനിൽനിന്ന് മറുപടി പ്രതീക്ഷിക്കുകയായിരുന്നു. എന്നാൽ അയാളുടെ ഹാൻഡ്സെറ്റിൽ മറു പടിയൊന്നും വന്നില്ല.

“ഹലോ... ഹലോ... ബേൽഘാട്ട് ക്യാമ്പിൽ നക്സൽ അറ്റാക്ക്... സഹായം വേണം.” പരിഭ്രമത്തോടെ പൊലീസുകാരൻ വീണ്ടും പറഞ്ഞു.

ബേൽഘാട്ട് ക്യാമ്പിന്റെ ഒരു ഭാഗത്ത് ആറു കിലോമീറ്റർ ദൂരെ ഒരു പൊലീസ് സ്റ്റേഷൻ ഉണ്ട്, മറുഭാഗത്ത് നാല് കിലോമീറ്റർ ദൂരെയും. എന്നാൽ മാവോവാദികളുടെ ഈ ആക്രമണത്തിന് മറുപടി നൽകാൻ പാതിരാത്രിയിലെ ഇരുട്ടിൽ ഇറങ്ങി പുറപ്പെടാൻ മാത്രമുള്ള ധൈര്യം ഒരു പൊലീസുകാരനും ഉണ്ടായിരുന്നില്ല. ഇതിനിടെ സംഗം, ദളം അംഗ ങ്ങൾ ഈ ജുഡും ക്യാമ്പിലേക്ക് വരാനുള്ള വഴികളിൽ തീ ഇട്ടിരുന്നു, ഇവരുടെ സഹായത്തിന് ആരെങ്കിലും വരുന്നുണ്ടെങ്കിൽ അതിനെ തട യുന്നതിനായി.

ആക്രമണം തുടങ്ങിയിട്ട് ഏകദേശം ഇരുപത് മിനിറ്റ് ആയി. തന്റെ ടെന്റിൽ ഇരിക്കുകയായിരുന്ന ഭീമേ, ബഹളത്തിനിടയിൽ, സി.പി.ഐ. മാവോവാദി സിന്ദാബാദ് എന്ന മുദ്രാവാക്യം മുഴങ്ങുന്നത് കേട്ടു. അവൾക്ക് കാവൽ നിന്നിരുന്ന പയ്യന്മാർ ഓടിപ്പോയിരുന്നു. പെട്ടെന്ന് ഭീമേയുടെ തമ്പിൽ രണ്ട് വനിതാ മാവോവാദികൾ കടന്നുവന്നു.

“ഭീമേ... ആരാണ് ഭീമേ...?” ഒരു വനിതാ മാവോവാദി ചോദിച്ചു.

ഭീമേ പരിഭ്രമിച്ചിരുന്നു. അവൾക്ക് ഒന്നും മനസ്സിലായില്ല. അവൾ അവരെ നോക്കുകയായിരുന്നു.

“നിങ്ങളാണോ?”

ഭീമേ മൗനം പാലിച്ചു. അവൾ ഒന്നും പറഞ്ഞില്ല. അവൾ തലയാട്ടുക മാത്രം ചെയ്തു. ഇവർ എന്താണ് തന്നെ ചെയ്യാൻ പോകുന്നത് എന്ന് അവൾക്ക് മനസ്സിലായില്ല.

“നടക്കൂ...” ഒരു പെൺകുട്ടി അവളുടെ കൈപിടിച്ച് തമ്പിന് പുറത്തേക്ക് അവളെ വലിച്ചു.

ഭീമേ പുറത്തേക്ക് നോക്കി. എല്ലായിടത്തും തീ പിടിച്ചിരിക്കുന്നു. ആളുകൾ അങ്ങോട്ടും ഇങ്ങോട്ടും ഓടുന്നുണ്ട്. മാവോവാദികളുടെ തുരുതുരാ ഉള്ള വെടിവെയ്പിൽ നിരവധി എസ്.പി.ഒ.മാർ കൊല്ലപ്പെട്ടു. ഒട്ടനവധി പേരെ അവരുടെ തമ്പുകളിൽതന്നെ ജീവനോടെ ചുട്ടെരിച്ചു.

ഹിംസയുടെ ഈ താണ്ഡവത്തിനുശേഷം നക്സലുകൾ കൊല്ലപ്പെട്ടവരുടെ ആയുധങ്ങൾ ശേഖരിക്കുകയായിരുന്നു. അവരുടെ കൂടെ ഉണ്ടായിരുന്ന സംഗത്തിന്റെ ആളുകൾ ഇക്കാര്യത്തിൽ അവരെ സഹായിക്കുന്നുണ്ടായിരുന്നു. ആയുധങ്ങളും വെടിയുണ്ടകളും സമാഹരിച്ചതിനുശേഷം എല്ലാവരും മുദ്രാവാക്യം മുഴക്കിക്കൊണ്ട് കാട്ടിലേക്ക് നടന്നു. പോകുന്നതിനുമുമ്പ് മാവോവാദികൾ നോട്ടീസ് വിതറി. ഇതിൽ നിരപരാധികളായ ഗ്രാമീണരെ ഉപദ്രവിക്കരുത് എന്ന മുന്നറിയിപ്പും സൽവാജുഡും അടിയന്തിരമായി പിരിച്ചുവിടണമെന്ന ആവശ്യവും ഉണ്ടായിരുന്നു.

39

“ഹലോ സർ, ഐജി സാബ് സംസാരിക്കും.”

എസ്.പി. സഞ്ചിത് ചൗധരിയുടെ ഓഫീസിലേക്ക് ഫോൺ വരുന്നത് അവസാനിക്കുന്നുണ്ടായിരുന്നില്ല. ബേൽഘാട്ട് ക്യാമ്പിൽ ഉണ്ടായ നക്സൽ ആക്രമണം സർക്കാരിന് വലിയ പ്രതിസന്ധിയുണ്ടാക്കി. പൊലീസ് ഉദ്യോഗസ്ഥർ മുതൽ ജുഡുമിന്റെ വലിയ നേതാക്കൾവരെയുള്ളവർ പരിഭ്രാന്തിയിലായി.

“ചൗധരി, ക്യാമ്പ് പൂർണമായും അൺഗാർഡഡ് ആയിരുന്നോ? ഇതെങ്ങനെ സംഭവിച്ചു?”

‘അങ്ങനെയല്ല സർ. ഇത് വലിയ അറ്റാക്ക് ആയിരുന്നു. അവർ വളരെ പ്ലാൻ ചെയ്ത് ആക്രമിച്ചതാണ്.”

“ആർ യു മാഡ്? നിങ്ങൾ എന്താണ് പറയുന്നത്? നക്സലുകൾ പ്ലാൻ ചെയ്ത് ആക്രമിക്കുകയായിരുന്നു, അപ്പോൾ നമ്മുടെ പ്ലാനിംഗ്

എന്താണ്?" ഉദ്യോഗസ്ഥരുടെ മേൽ കനത്ത സമ്മർദ്ദമുണ്ടെന്ന് വ്യക്തമാകുകയായിരുന്നു.

ബേൽഘാട്ടിൽ ഉണ്ടായ നക്സൽ ആക്രമണത്തിലൂടെ ഒരു കാര്യം വ്യക്തമായി. നക്സലുകൾ ഓടി രക്ഷപ്പെടുകയായിരുന്നില്ല, മറിച്ച് തന്ത്രപരമായി പിറകോട്ട് മാറിയതാണ്. തക്കം പാർത്ത് ആക്രമണം നടത്തുന്ന മാവോവാദികളുടെ തന്ത്രം വീണ്ടും വിജയിച്ചിരിക്കുന്നുവെന്ന് പത്രങ്ങൾ എഴുതി.

"സർ..." സഞ്ചിത് ചൗധരി എന്തെങ്കിലും പറയുന്നതിനു മുമ്പുതന്നെ ഐ.ജി കടുത്ത സ്വരത്തിൽ പറഞ്ഞു, "ഇതു സംബന്ധിച്ച് വിശദമായ റിപ്പോർട്ട് തയ്യാറാക്കി അയയ്ക്കൂ. റായ്പുരിൽ നിന്ന് നിരന്തരം ഫോൺ വരികയാണ്. മീഡിയ നമ്മളെ പരിഹസിക്കുകയാണ്."

ഇന്നു രാവിലെ മുതൽ സഞ്ചിത് ചൗധരിക്ക് ഓരോ മുതിർന്ന ഉദ്യോഗസ്ഥനോടും മറുപടി പറയേണ്ടിവരികയാണ്. ജുഡുമിന്റെ പയ്യന്മാർ വിജയാഘോഷ ലഹരിയിൽ ബോധംകെട്ടുപോയിരുന്നുവെന്ന് എങ്ങനെയാണ് അയാൾ ഉദ്യോഗസ്ഥരോട് പറയുക. അന്ന് എല്ലാവരും മദ്യപിച്ചിരുന്നു. നക്സലുകൾക്ക് ഇവിടെ ആക്രമിക്കാൻ കഴിയില്ല എന്നു കരുതിയാണ് അവർ നടന്നിരുന്നത്.

"ഐ ആം ഗോയിംഗ് ടു ദ സ്പോട്ട് സർ. നാളെത്തന്നെ അങ്ങേയ്ക്ക് റിപ്പോർട്ട് അയയ്ക്കാം സർ."

"നാളെയല്ല, രാത്രി ആവുമ്പോഴേക്കും അയയ്ക്കൂ... പറ്റുമെങ്കിൽ വൈകുന്നേരം തന്നെ. നമുക്ക് നാളെതന്നെ വിശദമായ റിപ്പോർട്ട് തയ്യാറാക്കി ഹോം മിനിസ്ട്രിക്ക് അയയ്ക്കണം."

"റൈറ്റ് സർ. ഐ വിൽ ബി ക്വിക്ക് സർ."

ഐ.ജി. ഫോൺ വെച്ചു. ചൗധരി ഡ്രൈവറോട് വണ്ടി എടുക്കാൻ പറഞ്ഞു. അയാൾ ബേൽഘാട്ടിലേക്ക് പുറപ്പെട്ടു. ഒരു മണിക്കൂറിനുശേഷം അയാൾ ബേൽഘാട്ട് ക്യാമ്പിൽ എത്തി.

ബേൽഘാട്ടിലെ സൽവാ ജുഡും ക്യാമ്പിന്റെ ദൃശ്യം വളരെ ഹൃദയഭേദകമായിരുന്നു. ക്യാമ്പിൽ നാലുപാടും ശവങ്ങൾ ചിതറിക്കിടന്നിരുന്നു. ഉറങ്ങിക്കിടക്കുകയോ ലഹരിയിൽ മുങ്ങുകയോ ചെയ്ത നിരവധി എസ്.പി.ഒ.മാരെ മാവോവാദികൾ ജീവനോടെ ചുട്ടുകൊന്നിരുന്നു. മിക്ക ശവശരീരങ്ങളും തിരിച്ചറിയാൻ പറ്റുന്ന വിധത്തിൽ ആയിരുന്നില്ല. ചൗധരിയെ കണ്ട ഉടനെ ഇൻസ്പെക്ടർ അൻസാരി അടുത്തുവന്നു.

"ഇരുപത്തിരണ്ടു പേർ ഉണ്ട് സർ. പതിനാറ് എസ്.പി.ഒ.മാർ, നാല് പൊലീസുകാർ, പിന്നെ ക്യാമ്പിൽ താമസിച്ചിരുന്ന ഗ്രാമത്തിലെ രണ്ടു പേരും." ഇൻസ്പെക്ടർ ഇംതിയാസ് അൻസാരി പറഞ്ഞു.

"അവർ ആയുധങ്ങളും കൊണ്ടുപോയോ?" ചൗധരി ചോദിച്ചു.

"ഉവ്വ് സർ. പത്ത് എ.കെ. പിന്നെ അഞ്ച് ഇൻസാസ്. സ്റ്റേഷനിൽനിന്ന് കുറച്ച് ഗ്രനേഡുകളും വെടിയുണ്ടകളും കൊണ്ടുപോയിട്ടുണ്ട്."

ചൗധരിയുടെ മുഖത്ത് പിരിമുറുക്കം പ്രകടമായിരുന്നു. രാവിലെ പത്തരമണിയായിട്ടുണ്ട്. ജൂലായ് മാസത്തിലെ സൂര്യൻ തന്റെ കനത്ത ചൂട് വ്യാപിപ്പിക്കുകയായിരുന്നു.

"വികാസും ശുക്ലയും എവിടെയാണ്?" ചുണ്ടുകളിൽ നാവ് ചലിപ്പിച്ചു കൊണ്ട് ചൗധരി ഇൻസ്പെക്ടർ ഇംതിയാസ് അൻസാരിയോട് ചോദിച്ചു.

"ക്യാമ്പിന്റെ അങ്ങേഭാഗത്തേക്ക് പോയിരിക്കുകയാണ്. ആളുകളോട് എൻക്വയറി നടത്തുകയാണ്. വരുന്നുണ്ടാകും സർ."

"നോക്കട്ടെ." എസ്.പി. മുന്നോട്ട് എന്ന് കൈകൊണ്ട് ആംഗ്യം കാണിച്ചുകൊണ്ട് പറഞ്ഞു. ചൗധരിയെ കണ്ട ഉടനെ ഒരു പൊലീസു കാരൻ വെള്ളംകുപ്പിയുമായി വന്നു. മറ്റൊരാൾ പ്ലാസ്റ്റിക് കസേരയും കൊണ്ട് ഓടിവന്നു.

"ഇവിടെയല്ല, അവിടെ ആ മരത്തിന് കീഴെ വെയ്ക്കൂ. അല്പസമയ ത്തിനുശേഷം സാബ് എല്ലാവരോടും സംസാരിക്കും." അൻസാരി അവർ രണ്ടുപേരോടും പറഞ്ഞു. ചൗധരിക്ക് വെള്ളംകുപ്പി നൽകി. ചൗധരി വെള്ളം കുടിച്ച് കുപ്പി പൊലീസുകാരന് നൽകി. ഇരുവരും പോയി.

അൻസാരി എസ്.പിയെ ക്യാമ്പിൽ മുഴുവൻ ചുറ്റിക്കാണിക്കാൻ തുടങ്ങി. കീശയിൽനിന്ന് ഡയറി എടുത്ത് ചൗധരി നോട്സ് തയ്യാറാ ക്കാൻ തുടങ്ങി. സംഭവസ്ഥലത്തെ അവസ്ഥ, സൂക്ഷ്മമായ കാര്യങ്ങൾ, പിന്നെ ആക്രമണത്തിന്റെ കാരണങ്ങൾ, സ്ഥിതിവിശേഷങ്ങൾ എന്നിവ യെക്കുറിച്ച് മേലുദ്യോഗസ്ഥർക്ക് വിശദമായ വിവരം അയയ്ക്കണമായി രുന്നു. കത്തിയ ടെന്റുകൾക്ക് നടുവിൽ ഇരുമ്പ് പൈപ്പുകളും പകുതി കത്തിയ തൂണുകളും നിൽക്കുന്നത് അയാൾ കണ്ടു. മൃതദേഹങ്ങൾക്കി ടയിൽ താക്കോലുകൾ, വെള്ളത്തിന്റെ ഗ്ലാസുകൾ, മൊബൈൽ എന്നിവ കിടക്കുന്നുണ്ടായിരുന്നു.

എസ്.പി.ഒ.മാരുടെ ടെന്റിൽനിന്ന് മാറി സാധാരണ ജനങ്ങൾ താമസി ക്കുന്ന പ്രദേശത്തേക്ക് ചൗധരി നടന്നു. മാവോവാദികൾ ഈ പ്രദേശത്ത് ആക്രമണം നടത്തിയിട്ടില്ല. എന്നാൽ തീ പടർത്തിയിട്ടാണ് ഇവിടെവരെ എത്തിയത്. ക്യാമ്പിന്റെ ഈ ഭാഗം കത്തി ചാമ്പലായിരുന്നു. അൻസാരി നടത്തിയ പരിശോധനയിൽ മനസ്സിലായത് രണ്ട് ഗ്രാമീണർ മാത്രമാണ് മരിച്ചിട്ടുള്ളത് എന്നാണ്. ചൗധരി വളരെ സൂക്ഷ്മതയോടെ എല്ലാ ഭാഗവും നിരീക്ഷിക്കുകയായിരുന്നു. പെട്ടെന്ന് കത്തിക്കരിഞ്ഞ ഒരു കമ്പിളിത്തുണി യുടെ താഴെ എന്തോ കിടക്കുന്നത് അയാൾ കണ്ടു. ആ തുണി അയാൾ പൊക്കിയപ്പോൾ അയാളിൽനിന്ന് നിലവിളി ഉയർന്നതുപോലെയായി.

"ഓഹ്..."

കത്തിയ ഒരു ചാക്കിനടിയിൽ ഒരു കുഞ്ഞിന്റെ ശവശരീരം കത്തി ക്കരിഞ്ഞ് കിടക്കുകയായിരുന്നു. കുട്ടിക്ക് അഞ്ചുവയസ്സിൽ അധികം ഉണ്ടാ കില്ല. രാത്രിയിൽ ആക്രമണമുണ്ടായപ്പോൾ ക്യാമ്പിലെ താമസക്കാരായ

ആളുകൾ പുറത്തിറങ്ങി ഓടി. എന്നാൽ കുറച്ച് ആളുകൾക്ക് രക്ഷപ്പെടാൻ പറ്റിയില്ല.

“ഇത് നിങ്ങളുടെ കണക്കിൽ ഉണ്ടോ?” ചൗധരി ചോദിച്ചു.

“ഇല്ല സർ... കണ്ടില്ല സർ... സോറി സർ...” അൻസാരി സങ്കോചത്തോടെ പറഞ്ഞു, “സർ ഇത് മരിച്ച ആ രണ്ട് നാട്ടുകാരുടെ കുട്ടിയാകും...”

“നോക്കൂ... അൻസാരി... ശരിക്കും നോക്കൂ... എല്ലാവരുടെയും ജോലി പോകുന്ന കാര്യമാണ്... മുകളിൽ നിന്ന് ശക്തമായ നിരീക്ഷണമുണ്ട്... എല്ലാ ഉദ്യോഗസ്ഥന്മാരും മന്ത്രിമാരും റായ്പുരിൽനിന്ന് സമ്മർദ്ദം ചെലുത്തിക്കൊണ്ടിരിക്കുകയാണ്... അടുത്ത ഒരു മണിക്കൂറിനുള്ളിൽ വീണ്ടും ചെക്ക് ചെയ്ത് എനിക്ക് കൃത്യമായ നമ്പർ നൽകണം... ഞാൻ ഇവിടെ തന്നെ ഉണ്ട്.”

“യെസ് സർ.” അൻസാരി പറഞ്ഞു. രണ്ട് പൊലീസുകാരെ വിളിച്ച് സഞ്ചിത് ചൗധരിയെ മരത്തിനു താഴെ ഇട്ടിരിക്കുന്ന കസേരകളുടെ അടുത്തേക്ക് കൂട്ടിക്കൊണ്ടുപോകാൻ ആംഗ്യം കാണിച്ചു. അവിടെ അല്പം മുമ്പ് എത്തിയ ഇൻസ്പെക്ടർ ശുക്ലയും ജുഡ്ഡും നേതാവ് വികാസും ചില ആളുകളോട് സംസാരിക്കുകയായിരുന്നു.

“എന്തുപറ്റി വികാസ്ജി... ഇതെന്താണ് സംഭവിച്ചത്?” ക്ഷീണിതനും പരാജിതനും എന്നതുപോലെ ചൗധരി കസേരയിൽ ഇരുന്നു. വികാസ് അപമാനിതനെപ്പോലെ കാണപ്പെട്ടു. ശുക്ലയും നിശ്ശബ്ദനായിരുന്നു.

“ഇരിക്കൂ...” ചൗധരി ആംഗ്യം കാണിച്ച് വികാസിനോട് കസേരയിൽ ഇരിക്കാൻ പറഞ്ഞു. പിന്നെ ശുക്ലയെ നോക്കി പറഞ്ഞു, “ഇരിക്കൂ ശുക്ല. എനിക്ക് ഇപ്പോൾതന്നെ റിപ്പോർട്ട് തയ്യാറാക്കണം. റായ്പുരിലേക്ക് എല്ലാ വിവരവും എത്തിക്കണം. ഐ.ജി. സാറിന്റെ ഫോൺ വന്നിരുന്നു.”

വികാസും ശുക്ലയും അയാളുടെ മുന്നിൽ ഇരുന്നു.

“അന്ന് എല്ലാ പയ്യന്മാരും കുടിച്ചിരുന്നു എന്നു തോന്നുന്നു സർ.” വികാസ് ദീർഘശ്വാസം വിട്ടുകൊണ്ട് പറഞ്ഞു.

“നമ്മൾ ഈ തെമ്മാടി നക്സലുകളോടാണ് പോരാടുന്നത് സുഹൃത്തേ.... കുട്ടികളോടല്ലല്ലോ പൊരുതുന്നത്... എങ്ങനെയാണ് നിങ്ങൾക്ക് ഇത്ര നിരുത്തരവാദപരമാകാൻ കഴിയുന്നത്? പറയൂ... റിപ്പോർട്ടിൽ എന്താണ് എഴുതേണ്ടത്... അന്നു രാത്രി എല്ലാവരും മദ്യപിച്ചിരുന്നു എന്നോ... അതുകൊണ്ട് നക്സലുകളെ ചെറുക്കാൻ കഴിഞ്ഞില്ല എന്നോ?” കോപം നിറഞ്ഞ സ്വരത്തിൽ ചൗധരി വികാസിനു നേരെ നോക്കി ചോദിച്ചു.

ഇൻസ്പെക്ടർ ശുക്ലയ്ക്ക് വികാസിനോട് ദേഷ്യം വരുന്നുണ്ടായിരുന്നു. ഈ തെണ്ടിക്ക് സംസാരിക്കാൻ അറിയില്ലെങ്കിൽ പിന്നെ എന്തിനാ ഉദ്യോഗസ്ഥരുടെ മുന്നിൽ വാ തുറക്കുന്നത്? അയാൾ മനസ്സിൽ വിചാരിച്ചു. ചൗധരി ചോദ്യരൂപേണ ശുക്ലയുടെ നേരെ നോക്കി.

"സർ, ഇത് ജുഡും തുടങ്ങിയതിനുശേഷം ആദ്യത്തെ ആക്രമണ മാണ്. ഇതിനു മുമ്പ് ഉണ്ടായ എല്ലാ ചെറിയ സംഭവങ്ങളിലും നമ്മുടെ ഒന്നുരണ്ട് ആളുകളെ കൊന്ന് നക്സലുകൾ വഴിയിൽ എറിയുമായിരുന്നു. അന്നു രാത്രി ഉത്സവത്തിന്റെ അന്തരീക്ഷമായിരുന്നു... അതിന്റെ ആഘോഷത്തിൽ ചില പയ്യന്മാർ അല്പം മദ്യം കഴിച്ചു... പൊലീസുകാ രെല്ലാം സ്റ്റേഷനിലായിരുന്നു... അവർ ആരുംതന്നെ മദ്യപിച്ചിരുന്നില്ല." ശുക്ല വിഷയം കൈവിട്ടുപോകാതിരിക്കാൻ ശ്രമം തുടങ്ങി.

"അപ്പോൾ പൊലീസുകാർക്ക് എന്താ ഒന്നും ചെയ്യാൻ കഴിയാതിരു ന്നത്?" ചൗധരി തന്റെ കസേരയിൽ ചാഞ്ഞ് ഇരുന്നുകൊണ്ട് ചോദിച്ചു.

"സർ, അതായത്, ഗ്രാമീണർക്കിടയിൽ ധാരാളം നക്സൽ ചാരന്മാ രുണ്ട്."

"അത് എനിക്കറിയാം സുഹൃത്തേ..." ചൗധരി ശുണ്ഠിയോടെ പറഞ്ഞു. "പറയൂ, എന്നിട്ട്...?" എസ്.പിക്ക് മുകളിൽനിന്ന് നല്ല സമ്മർദ്ദ മുണ്ടെന്ന് ശുക്ലയ്ക്ക് മനസ്സിലായി.

"അടുത്തുള്ള ഗ്രാമങ്ങളിൽ ആളുകൾ നക്സലുകൾക്കുവേണ്ടി ചാര പ്പണി ചെയ്യുന്നുണ്ടെന്ന് നമുക്ക് വിവരം കിട്ടിയിരുന്നു സർ... ജുഡുമിന്റെ ആളുകൾ കുറച്ച് ആളുകളെ പിടച്ചുകൊണ്ടുവന്നു, പിന്നെ അവരെ ചോദ്യം ചെയ്തു."

"ഇത് നിങ്ങൾ പറഞ്ഞതാണ്... കുറച്ച് ആളുകളെ നിങ്ങൾ ഈ ക്യാമ്പിലേക്ക് പിടിച്ചുകൊണ്ടുവന്നിരുന്നു എന്ന്." ചൗധരി പറഞ്ഞു. "എന്നിട്ട് അവർ എവിടെയാണ്?"

"സർ, അവരെ എന്തിനാണ് തടവിൽ വെക്കുന്നത് എന്നു പറഞ്ഞ് അന്ന് അങ്ങ് എന്നോട് ദേഷ്യപ്പെടുകയായിരുന്നു." ശുക്ല തുടർന്നു. "ഇപ്പോൾ അവരെ മോചിപ്പിക്കാനാണ് നക്സലുകൾ ആക്രമണം നട ത്തിയത്. അവർ തങ്ങളുടെ പ്രവർത്തകരെ മോചിപ്പിച്ച് കൊണ്ടുപോയി."

"എല്ലാവരെയും?"

"അതെ സർ..."

"വാട്ട് ആർ യൂ സേയിംഗ്? ആർ ദേ ആൾ ഗോൺ?" ചൗധരി കൂടു തൽ ചിന്താധീനനായി.

ഗ്രാമീണരെ നിയമവിരുദ്ധമായി തടവിൽ പാർപ്പിച്ചിരിക്കുകയായിരുന്നു എന്ന് മാവോവാദികൾ ഇനി പ്രചരിപ്പിക്കില്ലേ? - അയാൾ ആലോചിക്കാൻ തുടങ്ങി.

ഇതിനിടെ ക്യാമ്പ് മുഴുവൻ ഒരു റൗണ്ട് കൂടി ചുറ്റി സഞ്ചരിച്ച് ഇൻസ്പെക്ടർ അൻസാരി അവിടെ എത്തിയിരുന്നു. അയാൾ എന്തോ പറയാൻ തുനിഞ്ഞെങ്കിലും ചൗധരി ആംഗ്യംകൊണ്ട് അയാളെ നിശ്ശ ബ്ദനാക്കി. എസ്.പി. സഞ്ജിത് ചൗധരി ആദ്യം ശുക്ലയുമായുള്ള സംഭാ ഷണം പൂർത്തിയാക്കാൻ ആഗ്രഹിച്ചിരുന്നു.

സൽവാ ജുഡും നേതാവ് വികാസിന്റെ സാന്നിധ്യത്തിൽ ശുക്ലയ്ക്ക് തുറന്നു സംസാരിക്കാൻ പറ്റിയിരുന്നില്ല. അയാൾ അൻസാരിയുടെ നേരെ നോക്കി പറഞ്ഞു, "അൻസാരീ.... വികാസ് ജിയും കൂടി പോയി കുറച്ച് ആളുകളെ നക്സലുകൾ കൂടെ കൊണ്ടുപോകുന്നത് കണ്ടു എന്നു പറഞ്ഞ ആ കുടുംബത്തെ കൂട്ടിക്കൊണ്ടുവരൂ... പിന്നെ സാബിന് ചായയോ മറ്റെന്തെങ്കിലും കൊണ്ടുവരാൻ പറയൂ..."

അൻസാരി വികാസിനെ തന്റെകൂടെ കൊണ്ടുപോയി. ചൗധരി അവർ പോകുന്നത് നോക്കി ഇരുന്നു. ശുക്ല വികാസിനെ ഇവിടെനിന്നും പറഞ്ഞു വിടാൻ ആഗ്രഹിച്ചത് എന്തുകൊണ്ടാണ് എന്ന് അയാൾക്ക് മനസ്സിലായില്ല.

"സർ, ഇവിടെ പിടിച്ചുകൊണ്ടുവന്നിരുന്ന ആളുകൾ നക്സലുകൾക്കു വേണ്ടി പ്രവർത്തിക്കുകയായിരുന്നുവെന്ന് താങ്കൾക്ക് വിശ്വാസം ആയിട്ടുണ്ടാകുമല്ലോ."

ചൗധരിക്ക് ശുക്ലയുടെ വാക്കുകളിൽ വിശ്വാസം വരുന്നുണ്ടായിരുന്നില്ല.

"ശുക്ല, നാലഞ്ച് ആളുകളെ മോചിപ്പിക്കാൻ അവർ ഇത്ര വലിയ ആക്രമണം നടത്തുമോ? നോട്ട് പൊസിബിൾ..."

"പൊസിബിൾ ആണ് സർ... മാവോവാദി കേഡർമാർ ഇപ്പോൾ ഭയത്തിലാണ്... കേഡർമാരുടെ ധൈര്യം കൂട്ടാൻ നക്സലുകൾ നടത്തിയ ആക്രമണമാണിത് സർ... നമ്മുടെ നാല് പൊലീസുകാർ കൊല്ലപ്പെട്ടു... പതിനാറ് എസ്.പി.ഒ.മാർ മരിച്ചു. പിന്നെ ജുഡുമിന്റെ കൂടെയുണ്ടായിരുന്ന ചില ഗ്രാമീണരും. ഈ ആക്രമണംകൊണ്ട് അവരുടെ പ്രചരണതന്ത്രത്തിന് നേട്ടം ഉണ്ടാകും സർ... തങ്ങളാണ് ആക്രമിച്ചതെന്ന് അവർ മാധ്യമങ്ങളോട് പറയും... ശത്രുക്കളെ കൊന്നു, എന്നിട്ട് നിർദോഷികളായ ഗ്രാമീണരെ മോചിപ്പിച്ചു..."

ശുക്ല പറയുന്നതിൽ കാര്യമുണ്ടായിരുന്നു. എന്നാൽ ചൗധരിയുടെ മനസ്സിൽ മറ്റൊരു കാര്യമാണ് തോന്നിയത്.

"ശുക്ലാ, അവരുടെ ആളുകളെ മോചിപ്പിക്കാനാണ് ക്യാമ്പിൽ ആക്രമണം നടത്തിയത് എന്ന് നമ്മൾ പറഞ്ഞാൽ മീഡിയക്കാർ നമ്മോടു തന്നെ ചോദ്യം ചോദിക്കും. കോടതിയോട് പറയാതെ എന്തിനാണ് ഇവരെ ഇത്ര ദിവസം കസ്റ്റഡിയിൽ വെച്ചത്... അപ്പോൾ പ്രതിസന്ധി ഗുരുതരമാകും."

"സർ ഇപ്പോൾ താങ്കൾ വളരെ ശ്രദ്ധയോടെ റിപ്പോർട്ട് തയ്യാറാക്കണം എന്നു മാത്രമേ എനിക്കു പറയാനുള്ളൂ. ജുഡുമിന്റെ ആളുകളുടെ ധൈര്യം ചോർന്നുപോയിട്ടുണ്ട്." ശുക്ല വികാസും അൻസാരിയും പോയ ഭാഗത്തേക്ക് നോക്കിക്കൊണ്ട് പറഞ്ഞു. "ജുഡുമിന്റെ ആളുകൾ ഗ്രാമത്തിലെ കുറച്ച് ആളുകളെ പിടിച്ചുകൊണ്ടുവന്നു എന്നുള്ളത് സത്യമാണ്.

എന്നാൽ നമ്മൾ അവരെ കൊണ്ടുവന്നു, പിന്നെ ചോദ്യം ചെയ്തശേഷം അടുത്ത ദിവസം വിട്ടയച്ചിരുന്നു എന്ന് നമ്മൾ പറയേണ്ടിവരും."

"എന്നിട്ട്...?"

"നക്സലുകൾ ഏതോ ആക്രമണത്തിന് തയ്യാറെടുക്കുകയാണെന്ന് അടുത്തിടെ പോലീസിന് വിവരം കിട്ടിയിട്ടുണ്ട് എന്ന് നമുക്ക് റിപ്പോർട്ടിൽ എഴുതണം. ഈ പദ്ധതിയിൽ പങ്കാളികളാണെന്നു സംശയിക്കുന്ന ചില ആളുകളെ ചോദ്യം ചെയ്യുന്നതിനായി പൊലീസ് അന്ന് സ്റ്റേഷനിൽ പിടിച്ചുകൊണ്ടുവന്നിരുന്നു."

ചോദ്യരൂപത്തിൽ ചൗധരി ശുക്ലയെ നോക്കിക്കൊണ്ടിരുന്നു, പറയാനുള്ളത് പറഞ്ഞുതീർക്കാൻ പറയുന്നതുപോലെ.

"എൻക്വയറിക്കായി പൊലീസ് ഒരു ദിവസം ഇവിടെ സ്റ്റേഷനിൽ വെച്ചു. അന്നു രാത്രി തങ്ങളുടെ സഹപ്രവർത്തകരെ മോചിപ്പിക്കുന്നതിനായി നക്സലുകൾ ആക്രമണം നടത്തി ഇത്രയധികം ആളുകളെ കൊന്നു." ശുക്ല പറഞ്ഞ് അവസാനിപ്പിച്ചു.

ശുക്ലയ്ക്ക് തീക്ഷ്ണബുദ്ധിയുണ്ടെന്ന് ചൗധരിക്ക് മനസ്സിലായി.

"നിങ്ങൾ വലിയ കുബുദ്ധിയാണല്ലോ... കുറുക്കന്റെ ബുദ്ധിയാണ് നിങ്ങൾക്ക് ശുക്ലാ..." സാധാരണ ഇത്തരം ചിന്തകളെ ചൗധരി പ്രോത്സാഹിപ്പിക്കാറില്ല. എന്നാൽ ഇപ്പോൾ ജീവന്മരണ പ്രശ്നമാണ് അയാളുടെ മുന്നിൽ. എന്നിട്ടും അയാൾ തന്റെ ഭയം പ്രകടിപ്പിച്ചു. "പക്ഷേ, ഇത് സത്യമല്ലല്ലോ ശുക്ലാ..."

"സർ, ഇതൊരു ധർമ്മയുദ്ധമൊന്നും അല്ല. ആളുകൾ ഇവിടെ നക്സലുകളെ സഹായിക്കുകയാണ്. അവരെ മോചിപ്പിക്കാനായി മാവോവാദികൾ ഇത്ര വലിയ ആക്രമണം നടത്തുന്നു. ഇന്നലെ രാത്രി അവർ ചെയ്തത് വളരെ വലിയ ക്രൂരതയാണ് സർ. നമ്മുടെ ആളുകളുടെ മൃതശരീരം താങ്കൾ കണ്ടോ...?"

ചൗധരി ആലോചനയിൽ ആയി. അല്പം മുമ്പ് കണ്ട കത്തിയ ടെന്റിൽ ചാക്കിന് അടിയിൽ കുടുങ്ങിക്കിടക്കുന്ന അഞ്ചു വയസ്സുള്ള കുട്ടിയുടെ മൃതശരീരം അയാളുടെ ഓർമ്മയിൽ വന്നു.

'സർ, നാം അറിയാതെ ഒന്നോ രണ്ടോ ഗ്രാമീണർക്കുമേൽ അതിക്രമം കാണിച്ചിട്ടുണ്ടാകാം. എന്നാൽ ഇത്ര വലിയ യുദ്ധത്തിൽ ഏതെങ്കിലും ഒരു സർജിക്കൽ ഓപ്പറേഷൻ നടത്താൻ കഴിയില്ലേ...?" ശുക്ല ചൗധരിയുടെ മനസ്സിലെ സംഘർഷം ശമിപ്പിക്കാൻ ശ്രമിച്ചു. ചൗധരിയുടെ ഉള്ളിൽ അപരാധബോധം നിരന്തരം മഥിച്ചുകൊണ്ടിരിക്കുകയാണ് എന്ന് അയാൾക്ക് മനസ്സിലായി.

ഇതിനിടെ വികാസും അൻസാരിയും കുറച്ച് ഗ്രാമീണരോടൊപ്പം തിരിച്ചുവന്നു. ഒരു പൊലീസുകാരൻ ചായ കൊണ്ടുവന്നു. ചൗധരിയുടെ മുന്നിൽ വെച്ച് ശുക്ല ഗ്രാമീണരോട് ചില ചോദ്യങ്ങൾ ചോദിച്ചു. അൻസാരി

മരിച്ച ആളുകളുടെ പേരും വിവരങ്ങളും അടങ്ങുന്ന ലിസ്റ്റ് എസ്.പി.ക്ക് കൈമാറി. പിന്നെ പറഞ്ഞു, "എല്ലാവരുടെയും ഫോട്ടോ എടുത്തിട്ടുണ്ട് സർ, പക്ഷേ തിരിച്ചറിയാൻ കഴിയില്ല."

"എന്നാലും വേണം." സഞ്ചിത് ചൗധരി പറഞ്ഞു.

"നക്സലുകൾ ഇവിടെനിന്ന് മോചിപ്പിച്ചു കൊണ്ടുപോയ ആളുകളുടെ പേര് പറയൂ..."

"ഇവിടെ നിന്നല്ല സർ... സ്റ്റേഷനിൽനിന്ന്." ശുക്ല പതുക്കെ കരുതലുണ്ടാകണമെന്ന് അയാളോട് പറഞ്ഞു.

"ശരി..." ചൗധരി മനസ്സിലായി എന്നു പറഞ്ഞു. "എന്താണ് പേര്?"

"ഛുട്ടേപാലിൽനിന്ന് രാംദേവും ഭീമേയും ചിട്ടാപാഡയിൽനിന്ന് സുരി." ശുക്ല പറഞ്ഞു.

40

ബേൽഘാട്ട് ക്യാമ്പിലെ ആക്രമണത്തിനുശേഷം സരിത പെട്ടെന്ന് അപ്രത്യക്ഷയായി. ചിലപ്പോൾ അവൾ മാവോവാദികളുടെ വേറെ സംഘത്തിന്റെ കൂടെ പോയിരിക്കാം. ആക്രമണത്തിനുശേഷം മാവോവാദികൾ ചെറുചെറുസംഘങ്ങളായി ചിതറിപ്പോകുന്നു. ഭീമേയെ കൂടെ കൂട്ടിക്കൊണ്ടുപോയ നക്സലുകളുടെ സംഘത്തിന് സീമ തന്നെയാണ് നേതൃത്വം നൽകിയത്. സീമയുടെ മറ്റൊരു രൂപം ഭീമേ ഇന്നു കാണുകയായിരുന്നു. സീമയുടെ പെരുമാറ്റം വളരെ സ്നേഹനിർഭരമായിരുന്നു. ഇരുവർക്കും പരസ്പരം അറിയാമായിരുന്നു. വഴിയിൽ ഇരുവരും പ്രത്യേകിച്ച് ഒന്നും സംസാരിച്ചില്ല. മുഴുവൻ സംഘത്തിനും വളരെ ഏറെ ദൂരം സഞ്ചരിക്കേണ്ടതുണ്ട് എന്നു മാത്രമാണ് സീമ അവളോട് പറഞ്ഞത്. ഇടയ്ക്കിടയ്ക്ക് സീമ വെള്ളം വേണോ എന്ന് അവളോട് ചോദിച്ചുകൊണ്ടിരുന്നു. യാത്രയ്ക്കിടെ എപ്പോഴെല്ലാം ഭീമേയുടെ കണ്ണുകൾ സീമയുടെ കണ്ണുകളുമായി ഏറ്റുമുട്ടിയോ അപ്പോഴെല്ലാം സീമ പുഞ്ചിരിച്ചുകൊണ്ട് ഒരു സൗഹൃദഭാവം പ്രകടിപ്പിച്ചു.

ഏതാണ്ട് പതിനാറ് മണിക്കൂർ കാട്ടിലൂടെ കാൽനടയായി നടന്നതിനുശേഷം മാവോവാദികളുടെ ഈ സംഘം ബസ്തറിലെ ഒരു ഉൾഗ്രാമത്തിൽ എത്തി. ഇവിടെ ജനായത്ത സർക്കാരിന്റെ ഭരണമാണ്. സി.പി.ഐ (മാവോവാദി) പറയുന്നതു മാത്രമാണ് ഇവിടെ നടന്നിരുന്നത്. മാവോവാദികൾ ഈ ഗ്രാമത്തിൽ തമ്പടിച്ചു. അവരുടെ കമാണ്ടർ സഞ്ജീവൻ റെഡ്ഡി രാവിലെ ഈ ഗ്രാമത്തിൽ എത്തുന്നുണ്ട് എന്ന് സീമയ്ക്ക് ഇവിടെനിന്ന് സന്ദേശം കിട്ടി. ഭീമേ തളർന്ന് അവശയായിരുന്നു. ഇനി എന്താണ് തനിക്ക് ഉണ്ടാകാൻ പോകുന്നത് എന്നതിനെക്കുറിച്ച് അവൾക്ക് ഒരു ധാരണയും ഉണ്ടായിരുന്നില്ല. അതിനെക്കുറിച്ച് ചിന്തിക്കാനുള്ള ശേഷി

അവളിൽ അവശേഷിച്ചിരുന്നില്ല. ഗ്രാമത്തിലെ ജനങ്ങൾ പാർട്ടിസഖാക്കൾ എത്തുന്നതിനുമുമ്പുതന്നെ എല്ലാ ഏർപ്പാടുകളും ചെയ്തിരുന്നു. ഭീമേയോട് കുളിക്കണ്ടേ എന്ന് സീമ ചോദിച്ചു. ഗ്രാമത്തിലെ ഒരു സ്ത്രീ ഭീമേയേയും കൂട്ടി പോയി. തിരിച്ചുവന്നപ്പോൾ ഭീമേയ്ക്ക് വല്ലാത്ത ആശ്വാസം തോന്നി. ശരീരം തളർന്നിരുന്നു, എന്നാലും ചൂടും ഉഷ്ണവുമുള്ള രാത്രിയിൽ കുളിച്ചതിനുശേഷം അവൾക്ക് ഭാരം ഒഴിഞ്ഞതുപോലെ തോന്നി. ഗ്രാമീണർ അവൾക്ക് ഉടുക്കാനായി അലക്കിയ വൃത്തിയുള്ള വസ്ത്രം നൽകി.

രാത്രി ഒമ്പതുമണി ആയിരുന്നു. ഭക്ഷണം തയ്യാറായിരുന്നു. കുറച്ചു പാർട്ടി സഖാക്കൾ ഭക്ഷണം കഴിച്ച് കാവലിനായി ഗ്രാമത്തിന് പുറത്തേക്ക് പോയി. അതിനുശേഷം ബാക്കിയുള്ള ആളുകൾ പന്തത്തിന്റെ വെളിച്ചത്തിൽ ഭക്ഷണം കഴിക്കാനായി ഇരുന്നു. സീമ ഭീമേയുടെ അടുത്താണ് ഇരുന്നത്. ഏറെ നാളുകളായി ഭീമേയ്ക്ക് ഇത്തരത്തിലുള്ള ഭക്ഷണവും സൗഹൃദപരമായ അന്തരീക്ഷവും കിട്ടിയിരുന്നില്ല. ചോറും സാമ്പാറും. അതിന്റെ കൂടെ കാട്ടുപുല്ലിന്റെ കറി. ഭീമേ ഭക്ഷണം കഴിക്കാൻ തുടങ്ങി. പെട്ടെന്ന് ചീവീടുകളുടെ ശബ്ദം കൂടിവന്നു. എങ്ങനെയാണ് എന്നറിയില്ല ഭീമേയുടെ മനസ്സിൽ രാംദേവിന്റെ ഓർമ്മ വന്നു.

രാമാ എവിടെയാണ്? എന്താണ് സ്ഥിതി? ജീവിച്ചിരിക്കുന്നോ അതോ മരിച്ചുപോയോ? - ഭീമേ വ്യാകുലയായി. അവൾക്ക് തന്റെ കൂട്ടുകാരി സുരിയെ ഓർമ്മ വന്നു. പൊലീസും ജുഡുമിന്റെ ആളുകളും തന്നോട് ചെയ്തതെല്ലാം സുരിയോടും ചെയ്തിരിക്കുമെന്ന് അവൾക്ക് അറിയാമായിരുന്നു. ഭീമേയ്ക്ക് മനസ്സ് മടുത്തുപോയി. നല്ല വിശപ്പ് ഉണ്ടായിരുന്നു എങ്കിലും മനസ്സിൽ പരിഭ്രമം നിറഞ്ഞ അസ്വസ്ഥത ഉടലെടുക്കാൻ തുടങ്ങി. ഭക്ഷണം തൊണ്ടയിൽനിന്ന് താഴേക്ക് ഇറങ്ങുന്നുണ്ടായിരുന്നില്ല.

അവൾ എഴുന്നേൽക്കാൻ തുടങ്ങിയപ്പോൾ സീമ ചോദിച്ചു, "എന്തു പറ്റി?"

"ഒന്നുമില്ല... കഴിക്കാൻ തോന്നുന്നില്ല..." എന്നു പറഞ്ഞ് ഭീമേ എഴുന്നേറ്റു.

"ഏയ് നിൽക്കൂ... ഇരിക്കൂ... ആരെക്കുറിച്ചാണ് ആലോചിക്കുന്നത്?"

ഭീമേ മൗനം പാലിച്ചു. രാവിലെ മുതൽ ഇതുവരെ ഗൗരവത്തിലായിരുന്ന സീമയുടെ മുഖഭാവം രഹസ്യാത്മകമായിരുന്നു. ഭീമേ ആരെക്കുറിച്ചാണ് ചിന്തിക്കുന്നതെന്ന് അവൾക്ക് അറിവായി വന്നതുപോലെ.

"പറയ്... പറയ്... ആരെക്കുറിച്ചാണ് ആലോചിക്കുന്നത്?" സീമയുടെ സ്വരത്തിൽ ഒരു കളിയാക്കൽ ഭാവം ഉണ്ടായിരുന്നു. ഈ മാവോവാദി പെൺകുട്ടിയിൽനിന്ന് ഭീമേ ഇത്തരം ഒരു പെരുമാറ്റം ഒരിക്കലും സങ്കല്പിച്ചിരുന്നില്ല.

"നിങ്ങൾ...ക്ക് അറിയോ... അയാൾ... എവിടെ എന്ന്...?" ഭീമേ വിക്കിക്കൊണ്ട് ചോദിച്ചു. എങ്ങനെ എന്നറിയില്ല. താൻ രാംദേവിനെക്കുറിച്ചാണ് ചോദിക്കുന്നതെന്ന് സീമയ്ക്ക് അറിയാമെന്ന് അവൾക്കു തോന്നി.

"നിങ്ങളുടെ സുഹൃത്ത്? ങാ... ങാ... അയാൾ വരുന്നുണ്ട്... പിന്നാലെ... ഒന്നുരണ്ട് മണിക്കൂർകൊണ്ട് ഇവിടെ എത്തും..."

"എന്റെ സുഹൃത്ത്... ആര്? നിങ്ങൾക്ക് അറിയോ?" ഭീമേയ്ക്ക് ഇപ്പോഴും അന്ന് ഡോംഗർപാലിൽ വെച്ച് സീമയുടെ കൈകൊണ്ടു കിട്ടിയ കനത്ത അടി ഓർമ്മയുണ്ട്. സീമയ്ക്കും അന്ന് ഭീമേ കാണിച്ച എതിർപ്പും അവളുടെ നിർഭയത്വവും ഓർമ്മയുണ്ട്. എന്നാൽ ജുഡും ക്യാമ്പിൽ ഈ പെൺകുട്ടിയോടു കാണിച്ച അതിക്രമവും അവളുടെ ധൈര്യവും സീമയെ സ്വയം മാറാൻ പ്രേരിപ്പിച്ചു. ഇപ്പോൾ അവളുടെ മനസ്സിൽ ഭീമേയോട് ആദരഭാവമാണ് ഉള്ളത്.

"അതേ... അതേ... ആ പയ്യനും പിന്നെ നിങ്ങളുടെ ആ കൂട്ടുകാരിയും... നിന്നോടൊപ്പം എപ്പോഴും കഴിയുന്ന... അവരല്ലേ?" സീമ പറഞ്ഞു. പിന്നെ പുഞ്ചിരിച്ചുകൊണ്ട് തുടർന്നു. "അവർ കോമ്രേഡ് സരിതയുടെയും അപ്പുവിന്റെയും കൂടെ വരുന്നുണ്ട്."

സീമ നല്ല മൂഡിലായിരുന്നു.

"ഇനി വരൂ... ഇവിടെ ഇരിക്കൂ... എന്നിട്ട് ഭക്ഷണം മുഴുവൻ കഴിക്കൂ." അവൾ പറഞ്ഞു.

ഭീമേയ്ക്ക് തന്റെ കാതുകളെ വിശ്വസിക്കാൻ കഴിഞ്ഞില്ല... പെട്ടെന്ന് അവളുടെ നിരാശയും തളർച്ചയും പരിഭ്രമവുമെല്ലാം അപ്രത്യക്ഷമായി. സീമയെ കെട്ടിപ്പിടിക്കണമെന്ന് അവൾ മനസ്സുകൊണ്ട് ആഗ്രഹിച്ചു. അവൾ സീമയുടെ അടുത്തുചെന്ന് അവളുടെ കൈ പിടിച്ച് പറഞ്ഞു. "നിങ്ങൾ കളവല്ലല്ലോ പറയുന്നത് കോമ്രേഡ്... എന്നോട് അത്തരം വൃത്തികെട്ട തമാശ പറയരുത്."

"അല്ല, ഞാൻ ശരിക്കും സത്യമാണ് പറയുന്നത്... ഇവിടെ ഇരിക്കൂ." സീമ അവളുടെ ചുമലിൽ കൈവെച്ചുകൊണ്ട് പറഞ്ഞു. "അയാൾ കുറച്ച് കിലോമീറ്റർ മാത്രം ദൂരെയാണ്."

ഭീമേയുടെ കണ്ണുകളിൽനിന്ന് കണ്ണുനീർ ഒഴുകാൻ തുടങ്ങി.

രാമാ, അല്പസമയത്തിനകം തന്റെ അടുത്ത് ഉണ്ടാകും. അവൾ വിചാരിച്ചു. അവൾ സീമയുടെ അടുത്ത് ശേഷിച്ച ഭക്ഷണം പൂർത്തിയാക്കാനായി വീണ്ടും ഇരുന്നു. എന്നാൽ ഇപ്പോൾ അവൾക്ക് സന്തോഷംകൊണ്ട് കഴിക്കാൻ കഴിയുന്നുണ്ടായിരുന്നില്ല.

41

എസ്.പി. സഞ്ചിത് ചൗധരി ബേൽഘാട്ട് ആക്രമണത്തെക്കുറിച്ച് റിപ്പോർട്ട് റായ്പുരിലേക്ക് അയച്ച അന്നുതന്നെ സർക്കാരിലെ ഉന്നത ഉദ്യോഗസ്ഥരുടെ ബുദ്ധി പ്രവർത്തിക്കാൻ തുടങ്ങി. പൊലീസിലേയും ആഭ്യന്തര മന്ത്രാലയത്തിലേയും ഉന്നത ഉദ്യോഗസ്ഥരുടെ നീണ്ട മീറ്റിംഗ്

നടന്നു. റിപ്പോർട്ടിലെ വളരെ പ്രധാനപ്പെട്ട ഭാഗങ്ങൾ ചർച്ച ചെയ്തു. പിന്നെ എന്നത്തേയുംപോലെ രഹസ്യാന്വേഷണ വിഭാഗത്തിലെ ഒരു ഓഫീസർ ചില റിപ്പോർട്ടർമാരെ കാണാനായി വിളിച്ചു. വൈകുന്നേരം ആകുമ്പോഴേക്കും ദേശീയ-പ്രാദേശിക പത്രങ്ങൾക്ക് ബേൽഘലാട്ട് ആക്രമണത്തെക്കുറിച്ചുള്ള പ്രധാനപ്പെട്ട വിവരങ്ങൾ നൽകി. വാർത്ത ഉത്തരവാദിത്വത്തോടെ പ്രസിദ്ധീകരിക്കണമെന്ന് പത്രക്കാരോട് പറയുകയും ചെയ്തു. അഭീക് ബാനർജിക്ക് ഈ വിവരം നൽകിയില്ല. സർക്കാരിനെ സംബന്ധിച്ച് ഈ സമയത്ത് അയാളെപോലെയുള്ള പത്രപ്രവർത്തകരോ അയാളുടെ 'ഛഗ്ബന്ധു' പത്രമോ ചിലപ്പോൾ ഉത്തരവാദിത്തമുള്ളവർ ആയിരുന്നില്ല.

അടുത്ത ദിവസം രാവിലെ നിരവധി പത്രങ്ങളിൽ ബേൽഘലാട്ട് ആക്രമണത്തെക്കുറിച്ച് പ്രത്യേക റിപ്പോർട്ട് ഉണ്ടായിരുന്നു. അവയുടെ തലവാചകങ്ങൾ ഇങ്ങനെയായിരുന്നു.

"കൂട്ടാളികളെ മോചിപ്പിക്കാൻ നക്സലുകൾ നടത്തിയ ആക്രമണം."

"ബേൽഘലാട്ട് ആക്രമണം: മാവോവാദികൾ മൂന്ന് സഹപ്രവർത്തകരെ പൊലീസ് സ്റ്റേഷനിൽനിന്ന് വിടുവിച്ചു."

"ചിട്ടാപാഡയിലെയും ഛരുട്ടേപാലിലെയും നക്സലുകൾ ബേൽഘലാട്ട് ആക്രമണത്തിനിടെ പൊലീസ് കസ്റ്റഡിയിൽനിന്ന് രക്ഷപ്പെട്ടു."

ഈ പത്രങ്ങളിലെല്ലാം വന്ന വാർത്തകളിൽനിന്ന് മനസ്സിലാക്കാൻ കഴിയുന്നത് - ഭീമേ, സുരി, രാംദേവ് എന്നിവർ നക്സലുകളെ സഹായിക്കുകയായിരുന്നു. അതുകൊണ്ടാണ് അവരെ മോചിപ്പിക്കുന്നതിനായി മാവോവാദികൾ ബേൽഘലാട്ട് ക്യാമ്പിൽ ആക്രമണം നടത്തിയത്. ഈ വാർത്തകൾക്കൊപ്പം നക്സൽ ആക്രമണത്തിൽ കൊല്ലപ്പെട്ട ആളുകളുടെ ചിത്രങ്ങളും കൊടുത്തിരുന്നു, മാവോവാദികൾക്കെതിരെ രോഷവും വെറുപ്പും ഉണ്ടാക്കാനും ജുഡുമിനോട് സഹാനുഭൂതി വരുത്താനുമായിരുന്നു ഇത്.

അഭീക് ബാനർജിയാകട്ടെ യാദൃച്ഛികമായി ഇപ്പോൾ ജഗദൽപുരിലായിരുന്നു. അയാൾക്ക് സുരി, ഭീമേ, രാംദേവ് എന്നിവരെക്കുറിച്ച് അധികമൊന്നും അറിയുമായിരുന്നില്ല. ചിട്ടാപാഡയിൽ ജുഡുമിന് എതിരെയുള്ള അവരുടെ എതിർപ്പ് മാത്രമാണ് അയാൾ കണ്ടത്. തങ്ങളുടെ വീട് ഉപേക്ഷിക്കുകയില്ല എന്ന അവരുടെ വാശിയിൽ ആദിവാസികളുടെ ജന്മഭൂമിയോടുള്ള സഹജമായ സ്നേഹം കാണാമായിരുന്നു.

പത്രങ്ങളിൽ വന്ന ഈ വാർത്തകളിൽ അല്പമെങ്കിലും വാസ്തവം ഉണ്ടെങ്കിൽ അന്ന് ഗ്രാമീണരുടെ എതിർപ്പ് മാവോവാദികളുടെ പിന്തുണയോടെ നടന്നതാകാം. ചിട്ടാപാഡയിലെ ആ സംഭവത്തിനു മുമ്പ് തനിക്ക് ബിഷൻ ഉസേണ്ടിയുടെ ഫോൺ വന്ന കാര്യം അഭീക്കിന് ഓർമ്മ വന്നു. ഗ്രാമീണരുടെ പ്രതിഷേധം കവർ ചെയ്യാനായി അഭീക്കിനെ വിളിച്ചതും ബിഷൻ ആണ്. അതുകൊണ്ട് ഇതിനെക്കുറിച്ച് കൂടുതൽ വിവരങ്ങൾ

നൽകാൻ ബിഷനു കഴിയുമെന്ന് അഭീക്കിന് തോന്നി. അയാൾ ബിഷന് ഫോൺ ചെയ്തു. ചിട്ടാപാഡയിലെ സംഭവത്തിനുശേഷം ബിഷൻ ദന്തേവാഡയിൽനിന്ന് ദൂരെയായിരുന്നു. ഇപ്പോൾ അയാൾ പൊലീസിന്റെയും ജുഡുമിന്റെയും കണ്ണിൽപെടാൻ ആഗ്രഹിച്ചിരുന്നില്ല.

"ബിഷൻ പത്രം കണ്ടോ?" ഫോണിൽ കിട്ടിയ ഉടനെ, ബിഷൻ ഇപ്പോൾ എവിടെയായിരിക്കാം എന്നൊന്നും തിരക്കാതെ, ചോദിച്ചു.

"ഉവ്വ് ഭയ്യാ, കണ്ടു... ഇത് പച്ചക്കള്ളമാണ് ഭയ്യാ..." ബിഷൻ പറഞ്ഞു.

ബസ്തറിൽ ഹെൽത്ത് മിഷൻ പ്രവർത്തനവുമായി നടന്നിരുന്ന ബിഷന് ഏറെ നാളുകളായി രാംദേവിനെയും ഭീമേയെയും അറിയാം. ഇന്ന് പത്രത്തിൽ അച്ചടിച്ചുവന്ന വാർത്തകൾ കണ്ടപ്പോൾ ബിഷന് വിഷമം മാത്രമല്ല കോപവും വന്നു. ഭീമേയും രാംദേവും സുരിയും ജുഡുമിന്റെ തടവിൽ ആണെന്ന് രണ്ടു ദിവസം മുമ്പു മാത്രമാണ് അയാൾക്ക് വിവരം കിട്ടിയത്. എന്നാൽ ഇന്ന് പത്രത്തിൽ എഴുതിയിരിക്കുന്നു അവർ നക്സലുകളെ പിന്തുണയ്ക്കുന്നവരാണെന്ന്.

"ബിഷൻ, ഹോം ഡിപ്പാർട്ടുമെന്റിലെ ആളുകളാണ് പത്രങ്ങൾക്ക് ഈ വാർത്ത നൽകിയിട്ടുള്ളത്. വാസ്തവം എന്താണ് എന്ന് അന്വേഷിച്ച് അറിയേണ്ടതുണ്ട്. ഈ ആളുകൾ നക്സലുകളെ പിന്തുണയ്ക്കുന്നവരല്ല എന്നാണ് നിങ്ങൾ പറയുന്നത്. ഇത് തെളിയിക്കാൻ നമുക്ക് തെളിവ് വേണം. ഭീമേയോടൊത്ത് പ്രവർത്തിച്ചിരുന്നവരെ അന്വേഷിച്ച് കണ്ടെത്തൂ. അവരുടെ യാഥാർത്ഥ്യം അറിയുന്നവർ ആകണം." അഭീക് പറഞ്ഞു.

ബസ്തറിലെ ഗ്രാമങ്ങളിൽ നിരവധി ആളുകൾ ദീർഘകാലമായി ഭീമേയെ അറിയുന്നവരും അവളോടൊപ്പം പ്രവർത്തിച്ചവരും ഉണ്ടെന്ന് ബിഷന് അറിയാം. പക്ഷേ, ജനങ്ങൾ ആര് പറയുന്നത് വിശ്വസിക്കും? ആരാണ് അവൾക്കുവേണ്ടി നിലകൊള്ളുക? പെട്ടെന്ന് അയാൾക്ക് ഒരാളെ ഓർമ്മ വന്നു.

'ഗാദീരാസ്... ഗാദീരാസ്...' ബിഷൻ തന്നോടുതന്നെ പറഞ്ഞു.

"എന്താണ് പറയുന്നത്...?" മറുഭാഗത്തുനിന്ന് അഭീക് ചോദിച്ചു.

"ഭയ്യാ, ഗാദീരാസിൽ ഒരു സ്ത്രീയുണ്ട്... ഏതാണ്ട് നാല്പത്തിയഞ്ച്-അമ്പത് വയസ്സ് ഉണ്ടാകും. കഴിഞ്ഞ കുറച്ചു വർഷങ്ങളായി അവർ സ്ത്രീശാക്തീകരണ പ്രവർത്തനങ്ങളിലാണ്... ഭീമേയുടെ കൂടെ അവർ കുറെ പ്രവർത്തിച്ചിട്ടുണ്ട്... അവർക്ക് ഭീമേയെ നന്നായി അറിയാം." ബിഷൻ പറഞ്ഞു.

"ഗാദീരാസ്..." അഭീക് പിറുപിറുത്തു. ജഗദൽപുരിൽനിന്ന് ഗാദീരാസിലേക്ക് അധികം ദൂരമില്ല. ഏകദേശം രണ്ടു മണിക്കൂർ യാത്ര. രാവിലെ പത്തുമണി ആയിരുന്നു. അയാൾക്ക് ഇന്നുതന്നെ റിപ്പോർട്ട് അയയ്ക്കാൻ കഴിയുമായിരുന്നു. ഗാദീരാസിൽ പോകുകതന്നെ വേണമെന്ന് അയാളിലെ റിപ്പോർട്ടർ പറയുകയായിരുന്നു.

അവിടെനിന്ന് എന്തെങ്കിലും കിട്ടുമോ - അഭീക് ആലോചിച്ചു. "ഞാൻ അവിടെ പോകാം. ആ സ്ത്രീയുടെ പേരോ വിലാസമോ നിങ്ങൾക്ക് അറിയോ?" അയാൾ ബിഷനോട് ചോദിച്ചു.

"അറിയാമായിരുന്നു, പക്ഷേ ഓർമ്മ വരുന്നില്ല..." ബിഷൻ ഓർക്കാൻ ശ്രമിച്ചുകൊണ്ട് പറഞ്ഞു. പിന്നെ ഓർത്തുകൊണ്ട് പറഞ്ഞു, "ങാ... ഫൂലോ... ഫൂലോദേവി എന്നാണ് അവളുടെ പേര്."

"ഉറപ്പാണോ?"

"അതേ ഭയ്യാ, നൂറ് ശതമാനം."

"വെരി ഗുഡ്... ബിഷൻ, ആ സ്ത്രീയെ അന്വേഷിച്ചു കണ്ടെത്താൻ അവിടെ നിങ്ങളുടെ ഹെൽത്ത് സെന്ററിലെ ആളുകൾ ഉണ്ടാകുമല്ലോ?" സന്തോഷത്തോടുകൂടി അഭീക് ബിഷനോട് ചോദിച്ചു.

"ഉവ്വ് ഭയ്യാ, ഞാൻ ദന്തേവാഡയിൽനിന്ന് ഒരു പയ്യനെ അയയ്ക്കാം. താങ്കൾ അവിടെ എത്തുമ്പോഴേക്കും അവൻ ഫൂലോദേവിയെ അന്വേഷിച്ച് കണ്ടെത്തിക്കോളും."

"താങ്ക് യൂ വെരി മച്ച് ബിഷൻ." അഭീക് പറഞ്ഞു. അയാൾ തന്റെ കസേരയിൽനിന്ന് സ്പ്രിംഗ് പോലെ ചാടി എഴുന്നേറ്റ് ഓടിപ്പോയി ബാത്റൂമിൽ കയറി. അര മണിക്കൂറിനുള്ളിൽ അയാൾ ഗാദീരാസിലേക്ക് പുറപ്പെട്ടുകഴിഞ്ഞു.

42

"**ഭീ...** ഭീ..." കുടിലിന്റെ വാതിൽക്കൽ നിന്ന് തൊണ്ടയിടറിക്കൊണ്ട് രാംദേവ് വിളിച്ചു.

അയാളെ കാത്തിരുന്ന് കാത്തിരുന്ന് അവളുടെ കണ്ണുകൾ അടഞ്ഞുപോയിരുന്നു. അവൾ ചുമരിൽ തല ചാരി ഇരിക്കുകയായിരുന്നു. രാംദേവ് അവളുടെ അടുത്തുവന്നു. റാന്തൽ വിളക്കിന്റെ വെളിച്ചത്തിൽ അവളുടെ മുഖത്തേക്ക് സൂക്ഷിച്ചുനോക്കി. ഒരു പുതുപുഷ്പംപോലെ വിടർന്നിരിക്കുമായിരുന്ന ഭീമേയുടെ മുഖം വാടിപ്പോയിരുന്നു. അവിടെ പലയിടത്തും മുറിവിന്റെ പാടുകൾ ഉണ്ട്. കഴിഞ്ഞ പത്തു ദിവസം എന്തൊക്കെയാണ് അവൾ അനുഭവിച്ചത്! ഇപ്പോൾ ഉറക്കത്തിൽ ഭീമേ പിറുപിറുക്കുകയായിരുന്നു, "രാമാ... ഏയ്... രാ...മാ... നിനക്ക് കുഴപ്പമില്ലല്ലോ... രാമാ... നിനക്ക് അധികം പരിക്ക് ഇല്ലല്ലോ?"

ഈ അവസ്ഥയിലും അവൾക്ക് എന്നെക്കുറിച്ചാണ് ചിന്ത. രാംദേവിന്റെ തൊണ്ട ഇടറി. അയാളുടെ മനസ്സിൽ ഭീമേയോടുള്ള സ്നേഹത്തിന്റെ തിരകൾ ഉയർന്നുപൊങ്ങാൻ തുടങ്ങി. അയാൾ തന്റെ വേദന മറന്നു. ഭീമേയ്ക്ക് ഉണ്ടായ പീഡനങ്ങളും യാതനകളും അയാൾക്ക് ഓർമ്മ വരാൻ തുടങ്ങി. അയാൾ തന്റെ ഭീയ്ക്കു മുന്നിൽനിന്ന് ഉറക്കെ കരയാൻ

തുടങ്ങി. പിന്നെ അയാൾ മുട്ടുകുത്തിയിരുന്ന് അവളുടെ മടിയിൽ തല വെച്ചു.

ഭീമേ ഞെട്ടി എഴുന്നേറ്റു. രാംദേവ് മടിയിൽ തലവെച്ച് കരയുന്നത് അവൾ കണ്ടു.

"രാമാ.. നീ വന്നോ രാമാ...?" ഭീമേ അയാളെ കെട്ടിപ്പിടിച്ചു.

ഇരുവരും പൊട്ടിക്കരയുകയായിരുന്നു. ആലിംഗനത്തിൽ പരസ്പരമുള്ള സ്പർശവും അടുപ്പവും ഇരുവർക്കും മുറിവിലെ ലേപനംപോലെ ആയിരുന്നു. കണ്ണുനീരിനൊപ്പം അവരുടെ യാതനകൾ ഒഴിപ്പോകുകയായിരുന്നു.

"ഇതെന്തുപറ്റി ഭീ... ഇതെന്തുപറ്റി...?" ഒരു കുട്ടിയെപോലെ കരയുകയായിരുന്നു രാംദേവ്.

"നീ എവിടെ പോയിരുന്നു രാമാ? നിന്നെ ഓർത്ത് ഞാൻ എത്ര വിഷമിച്ചു?" ഭീമേ പറഞ്ഞു. ഇരുവരുടെയും കരച്ചിൽ നിലയ്ക്കുന്നുണ്ടായിരുന്നില്ല.

അല്പസമയത്തിനുശേഷം ഇരുവരും സ്വയവും പരസ്പരവും നിയന്ത്രിച്ചു. പിന്നെ ഭീമേയുടെ മുണ്ടിന്റെ തലപ്പുകൊണ്ട് മുഖം തുടച്ച് രാംദേവ് പറഞ്ഞു. "അന്നു രാത്രി നീ ബോധം കെട്ടുപോയിരുന്നു ഭീ... ശുക്ല എന്നെ വലിച്ചിഴച്ച് മറ്റൊരു ടെന്റിൽ കൊണ്ടിട്ടു... കുറച്ചു സമയത്തിനുശേഷം അവർ സുരിയെയും അവിടേക്ക് കൊണ്ടുവന്നു. അവിടെ ഞങ്ങൾ നിന്നെക്കുറിച്ച് അറിയാൻ ഒരുപാട് ശ്രമിച്ചു. പക്ഷേ ആരും ഒന്നും പറഞ്ഞില്ല..."

"സുരി..." പെട്ടെന്ന് ഭീമേയ്ക്ക് തന്റെ കൂട്ടുകാരിയെ ഓർമ്മ വന്നു. "സുരി എവിടെയാണ് രാമാ... അവൾക്ക് കുഴപ്പമൊന്നും ഇല്ലല്ലോ?"

"പുറത്ത് നിന്നെ കാത്തുനിൽക്കുകയാണ്. അവൾ തീർത്തും മൗനിയായിപ്പോയി. ജുഡുമിന്റെ പയ്യന്മാർ നിരവധി തവണ അവളെ..." രാംദേവ് പറഞ്ഞുനിർത്തി.

ഭീമേ പുറത്തേക്ക് ഓടി. രാംദേവ് അവളുടെകൂടെ പുറത്തുവന്നു. നിലാവുള്ള രാത്രിയായിരുന്നു. സുരി നിലത്ത് ഇരിക്കുന്നത് ഭീമേ കണ്ടു. നിശ്ശബ്ദയായി. അവളുടെ കൂടെ ചില ഗ്രാമീണരും മാവോവാദി കേഡർമാരും ഉണ്ടായിരുന്നു. ഇവരെ ഇവിടെ വിട്ടിട്ട് സീമ ഉറങ്ങാൻ പോയിരുന്നു.

"സുരീ..." ഭീമേ പതിഞ്ഞ സ്വരത്തിൽ വിളിച്ചു.

സുരി തല ഉയർത്തി. കൂട്ടുകാരികൾ ഇരുവരും പരസ്പരം നോക്കിനിന്നു. സുരിയുടെ മുഖത്ത് ഒരു ഭാവമാറ്റവും ഇല്ല. ഭീമേ ഓടി സുരിയുടെ അടുത്തുചെന്ന് അവളെ കുലുക്കി.

എന്നിട്ടും സുരി ഒന്നും മിണ്ടിയില്ല. പിന്നെ പെട്ടെന്ന് അവളുടെ കണ്ണുകൾ നിറഞ്ഞ് ഒഴുകാൻ തുടങ്ങി. അവൾ ഭീമേയെ കെട്ടിപ്പിടിച്ചു. സുരിയുടെ ഉള്ളിൽ ഉറഞ്ഞുപോയിരുന്ന വികാരങ്ങളുടെ അണക്കെട്ട് അവസാനം തകർന്നതിൽ രാംദേവിന് വലിയ ആശ്വാസം തോന്നി.

“നമ്മ...ളോട്... ഇ...ങ്ങനെ... എ...ന്താ... ഉണ്ടാ...യത്... ഭീ...മേ...” കരച്ചിലിനിടയിൽ സുരിയുടെ വാക്കുകൾ പുറത്തു വരുന്നുണ്ടായിരുന്നില്ല. ഭീമേ സുരിയെ തന്റെ നെഞ്ചിനോട് ചേർത്തുപിടിച്ചു. അവളുടെ തലയിൽ തന്റെ താടിവെച്ചു. സുരി പൊട്ടിക്കരയുകയായിരുന്നു.

സുരി വീണ്ടും ഭീമേയോട് ചോദിച്ചു.

“ഭീ...മേ... പറയ്... എന്തിനാണ് നമ്മളോട് ഇതൊക്കെ ചെയ്തത്?” ഭീമേ കുറച്ചുനേരം ഒന്നും മിണ്ടിയില്ല. പിന്നെ ദൂരെ ആകാശത്ത് പൊട്ടി വീഴുന്ന ഒരു നക്ഷത്രത്തെ നോക്കിക്കൊണ്ട് പറഞ്ഞു, “ഇത് സ്വപ്നം കാണുന്നതിനുള്ള ശിക്ഷയാണ് സുരീ... സ്വപ്നം കാണുന്നതിനുള്ള ശിക്ഷ.”

43

തന്റെ മുന്നിൽ നിൽക്കുന്ന ഈ പെൺകുട്ടി, തനിക്ക് ഇത്രയധികം പീഡനങ്ങൾ സഹിക്കേണ്ടി വന്നിട്ടും പ്രതികാരം ചെയ്യാൻ ആഗ്രഹിക്കുന്നില്ല എന്നത് സഞ്ജീവൻ റെഡ്ഡിക്ക് വിശ്വസിക്കാൻ കഴിഞ്ഞില്ല. ഭീമേ പ്രതികാരം ചെയ്യാൻ ആഗ്രഹിക്കാത്തത് അവൾ ജുഡുമിന്റെയും പൊലീസിന്റെയും അക്രമവും ക്രൂരതയും കണ്ട് ഭയന്നിട്ടാണോ അതോ ആഘാതത്തിൽനിന്ന് മുക്തയാകാത്തതിനാൽ ഇനിയെന്ത് ചെയ്യണം എന്ന് അറിയാത്തതുകൊണ്ടാണോ?

ഏതാണ്ട് അമ്പതു കിലോമീറ്റർ ദൂരം പിന്നിട്ടാണ് റെഡ്ഡി ബേൽഘോട്ട് ക്യാമ്പിൽനിന്ന് മോചിപ്പിച്ച ആദിവാസികളെ കാണാൻ വന്നത്. അയാൾ ഇപ്പോൾ പൊലീസിനും സൽവാ ജുഡുമിനും എതിരെ തന്റെ കേഡർമാരെയും നെറ്റ്‌വർക്കും വിന്യസിക്കുന്നതിൽ മുഴുകിയിരിക്കുകയായിരുന്നു. ഏതു ഭരണകൂടത്തെയാണോ അഴിമതിക്കാരും അക്രമികളും എന്ന് ഭീമേ പറഞ്ഞുകൊണ്ടിരുന്നത് ആ ഭരണകൂടത്തിൽനിന്ന് നിർദോഷികളായ ആദിവാസികളെ മോചിപ്പിക്കാനാണ് നക്സലുകൾ ശ്രമിച്ചുകൊണ്ടിരിക്കുന്നത് എന്നും മാവോവാദി പാർട്ടിയുടെ ആ നയത്തിന്റെ ഭാഗമായാണ് ബേൽഘോട്ടിൽ നക്സലുകൾ ആക്രമണം നടത്തിയതെന്നും ഭീമേയെ പറഞ്ഞു മനസ്സിലാക്കാനുള്ള ശ്രമത്തിലായിരുന്നു റെഡ്ഡി.

“ഞങ്ങളുടെ സഖാക്കൾ റിസ്ക് എടുത്തു... ഇത്ര വലിയ ആക്രമണം നടത്തി... നിങ്ങളെ ഞങ്ങളുടെ പാർട്ടിയിൽ കൊണ്ടുവരാനല്ല മോചിപ്പിച്ചത്. മറിച്ച് നിങ്ങൾ ഒരു തെറ്റും ചെയ്തിട്ടില്ല എന്ന് പാർട്ടിക്ക് അറിയാം... നിങ്ങൾ ഇന്നസെന്റ് ആണ്...” സഞ്ജീവൻ റെഡ്ഡിയുടെ വാക്കുകളിൽ സഹാനുഭൂതിയോടൊപ്പം ഭീമേയോടുള്ള ആദരവും ഉണ്ടായിരുന്നു. “നിങ്ങൾ ബസ്തറിൽ സ്ത്രീകൾക്കൊപ്പം പ്രവർത്തിക്കുകയായിരുന്നു

എന്ന് ഞങ്ങൾക്കെല്ലാം അറിയാം... എന്നുവെച്ചാൽ ക്യാമ്പയിൻ നടത്തുകയായിരുന്നു... പെൺകുട്ടികൾ ഞങ്ങളുടെ പാർട്ടിയിൽ ചേരുന്നതിനെ പോലും തടഞ്ഞു. എന്നിട്ടും ഞങ്ങൾ സീരിയസ് ആക്ഷൻ ഒന്നും എടുത്തില്ല. നിങ്ങളുടെ ക്യാമ്പയിൻകൊണ്ട് പെൺകുട്ടികൾക്കും എന്തെങ്കിലും ഗുണമുണ്ടായിട്ടുണ്ടാകും എന്ന് ഞങ്ങൾ കരുതുന്നു... ഇക്കാര്യം ഞങ്ങൾ അംഗീകരിക്കുന്നു."

മാവോവാദികൾ ഒരിക്കലും ഭീമേയുടെ ഈ പ്രവർത്തനത്തെ നേരിട്ട് തടയാൻ ശ്രമിച്ചിട്ടില്ല. എന്നാൽ ബസ്തറിലെ ഗ്രാമങ്ങളിൽ സ്ത്രീകളിൽ ഉണ്ടാകുന്ന ജാഗ്രതയിൽ മാവോവാദി പാർട്ടി അത്ര സന്തുഷ്ടരും ആയിരുന്നില്ല. നക്സൽ പ്രസ്ഥാനത്തിൽ കൂടുതൽ കൂടുതൽ വനിതകളെ ചേർക്കാൻ റെഡ്ഡി ആഗ്രഹിച്ചിരുന്നു. എന്നാൽ ഭീമേയുടെ ജാഗ്രതാ പ്രസ്ഥാനം റെഡ്ഡിയുടെ ലക്ഷ്യത്തിന് വലിയ അപകടമായിത്തീർന്നിരുന്നു. എന്നിട്ടും ഇന്ന് റെഡ്ഡി അപ്രിയമായ കാര്യങ്ങളൊന്നും പറയാൻ ആഗ്രഹിക്കുന്നില്ല എന്ന് ഭീമേയ്ക്ക് മനസ്സിലായി. അയാൾ ഭീമേയെ പ്രശംസിക്കുക തന്നെയായിരുന്നു.

"ഞങ്ങളുടെ സഖാക്കൾക്ക് മനസ്സിലായി... എന്നുവെച്ചാൽ നിങ്ങൾ ധൈര്യശാലിയാണ്. നിങ്ങൾ ചിട്ടാപാഡയിൽ ജുഡുമിനെതിരെ സംസാരിച്ചു എന്ന് ഞങ്ങൾക്ക് വിവരം കിട്ടി... സർക്കാരിനെതിരെ പറയാനും എതിർപ്പ് പ്രകടിപ്പിക്കാനും കഴിയുന്ന നിങ്ങളെപോലുള്ള ആളുകൾ തന്നെയാണ് ജനകീയ യുദ്ധത്തിന് വേണ്ടത്...?"

ഭീമേ ക്ഷീണിച്ചിരുന്നു. അവൾ അടുത്ത് കിടന്നിരുന്ന വലിയൊരു കല്ലിൽ ഇരുന്നു. രാംദേവ് അവളുടെ അടുത്തുതന്നെ നിൽക്കുന്നുണ്ടായിരുന്നു. കുറച്ച് അകലെയായി നിലത്ത് ഇരുന്നുകൊണ്ട് സുരി ചിലപ്പോൾ സഞ്ജീവൻ റെഡ്ഡിയെയും ചിലപ്പോൾ നാലുപാടും ചിതറി നിൽക്കുന്ന ആയുധധാരികളായ നക്സലുകളെയും നോക്കുകയായിരുന്നു. റെഡ്ഡി പറയുന്നതിനോട് തന്റെ കൂട്ടുകാരിയുടെ പ്രതികരണം എന്തായിരിക്കുമെന്ന് അവൾക്ക് അറിയുമായിരുന്നില്ല.

സാധാരണ നിലയിൽ റെഡ്ഡിയുടെ ഏത് വാഗ്ദാനവും ഭീമേ തള്ളിക്കളയുമായിരുന്നു. എന്നാൽ പൊലീസിന്റെയും ജുഡുമിന്റെയും അതിക്രമവും ബലാത്സംഗവും സഹിച്ച തന്റെ കൂട്ടുകാരിക്ക് ഇനിയും നക്സലുകളിൽനിന്ന് അകന്നുനിൽക്കാൻ കഴിയുമോ? - സുരി ആലോചിച്ചു.

"സഞ്ജീ ദാദാ, നിങ്ങളെല്ലം ചേർന്ന് ക്യാമ്പ് അറ്റാക്ക് ചെയ്തു... തടവിൽനിന്ന് എന്നെ സ്വതന്ത്രയാക്കി... ആ നരകത്തിൽനിന്ന് പുറത്ത് എത്തിച്ചു..." പറയുന്നതിനിടെ ഭീമേയുടെ തൊണ്ടയിടറി. അവൾ വികാരാധീനയായി.

"രാംദേവിനോട് അവർ ചെയ്യാത്തതായി ഒന്നുമില്ല... അയാളുടെ ശരീരം മുഴുവൻ മുറിവുകളാണ്." അവൾ രാംദേവിനു നേരെ നോക്കിക്കൊണ്ട് പറഞ്ഞു. റെഡ്ഡി അവൾ പറയുന്നത് ശ്രദ്ധിച്ചു കേൾക്കുകയായിരുന്നു.

ഭീമേ അല്പസമയം നിശ്ശബ്ദയായി. രാംദേവിന്റെയും സുരിയുടെയും കണ്ണുകളിൽനിന്ന് കണ്ണുനീർ ഒഴുകുകയായിരുന്നു.

ഭീമേ വീണ്ടും പറയാൻ തുടങ്ങി. "ക്യാമ്പിൽ പത്തു ദിവസത്തിനുള്ളിൽ... എന്നെ... നാല് തവണ റേപ്പ് ചെയ്തു. ആദ്യം പൊലീസ്... പിന്നെ ജുഡുമിന്റെ ആളുകൾ... റേപ്പ് ചെയ്തു." രാംദേവ് കണ്ണുകൾ അടച്ചു, തല പുറകോട്ട് കുനിച്ചു. അയാളുടെ മുഖത്ത് വേദനയ്ക്കും വെറുപ്പിനും ഒപ്പം നിരാശയും രോഷവും നിറഞ്ഞ വികാരമായിരുന്നു. തന്റെ പ്രാണനുപരി ഇഷ്ടപ്പെട്ട പെൺകുട്ടിയുടെ ശരീരവും ആത്മാവും ഇന്ന് അരിപ്പ പോലെയായിത്തീർന്നത് അയാൾ കാണുകയായിരുന്നു.

"എന്റെ കൂട്ടുകാരി സുരി..." ഭീമേ സുരിയെ നോക്കി, അവൾ തല കുനിച്ച് നിലത്ത് ഇരിക്കുകയായിരുന്നു. "ആ ക്യാമ്പിൽ അവളോടും ഇതെല്ലാം ചെയ്തു..."

"ഞങ്ങൾക്കെല്ലാം സർക്കാരിന് എതിരെ സംസാരിച്ചതിനുള്ള ശിക്ഷയാണ് കിട്ടിയത് സഞ്ജീ ദാദാ. ഞങ്ങൾക്ക് താമസിക്കാൻ ഒരിടമില്ല. ഞങ്ങൾക്ക് വീടില്ല. ഞങ്ങൾക്ക് പോകാൻ എവിടെയെങ്കിലും ഒരു ഇടമുണ്ടോ?" ഭീമേ ചോദിച്ചു. എന്തു മറുപടിയാണ് നൽകുകയെന്ന് റെഡ്ഡിക്ക് മനസ്സിലായില്ല. തന്റെ ചോദ്യങ്ങളിലൂടെ ഭീമേ സർക്കാർ വ്യവസ്ഥിതിയോടൊപ്പം നക്സലുകളെയും വെല്ലുവിളിക്കുകയാണ്.

"ബസ്തറിലെ സ്ത്രീകൾക്ക് വിദ്യാഭ്യാസം നൽകി, എന്തെങ്കിലും പഠിപ്പിച്ച് അവരെ മുന്നോട്ട് കൊണ്ടുപോകണമെന്ന് ഞാൻ ആഗ്രഹിച്ചിരുന്നു. എന്നാൽ ഈ ബസ്തറിലെ ആളുകൾ തന്നെ ഞങ്ങൾക്ക് എന്തു ദുരവസ്ഥയാണ് വരുത്തിവെച്ചിരിക്കുന്നത്." ഭീമേ പറഞ്ഞു.

"ഞങ്ങൾ തോക്കെടുത്ത് വെടിവെക്കുന്നവർ മാത്രമല്ല ഭീമേ കുഞ്ചാം. ജനായത്ത സർക്കാരിൽ ഞങ്ങളും സ്ത്രീകളോട് പഠിക്കാനും ജനങ്ങളിൽ ബോധവൽക്കരണം നടത്താനും പറയുന്നുണ്ട്. എന്നാൽ ഈ ബൂർഷ്വാ സർക്കാരിനെ അട്ടിമറിക്കണം എന്നാണ് ഞങ്ങളുടെ പാർട്ടി പ്രോഗ്രാമിൽ പറയുന്നത്. വ്യവസായികളുടെ ദല്ലാളായ സർക്കാരിനെ മാറ്റുന്നതിനു വേണ്ടിയാണ് ഞങ്ങളുടെ ജനകീയ യുദ്ധം. സ്ത്രീകളെയും കുട്ടികളെയും മറ്റുള്ള ആളുകളെയും പഠിപ്പിക്കുന്നതിനും ബോധവൽക്കരണം നടത്തുന്നതിനും ഉള്ള കാര്യപരിപാടിയും ഒപ്പം തന്നെ ഉണ്ട്. സ്കൂളുകളിലും ചേതനാ നാട്യമഞ്ചിലും പാർട്ടിയിലും പ്രവർത്തിക്കുന്ന ആളുകൾക്കു വേണ്ടിയും സ്റ്റഡി പ്രോഗ്രാം ഉണ്ട്." സി.പി.ഐ. മാവോവാദി കേവലം ഒരു ഗറില്ലാ ഫോഴ്സ് മാത്രമല്ല എന്നും മറിച്ച് അതിന് സ്ത്രീശാക്തീകരണത്തിന്റെ വിശദമായ പരിപാടിയുണ്ടെന്നും ഭീമേയെ ബോധ്യപ്പെടുത്താൻ റെഡ്ഡി ശ്രമിച്ചു.

"ദാദാ, ഇതിനെക്കുറിച്ച് നമ്മൾ മുമ്പും സംസാരിച്ചതാണ്. എന്റെ ചിന്താഗതി ഇപ്പോഴും അതുതന്നെയാണ്. ഇപ്പോൾ വീണ്ടും അതിനെക്കുറിച്ച് പറയേണ്ട സമയമല്ല, പിന്നെ എനിക്ക് അതിനുള്ള ശക്തിയുമില്ല." ഭീമേ പറഞ്ഞു. ഭീമേ മാറുന്നവളല്ല എന്ന് റെഡ്ഡിക്ക് മനസ്സിലായി.

"ഞങ്ങളുടെ സഖാക്കൾ നിങ്ങളെയെല്ലാം മോചിപ്പിച്ച് ഇവിടെവരെ കൊണ്ടുവന്നു. ഇനി എന്തു വേണമെന്ന് നിങ്ങൾക്ക് തീരുമാനിക്കാം. നിങ്ങൾ സ്വതന്ത്രരാണ്." അല്പം നീരസത്തോടെ റെഡ്ഡി പറഞ്ഞു. ഭീമേ മൗനം പാലിച്ചു. സഞ്ജീവൻ റെഡ്ഡി യാതൊരു തീരുമാനവും അടിച്ചേല്പിക്കുന്നില്ല എന്നതിൽ രാംദേവിന് വലിയ സന്തോഷം തോന്നി.

അല്പനേരത്തിനുശേഷം ഭീമേ പറഞ്ഞു. "ദാദാ, ഞങ്ങളെ മോചിപ്പിക്കാനായി അങ്ങ് ക്യാമ്പ് ആക്രമിച്ചു. ഞങ്ങളെ സ്വതന്ത്രരാക്കി. എന്നാൽ... ഞങ്ങൾ സ്വതന്ത്രരായോ?" റെഡ്ഡി ഭീമേയെ അമ്പരപ്പോടെ നോക്കി. അവൾ വീണ്ടും പറഞ്ഞു, "മാവോവാദികൾ രാംദേവ്, സുരി, ഭീമേ എന്നിവരെ മോചിപ്പിച്ചുവെന്ന് ജുഡുമിന്റെയും പൊലീസിന്റെയും ആളുകൾ ബേൽഘാട്ട് ക്യാമ്പ് മുതൽ റായ്പുർ വരെ എല്ലായിടത്തും പ്രചരിപ്പിച്ചിട്ടുണ്ടാകാം. ഞങ്ങൾ നിങ്ങളുടെ കൂടെയാണെന്നും അവർ പറയും. പക്ഷേ, സത്യത്തിൽ അങ്ങനെയല്ല."

എല്ലായിടത്തും ഒരു നിശ്ശബ്ദത പരന്നു. ഭീമേ പറഞ്ഞു. "അങ്ങ് ഞങ്ങളെ അവിടെ നിന്ന് മോചിപ്പിച്ചു. എന്നാൽ ഞങ്ങൾ ഇവിടെ അങ്ങയുടെ കൂടെ തങ്ങാൻ ആഗ്രഹിക്കുന്നില്ല സഞ്ജീ ദാദാ... ചുരുങ്ങിയത് ഞാനെങ്കിലും ഇല്ല... എന്നാൽ ഇപ്പോൾ ഞങ്ങൾ എവിടെയെങ്കിലും പോകാവുന്ന അവസ്ഥയിലും അല്ല.." എന്നു പറഞ്ഞുകൊണ്ട് ഭീമേ മറുഭാഗത്തേക്ക് മുഖം തിരിച്ചു.

ആരോ തണുത്ത വെള്ളത്തിൽ പിടിച്ചിട്ട സ്ഥിതിയിലായി സഞ്ജീവൻ റെഡ്ഡി. ജുഡും ക്യാമ്പിൽ എല്ലാവിധ അതിക്രമങ്ങളും അനുഭവിച്ച ഒരു പെൺകുട്ടിയാണ് തന്റെ മുന്നിൽ ഇങ്ങനെ നിന്നു സംസാരിക്കുന്നത് എന്നു വിശ്വസിക്കാൻ റെഡ്ഡിക്കു കഴിഞ്ഞില്ല. ഇപ്പോഴും അവൾക്ക് നക്സലുകളോട് യാതൊരുവിധ സഹാനുഭൂതിയും ഇല്ല.

"ഇപ്പോൾ നിങ്ങളെ മോചിപ്പിച്ചിട്ട് ഞങ്ങൾ തെറ്റു ചെയ്തു എന്നാണോ നിങ്ങൾ പറയുന്നത്?" റെഡ്ഡി ഭീമേയോട് ചോദിച്ചു.

"ഞങ്ങളെ ഒരു നരകത്തിൽനിന്ന് അങ്ങ് പുറത്തു കൊണ്ടുവന്നു എന്ന് ഞാൻ പറഞ്ഞു ദാദാ... എനിക്ക് അങ്ങയോട് വളരെ നന്ദിയുണ്ട്. എന്നാൽ എനിക്ക് ഇപ്പോൾ എന്റെ ഗ്രാമത്തിലേക്ക് തിരിച്ചുപോകാനും കഴിയില്ല." ഭീമേ പറഞ്ഞു.

"ഞങ്ങളുടെ രണ്ട് സഖാക്കളും ആ ആക്രമണത്തിൽ കൊല്ലപ്പെട്ടിട്ടുണ്ട്... പൊലീസും സർക്കാരും ഇന്ന് നാലുഭാഗത്തുനിന്നും ആക്രമിക്കുകയാണ്... അപ്പോൾ ആളുകളെ സഹായിച്ചിട്ട് ഞങ്ങൾ എന്തെങ്കിലും തെറ്റ് ചെയ്തോ...?" റെഡ്ഡി ദേഷ്യപ്പെട്ടുകൊണ്ട് ചോദിച്ചു. "നിങ്ങളെ ഒറ്റയ്ക്കല്ല... ഞങ്ങൾ നിരവധി ആളുകളെ മോചിപ്പിച്ചു... ബീജാപുർ, ദന്തേവാഡ, സുക്മാ, കോണ്ടാ തുടങ്ങി എവിടെയെല്ലാം പൊലീസിന്റെയും ജുഡുമിന്റെയും അതിക്രമം ഉണ്ടായോ അവിടെയെല്ലാം ഞങ്ങൾ ഞങ്ങളുടെ ജോലി ചെയ്തു." റെഡ്ഡി പറഞ്ഞു. "ഞങ്ങളുടെ സഖാക്കൾ സ്വന്തം ജീവൻ നൽകുകയാണ്..."

"പക്ഷേ സഞ്ജീ ദാദാ, അങ്ങയുടെ മാർഗ്ഗം ശരിയല്ല... ഞാൻ വീണ്ടും പറയുകയാണ്, അങ്ങ് സ്വീകരിച്ചിരിക്കുന്ന ഹിംസയുടെ മാർഗ്ഗം തെറ്റാണ്. ബേൽഘാട്ട് ക്യാമ്പിൽ എത്ര ആളുകളാണ് കൊല്ലപ്പെട്ടിരിക്കുക. ഇത് ശരിയല്ല."

റെഡ്ഡി അമ്പരന്നു. അയാൾ ചോദ്യരൂപത്തിൽ ഭീമേയെ നോക്കി. ഭീമേയുടെ പിതാവിനെ മാവോവാദി പാർട്ടി തന്നെയാണ് ജനകീയ കോടതിയിൽ വധിച്ചതെന്ന കാര്യം അയാൾക്ക് ഓർമ്മ വന്നു. മരിക്കുന്ന സമയത്തും ഹേഡിയാ കുഞ്ചാം തന്റെ മകളോട് ഹിംസയിൽനിന്നും പ്രതികാരത്തിൽനിന്നും മാറിനിൽക്കാൻ പറഞ്ഞത് ഭീമേ കഴിഞ്ഞ കൂടിക്കാഴ്ചയിൽ അയാളോട് പറഞ്ഞത് റെഡ്ഡി ഓർത്തു.

ഹേഡിയായുടെ മകൾ ഇന്നും അയാളുടെ വാക്കുകൾ മുറുകെ പിടിച്ചിരിക്കുകയാണ്. റെഡ്ഡി ആലോചിച്ചു. അതിനിടെ റെഡ്ഡിയുടെ കാതിൽ ഭീമേയുടെ വാക്കുകൾ പതിച്ചു.

"ദാദാ, അങ്ങയുടെ കൈയിൽ തോക്ക് ഉണ്ടായിരുന്നില്ലെങ്കിൽ, നിങ്ങളെല്ലാവരും കൂടി മുഴുവൻ ശക്തിയും സമാഹരിച്ച് ഗ്രാമീണരുടെ കൂടെ പ്രതിഷേധപ്രകടനം നടത്താൻ ബേൽഘാട്ട് ക്യാമ്പിൽ എത്തിയിരുന്നു എങ്കിൽ ഞങ്ങളെ വിടാൻ പൊലീസിൽ സമ്മർദ്ദം ഉണ്ടാകുമായിരുന്നില്ലേ? ചിന്തിച്ചുനോക്കൂ. അങ്ങനെ എങ്കിൽ ഞങ്ങളുടെ ജീവിതം എത്ര എളുപ്പമാകുമായിരുന്നു ദാദാ." ഭീമേ അല്പനേരം നിർത്തി, എന്നിട്ട് തുടർന്നു. "അപ്പോൾ അങ്ങയുടെ പോരാട്ടം എത്ര പ്രഭാവം ചെലുത്തുമായിരുന്നു."

44

ഭീമേ കുഞ്ചാം നക്സലുകളുടെ നിർദ്ദേശം തിരസ്കരിച്ചു. സഞ്ജീവൻ റെഡ്ഡി തന്റെ പ്രവർത്തകരോടൊപ്പം അവിടെ നിന്നു പോയി. പോകുന്നതിനു മുമ്പ് അയാൾ രാംദേവിനോട് പറഞ്ഞു, "ഭീമേയ്ക്ക് ഞാൻ പറയുന്നത് മനസ്സിലാകുന്നില്ല. എന്നാലും എപ്പോഴെങ്കിലും നിങ്ങൾ ഒന്ന് ആലോചിച്ചു നോക്കൂ, ഭരണകൂടത്തിന്റെ ഹിംസയ്ക്കും അതിനെ എതിരിടാൻ ഞങ്ങൾ നടത്തുന്ന പ്രതികാരത്തിനും തമ്മിൽ എന്തെങ്കിലും അന്തരം ഉണ്ടോ ഇല്ലയോ എന്ന്. ഞങ്ങൾ നിങ്ങളോട് സംസാരിക്കാൻ എപ്പോഴും തയ്യാറാണ്. നിങ്ങൾക്ക് ഞങ്ങളുടെ അടുത്ത് എപ്പോൾ വേണമെങ്കിലും വരാം."

പോകുന്നതിനു മുമ്പ് റെഡ്ഡി തന്റെ സംഗം അംഗങ്ങളോട് അവർ മൂന്നുപേരെയും കാടിന് പുറത്ത് കൊണ്ടുചെന്നു വിടണമെന്ന് പറഞ്ഞു. സഞ്ജീവൻ റെഡ്ഡിയുടെ കേഡർമാർ ഭീമേയെയും സുരിയെയും രാംദേവിനെയും ജഗദൽപുർ ഹൈവേയുടെ കുറച്ചകലെ കൊണ്ടുവിട്ടു. കോണ്ടോഗാവ് ഇവിടെനിന്ന് അധികം ദൂരെയായിരുന്നില്ല. നക്സലുകൾ

അവരെ അവിടെ വിട്ട് പോകുന്നതിനു മുമ്പ് രാംദേവ് ബിഷനുമായി ബന്ധപ്പെട്ടു. ബിഷൻ ഈ ദിവസങ്ങളിൽ അധികവും നാരായൺപുരിലും കോണ്ടാഗാവിലും തന്നെയാണ് തങ്ങിയിരുന്നത്. ഇവിടെ അടുത്തുള്ള ഗ്രാമങ്ങളിലാണ് പ്രവർത്തിച്ചിരുന്നത്. രാംദേവിന്റെ ശബ്ദം കേട്ട് ബിഷന് വിശ്വസിക്കാൻ കഴിഞ്ഞില്ല.

“രാംദേവ്... എവിടെയാണ് നിങ്ങൾ?” അയാൾ ഉറക്കെ ചോദിച്ചു.

“ബിഷൻ ഭയ്യാ... ഇപ്പോൾ സമയം വളരെ കുറവാണ്. താങ്കളുടെ സഹായം വേണം... ഞങ്ങളുടെ പക്കൽ ഒന്നുമില്ല... ഞങ്ങളുടെ വസ്ത്രങ്ങൾ അല്ലാതെ... ഒന്നു പറയൂ, നമുക്ക് എങ്ങനെ, എവിടെ കാണാൻ കഴിയും?” രാംദേവ് പറഞ്ഞു.

“ശരി... ശരി... തീർച്ചയായും. പക്ഷേ, നിങ്ങൾ ഇപ്പോൾ എവിടെയാണ്? ഭീമേ... സുരി എവിടെയാണ്?” പിന്നെ രാംദേവ് ബിഷനോട് കാര്യങ്ങളെല്ലാം പറഞ്ഞു. ബിഷൻ രാംദേവിന് കോണ്ടാഗാവിലെ തന്റെ താമസസ്ഥലം പറഞ്ഞുകൊടുത്തു. തൊട്ടുപിന്നാലെ അയാൾ അഭീക് ബാനർജിക്ക് ഫോൺ ചെയ്തു. ‘ഛഗ്ബന്ധു’വിൽ ഇന്നുതന്നെയാണ് അഭീക് ബാനർജിയുടെ വിസ്തരിച്ചുള്ള റിപ്പോർട്ട് വന്നത്. ഈ റിപ്പോർട്ട് ഗാദീരാസിൽ താമസിക്കുന്ന ഫൂലോദേവിയുടെയും അതിനടുത്തുള്ള ഗ്രാമീണരുടെയും മൊഴികളുടെ അടിസ്ഥാനത്തിലായിരുന്നു. റിപ്പോർട്ടിന്റെ ഹെഡ്‌ലൈൻ ഇതായിരുന്നു–

“നക്സൽ അനുകൂലിയല്ല, മാവോവാദികളാൽ
പീഡിപ്പിക്കപ്പെട്ടവൾ ഞങ്ങളുടെ ഭീമേ ദീദി”

‘ഛഗ്ബന്ധു’വിന്റെ ഹെഡ്‌ലൈൻ ആയി കൊടുത്തത് ഫൂലോദേവിയുടെ വാക്കുകളായിരുന്നു. അഭീക് ബാനർജി വാർത്തയിൽ എഴുതി–

> ബേൽഘാട്ട് പൊലീസ് സ്റ്റേഷനിൽനിന്ന് ‘ഓടിപ്പോയ’ ആദിവാസികളെ പൊലീസ് നക്സൽ അനുകൂലികൾ എന്നാണ് പറയുന്നത്. എന്നാൽ അവർ വാസ്തവത്തിൽ നക്സലുകളാൽ പീഡിപ്പിക്കപ്പെട്ട ആളുകളാണ്. ബസ്തറിലെ ഗാദീരാസിലും അയൽഗ്രാമങ്ങളിലും ചുറ്റിസഞ്ചരിച്ചപ്പോൾ മനസ്സിലാക്കാൻ കഴിഞ്ഞത്, കഴിഞ്ഞ കുറേ വർഷങ്ങളായി ഭീമേ കുഞ്ചാം സ്ത്രീകളിൽ അവബോധം സൃഷ്ടിക്കുന്നതിനായി ശ്രമിച്ചുവരികയായിരുന്നു. ഇതിന്റെ പേരിൽ മാവോവാദികളുമായി അവൾക്ക് ഏറ്റുമുട്ടേണ്ടി വന്നിട്ടുണ്ട്. ഇവിടെ ഭീമേയെ അവളുടെ അവബോധപ്രവർത്തനങ്ങളിൽ സഹായിക്കുന്ന ദളിത് സ്ത്രീ ഫൂലോദേവിക്ക് കഴിഞ്ഞ രണ്ടു വർഷമായി ഭീമേയെ അറിയാം. തന്റെ അവബോധപ്രവർത്തനങ്ങൾ കാരണം ഭീമേയ്ക്ക് പലപ്പോഴും നക്സൽ നേതാക്കളുമായി

> തർക്കിക്കേണ്ടി വന്നിട്ടുണ്ടെന്ന് ഫൂലോ ദേവി 'ഛഗ്ബന്ധു' വിനോട് പറഞ്ഞു. കുറച്ചു വർഷം മുമ്പ് ഒരു ജനകീയ കോടതിയിൽ വെച്ച്, ചാരപ്പണി ആരോപിച്ച് നക്സലുകൾ വധിച്ച ഹേഡിയാ കുഞ്ചാമിന്റെ മകളാണ് ഭീമേ എന്ന രഹസ്യവും ഫൂലോദേവി പറഞ്ഞു. ഭീമേയുടെ കൂട്ടുകാരായ രാംദേവിനും സുരിക്കും നക്സലിസവുമായി ഒരു ബന്ധവുമില്ലെന്നും മറിച്ച് ഇരുവരും സാമൂഹികപ്രവർത്തനങ്ങളിൽ ഭീമേയെ സഹായിക്കുകയാണെന്നും ഇവിടുത്തെ ഗ്രാമീണർ പറഞ്ഞു.

മിഷൻ പ്രവർത്തനങ്ങൾക്കിടയിൽ എടുത്ത ഫൂലോദേവിയുടെയും കുറെ ഗ്രാമീണരുടെയും ചിത്രങ്ങളും ബാനർജിയുടെ വാർത്തയ്ക്കൊപ്പം പ്രസിദ്ധീകരിച്ചിരുന്നു. ഇവയിൽ ചിലതിൽ ഭീമേയുടെയും സുരിയുടെയും കൈകളിൽ പ്ലക്കാർഡുകൾ ഉണ്ടായിരുന്നു, അവയിൽ സ്ത്രീവിദ്യാഭ്യാസം, ശാക്തീകരണം എന്നിവയെക്കുറിച്ച് എഴുതിയിരുന്നു. ഈ വാർത്ത പൊലീസിന്റെ അവകാശവാദങ്ങളെ തകിടംമറിച്ചു. ഇതുവരെ പൊലീസ് ഭീമേയെ നക്സലൈറ്റ് എന്നു പറഞ്ഞ് അവളെ അന്വേഷിക്കുകയായിരുന്നു. എന്നാൽ ഇനി ഭീമേ, രാംദേവ്, സുരി എന്നിവരെ അറസ്റ്റ് ചെയ്യുക അത്ര എളുപ്പമാകില്ല. ഈ വാർത്ത പ്രസിദ്ധീകരിച്ചതിൽ ബിഷൻ വളരെ സന്തുഷ്ടനായിരുന്നു. അയാൾ തന്റെ സ്ഥാപനത്തിലെ ആളുകളോട് ഈ വാർത്ത പരമാവധി ആളുകളിലേക്ക് എത്തിക്കാൻ പറഞ്ഞു, കാരണം ഭീമേയ്ക്കും കൂട്ടുകാർക്കും ചീത്തപ്പേര് ഉണ്ടാക്കാനുള്ള ശ്രമം വിഫലമാകണം.

"ഭയ്യാ, ഗംഭീരമായി... ഇന്ന് താങ്കളുടെ റിപ്പോർട്ട് വന്നു. ഇന്നുതന്നെ ഭീമേയെക്കുറിച്ച് വിവരം കിട്ടി." ബിഷൻ അഭീക്കിനോട് പറഞ്ഞു.

"എന്ത്? എവിടെയാണ് ഭീമേ?" അഭീക് അമ്പരപ്പോടെ ചോദിച്ചു. അയാൾ ഇപ്പോഴും ജഗദൽപുരിൽ തന്നെ ഉണ്ടായിരുന്നു.

"അധികം ദൂരെയല്ല. അടുത്തുതന്നെയാണ് ഭയ്യാ. ഉച്ചയാകുമ്പോഴേക്കും കോണ്ടാഗാവിൽ എത്തും." ബിഷൻ പറഞ്ഞു.

"ആർക്കും കുഴപ്പമൊന്നും ഇല്ലല്ലോ."

"അങ്ങനെയല്ല ഭയ്യാ... അവർ ജീവിച്ചിരിക്കുന്നു എന്നു മാത്രം... രാംദേവിനെ വളരെയധികം മർദ്ദിച്ചു... അയാളുടെ സ്ഥിതി വളരെ പരിതാപകരമാണ്... അയാളുടെ ഫോൺ വഴിയാണ് കാര്യങ്ങൾ അറിഞ്ഞത്."

"ആ പെൺകുട്ടികളോ?" അഭീക്കിന് ഭീമേയെയും സുരിയെയും വലിയ പരിചയം ഉണ്ടായിരുന്നില്ല. ഇരുവരും ബസ്തറിൽ നല്ല ധൈര്യത്തിലാണ് പ്രവർത്തിക്കുന്നത് എന്ന് ബിഷനിൽ നിന്ന് അയാൾ കേട്ടിട്ടുണ്ടായിരുന്നു. പൊലീസിനെയും മാവോവാദികളെയും ഭയക്കാതെ. ഭീമേയെക്കുറിച്ചുള്ള കൂടുതൽ വിവരങ്ങൾ അയാൾക്ക് ഫൂലോദേവിയിൽ നിന്നാണ് കിട്ടിയത്.

"ചോദിക്കരുത് ഭയ്യാ... ഇരുവരെയും..."

"എന്ത്?"

"ഇരുവരെയും റേപ്പ് ചെയ്തു ഭയ്യാ... ഇതെല്ലാം പറയുമ്പോൾ രാംദേവ് കരയുകയായിരുന്നു."

"വാട്ട്? ഓഹ് ഗുഡ്നസ്..." അഭീക് ധം എന്ന് കിടക്കയിൽ ഇരുന്നു. "അവർ പൊലീസിൽ റിപ്പോർട്ട് ചെയ്തോ?"

"പൊലീസ്... ഹും..." ബിഷൻ വെറുപ്പോടെ മുരണ്ടു. "ഭയ്യാ, ഞങ്ങൾ ദരിദ്രരായ ആദിവാസികൾക്കുവേണ്ടി ഉള്ളതല്ല... ഇൻസ്പെക്ടർ ശുക്ല ഭീമേയെ ക്യാമ്പിൽ വെച്ച് റേപ്പ് ചെയ്തു... അന്നു രാത്രി വികാസും ജുഡു മിന്റെ ആളുകളും സുരിയെ... എന്നിട്ട് താങ്കൾ കരുതുന്നുണ്ടോ പൊലീസ് റിപ്പോർട്ട് എഴുതുമെന്ന്?"

"പക്ഷേ, പരാതി കൊടുക്കുകതന്നെ വേണം ബിഷൻ... പൊലീസ് സ്വീകരിക്കുന്നില്ല എങ്കിൽ കോടതിയിൽ പോകണം." അഭീക് ഉറപ്പിച്ചു പറഞ്ഞു.

"ഭയ്യാ, അവർക്ക് സഹായം വേണം. ഇപ്പോൾ അവർക്ക് മൂന്നു പേർക്കും എല്ലാവരുടെയും സഹായം വേണം. താങ്കൾക്ക് വളരെയേറെ ചെയ്യാൻ കഴിയും."

അഭീക്കിന്റെ ബുദ്ധി പെട്ടെന്ന് പ്രവർത്തിക്കാൻ തുടങ്ങി. 'ഛഗ്ബന്ധു' വിൽ വാർത്ത വന്നതുമുതൽ മനുഷ്യാവകാശവുമായി ബന്ധപ്പെട്ട സംഘ ടന അയാളെ നിരന്തരം ഫോൺ ചെയ്യുന്നുണ്ട്. 'ഏറ്റവും ആദ്യം ഭീമേ യ്ക്കും കൂട്ടുകാർക്കും ഒരു വക്കീൽ വേണം.' അയാൾ ആലോചിച്ചു.

കഴിഞ്ഞ കുറച്ചു കാലമായി ആദിവാസികളുടെ വേദന അഭീക് ബാനർജി വളരെ അടുത്തുനിന്ന് കണ്ടിരുന്നു. ഒരു ഭാഗത്ത് പൊലീസിന്റെ അതിക്രമങ്ങൾ, മറുഭാഗത്ത് മാവോവാദികളുടെ കൊലപാതകങ്ങൾ. ഇതി നെല്ലാം ഇടയിലുള്ള ബസ്തറിലെ ഗ്രാമീണരുടെ വേദന കഴിഞ്ഞ കുറച്ചു കാലമായി അഭീക് ബാനർജി സ്വയം അനുഭവിക്കുകയായിരുന്നു. ഭീമേ യോടു ചെയ്ത ക്രൂരത അയാൾക്ക് ബസ്തറിൽ ഉണ്ടായിരുന്ന പ്രതീക്ഷ കളുടെ മരണമായി തോന്നി.

രാംദേവ്, സുരി, ഭീമേ എന്നിവരെപോലുള്ളവർ ജനാധിപത്യത്തിന്റെ ശക്തി ആകേണ്ടവരാണ്. എന്നാൽ ഇന്ന് അവരുടെ സ്ഥിതി എന്താണ്? പ്രതിസന്ധികളിൽ അകപ്പെട്ട ഈ ആദിവാസികളെ സഹായിക്കാൻ ഇപ്പോൾ ആരെങ്കിലും മുന്നോട്ട് വരുമോ? - അഭീക് ആലോചിക്കുകയായിരുന്നു.

പൊലീസിന്റെ അതിക്രമങ്ങളിൽ നിന്ന് മുതലെടുത്ത് നക്സലുകൾ തങ്ങളുടെ കേഡർമാരെ വർദ്ധിപ്പിക്കുകയാണെന്ന് ബസ്തറിലെ ഗ്രാമ ങ്ങളിൽ നിന്ന് അയാൾ കേട്ടിരുന്നു. ഇനിയിപ്പോൾ ഭീമേയുടെയും സുരിയുടെയും മനസ്സും മാറുമോ? സ്ത്രീശാക്തീകരണത്തിനായി പ്രവർത്തിച്ചിരുന്ന ഈ പെൺകുട്ടികൾ നക്സലുകളോടൊപ്പം ചേരാൻ

ആലോചിക്കുകയായിരിക്കുമോ? രാംദേവ് തോക്ക് എടുക്കുമോ? അയാളുടെ മനസ്സിൽ പ്രതികാരത്തിന്റെ അഗ്നി ജ്വലിക്കുന്നുണ്ടാകില്ലേ? ഇങ്ങനെ നിരവധി ചോദ്യങ്ങൾ അഭീക്കിന്റെ മനസ്സിൽ ഉയരാൻ തുടങ്ങി.

ഇതേസമയം കോളിംഗ് ബെൽ അടിച്ചു. അയാൾ വാതിൽ തുറന്നു. മധ്യവയസ്കനായ ഒരാൾ നിൽക്കുന്നു.

അഭീക് എന്തെങ്കിലും ചോദിക്കുംമുമ്പ് അയാൾ പറഞ്ഞു, "എന്റെ പേര് രതൻലാൽ. ഞാൻ ഹ്യൂമൻ റൈറ്റ്സ് അലർട്ടിൽ നിന്നാണ്."

45

ബിഷൻ ഭയന്നതുപോലെതന്നെ സംഭവിച്ചു. രാംദേവും സുരിയും ഭീമേയും തങ്ങളുടെ പീഡനം റിപ്പോർട്ട് ചെയ്യാനായി ദിവസങ്ങളോളം അലഞ്ഞുതിരിഞ്ഞു എങ്കിലും ആരും എഫ്.ഐ.ആർ. എഴുതാൻ തയ്യാറായില്ല. കാട്ടിൽനിന്ന് പുറത്തുവന്ന് സുരി ഏതു പൊലീസ് സ്റ്റേഷനിൽ ചെന്നാലും അവിടെ ഇൻസ്പെക്ടർ ആദ്യം അവരെ ദീർഘനേരം കാത്തിരിപ്പിക്കും. പിന്നെ ഒഴിവാക്കാൻ ശ്രമിക്കും. രാംദേവ് തർക്കിച്ചാൽ അവർ അയാളെ മറ്റേതെങ്കിലും കേസിൽ അകത്താക്കും എന്നുപറഞ്ഞ് പൊലീസുകാരൻ ഭീഷണിപ്പെടുത്തും. ഒരു ദിവസം മുമ്പ് ഭീമേയുടെ നിരപരാധിത്വം വ്യക്തമാക്കി അഭീക് ബാനർജി വാർത്ത നൽകിയതുകൊണ്ട് പൊലീസിന് പെട്ടെന്ന് അവരെ അറസ്റ്റ് ചെയ്യുക എളുപ്പമായിരുന്നില്ല.

"നായിന്റെ മോന് പത്രക്കാരുടെ അടുത്തുവരെയാണ് പിടിപാട്. എന്നും നിങ്ങളുടെ കഥകൾ പ്രസിദ്ധീകരിക്കുന്നുണ്ടല്ലൊ. പത്രക്കാർ നിങ്ങളോട് അനുകമ്പ കാണിക്കുന്നുണ്ട്. എന്താ അങ്ങോട്ട് പോകാത്തത്? അവിടെ പോയി പരാതി എഴുത്." വലിയ കുടവയറുള്ള ഇൻസ്പെക്ടർ കസേരയിൽ ഇരുന്നുകൊണ്ട് പറഞ്ഞു. അയാൾ മുന്നിലുള്ള മേശയിൽ തന്റെ കാലുകൾ കയറ്റിവെച്ചിരുന്നു, ലാത്തികൊണ്ട് കഴുത്തിൽ ചൊറിയുകയായിരുന്നു. "മുകളിൽനിന്ന് ഓർഡർ ഉണ്ട്, അല്ലെങ്കിൽ ഇപ്പോൾതന്നെ അകത്താക്കിയേനേ. ഓടിപ്പോ നായിന്റെ മക്കളേ ഇവിടെനിന്ന്."

"ഇത് കൊലപാതകത്തിന്റെയും റേപ്പിന്റെയും വിഷയമാണ് സർ. ഏതെങ്കിലും ചെറിയ കേസ്സല്ല... ഞങ്ങളുടെ ഒരു കൂട്ടുകാരൻ കസ്റ്റഡിയിൽ മരിച്ചിട്ടുണ്ട്... ജുഡും ക്യാമ്പിൽ വെച്ച് രണ്ടു പെൺകുട്ടികളെ ബലാത്സംഗം ചെയ്തിട്ടുണ്ട്." രാംദേവ് എല്ലാ ധൈര്യവും സംഭരിച്ച് പറഞ്ഞു.

"ഹറാംപിറന്നോനേ, നീ പൊലീസുകാർക്കെതിരെ പരാതി നൽകാനാണോ സ്റ്റേഷനിൽ വന്നിരിക്കുന്നത്...? നിങ്ങളെ വിടുവിക്കാനാണ് നക്സലുകൾ ഞങ്ങളുടെ നേരെ ഇത്ര വലിയ ആക്രമണം നടത്തിയത്.

ഞങ്ങളുടെ പതിനേഴ് പേരെ കൊന്നു ആ നായ്ക്കള്. നിങ്ങള് തെണ്ടികള് ജയിലിനകത്ത് കിടക്കേണ്ടവരാണ്."

രാംദേവ് ഭീമേയും സുരിയുമൊത്ത് അലഞ്ഞുകൊണ്ടിരുന്നു. എന്നാൽ പോലീസ് ഈ മൂന്നുപേരും പറയുന്നത് കേൾക്കാൻ തയ്യാറായിരുന്നില്ല. പ്രത്യേകിച്ച് ഇവരെ തടവിലാക്കിയ, ഗണേശിയെ കൊന്ന ബേൽഘാട്ട് സ്റ്റേഷനിൽ. രാംദേവിന്റെ ധൈര്യം ചോർന്നുപോയി. സുരി ദുഃഖത്തിലായിരുന്നു. ഭീമേയുടെ ഉള്ളിൽ വലിയൊരു ശൂന്യത ഇടംപിടിച്ചതുപോലെ. പൊലീസിൽ പ്രതീക്ഷ അർപ്പിക്കുന്നത് വെറുതെയാണെന്ന് മൂന്നുപേർക്കും മനസ്സിലായി.

പൊലീസുകാർ എങ്ങനെ തങ്ങളുടെ സഹപ്രവർത്തകർക്കെതിരെയുള്ള പരാതി സ്വീകരിക്കും? അവർ ആലോചിച്ചു. മൂവരും തിരിച്ച് കോണ്ടാഗാവിൽ ബിഷൻ അവർക്കായി ഒരുക്കിയിട്ടുള്ള താമസസ്ഥലത്ത് എത്തി. ഭീമേയ്ക്കും രാംദേവിനും ബിഷൻ സഹായം ചെയ്തു നൽകുന്നുണ്ടെങ്കിലും അയാൾ ഇവരോടൊപ്പം എവിടെയും കാണപ്പെടുന്നുണ്ടായിരുന്നില്ല. പൊലിസിന്റെയും രഹസ്യാന്വേഷണവിഭാഗത്തിലെ ആളുകളുടെയും കനത്ത നിരീക്ഷണത്തിലാണ് താനെന്ന് അയാൾക്ക് അറിയാമായിരുന്നു. അതുകൊണ്ട് ബിഷൻ തന്റെ സ്ഥാപനത്തിലെ ചില ആളുകളെ ഭീമേയ്ക്കും രാംദേവിനും വേണ്ട സഹായം ചെയ്യാൻ ഏർപ്പാടാക്കിയിരുന്നു. സുരി ആഘാതത്തിലായിരുന്നു. അവൾ സംസാരം നിർത്തി. അതിനാൽ രാംദേവ് അവളെ കോണ്ടാഗാവിൽനിന്ന് നാരായൺപുരിലുള്ള തന്റെ ഒരു ബന്ധുവീട്ടിലേക്ക് അയച്ചു. അവിടെ ആകുമ്പോൾ ബിഷനും അവളെ ശ്രദ്ധിക്കാൻ കഴിയും. കാരണം അയാൾ ഇപ്പോൾ മിക്കപ്പോഴും നാരായൺപുരിൽ വന്നുപോകുന്നുണ്ട്.

മൂന്നു ദിവസത്തിനുശേഷം രാംദേവിന് ബിഷന്റെ ഫോൺ വന്നു.

"രാംദേവ് നിങ്ങൾ ഭീമേയുമൊത്ത് റായ്പുരിൽ വരൂ... ഇവിടെ നിങ്ങളുടെ ആവശ്യമുണ്ട്." ബിഷൻ പറഞ്ഞു. ഇപ്പോൾ എവിടെയെങ്കിലും പോകാവുന്ന മാനസികാവസ്ഥയിലായിരുന്നില്ല രാംദേവ്. അയാൾ ഇപ്പോൾ ഭീമേയുടെ കാര്യം നോക്കാൻ മാത്രമാണ് ആഗ്രഹിച്ചത്.

"എന്താ ഭയ്യാ? എന്താ കാര്യം?" രാംദേവ് ക്ഷീണിച്ച സ്വരത്തിൽ ചോദിച്ചു.

ബിഷൻ ഏറെനേരം രാംദേവിനെ പറഞ്ഞു മനസ്സിലാക്കാൻ ശ്രമിച്ചു. നിങ്ങളുടെ വേദന ഏതെങ്കിലും തരത്തിൽ ലോകത്തിനു മുമ്പിൽ എത്തിക്കാൻ അഭീക്കും ബിഷനും പരിശ്രമിച്ചുകൊണ്ടിരിക്കുകയാണ്. ബിഷന്റെ പ്ലാനിംഗിനെക്കുറിച്ച് രാംദേവ് ഭീമേയോട് സംസാരിച്ചു. ഭീമേ ഈ ദിവസങ്ങളിൽ എപ്പോഴും ഓരോ ചിന്തകളിൽ മുഴുകിയിരിക്കുകയാണ്. കാര്യം മുഴുവൻ പറഞ്ഞശേഷം രാംദേവ് ഭീമേയോട് ചോദിച്ചു, "പറയ് ഭീ... റായ്പുർ പോകുമോ?"

ഭീമേ ഏറെനേരം രാംദേവിനെ നോക്കിയിരുന്നു. പിന്നെ ശരി എന്ന അർത്ഥത്തിൽ തലയാട്ടി.

ബിഷൻ ഏറെ സമയമായി ഫോണിന്റെ മറുഭാഗത്ത് കാത്തിരിക്കുകയായിരുന്നു.

"ഹലോ രാംദേവ്... വരുന്നുണ്ടല്ലോ അല്ലേ?" ബിഷൻ വീണ്ടും ചോദിച്ചു.

"ഉണ്ട് ഭയ്യാ... നാളെ ഞങ്ങൾ റായ്പുർ വരുന്നുണ്ട്." രാംദേവ് പറഞ്ഞു.

46

"**ബ**സ്തർവാസികൾക്ക് നീതി നൽകൂ... നീതി നൽകൂ.. നീതി നൽകൂ..."

"ബലാത്സംഗക്കാരെ അറസ്റ്റ് ചെയ്യൂ... അറസ്റ്റ് ചെയ്യൂ... അറസ്റ്റ് ചെയ്യൂ..."

"ആദിവാസികൾക്കെതിരായ അതിക്രമം അവസാനിപ്പിക്കൂ... അവസാനിപ്പിക്കൂ... അവസാനിപ്പിക്കൂ..."

"സൽവാ ജുഡും ഡൗൺ ഡൗൺ... ഡൗൺ ഡൗൺ... ഡൗൺ ഡൗൺ..."

രാവിലെ പത്തുമണിയായിരുന്നു. റായ്പുരിലെ ബൂഢാ താലാബ് ധർണാ സ്ഥലത്താണ് ഈ മുദ്രാവാക്യങ്ങൾ മുഴങ്ങിയിരുന്നത്. ഇത്തരം പ്രതിഷേധപ്രകടനങ്ങളുടെ ഇടമായാണ് ബൂഢാ താലാബ് അറിയപ്പെട്ടിരുന്നത്. ഹ്യൂമൺ റൈറ്റ്സ് അലർട്ട് എന്ന മനുഷ്യാവകാശ സംഘടനയുടെ കൂടെ നിരവധി മറ്റു സംഘടനകളും ഇന്ന് റായ്പുരിലെ തെരുവിൽ ഇറങ്ങിയിരുന്നു. എല്ലാവരുടെ കൈകളിലും പ്ലക്കാർഡുകളും പോസ്റ്ററുകളും ബാനറുകളും ഉണ്ടായിരുന്നു. നിയമസഭ വരെ മാർച്ച് നടത്താനായിരുന്നു ഇവരുടെ പരിപാടി. സാമാന്യം നല്ല ആൾക്കൂട്ടം ഉണ്ടായിരുന്നു. കഴിഞ്ഞ നാല് ദിവസമായി ഈ പ്രതിഷേധപ്രകടനത്തിന്റെ തയ്യാറെടുപ്പിൽ മുഴുകിയിരുന്ന രതൻലാലിനുപോലും തലസ്ഥാനനഗരിയിൽ ഇത്രയധികം ആളുകൾ എത്തിച്ചേരും എന്ന പ്രതീക്ഷ ഉണ്ടായിരുന്നില്ല. ഇത്രയധികം ആളുകളെ കണ്ടപ്പോൾ അയാൾ വളരെ സന്തോഷവാനായി.

ഒരു മണിക്കൂറിനു ശേഷം പ്രതിഷേധക്കാരുടെ മാർച്ച് നിയമസഭയ്ക്ക് അടുത്തെത്തി. അവിടെ വലിയ തോതിലുള്ള സുരക്ഷാസംവിധാനം ഒരുക്കിയിരുന്നു. ആൾക്കൂട്ടത്തെ തടയുന്നതിനായി പൊലീസും ഹോം ഗാർഡും ബാരിക്കേഡ് സ്ഥാപിച്ചിരുന്നു. പ്രക്ഷോഭകാരികളെ നിയമസഭയ്ക്ക് ഇരുന്നൂറ് മീറ്റർ അകലെ തടഞ്ഞു. രതൻലാൽ എല്ലാവരോടും

അവിടെ ഇരിക്കാൻ പറഞ്ഞു. എല്ലാവരും നിലത്ത് ഇരുന്നു. പിന്നെ ഓരോരുത്തരായി പ്രസംഗിക്കാൻ തുടങ്ങി.

ഏറ്റവും ആദ്യം രതൻലാൽ സംസാരിച്ചു. "സുഹൃത്തുക്കളേ, നമ്മുടെ സംസ്ഥാനത്തിന്റെ ഒരു ഭാഗത്ത് ഇപ്പോൾ സ്ഥിതി വളരെ മോശമാണ്. ബസ്തറിൽ കുറച്ചുനാളുകളായി നക്സലുകളും പൊലീസുമായി ഒരു പോരാട്ടം നടക്കുകയാണ്. എന്നാൽ ഈ പോരാട്ടത്തിൽ ഗ്രാമത്തിലെ ആദിവാസികളെയാണ് പോലീസ് പരിചയാക്കുന്നത്. സൽവാ ജുഡുമിന്റെ പേരിലാണ് ഈ കാമ്പയിൻ നടക്കുന്നത്. ആദിവാസി പയ്യന്മാരുടെ കൈകളിൽ അമ്പുംവില്ലും തോക്കുകളും നൽകിയിരിക്കുന്നു. ഈ ആൺകുട്ടികളെല്ലാം വളരെ ചെറുപ്പമാണ്. നിങ്ങളെല്ലാവരും നക്സലുകൾക്ക് എതിരായ പോരാട്ടത്തിൽ സർക്കാരിനൊപ്പം നിൽക്കണം എന്നാണ് ഇവരോട് പറയുന്നത്."

ദൈനംദിന ജീവിത തിരക്കുകളിൽപ്പെട്ട നഗരസമൂഹത്തിന് ബസ്തറിലെ പോരാട്ടവുമായി വലിയ ബന്ധമൊന്നും ഉണ്ടായിരുന്നില്ല. വളരെയേറെ ആളുകൾക്ക് സൽവാ ജുഡും എന്താണ് എന്നുപോലും ശരിക്ക് അറിയുമായിരുന്നില്ല. എന്നാൽ ഈ പ്രസംഗം കേട്ടപ്പോൾ അതിലെ കടന്നുപോകുകയായിരുന്ന പലരും അവിടെ നിന്ന് കേൾക്കാൻ തുടങ്ങി.

"സുഹൃത്തുക്കളേ, ഈ പോരാട്ടത്തിൽ ബസ്തറിലെ ആദിവാസികൾക്കും നിഷ്കളങ്കരായ ഗ്രാമീണർക്കും ഒന്നുകിൽ പോലീസിന്റെ തോക്ക് പിടിക്കണം അല്ലെങ്കിൽ പിന്നെ നക്സലുകളുടെ എന്ന സ്ഥിതിയാണ് ഉള്ളത്. അവരുടെ ഇഷ്ടത്തിന് ഗ്രാമത്തിൽ താമസിക്കാൻ അനുവദിക്കുന്നില്ല. ആളുകളോട് അവരുടെ വീടുകൾ ഒഴിഞ്ഞുപോകാനും റോഡരികിൽ സ്ഥാപിച്ചിട്ടുള്ള ക്യാമ്പുകളിൽ കഴിയാനുമാണ് പറയുന്നത്. ഉൾപ്രദേശങ്ങളിലെ ഗ്രാമങ്ങളിൽ തങ്ങളുടെ വീടുകളിൽ താമസിക്കുന്നവരോട് പറയുന്നത് അവർ നക്സൽ അനുകൂലികളാണ് എന്നാണ്. പോലീസ് അവരെ പിടിച്ച് ജയിലിൽ ഇടുകയാണ്. സൽവാ ജുഡുമിന്റെ നേതാക്കൾ അവരെ ക്യാമ്പുകളിൽ തടവുകാരാക്കുകയാണ്.

രതൻലാലിന്റെ വാക്കുകൾ പ്രഭാവം ചെലുത്താൻ തുടങ്ങി.

ആൾക്കൂട്ടം മുദ്രാവാക്യം വിളിച്ചു, 'സൽവാജുഡും പിരിച്ചുവിടുക.... സൽവാജുഡും ഡൗൺ ഡൗൺ..."

"സഹോദരന്മാരേ, കഴിഞ്ഞമാസം സൽവാജുഡുമിന്റെ പയ്യന്മാർ ബസ്തറിലെ ഒരു ഗ്രാമത്തിൽ നിന്ന് കുറച്ച് ആളുകളെ പിടിച്ചുകൊണ്ടുപോയി. അവരുടെ കുറ്റം എന്തായിരുന്നു? ആളുകൾ അവരുടെ ഗ്രാമങ്ങൾ ഒഴിഞ്ഞുപോകാൻ തയ്യാറായില്ല എന്നതു മാത്രം. ജുഡും ക്യാമ്പിൽ എല്ലാവരേയും ഭീകരമായി മർദ്ദിച്ചു. മർദ്ദനത്തെ തുടർന്ന് ഒരാൾ ക്യാമ്പിൽ വെച്ച് മരിച്ചു. രണ്ടുപെൺകുട്ടികളെ ബലാത്സംഗം ചെയ്തു. ഇവർ

തങ്ങൾക്കെതിരെയുണ്ടായ സംഭവത്തെക്കുറിച്ച് എഫ്.ഐ.ആർ രജിസ്റ്റർ ചെയ്യാൻ അലയുകയാണ്. എന്നാൽ ഇന്നുവരെ പോലീസ് ഇവരുടെ പരാതിയിൽ കേസെടുക്കാൻ തയ്യാറായിട്ടില്ല. ഇവിടെ നമ്മുടെ മീഡിയായുടെ സഹോദരന്മാരുണ്ട്... ഞങ്ങൾക്ക് അവരോട് പറയാനുള്ളത്, ഇന്ന് നാലു മണിക്ക് ഞങ്ങളുടെ പത്രസമ്മേളനം ഉണ്ട്. ആ ആളുകളെക്കുറിച്ചുള്ള കൂടുതൽ വിവരങ്ങൾ അവിടെ വെളിപ്പെടുത്താം. നിങ്ങൾ അവിടെ വരൂ."

രതൻലാലിനു ശേഷം ശക്തി കവാസി പ്രസംഗിച്ചു. കവാസി ബസ്തറിലെ ലോക്കൽ നേതാവാണ്. ബസ്തറിൽ മനുഷ്യാവകാശങ്ങൾക്കു വേണ്ടി രതൻലാൽ പൊരുതാൻ തുടങ്ങിയപ്പോൾ, ഉൾഗ്രാമങ്ങളിൽ വരെ ചെല്ലാൻ അയാൾക്ക് വലിയ സഹായം ചെയ്തത് ശക്തി കവാസിയാണ്. ശക്തി കവാസി ആദിവാസിയായിരുന്നു. അയാൾക്ക് തന്റെ സമുദായത്തിലെ ദരിദ്രരായ ജനങ്ങളോട് വലിയ സഹാനുഭൂതിയുണ്ടെന്ന് രതൻലാലിന് മനസ്സിലായിരുന്നു. ഒരിക്കൾ തെരഞ്ഞെടുപ്പിൽ വിജയിച്ച് നിയമസഭയിൽ പോകണമെന്ന് കവാസി ആഗ്രഹിച്ചിട്ടുണ്ട് എന്ന കാര്യവും രതൻലാലിന് അറിയാമായിരുന്നു. കവാസി പലതവണ തെരഞ്ഞെടുപ്പിൽ മത്സരിച്ചിരുന്നു. എന്നാൽ ജനാധിപത്യത്തിൽ തെരഞ്ഞെടുപ്പിൽ ജയിക്കാൻ ജനങ്ങളുടെ ഇടയിൽ സമയം ചെലവഴിച്ചാൽ മാത്രം പോരാ എന്ന് അയാൾക്ക് പെട്ടെന്ന് മനസ്സിലായി.

ജഗദൽപൂർ, ബസ്തർ, ദന്തേവാഡാ എന്നിവിടങ്ങളിലെ ജയിലുകൾ ആദിവാസികളെകൊണ്ട് നിറഞ്ഞിരിക്കുകയാണ് എന്ന് കവാസി ജനങ്ങളോട് പറഞ്ഞു. അവരുടെ പേരിൽ കേസ് നടത്തുന്നില്ല, അവർക്ക് ജാമ്യം നൽകുന്നതുമില്ല.

"സുഹൃത്തുക്കളെ, നിരവധി ആളുകൾ ഇപ്പോഴും ജയിലിൽ കിടക്കുന്നത് അവരുടെ കയ്യിൽ ജാമ്യത്തിനായി കുറച്ച് ആയിരം രൂപ പോലും ഇല്ലാത്തതുകൊണ്ടാണ്. നാലായിരം രൂപ നൽകാൻ ശേഷിയില്ലാത്തവർ ജയിലിൽ കിടന്ന് നരകിക്കുന്നു. പലരുടെ കാര്യത്തിലും വിചാരണ പോലും നടക്കുന്നില്ല. പോലീസ് കസ്റ്റഡിയിൽ അതിക്രമങ്ങൾ നേരിടുന്ന ആളുകളും ഏറെയുണ്ട്."

രതൻലാലിന്റേയും ശക്തി കവാസിയുടേയും അഭ്യർത്ഥനയെത്തുടർന്ന് അന്നു വൈകുന്നേരത്തെ പ്രസ്സ് കോൺഫറൻസിൽ എല്ലാ വലിയ പത്രങ്ങളുടേയും ടിവി ചാനലുകളുടേയും ആളുകൾ എത്തിച്ചേർന്നിരുന്നു. മാധ്യമങ്ങളോട് സംസാരിക്കാൻ രാംദേവ് സന്നിഹിതനായിരുന്നു. ബിഷൻ വന്നിരുന്നില്ല. എന്നാൽ അയാൾ സുരിയെ റായ്പുരിലേക്ക് അയച്ചിരുന്നു. ബലാത്സംഗത്തിന്റെ വിഷയമാണ്. അതുകൊണ്ട് ഭീമേയേയും സുരിയേയും മാധ്യമങ്ങളുടെ ക്യാമറയ്ക്കു മുന്നിൽ കൊണ്ടുവരുന്നത് ശരിയല്ല എന്ന് രതൻലാൽ കരുതി. എന്തൊക്കെയായാലും ഈ

സംഭവത്തിനു ശേഷം ചുരുങ്ങിയത് ഭീമേയുടെ ഐഡന്റിറ്റി മറച്ചു വെയ്ക്കുക എളുപ്പമായിരുന്നില്ല.

“കുറച്ചു ദിവസം മുമ്പ് നക്സലുകൾ എന്നു മുദ്രകുത്തിയ ആളുകളിൽ ഒരാൾ രാംദേവ് നിങ്ങളുടെ മുന്നിലുണ്ട്.” പത്രക്കാർക്ക് മൂന്നു പേരേയും പരിചയപ്പെടുത്തിക്കൊണ്ട് രതൻലാൽ പറഞ്ഞു. “ഈ അതിക്രമത്തിന് ഇരയായ രണ്ട് പെൺകുട്ടികളും ഉണ്ട്. നിങ്ങൾക്ക് അറിയാമല്ലോ. അവരോടു ചെയ്ത ക്രൂരതകൾക്കു ശേഷം അവരുടെ ഐഡന്റിറ്റി മീഡിയായ്ക്കു മുന്നിൽ വെളിപ്പെടുത്താൻ കഴിയില്ല. പത്രസമ്മേളനത്തിനു ശേഷം, ക്യാമറയില്ലാതെ, നിങ്ങൾക്ക് അവരെ കാണാം. എല്ലാ കാര്യങ്ങളും ചോദിക്കാം. നാലാമത് ഒരാൾ കൂടി ഉണ്ടായിരുന്നു. ഗണേശി. അയാളെ ആ ക്യാമ്പിൽ വെച്ച് ജുഡുമിന്റെ പയ്യന്മാർ തല്ലിക്കൊന്നു. ഇനി നിങ്ങൾക്ക് രാംദേവിനോട് എന്തു ചോദ്യം വേണമെങ്കിലും ചോദിക്കാം.”

പത്രക്കാരിൽ ചോദ്യം ചോദിക്കാനുള്ള മത്സരമായിരുന്നു.

ആദ്യ ചോദ്യം - “രാംദേവ്ജി, നിങ്ങൾ ഇത്രയും ദിവസം എവിടെയായിരുന്നു?”

രണ്ടാമത്തെ ചോദ്യം - “നിങ്ങൾ മാവോവാദികളോട് കൂട്ടു ചേർന്നിരിക്കുകയാണ് എന്ന് പറയുന്നുണ്ടല്ലോ?”

മൂന്നാമത്തെ ചോദ്യം - “ഇത്രയും ദിവസം എന്തുകൊണ്ട് നിങ്ങൾ പുറത്തു വന്നില്ല?’

നാലാമത് ചോദ്യം - “നിങ്ങളെ മോചിപ്പിക്കാനാണ് നക്സലുകൾ ബേൽഘാട്ട് ക്യാമ്പിൽ ഇത്രയും വലിയ ആക്രമണം നടത്തിയത് എന്നത് സത്യമല്ലേ?”

അഞ്ചാമത് ചോദ്യം - “നിങ്ങൾ മാവോവാദികൾക്കായി ചാരപ്പണി ചെയ്യുകയായിരുന്നോ?”

പത്രക്കാർ ഒന്നിനു പിറകെ ഒന്നായി ചോദ്യങ്ങൾ ചോദിക്കുമ്പോൾ ഹാൾ നിറയെ കാമറ ക്ലിക്കുകളുടെ ശബ്ദം മുഴങ്ങുകയായിരുന്നു. രാംദേവിന്റെ മുഖത്ത് നിരന്തരം ഫ്ളാഷ് പതിക്കുകയായിരുന്നു. അയാൾക്ക് മീഡിയായ്ക്ക് മുന്നിൽ ഇത് ആദ്യത്തെ അനുഭവമായിരുന്നു. മനസ്സിൽ പരിഭ്രമമായിരുന്നു. അപ്പോഴാണ് പത്രക്കാരുടെ മുൻനിരയിൽ ഇരിക്കുന്ന അഭീക് ബാനർജിയുടെ മേൽ അയാളുടെ ദൃഷ്ടി പതിഞ്ഞത്. രാംദേവ് അയാളെ തിരിച്ചറിഞ്ഞു. അഭീക് ആത്മവിശ്വാസം പകരുന്ന രീതിയിൽ ചെറുതായി പുഞ്ചിരിച്ചുകൊണ്ട് തലയാട്ടി, പറയാനുള്ളത് പേടിക്കാതെ പറഞ്ഞോളൂ എന്ന് പറയുന്നതുപോലെ. ഇപ്പോൾ രാംദേവിന് ഒരു പരിഭ്രമവും തോന്നിയില്ല. പൂർണ വിശ്വാസത്തോടെ സംസാരിക്കാൻ കഴിയും.

“സഹോദരന്മാരേ, ഞങ്ങൾ മാവോവാദികളോടൊപ്പം ചേർന്നിരുന്നു എങ്കിൽ ഇപ്പോൾ നിങ്ങളുടെ മുന്നിൽ ഇരിക്കാൻ കഴിയുമായിരുന്നില്ല. ഞങ്ങൾ നിങ്ങളുടെ മുന്നിൽ വന്നതും നിങ്ങളുടെ ചോദ്യങ്ങൾക്ക് മറുപടി നൽകുന്നതും ഞങ്ങൾ മാവോവാദികളുടെ കൂടെ അല്ലാത്തതുകൊണ്ടാണ്. ബേൽഘാട്ട് ക്യാമ്പിൽ ആക്രമണം നടത്തിയത് മാവോവാദികളാണെന്ന് എല്ലാവർക്കും അറിയാമല്ലോ. ഞങ്ങൾ ആ ക്യാമ്പിൽ തടവിലായിരുന്നു. ഞങ്ങൾക്ക് അവിടെ നിന്ന് രക്ഷപ്പെടാനുള്ള ഒരു വഴിയും കണ്ടിരുന്നില്ല. അവിടെ ഞങ്ങളെ പീഡനങ്ങൾക്ക് ഇരയാക്കുകയായിരുന്നു. ഗ്രാമം ഒഴിപ്പിക്കുന്നതിനെ ഞങ്ങൾ എതിർക്കരുത് എന്ന് പോലീസും ജുഡുമിന്റെ ആളുകളും ആഗ്രഹിച്ചിരുന്നു. ഞങ്ങൾ എതിർത്തപ്പോൾ ഞങ്ങളെ പിടിച്ചുകൊണ്ടുവന്ന് ക്യാമ്പിലാക്കി.”

ഈ ആദിവാസി പയ്യന് മാധ്യമങ്ങൾക്കു മുന്നിൽ ഇത്രയും വ്യക്തമായി കാര്യങ്ങൾ പറയാൻ കഴിയുമെന്ന് രതൻലാലിന് വിശ്വാസമുണ്ടായിരുന്നില്ല. അയാൾ ദീർഘശ്വാസം വിട്ടു.

“ബേൽഘാട്ട് ക്യാമ്പിലേക്ക് ഞങ്ങൾ നാലുപേരെയാണ് പിടിച്ചുകൊണ്ടുപോയത്. ഞങ്ങളുടെ കൂടെ ഉണ്ടായിരുന്ന ഗണേശിയെ അവിടെ വെച്ച് വല്ലാതെ തല്ലി, രക്തം ഒഴുകിപ്പോയി അദ്ദേഹം മരിച്ചു. അദ്ദേഹത്തിന്റെ മരണത്തിന് ഞങ്ങൾ മൂന്നുപേരും സാക്ഷികളാണ്.”

അതിനുശേഷം രാംദേവ് പത്രക്കാരോട് എല്ലാ കാര്യവും പറഞ്ഞു. പത്രസമ്മേളനത്തിന്റെ അവസാനം രാംദേവ് പറഞ്ഞു. “ജുഡുമിനേയും പോലീസിനേയും പോലെത്തന്നെ മാവോവാദികളും ഗ്രാമീണരെ അവരുടെ കൂടെ ചേർക്കാൻ ശ്രമിക്കുന്നു എന്നുള്ളത് സത്യമാണ്. അവർ ഞങ്ങളേയും അവരുടെ ദളത്തിൽ ചേർക്കാൻ ആഗ്രഹിക്കുന്നുണ്ട്, എന്നാൽ ഞങ്ങൾ ഒരിക്കലും അവർ പറയുന്നത് അംഗീകരിച്ചിട്ടില്ല. അവർക്കു വേണ്ടി ഒന്നും ചെയ്തിട്ടില്ല. അവർ എന്തിനാണ് ഈ ആക്രമണം നടത്തിയത് എന്നറിയില്ല, എന്നാൽ ഞങ്ങൾക്ക് ഈ ആക്രമണം കാരണം രക്ഷപ്പെടാൻ അവസരം കിട്ടി. എന്നിട്ടും ഞങ്ങൾ നക്സലുകളുടെ കൂടെ പോയില്ല. ഞങ്ങൾ നിങ്ങളുടെ മുന്നിലേക്ക് വന്നിരിക്കുന്നു.”

രാംദേവിന്റെ ശബ്ദം വികാരത്തള്ളിച്ച കൊണ്ട് വിറയ്ക്കുന്നതായി അഭീക്കിന് തോന്നി. എന്നാൽ അയാൾ വ്യക്തമായ ലക്ഷ്യത്തോടെയാണ് സംസാരിച്ചിരുന്നത്.

“നിങ്ങൾ ഒളിച്ചോടിപ്പോയതല്ല എങ്കിൽ പോലീസ് സ്റ്റേഷനിൽ പോയി പരാതി നൽകാതിരുന്നത് എന്തുകൊണ്ടാണ്?” അഭീക് രാംദേവിനോട് ചോദിച്ചു.

ഇതുവരെ പറയാതിരുന്ന കാര്യം പുറത്തുകൊണ്ടുവരുവാനാണ് അഭീക് ഈ ചോദ്യം ചോദിച്ചതെന്ന് രതൻലാലിന് മനസ്സിലായി. ഈ ചോദ്യത്തിനുള്ള ഉത്തരം തന്നെയാണ് പത്രക്കാർക്ക് ഏറ്റവും വലിയ വാർത്തയാകാൻ പോകുന്നത് എന്ന് അയാൾക്ക് അറിയാമായിരുന്നു.

അയാൾ മനസ്സുകൊണ്ട്, ഈ ചോദ്യം ചോദിച്ച അഭീക്കിന് നന്ദി പറഞ്ഞു. അഭീക്കിന്റെ ചോദ്യം ചോദിക്കുന്ന ഭാവം തീക്ഷ്ണമായിരുന്നു, അത് ഏതൊരു പീഡിതനേയും ഉത്തേജിപ്പിക്കാൻ പര്യാപ്തമായിരുന്നു.

"ഞങ്ങൾ എവിടേക്കും ഒളിച്ചോടിയില്ല. മറിച്ച് പോലീസിൽ പരാതി നൽകാനായി ശ്രമിച്ചു കൊണ്ടിരിക്കുകയായിരുന്നു. എന്റെ കൂടെ രണ്ടു പെൺകുട്ടികൾ റായ്പൂരിൽ വന്നിട്ടുണ്ട്. അവരെ എന്തൊക്കെയാണ് ചെയ്തത് എന്ന് അവർ തന്നെ പറയും. ഞാൻ നിങ്ങളുടെ മുന്നിൽ ഇരിക്കുകയാണ്... ജീവനോടെ നിങ്ങൾ കാണുകയാണ്... എന്നാൽ ഞങ്ങളുടെ കൂടെ ഉണ്ടായിരുന്ന ഗണേശിയെ ക്യാമ്പിൽ തല്ലിക്കൊന്നു... പിന്നെ ആരാണ് കൊന്നത് എന്നതും നിങ്ങൾ കേട്ടില്ലേ? എന്നിട്ട് നിങ്ങൾ പറയുന്നു പോലീസിൽ പോയി പരാതി കൊടുക്കാൻ!"

അഭീക് രാംദേവ് പറയുന്നത് കേട്ടുകൊണ്ടിരുന്നു. അയാൾ സന്തോഷവാനായി, അസ്ത്രം ശരിക്കും ലക്ഷ്യത്തിൽ കൊണ്ടിരിക്കുന്നു. രാംദേവ് രോഷത്തിൽ ഉത്തേജിതനായി പറഞ്ഞു. "ഒരു പോലീസ്സ്റ്റേഷനിലും ഞങ്ങളുടെ പരാതി സ്വീകരിച്ചില്ല. മറിച്ച് ഞങ്ങളെ കഷ്ടപ്പെടുത്തി. ഞങ്ങൾ അലഞ്ഞുകൊണ്ടിരുന്നു, പക്ഷേ ആരും ഞങ്ങൾക്കു പറയാനുള്ളത് കേട്ടില്ല. വേറെ കേസുകളിൽപ്പെടുത്തി അകത്താക്കും എന്ന ഭീഷണിയാണ് കിട്ടിക്കൊണ്ടിരിക്കുന്നത്. വളരെ തളർന്ന് അവശരായാണ് ഞങ്ങൾ നിങ്ങളുടെ മുന്നിൽ വന്നിരിക്കുന്നത്."

അഭീക് രതൻലാലിനെ നോക്കി. അയാൾ ദീർഘശ്വാസം വിട്ടു.

47

അടുത്ത ദിവസം മുഴുവൻ പത്രങ്ങളിലും ഒന്നാം പേജിൽ തന്നെ റായ്പൂരിൽ നടന്ന പ്രതിഷേധപ്രകടനത്തിന്റെ ചിത്രങ്ങൾ ഉണ്ടായിരുന്നു.

'തലസ്ഥാനത്ത് ഐക്യദാർഢ്യം - നിർദോഷികളായ ആദിവാസികൾക്ക്'

'പൊലീസിന്റെ 'നക്സലുകൾ' നിരപരാധികളായ ഗ്രാമീണരെന്നു തെളിഞ്ഞു'

'കൊലപാതക-ബലാത്കാര കേസുകൾ രജിസ്റ്റർ ചെയ്യാതെ പോലീസ്'

പ്രാദേശിക ടിവി ചാനലുകളും ഈ വാർത്ത വലിയ പ്രാധാന്യത്തോടെ കാണിച്ചു. 'ഛഗ്ബന്ധു' പത്രം ആദ്യ ദിവസം തൊട്ടുതന്നെ ഈ സംഭവവികാസങ്ങൾ കവർ ചെയ്യുന്നുണ്ടായിരുന്നു. അവർ തങ്ങളുടെ ഇതുവരെയുള്ള പഴയ വാർത്തകൾ ഉദ്ധരിച്ചുകൊണ്ട് മുഴുവൻ സംഭവ

വികാസങ്ങളും പുതിയ കവറേജ് ചേർത്ത് കൊടുത്തു. പത്രങ്ങൾ ഇതിനെക്കുറിച്ച് മുഖപ്രസംഗം എഴുതി. നീതി വ്യവസ്ഥിതിയുടെ ദൗർബല്യത്തെക്കുറിച്ച് ചോദ്യം ഉന്നയിച്ചു.

രാംദേവും അതിരാവിലെ പത്രം കണ്ടു. മീഡിയായിൽ വാർത്തകൾ വന്നതിനു ശേഷം തീർച്ചയായും എന്തെങ്കിലും മാറ്റം വരും എന്ന് അയാൾക്ക് പ്രതീക്ഷയുണ്ടായി. പൊലീസിനോട് പരാതി രജിസ്റ്റർ ചെയ്യാൻ സർക്കാർ തീർച്ചയായും പറയും എന്ന് അയാൾക്ക് തോന്നി. അവർക്കു നേരെ അതിക്രമങ്ങൾ കാണിച്ച പൊലീസുകാരും ജുഡുമിന്റെ ആളുകളും അഴികൾക്ക് ഉള്ളിലാകും. എന്നാൽ സർക്കാർ മീഡിയയുടേയും മനുഷ്യാവകാശ സംഘടനകളുടേയും സമ്മർദ്ദത്തിന് വഴങ്ങേണ്ടതില്ല എന്ന് തീരുമാനിച്ചു.

സമ്മർദ്ദത്തിന് വഴങ്ങിയാൽ ബസ്തറിൽ നടക്കുന്ന പോരാട്ടത്തിൽ പൊലീസിന്റെ മനോധൈര്യം ദുർബലമാകുമെന്നാണ് പോലീസിലെ ഉന്നത ഉദ്യോഗസ്ഥർ കരുതിയത്. അതുകൊണ്ട് സർക്കാർ മൗനം പാലിച്ച് ഈ കൊടുങ്കാറ്റ് അടങ്ങുന്നതും പ്രതീക്ഷിച്ച് ഇരുന്നു. ബസ്തറിൽ നക്സലുകളുമായി ഒരു സംഘട്ടനം നടക്കുകയാണ് എന്നാണ് മീഡിയയുടെ ചോദ്യങ്ങൾക്ക് സർക്കാർ മറുപടി നൽകിയത്. ഇതിനിടെ ആർക്കെങ്കിലും എതിരെ അതിക്രമം ഉണ്ടായിട്ടുണ്ട് എങ്കിൽ കുറ്റക്കാരെ വെറുതെ വിടില്ല. എന്നാൽ സർക്കാരിലെ മന്ത്രിമാരും പ്രതിപക്ഷ നേതാക്കളും ഒരേസ്വരത്തിൽ മുന്നറിയിപ്പ് നൽകി - നക്സൽ വിരുദ്ധ കാമ്പയിനെ നിഷ്പ്രഭമാക്കാനായി വലിയ ഗൂഢാലോചനയും പ്രചരണവും നടക്കുന്നുണ്ട്, ഇതിനെ കരുതിയിരിക്കേണ്ടതുണ്ട്.

രണ്ടു ദിവസം കാത്തിരുന്നിട്ടും ഒന്നും നടന്നില്ല എന്നു വന്നപ്പോൾ രാംദേവിന്റെ പ്രതീക്ഷയെല്ലാം തകർന്നു.

നമ്മൾ ആദിവാസികൾ നീതി പ്രതീക്ഷിക്കുന്നത് വ്യർത്ഥമാണ്. കുറച്ചുദിവസം കോലാഹലം ഉണ്ടാകും, അതുകഴിഞ്ഞാൽ എല്ലാം ശാന്തമാകും - അയാൾ വിചാരിച്ചു.

സമൂഹത്തിലെ ഒരു വിഭാഗത്തോട് നിരന്തരം കാണിക്കുന്ന ചിറ്റമ്മനയത്തിൽ നിന്നാണ് രാംദേവിന്റെ ഇത്തരം ചിന്തകൾ ഉണ്ടാകുന്നത്. ലോകത്തിലെ ഏറ്റവും വലിയ ജനാധിപത്യത്തിന്റെ ഒത്ത നടുക്ക് താമസിക്കുന്ന ആദിവാസി സമൂഹത്തിന് മുന്നിൽ നീതിയുടെ വാതിലുകൾ സാധാരണയായി തുറക്കാറില്ല. തങ്ങളെ പിന്തുണച്ചു നടത്തിയ ആ പ്രകടനം അയാളെ അത്ഭുതപ്പെടുത്തിയിരുന്നു. നീതി കിട്ടുമെന്ന പ്രതീക്ഷ അയാളുടെ മനസ്സിലുണ്ടായ ഒരു തെറ്റിദ്ധാരണയാണെന്ന് ഇപ്പോൾ അയാൾക്ക് തോന്നാൻ തുടങ്ങി. രാംദേവ് ഇത്തരം ചിന്തകളിൽ മുഴുകിയിരിക്കുമ്പോൾ ആരോ അയാളുടെ ചുമലിൽ കൈ വെച്ചു. അയാൾ തിരിഞ്ഞു നോക്കി. ഭീമേ അയാളുടെ പുറകിൽ നില്ക്കുകയായിരുന്നു.

"എന്താണ് ആലോചിക്കുന്നത് രാമാ?"

ഭീമേ ചോദിച്ചു.

"ഒന്നുമില്ല," രാംദേവ് പറഞ്ഞു. പിന്നെ ഭീമേയും സുരിയുമൊത്ത് തന്റെ ചിത്രങ്ങളുള്ള പഴയ പത്രങ്ങൾ മറിക്കാൻ തുടങ്ങി. പ്രതിഷേധ പ്രകടനത്തിന്റെ ഫോട്ടോ വന്നിട്ടുണ്ടായിരുന്നു. അവർക്ക് മൂന്നുപേർക്കും നീതി ആവശ്യപ്പെടുന്ന പ്രസ്താവനയും ഉണ്ടായിരുന്നു. ഒരു പരാജിതന്റെ പുഞ്ചിരിയോടെ അയാൾ ഭീമേയെ നോക്കി.

"ഇനി എന്തു ചെയ്യണം?" ഭീമേ ചോദിച്ചു.

"തിരിച്ചു പോകാൻ തയ്യാറാവുക." രാംദേവ് എഴുന്നേറ്റ് നിന്ന് പറഞ്ഞു. ഭീമേയുടെ നെറ്റിയിൽ ചുംബിച്ചു. തന്റെ ഉള്ളിലുള്ള പിരിമുറക്കവും സംഘർഷവും ഭീമേ അറിയാതിരിക്കാൻ അയാൾ എപ്പോഴും ശ്രമിച്ചുകൊണ്ടിരുന്നു. എന്നാൽ ഭീമേയെ സംബന്ധിച്ച് രാംദേവ് ഒരു തുറന്ന പുസ്തകം പോലെ ആയിരുന്നു. അയാളുടെ മുഖം കണ്ടാൽതന്നെ എല്ലാം അവൾക്ക് മനസ്സിലാകുമായിരുന്നു.

"എവിടേക്ക്?" ഈ ചോദ്യം ചോദിച്ചപ്പോൾ ഭീമേയ്ക്കു തന്നെ തന്റെ ഉള്ളിൽ വലിയൊരു ശൂന്യത അനുഭവപ്പെട്ടു. എവിടേക്കാണ് പോകാൻ കഴിയുകയെന്ന് അവൾ തന്നോടുതന്നെ ചോദിക്കുകയാണെന്ന് അവൾക്ക് തോന്നി.

ഭീമേയുടെ ചോദ്യം കേട്ടപ്പോൾ തന്റെ അടുത്തു പോകാൻ ഒരു ഇടം ഇല്ലല്ലോ എന്ന് രാംദേവിന് തോന്നി. അയാളുടെ ഗ്രാമം കത്തിച്ചു കളഞ്ഞിരിക്കുന്നു. റായ്പൂർ വളരെ വലുതും ചിലവേറിയതുമായ നഗരമാണ്. ഇവിടെ കഴിയുക എന്നത് അയാളുടെ ശേഷിക്കൊത്ത കാര്യമായിരുന്നില്ല. കോണ്ടാഗാവിൽ ബിഷൻ ഏർപ്പാടാക്കിയ താമസസ്ഥലത്ത് അധികദിവസം തങ്ങാൻ അയാൾ ആഗ്രഹിച്ചിരുന്നില്ല. സൽവാ ജുഡും ഇവർക്ക് ദുരിതാശ്വാസ ക്യാമ്പിൽ താമസിക്കാനുള്ള ബദലാണ് നിർദ്ദേശിച്ചിട്ടുള്ളത്. എന്നാൽ ഭീമേയ്ക്കും രാംദേവിനും ഏതൊരവസ്ഥയിലും അത് സ്വീകാര്യമായിരുന്നില്ല.

"സുരി എവിടെയാണ്?" രാംദേവ് ചോദിച്ചു.

"ഉറങ്ങുകയാണ്."

സുരി ആകെ തകർന്നിരിക്കുകയാണ്. കുറച്ചു ദിവസങ്ങളായി അവൾ അധികസമയവും ഉറങ്ങുകയാണ്. സംസാരം ഏതാണ്ട് ഉപേക്ഷിച്ചിരുന്നു. അവളുടെ സ്ഥിതി ഇനിയും മോശമാകുമോ എന്നായിരുന്നു രാംദേവിന്റെ ഭയം. ഈ പ്രതിസന്ധികളിലും ഭീമേ കരുത്തോടെ നില്കുന്നു എന്നുള്ളതാണ് ആശ്വാസം.

ഭീമേയും ഇതെല്ലാം അനുഭവിച്ചതാണ്. എന്നാൽ അവൾ ആത്മനിയന്ത്രണം കൈവരിച്ചിരിക്കുന്നു എന്നത് ആശ്വാസകരമാണ്. "ഏത് ഉരുക്ക്

കൊണ്ടാണ് നിന്നെ നിർമ്മിച്ചിരിക്കുന്നത് ഭീമേ," എന്നു പറഞ്ഞുകൊണ്ട് രാംദേവ് ഭീമേയെ ആലിംഗനം ചെയ്തു.

അപ്പോഴാണ് വാതിലിൽ മുട്ടുന്നത് കേട്ടത്. അഭീക്കും രതൻലാലുമായിരുന്നു അത്.

ഇരുവരും അകത്തേക്ക് വന്നു. രതൻലാലും അഭീക്കും വളരെ സന്തോഷവാന്മാരായിരുന്നു.

'എന്തുണ്ട് ദാദാ?" രാംദേവ് ചോദിച്ചു. "നിങ്ങൾ വളരെ സന്തോഷത്തിലാണല്ലോ."

"വാർത്തയും അങ്ങനെയുള്ളതാണ്, രാംദേവ്." രതൻലാൽ പറഞ്ഞു. 'നിങ്ങൾക്ക് സംഭവിച്ചതിനെക്കുറിച്ചെല്ലാം കോടതി സുവോമോട്ടോ കോഗ്നിസെൻസ് എടുത്തിരിക്കുന്നു.'

"എന്നുവെച്ചാൽ?" രാംദേവിന് ഒന്നും മനസ്സിലായില്ല. രതൻലാൽ അഭീക്കിനെ നോക്കി.

"എന്നുവെച്ചാൽ, പത്രങ്ങളിൽ നിങ്ങളെക്കുറിച്ചു വന്ന വാർത്തയും നിങ്ങൾക്ക് പിന്തുണ പ്രഖ്യാപിച്ച് നടത്തിയ പ്രതിഷേധപ്രകടനവും ഹൈക്കോടതിയുടെ ശ്രദ്ധയിൽപ്പെട്ടിരിക്കുന്നു." കോടതി ഈ വിഷയത്തിൽ എഫ്.ഐ.ആർ. തയ്യാറാക്കാനും പെട്ടെന്ന് നിയമപരമായ നടപടികൾ ആരംഭിക്കാനും സർക്കാരിനോട് പറഞ്ഞിരിക്കുന്നു." രാംദേവിന്റെ തോളിൽ കൈ വെച്ചുകൊണ്ട് അഭീക് പറഞ്ഞു.

"അതെ രാംദേവ്, നിങ്ങളുടെ പരാതിയിൽ കേസ് രജിസ്റ്റർ ചെയ്യാനും ഇക്കാര്യത്തെക്കുറിച്ച് പെട്ടെന്ന് അന്വേഷണം നടത്താനും കോടതി സർക്കാരിന് ഉത്തരവ് നൽകിയിരിക്കുന്നു,' രതൻലാൽ ഭീമേയുടെ നേരെ നോക്കിക്കൊണ്ട് പറഞ്ഞു.

രാംദേവ് അഭീക്കിനെ കെട്ടിപ്പിടിച്ചു. അയാളുടെ തൊണ്ടയിടറി, അയാളിൽ നിന്ന് ഒരു ശബ്ദവും പുറത്തുവന്നില്ല. കണ്ണുകളിൽ നിന്ന് കണ്ണുനീർ വീഴാൻ തുടങ്ങി, അഭീക്കിന്റെ തോൾ നനഞ്ഞു.

അഭീക്ക് അയാളെ തന്നിൽ നിന്ന് അകറ്റിയിട്ട് പറഞ്ഞു. "ഏയ്, എന്താ ഇത്? ഈ യുദ്ധം ഒരു ദിവസത്തേക്ക് ഉള്ളതല്ല. നീതിക്കായി നിങ്ങൾക്ക് നീണ്ട യുദ്ധം ചെയ്യണം. അതിന് വളരെ കരുത്തനാകേണ്ടി വരും. ഇതാ കണ്ടോ നിങ്ങൾ ഭീമേയേയും കരയിപ്പിച്ചു." അഭീക് ഭീമേയുടെ നേരെ നോക്കിക്കൊണ്ട് പറഞ്ഞു.

ഭീമേ കരയുന്നത് രാംദേവ് കണ്ടു.

അവൾ രാംദേവിന്റെ അടുത്തേക്ക് ഓടി വന്നു. ഇരുവരും ഏറെ നേരം പരസ്പരം കെട്ടിപ്പിടിച്ച് നിന്നു. രാംദേവിന്റെ കൈകളിൽ ഭീമേ ഒരു കൊച്ചുകുട്ടിയെ പോലെ കരയുകയായിരുന്നു.

"മിണ്ടാതിരിക്കൂ പെണ്ണേ.... ഭയ്യാ പറഞ്ഞതു കേട്ടില്ലേ.... നമ്മുടെ

യുദ്ധം ചെറുതല്ല എന്ന്.” പറഞ്ഞുകൊണ്ട് രാംദേവ് വീണ്ടും കരയാൻ തുടങ്ങി.

അല്പനേരം ഇരുവരും കരഞ്ഞുകൊണ്ടിരുന്നു. അഭീക്കിന്റേയും രതൻലാലിന്റേയും കണ്ണുകളും നനഞ്ഞിരുന്നു.

“ഏയ്, ഇത് നിങ്ങളുടെ മാത്രമല്ല... ഞങ്ങളുടേയും കൂടി യുദ്ധമാണ്. ഇതിൽ ഞങ്ങൾ നിങ്ങൾക്കൊപ്പമുണ്ട്.” രതൻലാൽ പറഞ്ഞു. ഇരുവരുടേയും കവിളുകൾ കണ്ണുനീരിൽ നനഞ്ഞിരുന്നു. അവരുടെ സന്തോഷം കണ്ട് ഇപ്പോൾ അഭീക് കരയാൻ തുടങ്ങി.

“സുരി എവിടെയാണ്? നമുക്ക് അവളോട് ഈ സന്തോഷവാർത്ത പറയാം.” രതൻലാൽ പറഞ്ഞു.

സുരി അകത്തുള്ള കാര്യം ഭീമേയ്ക്ക് ഓർമ്മ വന്നു.

“വരൂ ഭയ്യാ, അവൾ അകത്തുണ്ട്.” ഭീമേ പറഞ്ഞു. പിന്നെ അവരെ അവൾ അകത്തേക്ക് കൊണ്ടുപോയി. സുരി ഉറങ്ങുകയായിരുന്നു. അഭീക് അവളെ കണ്ടു. എന്തുകൊണ്ടാണ് എന്നറിയില്ല സുരിയുടെ മുഖത്ത് ഒരു പ്രകാശം പരന്നിരിക്കുന്നതായി അയാൾക്ക് തോന്നി. സർക്കാരിനാലും സമൂഹത്താലും പീഡിപ്പിക്കപ്പെട്ട പാവപ്പെട്ട ആ ആദിവാസി പെൺകുട്ടിയുടെ മുഖത്ത് ഒരു ശാന്തത അയാൾക്ക് കാണാൻ കഴിഞ്ഞു. ചിലപ്പോൾ ഉറക്കത്തിൽ ആയിരുന്നതുകൊണ്ടാകാം അവളുടെ മുഖത്തെ മ്ലാനതയും പിരിമുറക്കവും അപ്രത്യക്ഷമായിരുന്നു.

അനീതിക്കെതിരെയുള്ള പോരാട്ടത്തിൽ പ്രതീക്ഷയുടെ ഒരു കിരണം ഉണർന്നിരിക്കുന്നതുപോലെ അഭീക്കിന് തോന്നി.

ആഗസ്റ്റ് 2006 - സെപ്തംബർ 2007

48

നീതി ലഭിക്കുമെന്ന പ്രതീക്ഷയും പതുക്കെ പതുക്കെ നഷ്ടപ്പെട്ടു കൊണ്ടിരുന്നു, പൊട്ടിയ പാത്രത്തിൽ നിന്ന് വെള്ളം ചോരുന്നതുപോലെ. ഇൻസ്പെക്ടർ ശുക്ലയ്ക്കും വികാസിനുമെതിരെ കേസ് എടുത്തിട്ട് ഒരു വർഷമായി. എന്നാൽ രാംദേവിനും സുരിക്കും ഭീമേയ്ക്കും നീതി ലഭിക്കുന്ന കാര്യം പോകട്ടെ, അത്തരം പ്രതീക്ഷയ്ക്കുള്ള സാധ്യത പോലും കാണുന്നുണ്ടായിരുന്നില്ല. ശുക്ല ജോലിയിൽ നിന്ന് സസ്പെൻഡ് ചെയ്യപ്പെട്ടു എന്നുള്ളത് ശരിയാണ്. എന്നാൽ അനീതിക്കെതിരെയുള്ള ഭീമേയുടേയും രാംദേവിന്റേയും പ്രയത്നം അതിനപ്പുറത്തേക്ക് മുന്നേറിയില്ല. അവരുടെ പക്ഷം തെളിയിക്കുന്നതിനായി കോടതിക്കുള്ളിൽ അവരോട് തെളിവുകളും സാക്ഷികളും ആവശ്യപ്പെടുന്നു, കോടതിക്ക് പുറത്ത് അവരെ പൊലീസ് ഭീഷണിപ്പെടുത്തുന്നു. പൊലീസ് രാംദേവിനെ സഹായിക്കുന്നതിനു പകരം ശുക്ലയുടേയും വികാസിന്റേയും കേസ് ശക്തിപ്പെടുത്തുന്നതിനായി കള്ള സാക്ഷികളും വ്യാജ തെളിവുകളും സമാഹരിക്കുന്നു. രാംദേവിനും ഭീമേയ്ക്കും സർക്കാർ അനുവദിച്ച വക്കീൽ ആദ്യം കുറച്ചു ദിവസം ആവേശം കാണിച്ചു. എന്നാൽ ചില ആഴ്ചകൾക്കു ശേഷം അയയാൻ തുടങ്ങി.

"സുഹൃത്തേ, നിങ്ങളുടെ കേസിനൊരു ബലമില്ല. തെളിവൊന്നുമില്ല. സാക്ഷികൾ പോലും ഇല്ല. എന്തെങ്കിലും ചെയ്യാമെന്നു വെച്ചാൽതന്നെ എങ്ങനെയാ?" ഇപ്പോൾ രാംദേവിന്റെ വക്കീൽ തന്നെ അയാളെ ഓരോ കാര്യത്തിലും പരിഹസിക്കാൻ തുടങ്ങി.

"തടവിലെ മർഡർ, റേപ്പ്, ടോർച്ചർ എന്നീ വിഷയങ്ങളാണ് വക്കീൽ സാറേ. ബലമില്ലാത്ത കേസൊന്നും അല്ല ഇത്." വശംകെട്ട രാംദേവിന് തന്റെ വക്കീലിനെ തന്നെ എതിർ വിസ്താരം നടത്തേണ്ടി വന്നു. എന്നാൽ രാംദേവിന്റെ ഈ വാദം കേൾക്കാൻ അയാളുടെ തന്നെ വക്കീൽ തയ്യാറായിരുന്നില്ല.

പോലീസ് തന്റെ വക്കീലിനേയും അവരുടെ കൂടെ കൂട്ടിയെന്ന് രാംദേവിന് തോന്നാൻ തുടങ്ങി. പതുക്കെ പതുക്കെ മീഡിയയിലും ഈ കേസിലുള്ള താത്പര്യം കുറയാൻ തുടങ്ങി. പിന്നീട് ഒരു ദിവസം തെളിവുകളും സാക്ഷികളും ഇല്ല എന്ന കാരണം പറഞ്ഞ് കോടതി ശുക്ലയേയും

വികാസിനേയും വെറുതെ വിട്ടു. ശുക്ലയ്ക്ക് ജോലിയിൽ പ്രവേശിക്കാൻ അധികസമയം വേണ്ടി വന്നില്ല. വികാസ് ജയിൽ മോചിതനായി ഒരിക്കൽ കൂടി തന്റെ ഗ്രാമത്തിലേക്ക് തിരിച്ചു പോയി.

രാംദേവും ഭീമേയും സുരിയും തങ്ങളുടെ ഗ്രാമത്തിലേക്ക് തിരിച്ചു പോയില്ല. അവർ കോണ്ടാഗാവിൽ തന്നെ താമസിക്കാൻ തുടങ്ങി. സുരി ഇപ്പോൾ ഭീമേയുടേയും രാംദേവിന്റേയും കൂടെ ഒരേ വീട്ടിൽ തന്നെയാണ് താമസിക്കുന്നത്. നഗരത്തിൽ നിന്ന് ദൂരെ ഒറ്റയ്ക്ക് താമസിക്കുന്ന കാര്യം ആലോചിക്കുമ്പോൾ തന്നെ അവളുടെ മനസ്സിൽ അങ്കലാപ്പ് തുടങ്ങും. അവൾക്ക് എപ്പോഴും തന്റെ ചുറ്റും ആളുകൾ വേണം. ഏതാണ്ട് ഒരു വർഷം മുമ്പ് ഉണ്ടായ സംഭവങ്ങൾ ഭീമേയേയും സുരിയേയും തകർത്തിരുന്നു. ഇപ്പോൾ ഇരുവരും മിക്കപ്പോഴും നിശ്ശബ്ദരാണ്. രാംദേവിന്റെ സ്വഭാവം ഒരു വിമതന്റേതായി മാറുകയായിരുന്നു. അയാൾ എപ്പോഴും മരിക്കുന്നതിനെക്കുറിച്ചും കൊല്ലുന്നതിനെക്കുറിച്ചും പറയാൻ തുടങ്ങി. എപ്പോഴെങ്കിലും ഒരിക്കൽ സംഭാഷണമുണ്ടായാൽ രാംദേവ് ഭീമേയുടെ അഹിംസാ സിദ്ധാന്തത്തെ പരിഹസിക്കും. പിന്നെ പോലീസുകാരെ പുളിച്ച തെറി പറയും. അയാളുടെ ഈ രൂപം ഭീമേയ്ക്ക് ഇഷ്ടപ്പെടുന്നുണ്ടായിരുന്നില്ല. ഇത്രയൊക്കെ സംഭവിച്ചിട്ടും ഭീമേ ജീവിതത്തിൽ വിശ്വസിക്കാൻ ആഗ്രഹിച്ചിരുന്നു.

സന്ധ്യ കഴിഞ്ഞതേ ഉള്ളൂ. രാത്രിയിലെ ഇരുട്ടിൽ ചീവിടുകളുടെ ശബ്ദം കേൾക്കുന്നുണ്ടായിരുന്നു. ദൂരെ എവിടെ നിന്നോ ക്ഷേത്രത്തിലെ മണികളുടെ ശബ്ദം കേൾക്കുന്നുണ്ട്.

“ഇപ്പോൾ സംഭവിച്ചതിന് അപ്പുറത്തും ജീവിതമുണ്ട് രാമാ. നിരാശനാകരുത്. എനിക്ക് കുഴപ്പമില്ല. സുരിയും പതുക്കെ പതുക്കെ സ്വയം നിയന്ത്രിതയാകും.” ഭീമേ അന്നും പറഞ്ഞു.

“നിനക്ക് എല്ലാം മറക്കാൻ കഴിയും ഭീമേ. ഇത്രയൊക്കെ സംഭവിച്ചിട്ടും നീ മറക്കാൻ തയ്യാറാണ്.” രാംദേവ് ഭീമേയുടെ മുഖം തന്റെ ഇരു കൈകളിലുമാക്കി. അയാൾ ഭീമേയുടെ കണ്ണുകളിൽ തന്നോടുള്ള സ്നേഹം കണ്ടു. ഈ പെൺകുട്ടിയുടെ മുഖത്ത് ബേൽഘാട്ട് ക്യാമ്പിലെ അതിക്രമത്തിന്റെ പാടുകൾ ഇപ്പോഴും അവശേഷിക്കുന്നത് രാംദേവ് കണ്ടു. അന്നത്തെ ബലാത്സംഗത്തിൽ ശരീരത്തിനേക്കാൾ അധികം മുറിവ് ഭീമേയുടെ ആത്മാവിനാണ് ഏറ്റതെന്ന് അയാൾക്ക് അറിയാമായിരുന്നു. ഇത്രയൊക്കെ ഉണ്ടായിട്ടും ഭീമേയുടെ ഉള്ളിൽ ജീവിക്കാനുള്ള ആഗ്രഹം മരിച്ചിട്ടില്ലെന്നത് അയാളെ അത്ഭുതപ്പെടുത്തുകയായിരുന്നു.

അമ്പലത്തിൽ നിന്ന് വരുന്ന മണിയടി ശബ്ദം ഉച്ചത്തിലായി. ഭീമേ രാംദേവിനെ നോക്കിക്കൊണ്ടിരുന്നു. ജനലിനടുത്ത് പോയി നിന്നു. പുറത്ത് അമ്പലത്തിൽ നിന്നും ശംഖിന്റേയും മണിയുടേയും ഭജനയുടേയും ശബ്ദം വരുന്ന സ്ഥലത്തേക്ക് നോക്കി. ആകാശത്ത് ചന്ദ്രനെ നോക്കിക്കൊണ്ട് അവൾ പറഞ്ഞു, “ഞാൻ ഇപ്പോഴും കണ്ണുകളിൽ ഒരു

സ്വപ്നവുമായാണ് ജീവിക്കുന്നത് രാമാ. ജീവിതത്തിൽ എന്തെങ്കിലും ചെയ്യുക എന്ന സ്വപ്നം."

"ഇത്... തീർത്തും ശരിയാണ്... സ്വപ്നമൊന്നും ഇല്ലാത്തവർ എങ്ങനെ ജീവിക്കാനാണ്." രാംദേവ് എന്തെങ്കിലും പറയുന്നതിനു മുമ്പ് മുറിക്കുള്ളിൽ കടന്നു വന്നു കൊണ്ട് ബിഷൻ പറഞ്ഞു. ബിഷനെ കണ്ടപ്പോൾ ഭീമേയ്ക്ക് ഒരു പ്രതീക്ഷ ഉണ്ടായതുപോലെയായി. ബിഷന്റെ ശബ്ദം കേട്ടപ്പോൾ അകത്തു നിന്ന് സുരിയും അങ്ങോട്ടു വന്നു.

"കട്ടൻചായ... കിട്ടോ... കട്ടൻ ചായ?"

ബിഷൻ ഭീമേയോട് ചോദിച്ചു.

ഭീമേ ചിരിച്ചുകൊണ്ട് അടുക്കളയിലേക്ക് പോയി. ബിഷന് പാലില്ലാത്ത ചായയാണ് പ്രിയമെന്ന് അവൾക്ക് അറിയാമായിരുന്നു. അതുകൊണ്ട് ബാക്കിയുള്ളവരും ഇപ്പോൾ ആ ചായ കുടിക്കാൻ ശീലിച്ചു കഴിഞ്ഞിരിക്കുന്നു.

ബിഷൻ ഇപ്പോഴും തന്റെ ഹെൽത്ത് മിഷനിൽ തന്നെയായിരുന്നു. എന്നാൽ ഇപ്പോൾ അയാളുടെ പ്രവർത്തനം കോണ്ടാഗാവ്, ഭാൻപുരി, ജഗദൽപൂർ തുടങ്ങിയ കസ്ബകളിലും ഹൈവേയോടു ചേർന്ന ഗ്രാമങ്ങളിലും വരെ മാത്രമായി ചുരുങ്ങിയിരുന്നു. ഉൾഗ്രാമങ്ങളിൽ അയാൾ കുറച്ചു മാത്രമേ പോയിരുന്നുള്ളൂ. എന്നാൽ 'ആരോഗ്യ'യുടെ വളണ്ടിയർമാർ മരുന്നുകൾ വിതരണം ചെയ്യാനും ക്യാമ്പുകൾ നടത്താനും ഇപ്പോഴും ദൂരെയുള്ള ഗ്രാമങ്ങളിൽ പോകാറുണ്ട്. ബിഷൻ കോണ്ടഗാവിൽ ഉണ്ടെങ്കിൽ ഏതാണ്ട് എല്ലാ ദിവസവും രാംദേവിന്റെ വീട്ടിൽ വരും. അയാളുടെ പ്രസന്നതയിൽ നിന്ന് ഭീമേയ്ക്ക് കരുത്തു കിട്ടും. അയാളുടെ ശബ്ദവും പൊട്ടിച്ചിരിയും സുരിക്ക് വളരെ ഇഷ്ടപ്പെട്ടു. എന്നാൽ രാംദേവ് തകർന്നതു പോലെയായിരുന്നു.

ബിഷന്റെ സാന്നിദ്ധ്യത്തിലും അയാൾ വേറെ ഏതോ ലോകത്തിൽ എന്ന പോലെയാണ് ഇരുന്നിരുന്നത്.

"നോക്കൂ, എന്റെ മനസ്സിൽ ഒരു പ്ലാൻ ഉണ്ട്. അതിന് നമുക്ക് ഒരുമിച്ച് പ്രവർത്തിക്കണം." ഭീമേയിൽ നിന്ന് ചായക്കപ്പ് വാങ്ങിക്കൊണ്ട് ബിഷൻ പറഞ്ഞു.

രാംദേവിന് ഇതിലൊന്നും ഒരു താത്പര്യവും ഉണ്ടായിരുന്നില്ല. എന്നാൽ ഭീമേയു സുരിയും ബിഷൻ പറയുന്നത് ശ്രദ്ധിക്കുകയായിരുന്നു. ബിഷൻ രാംദേവിനെ നോക്കി, അയാളുടെ മുഖഭാവം അവഗണിച്ചുകൊണ്ട് പറഞ്ഞു. "എന്റെ എൻജിഒ അടുത്തമാസം നാരായൺപുർ പ്രദേശത്ത് ഒരു പ്രൊജക്ട് ആരംഭിക്കുന്നുണ്ട്. ഓരോ വർഷവും നൂറ് കുടുംബങ്ങളെ പഠിപ്പിക്കാനും വൊക്കേഷനൽ ട്രെയിനിംഗ് നൽകാനുമാണ് പദ്ധതി."

രാംദേവ് ഒന്നും പറഞ്ഞില്ല. ആദ്യം മേൽക്കൂരയിലേക്ക് നോക്കി, പിന്നെ തന്റെ മൊബൈലിന്റെ ബട്ടണുകൾ അമർത്താൻ തുടങ്ങി.

ബിഷൻ സുരിയേയും ഭീമേയേയും നോക്കിക്കൊണ്ട് പറഞ്ഞു, "ഈ പ്രൊജക്ടിൽ എല്ലാം ഞാൻ തന്നെ ചെയ്യണം. പ്ലാനിംഗ് മുതൽ ആളുകളെ നിയമിക്കുന്നതടക്കമുള്ള കാര്യങ്ങൾ." ഇത്രയും പറഞ്ഞശേഷം മുറിയിൽ ഇരിക്കുന്നവർ എന്താണ് പറയുന്നത് എന്നറിയാൻ ബിഷൻ കാത്തിരുന്നു. ബിഷന്റെ ഉത്സാഹം സുരിക്ക് ഇഷ്ടപ്പെട്ടു. ഏതാണ്ട് ഒരു വർഷം മുമ്പ് ബിഷനോടൊപ്പം അവൾ നാരായൺപുരിൽ കുറച്ചുകാലം ചെലവഴിച്ചിരുന്നു. അവിടെ അയാളെ അവൾ ഇഷ്ടപ്പെട്ടിരുന്നു. ഭീമേയ്ക്ക് ബിഷന്റെ പ്ലാനിംഗിൽ സ്ത്രീശാക്തീകരണവുമായി ബന്ധപ്പെട്ട തന്റെ അപൂർണമായ സ്വപ്നം സാക്ഷാത്കരിക്കാൻ കഴിയുമെന്ന ഒരു പ്രതീക്ഷ ഉടലെടുക്കാൻ തുടങ്ങി.

"എന്താ രാമാ... നീ എന്താണ് പറയുന്നത്" രാംദേവിന്റെ തോളിൽ കൈവെച്ചുകൊണ്ട് ഭീമേ ചോദിച്ചു. അയാൾ മൗനം പാലിച്ചു. അയാൾ പതുക്കെ ഭീമേയുടെ കൈ തന്റെ തോളിൽ നിന്ന് എടുത്തു മാറ്റി.

"ഞങ്ങൾ ഈ പ്രവർത്തനത്തിൽ ഏർപ്പെട്ടാൽ ഞങ്ങളുടെ കൂടെ നില്ക്കില്ലേ ഭയ്യാ?"സുരി ധൈര്യം സംഭരിച്ചുകൊണ്ട് രാംദേവിനോട് ചോദിച്ചു.

ബിഷൻ നിശ്ശബ്ദനായി കേൾക്കുകയായിരുന്നു. ഭീമേ രാംദേവിനെ കണ്ണിമയനക്കാതെ നോക്കിയിരുന്നു.

"നിങ്ങൾ എന്തുവേണമെങ്കിലും ചെയ്തോളൂ. എന്നാൽ ബസ്തറിലെ ഗ്രാമങ്ങളിലേക്ക് തിരിച്ചു പോകാൻ ഞാൻ ആഗ്രഹിക്കുന്നില്ല. ഞാൻ ഇവിടെ എന്തെങ്കിലും ചെയ്യും, പട്ടണത്തിൽ തങ്ങിക്കൊണ്ട്." എന്നു പറഞ്ഞ് രാംദേവ് മുറിയിൽ നിന്ന് പുറത്തേക്ക് പോയി.

49

ഓം നമഃശിവായ...ഓം നമഃശിവായ....

റേഡിയോയിൽ മുഴങ്ങുന്ന ഈ ശിവഭജനം കേട്ടാണ് അഭീക് ബാനർജിയുടെ ഉറക്കമുണർന്നത്. രാത്രി മുഴുവൻ അയാൾ നിലത്ത് ഒരു നീല പ്ലാസ്റ്റിക് ഷീറ്റിൽ ഏതാണ്ട് ബോധംകെട്ട് കിടക്കുകയായിരുന്നു. രണ്ടു ദിവസം തുടർച്ചയായി കാട്ടിൽ നടന്നതുകാരണം അയാളുടെ ശരീരത്തിലാകെ വേദനയായിരുന്നു. ഇപ്പോൾ അയാൾ സഞ്ജീവൻ റെഡ്ഡിയുടെ ക്യാമ്പിലാണ് എത്തിയിരിക്കുന്നത്. കഴിഞ്ഞ കുറേ വർഷങ്ങളായി അയാൾ റെഡ്ഡിയെ കാണാനായി ശ്രമിച്ചുകൊണ്ടിരിക്കുകയാണ്, എന്നാൽ ഇന്നുവരെ അയാളെ കണ്ടുമുട്ടാൻ കഴിഞ്ഞിരുന്നില്ല. എന്നാൽ ഇതിനിടെ ലോക്കൽ കമാണ്ടർമാരുമായും മാവോവാദികളുടെ താഴെ തട്ടിലുള്ള കേഡർമാരുമായും നിരന്തരം സമ്പർക്കത്തിലായിരുന്നു അയാൾ. മാവോവാദി ക്യാമ്പിൽ നിന്ന് ഈ ശിവഭജൻ മുഴങ്ങുന്നതു കേട്ടപ്പോൾ അയാൾക്ക്

ആശ്ചര്യം തോന്നി. ആയുധധാരികളായ മൂന്ന് മാവോവാദികൾ റേഡിയോ യുടെ അടുത്തിരുന്ന് വളരെ ശ്രദ്ധയോടെ ഭജൻ കേൾക്കുന്നത് അയാൾ കണ്ടു. അയാൾ തന്റെ ബാഗിൽ നിന്ന് ക്യാമറ എടുത്ത് അവരുടെ ഫോട്ടോ എടുത്തു.

മാവോവാദികളുടെ ക്യാമ്പിൽ ശിവകീർത്തനം. എന്തൊരു സംഭവ മാണ്! ഇതുതന്നെ ഒരു സ്റ്റോറിയാണ്!

പിന്നെ അയാൾ അങ്ങോട്ടും ഇങ്ങോട്ടും നോക്കാൻ തുടങ്ങി. നാലു ഭാഗത്തും നീല പ്ലാസ്റ്റിക് ഷീറ്റുകൾ വിരിച്ചിട്ടുണ്ട്. പ്ലാസ്റ്റിക്കിന്റെ ഈ വിരിപ്പുകൾ തന്നെയാണ് കാടുകളിൽ മാവോവാദികളുടെ കിടക്ക. ഇത്തരം ഷീറ്റുകൾ ഉപയോഗിച്ചാണ് അവർ മരങ്ങൾക്കിടയിൽ താല്ക്കാലിക ക്യാമ്പുകൾ ഉണ്ടാക്കുന്നത്. തങ്ങളുടെ താവളം ഒരുക്കുന്നത്. കുറച്ചു ദിവസം ഒരിടത്ത് തങ്ങിയശേഷം മറ്റൊരിടത്തേക്ക് പോകും. കുറച്ചകലെ നിന്ന് പുക ഉയരുന്നത് അയാൾ കണ്ടു. കുറച്ചു ദൂരെയായി വലിയൊരു കല്ലിനടുത്ത് ഒരാൺകുട്ടിയും പെൺകുട്ടിയും അതിരാവിലെ അടുക്കള ഒരുക്കുന്നത് അയാൾ കണ്ടു. ആൺകുട്ടി പച്ചക്കറി അരിയുകയായി രുന്നു. പെൺകുട്ടി അടുപ്പിൽ ഒരു വലിയ പാത്രത്തിൽ എന്തോ പാചകം ചെയ്യാൻ വെച്ചിരുന്നു. ഇരുവരുടേയും പ്രായം ഇരുപതു വയസ്സിൽ താഴെ മാത്രമാണ്. ദൂരെ നിന്ന് രണ്ട് പെൺകുട്ടികൾ വെള്ളം കൊണ്ടു വരു ന്നത് അഭീക് കണ്ടു.

അയാൾ കണ്ടുക്കൊണ്ടിരുന്നു.

എന്തൊരു കാഴ്ചയാണ്! രണ്ട് പെൺകുട്ടികളും യൂണിഫോമിലാ യിരുന്നു. തോളിൽ തോക്കുകൾ തൂങ്ങിക്കിടക്കുന്നു, തലയിൽ വെള്ളം നിറച്ച കുടങ്ങൾ.

അയാൾ അടുത്തു ചെന്ന് ആ രണ്ട് പെൺകുട്ടികളുടേയും ഫോട്ടോ എടുത്തു. അയാളെ കണ്ടപ്പോൾ ഇരുവരും ഒന്നു നാണിച്ചു. പിന്നെ വെള്ളവും കൊണ്ട് അടുക്കളയുടെ ഭാഗത്തേക്ക് പോയി. അഭീക്കിന് വളരെ വിചിത്രമായി തോന്നി - തോളിൽ തോക്ക് തൂക്കിയിട്ടിരിക്കുന്ന ഈ നക്സൽ കേഡർമാർ സാധാരണ പെൺകുട്ടികളേക്കാളും അധികം നാണിക്കുന്നവരായി തോന്നി.

ഇവർ തോക്കെടുത്ത് വെടിവെയ്ക്കുന്നുണ്ടായിരിക്കുമോ? അഭീക് ആലോചിച്ചു.

പിന്നെ കുറച്ചു ദൂരെയായി ഒരു പയ്യൻ ആയുധങ്ങൾ തുടച്ചു വൃത്തി യാക്കുന്നത് അഭീക് കണ്ടു. അവന്റെ കൂടെ രണ്ട് ആൺകുട്ടികൾ റൈഫി ളുകളുടേയും തോക്കുകളുടേയും ഭാഗങ്ങൾ വേർപ്പെടുത്തുന്നതും കൂട്ടി ച്ചേർക്കുന്നതും പഠിക്കുന്നുണ്ടായിരുന്നു. അഭീക് ഫോട്ടോ എടുത്തു കൊണ്ടിരുന്നു. നക്സലുകളുടെ ജീവിതത്തിന്റെ ഓരോ ചലനവും ഇവിടെ കാണാമായിരുന്നു.

പെട്ടെന്ന് ശിവകീർത്തനം അവസാനിച്ചു. റേഡിയോയിൽ വാർത്താ സമയത്തിന്റെ മണി മുഴങ്ങി. പിന്നെ ശബ്ദം കേട്ടു.

'ആകാശവാണി. വാർത്തകൾ വായിക്കുന്നത് ഹരി സന്ധു." നാലു മാവോവാദി പയ്യന്മാർ ശ്രദ്ധയോടെ വാർത്ത കേൾക്കുന്നത് അഭീക് കണ്ടു. സി.ആർ.പി.എഫും പൊലീസും സംയുക്തമായി നടത്തിയ ഓപ്പറേഷനിൽ നാല് മാവോവാദികളെ വധിച്ച വാർത്ത വന്നു. മാവോവാദികളുമായി ഉണ്ടായ ഏറ്റുമുട്ടലിൽ സുരക്ഷാസൈനികർക്ക് കൈവന്ന ഈ നേട്ടം ആകാശവാണി വിളംബരം ചെയ്തു. നക്സലുകളിൽ നിന്ന് ധാരാളം ആയുധങ്ങളും വെടിക്കോപ്പുകളും പിടിച്ചെടുത്ത കാര്യവും പറഞ്ഞു. ഇത്രയും നേരം ഇവർ റേഡിയോയുടെ അടുത്ത് ഇരുന്നത് എന്തിനാണെന്ന് അഭീക്കിന് ഇപ്പോൾ മനസ്സിലായി. കുറച്ചകലെ മാറി നിന്ന് അയാൾ വാർത്ത കേട്ടു. പിന്നെ തന്റെ സ്ഥലത്തു പോയി ബാഗ് പരതാൻ തുടങ്ങി. ചിലപ്പോൾ അയാളുടെ ക്യാമറയുടെ ബാറ്ററി മാറേണ്ട സമയമായിട്ടുണ്ടാകും.

അല്പസമയത്തിനു ശേഷം കുറച്ച് ആയുധധാരികളായ നക്സലുകളോടൊപ്പം ഒരു മാവോവാദി നേതാവ് ക്യാമ്പിൽ പ്രത്യക്ഷപ്പെട്ടു. അയാളുടെ കൂടെ കുറഞ്ഞത് ഒരു ഡസൻ മറ്റ് മാവോവാദികളും ക്യാമ്പിലേക്ക് വന്നു. ഇതാണ് സഞ്ജീവൻ റെഡ്ഡിയെന്ന് അഭീക്കിന് മനസ്സിലായി.

"ഹലോ ദാദാ", അഭീക് പറഞ്ഞു.

"ലാൽസലാം കോമ്രേഡ്" റെഡ്ഡി പ്രതികരിച്ചു.

"ഇവിടെ എത്താൻ ബുദ്ധിമുട്ടൊന്നും ഉണ്ടായില്ലല്ലൊ?"

"ഇല്ല കോമ്രേഡ്. ഒരു പ്രയാസവും ഉണ്ടായില്ല." അഭീക് പറഞ്ഞു. റെഡ്ഡിയുടെ സംസാരത്തിലെ തെലുങ്ക് ചുവ അയാൾക്ക് രസകരമായി തോന്നി.

"ഏറെ കാലമായി താങ്കളെ കാണാൻ ശ്രമിക്കുകയായിരുന്നു. താങ്കളാണെങ്കിൽ അവസരം നൽകുന്നുമില്ല."

ഒരു മാവോവാദി കമാണ്ടറോട് എങ്ങനെയാണ് സംസാരിക്കേണ്ടത് എന്നറിയാത്തതിനാൽ അഭീക്കിന് ഒരു വല്ലായ്മ തോന്നി.

"എടോ ഞങ്ങൾ ഈ കാടുകളിൽ അലയുകയാണ്. പിന്നെ എങ്ങനെ കാണാനാ? താങ്കളുടെ നേതാക്കളെപ്പോലെ ജനസമ്പർക്കം നടത്താൻ കഴിയില്ലല്ലോ." റെഡ്ഡി പൊട്ടിച്ചിരിച്ചുകൊണ്ട് പറഞ്ഞു.

നക്സൽ കമാണ്ടറുടെ ചിരി അഭീക്കിന്റെ മനസ്സിലെ സങ്കോചത്തിന് അയവു വരുത്തി. അയാളും തുറന്നു സംസാരിക്കാൻ തുടങ്ങി. "താങ്കളും ജനങ്ങളെ കാണണം. ജനങ്ങളോട് സംസാരിക്കൂ... ആരാണ് താങ്കളെ തടഞ്ഞിരിക്കുന്നത്? തെരഞ്ഞെടുപ്പിൽ മത്സരിച്ചാൽ ജയം ഉറപ്പാണ്. ഞാൻ താങ്കൾക്ക് വോട്ട് ചെയ്യും." അഭീക് തമാശപോലെ പറഞ്ഞു.

"ദാ, ആദ്യം പ്രാതൽ കഴിക്കൂ. എന്നിട്ടാകാം സംഭാഷണം" റെഡ്ഡി പറഞ്ഞു. ഒരു പയ്യൻ ചെറിയ ഒരു കലവും കുറച്ച് ഇലകളുമായി വന്നു. അവൻ ഓരോ ഇലകൾ റെഡ്ഡിയുടേയും അഭീക്കിന്റേയും മുന്നിൽ വെച്ചു, കലത്തിൽ നിന്ന് റവ ഉപ്പുമാവ് വിളമ്പാൻ തുടങ്ങി. ആ പയ്യനു പിന്നിൽ

ഒരു പെൺകുട്ടി ചായയുടെ കെറ്റിലുമായി നില്ക്കുന്നുണ്ടായിരുന്നു. അവൾ രണ്ട് ഗ്ലാസ്സുകളിൽ ചായ ഒഴിച്ചു. പ്ലാസ്റ്റിക് ബോട്ടിലുകൾ മുറിച്ചാണ് ഈ ഗ്ലാസ്സുകൾ ഉണ്ടാക്കിയിരുന്നത്. അഭീക്കിന് എല്ലാം വളരെ രസകരമായി തോന്നി.

"ഞങ്ങൾ ഇവിടെ എല്ലാം സംരക്ഷിക്കും. ഭക്ഷണം തൊട്ട് ഉടുക്കാനും പുതയ്ക്കാനും ഉള്ള സാധനങ്ങൾ വരെ. പാത്രങ്ങൾ, സോപ്പ്, കടലാസ്, മെഴുകുതിരി, പേന, മഷി, തോക്ക്, വെടിയുണ്ട- എല്ലാം ഞങ്ങൾ വളരെ സൂക്ഷിച്ച്, മിതമായി മാത്രമേ ചെലവഴിക്കാറുള്ളൂ." അഭീക്കിന്റെ മനസ്സിലെ വിചാരം മനസ്സിലാക്കിക്കൊണ്ട് റെഡ്ഡി പറഞ്ഞു.

"താങ്കൾക്ക് അനിഷ്ടമില്ലെങ്കിൽ പ്രാതലിനിടെ തന്നെ താങ്കളെ ഇന്റർവ്യൂ ചെയ്യാമായിരുന്നു. താങ്കൾ എന്നോട് ഇവിടെ പറയുന്ന കാര്യങ്ങൾ എനിക്ക് എഴുതാമല്ലോ? പത്രത്തിൽ!" അഭീക്ക് ചോദിച്ചു. ഉപചാരങ്ങളില്ലാത്ത ഈ അന്തരീക്ഷത്തിൽ റെഡ്ഡിയുടെ ഉള്ളിലേക്ക് എത്തിനോക്കുക എളുപ്പമായിരിക്കുമെന്ന് അയാൾക്ക് തോന്നി.

"ഒരു പ്രശ്നവുമില്ല. നമുക്ക് ഒളിപ്പിക്കാനായി ഒന്നുമില്ല. നമ്മൾ പറയുന്നത് എഴുതൂ."

റെഡ്ഡി നല്ല മൂഡിലാണെന്ന് അഭീക്കിന് മനസ്സിലായി. അയാൾ ചോദ്യങ്ങൾ ചോദിക്കാൻ തുടങ്ങി.

"താങ്കൾ പറയുന്നു ഇവിടെയെല്ലാം സംരക്ഷിക്കുന്നുവെന്ന്, എന്നുവെച്ചാൽ ഒന്നും പാഴാക്കുന്നില്ല. ഇത് ഗാന്ധിജിയുടെ സിദ്ധാന്തമാണ്." അഭീക്കിന്റെ ആദ്യത്തെ ചോദ്യം തന്നെ കടുത്ത രാഷ്ട്രീയ ചോദ്യമായിരുന്നു.

"സംരക്ഷിക്കുക എന്ന കാഴ്ചപ്പാട് പ്രകൃതിയുടെ കാഴ്ചപ്പാടാണ്. പ്രകൃതിയുടെ എഡ്യുക്കേഷനാണ്. തൊഴിലാളികളുടേയും പാവപ്പെട്ട ജനങ്ങളുടേയും ജീവിതരീതിയാണ്. ഗാന്ധിയും ഇതിനെ സ്വീകരിച്ചു.... അങ്ങനെ പറയുകയാണെങ്കിൽ ശരിയായ കാര്യമാണ്. അല്ലാതെ ഗാന്ധിയുടെ മാത്രം ഫിലോസഫി അല്ല ഇത്. ഒരുപാട് ആളുകളുടേതാണ്. ഞങ്ങൾ വെള്ളത്തിന്റെ ബോട്ടിലുകൾ എറിഞ്ഞു കളയാറില്ല. അതു കൊണ്ട്, ഗ്ലാസ് ഉണ്ടാക്കും. ഇലകളിൽ കഴിക്കും. അവശേഷിക്കുന്ന ഭക്ഷണം കരുതി വെക്കും. ഞങ്ങൾ ഒന്നും നശിപ്പിക്കാറില്ല. എന്തെന്നാൽ ഞങ്ങൾ, ഈ മുഴുവൻ ആദിവാസികളും നേച്ചറിനെ, ഈ കാടുകളെ, മരങ്ങളെ, അരുവികളെ സ്നേഹിക്കുന്നു."

"അതായത്, താങ്കൾ പറഞ്ഞുവരുന്നത്... നിങ്ങളെല്ലാവരും പരിസ്ഥിതിയെ.... എൻവയേൺമെന്റിനെ സംരക്ഷിക്കാനാണ് ഇതെല്ലാം ചെയ്യുന്നത് എന്നാണ്."

റെഡ്ഡി ചിരിക്കാൻ തുടങ്ങി. "സത്യം പറഞ്ഞാൽ ഇത് ഞങ്ങളുടെ നിവൃത്തികേട് കൂടിയാണ്. ഞങ്ങളുടെ പക്കൽ റേഷനും ഡെയ്ലി നീഡ്സിന്റെ സാധനങ്ങളും വളരെ ലിമിറ്റഡ് മാത്രമേ ഉണ്ടാകൂ. സൂക്ഷിച്ചു വെച്ചില്ലെങ്കിൽ എങ്ങനെ കാര്യം നടക്കും?"

"എന്നാൽ താങ്കൾ എപ്പോഴാണ് ഈ കൊലപാതകങ്ങൾ ഉപേക്ഷിക്കുക? ആരുടെയെങ്കിലും രക്തമൊഴുക്കുന്നത് ശരിയാണോ?" അധികനേരം ഈ ചോദ്യം മാറ്റി വെയ്ക്കാൻ കഴിയുമായിരുന്നില്ല. പത്രപ്രവർത്തകൻ എന്ന നിലയ്ക്ക് ഏറ്റവും ആദ്യം അറിയൻ ആഗ്രഹിക്കുക, കൊലപാതകത്തെക്കുറിച്ച് മാവോവാദികൾക്ക് എന്താണ് പറയാനുള്ളത് എന്നാണ്.

അഭീക്കിന്റെ ചോദ്യം കേട്ട് റെഡ്ഡി പുഞ്ചിരിച്ചു. "താങ്കൾ ഇപ്പോൾ തന്നെ റേഡിയോയിൽ കേട്ടില്ലേ. ഫോഴ്സ് ആറ് മാവോവാദികളെ കൊന്നുവെന്ന്. സർക്കാർ ജനങ്ങൾക്ക് വാർത്ത കൊടുക്കുകയാണ്. താങ്കൾ കേട്ടില്ലേ?" റെഡ്ഡി അഭീക്കിന്റെ മുഖത്തേക്ക് നോക്കി.

"അപ്പോൾ..." അഭീക് പറഞ്ഞു. പിന്നെ റെഡ്ഡി പറയുന്നതു മുഴുവൻ കേൾക്കാനായി ഇരുന്നു.

"അവർ കള്ളമാണ് പറയുന്നത്. പച്ചക്കള്ളം." റെഡ്ഡിയുടെ സ്വരത്തിലെ രോഷം അഭീക് ശ്രദ്ധിച്ചു.

"അതായത് വാർത്ത തെറ്റാണ്!"

"അതാണ് ഞങ്ങൾ പറയുന്നത് ഈ പേപ്പറിൽ... റേഡിയോയിൽ... മീഡിയായിൽ സത്യമല്ല വരുന്നത്. സത്യമല്ല അച്ചടിക്കുന്നത്." റെഡ്ഡി വീണ്ടും പറഞ്ഞു, "താങ്കൾ ഇവിടെ ഏതെങ്കിലും ഗ്രാമീണന്റെ കൂടെ പോകൂ. ആ സ്ഥലം ഇവിടെ നിന്ന് ഏറെ ദൂരെയല്ല. താങ്കൾക്ക് അവിടെ കാര്യം മനസ്സിലാകും. നിഷ്കളങ്കരായ ഗ്രാമീണരാണ് അവർ. കൃഷി ചെയ്യുന്നവർ. മഹുവാ പെറുക്കുന്നവർ. അവരെയാണ് മാവോവാദികൾ എന്നു പറഞ്ഞ് പൊലീസും ഫോഴ്സും കൊല്ലുന്നത്. മീഡിയക്കാർ ഈ സത്യം എഴുതുന്നില്ല. ഒരിക്കലും എഴുതില്ല."

"പക്ഷേ കോമ്രേഡ്, ഇത് വാർസോണിലെ യാഥാർത്ഥ്യമാണ്. താങ്കളും നിരപരാധികളായ നിരവധി ആളുകളെ പൊലീസിന്റെ ചാരന്മാർ എന്നു പറഞ്ഞ് കൊല്ലുന്നു. ജനകീയ കോടതി നടത്തുന്നു, അവിടെ താങ്കളുടെ ജനായത്ത സർക്കാർ തീരുമാനം എടുക്കുന്നു." അഭീക് തിരിച്ച് ചോദ്യമുന്നയിച്ചു.

"തെറ്റായ കാര്യമാണ്. ഇത് പൂർണമായും നുണ പ്രചരണമാണ്. ഞങ്ങൾ ആളുകളോട് ആദ്യം ചോദിക്കും, തെറ്റു ചെയ്യുന്നവർക്ക് മുഴുവൻ അവസരവും നൽകും. പലതവണ അവർ മാനിക്കാതെ വരുമ്പോൾ അവർക്ക് ശിക്ഷ നല്കും."

"എന്നാൽ ആരെയെങ്കിലും കസ്റ്റഡിയിൽ കൊല്ലുന്നത് തെറ്റാണ്. താങ്കൾക്ക് ഈ അധികാരം ആരാണ് നൽകിയത്?"

"ഞങ്ങൾ കസ്റ്റഡിയിലുള്ളവരെ കൊല്ലുന്നുവെന്ന് ഞങ്ങൾക്കെതിരെ പ്രചരണം നടക്കുന്നുണ്ടെന്ന് ഞങ്ങൾക്ക് അറിയാം. എന്നാൽ പൊലീസും ഫോഴ്സും കസ്റ്റഡിയിലുള്ളവരെ എന്തൊക്കെയാണ് ചെയ്യുന്ന്. താങ്കൾക്ക് അറിയാമോ?"

"പൊലീസും ഫോഴ്സും ചെയ്യുന്നതിനെക്കുറിച്ച് ഞാൻ അവരോട്

ചോദിക്കും. എന്നാൽ നിങ്ങളെല്ലാം നടത്തുന്ന കൊലപാതകങ്ങൾക്ക് എന്ത് വിശദീകരണമാണ് ഉള്ളത്?"

"ഞങ്ങൾ നിരവധി ആളുകളെ പിടിക്കാറുണ്ട്. അവർ തെറ്റാണ് ചെയ്യുന്നതെന്ന് അവരോട് പറയും. ചിലപ്പോഴെല്ലാം ആളുകൾക്ക് ചെറുതും വലുതുമായ ശിക്ഷ നല്കും. ഭരണവർഗ്ഗത്തിന്റെ കൂടെയുള്ളവരാണ് എന്ന് സംശയിക്കുന്നവരെയാണ് ഞങ്ങൾ നോട്ടമിടാറുള്ളത്. അവർ അവരുടെ കൂടെ തന്നെ തുടരാൻ ആഗ്രഹിക്കുന്നവരാകും. പറയുന്നത് കേൾക്കുന്നില്ലെങ്കിൽ... പൊലീസിനു വേണ്ടി പണിയെടുക്കുന്നത് നിർത്തിയില്ലെങ്കിൽ... അവർക്ക് ശിക്ഷ നൽകും. വേറെ ആരേയും ഞങ്ങൾ കൊല്ലാറില്ല."

"ഇതു ശരിയല്ല കോമ്രേഡ് റെഡ്ഡി. താങ്കൾ ഇങ്ങനെ പറയുന്നത് ശരിയല്ല. മാവോവാദികൾ നിരന്തരം കൊലപാതകം നടത്തുന്നുണ്ട്. നിങ്ങളെല്ലാം ചേർന്ന് നിരവധി സൽവാ ജുഡും ക്യാമ്പുകൾ കത്തിച്ചു. അതിൽ കുറെ നിഷ്കളങ്കരായ ആളുകളും മരിച്ചു. താങ്കളുടെ പാർട്ടി പൊലീസിന്റേയും ഫോഴ്സിന്റേയും ക്യാമ്പുകൾ ആക്രമിച്ചു. താങ്കളുടെ ആക്രമണങ്ങളിൽ പലതവണ സാധാരണ ജനങ്ങളും കൊല്ലപ്പെട്ടു. ഈ കൊലപാതകങ്ങൾക്ക് എന്തെങ്കിലും അർത്ഥമുണ്ടോ?"

"ആരാണ് കൊലകൾ നടത്തുന്നത്?" റെഡ്ഡി രോഷാകുലനായി. "റേഡിയോയിൽ ഇപ്പോൾ താങ്കൾ കേട്ടതല്ലേ, ചിറപൽമേട്ടിൽ എങ്ങനെയാണ് ആറ് ഗ്രാമീണർ കൊല്ലപ്പെട്ടതെന്ന്. ജനങ്ങളോട് എന്നും സൈന്യം ചെയ്യുന്നത് ഇതാണ്. അതിനു മറുപടിയായി, ജനങ്ങളെ രക്ഷിക്കാനായി ഞങ്ങൾ ചെറിയൊരു പ്രതികാരം ചെയ്താൽ അപ്പോൾ നിങ്ങൾ അത് പെരുപ്പിച്ചു കാണിക്കും."

അഭീക് മൗനം പാലിച്ചു. അയാൾ റെഡ്ഡിയിൽ നിന്ന് കൂടുതൽ കേൾക്കാൻ ആഗ്രഹിച്ചു. റെഡ്ഡി തുടർന്നു.

"പിന്നെ ഹിംസ ചെയ്യാത്തവർ ആരാണ് ഉള്ളത്? എല്ലാ നേതാക്കന്മാരും തോക്കിന്റെ ബലത്തിലാണ് തെരഞ്ഞെടുപ്പിനെ നേരിടുന്നത്. വോട്ടിനു വേണ്ടി തോക്കിന്റെ കരുത്ത് ഉപയോഗിക്കുന്നില്ലേ? ഞങ്ങളുടെ തോക്ക് കാണുന്നുണ്ട്, എന്നാൽ ജനാധിപത്യത്തിലെ തോക്ക് താങ്കൾക്ക് കാണാൻ കഴിയുന്നില്ല."

അഭീക്ക് തന്റെ ചോദ്യം മാറ്റി!

"സർക്കാറിന്റെ പക്കൽ താങ്കളേക്കാളും വളരെയധികം ആയുധശേഖരം ഉണ്ട്. ധാരാളം സൈന്യവും ഉണ്ട് അവരുടെ പക്കൽ. എത്രകാലം പ്രതികാരക്കൊലകൾ നടത്തിക്കൊണ്ടിരിക്കും താങ്കൾ?"

"പ്രതികാരക്കൊലകൾ സർക്കാറിന്റെ അനീതിക്കെതിരെയാണ്. പൊലീസിന്റേയും സൈന്യത്തിന്റേയും കൊലകൾക്കെതിരെ. അധികാരമാറ്റത്തിനായി ജനകീയയുദ്ധം ഉണ്ടാകും, അതിനായി ജനങ്ങൾ ഒരുങ്ങുകയാണ്. ഒരു ദിനം ജനങ്ങൾ ഒരുങ്ങിക്കഴിഞ്ഞാൽ അന്ന് ഒരു സർക്കാരിനും എത്ര വലിയ ആയുധശേഖരം ഉണ്ടായാലും പിടിച്ചു നിൽക്കാൻ കഴിയില്ല."

"എങ്ങനെ?"

അഭീക് ചോദിച്ചു.

അയാൾ റെഡ്ഡിയെ ചുരണ്ടിയെടുക്കാൻ ആഗ്രഹിച്ചു. ലോകം മുഴുവൻ നടന്ന വിപ്ലവങ്ങൾ എടുത്തു കാണിച്ച് നക്സലുകൾ നടത്തുന്ന പ്രസംഗങ്ങളെക്കുറിച്ച് അയാൾ ധാരാളം കേട്ടിട്ടുണ്ടായിരുന്നു.

"എടോ, ആളുകൾ തയ്യാറാവുകയാണ്. ജനകീയ യുദ്ധത്തിനായി. എല്ലാ ചൂഷിതരും ദരിദ്രരും കർഷകരും തൊഴിലാളികളും ഒന്നിക്കും. സർവ്വരാജ്യ തൊഴിലാളികളെ ഐക്യപ്പെടൂ - ഇതാണ് ഞങ്ങളുടെ മുദ്രവാക്യം."

അഭീക് പുഞ്ചിരിച്ചു, എന്നിട്ട് ചോദിച്ചു, "രാജ്യത്തുള്ള കമ്മ്യൂണിസ്റ്റുകാർക്ക് ഒന്നാകാൻ കഴിയുന്നില്ല. എല്ലാവരും പരസ്പരം പൊരുതുകയാണ്. അപ്പോൾ പിന്നെ ലോകത്തുള്ള തൊഴിലാളികളെല്ലാം എങ്ങനെ ഒന്നാകും?"

അഭീക്കിന്റെ ചോദ്യം റെഡ്ഡിക്ക് അമ്പ് പോലെ ഏറ്റു.

"ഇത് മാവോവാദികൾക്ക് എതിരെയുള്ള ഒരു പ്രൊപ്പഗാണ്ടയാണ്. ഞങ്ങളുടെ എതിർപ്പുകളേയും അഭിപ്രായവ്യത്യാസങ്ങളേയും മീഡിയയിൽ പോരാട്ടമായി ചിത്രീകരിക്കുകയാണ്."

ഈ വിഷയം ചർച്ച ചെയ്യുന്നതിൽ നിന്ന് റെഡ്ഡി ഒഴിഞ്ഞുമാറുകയാണെന്ന് അഭീക്കിന് മനസ്സിലായി. അയാളെ സംബന്ധിച്ച് ഈ വിഷയം അത്ര പ്രധാനപ്പെട്ടതുമായിരുന്നില്ല. അയാൾ മറ്റൊരു കാര്യം ചോദിക്കാൻ ആഗ്രഹിച്ചു. അയാൾ പറഞ്ഞു, "താങ്കൾ ചരിത്രം ഒന്നു പരിശോധിക്കൂ. കമ്മ്യൂണിസ്റ്റ് പാർട്ടിയിൽ പിളർപ്പ് ഉണ്ടായിക്കൊണ്ടിരിക്കുന്നു. ഈ യാഥാർത്ഥ്യം നിങ്ങളെയെല്ലാം പിന്തുടർന്നു കൊണ്ടിരിക്കുകയാണ്. എന്നാൽ ഇതിനെക്കുറിച്ച് പിന്നീട് എപ്പോഴെങ്കിലും താങ്കളോട് സംസാരിക്കാം. ഇപ്പോൾ ഒരു കാര്യം പറഞ്ഞാലും എന്തുകൊണ്ടാണ് ആയുധം താഴെ വെച്ച് ജനകീയ പ്രക്ഷോഭം താങ്കൾ സംഘടിപ്പിക്കാത്തത്? ഒട്ടനവധി ആളുകൾ ഹിംസ നടത്താതെ സമാധാനപരമായ മാർഗ്ഗത്തിലൂടെയും സർക്കാരിനെ എതിർക്കുന്നുണ്ട്."

"എടോ, നിങ്ങളുടെ ദില്ലിയിലെ ജന്തർമന്തറിൽ രാവും പകലും ആളുകൾ സമാധാനപരമായി എതിർക്കുന്നുണ്ട്. സർക്കാരിൽ ആരാണ് അവർ പറയുന്നത് കേൾക്കുന്നത്?" റെഡ്ഡി തിരിച്ച് ചോദ്യം ചോദിച്ചു.

"അല്ല, താങ്കൾ അപ്പോഴേക്കും ഇവിടെ നിന്ന് നേരെ ദില്ലിക്ക് പോയോ," അഭീക് ചിരിച്ചുകൊണ്ട് പറഞ്ഞു. താൻ പറയുന്നതിനെ റെഡ്ഡി വളച്ചു തിരിക്കാൻ ശ്രമിക്കുമെന്ന് അയാൾക്ക് അറിയാമായിരുന്നു. അയാൾ തുടർന്നു, "ജന്തർമന്തറിലേക്ക് എന്തിനാണ് സർ പോകുന്നത്. ഇവിടെ നിന്ന് കുറച്ചു ദൂരെ ജഗദൽപുരിനടുത്ത് ലോഹാണ്ടിഗുഡയിൽ ടാറ്റയുടെ സ്റ്റീൽ പ്ലാന്റിനെതിരെ ആളുകൾ പ്രക്ഷോഭം നടത്തുന്നില്ലേ?"

"അതിനും ഞങ്ങളുടെ പാർട്ടിയുടെ സപ്പോർട്ടുണ്ട്," റെഡ്ഡി ഉടനെ പറഞ്ഞു.

"പക്ഷേ താങ്കളുടെ പാർട്ടിയുടെ സപ്പോർട്ടു കൊണ്ട് ആ പ്രക്ഷോഭം ശക്തിപ്പെടുകയല്ല, ദുർബലപ്പെടുകയാണ്. സർക്കാരിനും പൊലീസിനും അവരുടെ അടിച്ചമർത്തൽ വർദ്ധിപ്പിക്കാൻ ഒരു കാരണം കിട്ടുകയാണ്," അഭീക് പറഞ്ഞു.

അയാളുടെ വാക്കുകൾ റെഡ്ഡിയെ അസ്വസ്ഥമാക്കുകയായിരുന്നു.

"അല്ല, സർക്കാർ അടിച്ചമർത്തലിന്റേയും കുറ്റക്കാർ ഞങ്ങളാണോ?"

"താങ്കളുടെ പ്രക്ഷോഭത്തിലെ ഈ കൊലപാതകമുണ്ടല്ലോ, അത് അഹിംസാത്മക പ്രക്ഷോഭത്തെപ്പോലും ദുർബലമാക്കുന്നു എന്നാണ് ഞാൻ പറഞ്ഞു വരുന്നത്," അഭീക് പറഞ്ഞു.

"ഛത്തീസ്ഗഢ്, ഝാർഖണ്ഡ്, ബംഗാൾ, മധ്യപ്രദേശ്, ആന്ധ്ര - എല്ലാ പ്രദേശത്തും ആളുകൾ വ്യത്യസ്തമായ കാരണങ്ങളാൽ സർക്കാരിനോടും മുഴുവൻ വ്യവസ്ഥിതിയോടും പൊരുതുകയാണ്. ആയുധമില്ലാതെ. എന്നാൽ നിങ്ങൾ കൊലപാതകങ്ങൾ നടത്തുകയും ആ ആളുകളുടെ അവകാശങ്ങൾക്ക് വക്കാലത്ത് പറയുകയും ചെയ്യുമ്പോൾ സർക്കാരിന് ഈ പ്രക്ഷോഭങ്ങളെ മാവോയിസവുമായി കൂട്ടിയിണക്കാൻ എളുപ്പമാകുന്നു. അതിനു ശേഷം ഭരണകൂടം നടത്തുന്ന കൊലപാതകങ്ങളെ സർക്കാർ ന്യായീകരിക്കുകയും ചെയ്യുന്നു. അഹിംസാ പ്രക്ഷോഭങ്ങളുടെ മേൽ സമ്മർദ്ദം ഏറുന്നു." അഭീക് പറഞ്ഞു.

"ഒന്നു മനസ്സിലാക്കണം, ഞങ്ങൾ തോക്കുമെടുത്ത് ഈ കാടുകളിൽ ചുറ്റിത്തിരിയുന്നില്ലായിരുന്നു എങ്കിൽ ഇത്തരത്തിലുള്ള എത്ര അഹിംസാ പ്രക്ഷോഭങ്ങൾ നടത്താൻ പറ്റും? ഈ പ്രദേശങ്ങളിൽ കടന്നു കയറുന്നതിൽ നിന്ന് ഞങ്ങൾ സർക്കാരിനെ മാത്രമല്ല തടഞ്ഞിരിക്കുന്നത്, മറിച്ച് കോർപ്പറേറ്റ് കൊള്ളക്കാരേയും ലാൻഡ് മാഫിയയേയും ഇവിടെ വരുന്നതിൽ നിന്ന് തടഞ്ഞിരിക്കുകയാണ്. ഇവിടെ ഈ സർക്കാർ സാധാരണ ജനങ്ങളോട് അതിക്രമം കാണിക്കുമ്പോൾ ഞങ്ങളുടെ ഈ തോക്കു തന്നെയാണ് അവരുടെ സംരക്ഷണത്തിന് ഉയരുന്നത്," റെഡ്ഡി പറഞ്ഞു.

റെഡ്ഡി അഹിംസയുടെ ദർശനത്തേയും യുക്തിയേയും ഒരിക്കലും അംഗീകരിക്കില്ലെന്ന് അഭീക്കിന് മനസ്സിലായി. തോക്കിന്റെ കരുത്താണ് റെഡ്ഡിയുടെ പ്രത്യയശാസ്ത്രത്തിന്റെ അടിസ്ഥാനം. പിന്നെ അതിനെ എങ്ങനെ അയാൾക്ക് ഒഴിവാക്കാൻ പറ്റും?

"ഇനി ഞാൻ ഇതിനെക്കുറിച്ച് കൂടുതലൊന്നും പറയുന്നില്ല. കാരണം, ദിവസം മുഴുവൻ ചർച്ച ചെയ്യാവുന്ന വിഷയമാണിത്," അഭീക് പറഞ്ഞു.

അഭീക്കും റെഡ്ഡിയും വളരെയേറെ സമയം സംസാരിച്ചുകൊണ്ടിരുന്നു. പിന്നെ, സരിതയും സീമയും കുറച്ചു സഖാക്കളുമൊത്ത് വന്നു. സീമ

സല്യൂട്ട് ചെയ്തുകൊണ്ട് പറഞ്ഞു "കമാണ്ടർ, ഇവിടെ നിന്ന് മൂവ് ചെയ്യണം."

റെഡ്ഡി അവളെ നോക്കി, എന്നിട്ട് അഭീക്കിനോട് പറഞ്ഞു, "വരൂ, നിങ്ങളും ഞങ്ങളുടെ ലൈഫ് ആസ്വദിക്കൂ. ഇവിടെ നിന്ന് 25 കിലോമീറ്റർ നടക്കണം. ഇന്ന് ഞങ്ങൾ ഞങ്ങളുടെ ക്യാമ്പ് ഷിഫ്റ്റ് ചെയ്യുകയാണ്.''

50

ജോലിയിൽ തിരിച്ചെത്തിയതോടുകൂടി ഇൻസ്പെക്ടർ ശുക്ലയുടെ അഹ ങ്കാരം കൊടുമുടിപോലെ വളർന്നിരുന്നു. ഇപ്പോൾ അയാൾക്ക് കോട തിയെ പോലും ഭയമില്ലാതായി. ഇനിയിപ്പോൾ ആർക്ക് എന്തു പുല്ലാണ് എന്നെ ചെയ്യാൻ കഴിയുക എന്ന വിചാരം അയാളുടെ ഉള്ളിൽ ഊട്ടി ഉറ പ്പിക്കപ്പെട്ടു. 'കെയർഫുൾ' ആയിരിക്കണമെന്ന് എസ്.പി. സഞ്ചിത് ചൗധരി അയാളോട് പറഞ്ഞിരുന്നുവെങ്കിലും തന്റെ ചെയ്തികളെ ശരി യെന്ന് സ്ഥാപിക്കാൻ പൊലീസുകാർക്കും പത്രക്കാർക്കുമിടയിൽ അയാൾ മിക്കപ്പോഴും തന്റേതായ ന്യായീകരണം ഉണ്ടാക്കിക്കൊണ്ടിരുന്നു.

"നിയമവിരുദ്ധ പ്രവർത്തനങ്ങളെ നിയമത്തിന്റെ വഴിയിലൂടെ തട യാൻ കഴിയില്ല. അതിന് നിയമത്തിന്റെ പരിധികൾ ലംഘിക്കേണ്ടി വരും," ശുക്ല എപ്പോഴും പറയുമായിരുന്നു. നക്സലുകളെ സഹായിക്കുന്നുവെന്ന് ആരോപിച്ച് കസ്റ്റഡിയിൽ എടുക്കുന്നവരെ ടോർച്ചർ ചെയ്യുക എന്നത് അയാളുടെ വിനോദമായി മാറിക്കഴിഞ്ഞിരുന്നു.

"മനുഷ്യാവകാശം മനുഷ്യർക്ക് വേണ്ടി ഉള്ളതാണ്, അല്ലാതെ ആളു കളെ കൊല്ലുന്ന ഈ ഹറാംപിറന്നവർക്ക് വേണ്ടിയുള്ളതല്ല" അയാൾ പറയും. ഈ വാക്കുകളോടെ അയാൾ തനിക്ക് തന്നെ എല്ലാ നിയമ ങ്ങളും ലംഘിക്കാനുള്ള ലൈസൻസ് സ്വയം നല്കും. പിന്നെ തന്റെ കൂട്ടാളികൾക്കും അതെല്ലാം ചെയ്യാനുള്ള അനുമതിയും കിട്ടും.

വൈകുന്നേരം ഏകദേശം എട്ട് മണി ആയിരുന്നു. പോലീസ് സ്റ്റേഷ നിൽ നിന്ന് കുറച്ചു മാറി ഒരു മുറിയിൽ ഇരുന്ന് ശുക്ല മദ്യപിക്കുകയായി രുന്നു, അയാളുടെ മുന്നിൽ ഇൻസ്പെക്ടർ അൻസാരി ഇരിക്കുന്നുണ്ട്. അയാൾക്ക് പുറകിൽ പോലീസുകാരൻ കന്നു നില്ക്കുന്നുണ്ട്.

"ആ തെമ്മാടി രാംദേവിനെ വിടരുത്," ശുക്ല പറഞ്ഞു. അയാളുടെ കണ്ണുകൾ കോപം കൊണ്ട് ചുവന്നിരുന്നു.

"വിട്ടുകള ശുക്ല ഭായി. ഇത്രയൊക്കെ കിണഞ്ഞു ശ്രമിച്ചിട്ടും എന്തു പുല്ലാ അവന് താങ്കളെ ചെയ്യാൻ പറ്റിയത്?" ഗ്ലാസ്സിലേക്ക് മദ്യം ഒഴിച്ചു കൊണ്ട് അൻസാരി പറഞ്ഞു.

ശുക്ല അല്പനേരം ഒന്നും മിണ്ടിയില്ല. പിന്നെ ഒരു കവിൾ വിസ്കി കഴിച്ചുകൊണ്ട് അയാൾ പറഞ്ഞു, "ആ തെമ്മാടി എന്റെ 16 വർഷത്തെ ജോലിക്കാണ് കളങ്കം വരുത്തിയത്. ശുക്ലയെ ജോലിയിൽ നിന്ന്

സസ്പെൻഡ് ചെയ്യിച്ചു.... എന്നെ! നിങ്ങൾ എപ്പോഴെങ്കിലും ഓർത്തിട്ടുണ്ടോ അൻസാരി?"

അയാളുടെ മുഖം കോപം കൊണ്ട് ചുവന്നു തുടുത്തു. അയാളുടെ കണ്ണുകൾ മദ്യത്തിന്റേയും കരുത്തിന്റേയും ലഹരിയിൽ ചുവന്നിരുന്നു. ഭരണഘടനയെ ആണയിടുന്ന വളരെയേറെ ആളുകൾ മിക്കപ്പോഴും ഭരണഘടനയ്ക്ക് അനുസരിച്ച് ജോലി ചെയ്യില്ല. മറിച്ച്, അവർ കരുത്തരായ ആളുകളുടെ ആയുധമായി മാറുന്നു. അവർക്ക് നിയമം എന്നു പറയുന്നത് അവരുടെ കാലിലെ ചെരുപ്പാണ്. അവർ അവരുടെ മുഴുവൻ കരുത്തും സമൂഹത്തിലെ ഏറ്റവും ദുർബലരും താഴെത്തട്ടിൽ ഉള്ളവരുമായ ആളുകളുടെ മേൽ പ്രയോഗിക്കുന്നു. ഇത്തരത്തിൽപ്പെട്ട ഒരാളായിരുന്നു ശുക്ല.

"അടുത്ത തവണ കാണുമ്പോൾ അവനെ വെടിവെച്ചു കൊല്ലാം," പോലീസുകാരൻ കള്ള് കുടിക്കാതെ തന്നെ മദ്യ ലഹരിയിലായിരുന്നു.

"ഏയ്, മിണ്ടാതിരിക്കെടാ അവിടെ. നീ പുറത്തുപോയി വല്ല ചിപ്സോ പൊരിച്ച ഇറച്ചിയോ കൊണ്ടുവാ," അൻസാരി പൊലീസുകാരനോട് പറഞ്ഞു. അയാൾ മുറിക്ക് പുറത്തേക്കു പോയി.

അയാൾ പോകുന്നത് വാതിലിലൂടെ നോക്കിക്കൊണ്ട് അൻസാരി പറഞ്ഞു, "ശുക്ലാ ഭായി നിങ്ങളുടെ കോപം ഇങ്ങനെ എല്ലാവരുടേയും മുന്നിൽ പ്രകടിപ്പിക്കല്ലേ. ചെയ്യാനുള്ളത് ചെയ്യുമല്ലോ, അവസരം കിട്ടുമ്പോൾ?"

ശുക്ല ചുമരിലേക്ക് നോക്കിക്കൊണ്ടിരുന്നു. ഒന്നും മിണ്ടിയില്ല. രാംദേവിനെ ഇല്ലായ്മ ചെയ്യാൻ അയാളുടെ ഉള്ളിൽ അഗ്നി ജ്വലിക്കുകയായിരുന്നു.

"ഇപ്പോൾ ആ നായ കോണ്ടാഗാവിൽ വണ്ടി ഓടിക്കുകയാണ് എന്നാണ് അറിയാൻ കഴിഞ്ഞത്. ധംതരി, റായ്പൂർ, നാരായൺപുർ തുടങ്ങിയ സ്ഥലങ്ങളിൽ ചരക്ക് കൊണ്ടുപോകുകയും യാത്രക്കാരെ കൊണ്ടുവരികയും പോകുകയും ചെയ്യുന്നു," അൻസാരി അയാൾക്ക് രാംദേവിനെക്കുറിച്ചുള്ള വിവരം നല്കി. "അയാളുടെ മേൽ നമ്മുടെ ആളുകളുടെ കണ്ണുണ്ട്. താങ്കൾ ഉല്ലസിച്ചോളൂ ശുക്ലാജി."

ശുക്ല അല്പസമയം നിശ്ശബ്ദത പാലിച്ചു. പിന്നെ മേശമേൽ വെച്ചിരുന്ന തന്റെ റിവോൾവർ എടുത്ത് ചുമരിൽ തൂങ്ങിക്കിടന്നിരുന്ന ഒരു ആദിവാസിയുടെ ഫോട്ടോയിലേക്ക് ലക്ഷ്യം വെച്ചു, അതിനെ വെടിവെക്കാൻ ഉദ്ദേശിക്കുന്നതു പോലെ. കുറച്ചു സമയത്തിനു ശേഷം റിവോൾവർ താഴെ വെച്ചു, അതിന്റെ കുഴലിൽ ഊതി, വെടിയുതിർത്ത് കുഴൽ തണുപ്പിക്കുന്നതു പോലെ.

"അവസരം കിട്ടുമ്പോൾ എന്നോട് പറയണം. ആ തെണ്ടിയെ ഞാൻ പൂശിക്കോളാം," ശുക്ല ഐസുപോലെ തണുത്ത സ്വരത്തിൽ പറഞ്ഞു.

അൻസാരി അയാളുടെ ഗ്ലാസ്സിൽ വീണ്ടും വിസ്കി ഒഴിച്ചു.

51

ബിഷൻ നിർദ്ദേശം വെച്ച് ഒന്നര മാസം കഴിഞ്ഞപ്പോൾ സുരിയും ഭീമേയും നാരായൺപുരിൽ ജോലി ചെയ്യാൻ തുടങ്ങി. ഇരുവർക്കും അവരുടെ കഴിഞ്ഞ കാലത്തെ കയ്പേറിയ ഓർമ്മകൾ മറക്കാൻ അവസരം കിട്ടുന്നതിൽ ബിഷനും സന്തോഷവാനായിരുന്നു. ജീവിതം പുതിയ രൂപത്തിൽ തുടങ്ങുകയായിരുന്നു. ഭീമേയ്ക്ക്, അദ്ഭുതകരമായ രീതിയിൽ ജീവിക്കാനുള്ള ആഗ്രഹം ഉണ്ടായിരുന്നു. അവളിപ്പോഴും പ്രതീക്ഷയും ഊർജ്ജവും നല്കുന്ന കാര്യങ്ങൾ പറയുന്ന പ്രകൃതക്കാരിയായിരുന്നു. അവളുടെ ചങ്ങാത്തത്തിൽ സുരിയുടെ ജീവിതവും വീണ്ടും പാളത്തിൽ കേറാൻ തുടങ്ങിയിരുന്നു. കഴിഞ്ഞ കുറച്ചു മാസങ്ങളായി സുരിക്ക് താൻ ബിഷനിലേക്ക് ആകർഷിക്കപ്പെടുന്നതായി തോന്നിയിരുന്നു. കഷ്ടകാലത്ത് അവളെ കടുത്ത ദുഃഖത്തിൽ നിന്ന് പുറത്തു വരാൻ സഹായിച്ചത് ബിഷനാണ്. സുരിയുടെ മനസ്സിൽ ഇപ്പോൾ അയാളോട് സ്നേഹം മുളപ്പൊട്ടാൻ തുടങ്ങി. ബിഷൻ മുൻപു തന്നെ സുരിയിൽ ആകൃഷ്ടനായിരുന്നു. ഇരുവരും അവരവരുടെ ചേഷ്ടകളെക്കൊണ്ട് പരസ്പരം ചെറുതും വലുതമായ സ്നേഹപ്രകടനങ്ങൾ നടത്താൻ തുടങ്ങിയിരുന്നു.

ചിലപ്പോൾ സംസാരത്തിനിടെ ബിഷൻ സുരിയുടെ കൈ പിടിച്ചാൽ പിന്നെ ഏറെ നേരത്തേക്ക് വിടുമായിരുന്നില്ല. അയാൾ ചിലപ്പോൾ ഭീമേയേയും സുരിയേയും നാരായൺപുരിൽ നിന്ന് കോണ്ടാഗാവിലേക്ക് തന്റെ മോട്ടോർസൈക്കിളിൽ കൊണ്ടുവിടാനായി പോകുമ്പോൾ സുരി ആദ്യം തന്നെ ചാടി മോട്ടോർസൈക്കിളിൽ ഇരിക്കും. ബിഷനും ഭീമേയ്ക്കും ഇടയിൽ. താൻ ബിഷനോട് ഒട്ടിച്ചേർന്നിരിക്കാൻ ആഗ്രഹിക്കുന്നുവെന്ന് സുരി പലതവണ കണ്ണുകൊണ്ട് ആംഗ്യം കാണിച്ച് ഭീമേയോട് പറയാൻ ശ്രമിച്ചിട്ടുണ്ട്. മോട്ടോർസൈക്കിളിൽ അവൾ മിക്കപ്പോഴും ബിഷന്റെ തോളിൽ തന്റെ താടി വെയ്ക്കും, എന്നിട്ട് അയാളുടെ ശരീരത്തിന്റെ ഗന്ധം ആസ്വദിക്കും. ബിഷനും അവളുടെ സ്പർശം വളരെ ഇഷ്ടമായി തോന്നും. ഭീമേ ഇരുവരുടേയും ചേഷ്ടകൾ കണ്ട് പുഞ്ചിരിക്കും. ഇവർ രണ്ടു പേരേയും ഒരുമിച്ച് കാണുമ്പോൾ അവൾക്ക് ചിട്ടാപാഡയിലെ കാടുകളിൽ മഹുവാ പെറുക്കുവാനായി പോയിരുന്ന ദിനങ്ങൾ ഓർമ്മ വരും. ഭീമേയുടെ ഹൃദയം ഇന്നും പഴയതുപോലെത്തന്നെ രാംദേവിനു വേണ്ടി തുടിക്കുന്നുണ്ട്. എന്നാൽ അവളുടെ ഹൃദയത്തിലും മനസ്സിലും രാംദേവിനോടുള്ള സ്നേഹം മാത്രമല്ല, മറിച്ച് വളരെ വലിയ ഒരു സ്വപ്നം കൂടി വളരുന്നുണ്ട്, അതാകട്ടെ അവൾ ബസ്തറിലെ ജനങ്ങൾക്കായി കണ്ട സ്വപ്നമാണ്.

കുറച്ച് ആഴ്ചകൾക്കുള്ളിൽ തന്നെ ബിഷന്റെ പ്രവർത്തനം ഫലം കാണിക്കാൻ തുടങ്ങി. ഗ്രാമീണർക്കിടയിൽ അംഗീകാരം കിട്ടാൻ തുടങ്ങി. ഭീമേയ്ക്ക് പഠിക്കാനുള്ള ശേഷി ഉണ്ടായിരുന്നു. പിന്നെ ആളുകളുമായി

ഇടപഴകൽ അവളുടെ സ്വഭാവത്തിൽ അലിഞ്ഞു ചേർന്നിരുന്നു. നാരായൺപുരിലും അതിനടുത്തുള്ള ഗ്രാമങ്ങളിലും കുട്ടികൾക്കും യുവതികൾക്കുമിടയിൽ അവൾ പ്രിയപ്പെട്ടവളായി മാറി. ഭീമേ ആദ്യം ജനങ്ങളിൽ പഠിക്കാനുള്ള താത്പര്യം വളർത്തി. പിന്നെ ഓരോ സ്ത്രീക്കും സ്വന്തം കാലിൽ നില്ക്കാൻ പ്രേരിപ്പിക്കുംവിധം തൊഴിലിനോടുള്ള ആഭിമുഖ്യവും ഉണ്ടാക്കി. സുരി ഒപ്പമുള്ളത് ഭീമേയ്ക്ക് കരുത്ത് നല്കിയിരുന്നു. അവൾ ഇരട്ടി താത്പര്യത്തോടെ തന്റെ മിഷനിൽ മുഴുകും. മൂന്നര മാസത്തിനുശേഷം ബിഷൻ നാരായൺപുരിൽ ഒരു വലിയ മുറി വാടകയ്ക്ക് എടുത്തു, അവിടെ പത്ത് തയ്യൽ മെഷീനുകൾ സ്ഥാപിച്ചു. അയാളുടെ സ്ഥാപനം കുറച്ചു തുന്നൽ പരിശീലകരെ നാരായണൻപുരിലേക്ക് അയച്ചു. അവർ മൂന്നാഴ്ച ഭീമേയും സുരിയുമടക്കം നാല് പെൺകുട്ടികൾക്ക് റെഡിമെയ്ഡ് വസ്ത്രങ്ങൾ തയ്ക്കാനുള്ള ട്രെയിനിംഗ് നല്കി.

രാംദേവ് ജീപ്പ് ഓടിക്കുകയും യാത്രക്കാരെ കൊണ്ടുവരികയും കൊണ്ടുപോകുകയും ചെയ്യുന്ന ജോലിയിൽ മുഴുകുകയും ചെയ്തു. എന്നാലും അയാളിപ്പോഴും ഒരു തകർന്ന അവസ്ഥയിലായിരുന്നു. ബേൽഘാട്ടിലെ സൽവാ ജുഡും ക്യാമ്പിൽ നടന്നതൊന്നും അയാൾക്ക് മറക്കാൻ കഴിഞ്ഞിരുന്നില്ല. തനിക്കേറ്റ മുറിവുകളുടെ വേദനയെക്കാൾ അധികം ഗണേശിയുടെ മരണം രാപകൽ അയാളെ പിന്തുടർന്നു. ഭീമേയേയും സുരിയേയും ബലാത്സംഗം ചെയ്തവർ സ്വതന്ത്രരായി കറങ്ങി നടക്കുകയാണ്. വികാസിന്റെ തെറ്റിനേക്കാളധികം അയാളെ വേട്ടയാടിയത് ഇൻസ്പെക്ടർ ശുക്ലയുടെ അപരാധമാണ്. യൂണിഫോം ധരിച്ചുകൊണ്ട് ഭരണഘടന സംരക്ഷിക്കുമെന്ന് പ്രതിജ്ഞ എടുക്കുകയും അതിനുശേഷം അയാൾ തന്നെ കസ്റ്റഡിയിൽ കൊലപാതകവും ബലാത്സംഗവും നടത്തി നിർഭയനായി ചുറ്റിക്കറങ്ങുന്നത് ഈ മനുഷ്യനാണെന്ന് രാംദേവ് ആലോചിച്ചു. ഇക്കാര്യം ഓർക്കുമ്പോൾ അയാളുടെ ചോര തിളയ്ക്കാൻ തുടങ്ങും. വിഷയം കോടതിയിൽ ആയിരുന്നപ്പോൾ നീതി ലഭിക്കും എന്ന് ചെറിയൊരു പ്രതീക്ഷ ഉണ്ടായിരുന്നു. എന്നാൽ ഇപ്പോൾ ജനാധിപത്യത്തെക്കുറിച്ച് ഒരാദരവും അയാളുടെ മനസ്സിൽ അവശേഷിച്ചിരുന്നില്ല. സഞ്ജീവൻ റെഡ്ഡിയുടെ ക്യാമ്പിൽ വെച്ച് അന്നു രാത്രി റെഡ്ഡി ഭീമേയോട് പറഞ്ഞ കാര്യങ്ങൾ അയാൾക്കെപ്പോഴും ഓർമ്മ വരും.

രാംദേവിന്റെ ഉള്ളിൽ പുകഞ്ഞുപൊങ്ങുന്ന കോപം ഭീമേയ്ക്ക് മനസ്സിലാകുന്നുണ്ടായിരുന്നു. അയാളെ സമാധാനപ്പെടുത്താൻ അവൾ എപ്പോഴും ശ്രമിച്ചുകൊണ്ടേയിരുന്നു. വൈകുന്നേരം വീട്ടിൽ തിരിച്ചെത്തിയാൽ അവൾ നാരായണൻപുരിലെ തങ്ങളുടെ മിഷന്റെ ചെറിയ ചെറിയ നേട്ടങ്ങളുടെ കഥകൾ രാംദേവിനെ കേൾപ്പിക്കും. നിരക്ഷരരായ സ്ത്രീകളെ എങ്ങനെയാണ് തങ്ങളുടെ കുട്ടികളെ പഠിക്കാനായി സ്കൂളിൽ പറഞ്ഞയയ്ക്കുന്നതെന്ന് അവൾ പറയും. പെൺകുട്ടികൾ എങ്ങനെയാണ് തുന്നൽ കേന്ദ്രത്തിൽ വന്ന് പണി പഠിക്കുന്നതെന്നും അവരുടെ കുടുംബത്തിനായി സമ്പാദിക്കുന്നതെന്നും പറയും. രാംദേവ് മൗനമായി ഭീമേ പറയുന്നത് കേൾക്കും. എങ്ങനെയാണ് അവൾ സ്വയം പുതിയ പുതിയ

ഡിസൈനിലുള്ള വസ്ത്രങ്ങൾ തുന്നുന്ന രീതി പരീക്ഷിക്കുന്നതെന്നും ഭീമേ അയാളോട് പറയും. ഇതുകേട്ട് ചിലപ്പോൾ രാംദേവ് പുഞ്ചിരിക്കും, മറ്റു ചിലപ്പോൾ സ്നേഹത്തോടെ തലയിൽ കൈ വെച്ച് പതുക്കെ തട്ടും. അയാൾ ഭീമേയെ വേദനിപ്പിക്കാൻ ആഗ്രഹിച്ചിരുന്നില്ല. തന്റെ ഉള്ളിൽ തിളയ്ക്കുന്ന ആസിഡിന്റെ ഒരു തുള്ളി പോലും ഭീമേയുടെ എല്ലാ സ്വപ്നവും തകർത്തുകളയുമെന്ന് അയാൾക്ക് അറിയാമായിരുന്നു.

തുന്നൽ കേന്ദ്രത്തിലേക്ക് തുണികൾ ജഗദൽപുർ നിന്നാണ് വന്നിരുന്നത്. വസ്ത്രം തുന്നിക്കഴിഞ്ഞാൽ ബിഷന്റെ സ്ഥാപനം അവ കോണ്ടാഗാവ്, ഭാൻപുരി, ചാരാമാ, മാകഡി തുടങ്ങിയ കസ്ബകളിലെ ചെറുകിട വ്യാപാരികൾക്ക് വില്ക്കും. പതുക്കെ പതുക്കെ ജഗദൽപുരിലേയും റായ്പുരിലേയും മാർക്കറ്റുകളിലും കച്ചവടക്കാരെ കണ്ടെത്തുകയായിരുന്നു ബിഷന്റെ പദ്ധതി, കാരണം അവിടെ ഈ വസ്ത്രങ്ങൾക്ക് കൂടുതൽ വില കിട്ടാൻ ഇടയുണ്ട്. ബിഷന്റെ ഇത്തരം ആലോചനകൾ ഭീമേയുടെ ഉത്സാഹം വർദ്ധിപ്പിക്കും. മാർക്കറ്റിൽ കൂടുതൽ ആവശ്യക്കാരുള്ള പുതിയ ഡിസൈനിലുള്ള ഫ്രോക്കുകളും ടോപ്പുകളും തുന്നാനാണ് ഇപ്പോൾ അവൾ പെൺകുട്ടികളെ പഠിപ്പിക്കുന്നത്. ബിഷൻ ഇന്റർനെറ്റിൽ നിന്ന് പുതിയ പുതിയ ഡിസൈനുകളുടെ പ്രിന്റ് ഔട്ട് എടുത്തു കൊണ്ടുവരും. അതു നോക്കിയിട്ട് അതുപോലെ തയ്ക്കാനായി ഭീമേയും സുരിയും പെൺകുട്ടികളോട് പറയും.

“ഞാനകത്തേക്ക് വരട്ടെ?” തുന്നൽകേന്ദ്രത്തിന്റെ വാതിൽക്കൽ നിന്നിരുന്ന ആ മനുഷ്യൻ ചോദിച്ചു. ഏതാണ്ട് 45 വയസ്സു തോന്നിക്കുന്ന, കുർത്തയും പൈജാമയും ധരിച്ച ഒരു മനുഷ്യൻ നില്ക്കുന്നത് ഭീമേ കണ്ടു. ചെറിയ കുടവയർ, ഇടത്തരം ശരീരം, തടിച്ച ഫ്രെയിമുള്ള കണ്ണട, കനത്ത താടിയിൽ അങ്ങിങ്ങ് നര വീണിട്ടുണ്ട്.

“എന്താ, പറയൂ.” ഭീമേ പറഞ്ഞു. മിക്ക പെൺകുട്ടികളും തുന്നൽ മെഷീൻ നിർത്തിയിട്ട് അയാളെ നോക്കി.

“എന്റെ പേര് രമയ്യാ എന്നാണ്. ഞാൻ ദന്തേവാഡ ജില്ലയിലാണ് താമസിക്കുന്നത്. താങ്കളെ കാണാനാണ് വന്നത്,” അയാൾ പറഞ്ഞു.

ഇയാൾ എന്തുകാര്യത്തിനാണ് തന്നെ കാണാൻ വന്നിരിക്കുന്നതെന്ന് ഭീമേ അത്ഭുതപ്പെട്ടു.

“എന്റെ പേര് ഭീമേ കുഞ്ചാം എന്നാണ്. താങ്കൾക്ക് എന്നെയാണോ കാണേണ്ടത്, അതോ....”

“അതെ... അതെ... എനിക്ക് നിങ്ങളെ അറിയാം ഭീമേജി. താങ്കൾ നാരായൺപുരിൽ വളരെ നല്ല പ്രവർത്തനമാണ് നടത്തുന്നത്,” രമയ്യാ പറഞ്ഞു.

“നന്ദി... പക്ഷേ ഞാൻ പ്രത്യേകിച്ചൊന്നും ചെയ്തില്ല. ഇവിടെ ചെയ്യുന്നതെല്ലാം ഈ പെൺകുട്ടികളാണ്..”

“ഈ പ്രവർത്തനം അല്ലാതെയും ഞാൻ താങ്കളെക്കുറിച്ചുള്ള പ്രശംസ കേട്ടിട്ടുണ്ട്. താങ്കൾക്ക് നല്ല ആത്മധൈര്യം ഉണ്ട് ഭീമേജി. നിങ്ങളെല്ലാവരും

കൂടി വലിയ പോരാട്ടം നടത്തിയാണ് പ്രതിസന്ധിയെ നേരിട്ടത്," രമയ്യ പറഞ്ഞപ്പോൾ ഭീമേയ്ക്ക് ചെറിയൊരു അസ്വസ്ഥത അനുഭവപ്പെട്ടു. ബലാത്സംഗ കേസുകളിൽ മീഡിയ ഇരയുടെ ഐഡന്റിറ്റി മറച്ചു വെക്കാറുണ്ട്. എന്നാൽ സുരിയുടേയും ഭീമേയേയുടേയും കാര്യത്തിൽ, ഈ രണ്ടു പെൺകുട്ടികളും ആരാണെന്ന്, ബസ്തർ മുതൽ റായ്പുർ വരെ എല്ലാവർക്കും അറിയാം.

"വരൂ, നമുക്ക് പുറത്തിരുന്ന് സംസാരിക്കാം," ഭീമേ സങ്കോചത്തോടെ പറഞ്ഞു. നാരായൺപുരിനോട് അടുത്തുള്ള ഗ്രാമങ്ങളിൽ നിന്നു വരുന്ന ഈ പെൺകുട്ടികൾ തന്റെ ചരിത്രം അറിയേണ്ട എന്ന് അവൾ ചിലപ്പോൾ കരുതിയിരിക്കാം.

"സുരി, നീ ഇവർ ചെയ്യുന്നത് നോക്കൂ. ഞാൻ ഇദ്ദേഹത്തോട് സംസാരിക്കട്ടെ," ഭീമേ രമയ്യക്ക് കസേരയിട്ടു കൊടുത്ത് അയാളോട് സംസാരിക്കാൻ തുടങ്ങി. അകത്ത് പെൺകുട്ടികളുടെ തുന്നൽ മെഷീനുകൾ വീണ്ടും ചലിക്കാൻ തുടങ്ങി.

'ഭീമേജി, താങ്കൾക്ക് ചിലപ്പോൾ എന്നെ അറിയില്ലായിരിക്കാം. എന്നാൽ താങ്കൾ ദന്തേവാഡയിൽ സ്ത്രീ ശാക്തീകരണ പ്രവർത്തനങ്ങൾ നടത്തുമ്പോൾ മുതൽ എനിക്ക് താങ്കളെ അറിയാമായിരുന്നു. അതിന്റെ സ്വാധീനം ഇപ്പോഴും അവിടെ കാണാൻ സാധിക്കും.'

ഭീമേയ്ക്ക് വിശ്വസിക്കാൻ കഴിഞ്ഞില്ല. താൻ തന്റെ ആ മിഷൻ ഉപേക്ഷിച്ചിട്ട് ഏതാണ്ട് ഒന്നര വർഷം കഴിഞ്ഞു. സ്ത്രീകൾ ഇപ്പോഴും ഞാൻ പറഞ്ഞതുപ്രകാരം പ്രവർത്തിക്കുന്നുണ്ടോ? - അവൾ ആലോചിച്ചു.

"ഫൂലാദേവിയെ പോലുള്ള ആളുകൾ ഉണ്ടെങ്കിൽ എന്തും ചെയ്യാൻ കഴിയും. അവർ വളരെ വലിയ മനസ്സുള്ളവരാണ്," ഭീമേ പറഞ്ഞു.

"താങ്കൾ ഇവിടെ നാരായണൻപുരിൽ വളരെ നല്ല പ്രവർത്തനമാണ് നടത്തുന്നത്. എന്നാൽ താങ്കൾ തിരിച്ചുപോയി സ്വന്തം പ്രദേശത്തും പ്രവർത്തിക്കണം. എന്നാൽ മാത്രമേ വേറെയും ഫൂലാദേവികൾ ഉണ്ടാകൂ."

രമയ്യാ പറയുന്നതു കേട്ടപ്പോൾ ഭീമേയ്ക്ക് ഒരു കുറ്റബോധം തോന്നി. അവൾ എന്തോ പറയാൻ ആഗ്രഹിച്ചു, എന്നാൽ ഒന്നും മിണ്ടിയില്ല. അവളുടെ മുഖത്ത് ഒരു മങ്ങിയ പുഞ്ചിരി വിടർന്നു.

"അവിടെ പ്രവർത്തിക്കാൻ താങ്കൾക്ക് പ്രയാസമുണ്ട് എന്നെനിക്കറിയാം. എന്നാൽ ഞങ്ങൾ അവിടെ ആളുകളെ സംഘടിപ്പിക്കുകയാണ്. താങ്കൾ വരികയാണെങ്കിൽ ജനങ്ങൾക്ക് ആത്മധൈര്യം കിട്ടും," രമയ്യ പറഞ്ഞു.

കഴിഞ്ഞ കുറച്ചുനാളുകളായി ഭീമേ തന്റെ മനസ്സിനെ പറഞ്ഞ് ബോധ്യപ്പെടുത്തിയിരുന്നു. ചിട്ടാപാഡയുടേയും ഛുട്ടേപാലിന്റേയും ഓർമ്മകൾ ഇല്ലാതെ ജീവിക്കാൻ അവൾ പഠിക്കുകയായിരുന്നു. എന്നാൽ രമയ്യ തന്നെ വീണ്ടും അങ്ങോട്ട് വലിച്ചുകൊണ്ടുപോകുകയാണ്. ഇനി അഥവാ അവൾ ദന്തേവാഡയിലെ ഗ്രാമങ്ങളിലേക്ക് പോകാൻ തീരുമാനിച്ചാലും രാംദേവ് ഒരിക്കലും അത് അംഗീകരിക്കില്ല എന്ന് അവൾക്ക്

അറിയാമായിരുന്നു. ബിഷനും ഇപ്പോൾ നാരായൺപുരിൽ തന്നെയാണ് ശ്രദ്ധ കേന്ദ്രീകരിച്ചിരിക്കുന്നത്. സുരി ഇപ്പോഴും പഴയ സ്ഥിതിയിൽ ആയിട്ടില്ല. ചിലപ്പോഴെല്ലാം അവൾ വീണ്ടും നിരാശയുടെ പടുകുഴിയിൽ വീണിരിക്കുന്നായി കാണാം. എന്നാൻ ബിഷന്റെ സ്നേഹവും ഭീമേയുടെ കൂട്ടും അവളെ താങ്ങി നിർത്തുകയായിരുന്നു.

"എനിക്ക് അവിടെ വന്ന് പ്രവർത്തിക്കണമെന്നും താമസിക്കണമെന്നും ആഗ്രഹമുണ്ട് രമയ്യാജി. എന്നാൽ ഇപ്പോൾ ഇവിടെ നിന്ന് മാറി നില്ക്കുക പ്രയാസമാണ്," ഭീമേ പറഞ്ഞു. തന്നേക്കാളും ഇത്രയും വലിയ മനുഷ്യൻ തന്റെ കഴിവിനെ ഇത്ര ആദരിക്കുന്നതിൽ അവൾക്ക് സന്തോഷം തോന്നി.

"ശ്രമിച്ചു നോക്കൂ. പതുക്കെ പതുക്കെ എല്ലാം ശരിയാകും. എപ്പോഴെങ്കിലും ഞങ്ങളുടെ പ്രവർത്തനം കാണാനും അവിടെ വരൂ. അപ്പോൾ താങ്കൾക്കും ഇഷ്ടമാകും." രമയ്യ പറഞ്ഞു.

"തീർച്ചയായും... പക്ഷേ കുറച്ച് സമയം പിടിക്കും."

"അതു സാരമില്ല. ഞാൻ വെറുതെയൊന്ന് കാണാൻ വന്നതാണ്. താങ്കൾ എവിടെ ജോലി ചെയ്താലും ഞങ്ങളുടെ ദന്തേവാഡക്കാരി തന്നെ ആയിരിക്കുമല്ലോ." രമയ്യ ഉറക്കെ ചിരിച്ചു. പിന്നെ കൈകൂപ്പിക്കൊണ്ട് പോകാനായി എഴുന്നേറ്റു. ഇപ്പോൾ ദന്തേവാഡയിൽ പോകുന്ന കാര്യം ഭീമേ തിരസ്കരിച്ചു എങ്കിലും അവൾ മനസ്സു കൊണ്ട് സന്തോഷവതി ആയിരുന്നു. രമയ്യ അവളുടെ മനസ്സിൽ വീട്ടിലേക്ക് മടങ്ങാനുള്ള മോഹത്തിന്റെ വിത്ത് വിതച്ചു എന്ന് അവളുടെ മുഖത്തെ ഭാവമാറ്റങ്ങൾ പ്രകടമാക്കുന്നുണ്ടായിരുന്നു.

ഭീമേ രമയ്യയെ യാത്രയാക്കി. അയാൾ പോകുന്നതു നോക്കി അവൾ ആലോചിച്ചു. തനിക്ക് വീണ്ടും ഒരിക്കൽ കൂടി ഗ്രാമത്തിലേക്ക് തിരിച്ചു പോകാൻ കഴിയുമോ?

52

നാരായൺപുരിൽ സമാധാനമായിരുന്നു. എന്നാൽ ദക്ഷിണ ബസ്തറിൽ സൽവാ ജുഡുമിനെതിരെ നക്സലുകളുടെ പ്രത്യാക്രമണം ശക്തിപ്പെടുകയായിരുന്നു. ജുഡും വ്യാപിക്കുന്നത് തടയണമെങ്കിൽ പ്രത്യാക്രമണം അനിവാര്യമാണെന്ന് മാവോവാദികൾക്ക് മനസ്സിലായിരുന്നു. ബസ്തറിലെ സ്പെഷ്യൽ പൊലീസ് ഓഫീസർ അതായത് എസ്പിഒ ആയിരുന്നു അവരുടെ ലക്ഷ്യത്തിൽ മുൻപന്തിയിൽ ഉണ്ടായിരുന്നത്. സർക്കാർ തോക്കു കൊടുത്തുകൊണ്ട് തങ്ങളുടെ വശത്താക്കിയിരുന്ന ആദിവാസി പയ്യന്മാരെയാണ് നക്സലുകൾ ഭയന്നിരുന്നത്. ഈ എസ്പിഒമാർക്ക് കാട്ടിലെ ഇരുണ്ട വഴികൾപോലും നന്നായി അറിയാമായിരുന്നു.

ഏത് ഏറ്റുമുട്ടലിന്റെ സമയത്തും ഇവരാണ് പൊലീസിനും സിആർപി എഫിനും വഴി കാണിച്ചു കൊടുക്കുന്നത്. മാവോവാദികളുടെ വലയിൽ കുടുങ്ങിയ യുവാക്കളെ രക്ഷിക്കാനും ഈ ആദിവാസി ചെറുപ്പക്കാരാണ് സഹായിക്കാറുള്ളത്. മാവോവാദികളുടെ ഒളിത്താവളങ്ങൾ എവിടെയാണ്, അവർ ആയുധങ്ങളും പണവും എവിടെയാണ് സൂക്ഷിക്കുന്നത്, അവരുടെ യുദ്ധതന്ത്രം എന്താണ്, കാട്ടിൽ പതിയിരുന്ന് ആക്രമണം നടത്തുന്ന അപകടമേഖലകൾ ഏതെല്ലാമാണ്, ഇവിടെ കുടുങ്ങുന്ന യുവാക്കളേയും പോലീസുകാരേയും രക്ഷിക്കുക എന്നീ കാര്യങ്ങളെല്ലാം ഈ പയ്യന്മാർക്ക് അറിയാം. ഈ എസ്.പി.ഒ.മാർ സാധാരണയായി കോയാ കമാണ്ടോ എന്നാണ് അറിയപ്പെടുന്നത്, കാരണം ഇവരിൽ അധികവും കോയാ സമുദായക്കാരായിരുന്നു.

ഡിസംബർ മാസമായിരുന്നു. ബസ്തർ ഒരു ഉഷ്ണപ്രദേശമാണ്. അതുകൊണ്ട് ഇപ്പോഴും അവിടെ നേരിയ തണുപ്പു മാത്രമേ ഉണ്ടായിരുന്നുള്ളൂ. കോണ്ടായ്ക്ക് അടുത്ത് എർരാബോർ ക്യാമ്പിൽ രാത്രി ഭക്ഷണം കഴിച്ച് ഏതാണ്ട് മുപ്പത് കോയാ കമാണ്ടോകൾ ഉറങ്ങുകയായിരുന്നു. അടുത്തുതന്നെ ഒരു സിആർപിഎഫ് ക്യാമ്പുണ്ട്. അതിനോടു ചേർന്ന് ഒരു പോലീസ് സ്റ്റേഷനും ഉണ്ടായിരുന്നു. ഈ ക്യാമ്പിൽ ബസ്തറിലെ വിദൂരഗ്രാമങ്ങളിൽ നിന്ന് തങ്ങളുടെ വീട് ഉപേക്ഷിച്ചു വന്ന ആദിവാസി കുടുംബങ്ങളും ഉണ്ടായിരുന്നു. രാത്രി ഏകദേശം രണ്ടര മണിക്ക് പെട്ടെന്ന് സിആർപിഎഫ് ക്യാമ്പിനു നേരെ നാലു ഭാഗത്തു നിന്നും വെടി ഉതിർക്കുവാൻ തുടങ്ങി. ഇതിനിടയിൽ മാവോവാദികളുടെ മറ്റൊരു സംഘം എർരാബോർ സ്റ്റേഷനും ക്യാമ്പും വളഞ്ഞ് നാലുഭാഗത്തു നിന്നും തീ കൊളുത്തി, പിന്നെ വെടിവെയ്ക്കാൻ തുടങ്ങി. കുറച്ചു മിനിട്ടുകൾക്കുള്ളിൽ എർരാബോർ പൂർണമായും മാവോവാദികളുടെ ഗറില്ലാ ആക്രമണത്തിന്റെ പിടിയിലമർന്നു.

സൽവാ ജുഡും ആരംഭിച്ചതിനു ശേഷം എർരാബോർ ക്യാമ്പിലുണ്ടായ ഈ ആക്രമണം മാവോവാദികളുടെ ഏറ്റവും വലിയ ആക്രമണം ആയിരുന്നു. നേരം വെളുത്തപ്പോഴേക്കും അവിടെ ശവങ്ങൾ കുന്നുകൂടിയിരുന്നു. ഏതാണ്ട് മുപ്പത് ആളുകൾ കൊല്ലപ്പെട്ടു. അവരിൽ കോയാ കമാണ്ടോകൾ മാത്രമല്ല, സ്ത്രീകളും കുട്ടികളും ഉണ്ടായിരുന്നു. മാവോവാദികൾ നിരവധി ആളുകളെ ക്യാമ്പിൽ നിന്ന് പിടിച്ച് തങ്ങളുടെ കൂടെ കാട്ടിലേക്ക് കൊണ്ടുപോയി. ഇവരിൽ ചിലരെ വിട്ടയച്ചു. ചിലരെ കൊന്നു. ഈ ആക്രമണത്തിനു ശേഷം ബസ്തറിൽ മാത്രമല്ല, സംസ്ഥാനത്താകെ സർക്കാരിനെതിരെ പ്രക്ഷോഭങ്ങൾ തുടങ്ങി. അടുത്ത ദിവസം അഭീക് ബാനർജി എർരാബോറിൽ എത്തി. എന്നാൽ അവിടെ തനിക്കെതിരെ എന്താണ് നടക്കാൻപോകുന്നത് എന്ന് അയാൾക്ക് അറിയുമായിരുന്നില്ല.

'ദാ, നായിന്റെ മക്കള് മീഡിയക്കാര് വന്നു,' ബാനർജിയുടെ കയ്യിൽ ക്യാമറ കണ്ടതോടെ ഒരാൾ അലറി. ഈ സമയത്ത് ഈ ക്യാമ്പിൽ ആളുകൾ രോഷാകുലരായിരുന്നു. മീഡിയ സൽവാ ജുഡുമിന് എതിരാണ്, നക്സലുകൾക്ക് ഒപ്പമാണ് എന്ന് അവർക്ക് തോന്നിയിരുന്നു.

ഇവിടെ അന്തരീക്ഷം സംഘർഷഭരിതമാണെന്ന് അഭീക് ബാനർജിക്ക് മനസ്സിലായി. അയാൾ ആ മനുഷ്യൻ പറഞ്ഞതു ശ്രദ്ധിക്കാതെ ക്യാമ്പിലേക്ക് നടന്നു. അയാൾ സംഭവസ്ഥലത്തെ ഫോട്ടോ എടുക്കാൻ തുടങ്ങിയതോടെ രണ്ടുമൂന്നുപേർ അലറിക്കൊണ്ട് അയാളുടെ അടുത്തേക്ക് ഓടിവന്നു.

"ഏയ് പത്രക്കാരാ... ഫോട്ടോ എടുക്കരുത്... ഫോട്ടോ പാടില്ല... ക്യാമറ അടച്ചുവെയ്ക്ക്..." ഇന്ന് ഇവിടെ എന്തും സംഭവിക്കാം എന്ന് അഭീക്കിന് മനസ്സിലായി. അയാൾ ക്യാമറ അടച്ചു.

അയാളുടെ അടുത്തുവന്ന ഒരു പയ്യൻ കോപത്തോടെ അയാളെ തുറിച്ചു നോക്കുകയായിരുന്നു.

"ഭയ്യാ, ഞാൻ റായ്പുരിൽ നിന്നാണ് വരുന്നത്."

"ഈ റായ്പുർക്കാരേയും ദില്ലിക്കാരേയും ഞങ്ങൾക്ക് അറിയാം. നിങ്ങൾ എന്താ ചെയ്യുന്നേ? മാവോയിസ്റ്റുകളെ ഇന്റർവ്യൂ ചെയ്യും... ഫോട്ടോ എടുക്കും." ഒരാൾ പറഞ്ഞു.

"നിങ്ങളെല്ലാം നക്സലുകളുടെ കൂടെയാണ്..."

മറ്റൊരാൾ അഭീക്കിനു നേരെ തുറിച്ചു നോക്കിക്കൊണ്ട് അലറി. അയാളുടെ ശരീരത്തിൽ വിറയൽ അനുഭവപ്പെട്ടു. നക്സലുകളുടെ കൈകളാൽ പത്രപ്രവർത്തകരേയും സാമൂഹിക പ്രവർത്തകരേയും മർദ്ദിച്ച നിരവധി സംഭവങ്ങൾ അയാൾ കേട്ടിട്ടുണ്ടായിരുന്നു.

"എന്താണ് പറയുന്നത്? ഞാൻ പത്രപ്രവർത്തകനാണ് ഭയ്യാ," അഭീക് പ്രശ്നമൊന്നു തണുപ്പിക്കാൻ ശ്രമിച്ചു. എന്നാൽ ഈ ക്യാമ്പിൽ കടുത്ത നക്സൽ വിരുദ്ധമായ ആളുകളാണ് ഉണ്ടായിരുന്നത്. ഒരു ദിവസം മുമ്പാണ് ഈ ക്യാമ്പിലെ മുപ്പതുപേരുടെ ജീവൻ നഷ്ടപ്പെട്ടത്. ആളുകൾ രോഷാകുലരായിരുന്നു.

"നക്സലുകളുമായി നിങ്ങൾക്ക് ബന്ധമില്ലെങ്കിൽ നിങ്ങൾ പ്രസ്സുകാരെങ്ങനെയാ അവരുടെ ഫോട്ടോ എടുക്കുന്നത്. വീഡിയോ ഉണ്ടാക്കുന്നത്. കാടിനുള്ളിൽ പോയി അവരോട് സംസാരിച്ചു വരും," ഒരു ചെറുപ്പക്കാരൻ അലറി. അവന് ഏകദേശം ഇരുപത്തിയഞ്ച് വയസ്സ് ആയിട്ടുണ്ടാകും. അഭീക് അതിന് മറുപടി പറയുമ്പോഴേക്കും വേറൊരു ചെറുക്കൻ അയാളുടെ ക്യാമറ തട്ടിയെടുക്കാൻ ശ്രമിച്ചു. ബാനർജി എതിർത്തപ്പോൾ അവൻ അയാളെ അടിച്ചു. ബാനർജി ഏതാണ്ട് ഓടിക്കൊണ്ട് പോലീസ് സ്റ്റേഷനു നേരെ നീങ്ങി. അയാളുടെ പുറകെ രോഷാകുലരായ പയ്യന്മാരും എത്തി. അഭീക് രണ്ടാഴ്ച മുമ്പു മാത്രമാണ് റെഡ്ഡിയുടെ ക്യാമ്പിൽ കുറച്ചു ദിവസം ചെലവഴിച്ച് വന്നതും മാവോവാദികളുടെ കുടത്ത ദിനചര്യകളെക്കുറിച്ച് ചില ഫീച്ചറുകൾ എഴുതിയതും. അയാൾ തന്റെ പത്രത്തിൽ മാവോവാദി നേതാവ് സഞ്ജീവൻ റെഡ്ഡിയുടെ ഇന്റർവ്യൂ പ്രസിദ്ധീകരിച്ചിരുന്നു, അതിൽ അയാൾ സർക്കാരിനേയും പൊലീസിനേയും രൂക്ഷമായി വിമർശിച്ചിരുന്നു. ഇന്ന് അയാൾ മാവോവാദികളാൽ പീഡിപ്പിക്കപ്പെട്ടവരും നക്സലുകൾക്കെതിരെ യുദ്ധം

നടത്തുകയും ചെയ്യുന്ന ആളുകൾക്ക് മധ്യത്തിലാണ് എത്തിപ്പെട്ടിരിക്കുന്നത്.

എന്നാലും പൊലീസ് സ്റ്റേഷനിലേക്ക് മുന്നേറുമ്പോൾ പൊലീസുകാർ അയാളെ സഹായിക്കും എന്നാണ് ബാനർജി പ്രതീക്ഷിച്ചത്. എന്നാൽ ഇന്ന് അയാളുടെ ദിവസം അത്ര നല്ലതായിരുന്നില്ല.

"നിങ്ങൾ അഭീക് സർ അല്ലേ ഛത്ബന്ധുവിന്റെ പത്രപ്രവർത്തകൻ," ഒരു പൊലീസുകാരൻ ചോദിച്ചു. പൊലീസുകാരന്റെ വാക്കുകൾ കേട്ടപ്പോൾ പൊലീസുകാരൻ തന്നെ തിരിച്ചറിഞ്ഞിരിക്കുന്നു, അയാൾ സഹായിക്കും എന്ന് അഭീക്കിന് തോന്നി. എന്നാൽ വാർസോണിൽ യുദ്ധത്തിന്റെ വരകൾ വളരെ സ്പഷ്ടമായി വരച്ചിരിക്കുന്നു എന്ന കാര്യം അയാൾ മറന്നുപോയിരുന്നു. എല്ലാവരും നോക്കുന്നത് നിങ്ങൾ വരയുടെ ഏതുഭാഗത്താണ് എന്നാണ്.

"അല്ലാ, നിങ്ങളൊക്കെ നക്സലുകളെ സഹായിക്കുകയാണല്ലോ. അപ്പോൾ പിന്നെ പയ്യന്മാർക്ക് കോപം വരില്ലേ. ബേൽഘാട്ടിലെ കഥയൊക്കെ നിങ്ങള് നന്നായി എഴുതിയല്ലോ സാർ," പൊലീസുകാരൻ ഭീമേയുടേയും രാംദേവിന്റേയും വിഷയമാണ് സൂചിപ്പിച്ചത്. പൊലീസിന് എതിരെ എഴുതുക എന്നുവെച്ചാൽ നക്സലുകളെ പിന്തുണയ്ക്കുക എന്നാണ് കണക്കാക്കിയിരിക്കുന്നത്. പൊലീസുകാരന്റെ വാക്കുകൾ കേട്ട അഭീക്കിന്റെ രക്തം തണുത്തുറഞ്ഞു. രോഷാകുലരായ ആളുകളെ ശാന്തരാക്കുന്നതിനു പകരം പൊലീസുകാരൻ അവരെ പ്രകോപിതരാക്കുന്നത് അയാൾ കണ്ടു.

"സർ എന്താണീ പറയുന്നത്? വാർത്ത എഴുതലാണ് പത്രക്കാരുടെ പണി. ഇവിടെ ഇത്രയും വലിയ ആക്രമണം ഉണ്ടായി. അപ്പോഴാണ് അഞ്ഞൂറ് കിലോമീറ്റർ ദൂരെ നിന്ന് നിങ്ങളെല്ലാവരുമായി സംസാരിക്കാനായി ഞാൻ വന്നത്."

"ഏയ് നിങ്ങളെയൊക്കെ ഞങ്ങൾക്ക് നന്നായി അറിയാം. നിങ്ങള് ഞങ്ങളോട് സംസാരിക്കും, എന്നാൽ എഴുതുന്നത് അവരുടെ കഥകളായിരിക്കും." പൊലീസുകാരൻ പറഞ്ഞപ്പോൾ ചെറുക്കന്മാരെല്ലാം ശരിയാണ്, ശരിയാണ് എന്നു പറഞ്ഞു. ഇന്നു താൻ മോശമായ അവസ്ഥയിൽ കുടുങ്ങിപ്പോയി എന്ന് ബാനർജിക്ക് മനസ്സിലായി.

ഇന്ന് ഇവിടെ തല്ല് കിട്ടുമെന്ന് ഉറപ്പാണ് - അയാൾ വിചാരിച്ചു. തന്റെ ഹൃദയം ശക്തിയായി മിടിക്കുന്നത് അയാൾക്ക് കേൾക്കാമായിരുന്നു.

"അല്ല സർ, നിങ്ങൾ ഇപ്പോൾ നക്സലുകളുടെ ലൈഫ്സ്റ്റൈലിനെ കുറിച്ചും ധാരാളം എഴുതിയല്ലോ. നക്സൽ നേതാവിന്റെ ഇന്റർവ്യൂവും പ്രസിദ്ധീകരിച്ചു. നിങ്ങൾക്കെല്ലാം അവരോട് വലിയ സൗഹൃദമാണല്ലോ." മറ്റൊരു പൊലീസുകാരൻ പറഞ്ഞു.

"ഇതെന്താ താങ്കൾ പറയുന്നത്? ഇത്രയും വലിയ ഒരു യുദ്ധത്തിൽ

പത്രക്കാർക്ക് എല്ലാവരേയും കാണേണ്ടി വരുന്നു സർ," അഭീക്കിന് ഇപ്പോൾ പേടി തോന്നാൻ തുടങ്ങി.

പിന്നീട് എന്തെങ്കിലും പറയും മുമ്പ് പെട്ടെന്ന് അടുത്തുള്ള സിആർപി എഫ് ക്യാമ്പിൽ നിന്ന് ചോദിക്കുന്നതു കേട്ടു, "ആരാണ് അവിടെ? എന്താണ് അവിടെ ബഹളം?"

ബഹളം കേട്ട് സിആർപിഎഫ് ക്യാമ്പിന്റെ കമാണ്ടിംഗ് ഓഫീസർ പുറത്തേക്ക് വന്നത് അഭീക് കണ്ടു. അയാൾ അഭീക്കിനെ തന്റെ അടുത്തേക്ക് വിളിപ്പിച്ചു. അയാൾക്ക് ജീവൻ തിരിച്ചുകിട്ടിയതുപോലെയായി. എന്തായാലും ഈ അവസരത്തിൽ ആരെങ്കിലുമൊന്ന് വന്നല്ലോ എന്ന് അയാൾക്ക് തോന്നി. "ഹലോ സർ, അഭീക് ബാനർജി, ഛത്ഗ്ബന്ധു ന്യൂസ്പേപ്പറിൽ നിന്നാണ്," അയാൾ പറഞ്ഞു.

"കം... കം... കം ഇൻ... ആദ്യം അകത്തേക്ക് വരൂ," സിആർപിഎഫ് ഓഫീസർ പറഞ്ഞു. അഭീക് ക്യാമ്പിന്റെ അകത്തേക്ക് കടന്നു. അകത്ത് ഒരു മേശയും കുറച്ചു കസേരകളും ഉണ്ടായിരുന്നു. അയാൾ അഭീക്കിനോട് ഇരിക്കാൻ പറഞ്ഞു, എന്നിട്ട് അയാൾക്കു മുന്നിലുള്ള കസേരയിൽ വന്ന് ഇരുന്നു.

"താങ്കളുടെ കുറെ റിപ്പോർട്ടുകൾ വായിച്ചിട്ടുണ്ട്. നന്നായി എഴുതുന്നുണ്ട്." ഓഫീസർ പറഞ്ഞപ്പോൾ അയാൾക്ക് ആശ്വാസം തോന്നി.

ആ പൊലീസുകാരൻ എന്നെ കൊന്നതുപോലെയായിരുന്നു. ബാനർജി ആലോചിച്ചു.

"താങ്ക്യൂ സർ!"

"പക്ഷേ ഇനി താങ്കൾ ഇവിടെ അധികം നില്ക്കണ്ട. വേഗം പൊയ്ക്കോളൂ. ആളുകൾ വളരെ ക്രുദ്ധരാണ്. പത്രക്കാരും മനുഷ്യാവകാശ പ്രവർത്തകരും നക്സലുകളോട് സഹാനുഭൂതി കാണിക്കുന്നവരാണ് എന്നാണ് അവർ കരുതുന്നത്."

"സർ, എന്റെ എല്ലാ റിപ്പോർട്ടുകളിലും വസ്തുതകളുടെ അടിസ്ഥാനത്തിൽ സത്യം മാത്രമാണ് എഴുതുന്നത്. ഒരിക്കലും ആരുടേയും പക്ഷം പിടിച്ചിട്ടില്ല. പിന്നെ ആരെങ്കിലും തെറ്റ് ചെയ്തിട്ടുണ്ടെങ്കിൽ അത് എടുത്തു കാണിച്ചിട്ടുണ്ട്," ബാനർജി പറഞ്ഞു. ഒരു പോലീസുകാരൻ വെള്ളവും ചായയും കൊണ്ടു വന്നു.

"വെള്ളം മാത്രം മതി," അഭീക് പറഞ്ഞു. പോലീസുകാരൻ അയാൾക്ക് വെള്ളം നൽകി, ചായയുടെ കപ്പ് ഓഫീസർക്ക് നൽകി.

"ഈ വാർത്ത നിങ്ങൾ എഴുതിയതല്ലേ?" ഓഫീസർ മൂന്നു ദിവസം മുമ്പത്തെ പത്രം എടുത്തുകാണിച്ചു കൊണ്ട് ബാനർജിയോട് ചോദിച്ചു. പത്രത്തിൽ നാരായൺപുരിലെ ഭീമേ കുഞ്ചാമിന്റെ നേട്ടത്തെക്കുറിച്ച് ഒരു ഫീച്ചർ ഉണ്ടായിരുന്നു. പൊലീസിന്റേയും നക്സലുകളുടേയും ക്രൂരതയ്ക്ക് ഇരയായ ഒരു പെൺകുട്ടി പുതിയതായി തന്റെ ജീവിതം

കരുപിടിപ്പിക്കുക മാത്രമല്ല, മറിച്ച് മറ്റുള്ളവർക്കും പ്രതീക്ഷ നൽകുന്നുവെന്ന് അഭീക് എഴുതിയിരുന്നു.

"ഇതിൽ എന്താണ് തെറ്റ് സർ? നാരായൺപുരിൽ ചെന്നാൽ ആർക്കുമിത് കാണാൻ കഴിയും," അഭീക് ആശ്ചര്യത്തോടു കൂടി ഓഫീസറെ നോക്കുകയായിരുന്നു.

"ഭീമേ കുഞ്ചാം നക്സലുകളോടൊപ്പം ചേർന്നിരിക്കുന്നുവെന്നാണ് ആളുകൾക്ക് തോന്നുന്നത്. അവൾ അവരുടെ ഫ്രണ്ടാണ്. ഇവിടെ പൊലീസിന്റെ ആളുകൾ അതാണ് പറയുന്നത്."

"കാരണം അവൾ ഒരു പൊലീസുകാരനെതിരെ ബലാത്സംഗവും കൊലപാതകവും ആരോപിച്ചു? കേസ് നടത്തി? ഈസിന്റ് ഇറ്റ്?" അഭീക് ചോദിച്ചു.

"എക്സാറ്റ്ലി"

ബസ്തറിലെ ഈ യുദ്ധത്തിൽ വിഭജനത്തിന്റെ വര എത്ര തടിച്ചതാണെന്ന് അഭീക് കണ്ടു. ഒരു ഭാഗത്ത് നക്സലുകളുടെ കൊലപാതകത്തെ എതിർത്താൽ മാവോവാദികൾ ആരേയും പൊലീസിന്റെ ഏജന്റുമാരായി കരുതും, മറുഭാഗത്ത് പൊലീസിന്റെ അതിക്രമത്തിനെതിരെ ശബ്ദമുയർത്തി എന്നതിന്റെ പേരിൽ നിർദ്ധനയായ ഒരു ആദിവാസിയുടെ ജീവിതവാഞ്ചയുടേയും ധൈര്യത്തിന്റേയും കഥയെഴുതുന്നതിന് വിലക്ക്. സുരക്ഷാസേനയിലേയും പൊലീസിലേയും ആളുകൾ ഈ പ്രദേശങ്ങളിൽ എത്ര കടുത്ത ചുറ്റുപാടുകളിലാണ് പ്രവർത്തിക്കുന്നതെന്ന് അയാൾക്ക് അറിയാമായിരുന്നു.

"പക്ഷേ ആ പെൺകുട്ടി നക്സലൈറ്റ് അല്ലല്ലോ സർ... ഇനി അഥവാ ആണെങ്കിൽ തന്നെ പൊലീസുകാർ ഇതെല്ലാം ചെയ്യാമോ? ഒരു പൊലീസുകാരന് പൊലീസ് സ്റ്റേഷനിൽ റേപ്പ് ചെയ്യാമോ ഒരു പെൺകുട്ടിയെ... നക്സലൈറ്റ് ആണെങ്കിൽ പോലും?" അഭീക് ഊന്നി പറഞ്ഞു. ഈ ഓഫീസറുടെ മുന്നിൽ തുറന്നു സംസാരിക്കാം എന്ന് അയാൾക്ക് പ്രതീക്ഷയുണ്ടായിരുന്നു.

"യു ആർ റൈറ്റ്. എന്നാൽ ഇവിടെ ഈ യുദ്ധത്തിൽ അവർക്കും ഞങ്ങൾക്കും ഇടയിൽ ഒരു തടിച്ച വര ഉണ്ടായിട്ടുണ്ട്. പൊലീസുകാർക്കും ഞങ്ങൾക്കും ജനങ്ങളുടെ സഹകരണം വേണം. ഏതു വിധേനയും."

"കിട്ടിയില്ലെങ്കിലോ... പൊലീസുകാർ റേപ്പ് ചെയ്യും! ടോർച്ചർ ചെയ്യും?"

താൻ പറയുന്നത് ഇയാൾക്ക് മനസ്സിലാകുന്നില്ല എന്ന് ഓഫീസർക്ക് തോന്നി. അയാൾ മറ്റൊരു രീതിയിൽ വിഷയം മനസ്സിലാക്കിക്കാൻ തുടങ്ങി.

"താങ്കൾ ഇന്നലെ ഇവിടെ ഉണ്ടായിരുന്നുവെങ്കിൽ ഈ വിപ്ലവകാരികൾ എന്താണ് ചെയ്തതെന്ന് ഞങ്ങൾ കാണിച്ചു തരുമായിരുന്നു. ഇതു നോക്കൂ," ഓഫീസർ അയാളുടെ മേശ വലിപ്പിൽ നിന്ന് മൊബൈൽ ഫോൺ എടുത്ത് അതിലെ ചിത്രങ്ങൾ അഭീക്കിനെ കാണിച്ചു.

"ജസ്റ്റ് സീ. ദീസ് പീപ്പിൾസ് സേ ദേ ആർ ഫൈറ്റിംഗ് ഫോർ പുവർ."

അഭീക് നോക്കി. ചിത്രങ്ങൾ ഹൃദയം തകർക്കുന്ന തരത്തിൽ ഉള്ളവയായിരുന്നു. പാതിരാത്രിയിൽ ഉറങ്ങിക്കിടക്കുമ്പോൾ നക്സലുകൾ തീ വെച്ചതിനാൽ പലർക്കും രക്ഷപ്പെടാൻ പോലുമുള്ള അവസരം കിട്ടിയില്ല. കത്തിക്കരിഞ്ഞ ജഡങ്ങളിൽ ഒരു കുട്ടിയേയും രണ്ടു സ്ത്രീകളേയും കണ്ടു. തുടർന്ന് അയാൾക്ക് നോക്കാൻ കഴിഞ്ഞില്ല. അയാൾ മൊബൈൽ ഓഫീസർക്ക് തിരിച്ചു നൽകി.

"നാല് വയസ്സുള്ള കുട്ടിയേയും ഗർഭിണിയായ സ്ത്രീയേയും താങ്കൾക്ക് ജീവനോടെ ചുട്ടുകൊല്ലാമെങ്കിൽ താങ്കൾക്ക് ഈ ലോകത്തെ ധാർമികത പഠിപ്പിക്കാൻ എന്ത് അവകാശമാണുള്ളത്?" ഓഫീസർ ചോദിച്ചു.

"ഒരിക്കലുമില്ല. ദിസ് ഈസ് ഹൊറിബൾ. ഞാൻ ഇതിനെക്കുറിച്ച് എഴുതാൻ പോകുകയാണ്. ഇന്നു തന്നെ എഴുതും," അഭീക് പറഞ്ഞു. "എനിക്ക് ഇത്രമാത്രമേ പറയാനുള്ളൂ, മാവോവാദികൾ ഏതെങ്കിലും നിരപരാധിയെ കൊന്നാൽ പ്രതികാരമായി പൊലീസുകാർക്കോ സൈനികർക്കോ ഏതെങ്കിലും നിരപരാധിയെ റേപ്പ് ചെയ്യാമോ?"

"ബേൽഘാട്ട് ക്യാമ്പ് കേസിന്റെ സത്യാവസ്ഥ എന്താണെന്ന് എനിക്കറിയില്ല. എന്റെ ഫോഴ്സിനെ കുറിച്ചാണെങ്കിൽ, ഐ കാൻ സ്റ്റാൻഡ് അപ് ആൻഡ് വൗച്ച് ഫോർ ദം. എന്റെ ഒരു പയ്യനും ഒരു സ്ത്രീയേയും ശല്യം ചെയ്തിട്ടില്ല."

"പക്ഷേ കില്ലിംഗ്.... ഗ്രാമീണരെ?" അഭീക് പറഞ്ഞു.

"രാത്രിയിൽ, ഇരുട്ടിൽ എൻകൗണ്ടർ നടക്കുമ്പോൾ, ഞങ്ങളുടെ മേൽ വെടിയുണ്ടകൾ വർഷിക്കുമ്പോൾ എന്റെ സൈനികർ എന്തു ചെയ്യും? മുന്നിലുള്ളവരുടെ പേര് ചോദിക്കണോ? നിങ്ങൾ ആരാണ് ഭായ് എന്നു ചോദിക്കണോ? നിങ്ങളെ വെടിവെയ്ക്കാനാണ്. പേരൊന്നു പറയൂ നിങ്ങളുടെ?"

അഭീക് മൗനം പാലിച്ചു.

"വെടിവെയ്ക്കുമ്പോൾ ഇരുഭാഗത്തുനിന്നും വെടിവെയ്ക്കും. ശത്രുക്കളെ വീഴ്ത്തുക മാത്രമാണ് അപ്പോൾ ഞങ്ങളുടെ ജോലി."

"പർഫക്ട്.... ഐ എഗ്രി..." അഭീക് പറഞ്ഞു.

"ഇരുട്ടിൽ വെടിവെയ്പ് നടക്കുകയും ഏതെങ്കിലും നിരപരാധി കൊല്ലപ്പെടുകയും ചെയ്താൽ കാര്യം മനസ്സിലാകും. എന്നാൽ പൊലീസുകാർക്കോ സൈനികർക്കോ തടവിൽ, കസ്റ്റഡിയിൽ ആരെയെങ്കിലും കൊല്ലാമോ? കാൻ യു കിൽ സംവൺ ഇൻ ദ പൊലീസ് സ്റ്റേഷൻ? ഇൻ കോൾഡ് ബ്ലഡ്? അയാൾ മാവോവാദി ആണെങ്കിൽ പോലും?"

"ഞങ്ങൾ ആരെയാണ് കൊന്നത്?" ഓഫീസർ ചോദിച്ചു. അയാളുടെ മുഖഭാവം സ്പഷ്ടമായിരുന്നു, മുറിവേറ്റ സൈനികരോ പൊലീസുകാരോ മിക്കപ്പോഴും പിടിക്കപ്പെട്ടവരെ, അവർ മാവോവാദികളാണെന്ന് അവർക്ക്

തോന്നിയാൽ, കൊല്ലുമായിരുന്നു എന്ന കാര്യം അയാൾക്ക് അറിയാമായിരുന്നുവെന്ന്.

"ഇവിടെ താങ്കളുടെ കമ്പനി മാത്രമല്ലല്ലോ. ആയിരക്കണക്കിന് സൈനികർ എല്ലായിടത്തും ഉണ്ട്. ഓരോ മുഴത്തിനും പൊലീസുണ്ട്. താങ്കൾക്ക് എല്ലാവർക്കും ഗാരന്റി നില്ക്കാൻ കഴിയുമോ?"

"ഒഫ് കോഴ്സ് നോട്ട്. ഒറ്റപ്പെട്ട സംഭവങ്ങൾ ഉണ്ടാകാം."

"ബേൽഘാട്ട് ക്യാമ്പിൽ പൊലീസും എസ്പിഒയും ചേർന്ന് കോൾഡ് ബ്ലഡ് മർഡർ ചെയ്തു. രണ്ടുപെൺകുട്ടികളെ ദിവസങ്ങളോളം കസ്റ്റഡിയിൽ വെച്ച് റേപ്പ് ചെയ്തു. കാൻ യു എക്സെപ്റ്റ് ദാറ്റ്?"

"ഇല്ല...ഇല്ല..ഒരിക്കലുമില്ല... അങ്ങനെ ഉണ്ടായിട്ടുണ്ട് എങ്കിൽ... നോ വൺ കാൻ സേ ദാറ്റ് ഇസ് റൈറ്റ്..."

"എന്നാൽ നിരവധി ആളുകൾ അത്തരം സംഭവങ്ങളെ പിന്തുണയ്ക്കുകയാണ്. പൊലീസിലും പാരാ മിലിട്രിയിലും മാത്രമല്ല, എന്റെ തൊഴിൽ മേഖലയിലും. അവർ പറയുന്നത്... കൊന്നെങ്കിൽ കൊന്നു... അതിനെന്താ... യുദ്ധം നടക്കുകയല്ലേ?"

ഓഫീസർ തോൾ ചലിപ്പിച്ചു, എന്നാൽ നിശ്ശബ്ദത പാലിച്ചു, ഒന്നും പറഞ്ഞില്ല.

"പിന്നെ സർ, ഇന്ന് എനിക്ക് അതേ സ്റ്റോറി എഴുതാൻ, അതേ വാർത്ത ലോകത്തോടു പറയാനുള്ള ശിക്ഷ കിട്ടിയിരിക്കുന്നു. ഞാൻ നക്സലുകളുടെ പക്ഷത്താണ് എന്നാണല്ലോ ആളുകൾ പറയുന്നത്."

അഭീക്കിന്റെ ശബ്ദത്തിൽ ഒരു വേദനയുള്ളത് ഓഫീസർ ശ്രദ്ധിച്ചു. തന്റെ ജവാന്മാർ ഈ ഇരുണ്ട കാടുകളിൽ സ്വന്തം ആളുകളോടു തന്നെയാണ് യുദ്ധം ചെയ്യുന്നതെന്ന് ഒരു നിമിഷം അയാൾക്കു തോന്നി.

അഭീക് തുടർന്നു, "പൊലീസുകാരുടേയും നമ്മുടെ ജവാന്മാരുടേയും ബുദ്ധിമുട്ടുകൾ എനിക്ക് അറിയാം. ഇവിടെ നിന്ന് പൊരുതുന്നവരും ദരിദ്രരാണ്, ആരുടെ കൈകളിലാണോ മാവോവാദികൾ തോക്കുകൾ പിടിപ്പിച്ചിട്ടുള്ളത് അവരും ദരിദ്രരാണ്."

"ഐ എഗ്രി..." ഓഫീസർ പറഞ്ഞു. ഈ പത്രപ്രവർത്തകന്റെ സത്യസന്ധതയിൽ അയാൾക്ക് ഒരു സംശയവും തോന്നിയില്ല. ഇനി അയാൾ വിഷയം മാറ്റാൻ ആഗ്രഹിച്ചു. തന്റെ ഫോൺ വീണ്ടും എടുത്ത് അഭീക്കിനു നേരെ നീട്ടിക്കൊണ്ട് പറഞ്ഞു, "ഈ ഫോൺ കൊണ്ട് പ്രത്യേക പ്രയോജനമില്ല. ഞങ്ങൾ ഇതുകൊണ്ട് ഫോട്ടോ എടുക്കും പാട്ട് കേൾക്കും, അത്രമാത്രം," ഇവിടെ മൊബൈൽ സിഗ്നൽ കിട്ടില്ല എന്ന് അഭീക്കിന് അറിയാമായിരുന്നു. നക്സലുകൾ മിക്കപ്പോഴും മൊബൈൽ ടവർ തകർക്കും. സൈനികർ തങ്ങളുടെ വീട്ടുകാരോട് സംസാരിക്കാൻ വെമ്പൽ കൊള്ളും. കുറച്ചു സമയത്തിനു ശേഷം ഓഫീസർ ബാനർജിയെ തന്റെ സൈനികരുടെ ഇടയിലേക്ക് കൊണ്ടുപോയി.

“നിങ്ങൾക്കെല്ലാം എപ്പോഴും സ്റ്റോറി വേണമല്ലോ അല്ലേ? ഞാൻ താങ്കൾക്ക് സ്റ്റോറി തരാം. ഞങ്ങളുടെ ജവാന്മാരോട് സംസാരിക്കൂ... സ്റ്റോറി കിട്ടും” എന്നു പറഞ്ഞുകൊണ്ട് ഓഫീസർ പുറത്തേക്ക് പോകാൻ തുടങ്ങി.

“പിന്നെ, ഫോട്ടോ ഒന്നും എടുക്കരുത്, ആരുടേയും പേര് എഴുതരുത്. ഓകെ? യൂ നെവർ കേം ഹിയർ, വി നെവർ മെറ്റ് യൂ,” ഇത്രയും പറഞ്ഞ് ഓഫീസർ പോയി.

അഭീക് സിആർപിഎഫ് ജവാന്മാരോട് സംസാരിക്കാൻ തുടങ്ങി. എല്ലാവരുടേയും ആത്മധൈര്യം നഷ്ടപ്പെട്ടിരുന്നു. എല്ലാവരും ശത്രുവിനെ ദൃശ്യമാകാത്ത ഒരു ഇരുണ്ട കാട്ടിൽ അകപ്പെട്ടിരിക്കുകയാണ്.

“എപ്പോൾ എവിടെ നിന്നാണ് ഇവിടെ ആക്രമണം ഉണ്ടാവുകയെന്ന് ആർക്കും അറിയില്ല സർ. ഈ കാട്ടിൽ യുദ്ധം ചെയ്യാനുള്ള പ്രത്യേക ട്രെയിനിംഗ് ഒന്നുംതന്നെ ഞങ്ങൾക്ക് കിട്ടിയിട്ടില്ല.” ഒരു ജവാൻ പറഞ്ഞു. “രാപകൽ ഈ ക്യാമ്പിന് കാവൽ നിൽക്കുന്നു. പുറത്തു പോയാൽ വഴിയൊന്നും മനസ്സിലാക്കാൻ കഴിയുന്നില്ല.”

ഈ ജവാന്മാരോട് സംസാരിച്ചപ്പോൾ അഭീക്കിന് ഒരു കാര്യം മനസ്സിലായി. ഇവരുടെ പക്കൽ മികച്ച ആയുധങ്ങളോ ഉപകരണങ്ങളോ ആവശ്യത്തിന് ഉണ്ടായിരുന്നില്ല. മാത്രമല്ല, കാട്ടിൽ കഴിയുന്നതിനോ യുദ്ധം ചെയ്യുന്നതിനോ ഇവർക്ക് പ്രത്യേക ട്രെയിനിംഗ് നൽകിയിരുന്നില്ല. മാവോവാദികളോട് യുദ്ധം ചെയ്യാൻ ധീരതയും നിർഭയത്വവും മാത്രം പോരാ, ഗറില്ലാ യുദ്ധതന്ത്രത്തിൽ പ്രാവീണ്യവും വേണമായിരുന്നു. ഒളിയുദ്ധത്തിൽ നക്സലുകൾ മിടുക്കരായിരുന്നു, അതിന്റെ വില കൊടുക്കേണ്ടി വന്നിരുന്നത് പൊലീസുകാർക്കും സുരക്ഷാസേനയ്ക്കുമാണ്.

“ഞങ്ങൾക്ക് മരിക്കാൻ ഭയമില്ല, എന്നാൽ മാവോവാദികൾ പുറകിൽ നിന്നാണ് വെടിവെയ്ക്കുന്നത്. ലാൻഡ് മൈൻ സ്ഥാപിച്ച് ചതിയിലൂടെയാണ് അവർ ആക്രമിക്കുന്നത് ഭായ്,” ഹരിയാനയിൽ നിന്നുള്ള ഒരു ജവാൻ പറഞ്ഞു. ‘ഹിറ്റ് ആന്റ് റൺ’ എന്ന മരണക്കളിയിൽ എങ്ങനെയാണ് തുടർച്ചയായി നക്സലുകൾ തങ്ങളെ തോല്പിക്കുന്നതെന്ന് അയാൾ അഭീക്കിനോട് പറഞ്ഞു. സിആർപിഎഫിന്റെ ഈ സംഘത്തിൽ ഹരിയാന, ദില്ലി, മഹാരാഷ്ട്ര, ഉത്തരാഖണ്ഡ്, പശ്ചിമബംഗാൾ എന്നിവിടങ്ങളിൽ നിന്നുള്ള ജവാന്മാർ ഉണ്ട്. എല്ലാവരും തങ്ങളുടെ കുടുംബങ്ങളോട് സംസാരിക്കാൻ കഴിയാത്തതിന്റെ വിഷമത്തിലായിരുന്നു.

“ഫോൺ തന്നെ കിട്ടുന്നില്ല. മൊബൈൽ സിഗ്നൽ ലഭിക്കുന്നില്ല. സംസാരിക്കാൻ പറ്റുന്നില്ല. ഞങ്ങൾ ജീവിച്ചിരിപ്പുണ്ടോ മരിച്ചോ എന്നറിയാതെ ദിവസങ്ങളോളം വീട്ടുകാർ വേവലാതിപ്പെടുകയാണ്.”

ഏതാണ്ട് ഒരു മണിക്കൂർ നേരം അഭീക് ജവാന്മാരോട് സംസാരിച്ചുകൊണ്ടിരുന്നു. അയാൾക്കു മുന്നിൽ ഈ ചുവന്ന മണ്ണിന്റെ അടരുകൾ തുറക്കുകയായിരുന്നു. ഇവിടെ യുദ്ധം ചെയ്യാനായി സർക്കാർ അയച്ചിരിക്കുന്ന ചെറുപ്പക്കാർ, അവർ എത്രമാത്രം നിസ്സഹായരാണ്. അയാൾ

ആലോചിച്ചു. ബസ്തർ ഇന്ന് രാജ്യത്തെ മാത്രമല്ല, ലോകത്തെ തന്നെ ഏറ്റവും അപകടകരമായ വാർ സോണുകളിൽ ഒന്നാണ്. അയാൾ അവിടെ നിന്ന് പോകാൻ ഒരുങ്ങുമ്പോൾ ഒന്നൊന്നായി നിരവധി ജവാന്മാർ അവരുടെ പേരിനൊപ്പം വീട്ടുകാരുടെ നമ്പറുകൾ എഴുതിയ ഒരു കടലാസ് അയാളെ ഏല്പിച്ചു.

'സർ, ഇവിടെ ഫോൺ കിട്ടുന്നില്ല. സമയം കിട്ടുകയാണെങ്കിൽ ഞങ്ങൾ ഇവിടെ ജീവിച്ചിരിക്കുന്നുണ്ട് എന്ന് പറയണം. പെട്ടെന്നുതന്നെ വീട്ടിൽ വരും," ഒരു ജവാൻ പറഞ്ഞു. അഭീക് കടലാസ് കീശയിൽ വെച്ചു. ക്യാമ്പിൽ നിന്ന് തിരിച്ച് ജഗദൽപുരിലേക്ക് യാത്ര തിരിച്ചു. ബസ്തറിൽ പൊട്ടിപ്പുറപ്പെട്ട ഈ യുദ്ധത്തിൽ ഇവിടുത്തെ മണ്ണ് പൂർണ്ണമായും ചുവന്നിരിക്കുന്നതായി അയാൾക്ക് അനുഭവപ്പെട്ടു.

53

ബേൽഘാട്ട് വിഷയവുമായി ബന്ധപ്പെട്ട് മനുഷ്യാവകാശ പ്രവർത്തകർ ഇൻസ്പെക്ടർ അനുപം ശുക്ലയ്ക്കും വികാസിനും എതിരെ റായ്പുർ ഹൈക്കോടതിയിൽ കേസ് നൽകിയിരുന്നു എങ്കിലും അതിൽ പറയത്തക്ക പുരോഗതി ഒന്നും ഉണ്ടായില്ല. തെളിവിന്റേയും സാക്ഷികളുടേയും കുറവു കാരണം എന്തെങ്കിലും തെളിയിക്കുക പ്രയാസമായിരുന്നു. ഭീമേയുടെ മനസ്സിൽ മങ്ങിയതാണെങ്കിലും ശരി പ്രതീക്ഷയുടെ ഒരു കിരണം അവശേഷിച്ചിരുന്നു. എന്നെങ്കിലും ഒരിക്കൽ നീതി ഉറപ്പായും ലഭിക്കും. അവൾ സാധ്യതകളുടെ മറ്റൊരു വാതിൽ തുറക്കുന്നതിൽ മുഴുകി. ബിഷന്റെ ട്രെയിനിംഗ് സെന്റർ അവളുടെ സ്വപ്നങ്ങളുടെ നേഴ്സറിയായി മാറി. അവൾ നാരായൺപുരിലേയും തൊട്ടടുത്ത ഗ്രാമങ്ങളിലേയും നിരവധി പെൺകുട്ടികൾക്ക് ട്രെയിനിംഗ് കൊടുക്കുകയായിരുന്നു. പുതിയ വർഷം തുടങ്ങിയപ്പോഴേക്കും ഇവർ തുന്നിയ റെഡിമെയ്ഡ് വസ്ത്രങ്ങൾ ഇപ്പോൾ ജഗദൽപുരും റായ്പുരും വരെ എത്തി തുടങ്ങി.

ബിഷൻ വളരെ സന്തോഷവാനായിരുന്നു. എന്നാൽ ഭീമേയെ സംബന്ധിച്ച് ഈ വിജയത്തിന് മറ്റൊരു അർത്ഥം കൂടി ഉണ്ടായിരുന്നു. അവൾ തന്റെ ജീവിതത്തിന് വളരെ വലിയ രൂപം നൽകാൻ ആഗ്രഹിച്ചിരുന്നു. ജീവിതം പറക്കുന്ന ഒരു പക്ഷിയാണ്, അതിനെ ഒരിക്കലും യാതൊരു കൂട്ടിലും തടവിലാക്കരുത് എന്ന് അവൾ എപ്പോഴും രാംദേവിനോട് പറയും. രാംദേവ് അവൾ പറയുന്നത് കേൾക്കും. എന്നാൽ ഇപ്പോൾ അയാൾക്ക് ജനാധിപത്യത്തിൽ ഒരു വിശ്വാസവും ഉണ്ടായിരുന്നില്ല. ഭീമേയിൽ ജീവിതവാഞ്ഛ നിലകൊള്ളുന്നു എന്നുള്ളത് അയാൾക്ക് വലിയ ആശ്വാസമായിരുന്നു.

ഭീമേ സ്വയം നിയന്ത്രിക്കുന്നുണ്ട്, അവൾ കൂട്ടത്തിൽ സുരിയുടെ കാര്യവും ശ്രദ്ധിക്കുന്നുണ്ട് - അയാൾ എപ്പോഴും ഇങ്ങനെ ആലോചിക്കും.

ഇക്കാര്യത്തിൽ രാംദേവിന് ബിഷനോട് വലിയ നന്ദിയുണ്ട്. അയാളാണ് തുടക്കം മുതൽ ഇന്നുവരെ അവരുടെ ഒപ്പം നിന്നത്.

ഇക്കാര്യം ആലോചിച്ചുകൊണ്ട് രാംദേവ് ഇന്ന് നാരായൺപുരിൽ നിന്ന് ചാരാമയിലേക്ക് പോകുകയായിരുന്നു. ചാരാമ നാരായൺപുരിൽ നിന്ന് ഏതാണ്ട് 130 കിലോമീറ്റർ ദൂരെയാണ്. ജീപ്പിൽ ബിഷന്റെ സ്ഥാപനം തയ്യാറാക്കിയ റെഡിമെയ്ഡ് വസ്ത്രങ്ങളാണ് ഉണ്ടായിരുന്നത്, അവ ചാരാമയിലെ വ്യാപാരികൾക്ക് എത്തിക്കാൻ ഉള്ളതായിരുന്നു. അയാൾ നാരായൺപുരിൽ നിന്ന് മൂന്നു യാത്രക്കാരെ മാത്രമാണ് കയറ്റിയത്. അവർ ഏകദേശം 20 കിലോമീറ്റർ കഴിഞ്ഞപ്പോൾ വഴിയിൽ ഇറങ്ങി. അയാൾ ഇപ്പോൾ കടന്നുപോകുന്ന വഴിയുടെ ഇരുവശത്തും നിബിഡ വനമായിരുന്നു. അയാളുടെ അടുത്ത ലക്ഷ്യം അന്താഗഢ് ആണ്, അവിടെ നിന്ന് ചാരാമയിലേക്ക് ഏകദേശം 30 കിലോമീറ്റർ ഉണ്ട്. അന്താഗഢിനു മുമ്പ് യാത്രക്കാരെ കിട്ടുക പ്രയാസമാണ്. അയാൾ ദീർഘശ്വാസം വിട്ട് ജീപ്പിൽ പാടിക്കൊണ്ടിരുന്ന സ്റ്റീരിയോവിന്റെ ശബ്ദം കൂട്ടി.

'ഠേ.... ഠേ... ഠേ....

രാംദേവ് വെടിയൊച്ച കേട്ടു. അയാളുടെ ജീപ്പിന്റെ ഒരു ടയർ പഞ്ചറായിരുന്നു. പൊലീസ് തന്നെ പിന്തുടരുന്നത് അയാൾ തന്റെ സീറ്റിന്റെ മുന്നിലുള്ള കണ്ണാടിയിൽ കണ്ടു. അയാൾ വണ്ടി നിറുത്താതെ വേഗത കൂട്ടി. ശുക്ല തന്നോടുള്ള ശത്രുത മറന്നിട്ടില്ല എന്ന കാര്യം എപ്പോഴും അയാളുടെ മനസ്സിൽ ഉണ്ടായിരുന്നു. അതുകൊണ്ട് അയാൾ ഇപ്പോൾ ദന്തേവാഡയിലും ദക്ഷിണ ബസ്തറിന്റെ പ്രദേശങ്ങളിലും പോകുക തന്നെ പതിവില്ല.

ശുക്ല തന്നെ കൊല്ലാനായി ഗൂഢാലോചന നടത്തിയിരിക്കുകയാണോ അതോ പോലീസ് മറ്റ് ആരെയെങ്കിലും അന്വേഷിക്കുകയാണോ? ജീപ്പ് നിർത്തിയിട്ട് പൊലീസിനു മുന്നിൽ സറണ്ടർ ചെയ്യാം എന്ന് ഒരു നിമിഷം രാംദേവിന്റെ മനസ്സിൽ തോന്നി. എന്നാൽ അയാൾ വണ്ടി നിറുത്തേണ്ട തില്ല എന്നു തീരുമാനിച്ചു. നിബിഡവനപ്രദേശമായിരുന്നു. പൊലീസിൽ അയാൾക്ക് വിശ്വാസം ഉണ്ടായിരുന്നില്ല. അയാൾ ലക്കും ലഗാനുമില്ലാതെ വണ്ടി ഓടിച്ചു. എന്നാൽ അയാളുടെ ജീപ്പിന്റെ ടയർ പഞ്ചറായതിനാൽ വണ്ടിയുടെ വേഗത വർദ്ധിപ്പിക്കാൻ കഴിയുന്നുണ്ടായിരുന്നില്ല.

ഠേ... ഠേ...

രണ്ട് വെടികൾ കൂടി പൊട്ടി. ഒരു വെടിയുണ്ട ജീപ്പിന്റെ പുറകിലെ വസ്ത്രം തുളച്ചു കയറി വന്ന് വിൻഡ് സ്ക്രീൻ തകർത്ത പുറത്തേക്ക് പോയി. രണ്ടാമത്തെ വെടിയുണ്ട ചിലപ്പോൾ ലക്ഷ്യം തെറ്റിയിരിക്കാം.

രാംദേവ് പരിഭ്രമിച്ചു. പൊലീസിന്റെ വണ്ടി അടുത്തു വരുന്നത് അയാൾ കണ്ടു.

ഇവർ തന്നെ കൊല്ലാനാണ് വരുന്നത്. അയാൾ പോകുന്ന വഴിയിൽ അവിടെ ഒരു വളവിനു ശേഷം റോഡിന് ഇടതുവശം കുത്തനെയുള്ള

ചരിവാണ്, വലതുവശം കാടും കുന്നുകളും. വളവിൽ എത്തിയതോടെ അയാൾ ഓടുന്ന ജീപ്പിൽ നിന്ന് കുന്നിന്റെ ഭാഗത്തേക്ക് എടുത്തു ചാടി. വണ്ടി നിയന്ത്രണം വിട്ട് ചരിവിലൂടെ മറിഞ്ഞ് താഴേക്ക് പോയി.

54

"വെരി ഗുഡ് സ്റ്റോറി ബാനർജി," അഭീക് ഓഫീസിലേക്ക് പ്രവേശിച്ച ഉടനെ അയാളുടെ ബോസ് മഹേഷ് ഗാംഗുലി അയാളോട് പറഞ്ഞു. കഴിഞ്ഞ മൂന്നു വർഷത്തിൽ ഏറെയായി അഭീക് ബാനർജി ബസ്തറിൽ നിന്ന് നിരന്തരം മികച്ച റിപ്പോർട്ടിംഗ് നടത്തുകയാണ്. ഗാംഗുലി അയാളുടെ പ്രവർത്തനത്തിൽ തൃപ്തനാണ്. വാർ സോണിൽ കുടുങ്ങിയ ആളുകളുടെ പ്രയാസങ്ങളെക്കുറിച്ച് അഭീക് നിരവധി വാർത്തകൾ എഴുതിയിട്ടുണ്ട്. സ്വന്തക്കാർ മരണപ്പെടുന്നതിലെ വേദനയും സ്വന്തം വീടുകളിൽ നിന്ന് വേർപ്പെടുന്നതിന്റെ ദുഃഖവും ഈ വാർത്തകളിൽ അയാൾ രേഖപ്പെടുത്തിയിരുന്നു. ഇന്നത്തെ അയാളുടെ വാർത്ത എർരാബോർ ക്യാമ്പിലെ മാവോവാദി കൊലപാതകത്തെ കുറിച്ചായിരുന്നു. 'ജനകീയ' യുദ്ധം നടത്തുന്ന നക്സലുകൾ രാത്രി സമയത്ത് ആക്രമണം നടത്തി കോയാ കമാണ്ടോകളെ വധിച്ചതിന് ഒപ്പം തന്നെ ക്യാമ്പിൽ കഴിഞ്ഞിരുന്ന നിഷ്കളങ്കരായ ആളുകളെ കൂടി കൊന്നു. കോയാ കമാണ്ടോകൾ മരണത്തിന്റെ നിഴലിലാണ്, സിആർപിഎഫ് ജവാന്മാർ വളരെ പ്രതികൂലമായ അവസ്ഥയിലാണ് ഈ യുദ്ധം തുടരുന്നതെന്നും ബാനർജി തന്റെ റിപ്പോർട്ടിൽ പറഞ്ഞിരുന്നു. പൊലീസും സുരക്ഷാസേനയും നടത്തുന്ന നീക്കത്തിൽ നിരപരാധികളായ ജനങ്ങൾ മരിച്ചാൽ അതിനെ 'കോലേറ്ററൽ ഡാമേജ്' എന്നു പറഞ്ഞ് സ്വന്തം കൈ കഴുകുന്ന സർക്കാരിന് ഈ റിപ്പോർട്ടും മുഖം രക്ഷിക്കാൻ ഉതകുന്നതായിരുന്നു.

"സർ... ഒരിക്കൽ കൂടി മാവോവാദികളുടെ ക്യാമ്പിൽ എത്തിപ്പെടാൻ ഞാൻ ശ്രമിക്കുകയാണ്. ഈ റിപ്പോർട്ടിനു ശേഷം കാടിനുള്ളിൽ ചെന്ന് വാർത്ത കൊണ്ടുവരേണ്ടതുണ്ട്," ഗാംഗുലിയുടെ മുന്നിൽ കസേരയിൽ ഇരുന്നുകൊണ്ട് അഭീക് പറഞ്ഞു.

"തീർച്ചയായും, ശ്രമിച്ചുകൊണ്ടിരിക്കൂ," ഗാംഗുലിയുടെ ചിന്തയിൽ എപ്പോഴും വാർത്തയുടെ പുഴു തന്നെയാണ് അരിച്ചുകൊണ്ടിരുന്നത്. നക്സലുകൾ എന്തു പദ്ധതിയാണ് തയ്യാറാക്കുന്നത് എന്ന് അയാൾക്ക് അറിയണമായിരുന്നു. ഈ തലയും വാലുമില്ലാത്ത കൊലപാതകങ്ങൾ സംബന്ധിച്ച് അവരുടെ ന്യായീകരണങ്ങൾ എന്താണ്?

"നിങ്ങൾക്ക് അറിയോ, ആ പയ്യൻ രാംദേവിനെ കാണാനില്ലെന്ന്," ഗാംഗുലി അഭീക്കിനോട് പറഞ്ഞപ്പോൾ അയാൾ ഞെട്ടിപ്പോയി.

"ഏതു രാംദേവിന്റെ കാര്യമാണ് പറയുന്നത് സർ? യൂ മീൻ..."

"യെസ്... ദ സെയിം ഫെലോ. ബേൽഘാട്ട് ക്യാമ്പിലെ കക്ഷി.... ഇപ്പോൾ രാവിലെയാണ് ആരോ എന്നെ ഫോൺ വിളിച്ച് പറഞ്ഞത്. ഞാൻ വിചാരിച്ചത് നിങ്ങൾ അറിഞ്ഞിരിക്കും എന്നാണ്."

അഭീക്കിന് പാമ്പ് കടിച്ചതുപോലെയായി.

"അവിടെയുള്ള നമ്മുടെ ആളുകളെ ഫോൺ ചെയ്യൂ. സത്യാവസ്ഥ എന്താണെന്ന് കണ്ടെത്തൂ. ഇത് ഇന്നത്തെ നിങ്ങളുടെ സ്റ്റോറിയാണ്," എന്നു പറഞ്ഞ് ഗാംഗുലി കാബിനിൽ നിന്ന് പുറത്തേക്ക് പോയി.

അഭീക്കിന് രാംദേവിനെക്കുറിച്ച് അറിയണമായിരുന്നു. അയാൾ ഉടനെ ബിഷനെ വിളിച്ചു.

"ഹലോ ഭയ്യാ."

"ബിഷൻ, രാംദേവ് എവിടെയാണ്?"

"അറിയില്ല ഭയ്യാ... മൂന്നു ദിവസമായി കാണാനില്ല."

"എങ്ങനെ, എവിടെ നിന്നാണ് കാണാതായത്? എന്തെങ്കിലും വിവരം കിട്ടിയോ?"

"ഉവ്വ ഭയ്യാ. അയാൾക്ക് ചാരാമയിൽ പോകണമായിരുന്നു. അന്ന് ഞങ്ങളുടെ സ്ഥാപനത്തിന്റെ റെഡിമെയ്ഡ് വസ്ത്രങ്ങൾ കൊണ്ടുപോയി കൊടുക്കാനായി പോയതാണ്. വൈകുന്നേരം തിരിച്ചുവരാതായപ്പോൾ ഞങ്ങൾ അവിടുത്തെ കടക്കാർക്ക് ഫോൺ ചെയ്തു. ഇവിടെ വന്നിട്ടില്ല എന്ന് അവർ പറഞ്ഞു ഭയ്യാ."

"പൊലീസിൽ റിപ്പോർട്ട് ചെയ്തോ?എന്തെങ്കിലും വിവരം കിട്ടിയോ?"

"അന്താഗഢിന് മുമ്പ് കുന്നിന്റെ താഴെ നിന്ന് അയാളുടെ ജീപ്പ് കിട്ടി ഭയ്യാ. തകർന്ന നിലയിൽ. പക്ഷേ അയാളെക്കുറിച്ച് ഒരു വിവരവും ഇല്ല."

"എന്തു സംഭവിച്ചിരിക്കാം?"

"പൊലീസ് ആക്സിഡന്റ് കേസാണ് രജിസ്റ്റർ ചെയ്തിരിക്കുന്നത്. പക്ഷേ രാംദേവിനെ കുറിച്ച് ഒരു വിവരവും ഇല്ലാത്തത് ഞങ്ങൾക്ക് സംശയം ഉണ്ടാക്കുന്നുണ്ട്"

"എന്തു സംഭവിച്ചിരിക്കാം?" അഭീക് വീണ്ടും ആ ചോദ്യം ആവർത്തിച്ചു.

"എന്താ സംഭവിച്ചിരിക്കുക? ഞങ്ങൾക്ക് പൊലീസിനേയും സംശയമുണ്ട്. പക്ഷേ തെളിവൊന്നും ഇല്ല. അതിനാൽ ഞങ്ങൾ മിണ്ടാതിരിക്കുകയാണ്."

"എന്നുവെച്ചാൽ?"

"അന്നു മുതൽ പൊലീസുകാർ അയാളുടെ പുറകെതന്നെ ഉണ്ടല്ലോ ഭയ്യാ."

"ഭീമേയ്ക്ക് സുഖമല്ലേ? അവൾ എന്താണ് പറയുന്നത്?" അഭീക് ചോദിച്ചു. ഒരു വലിയ ആഘാതത്തിൽ നിന്ന് മോചിതയായ ഭീമേ

എങ്ങനെ ഈ പുതിയ ദുഃഖം സഹിക്കും എന്ന ചിന്തയായിരുന്നു അയാൾക്ക്.

"അവൾ നിശ്ശബ്ദയാണ് ഭയ്യാ. കുറച്ചേ സംസാരിക്കുന്നുള്ളൂ. പക്ഷേ, രാംദേവ് ജീവിച്ചിരിക്കുന്നുണ്ട് എന്നാണ് അവളുടെ വിശ്വാസം." ബിഷൻ പറഞ്ഞു.

"ങും... ഇനി എന്താണ് ചെയ്യാൻ കഴിയുക?"

"ഞങ്ങളുടെ ആളുകൾ ആ കാടുകളിൽ അന്വേഷിക്കുന്നുണ്ട് ഭയ്യാ. കണ്ടുകിട്ടിയാൽ കാര്യം അറിയാം."

"ജീവിച്ചിരിക്കുന്നുണ്ട് എങ്കിൽ എവിടെ ഉണ്ടാകും? ഇതാണ് ചോദ്യം..." അഭീക് പറഞ്ഞു.

"എന്തെങ്കിലും അനിഷ്ടം സംഭവിച്ചിട്ടുണ്ടെങ്കിൽ ഇതിനിടെ അറിയാൻ കഴിയുമായിരുന്നു."

"അതേ, എന്തെങ്കിലും സംഭവിച്ചിട്ടുണ്ടെങ്കിൽ ബോഡിയെങ്കിലും കിട്ടുമായിരുന്നല്ലോ. അതുകൊണ്ടാണ് ഒരു പ്രതീക്ഷ ഉള്ളത്," ബിഷൻ പറഞ്ഞു. പിന്നെ തുടർന്നു, "പിന്നെ പൊലീസുകാർക്ക് അയാളെ കൊന്ന ശേഷവും അപ്രത്യക്ഷമാക്കാം. ഇല്ലേ ഭയ്യാ..."

അഭീക്കിന് ശരീരത്തിൽ ഒരു വിറയൽ അനുഭവപ്പെട്ടു. ശുക്ല അയാളോടുള്ള ശത്രുത മറന്നിട്ടില്ലേ? അയാൾ തന്നെയാകുമോ വാസ്തവത്തിൽ അയാളെ കൊല്ലിച്ചത്?

"ഞാൻ ഇതിനെക്കുറിച്ച് വാർത്ത എഴുതും. പോലീസിൽ സമ്മർദ്ദം ഉണ്ടാകും. ചിലപ്പോൾ രാംദേവിനെ അന്വേഷിക്കുന്നതിൽ അവർ വേഗത കൂട്ടാം," അഭീക് പറഞ്ഞു. "ബിഷൻ, നിങ്ങൾക്ക് സ്വന്തം കാര്യത്തിലും ഭീമേയുടെ കാര്യത്തിലും കുരുതൽ വേണം. എന്തെങ്കിലും വിവരം കിട്ടിയാൽ അറിയിക്കണം."

"ശരി ഭയ്യാ," ബിഷൻ ഫോൺ കട്ട് ചെയ്തു.

55

രാംദേവിന്റെ അപ്രത്യക്ഷമാകൽ അഭീക് അന്ന് വാർത്തയാക്കി എഴുതി. അടുത്ത ദിവസം രാവിലെ അയാളുടെ റിപ്പോർട്ട് 'ഛഗ്ബന്ധു' വിന്റെ ഒന്നാം പേജിൽ ഉണ്ടായിരുന്നു.

'ബേൽഘാട്ട് ക്യാമ്പിൽ മർദ്ദനത്തിന് ഇരയായ രാംദേവിനെ അന്താഗഢിൽ നിന്ന് കാണ്മാനില്ല.'

ഏറെ വിവാദമായ ബേൽഘാട്ട് ക്യാമ്പ് സംഭവത്തിൽ പൊലീസിനെതിരെ കൊലപാതകം, ബലാത്സംഗം തുടങ്ങിയ ആരോപണം ഉന്നയിച്ച ആദിവാസി രാംദേവിനെ കഴിഞ്ഞ നാല് ദിവസമായി കാണാനില്ല.

ആക്സിഡന്റ് ആണെന്നു കണക്കാക്കി പൊലീസ് അന്വേഷണം നടത്തുന്നുണ്ട്. എന്നാൽ രാംദേവിന്റെ അടുപ്പക്കാർക്ക് ഇത് കൊലപാതകമാണെന്ന് സംശയമുണ്ട്.

ഈ വാർത്ത പ്രസിദ്ധീകരിച്ച ശേഷം പ്രാദേശിക ടിവി ചാനലുകൾ ഇത് ഹെഡ്‌ലൈൻ ആക്കി കാണിക്കാൻ തുടങ്ങി. പൊലീസ് രാംദേവിനെ അന്വേഷിക്കുകയാണെന്നും ഉടനെ തന്നെ അയാളെ കണ്ടെത്താൻ കഴിയുമെന്നും സർക്കാരിലെ ഉയർന്ന ഉദ്യോഗസ്ഥരും മന്ത്രിമാരും ടിവിയിൽ പ്രസ്താവന നടത്തി. 'ഷഗ്ബന്ധു' വിന്റെ ഓഫീസിലിരുന്ന് അഭീക് റിമോട്ട് കയ്യിലെടുത്ത് ചാനലുകൾ നിരന്തരം മാറ്റുകയാണ്. സംസ്ഥാനത്തെ മുഴുവൻ പ്രധാന വാർത്താചാനലുകളും അയാളുടെ സ്റ്റോറി കാണിക്കുകയാണ്. താഴെ തട്ടിലുള്ള പൊലീസുകാരിൽ ആരെങ്കിലും കുഴപ്പം കാണിച്ചിട്ടില്ലേ എന്ന ഒരു തോന്നൽ ഉയർന്ന പൊലീസ് ഉദ്യോഗസ്ഥർക്ക് ഉണ്ടായത് അയാളെ സന്തോഷിപ്പിച്ചു.

അപ്പോൾ അഭീക്കിന്റെ ഫോൺ ശബ്ദിച്ചു. ഏതോ അപരിചിത നമ്പറാണ്.

"ഹലോ?"

"ഹലോ കോമ്രേഡ്," മറുഭാഗത്തു നിന്നും ശബ്ദം കേട്ടു.

ആ തെമ്മാടിയുടെ ഫോൺ വന്നു. എന്നാലും മനസ്സിലാകാത്തതു പോലെ അഭീക് ചോദിച്ചു, "ആരാണ് സംസാരിക്കുന്നത്?"

"അല്ല കോമ്രേഡ്, ഇതു ഞാൻ തന്നെയാണ്, സ്വന്തമായി വിസിറ്റിംഗ് കാർഡ് ഇല്ലാത്ത ആൾ," അയാളുടെ ഈ ഡയലോഗിൽ നിന്നും വ്യക്തമായി, അയാൾ സഞ്ജീവൻ റെഡ്ഡിയുടെ ആളാണെന്നും തന്നെ നിരന്തരം വിളിക്കാറുണ്ട് എന്നും.

"ങാ, പറയൂ."

"ആരെയാണ് അന്വേഷിക്കുന്നത് സർ?" മാവോവാദി ചോദിച്ചപ്പോൾ അഭീക്കിന് ഷോക്കേറ്റതുപോലെയായി. രാംദേവ് എവിടെയാണെന്ന് ഇയാൾക്ക് അറിയുമോ? തന്റെ റിപ്പോർട്ടിനെക്കുറിച്ചുതന്നെയാണോ ഇയാൾ പറയുന്നത്? അഭീക് മൗനം പാലിച്ചു. ഈ നക്സൽ കേഡറിനോട് സംസാരിക്കുന്ന സമയത്ത് അഭീക്കിന് പല കാര്യങ്ങളിലും കരുതൽ വേണ്ടിയിരുന്നു. അതിനാൽ അയാൾ വളരെ അത്യാവശ്യമുള്ളത് മാത്രമേ സംസാരിക്കാറുള്ളൂ.

"അല്ല കോമ്രേഡ്, നിങ്ങൾ അന്വേഷിക്കുന്ന ആളെക്കുറിച്ച് ഞങ്ങളോട് ചോദിക്കൂ."

"ആരെക്കുറിച്ച്?"

"ഏയ്, എന്താ അറിയില്ലേ...? ഞങ്ങൾ ബേൽഘാട്ട് ക്യാമ്പിൽ നിന്ന് മോചിപ്പിച്ച ആ പയ്യൻ." ഇതു കേട്ടപ്പോൾ അഭീക്കിന്റെ മനസ്സ് മരവിച്ചതു പോലെയായി. അയാൾ ആലോചിക്കാൻ തുടങ്ങി, രാംദേവ്

നക്സലുകളുടെ അടുത്ത് ഉണ്ടോ? അതോ അവർക്ക് കാട്ടിൽ നിന്ന് അയാളുടെ ജഡം കിട്ടിയോ?

“താങ്കൾക്ക് രാംദേവിന്റെ വല്ല വിവരവും ഉണ്ടോ? എവിടെയാണ് അയാൾ?”

“ഇന്ന് താങ്കളുടെ സ്റ്റോറി വായിച്ചു. അയാളെക്കുറിച്ച് താങ്കൾ എഴുതിയിട്ടുണ്ടല്ലോ,” അഭീക് ആശ്ചര്യപ്പെട്ടു. എന്റെ റിപ്പോർട്ട് ഇന്ന് പ്രസിദ്ധീകരിക്കുകയും ഇയാൾ വായിക്കുകയും ചെയ്തിരിക്കുന്നു. ഈ തെമ്മാടി റായ്പുരിലാണോ ഇരിക്കുന്നത് അതോ കാട്ടിൽ നിന്നാണോ ഫോൺ ചെയ്യുന്നത്?”

“അല്ലാ, എന്താണ് കോമ്രേഡ് ആലോചിക്കുന്നത്? ഞങ്ങളുടെ അടുത്ത് എല്ലാ സെറ്റിംഗ്സും ഉണ്ട്. എവിടെ ആയിരുന്നാലും താങ്കളുടെ പേപ്പർ ഞങ്ങൾക്ക് കിട്ടും. ഓൺ ലൈൻ എഡിഷൻ ഉണ്ടല്ലോ.”

“ഓ ഗോഡ്, ഈ കഴുവേറി ഏതോ പട്ടണത്തിൽ തന്നെയാണ് ഉള്ളത്. നക്സലുകൾക്ക് നഗരത്തിലും വളരെ ശക്തമായ ഒരു നെറ്റ്വർക്ക് ഉണ്ടെന്ന് അയാൾക്കറിയാം. പത്രക്കാരുമായി നിരന്തരം ബന്ധപ്പെടാനാണ് അതിനെ ഉപയോഗിച്ചിരുന്നത്. എന്നാൽ റെഡ്ഡിയുടെ സഹപ്രവർത്തകനായ ഇയാൾ കാട്ടിലാണോ അതോ ഏതെങ്കിലും നഗരത്തിലാണോ എന്ന കാര്യം കണ്ടെത്താൻ കഴിഞ്ഞിരുന്നില്ല.

“ആ പയ്യൻ രാംദേവ് താങ്കളുടെ അടുത്ത് ഉണ്ടോ? അയാൾ മരിച്ചിട്ടില്ലല്ലോ അല്ലേ?”

“പൊലീസുകാർ അയാളെ ആക്രമിച്ചു... അന്താഗഢിലെ കാടുകളിൽ നിന്ന് ഞങ്ങളാണ് അയാളെ രക്ഷിച്ചത് സർ.”

“രക്ഷിച്ചു എന്നു പറഞ്ഞാൽ അയാൾ ജീവിച്ചിരിക്കുന്നു അല്ലേ?”

“ഞങ്ങളുടെ അടുത്തുണ്ട്.”

അയാളുടെ ഈ രീതി അഭീക്കിന് തീരെ ഇഷ്ടപ്പെട്ടിരുന്നില്ല. അയാൾ ഒരിക്കലും നേരെ കാര്യം പറയില്ല.

“എപ്പോഴാണ് താങ്കൾ അയാളെ വിടുക?” അഭീക് വേറൊരു തരത്തിൽ ചോദിച്ചു.

“ഏയ്, ഞങ്ങൾ ആരേയും തടവിലാക്കിയിട്ടില്ല സർ. ഞങ്ങൾ ആളുകളെ രക്ഷിക്കുന്നു. അയാളെ ഞങ്ങൾ ബേൽഘാട്ട് ക്യാമ്പിൽ നിന്ന് മോചിപ്പിച്ചു, ഇപ്പോൾ ഇവിടേയും ഞങ്ങളുടെ ആളുകൾതന്നെയാണ് അയാളുടെ ജീവൻ രക്ഷിച്ചത്. ഞങ്ങൾ ആളുകളെ രക്ഷിക്കുന്നു, കൊല്ലുന്നില്ല ഭായി.” ഈ മനുഷ്യൻ എർരോബാർ റിപ്പോർട്ടിന്റെ പേരിൽ തന്നെ പരിഹസിക്കുകയാണെന്ന് അഭീക്കിന് തോന്നി. ഇയാൾ പുലമ്പുന്നതു കേൾക്കാൻ തനിക്ക് സമയമില്ല. ഇയാളോട് നേരിട്ട് കാര്യം പറയുക തന്നെ.

“നോക്കൂ കോമ്രേഡ്, എനിക്ക് മീറ്റിംഗിന് പോകാനുണ്ട്. രാംദേവ് എപ്പോഴാണ് തിരിച്ചു വരിക എന്ന് പറഞ്ഞാലും.”

“ഇത് എനിക്കെങ്ങനെ പറയാൻ കഴിയും. വരേണ്ട ആൾ തന്നെ പറയില്ലേ.”

“എനിക്ക് അയാളോട് സംസാരിക്കാൻ കഴിയുമോ?”

“സംസാരിക്കണമെങ്കിൽ അയാൾ താങ്കൾക്ക് ഫോൺ ചെയ്യും.”

“പക്ഷേ സംസാരിക്കാതെ എനിക്ക് ഈ വാർത്ത നൽകാൻ കഴിയില്ല.”

“അത് താങ്കളുടെ കാര്യം സർ, താങ്കൾ എഴുതുകയോ എഴുതാതിരിക്കുകയോ ചെയ്തോളൂ... താങ്കൾക്ക് എല്ലാ തെളിവുകളും ഞങ്ങളുടെ ഭാഗത്തു നിന്നും കിട്ടണം. എർരോബോറിനെ സംബന്ധിച്ച റിപ്പോർട്ടിൽ ഞങ്ങളോട് ചോദിക്കാതെ എന്തൊക്കെയാണ് താങ്കൾ എഴുതിയത്...”

എർരാബോർ ക്യാമ്പിലുണ്ടായ ആക്രമണത്തെക്കുറിച്ചുള്ള റിപ്പോർട്ടിംഗിൽ നക്സലുകൾ സന്തുഷ്ടരായിരിക്കില്ല എന്ന് അഭീക്കിന് അറിയാമായിരുന്നു. മാവോവാദികൾ ആ റിപ്പോർട്ടിനെക്കുറിച്ച് ചോദ്യം ഉന്നയിക്കുമെന്ന് അയാൾക്ക് അറിയാമായിരുന്നു. എന്നാൽ അയാൾ അത് ഗൗനിച്ചില്ല.

“അതെ എഴുതി. കാരണം എല്ലാം കൺമുമ്പിൽ കാണുകയായിരുന്നു... അവിടെ കണ്ടതു മാത്രമാണ് ഞാൻ എഴുതിയത്.” അഭീക് പറഞ്ഞു.

“ഏയ്, കണ്ണുകൊണ്ട് കാണുന്നതു മുഴുവൻ യാഥാർത്ഥ്യമല്ല കോമ്രേഡ്. ഞങ്ങളോട് താങ്കൾ സംസാരിച്ചിരുന്നു എങ്കിൽ ഞങ്ങൾ യാഥാർത്ഥ്യം പറഞ്ഞുതരുമായിരുന്നു.”

“അങ്ങനെയാണ് കാര്യമെങ്കിൽ എനിക്ക് കോമ്രേഡ് റെഡ്ഡിയെ കാണണം,” അഭീക് പറഞ്ഞു.

“വീണ്ടും?”

“അതെ... ഇനി നിങ്ങൾക്ക് നിങ്ങളുടെ വേർഷൻ നൽകണമെങ്കിൽ അതിന് ഏതെങ്കിലും വലിയ നേതാവിനോടു തന്നെ സംസാരിക്കണം.”

“എന്താ കോമ്രേഡ്, കുറച്ചു ടൈം മുമ്പു മാത്രമാണല്ലോ താങ്കൾ അദ്ദേഹത്തെ കണ്ടത്. സെക്യൂരിറ്റിയുടെ ഇഷ്യൂ ഉണ്ട്. എങ്ങനെയാണ് ഇടയ്ക്കിടെ കൂടിക്കാഴ്ച നടത്താൻ കഴിയുക?”

“താങ്കൾ ശ്രമിക്കൂ. കൂടിക്കാഴ്ചയ്ക്ക് അവസരം ഉണ്ടാക്കാൻ കഴിയുമെങ്കിൽ പറയൂ,” അഭീക് തന്റെ ആവശ്യത്തിൽ ഉറച്ചു നിന്നു.

“എന്നാൽ ശരി. കോമ്രേഡുമായി സംസാരിച്ചശേഷം രണ്ടുമൂന്നു ദിവസത്തിനകം ഞാൻ താങ്കൾക്ക് മെസേജ് തരാം. താങ്കൾ റെഡിയായി ഇരിക്കൂ.”

അഭീക്കിന് വിശ്വാസം വരുന്നുണ്ടായിരുന്നില്ല. ഈ മനുഷ്യനുമായി ഏതാണ്ട് രണ്ടു കൊല്ലമായി അയാൾ ബന്ധപ്പെട്ടുകൊണ്ടിരിക്കുന്നുണ്ട്. ഇപ്പോൾ പെട്ടെന്ന് രണ്ടുമാസത്തിനുള്ളിൽ ഇയാൾ രണ്ടാമതും എന്നെ അയാളുടെ കമാണ്ടറുമായി കൂടിക്കാഴ്ചയ്ക്ക് അവസരം ഒരുക്കുമോ?

"ഉറപ്പ്... അവസരം ഉണ്ടാക്കുമല്ലേ?"

"ഉറപ്പും തുറപ്പും ഒന്നുമില്ല കോമ്രേഡ്. ഞങ്ങൾക്ക് ഒരുപാട് കാര്യങ്ങൾ നോക്കേണ്ടതുണ്ട്. എന്നാലും താങ്കൾ റെഡിയായി ഇരിക്കൂ. എന്തെങ്കിലും ഒക്കുകയാണെങ്കിൽ ഞാൻ മെസേജ് തരും."

അയാൾ ഫോൺ കട്ട് ചെയ്തു. അഭീക് ധും എന്ന് കസേരയിൽ ഇരുന്നു.

56

റെഡ്ഡിയുടെ സുഹൃത്തിനോട് അഭീക് ഫോണിൽ സംസാരിച്ച അന്ന് രാവിലെ ഭീമേയ്ക്ക് രാംദേവിന്റെ കത്ത് കിട്ടി. ഉണർന്ന് എഴുന്നേറ്റുവന്ന ഭീമേ കണ്ടത്, നേരം വെളുക്കുന്നതിനു മുമ്പു തന്നെ ആരോ ശബ്ദമുണ്ടാക്കാതെ തന്റെ വാതിലിന് അടിയിൽ കൂടി ഒരു കവർ ഇട്ടിരിക്കുന്നു.

കവറിന് പുറത്ത് മുകളിൽ ഇടതുവശത്ത് എഴുതിയിരുന്നു - 'ഭീമേയ്ക്ക്.' അതിന് അല്പം താഴെ വലതുഭാഗത്ത് - 'രാമ.' കത്ത് കയ്യിൽ എടുത്തപ്പോൾ തന്നെ ഭീമേയുടെ ഹൃദയം പാളത്തിൽ ഓടുന്ന ട്രെയിൻ പോലെ മിടിക്കാൻ തുടങ്ങി. അവൾ കത്തുമായി കട്ടിലിൽ ഇരുന്നു. പിന്നെ വിറയ്ക്കുന്ന കൈകളോടെ അവൾ കത്ത് തുറന്നു.

കത്തിലെ കയ്യെഴുത്ത് ഭീമേ പെട്ടെന്ന് തിരിച്ചറിഞ്ഞു. പിന്നെ ആദ്യ വരിയിൽ തന്നെ അവർ ഇരുവർക്കുമിടയിലുള്ള സ്നേഹം പ്രകടമാക്കുന്ന അവളുടെ രാമയുടെ സംബോധന ഉണ്ടായിരുന്നു.

'പ്രിയ ഭീ, എനിക്ക് സുഖമാണ്. തീർത്തും സുഖം. എന്നെ ഓർത്ത് വിഷമിക്കേണ്ട. നീ നിന്റെ കാര്യം നോക്കണം.'

ഇത്രയും വായിച്ചപ്പോഴേക്കും അവളുടെ കണ്ണുകൾ നിറയാൻ തുടങ്ങി. അവൾക്ക് തുടർന്ന് വായിക്കാൻ കഴിഞ്ഞില്ല. രാംദേവ് സുഖമായി ഇരിക്കുന്നു എന്ന വാർത്ത അവൾക്ക് ലോകത്ത് കിട്ടാവുന്നതിൽ ഏറ്റവും വലിയ സമ്മാനമായിരുന്നു. അവളുടെ ഉള്ളിൽ തന്റെ രാമയോടുള്ള സ്നേഹം കൊടുങ്കാറ്റ് പോലെ ഉയർന്നു. അവൾ കണ്ണുനീർ തുടച്ച് തുടർന്നു വായിക്കാൻ തുടങ്ങി.

ഭീ, അന്ന് അന്താഗഢിലുള്ള വഴിയിൽ വെച്ച് ആരോ എന്നെ ആക്രമിച്ചു. വെടിവെച്ചു. രക്ഷപ്പെടാനായി ജീപ്പിൽ നിന്നു ചാടി, കാട്ടിലൂടെ ഓടിക്കൊണ്ടിരുന്നു. കുറച്ച് ആളുകൾ എന്നെ പിന്തുടരുന്നുണ്ടായിരുന്നു. അവർ സാധാരണ വസ്ത്രത്തിലായിരുന്നു. എന്നാൽ അവരുടെ പക്കൽ തോക്കുകൾ ഉണ്ടായിരുന്നു. ഞാൻ എങ്ങനെയോ ഒരു ഗ്രാമത്തിനുള്ളിൽ എത്തിപ്പെട്ടു. അവിടെ ചിലരാണ് എന്റെ ജീവൻ രക്ഷിച്ചത്. ഭീ, പൊലീസ് എന്നെ പിന്തുടരുന്നുണ്ട്, ഇനിയും പിന്തുടരും എന്നാണ് എനിക്ക്

തോന്നുന്നത്. ബേൽഘാട്ടിനു ശേഷം നാം കേസ് നടത്തിയതിൽ ആരും സന്തുഷ്ടരല്ല. ഞാൻ ഇനി ഉൾഗ്രാമത്തിൽ തന്നെ താമസിക്കും. പുറത്തുവരാൻ ആഗ്രഹിക്കുന്നില്ല. ഇനി ഭാവിയിൽ എന്താണ് ചെയ്യുക എന്ന് എനിക്കുതന്നെ അറിയില്ല.

ഭീ, എനിക്ക് നിന്നെ ഫോൺ വിളിക്കാൻ കഴിയില്ല. കാരണം പൊലീസ് എന്റെ പുറകെ ഉണ്ടെന്നു തോന്നുന്നു. നീ നിന്റെ കാര്യം നോക്കണം. സുരിയുടേയും ബിഷന്റേയും കൂടെ തന്നെ കഴിയണം. അവരിൽ നിന്ന് നിനക്ക് സഹായം കിട്ടും.

ഒരിക്കൽ നമ്മൾ വീണ്ടും കണ്ടുമുട്ടും.

നിന്റെ രാമ

ഭീമേ ഈ കത്ത് പലതവണ വായിച്ചു. സുരി ഇപ്പോഴും ഉറങ്ങുകയാണ്. ഭീമേ അവളെ എഴുന്നേല്പിച്ച് രാംദേവിന്റെ കത്ത് കാണിച്ചു കൊടുത്തു. കുറച്ചുനേരം ഇരുവരും നിശ്ശബ്ദരായി ഇരുന്നു.

പിന്നെ സുരി ഭീമേയെ ആശ്വസിപ്പിച്ചുകൊണ്ട് പറഞ്ഞു. "ഒന്നുമില്ലെങ്കിലും രാംദേവ് ചേട്ടൻ സുഖമായി ഇരിക്കുന്നുവെന്ന് അറിയാൻ കഴിഞ്ഞല്ലോ. വിഷമിക്കേണ്ട. പെട്ടെന്നു തന്നെ തിരിച്ചുവരും."

"ഇല്ല സുരി, രാമാ ഇനി തിരിച്ചു വരുമെന്ന് എനിക്കു തോന്നുന്നില്ല."

"എന്താ, രാംദേവ് ചേട്ടൻ അവിടെ കാട്ടിൽ എന്തുചെയ്യാനാ?"

"എനിക്കറിയില്ല, എന്നാൽ അവന് ഈ സർക്കാരിലും പൊലീസിലും വിശ്വാസമില്ല," ഭീമേ രാംദേവിന്റെ കത്തിലേക്ക് നോക്കിക്കൊണ്ട് പറഞ്ഞു.

അപ്പോൾ വാതിലിൽ മുട്ടു കേട്ടു. സുരി വാതിൽ തുറന്നു. ബിഷൻ മുന്നിൽ നില്ക്കുന്നു. രാംദേവിന്റെ കത്തു വായിച്ചതിനു ശേഷം സുരി തന്നെയാണ് ബിഷനെ ഫോൺ വിളിച്ചു വരുത്തിയത്.

"എന്തുപറ്റി? എന്താ ഇത്ര രാവിലെ വിളിച്ചത്? കുഴപ്പമൊന്നും ഇല്ലല്ലോ," സുരി ബിഷനോട് പെട്ടെന്നു വരാൻ മാത്രമാണ് പറഞ്ഞത്. രാംദേവിന്റെ കത്ത് വന്ന കാര്യം അവൾ അയാളോട് പറഞ്ഞിരുന്നില്ല.

ഭീമേ ഒന്നും പറയാതെ കത്ത് ബിഷനു നേരെ നീട്ടി.

കത്തു വായിച്ചതിനു ശേഷം ബിഷൻ ഭീമേയുടെ നേരെ നോക്കിക്കൊണ്ട് പറഞ്ഞു, "ഇത് വിചിത്രമാണല്ലോ. രാംദേവ് ജീവിച്ചിരിക്കുന്നു."

അയാൾ സന്തോഷത്തോടെ ഭീമേയേയും സുരിയേയും നോക്കുകയായിരുന്നു. ഭീമേയ്ക്ക് പ്രത്യേക ഒരു വികാരവും ഉണ്ടായിരുന്നില്ല. സുരിയുടെ മുഖത്ത് ആശയക്കുഴപ്പം പോലെയായിരുന്നു.

"എന്തുപറ്റി? എന്താണ് വിഷമം?" ബിഷൻ ചോദിച്ചു.

ഭീമേ മൗനം പാലിച്ചു.

"രാംദേവ് ചേട്ടൻ നമ്മുടെ അടുത്തേക്ക് തിരിച്ചുവരുമെന്ന് ഭീമേയ്ക്ക് വിശ്വാസമില്ല," സുരി ബിഷനോട് പറഞ്ഞു.

"എന്ത്...?" ഭീമേയുടെ നേരെ നോക്കിക്കൊണ്ട് ബിഷൻ പറഞ്ഞു, "ഭീമേ, നിങ്ങൾ എന്താണ് ഇങ്ങനെ പറയുന്നത്."

ഭീമേ കുറച്ചുനേരം ഒന്നും മിണ്ടിയില്ല. പിന്നെ ബിഷനോട് പറഞ്ഞു, 'കത്ത് ശ്രദ്ധിച്ചു വായിയ്ക്കൂ ബിഷൻ ഭയ്യാ. പൊലീസ് തന്നെ അവസാനിപ്പിച്ചേ അടങ്ങുകയുള്ളൂ എന്നാണ് രാമയ്ക്ക് തോന്നുന്നത്. അവൻ പുറത്തു വരികയില്ല എന്ന് എഴുതിയിട്ടുണ്ട്. അവൻ തോക്ക് എടുക്കുമോ എന്നതാണ് എന്റെ ഭയം."

"എന്താണ് പറയുന്നത് ഭീമേ! രാമ എന്തിന് നക്സലുകളുടെ കൂടെ ചേരണം?"

ഭീമേ ഒന്നും മിണ്ടിയില്ല. പെട്ടെന്ന് സുരി കോപം കൊണ്ട് പൊട്ടിത്തെറിച്ചു.

"എന്തുകൊണ്ട് ചേർന്നുകൂടാ? എന്തുകൊണ്ട് പാടില്ല?" അവൾ ജ്വലിച്ചുകൊണ്ട് ചോദിച്ചു. "ജീവൻ അപകടത്തിലായാൽ ആരും എന്തും ചെയ്യും. നമുക്ക് നീതി കിട്ടുന്നതുമില്ല, ജീവിക്കാൻ കഴിയുന്നതുമില്ല. രാമ ചേട്ടൻ എന്തു തെറ്റാണ് ചെയ്തത്? എന്തിനാ ഇദ്ദേഹത്തെ അവർ കൊല്ലാൻ നോക്കുന്നത്? എന്തിനാ വിടാതെ പിന്തുടരുന്നത്?"

ഭീമേയും ബിഷനും ഒന്നും പറഞ്ഞില്ല. സുരി മിക്കപ്പോഴും ദേഷ്യം വന്നാൽ ഇങ്ങനെയാണ്. അലറി വിളിക്കും, നിയന്ത്രണം വിടും. സുരിയുടെ കൂടെ ഭീമേയും അത്രതന്നെ യാതന അനുഭവിച്ചിട്ടുണ്ട്. രാംദേവ് പോയതിനു ശേഷം അവളുടെ വേദന സുരിയേക്കാളും ഏറെ അധികമായിട്ടുണ്ട്. ഭീമേ ഇപ്പോഴും ശാന്തയാണെന്ന് ബിഷൻ കണ്ടു. ഇത്ര വലിയ പ്രതിസന്ധിഘട്ടത്തിലും ഭീമേയ്ക്ക് എങ്ങനെയാണ് ഇത്രയും ശാന്തയായി ഗൗരവത്തോടെ ഇരിക്കാൻ കഴിയുന്നതെന്ന് അയാൾ അത്ഭുതപ്പെട്ടു.

"സ്വന്തം ജീവൻ രക്ഷിക്കാനായി രാംദേവ് ചേട്ടൻ തോക്ക് എടുത്താൽ തന്നെ അതിൽ എന്തു തെറ്റാണ് ഉള്ളത്? മരിക്കുന്നതിലും നല്ലത് കൊന്നിട്ട് മരിക്കുന്നതാണ്," സുരിയുടെ കോപം ശമിക്കുന്നുണ്ടായിരുന്നില്ല.

"ശാന്തയാകൂ സുരീ, കോപം കൊണ്ട് ഒന്നും കിട്ടാൻ പോകുന്നില്ല," ബിഷൻ പറഞ്ഞു. ഭീമേ അടുത്തു ചെന്ന് അവളുടെ കൈ പിടിച്ചു. പിന്നെ അവളെ തന്റെ നെഞ്ചോട് ചേർത്തു. ഇരുവരും കട്ടിലിൽ ഇരുന്നു. ഭീമേയുടെ സ്പർശം സുരിക്ക് ഇന്ദ്രജാലം പോലെ തോന്നി, ഏതോ സഞ്ജീവനി പോലെ.

"ഈ കത്തിൽ നിന്ന് മനസ്സിലാക്കാൻ കഴിയുന്നത് രാംദേവിനെ ചിലപ്പോൾ നക്സലുകളാകാം രക്ഷിച്ചിരിക്കുന്നത്. എന്നാൽ അയാൾ അവരോടൊപ്പം ഉണ്ടോ എന്നറിയില്ല. അയാൾ അവരുടെ ക്യാമ്പിൽ ആയിരിക്കുമോ?" ബിഷൻ ഭീമേയോട് ചോദിച്ചു.

"രാമ വിവേകമുള്ളവനാണ് ബിഷൻ ഭയ്യാ. അവൻ കരുതികൂട്ടിയാണ് കത്തിൽ പാർട്ടിയുടെ ആൾക്കാരെക്കുറിച്ച് ഒന്നും പറയാതിരുന്നത്.

കാരണം നമ്മൾ പൊലീസുകാരുടെ അടുത്ത് സഹായത്തിനു ചെന്നാൽ ആരും നമ്മെ കഷ്ടപ്പെടുത്താൻ പാടില്ല."

ഭീമേ പറയുന്നത് ശരിയാണെന്ന് ബിഷന് തോന്നി. രാംദേവ് കത്തിൽ എല്ലാ കാര്യവും എഴുതിയിരുന്നുവെങ്കിൽ പൊലീസ് മറിച്ച് ഇവരെയെല്ലാം നക്സൽ അനുകൂലികളാണെന്നു പറഞ്ഞ് ശല്യം ചെയ്തുകൊണ്ടിരിക്കും. ഇപ്പോൾ ഇവർക്ക് ഈ കത്തുമായി പൊലീസ് സ്റ്റേഷനിൽ പോകാനും പൊലീസിന്റെ സഹായം തേടാനും കഴിയും.

"രാമ നക്സലുകളുടെ കൂടെയാണോ അല്ലയോ എന്ന് ആരാണ് കൃത്യമായി വിവരം നൽകുക?"

ഈ സമയത്ത് ഫോൺ ബെല്ലടിച്ചു. അഭീക് ആണ് വിളിക്കുന്നതെന്ന് ബിഷന് മനസ്സിലായി.

"അഭീക് ഭയ്യാ...." ബിഷൻ സുരിയേയും ഭീമേയേയും നോക്കി.

"അദ്ദേഹത്തോട് കാര്യമെല്ലാം പറഞ്ഞ് ഇനി എന്താണ് ചെയ്യേണ്ടത് എന്ന് ചോദിക്കൂ," ഭീമേ ബിഷനോട് പറഞ്ഞു.

57

സഞ്ജീവൻ റെഡ്ഡിയുടെ ചാരന്റെ ഫോൺ കോളിൽ നിന്നും രാംദേവിന്റെ കത്തിൽ നിന്നും രാംദേവ് നക്സലുകളുടെ അടുത്തുതന്നെയാണ് ഉള്ളതെന്ന് അഭീക്കിന് വ്യക്തമായി. ഇതിനു ശേഷം അയാളുടെ ഉള്ളിൽ നിരവധി ചോദ്യങ്ങൾ അലയടിച്ചു. അയാൾ ആലോചിക്കാൻ തുടങ്ങി, രാംദേവ് മാവോയിസ്റ്റുകളുടെ കൂടെ ചേരുമോ അതോ കുറച്ചു ദിവസങ്ങൾക്കു ശേഷം ഭീമേയുടെ അടുത്തേക്ക് തിരിച്ചു വരുമോ? നക്സലുകൾ അയാളുടെ ജീവൻ രക്ഷിച്ചതുകൊണ്ട് തങ്ങളുടെ പാർട്ടിയിൽ ചേരാൻ മാവോയിസ്റ്റുകൾ അയാളോട് പറയുമോ? പ്രതികാര ചിന്ത ആയുധം എടുക്കാൻ രാംദേവിനെ പ്രേരിപ്പിക്കുമോ? അങ്ങനെ എങ്കിൽ ഭീമേയുടെ സ്ഥിതി എന്താകും?

താൻ ഒരു പത്രക്കാരനാണ്, അതിനാൽ ഇത്തരം കാര്യങ്ങളെക്കുറിച്ച് അറിയാമായിരുന്നു. ഈ സംഭവങ്ങളെ നിരീക്ഷിക്കുക എന്നുള്ളതാണ് അയാളുടെ ജോലി. ഇപ്പോൾ അയാളുടെ മുന്നിൽ ഒരു പ്രധാനപ്പെട്ട വാർത്തയുണ്ട്. ഈ വാർത്ത എങ്ങനെ എഴുതാം എന്നു മാത്രം ഇപ്പോൾ ചിന്തിച്ചാൽ മതിയെന്ന് അയാൾക്ക് തോന്നി.

രാംദേവ് തോക്ക് കയ്യിലെടുത്തു എന്നതിന് അഭീക്കിന്റെ പക്കൽ ഒരു തെളിവും ഉണ്ടായിരുന്നില്ല. രാംദേവ് ഇപ്പോൾ നക്സലുകളുടെ പിടിയിൽ ഏതോ ഉൾഗ്രാമത്തിലാണെന്നു മാത്രമേ അയാൾക്ക് അറിയാമായിരുന്നുള്ളൂ. അടുത്ത ദിവസം അയാൾ 'ഛഗ്ബന്ധു' പത്രത്തിൽ എഴുതി -

നാരായൺപുരിൽ നിന്ന് കാണാതായ രാംദേവിനെക്കുറിച്ച് സൂചന കിട്ടി. അയാൾ തന്റെ കൂട്ടുകാരി ഭീമേയ്ക്ക് എഴുതിയ കത്തിൽ പോലീസ് ഇപ്പോഴും തന്നെ പിന്തുടരുകയാണെന്ന ആരോപണം ഉന്നയിച്ചിട്ടുണ്ട്.

'ഛഗ്ബന്ധു'വിൽ അഭീക് ബാനർജിയുടെ ഈ വാർത്ത പ്രസിദ്ധീകരിക്കും മുമ്പുതന്നെ ഭീമേയും ബിഷനും നാരായൺപുർ പൊലീസ് സ്റ്റേഷനിൽ ചെന്ന് രാംദേവിന്റെ കത്തിനെക്കുറിച്ച് പൊലീസിനോട് എല്ലാം പറഞ്ഞിരുന്നു. രാംദേവിന്റെ കത്ത് വായിച്ച് ഇൻസ്പെക്ടർ ക്രുദ്ധനായി, കാരണം അതിൽ രാംദേവിനെതിരെ ഉണ്ടായ ആക്രമണത്തിൽ അയാൾ പൊലീസിനെ തന്നെയാണ് സംശയിക്കുന്നത്.

"എന്തു തമാശയാണിത്? അയാളെ കാണാത്തതിന് നിങ്ങളൊക്കെ പൊലീസിനെയാണ് ഉത്തരവാദി ആക്കുന്നത്" ഇൻസ്പെക്ടറുടെ വാക്കുകളിൽ വലിയ രോഷമുണ്ടായിരുന്നു.

ഭീമേ ആശ്ചര്യഭാവത്തിൽ അയാളെ നോക്കിക്കൊണ്ട് പറഞ്ഞു, "ഇൻസ്പെക്ടർ സാർ, ബേൽഘാട്ട് സംഭവത്തിനു ശേഷം രാംദേവ് വല്ലാതെ ഭയന്നിരുന്നു. അയാൾ കോണ്ടാഗാവിൽ നിന്ന് പുറത്ത് എവിടേയും പോകാറില്ലായിരുന്നു. കഴിഞ്ഞ കുറച്ചു നാളുകളായി അയാൾ പതുക്കെ പതുക്കെ നോർമൽ ആയി വരികയായിരുന്നു. എന്നാൽ ഇപ്പോൾ..."

ഇൻസ്പെക്ടർ വീണ്ടും ഒരിക്കൽ കൂടി കത്തിലേക്ക് നോക്കി, എന്നിട്ട് ഭീമേയെ ഇടയ്ക്ക് തടഞ്ഞുകൊണ്ടു പറഞ്ഞു, "ഈ കടലാസിന്റെ സത്യാവസ്ഥ എന്താണ്? പൊലീസിന് ചീത്തപ്പേര് ഉണ്ടാക്കാൻ നിങ്ങളൊക്കെ എന്തും ചെയ്യുകയാണോ?"

"ഈ കത്ത് രാംദേവ് എഴുതിയിട്ടുള്ളത് തന്നെയാണ്. എനിക്ക് അയാളുടെ കയ്യക്ഷരം അറിയാം സർ," ഭീമേ പറഞ്ഞു.

"ഈ കത്തിൽ ഞങ്ങൾക്കെതിരെയാണ് ആരോപണം ഉന്നയിച്ചിരിക്കുന്നത്. എന്നുവെച്ചാൽ, നിങ്ങളൊക്കെ പറയുന്നത് പൊലീസിന് അയാളെ കൊല്ലണം എന്നുണ്ടെന്നാണ്."

"ഇല്ല ഇൻസ്പെക്ടർ സാബ്. ഞങ്ങൾ നിയമത്തെ സഹായിക്കുക മാത്രമാണ് ചെയ്യുന്നത്. ഞങ്ങൾക്ക് കിട്ടിയ വിവരം താങ്കളെ അറിയിക്കാൻ മാത്രമാണ് വന്നത്," ബിഷൻ അയാളെ സമാധാനിപ്പിക്കാൻ ശ്രമിച്ചു.

പൊലീസ് ഈ സത്യാവസ്ഥ ഒരിക്കലും അംഗീകരിക്കില്ലെന്ന് ബിഷന് അറിയാമായിരുന്നു. രാംദേവിന്റെ കേസിൽ ഈ കത്തു കൂടി ചേർക്കണമെന്നു മാത്രം അയാൾ ആഗ്രഹിച്ചു. കോളം പൂരിപ്പിക്കാനായി ആ കത്ത് അവരുടെ പക്കൽ വെച്ചു. എന്നിട്ട് പറഞ്ഞു, രാംദേവിന്റെ കേസിൽ പുതിയ വിവരം എന്ന തരത്തിൽ ഇത് ചേർത്തിട്ടുണ്ട്.

ബിഷനും ഭീമേയും തിരിച്ചുപോന്നു. അന്നു രാത്രി ഭീമേ ഏറെ നേരം കരഞ്ഞു. രാംദേവിന്റെ കൂടെയുള്ള തന്റെ ജീവിതത്തെക്കുറിച്ച് എത്ര യെത്ര സ്വപ്നങ്ങളാണ് അവൾ കൂട്ടിവെച്ചിരുന്നത്, അതെല്ലാം നിരന്തരം ചിന്നിച്ചിതറിക്കൊണ്ടിരിക്കുന്നു. പിന്നീട് കുറേ ആഴ്ചകളോളം രാംദേ വിനെക്കുറിച്ചുള്ള ഒരു വിവരവും കിട്ടിയില്ല. ഭീമേ അവനെ കാത്തിരുന്നു.

58

ഇൻസ്പെക്ടർ ശുക്ല ഇന്ന് കോഡേപാൽ ഗ്രാമത്തിൽ നിന്ന് ഏകദേശം അഞ്ചു കിലോമീറ്റർ ഉള്ളിൽ ഒരു പ്രത്യേക ഓപ്പറേഷനുമായി പുറ പ്പെട്ടിരിക്കുകയാണ്. അയാളുടെ കൂടെ അൻസാരി, വികാസ്, കന്നൂ എന്നിവരെ കൂടാതെ ഏകദേശം പതിനഞ്ച് പോലീസുകാരും ഉണ്ട്. കോഡേപാലിനും കുന്ദർലാഡ ഗ്രാമത്തിനും ഇടയിൽ ഏതോ സ്ഥലത്ത് കുറച്ച് മാവോയിസ്റ്റുകൾ ക്യാമ്പ് ചെയ്യുന്നുണ്ടെന്ന് വികാസിനോട് അയാ ളുടെ ഒരു ചാരൻ പറഞ്ഞിരുന്നു. വികാസിന് കിട്ടിയ വിവരം അനുസ രിച്ച് ഈ നക്സലുകളിൽ സഞ്ജീവൻ റെഡ്ഡിയുടെ വളരെ വിശ്വസ്തരും ഇനാം പ്രഖ്യാപിച്ച നക്സലുകളും ഉണ്ടായിരുന്നു. എസ്പി സഞ്ചിത് ചൗധരി സ്വയം ഈ ഓപ്പറേഷന് നേതൃത്വം നൽകാൻ ആഗ്രഹിച്ചിരുന്നു. എന്നാൽ കഴിഞ്ഞ കുറച്ചു ദിവസങ്ങളായി അയാൾക്ക് പനിയായിരുന്നു. ചൗധരി വരേണ്ട ഒരാവശ്യവും ഇല്ലെന്നും അൻസാരിയും വികാസു മൊത്ത് താൻ ഈ മിഷൻ പൂർത്തിയാക്കിക്കോളാം എന്ന് ശുക്ല അയാളെ ധരിപ്പിച്ചു.

ശുക്ല തന്റെ സംഘത്തോടൊപ്പം ആദ്യ ദിവസം വൈകുന്നേരം തന്നെ കോഡേപാൽ ഗ്രാമത്തിനു പുറത്തുവന്ന് തമ്പടിച്ചു. സംഘം മുഴുവൻ സാധാരണ യൂണിഫോമിൽ തന്നെയായിരുന്നു. അവരുടെ പക്കൽ എ.കെ.47 ഉം ഇൻസാസ് റൈഫിളുകളും കൂടാതെ ഗ്രനേഡുകളും മോർട്ടാറുകളും ഉണ്ടായിരുന്നു. ഏറെ നാളുകൾക്ക് ശേഷമാണ് ശുക്ല വലിയൊരു ഓപ്പറേഷന് ഇറങ്ങിപ്പുറപ്പെടുന്നത്. അയാളുടെ ഉദ്ദേശ്യം സ്പഷ്ടമായിരുന്നു. ഈ ക്യാമ്പ് മുഴുവൻ തകർത്തതിനു ശേഷം മാത്രമേ അയാൾ തിരിച്ചുപോകാൻ ആഗ്രഹിച്ചിരുന്നുള്ളൂ. അടുത്ത ദിവസം രാവിലെ അയാളുടെ സംഘം ഒരു ട്രാക്ടറിൽ ബീഡിയില ശേഖരിക്കുന്ന തൊഴിലാളികളുടെ വേഷത്തിൽ പുറപ്പെട്ടു. ഒരു പൊലീസുകാരനാണ് ട്രാക്ടർ ഓടിച്ചിരുന്നത്. രണ്ട് പൊലീസുകാർ ഗ്രാമീണരുടെ വേഷത്തിൽ അയാളുടെ അടുത്ത് മുന്നിൽ തന്നെ ഇരുന്നിരുന്നു. അനുപം ശുക്ലയും അൻസാരിയും വികാസിന്റെ കൂടെ പിന്നിൽ ട്രോളിയിൽ ഇരുന്നു. അവ രുടെ കൂടെ മറ്റു പൊലീസുകാരും ഉണ്ടായിരുന്നു. ഈ ട്രാക്ടറിന്റെ ഏക ദേശം അര കിലോമീറ്റർ മുന്നിൽ പൊലീസുകാരൻ കന്നൂ മോട്ടോർ

സൈക്കിളിൽ ഒരു ഗ്രാമീണനൊപ്പം പോകുന്നുണ്ടായിരുന്നു. ആയുധങ്ങളെല്ലാം പിന്നിലെ ട്രോളിയിൽ ചാക്കുകൾക്ക് അടിയിൽ ഒളിപ്പിച്ചു വെച്ചിരുന്നു. ഈ പൊലീസ് പാർട്ടിക്ക് വഴി പറഞ്ഞു കൊടുക്കലായിരുന്നു കന്നുവിന്റെ ജോലി. അതുകൊണ്ട് ട്രാക്ടർ അയാളുടെ പുറകെ പോയിക്കൊണ്ടിരുന്നു.

കുന്ദർപാഡയിൽ നിന്ന് മൂന്നു കിലോമീറ്റർ മുമ്പ് കന്നുവിന്റെ മോട്ടോർ സൈക്കിൾ ഒരു പാലം കടന്നു. ഒരു ഓടയ്ക്ക് മുകളിൽ ഉണ്ടാക്കിയ പാലമായിരുന്നു അത്. ട്രാക്ടറിൽ സഞ്ചരിച്ചിരുന്ന ശുക്ലയുടെ ടീം അല്പം പുറകിലായി. അയാൾ പാലം കടന്ന് അവരെ കാത്തു നിൽക്കാൻ തുടങ്ങി. ശുക്ലയുടെ ടീം വരുമ്പോഴേക്കും കന്നു ഒരു മരത്തിനു താഴെ നിന്ന് മൂത്രം ഒഴിക്കാൻ തുടങ്ങി. അപ്പോഴേക്കും ട്രാക്ടർ വരുന്നത് അയാൾ കണ്ടു. ട്രാക്ടർ ഓടിച്ചിരുന്ന പൊലീസുകാരൻ ഹെഡ്‌ലൈറ്റ് മിന്നിച്ച് അയാളോട് മുന്നോട്ട് പൊയ്ക്കോളാൻ പറഞ്ഞു. കന്നു മോട്ടോർ സൈക്കിൾ സ്റ്റാർട്ടാക്കി. പൊലീസ് പാർട്ടി അയാളുടെ പുറകെ വരുന്നുണ്ടായിരുന്നു.

ട്രാക്ടർ ഓടയ്ക്ക് അടുത്ത് എത്തിയിട്ടുണ്ടാകാം, കന്നു തന്റെ പുറകിൽ ശക്തിയേറിയ ഒരു സ്ഫോടന ശബ്ദം കേട്ടു. ഭയങ്കരമായ സ്ഫോടനത്തിന്റെ ശബ്ദത്തിൽ കന്നു പോലും വിറച്ചു പോയി. അയാൾ മോട്ടോർ സൈക്കിൾ നിർത്തി. അയാളുടെ പുറകിൽ ഇരുന്നിരുന്ന ഗ്രാമീണൻ മോട്ടോർ സൈക്കിളിൽ നിന്ന് ഇറങ്ങി ഉടനെ കാടിനുള്ളിലേക്ക് ഓടാൻ തുടങ്ങി. ട്രാക്ടറും അതിന്റെ ട്രോളിയും സ്ഫോടനത്തിൽ വായുവിൽ ഉയർന്ന് താഴെ വന്നു വീണത് കന്നു കണ്ടു. അവിടെ ചുരുങ്ങിയത് അഞ്ചടി ആഴമുള്ള ഗർത്തം രൂപം കൊണ്ടിരുന്നു. സ്ഫോടനത്തോടൊപ്പം തന്നെ നാലുഭാഗത്തുനിന്നും പൊലീസ് പാർട്ടിക്കു നേരെ വെടിവെയ്പ് തുടങ്ങി. ശുക്ലയുടെ സംഘം മാവോവാദികളുടെ കെണിയിൽ കുടുങ്ങിപ്പോയിരുന്നു.

കന്നു പെട്ടെന്ന് മരത്തിനു പിന്നിൽ ഒളിച്ചു. അയാളുടെ പക്കൽ ആയുധമെന്നു പറയാൻ ഒരു പിസ്റ്റൾ മാത്രമേ ഉണ്ടായിരുന്നുള്ളൂ. സ്ഫോടനത്തിൽ പരിക്കേറ്റ ശുക്ല ഒരു എ.കെ. 47 എടുത്ത് ഓടിപ്പോയി ഒരു മരത്തിനു പിന്നിൽ പൊസിഷൻ എടുക്കുന്നത് കന്നു കണ്ടു. ശുക്ലയുടെ കൂടെ അഞ്ചു പൊലീസുകാരും കോയാ കമാണ്ടോകളും ആയുധമെടുത്ത് ഓടി മരത്തിനു പിന്നിൽ ഒളിച്ചു. വികാസിന്റെ കൂടെ രണ്ട് എസ്പിഒ മാർ പൊസിഷൻ എടുക്കുന്നതിനും ഒളിക്കുന്നതിനുമായി ഒരു വലിയ കല്ലിനടുത്തേക്ക് ഇഴഞ്ഞു നീങ്ങാൻ തുടങ്ങി. ട്രാക്ടർ ഓടിച്ചിരുന്ന പൊലീസുകാരനും മറ്റ് ജവാന്മാരും ചലനമറ്റ് ട്രോളിക്കടുത്ത് കിടന്നിരുന്നു. ഇവരുടെ അടുത്ത് ഇൻസ്പെക്ടർ അൻസാരിയും നിലത്ത് കിടന്നിരുന്നു. കുറച്ചു നേരം ഇരുഭാഗത്തു നിന്നും ഫയറിംഗ് തുടർന്നു കൊണ്ടിരുന്നു. ഇതിനിടെ പെട്ടെന്ന് താഴെ കിടന്നിരുന്ന അൻസാരിക്ക് ബോധം വന്നു, അയാൾ ഒരുവിധത്തിൽ ഇഴഞ്ഞു കൊണ്ട് മറിഞ്ഞുകിടക്കുന്ന ട്രോളിയുടെ അടുത്തുവന്നു കിടന്നു. അല്പ സമയത്തിനകം

അയാൾ അടുത്തു കിടന്ന ഗ്രാനേഡ് എടുത്ത് മാവോവാദികൾക്കു നേരെ എറിഞ്ഞു.

മാവോയിസ്റ്റുകളുടെ എണ്ണം തനിക്ക് കിട്ടിയ സൂചനയേക്കാൾ അധികമാണെന്ന് ശുക്ലയ്ക്ക് മനസ്സിലായി. താൻ എങ്ങനെയാണ് നക്സലുകളുടെ കെണിയിൽപ്പെട്ടതെന്ന് ആലോചിച്ച് അയാൾക്ക് തന്നോടുതന്നെ കോപം വരാൻ തുടങ്ങി. അതേ സമയം റെഡ്ഡിയുടെ കൂട്ടാളികൾ നിരവധി ദിവസങ്ങൾ പ്ലാൻ ചെയ്താണ് ഇങ്ങനെ ഒരു വല വിരിച്ചത്. ഈ ഓപ്പറേഷന് നേതൃത്വം നൽകിയത് സീമയും സരിതയും ആയിരുന്നു. ഈ പദ്ധതി തയ്യാറാക്കുന്നതിൽ അവരുടെ ഏറ്റവും വലിയ കൂട്ടാളിയായിരുന്നു പാർട്ടിയിൽ ചേർന്ന പുതിയ കോമ്രേഡ് രാംദേവ്. കഴിഞ്ഞ രണ്ടരമാസം രാപകൽ രാംദേവ് ഷൂട്ടിംഗ് അഭ്യസിച്ചു, ലാൻഡ് മൈൻ എങ്ങനെയാണ് സ്ഥാപിക്കുന്നതെന്ന് പഠിച്ചു. ഇന്ന് തന്റെ മുന്നിൽ ട്രോളി വായുവിൽ തെറിക്കുന്നതും കണ്ടപ്പോൾ അയാൾക്ക് വേറിട്ടൊരു കരുത്ത് അനുഭവപ്പെട്ടു.

ഈ ആക്രമണത്തിൽ പൊലീസ് പാർട്ടി ഒന്നാകെ ഇല്ലാതാകുമായിരുന്നു. എന്നാൽ അത്യുത്സാഹത്തിൽ രാംദേവിന് ഒരു തെറ്റുപറ്റി. പൊലീസ് പാർട്ടിയെ തകർക്കാനുള്ള തിടുക്കത്തിൽ അയാൾ സ്പാർക്കിംഗ് പ്ലഗ് രണ്ട് സെക്കന്റ് മുമ്പു തന്നെ വലിച്ചു. അതിനാൽ ലാന്റ് മൈൻ ട്രോളിക്ക് നേരെ താഴെയല്ല പൊട്ടിയത്, മറിച്ച് ട്രാക്ടറിന് മൂന്ന് അടി മുന്നിലാണ് സ്ഫോടനം ഉണ്ടായത്. മുന്നിലിരുന്ന മൂന്നുപേർ സംഭവസ്ഥലത്തുതന്നെ മരിച്ചു. ട്രോളിയുടെ മുന്നിലായിരുന്നതു കൊണ്ട് അൻസാരിക്ക് കൂടുതൽ പരിക്കു പറ്റി.

ഇപ്പോൾ ഇരുഭാഗത്തു നിന്നും ഫയറിംഗ് നടക്കുകയാണ്. സരിതയ്ക്ക് കോപം വരികയായിരുന്നു, രാംദേവ് സ്ഫോടനം നടത്താൻ എന്തിനാണ് തിടുക്കം കാണിച്ചത്. എന്നാൽ ഇപ്പോൾ പൊലീസുകാരുമായി ഏറ്റുമുട്ടേണ്ട സമയമായിരുന്നു. ഇപ്പോഴും മാവോയിസ്റ്റുകൾക്ക് തന്നെയായിരുന്നു മുൻതൂക്കം. പൊലീസുകാർക്ക് മുറിവേറ്റിരുന്നു, മാത്രമല്ല പെട്ടെന്ന് ഉണ്ടായ ആക്രമണത്തിന്റെ ഷോക്കിൽ നിന്ന് അവർ മുക്തരായിരുന്നില്ല. ചില എസ്പിഒ മാർ നിരന്തരം വെടിയുതിർത്തിരുന്ന ഭാഗത്തേക്ക് സീമ രണ്ട് ഗ്രാനേഡുകൾ എറിഞ്ഞു. അവളുടെ ഉന്നം കൃത്യമായിരുന്നു. ഗ്രനേഡ് നടുക്കു ചെന്ന് വീണു. നാലിൽ മൂന്ന് എസ്പിഒ മാരുടേയും കഥ കഴിഞ്ഞു. നാലാമത്തെ ആൾ സീമ ഗ്രാനേഡ് എറിയുന്നത് കണ്ടിരുന്നു. അതിനാൽ കുറച്ച് ദൂരേക്ക് മാറിയതിനാൽ അയാൾ രക്ഷപ്പെട്ടു, ഓടാൻ തുടങ്ങി.

രാംദേവ് അയാളെ കണ്ടു, അയാൾ സീമയ്ക്കു നേരെ നോക്കി അലറി, "അത് ഹറാംപിറന്ന വികാസ് ആണ്. നായിന്റെ മോൻ. അവനാണ് സുരിയെ..."

"വെടിവെച്ചു കൊല്ല്..." സീമ അയാളെ ശകാരിച്ചു കൊണ്ടു പറഞ്ഞു.

രാംദേവ് എകെ 47 എടുത്ത് ലക്ഷ്യം പിടിച്ചു. അയാളുടെ ആദ്യത്തെ രണ്ട് ഉണ്ടകൾ ലക്ഷ്യം പിഴച്ചു.

“സാവകാശം കോമ്രേഡ്... ശ്രദ്ധിച്ച്,” സീമ വീണ്ടും അലറി. രാംദേവ് ശ്വാസം പിടിച്ചു. അയാളുടെ മൂന്നാമത്തെ വെടിയുണ്ട നേരെ വികാസിന്റെ അരക്കെട്ടിൽ കൊണ്ടു. അയാൾ താഴെ വീണു. അല്പം നിന്നിട്ട് രാംദേവ് പിന്നെയും ഉന്നംപിടിച്ചു. അടുത്ത രണ്ട് വെടിയുണ്ടകൾ അയാളുടെ പുറത്തും നാലാമത്തേത് അയാളുടെ കഴുത്തിലും കൊണ്ടു. കുറച്ചകലെ മരത്തിനു പിന്നിൽ നിന്നിരുന്ന ശുക്ല രാംദേവിനെ കണ്ടു, തിരിച്ചറിഞ്ഞു.

“തെണ്ടി... പുലയാടിമോൻ...” ശുക്ല പിറുപിറുത്തു. അയാൾ രാംദേവിനെ ലക്ഷ്യം വെച്ചു. അതിനു മുമ്പുതന്നെ സീമയുടെ കണ്ണുകൾ ശുക്ലയുടെ മേൽ പതിഞ്ഞിരുന്നു.

“താഴെ കിടക്ക്...രക്ഷപ്പെട്,” എന്നു പറഞ്ഞ് സീമ രാംദേവിനെ തള്ളി. രാംദേവ് നിലത്തു വീണു. അവൾ ഒരു ഗ്രനേഡ് കൂടി ശുക്ലയ്ക്കു നേരെ എറിഞ്ഞു. ശുക്ല രക്ഷപ്പെടാനായി ചാടി മറ്റൊരു ഭാഗത്തേക്ക് ഓടി, ഓടിക്കൊണ്ടിരുന്നു. ട്രോളിയുടെ മറവിൽ കിടക്കുന്ന അൻസാരി ഗുരുതരമായ അവസ്ഥയിലാണെന്ന് അവൾ കണ്ടു. ശുക്ല അൻസാരിയുടെ അടുത്തുവന്നിരുന്ന് ചോദിച്ചു, “പാർട്ണർ... കുഴപ്പമില്ലല്ലോ?”

“എന്റെ കളി കഴിഞ്ഞു സർ. താങ്കൾ ഇവിടെ നിന്ന് രക്ഷപ്പെടൂ,” അൻസാരി പറഞ്ഞു.

“ഒന്നുമില്ല... ഒന്നുമില്ല,” ശുക്ല പറഞ്ഞു. “ധൈര്യമായിരിക്കൂ അൻസാരി, ഈ തെമ്മാടികളെ ഞാനിന്ന്...”

അടുത്ത് രണ്ട് ഗ്രനേഡുകൾ കിടക്കുന്നത് ശുക്ല കണ്ടു. പോലീസുകാർ വളരെയേറെ ആയുധങ്ങളും വെടിക്കോപ്പുകളും കൂടെ കൊണ്ടുവന്നിരുന്നു. എന്നാൽ ലാൻഡ് മൈൻ സ്ഫോടനത്തിൽ എല്ലാം തരിപ്പണമായിരുന്നു. അയാൾ ആ രണ്ട് ഗ്രനേഡുകളെ നോക്കി. പിന്നെ നാലുപാടും നോക്കി. ഗ്രനേഡ് എടുക്കാൻ അയാൾക്ക് ട്രോളിയുടെ മറവിൽ നിന്ന് പുറത്തുവരണമായിരുന്നു. ശുക്ലയുടെ മൂന്ന് പോലീസുകാർ മറുഭാഗത്ത് നിൽക്കുന്നുണ്ടായിരുന്നു. അയാൾ അവരോട് കവർ ഫയർ ചെയ്യാനായി ആംഗ്യം കാണിച്ചു. പൊലീസുകാർ നക്സലുകളുടെ ശ്രദ്ധ തിരിക്കാനായി വെടിവെക്കാൻ തുടങ്ങി. എന്നാൽ ശുക്ല ഗ്രനേഡ് എടുക്കുന്നതിനായി മുന്നോട്ടു നീങ്ങുംമുമ്പ് അൻസാരി പറഞ്ഞു, “നില്ക്കൂ സർ, ഞാനെടുക്കാം.”

“നിങ്ങൾ നി.... ൽ... ക്കൂ....,” ശുക്ല അലറി.

എന്നാൽ അൻസാരി മുന്നോട്ടു നീങ്ങിക്കഴിഞ്ഞിരുന്നു, അയാൾ രണ്ട് ഗ്രനേഡുകളും എടുത്തു. അയാൾ പുറത്തേക്കു വരുന്നതു കണ്ട സരിത ലക്ഷ്യം പിടിച്ചു. രണ്ട് വെടിയുണ്ടകൾ നേരെ അൻസാരിയുടെ വയറ്റിൽ കൊണ്ടു. മൂന്നാമത്തെ വെടിയുണ്ട പായിച്ചത് രാംദേവാണ്, അത് നേരെ അൻസാരിയുടെ നെഞ്ചിൽ കൊണ്ടു. എന്നാൽ അതിനിടെ അയാൾ രണ്ട് ഗ്രനേഡുകളും എടുത്ത് തിരിച്ച് ശുക്ലയുടെ അടുത്ത് എത്തിയിരുന്നു.

ശുക്ല ആദ്യം ഒരു ഗ്രനേഡിന്റെ പിൻ ഊരി, എന്നിട്ട് സരിത ഫയർ ചെയ്യുന്ന ഭാഗത്തേക്ക് എറിഞ്ഞു. പിന്നെ രണ്ടാമത്തേത് സീമയും രാംദേവും നിൽക്കുന്ന ഭാഗത്തേക്ക്. എന്നാൽ മാവോവാദികൾ ശുക്ലയുടെ ആക്ഷൻ കണ്ടിരുന്നു. എല്ലാവരും പലഭാഗത്തേക്കും ചിതറി ഓടി. ശുക്ലയ്ക്ക് ഇതിനിടെ അവിടെ നിന്നും മാറാൻ അവസരം കിട്ടി. അയാൾ നിലത്തു കിടന്നിരുന്ന രണ്ട് എ.കെ. 47 എടുത്ത് കന്നു തന്നെ കാത്തു നിൽക്കുന്ന മരത്തിനു നേരെ ഓടി. അവിടെ നിന്ന് ഇരുവരും കുറച്ചു നേരം വെടിയുതിർത്തു കൊണ്ടിരുന്നു. തന്റെ കൂടെ കന്നു മാത്രമേ അവ ശേഷിച്ചിട്ടുള്ളൂ എന്ന് അല്പസമയത്തിനകം ശുക്ല മനസ്സിലാക്കി.

"സർ ഇവിടെ നിന്ന് രക്ഷപ്പെടൂ... ആരും രക്ഷപ്പെട്ടിട്ടില്ല എന്നു തോന്നുന്നു."

"അൻസാരി നമ്മെ വിട്ടു പോയി കന്നൂ... അയാൾ പോയി," ശുക്ല യുടെ ശബ്ദം വിറയ്ക്കുന്നുണ്ടായിരുന്നു.

"സർ ഇത് ആലോചിക്കാനുള്ള സമയമല്ല, രക്ഷപ്പെടാനുള്ളതാണ്. പോകൂ ഇവിടെ നിന്ന്," അയാൾ അലറി.

ശുക്ല നിരാശയോടെ കന്നുവിനെ നോക്കി. അയാളുടെ കണ്ണുകൾ നിറഞ്ഞിരുന്നു.

59

കുന്ദർപാഡയിലെ മിന്നൽ ആക്രമണത്തിലെ വിജയത്തിൽ മാവോവാദി കൾ വളരെ സന്തോഷവാന്മാരായിരുന്നു. എന്നിരുന്നാലും ഏറ്റുമുട്ടലിൽ അവരുടെ രണ്ട് പ്രവർത്തകർ കൊല്ലപ്പെട്ടിരുന്നു. സീമയ്ക്കും മറ്റ് അഞ്ച് സഖാക്കളും പരിക്ക് പറ്റിയിരുന്നു. സീമയുടെ കാലിൽ വെടിയേറ്റു, രാംദേ വിന്റെ തുടയിലും. ക്യാമ്പിൽ തിരിച്ചെത്തിയ ഇവരെ റെഡ്ഡി തന്നെ ചികി ത്സിച്ചു. സീമയുടേയും രാംദേവിന്റേയും വെടിയുണ്ടകൾ പുറത്തെടുത്ത് മുറിവ് വൃത്തിയാക്കി കെട്ടിവെച്ചു. ഈ പ്രവർത്തനത്തിൽ സരിത റെഡ്ഡിയെ സഹായിച്ചു. മുറിവിൽ നിന്ന് വെടിയുണ്ട പുറത്തെടുക്കുന്ന തിലും മുറിവ് കെട്ടുന്നതിലും സരിത വിദഗ്ദ്ധയായി തീർന്നിരുന്നു. നക്സൽ ക്യാമ്പിൽ ചിലപ്പോഴെല്ലാം അവളെ കളിയാക്കിക്കൊണ്ട് സിസ്റ്റർ എന്ന് വിളിക്കാറുണ്ട്, കാരണം ഇതെല്ലാം ചെയ്യുമ്പോൾ അവളൊരു നഴ്സിനെപ്പോലെ എക്സ്പർട്ടായി തോന്നും.

ആ ദിവസം എങ്ങനെയൊക്കെയോ കന്നു ശുക്ലയെ മാവോവാദി കളുടെ കെണിയിൽ നിന്ന് രക്ഷിച്ചു കൊണ്ടുവന്നു. പകൽ മുഴുവൻ രണ്ടു പേരും കാട്ടിലൂടെ നടന്നുകൊണ്ടിരുന്നു. കന്നു ആദിവാസി ആയിരുന്നതു കൊണ്ട് ഈ കാടുകളിലെ എല്ലാ വഴികളും അയാൾക്ക് അറിയാമായി രുന്നു. രാത്രി ആയപ്പോഴേക്കും അവർ കാടിനു വെളിയിൽ സുരക്ഷിത മായൊരു സ്ഥലത്തെത്തി. ശുക്ലയ്ക്ക് വെടിയേറ്റിരുന്നില്ല. എന്നാൽ ലാൻഡ്

മൈൻ സ്ഫോടനത്തിൽ അയാൾക്ക് പരിക്കേറ്റിരുന്നു. ക്ഷീണിച്ച വശനായ ശുക്ല ഗ്രാമത്തിൽ എത്തിയ ഉടനെ ബോധംകെട്ടു വീണു. അടുത്ത ദിവസം ഉച്ചയ്ക്ക് അയാൾക്ക് ബോധം വന്നപ്പോൾ അയാൾ റായ്പുരിലെ ആസ്പത്രിയിലായിരുന്നു. അന്ന് അതിരാവിലെ സർക്കാരിന്റെ ഒരു ഹെലികോപ്റ്ററിലാണ് അയാളെ ഇവിടെ കൊണ്ടുവന്നത്.

രാംദേവ് വളരെ സന്തുഷ്ടനായിരുന്നു. ആദ്യമായി അയാൾക്ക് ഒരു കരുത്ത് അനുഭവപ്പെട്ടു. ഇതുവരെ പൊലീസിനും സർക്കാരിനും മുന്നിൽ കരുണയ്ക്കും നീതിക്കുമായി ഇരന്ന് ഇരന്ന് അയാൾക്ക് സ്വയം വളരെ നിസ്സഹായനാണെന്ന തോന്നലാണ് ഉണ്ടായിരുന്നത്. എന്നാൽ പെട്ടെന്ന്, തനിക്ക് സ്വയം തന്നെ ശരിയും തെറ്റും തീരുമാനിക്കാൻ കഴിയുമെന്ന ഒരു തോന്നൽ അയാൾക്കുണ്ടായി. നീതിക്കു വേണ്ടി അയാൾക്ക് ആരുടെ അടുത്തും പോകേണ്ടതില്ല, അലയേണ്ടതില്ല. സുരിയെ ബലാത്സംഗം ചെയ്ത, ഗണേശിയെ കൊന്ന, ഭീമേയുടെ ഗ്രാമം കത്തിച്ച വികാസിനെ തന്റെ കൈകൾ കൊണ്ട് കൊന്നതിൽ അയാൾക്ക് സന്തോഷം ഉണ്ടായിരുന്നു. അന്ന് വികാസ് മുറിവേറ്റ് വീണപ്പോൾ രാംദേവ് അയാളുടെ തലയിലേക്ക് നാല് വെടിയുണ്ടകൾ പായിച്ചിരുന്നു. ബസ്തറിൽ തോക്കിന്റെ ഈ കരുത്തും, അതിന്റെ ലഹരിയും സാധാരണ ആദിവാസികളെ നക്സലുകളുടെ കൂടെയോ പൊലീസിന്റെ കൂടേയോ ചേർക്കുകയായിരുന്നു. എന്നാൽ ഇത്തരം കൊലപാതകങ്ങളിൽ പങ്കാളിയാകുന്നതിന്റെ പരിണാമം എന്താണെന്ന് അവർക്ക് സ്വയം തന്നെ അറിയുമായിരുന്നു. രാംദേവ് ഭീമേയിൽ നിന്ന് വേറിട്ടു പോയിട്ട് ആറു മാസമായി. എന്നാൽ ഇന്നുവരെ അയാൾ അവളോട് സംസാരിച്ചിട്ടില്ല. ശുക്ലയെ അവസാനിപ്പിച്ചിട്ടു മാത്രമേ ഭീമേയോട് സംസാരിക്കുകയുള്ളൂ എന്ന് രാംദേവ് സ്വയം വാഗ്ദാനം ചെയ്തിരുന്നു. കുന്ദർപാഡയിൽ ഈ സ്വപ്നം സാക്ഷാൽക്കരിക്കുമായിരുന്നു. എന്നാൽ ഭാഗ്യം കൊണ്ട് ശുക്ല രക്ഷപ്പെട്ടു, രാംദേവിന് അതിൽ വലിയ ദുഃഖമുണ്ട്. എന്നാലും വികാസും അൻസാരിയും കൊല്ലപ്പെട്ടതിനാൽ രാംദേവിന് കുറച്ച് സമാധാനം തോന്നി. കുന്ദർപാഡയിലെ മിന്നൽ ആക്രമണത്തിനു ശേഷം രാംദേവിന്റെ ക്ഷമ നശിച്ചു, അയാൾ ആദ്യമായി ഭീമേയ്ക്ക് ഫോൺ ചെയ്തു.

“ഭീ... ഭീ... ഞാൻ രാമാ,” അയാൾ ഫോണിൽ ഉറക്കെ പറഞ്ഞു.

രാംദേവിന്റെ ശബ്ദം കേട്ട ഭീമേയുടെ ശ്വാസത്തിന്റെ ഗതി വർദ്ധിച്ചു. അവളുടെ ഹൃദയമിടിപ്പ് കൂടി. അവൾ ചോദിച്ചു, “രാമാ... നീ എവിടെയാണ്... രാമാ...”

“എനിക്ക് സുഖമാണ്... ഭീ... ഞാൻ നിനക്കായി ആദ്യത്തെ പ്രതികാരം ചെയ്തു...”

“എന്ത്...?”

“അതെ ഭീ...രണ്ടുദിവസം മുമ്പ് കുന്ദർപാഡയിൽ ഞാനും ഉണ്ടായിരുന്നു.”

"എന്ത്... രാമാ നീ.."

കുന്ദർപാഡയിൽ നടന്ന ഏറ്റുമുട്ടലിനെക്കുറിച്ച് ഇന്നാണ് ഭീമേ അറിഞ്ഞത്. മാവോയിസ്റ്റുകൾ പൊലീസ് പാർട്ടിയിലെ 14 പേരെ കൊന്നിരുന്നു.

"അതെ, പാർട്ടിയുടെ നേതൃത്വത്തിൽ നടന്ന ആക്രമണത്തിൽ ഞാനും ഉണ്ടായിരുന്നു ഭീ."

ഭീമേ മൗനം പാലിച്ചു. നക്സലുകളോടൊപ്പം താൻ ചേർന്നതിൽ ഭീമേ സന്തുഷ്ടയല്ല എന്ന് രാംദേവിന് മനസ്സിലായി. താൻ പ്രേമിക്കുന്ന പെൺകുട്ടി കൊലപാതകത്തെ എത്രമാത്രം വെറുക്കുന്നു എന്ന കാര്യം, പെട്ടെന്ന് നീതി നടപ്പിലാക്കിയ സന്തോഷത്തിനിടെ, രാംദേവ് മറന്നുപോയിരുന്നു. അയാളിപ്പോഴും ഈ യാഥാർത്ഥ്യത്തെ അറിഞ്ഞുകൊണ്ട് അവഗണിക്കുകയായിരുന്നു.

"ഭീ...സർക്കാർ നമുക്കു നല്കാത്ത നീതി...അത് ഞാൻ സ്വയം തട്ടിയെടുത്തു. നായി...ന്റെ... മോൻ... നമ്മുടെ ഗ്രാമം കത്തിച്ച തെമ്മാടി വികാസിനെ ഞാൻ കൊന്നു. സുരിയെ ബലാത്സംഗം ചെയ്ത ദുഷ്ടൻ. അവളുടെ വീടും അവൻ കത്തിച്ചില്ലേ. അവളുടെ മാമൻ ഗണേശിയെ കൊന്നു. തട്ടിക്കളഞ്ഞു ഞാൻ അവനെ."

രാംദേവിന്റെ വാക്കുകൾ ഭീമേയിൽ വിചിത്രമായ ഒരു അവസ്ഥയുണ്ടാക്കി.

വികാസ് മരിച്ചു. എനിക്ക് ഇത്രയ്ക്ക് ദുഃഖം തന്നവൻ മരിച്ചിരിക്കുന്നു. സുരിയെ ബലാത്സംഗം ചെയ്തവനും ഗണേശിയെ കൊന്നവനും മരിച്ചിരിക്കുന്നു - എന്താണെന്നറിയില്ല ഇതുകേട്ടിട്ടും ഭീമേയ്ക്ക് പ്രത്യേക സന്തോഷമൊന്നും ഉണ്ടായില്ല. അവളുടെ ഉള്ളിൽ ഒരു ശൂന്യത രൂപപ്പെട്ടതുപോലെ.

"രാമാ, നീയാണോ അയാളെ കൊന്നത്...?" ഭീമേയുടെ വായിൽ നിന്ന് ശബ്ദം പുറത്തുവന്നു.

"അതെ ഭീ... ഞാനാണ് കൊന്നത് ആ തെമ്മാടിയെ... അവന്റെ തലയിൽ വെടിവെച്ചു..."

രാംദേവിന്റെ വാക്കുകൾ കേട്ടപ്പോൾ തന്റെ ഉള്ളിൽ എന്തോ തകരുന്നതായി ഭീമേയ്ക്ക് തോന്നി. തന്റെ കാലിന്നടിയിൽ നിന്ന് മണ്ണ് ഇളകി നീങ്ങുന്നതായി അവൾക്ക് തോന്നി. പെട്ടെന്ന് അവൾക്ക് താൻ വളരെ ദുർബലയായതുപോലെ തോന്നി.

"രാമാ എന്തിനാണ് നീ ഇതെല്ലാം ചെയ്തത്?" അവൾ പരുക്കൻ സ്വരത്തിൽ ചോദിച്ചു. തന്റെ രാമാ തനിക്ക് എന്നന്നേക്കുമായി നഷ്ടപ്പെട്ടുവെന്ന് അവൾക്ക് മനസ്സിലായി.

"പൊലീസിനോട് ചോദിച്ചു... സർക്കാരിനോട് ചോദിച്ചു... കോടതിയോട് ചോദിച്ചു... നീതി കിട്ടിയില്ല... തോക്കെടുത്തപ്പോൾ കിട്ടി ഭീ..."

എന്നു പറഞ്ഞ് രാമ പൊട്ടിച്ചിരിക്കാൻ തുടങ്ങി. അവന്റെ ചിരി ഭീമേയെ ഭയപ്പെടുത്തുകയായിരുന്നു. രാംദേവിൽ പുതിയൊരു കരുത്തിന്റെ ലഹരി പടർന്നിരിക്കുന്നുവെന്ന് അവൾക്ക് തോന്നി. അയാൾ ചിരിച്ചു കൊണ്ടിരിക്കുകയായിരുന്നു.

ചിരി നിലച്ചപ്പോൾ രാംദേവ് വീണ്ടും പറഞ്ഞു, “നിനക്ക് ഓർമ്മ യുണ്ടോ ഭീ... വികാസ് എങ്ങനെയാണ് അലറിക്കൊണ്ട് പറഞ്ഞിരുന്നത് – ഗ്രാമം കാലിയാക്കൂ. ഈ ഗ്രാമത്തിന് തീ വെയ്ക്കൂ. ഇത് തെമ്മാടി കളായ നക്സലുകളുടെ ഗ്രാമമാണ്. നിനക്ക് ഓർമ്മയുണ്ടോ ഭീ...?” ഭീമേ നിശ്ശബ്ദയായി അവൻ പറയുന്നത് കേൾക്കുകയായിരുന്നു. രാംദേവ് തുടരുകയായിരുന്നു, “കൊന്നു ആ തെമ്മാടിയെ. അതെ, നക്സലൈറ്റായി കൊന്നു. അന്ന് ഞാൻ നക്സൽ ആയിരുന്നില്ല. അയാളെ കൊല്ലാൻ വേണ്ടി ആകേണ്ടി വന്നു.”

ഭീമേ പരിഭ്രാന്തയായി. എനിക്ക് എന്റെ രാമയെ നഷ്ടപ്പെട്ടുവോ? നീതി തേടി പോയ രാംദേവ് എന്നന്നേക്കുമായി തന്നിൽ നിന്ന് അകന്നു പോയതായി അവൾക്കു തോന്നാൻ തുടങ്ങി.

“...ങാ, പിന്നെ ഒരു കാര്യം കൂടി കേട്ടോളൂ. സദാ സമയവും ശുക്ല യുടെ പുറകെ വാലാട്ടി നടന്നിരുന്ന ആ നായുണ്ടല്ലോ അൻസാരി, അയാളേയും മരണത്തിലേക്ക് തള്ളിവിട്ടു.”

ഒരു നിമിഷം നിർത്തിയിട്ട് രാംദേവ് തുടർന്നു. “പക്ഷേ ആ ദുഷ്ടൻ ശുക്ല രക്ഷപ്പെട്ടു ഭീ... ഈ ആക്രമണത്തിൽ അയാൾ മരണത്തിൽ നിന്ന് അല്പം കൊണ്ട് രക്ഷപ്പെട്ടു. അടുത്ത നമ്പർ അയാളുടേതാണ്.”

ഭീമേ നിശ്ചേഷ്ടയായി. രാംദേവ് ഒന്നിനു പുറകെ ഒന്നായി ആളു കളെ കൊല്ലുന്ന കാര്യമാണ് പറയുന്നത്.

“രാമാ, ഇനി നിനക്ക് ഒരിക്കലും എന്റെ അടുത്തേക്ക് തിരിച്ചുവരാൻ കഴിയില്ല...” പറയുന്നതിനിടെ ഭീമേയുടെ തൊണ്ട ഇടറി. ഭീമേ തന്നോട് തിരിച്ചു വരണ്ട എന്ന് പറയുകയാണോ അതോ എന്നാണ് തിരിച്ചു വരി കയെന്ന് ചോദിക്കുകയാണോ എന്ന് രാംദേവിന് മനസ്സിലായില്ല.

കുറച്ചു നേരത്തേക്ക് ഇരുവരും മൗനം പാലിച്ചു. ഫോണിന്റെ മറു തലയ്ക്കൽ ഭീമേ വിതുമ്പുകയാണെന്ന് രാംദേവിന് മനസ്സിലായി. അയാൾ ചെയ്ത കാര്യങ്ങളിൽ ഭീമേ സന്തുഷ്ടയല്ലെന്നും, മറിച്ച് അവൾ വളരെ ദുഃഖിതയാണെന്നും അയാൾക്ക് പെട്ടെന്ന് മനസ്സിലായി. ഭീമേ തന്നെ എത്രമാത്രം ഇഷ്ടപ്പെടുന്നുവെന്ന് രാംദേവിന് അറിയാമായിരുന്നു. താനി ല്ലാതെ അവളെത്രമാത്രം ഏകാന്തത അനുഭവിക്കുന്നുണ്ടായിരിക്കും എന്നും അയാൾക്ക് ബോധ്യമുണ്ടായിരുന്നു.

“ശുക്ലയെ വധിച്ച ശേഷം ഞാൻ ആയുധം താഴെ വെക്കും ഭീ... അയാളെ ഇല്ലാതാക്കാൻ വേണ്ടി മാത്രമാണ് ഞാൻ ജീവിക്കുന്നത്.” അയാൾ പതിഞ്ഞ സ്വരത്തിൽ പറഞ്ഞു.

മാർച്ച് 2012 - സെപ്തംബർ 2013

60

കഴിഞ്ഞ മൂന്നു കൊല്ലത്തിനിടെ ബസ്തറിൽ പ്രത്യേകിച്ച് മാറ്റം ഒന്നുമുണ്ടായില്ല, കൊലപാതകങ്ങൾ വർദ്ധിച്ചിരുന്നു എന്നുമാത്രം. നക്സലുകളോട് യുദ്ധം ചെയ്യാനായി സർക്കാർ സുരക്ഷാസൈനികരുടെ എണ്ണം വർദ്ധിപ്പിച്ചുകൊണ്ടിരുന്നു. 2009 മെയ് മാസത്തിലെ ലോകസഭാ തെരഞ്ഞെടുപ്പിൽ കോൺഗ്രസ്സ് പാർട്ടി വിജയിച്ച് ഒരിക്കൽ കൂടി ദില്ലിയിൽ അവരുടെ സർക്കാർ ഉണ്ടാക്കി. നക്സലുകളെ ഉന്മൂലനം ചെയ്യാൻ ആഭ്യന്തരമന്ത്രി പി. ചിദംബരം രാജ്യം മുഴുവൻ വലിയൊരു ഓപ്പറേഷൻ നടത്താൻ ആഗ്രഹിച്ചിരുന്നു. ഛത്തീസ്ഗഢിൽ ബിജെപിയുടെ രമൺ സിംഗ് സർക്കാർ ആദ്യം മുതലേ നക്സൽ വിരുദ്ധ കാമ്പയിൻ നടത്തുന്നുണ്ടായിരുന്നു. ഇതിനു മറുപടിയായി ബസ്തറിലെ പല സ്ഥലങ്ങളിലും മാവോയിസ്റ്റുകൾ തങ്ങളുടെ പിടി മുറുക്കാനും തുടങ്ങി. അവർ തങ്ങളുടെ കേഡർ റിക്രൂട്ട്മെന്റ് പരിപാടി തുടർന്നുകൊണ്ടിരുന്നു. വളരെ ചെറുപ്രായത്തിലുള്ള ആൺകുട്ടികളേയും പെൺകുട്ടികളേയും 'വിപ്ലവത്തിന്റെ പാത'യിൽ പോകാനായി അവർ തയ്യാറാക്കിക്കൊണ്ടിരുന്നു. ബസ്തറിലെ ഗ്രാമങ്ങൾ തൊട്ട് പട്ടണ പ്രദേശങ്ങളിൽ വരെ എല്ലായിടത്തും മാവോവാദികളുടെ ഇന്റലിജന്റ്സ് നെറ്റ് വർക്ക് ശക്തിപ്പെട്ടു വരികയായിരുന്നു.

2009 സമാപിക്കുമ്പോഴേക്കും ബസ്തർ വളരെ അപകടകരമായ വാർസോണായി മാറിക്കഴിഞ്ഞിരുന്നു. ലിബറേറ്റഡ് സോണിനു ചുറ്റും മണ്ണിൽ ലാന്റ് മൈനും പ്രഷർ ബോംബുകളും സ്ഥാപിച്ചിരുന്നു. ബസ്തറിൽ സിആർപിഎഫിന്റേയും ബിഎസ്എഫിന്റേയും ക്യാമ്പുകളായാലും പോലീസ് സ്റ്റേഷനായാലും എല്ലാം മുള്ളു കമ്പികൾ ഉപയോഗിച്ച് വലിയ ചക്രങ്ങൾ പോലെയുള്ള വളയങ്ങളാൽ വലയം ചെയ്യപ്പെട്ടിരുന്നു. ഗറില്ല ആക്രമണത്തോടുള്ള ഭയം കാരണം ഉപരോധത്തിനായി സ്ഥാപിച്ച കമ്പികൾക്കിടയിൽ പല സ്ഥലത്തും ചില്ലുകുപ്പികൾ തൂക്കിയിട്ടിരുന്നു. ക്യാമ്പുകളിൽ ആക്രമണം നടത്താനായി രാത്രി സമയത്ത് മാവോവാദികൾ വന്ന് ഈ കമ്പികൾ മുറിക്കാൻ ശ്രമിക്കുകയാണെങ്കിൽ ഈ കുപ്പികൾ പരസ്പരം കൂട്ടിമുട്ടുമ്പോഴുള്ള ശബ്ദം മുന്നറിയിപ്പ് സന്ദേശമായി മാറുമായിരുന്നു.

വിമതരും സർക്കാരുമായുള്ള ഈ ഏറ്റുമുട്ടൽ ആശയപരമായി സമൂഹത്തെ വിഭജിക്കുകയായിരുന്നു. നഗരത്തിലെ ആളുകൾ നക്സലുകൾക്കെതിരെ ബലപ്രയോഗം നടത്തുന്നതിൽ സന്തുഷ്ടരായിരുന്നു. മാവോയിസ്റ്റുകൾ വികസനത്തിന്റെ വഴിയിലെ തടസ്സമാണ്, രാജ്യത്തിന്റെ ഏറ്റവും വലിയ ശത്രുക്കളാണ് എന്നാണ് അവർക്ക് തോന്നിയിരുന്നത്. അവരെ വേരോടെ പിഴുതെറിയുന്നതിനായി ബസ്തറിലേക്ക് സൈന്യത്തെ അയക്കേണ്ടി വന്നാൽ പോലും സർക്കാർ മടിക്കേണ്ടതില്ല. മറുഭാഗത്താകട്ടെ ഗ്രാമങ്ങളിലെ ജനങ്ങൾക്കാണ് ഈ യുദ്ധത്തിന്റെ എല്ലാ യാതനകളും അനുഭവിക്കേണ്ടി വരുന്നത്. ഒരു ഭാഗത്ത് ഇവരുടെ മേൽ നക്സലുകളുടെ ആജ്ഞകളും അവരുടെ ജനായത്ത സർക്കാരിന്റെ സമ്മർദ്ദവും ഉണ്ടായിരുന്നു, മറുഭാഗത്താകട്ടെ പൊലീസിന്റേയും സുരക്ഷാ സൈനികരുടേയും രക്തച്ചൊരിച്ചിലും.

ഈ കാലയളവിൽ ഭീമേ തന്റെ ജോലി തുടർന്നുകൊണ്ടിരുന്നു. അവളുടെ ട്രെയിനിംഗ് സെന്റർ നല്ല വിജയം കൈവരിച്ചിരുന്നു. ഇവിടുത്തെ പെൺകുട്ടികൾ തുന്നിയ വസ്ത്രങ്ങൾ ഇപ്പോൾ ജഗദൽപുരിലും റായ്പുരിലും നല്ലരീതിയിൽ വിറ്റു പോകുന്നുണ്ട്. കഴിഞ്ഞ കുറച്ചു മാസങ്ങളായി ഭീമേ നിരന്തരം ദന്തേവാഡയിൽ വന്നുപോകുന്നുണ്ടായിരുന്നു. അവിടെ അവൾ രമയ്യയുടെ കൂടെ ആളുകളെ ബോധവത്ക്കരിക്കാനും തങ്ങളുടെ അവകാശങ്ങൾക്കു വേണ്ടി നിർഭയമായി ശബ്ദമുയർത്താനും അവരെ പ്രേരിപ്പിച്ചുകൊണ്ടിരുന്നു. രമയ്യയും മിക്കപ്പോഴും ഭീമേയെ കാണാൻ നാരായൺപുരിൽ വരികയും അവളെ പ്രോത്സാഹിപ്പിക്കുകയും ചെയ്തുകൊണ്ടിരുന്നു. അയാളുടെ സംഭാഷണവും നിർഭയമായ ആശയവും ഭീമേയെ സ്വാധീനിച്ചിരുന്നു. പ്രായത്തിൽ ഭീമേ രമയ്യയേക്കാൾ പതിനഞ്ചു വയസ്സ് ചെറുപ്പമായിരുന്നു. എന്നാലും കുറച്ചു നാളുകളായി താൻ അയാളിലേക്ക് ആകർഷിക്കപ്പെടുന്നതായി അവൾക്ക് അനുഭവപ്പെടാൻ തുടങ്ങിയിരുന്നു.

ഭീമേ ഇന്ന് തന്റെ ഗ്രാമമായ ചരുട്ടേപാലിൽ നിന്ന് ഏകദേശം നാല് കിലോമീറ്റർ അകലെ ഒരു പൊതുയോഗത്തിൽ സംസാരിക്കുകയാണ്. ഈ പ്രദേശം ചിട്ടാപാഡയുടെ വളരെ അടുത്തായിരുന്നു.

“യാതൊരു ട്രെയിനിംഗും ഇല്ലാത്ത നമ്മൾ ആദിവാസികൾക്ക് കമ്പനിക്കാർ ജോലി നൽകുമോ?” അവളുടെ ശബ്ദം ലൗഡ്സ്പീക്കറിലൂടെ മുഴങ്ങി.

ജനങ്ങളിൽ നിശ്ശബ്ദത വ്യാപിച്ചു. രമയ്യയും അയാളുടെ സഹപ്രവർത്തകരുമാണ് ഈ പൊതുയോഗം സംഘടിപ്പിച്ചത്. ഒരു മാസം മുമ്പാണ് സർക്കാർ ഒരു സ്വകാര്യ കമ്പനിയുമായി കരാറിൽ ഒപ്പുവെച്ചത്. ഇവിടെ ഒരു സ്റ്റീൽ പ്ലാന്റ് സ്ഥാപിക്കുകയാണ് കമ്പനിയുടെ പദ്ധതി. ബസ്തറിലെ ഏതാണ്ട് രണ്ടര ഡസൻ ഗ്രാമങ്ങളിലെ ഭൂമിയിൽ ഒരു സ്റ്റീൽ പ്ലാന്റ് സ്ഥാപിക്കാൻ പോകുകയാണ്. ഇവിടെ നിന്ന് ജഗദൽപുരിലേക്ക് സ്പെഷൽ റെയിൽവേ ലൈൻ സ്ഥാപിക്കാനും പദ്ധതി ഉണ്ട്.

ബേലാഡിലായിലെ പർവ്വതങ്ങൾ ഇവിടെ നിന്ന് അധികം ദൂരത്ത് ആയിരുന്നില്ല. അവിടെ നിന്ന് അസംസ്കൃത ഇരുമ്പ് കൊണ്ടുവരാനായിരുന്നു പദ്ധതി, പിന്നെ അത് ഉപയോഗിച്ച് സ്റ്റീൽ ഉണ്ടാക്കുന്ന ജോലി ഇവിടെ ചെയ്യും.

"പറയൂ, കമ്പനിക്കാർ നമുക്ക് ജോലി നല്കുമോ?" ഇത്തവണ ഭീമേ ഗോണ്ടി ഭാഷയിലാണ് ചോദിച്ചത്. എല്ലാവരും ശ്വാസം അടക്കിപ്പിടിച്ച് അവൾ പറയുന്നത് കേൾക്കുകയായിരുന്നു.

ഒന്നു നിർത്തിയതിനു ശേഷം അവൾ തന്നെ ഉത്തരം പറഞ്ഞു, "തരില്ല. നമുക്ക് ഒരിക്കലും ജോലി നൽകാൻ അവർക്ക് കഴിയില്ല. ഇതിനു മുമ്പും ആദിവാസി പ്രദേശങ്ങളിൽ ഇത്തരം ഫാക്ടറികൾ കൊണ്ടുവരുന്ന കാര്യം പറഞ്ഞിട്ടുണ്ട്. എന്നാൽ ഇവിടുത്തെ ആളുകൾക്ക് ഒരിക്കലും ഒന്നും കിട്ടിയിട്ടില്ല. വികസനത്തിന്റെ പേരു പറഞ്ഞ് കൊണ്ടു വരുന്ന ഈ സ്റ്റീൽ പ്ലാന്റിനെ നമുക്ക് എല്ലാവർക്കും ചേർന്ന് എതിർക്കണം."

ഭൂമി ഏറ്റെടുക്കുന്ന ഗ്രാമങ്ങളിൽ സുരിയുടേയും ഭീമേയുടേയും ചിട്ടാപാഡയും ഛുട്ടേപാലും ഉൾപ്പെട്ടിരുന്നു. ഏകദേശം ഏഴു വർഷം മുമ്പ് സൽവാ ജുഡുമിന്റെ കാലത്ത് ഈ ഗ്രാമങ്ങൾ ഉപേക്ഷിച്ചു പോയിരുന്നവരിൽ ഭൂരിഭാഗം ആളുകളും തിരിച്ചു വന്നിരുന്നു. അവർ തങ്ങളുടെ തകർന്നതും കത്തിയതും നശിച്ചതുമായ വീടുകൾ വീണ്ടും നിർമ്മിച്ചിരുന്നു. പഴയ ഭൂമിയിൽ വീണ്ടും ജീവിതം പച്ചപിടിക്കുകയായിരുന്നു. അപ്പോൾ ഇതാ വീണ്ടും ഒരിക്കൽ കൂടി വീട്ടിൽ നിന്നും കുടിയൊഴിപ്പിക്കുന്ന അപകടം മുന്നിൽ വന്നു നിൽക്കുന്നു.

"ആദ്യം അവർ ജുഡുമിന്റെ പേരിൽ നമ്മളെ വീടുകളിൽ നിന്ന് ഓടിച്ചു. അതേ ആളുകൾ ഇപ്പോൾ ഫാക്ടറിയുമായി വന്നിരിക്കുന്നു. നാല് വർഷത്തോളം റോഡരികിൽ താമസിച്ചതിനു ശേഷമാണ് പലരും ഇപ്പോൾ അവരവരുടെ വീടുകളിലേക്ക് തിരിച്ചു വന്നിരിക്കുന്നത്. എന്നാൽ സർക്കാർ ഇപ്പോൾ എല്ലാ ആളുകളേയും വീണ്ടും അവരുടെ വീടുകളിൽ നിന്ന് ഓടിക്കാൻ തയ്യാറെടുക്കുകയാണ്. നമ്മൾ നമ്മുടെ വീട് ഉപേക്ഷിക്കില്ല," ഭീമേ ചുറ്റുപാടും നോക്കിക്കൊണ്ട് പറഞ്ഞു. പിന്നെ വീണ്ടും ഉച്ചത്തിൽ പറഞ്ഞു, 'ഞങ്ങൾ വീടുകൾ ഉപേക്ഷിക്കില്ലാ..."

"ഉപേക്ഷിക്കില്ല... ഉപേക്ഷിക്കില്ല," ആളുകളും ഉറക്കെ പറയാൻ തുടങ്ങി.

വീട് ഉപേക്ഷിക്കില്ല എന്ന മുദ്രാവാക്യം മുഴങ്ങുമ്പോൾ ഭീമേയുടെ അടുത്തുനിന്നിരുന്ന സുരിക്ക് ഏഴു വർഷം മുമ്പ് നല്ല ചൂടുണ്ടായിരുന്ന ആ ദിനം ഓർമ്മ വന്നു. അന്നാണ് വികാസ് അവരുടെ വീടുകൾ ഒഴിപ്പിക്കാൻ ജുഡുമിന്റെ ആളുകളുമായി വന്നത്. അന്നും സുരിയും ഭീമേയും ഇങ്ങനെതന്നെയാണ് ഉറക്കെ വിളിച്ചു പറഞ്ഞത്, വീട് ഒഴിയില്ല. എന്നാൽ അവരുടെ വീടുകൾ അഗ്നിക്കിരയാക്കി.

ഇനി വീണ്ടും ഒരിക്കൽകൂടി അതേ കഥ ആവർത്തിക്കുമോ?

ബിഷനെ വിവാഹം കഴിച്ച് സുരി ഇപ്പോൾ നാരായണൻപുരിലാണ് താമസിക്കുന്നത്. അവൾ അവിടെയുമായി പൊരുത്തപ്പെട്ടിരുന്നു. എന്നിരുന്നാലും മിക്കപ്പോഴും അവൾക്ക് തന്റെ ഗ്രാമം ചിട്ടാപാഡ ഓർമ്മ വരും. പൊലീസ് അതിക്രമത്തിന്റെ ഭയം അവളുടെ ഉള്ളിൽ നിന്ന് വിട്ടുമാറാത്തതിനാൽ വീണ്ടും ഒരിക്കൽ കൂടി വീട്ടിലേക്ക് തിരിച്ചുപോകാനുള്ള ധൈര്യം അവൾക്ക് ഉണ്ടായിരുന്നില്ല. ജുഡുമിന്റെ കാലത്ത് അവളുടെ വീട് കത്തിച്ചതും അവൾ അനുഭവിക്കേണ്ടി വന്ന യാതനകളും മറക്കുക അവൾക്ക് എളുപ്പമായിരുന്നില്ല. ഭീമേ ബിഷനേയും സുരിയേയും നിരന്തരം ചിട്ടാപാഡയിൽ പോയി ആളുകൾക്കിടയിൽ പ്രവർത്തിക്കാൻ പ്രേരിപ്പിക്കും. ഭീമേ സുരിയോടൊപ്പം ചേർന്ന് അവരുടെ പൂർവ്വിക ഗ്രാമങ്ങളിലും നാരായൺപുരിലേതു പോലെ മഹിളാ സഹായ കേന്ദ്രങ്ങൾ നടത്താൻ ആഗ്രഹിച്ചിരുന്നു. ഭീമേ പറഞ്ഞത് അനുസരിച്ചുതന്നെയാണ് കഴിഞ്ഞ കുറച്ചു നാളുകളായി സുരി തന്റെ ഗ്രാമത്തിലേക്ക് വരാൻ തുടങ്ങിയത്. ഇവിടെ വരുമ്പോൾ അവൾ ചിലപ്പോൾ തന്റെ തകർന്ന വീടിനെ നോക്കും, പിന്നെ ചിലപ്പോൾ നാശത്തിൽ നിന്ന് ഉയർത്തെണീക്കുന്ന ഗ്രാമത്തെ നോക്കും. തന്റെ വീട് എന്നാണ് ഇനി പുനർനിർമ്മിക്കുക എന്ന് അവൾ ഇതുവരെയും തീരുമാനിച്ചിട്ടില്ല. എന്നാൽ അവൾ വന്ന് ഗ്രാമീണരെ കാണും. പിന്നെ ഈ ഗ്രാമീണരെ എങ്ങനെയാണ് സഹായിക്കുവാൻ കഴിയുക എന്ന് ഭീമേയുമായി ചർച്ച ചെയ്യും. വീണ്ടും ഗ്രാമം രൂപപ്പെട്ടു വരുന്നതു കണ്ടപ്പോൾ ഭീമേയുടേയും സുരിയുടേയും മനസ്സിൽ വലിയ പ്രതീക്ഷ ഉടലെടുക്കുകയായിരുന്നു. ഇന്ന് ഭീമേ തന്നെയാണ് സുരിയെ തന്റെ കൂടെ ഈ പൊതുയോഗത്തിലേക്ക് കൂട്ടിക്കൊണ്ടു വന്നത്.

“വീടുകൾ ഉപേക്ഷിക്കില്ല,” എന്ന മുദ്രാവാക്യം മുഴക്കിക്കൊണ്ട് ഭീമേ ഇരുന്നപ്പോൾ കുറച്ചു നേരത്തേക്ക് നിശ്ശബ്ദത പരന്നു. കർഷകർ പരസ്പരം പിറുപിറുത്ത് സംസാരിക്കാൻ തുടങ്ങി. അവരുടെ മനസ്സിൽ ഒട്ടനവധി സംശയങ്ങൾ ഉണ്ടെന്ന് മുഖഭാവത്തിൽ നിന്ന് സ്പഷ്ടമാണ്. ഇതുവരെ ഭീമേ പറയുന്നത് വളരെ ശ്രദ്ധയോടെ കേട്ടുകൊണ്ടിരുന്ന മെലിഞ്ഞ ഒരു ആദിവാസി കർഷകൻ എഴുന്നേറ്റു നിന്ന് ചോദിച്ചു.

“ഞങ്ങൾക്ക് ഞങ്ങളുടെ കൃഷിഭൂമി എങ്ങനെ രക്ഷിക്കാൻ കഴിയും? സർക്കാർ കമ്പനിയുടെ പക്ഷത്താണല്ലോ?”

ആ ചോദ്യം അവിടെ കൂടിയിരുന്ന ഒട്ടുമിക്ക ആളുകളുടേയും മനസ്സിൽ ഉണ്ടായിരുന്നു. എല്ലാവരും തലകുലുക്കി അയാൾ പറയുന്നതിനെ ശരിവെച്ചു.

ഭീമേ മറുപടി പറയാനായി എഴുന്നേൽക്കുമ്പോഴേക്കും രമയ്യ അവളോട് ഇരിക്കാൻ ആംഗ്യം കാണിച്ചു. ആളുകളുടെ മനസ്സിലെ ആശയക്കുഴപ്പം എന്താണെന്ന് അയാൾക്ക് അറിയാമായിരുന്നു.

“സഹോദരന്മാരേ, കുറച്ച് വർഷം മുമ്പ് ജഗദൽപുരിനടുത്ത് ലോഹാണ്ടിഗുഡയിലും സർക്കാർ ഇതുപോലെതന്നെ ഒരു സ്റ്റീൽ

പ്ലാന്റിംഗ് വേണ്ടി വലിയൊരു കമ്പനിയുമായി കരാർ ഒപ്പുവെച്ചിരുന്നു. ഇപ്പോൾ അഞ്ച് വർഷമായി, എന്നാൽ കമ്പനിയുടെ ആ പ്ലാന്റ് ഇതുവരെയും തുടങ്ങാൻ കഴിഞ്ഞിട്ടില്ല. എന്തുകൊണ്ടാണത്?" രമയ്യ ചോദിച്ചു. ആളുകൾ രമയ്യ പറയുന്നത് മനസ്സിലാക്കാൻ ശ്രമിക്കുകയായിരുന്നു.

"സുഹൃത്തുക്കളേ, എന്താണ് ആ പ്ലാന്റ് തുടങ്ങാൻ കഴിയാതിരുന്നത് എന്നറിയോ? കാരണം, സർക്കാരോ കമ്പനിയോ കർഷകരോട് സത്യം പറഞ്ഞില്ല. കർഷകർക്ക് അവരുടെ ഭൂമിക്ക് ശരിയായ വില കൊടുത്തില്ല, അപ്പോൾ അവിടെ എതിർപ്പ് തുടങ്ങി. ഇപ്പോഴും ആ പ്രശ്നം അങ്ങനെതന്നെ നില്ക്കുകയാണ്. കമ്പനിക്ക് അവിടെ ഭൂമി കൈവശമാക്കാൻ പോലും കഴിഞ്ഞിട്ടില്ല. എന്നാൽ സർക്കാരാണെങ്കിലോ 2005ൽ തന്നെ കമ്പനിക്ക് ഭൂമി കൊടുത്തു. ഏഴു വർഷം മുമ്പ്."

കർഷകർ പരിഭ്രമിച്ചിരുന്നു, എന്നാൽ അവരുടെ മുഖത്ത് സന്തോഷഭാവമായിരുന്നു. അവർ ലോഹാണ്ടിഗുഡ സ്റ്റീൽ പ്ലാന്റിനെ കുറിച്ച് കേട്ടിട്ടുണ്ടായിരുന്നു. എന്നാൽ ഇത്രയും കാലമായിട്ടും ആ പ്ലാന്റ് പ്രവർത്തനം തുടങ്ങിയിട്ടില്ല എന്ന കാര്യം അവർക്ക് അറിയുമായിരുന്നില്ല. രമയ്യ പറയുന്നതുകേട്ടപ്പോൾ അവർക്ക് ചെറിയ പ്രതീക്ഷ തോന്നി. അവരുടെ മുഖത്തെ ആത്മവിശ്വാസം കണ്ടപ്പോൾ രമയ്യയുടെ സ്വരം കൂടുതൽ ഉച്ചത്തിലായി.

"എന്തുകൊണ്ടാണ് കമ്പനിക്ക് അവിടെ ഭൂമി ഏറ്റെടുക്കാൻ കഴിയാതിരുന്നത്? കാരണം, സുഹൃത്തുക്കളേ, കർഷകർ തങ്ങളുടെ ഭൂമി സംരക്ഷിക്കുന്നതിനായി ഒറ്റക്കെട്ടായി മുന്നോട്ടു വന്നു. അവർക്ക് സർക്കാരിലും വിശ്വാസമില്ല, കമ്പനിയിലുമില്ല," രമയ്യ ഉറക്കെ പറഞ്ഞു.

സുരിയുടെ കണ്ണുകളിൽ ഒരു ആത്മവിശ്വാസം പടരുന്നത് ഭീമേ കണ്ടു. ആളുകളെല്ലാം രമയ്യയുടെ വാക്കുകൾ സശ്രദ്ധം കേൾക്കുകയായിരുന്നു.

"കർഷകന്റെ ജീവിതം എളുപ്പമല്ല എങ്കിൽ അയാളുടെ ഭൂമി കൈവശപ്പെടുത്തുന്നതും അത്ര എളുപ്പമാകില്ല എന്ന് നമ്മൾ ആളുകളോട് പറയും," രമയ്യ ഉച്ചത്തിൽ പറഞ്ഞു, കർഷകർ കയ്യടിച്ചു.

രമയ്യ പറയുന്നതു കേട്ടപ്പോൾ കർഷകർക്ക് ആവേശം വന്നു. അവർ ഒരുമിച്ച് വീണ്ടും ഗോണ്ടി ഭാഷയിൽ മുദ്രാവാക്യം വിളിക്കാൻ തുടങ്ങി.

"ജീവൻ നൽകും. ഞങ്ങൾ ഭൂമി വിട്ടുതരില്ല."

തങ്ങളുടെ അവകാശങ്ങൾക്കുവേണ്ടി പൊരുതുന്ന ഈ ആളുകളുടെ മനോബലം തകർന്നിട്ടില്ല എന്നു കണ്ടപ്പോൾ ഭീമേയ്ക്ക് സന്തോഷം തോന്നി. അവൾ സുരിയെ നോക്കി. സുരി ഒന്നു കണ്ണു ചിമ്മി കാണിച്ചു, നിങ്ങൾ പറയുന്നത് ആളുകൾക്ക് മനസ്സിലാകുന്നുണ്ട് എന്ന് ബോധ്യപ്പെടുത്തുന്നതുപോലെ.

61

ചിട്ടാപാഡയിൽ നടന്ന കർഷക പൊതുയോഗത്തിൽ കേവലം ആദിവാസി കർഷകർ മാത്രമല്ല സന്നിഹിതരായത്, മറിച്ച് പൊലീസിന്റെ ചാരന്മാരും ഉണ്ടായിരുന്നു. കുന്ദർപാഡയിൽ നക്സലുകളുമായി ഉണ്ടായ ഏറ്റുമുട്ടലിനു ശേഷവും ശുക്ല തോൽവി സമ്മതിച്ചിരുന്നില്ല. മറിച്ച് അയാൾ തന്റെ പുതിയൊരു ടീം ഉണ്ടാക്കാനുള്ള ശ്രമത്തിൽ മുഴുകി. അയാൾ പൊലീസ് ഫോഴ്സിൽ എന്തിനും തയ്യാറുള്ള പുതിയ പയ്യന്മാരെ കണ്ടെത്തി. അവർ ഏത് എൻകൗണ്ടറിനും ഓപ്പറേഷനും മുന്നിൽ നിൽക്കാൻ തയ്യാറായിരുന്നു. ഇതുകൂടാതെ ശുക്ല ബസ്തറിലെ ഗ്രാമങ്ങളിൽ ചാരന്മാരുടെ പുതിയ വല വിരിച്ചു, അവർ അയാൾക്കു വേണ്ടി വാർത്തകൾ ശേഖരിച്ചു.

സഞ്ചിത് ചൗധരിക്ക് ദന്തേവാഡയിൽ നിന്ന് സ്ഥലം മാറ്റം ആയിട്ട് മൂന്നു വർഷമായി. ഇതിനിടെ മറ്റ് രണ്ട് എസ്പിമാർ ഇവിടെ വരുകയും പോകുകയും ചെയ്തു. ഇപ്പോൾ ഇവിടെ പുതിയ എസ്പിയായി വന്നിട്ടുള്ള മോഹൻകുമാർ കർണാടകക്കാരനായിരുന്നു. കുമാറുമായി ശുക്ല ഇതുവരെയും പൊരുത്തപ്പെട്ടിട്ടില്ല. ചിട്ടാപാഡയിൽ സ്റ്റീൽ പ്ലാന്റ് സ്ഥാപിക്കാൻ പോകുന്ന കമ്പനി ചില കോൺട്രാക്ടർമാരെ പാട്ടിലാക്കിയിരുന്നു. കോൺട്രാക്ടർമാർ ഗ്രാമീണരെ സമീപിച്ച് അവരുടെ ഭൂമി നൽകാനായി പ്രേരിപ്പിക്കുകയായിരുന്നു. പ്രലോഭനങ്ങൾ, അമിത ലാഭം, കള്ള വാഗ്ദാനങ്ങൾ എന്നിവയ്ക്കൊപ്പം ആളുകളെ പൊലീസിന്റെ പേരിൽ ഭയപ്പെടുത്തുകയും ചെയ്തിരുന്നു. ശുക്ല ഈ കോൺട്രാക്ടർമാരുമായി ചേർന്ന് കമ്പനിക്കു വേണ്ടി ഭൂമി ഒഴിപ്പിച്ച് എടുക്കുവാൻ സഹായിക്കുകയായിരുന്നു. അയാളുടെ ചാരന്മാർ ഈ ദിവസങ്ങളിൽ ചിട്ടാപാഡയിലും സമീപ ഗ്രാമങ്ങളിലും നടക്കുന്ന എല്ലാ സംഭവവികാസങ്ങളെയും കുറിച്ചുള്ള മുഴുവൻ വിവരങ്ങളും ശേഖരിച്ച് അയാൾക്ക് നൽകുന്നുണ്ടായിരുന്നു.

ശുക്ലയുടെ ടീമിലെ രണ്ട് പുതിയ ചാരന്മാരായിരുന്നു വെറ്റിയും രംഗയും. ഇരുവരും പ്രദേശം മുഴുവൻ നിരീക്ഷിച്ച് മുഴുവൻ വാർത്തകളും ശുക്ലയ്ക്ക് എത്തിച്ചു കൊണ്ടിരുന്നു. ഇന്ന് രണ്ടുപേരും ചിട്ടാപാഡയിലെ കർഷകമീറ്റിംഗിന്റെ വാർത്ത നൽകാനാണ് അയാളുടെ അടുത്ത് വന്നിട്ടുള്ളത്.

"ഉം... അപ്പോൾ ആ തെണ്ടി രമയ്യയാണ് ഇവിടെ ഇപ്പോൾ സാമൂഹ്യ പ്രവർത്തനം നടത്തുന്നത്," ശുക്ല മേശയിൽ വിരലുകൾ കൊണ്ട് താളമിട്ട് പറഞ്ഞു. "നിങ്ങൾ അയാളെ ശ്രദ്ധിക്കണം, അയാൾ ആരെ കാണുന്നു, എവിടെ പോകുന്നു, വരുന്നു, പിന്തുടരണം തെണ്ടിയെ."

"ശരി സർ," അയാളുടെ മുന്നിൽ നിന്നിരുന്ന വെറ്റിയും രംഗയും ഒന്നിച്ചു പറഞ്ഞു.

"ചിട്ടാപാഡയിൽ പിന്നെ ആരൊക്കെയാണ് വന്നത്? ആരെയെങ്കിലും തിരിച്ചറിഞ്ഞോ?"

"അധികം ആളുകളും അടുത്തുള്ള ഗ്രാമങ്ങളിൽ നിന്നുള്ളവർ തന്നെയാണ്," രംഗ പറഞ്ഞു. പിന്നെ അല്പം കഴിഞ്ഞ് പറഞ്ഞു, "ഒരു പെൺകുട്ടി അവിടെ ധാരാളം സംസാരിച്ചു സർ... മീറ്റിംഗിൽ. പുറത്തുനിന്നുള്ളവളാണ്. മുമ്പൊരിക്കലും അവളെ കണ്ടിട്ടില്ല."

"തിരിച്ചറിഞ്ഞില്ലേ നിങ്ങൾ?" ശുക്ല ഇരുവരോടുമായി ചോദിച്ചു.

വെറ്റിയും രംഗയും ബീജാപുർക്കാരാണ്. ഏതാണ്ട് ഒരു വർഷം മുമ്പാണ് ശുക്ലയുമായി സമ്പർക്കത്തിലായത്. ഇരുവരും പെട്ടെന്നുതന്നെ ഈ പ്രദേശമൊക്കെ മനസ്സിലാക്കി. എന്നാൽ ഭീമേയെക്കുറിച്ച് അവർക്ക് ഒരു വിവരവും ഉണ്ടായിരുന്നില്ല. അവർക്ക് അവളെ അറിയുമായിരുന്നില്ല.

"ഇല്ല സർ, എന്നാൽ മീറ്റിംഗിന്റെ വാർത്ത ഇന്നത്തെ എല്ലാ പത്രങ്ങളിലും വന്നിട്ടുണ്ട്... അതിൽ ചിലപ്പോൾ അവളുടെ ഫോട്ടോ ഉണ്ടാകും... ഞാൻ കൊണ്ടുവരാം," എന്നു പറഞ്ഞ് വെറ്റി മുറിയുടെ പുറത്തേക്ക് പോയി.

"ഈ വെറ്റി ആള് നല്ല മിടുക്കനാണല്ലോ," ശുക്ല പുഞ്ചിരിച്ചുകൊണ്ട് രംഗയോട് പറഞ്ഞു.

രംഗ പുഞ്ചിരിച്ചു. എന്നാൽ ഒന്നും പറഞ്ഞില്ല. കഴിഞ്ഞ കുറേ മാസങ്ങളായി ഈ രണ്ട് ആദിവാസി പയ്യന്മാരും ശുക്ലയുടെ കണ്ണും കാതുമായി മാറിയിരുന്നു. ബസ്തറിലെ ഗ്രാമങ്ങളിൽ ഇവർ ഇരുവരും നിരവധി ആളുകളുമായി ബന്ധം സ്ഥാപിച്ച് രഹസ്യവിവരങ്ങളുടെ ഒരു നെറ്റ്വർക്ക് ഉണ്ടാക്കി കൊടുത്തു. ശുക്ല ഇവർക്ക് എല്ലാവിധ സ്വാതന്ത്ര്യവും നൽകിയിരുന്നു.

"പിന്നെ എന്തൊക്കെയാണ് ഉൾഗ്രാമങ്ങളിൽ വാർത്തകൾ?" ശുക്ല രംഗയോട് ചോദിച്ചു.

"കിട്ടുന്ന വാർത്തകൾ അത്ര നല്ലതല്ല സർ. നക്സലുകൾ ഏതോ ആക്രമണത്തിനുള്ള ഒരുക്കത്തിലാണെന്നു തോന്നുന്നു."

"എങ്ങനെ അറിഞ്ഞു? എന്തെങ്കിലും പ്രത്യേക ഇൻപുട്ട് ഉണ്ടോ?" ശുക്ല കസേരയിൽ നേരെ ഇരുന്നുകൊണ്ട് ചോദിച്ചു.

"അകത്ത് പല ഗ്രാമങ്ങൾക്കു ചുറ്റും ബോംബുകളും ലാൻഡ് മൈനുകളും പാകിയിട്ടുണ്ട് നക്സലുകൾ സർ. ജഗർഗുണ്ടയില്ലേ... അത് പൂർണമായും വിഛേദിക്കപ്പെട്ടിരിക്കുകയാണ് സർ... ആളുകൾ അവിടെ നിന്ന് പുറത്തുവരാൻ ആഗ്രഹിക്കുന്നുണ്ട് സർ... പക്ഷേ ഒരു വഴിയും ഇല്ല. എല്ലാവരും ഒരു കൂട്ടിൽ തടവിൽ ആക്കപ്പെട്ടിരിക്കുകയാണ്."

രംഗ പറയുന്നത് ശരിയായിരുന്നു. ഇന്ന് ബസ്തറിലെ വാർസോണിൽ ഏറ്റവും അപകടകരമായ പ്രദേശങ്ങളിൽ ഒന്നാണ് ജഗർഗുണ്ട. ജഗർഗുണ്ട പോലെയുള്ള പ്രദേശങ്ങളിൽ എത്ര അപകടമുണ്ടെന്ന് ശുക്ലയ്ക്ക് അറിയാമായിരുന്നു. അരൻപുരിനും ചിന്തൾനാരിലും ഇടയ്ക്കുള്ള ഈ

ഗ്രാമം നക്സലുകൾ പൂർണമായും തങ്ങളുടെ കൈപ്പിടിയിൽ ഒതുക്കിയിരുന്നു. ഭൂമിയിലുള്ള വഴികളിലൂടെ പൊലീസിനോ പാരാമിലിട്ടറിക്കോ ഇവിടെ പോകാൻ കഴിയുമായിരുന്നില്ല. ജഗർഗുണ്ടയിൽ ഒരു പോലീസ് സ്റ്റേഷനും ഒരു സിആർപിഎഫ് ക്യാമ്പും ഉണ്ടായിരുന്നു. ഇതുകൂടാതെ ഏതാണ്ട് രണ്ടായിരത്തി അഞ്ഞൂറ് ആളുകൾ ക്യാമ്പുകളിൽ ജീവിതം തള്ളിവിടുന്നുണ്ടായിരുന്നു. ജീവിതമെന്ന് എങ്ങനെ പറയും, കൂട്ടിലടയ്ക്കപ്പെട്ട പക്ഷികളുടേതു പോലുള്ള ജീവിതം. നക്സലുകൾ എപ്പോഴാണ് ആക്രമിക്കുക എന്ന ഭയത്തിലാണ് സിആർപിഎഫിന്റേയും പൊലീസിന്റേയും ജവാന്മാർ രാവും പകലും കഴിച്ചുകൂട്ടിയിരുന്നത്.

ശുക്ലയ്ക്ക് ഓർമ്മ വന്നു. കുറച്ചു ദിവസം മുമ്പ് ജഗർഗുണ്ടയിലെ ജവാന്മാർക്ക് ഭക്ഷണ സാധനങ്ങൾ എത്തിക്കേണ്ടതുണ്ടായിരുന്നു. ആയിരം പോലീസുകാരേയും സൈനികരേയും വഴി നീളെ വിന്യസിച്ചു. എന്നിട്ടാണ് റേഷനുമായി ട്രക്ക് അവിടെ എത്താൻ കഴിഞ്ഞത്.

“ഇക്കഴിഞ്ഞ ദിവസങ്ങളിൽ ഉള്ളിൽ പല തവണ മീറ്റിംഗുകൾ നടന്നു എന്നാണ് ഗ്രാമീണർ പറയുന്നത്. ഒറീസ ബോർഡറിൽ കൂടിയും ധാരാളം ആളുകൾ ക്രോസ്ചെയ്ത് ഇവിടെ വന്നിട്ടുണ്ട് സർ. നക്സലുകൾ ആക്രമണത്തിനുള്ള തയ്യാറെടുപ്പിലാണ് സർ,” രംഗ ശുക്ലയോട് പറഞ്ഞു.

ദക്ഷിണ ബസ്തറിലെ ദന്തേവാഡയുടെ ഒരു അതിർത്തി പ്രദേശം നിബിഡവനങ്ങൾ ഉള്ള ഒരു ട്രൈ ജംഗ്ഷൻ ആയിരുന്നു. ഇവിടെയാണ് ആന്ധ്രപ്രദേശിന്റേയും ഒറീസ്സയുടേയും അതിർത്തികൾ ഛത്തീസ്ഗഢുമായി ചേരുന്നത്. മാവോയിസ്റ്റുകൾ മിക്കപ്പോഴും ഇതുവഴിയാണ് ബസ്തറിൽ പ്രവേശിക്കുന്നതും തോന്നുമ്പോൾ പുറത്തു പോകുന്നതും. ചിലപ്പോൾ ഈ സംസ്ഥാനത്ത്, മറ്റു ചിലപ്പോൾ ആ സംസ്ഥാനത്ത്.

“ബോഡർ ക്രോസ് ചെയ്യുന്നത് അത്ര വലിയ കാര്യമൊന്നുമല്ല രംഗ. ഈ തെണ്ടികൾ എപ്പോഴും വന്നും പോയും ഇരിക്കുന്നു. പക്ഷേ മീറ്റിംഗിനെക്കുറിച്ച് എന്തെങ്കിലും വിവരമുണ്ടോ?” ശുക്ല ചോദിച്ചു.

രംഗ എന്തെങ്കിലും പറയുന്നതിനു മുമ്പ് വെറ്റി മൂന്നു നാല് പത്രങ്ങളുമായി അകത്തേക്ക് വന്നു. “ഇതു നോക്കൂ സർ. ഇത് ആ മീറ്റിംഗിന്റെ ഫോട്ടോയാണ്. ഇതിൽ ആ പെൺകുട്ടിയേയും കാണാനുണ്ട്,” വെറ്റി പത്രം കാണിച്ചുകൊണ്ടു ശുക്ലയോട് പറഞ്ഞു.

ശുക്ല ഫോട്ടോ നോക്കി. പിന്നെ വാർത്ത വായിച്ചു. പെട്ടെന്ന് അയാളുടെ മുഖഭാവം മാറി. ബേൽഘാട്ട് ക്യാമ്പിൽ അയാൾ ബലാത്സംഗം ചെയ്ത പെൺകുട്ടിയാണിത്. ശുക്ലയ്ക്ക് പെട്ടെന്ന് അന്നത്തെ ദിവസം ഓർമ്മ വന്നു. എന്തുകൊണ്ട് എന്നറിയില്ല ഭീമേയെ കണ്ടപ്പോൾ ആദ്യമായി അയാളുടെ ശരീരത്തിൽ വിറയൽ അനുഭവപ്പെട്ടു. ഒരു ഭയം പോലെ തോന്നി. തന്റെ അതിക്രമം കൊണ്ട് ഈ പെൺകുട്ടി തകർന്നില്ല. അയാൾ രണ്ടാമത്തെ പത്രം നോക്കി, അതിൽ ഭീമേ പ്രസംഗിക്കുന്ന ഫോട്ടോ

ഉണ്ടായിരുന്നു. ഭീമേ തന്നെയാണ് വെല്ലുവിളിക്കുന്നതെന്ന് ശുക്ലയ്ക്ക് തോന്നി. ഈ ദുർബലയായ ആദിവാസി പെൺകുട്ടി അടച്ചിട്ട മുറിയിൽ കുടുങ്ങിയ പൂച്ചയെ പോലെ ചീറുന്നതായി അയാൾക്കു തോന്നി. അയാൾ വിയർക്കാൻ തുടങ്ങി.

“സർ എന്തുപറ്റി? ഇവളെ അങ്ങേയ്ക്ക് അറിയോ?” രംഗ അല്പം സങ്കോചത്തോടെ ചോദിച്ചു.

ശുക്ല ഒന്നും മിണ്ടിയില്ല, പത്രത്തിലേക്ക് തുറിച്ചു നോക്കി ഇരുന്നു. അയാൾ നെറ്റിയിലെ വിയർപ്പ് തുടച്ചു. പിന്നെ പെട്ടെന്ന് അയാൾക്ക് തന്റെ കരുത്ത് ഓർമ്മ വന്നു. പിന്നെ അയാൾ സ്വയം പരിഹസിക്കാൻ തുടങ്ങി. രംഗയും വെറ്റിയും ശുക്ലയെ നോക്കി ഇരിക്കുകയായിരുന്നു. ശുക്ല തന്നോടു തന്നെ പിറുപിറുക്കാൻ തുടങ്ങി, ‘എടാ തെണ്ടീ, പോലീസുകാരനായിട്ട് നീ എന്തിനാ ഈ പെൺകുട്ടിയെ കണ്ട് പരിഭ്രമിക്കുന്നത്? എടാ ശുക്ലേ... നീ ആണാണോടാ... ആണാണോ.... ഈ പുലയാടി മോളെ...ഇവളെ ഞാൻ...’

അയാളുടെ രണ്ടു ചാരന്മാർക്കും ഒന്നും മനസ്സിലായില്ല.

“സർ, അങ്ങ് എന്തെങ്കിലും പറഞ്ഞോ? ഈ പെൺകുട്ടിയെ മുമ്പ് എവിടെയെങ്കിലും കണ്ടിട്ടുണ്ടോ?” വെറ്റി പതുക്കെ ചോദിച്ചു.

ശുക്ല മേശപ്പുറത്തു നിന്ന് കുപ്പിയെടുത്ത് വെള്ളം കുടിക്കാൻ തുടങ്ങി. പിന്നെ അയാൾ കസേരയിൽ ചാരി ഇരുന്നു. തല പുറകിലോട്ട് തൂക്കിയിട്ട് അയാൾ മേൽക്കൂരയിലേക്ക് നോക്കി കിടന്നു.

രംഗയും വെറ്റിയും ആശ്ചര്യത്തോടെ അയാളെ നോക്കി നിശ്ശബ്ദരായി നിന്നു.

അല്പനേരത്തിനു ശേഷം പുഞ്ചിരിച്ചു കൊണ്ട് ശുക്ല പറഞ്ഞു, “എനിക്ക് അറിയാം... കുറുക്കന് മരണം അടുത്തുവരുമ്പോൾ അത് നഗരത്തിലേക്ക് ഓടും...”

62

അഭീക് ബാനർജി ഒരിക്കൽ കൂടി നക്സലുകളുടെ ക്യാമ്പിലായിരുന്നു. ഏറെ നാളുകൾക്ക് ശേഷം. അയാളുടെ മുന്നിൽ മാവോയിസ്റ്റ് കമാണ്ടർ സഞ്ജീവൻ റെഡ്ഡി ഇരിക്കുന്നുണ്ടായിരുന്നു. റെഡ്ഡിയുടെ കൂടെ ഏകദേശം ഇരുപത്തിയഞ്ച് ആയുധധാരികളായ നക്സലുകളും ഉണ്ടായിരുന്നു. മാവോവാദികൾ അഭീക്കിനെ കൂടിക്കാഴ്ചയ്ക്കായി ക്ഷണിച്ച കുന്നിൻ മുകളിൽ നിന്നു നോക്കിയാൽ താഴ്വര മുഴുവൻ കാണാമായിരുന്നു. ഈ കുന്നിൻ മുകളിൽ എത്താനുള്ള വഴി വളരെ ദുർഘടം പിടിച്ചതായിരുന്നു. കയറ്റവും ഇറക്കവും വളവും തിരിവും നിറഞ്ഞ നീണ്ട വഴി.

കുന്നിനു മുകളിൽ നിന്ന് ഈ വഴി എപ്പോഴും നിരീക്ഷിക്കാൻ കഴിയുമെന്ന് അഭീക്കിന് മനസ്സിലായി. ഈ അർത്ഥത്തിൽ റെഡ്ഡിയുടെ ഈ താവളം വളരെ സുരക്ഷിതമാണ്. ഈ ക്യാമ്പിലുണ്ടായിരുന്ന മാവോവാദികളിൽ സരിത, സീമ, അപ്പു എന്നിവരെ അയാൾക്ക് അറിയാമായിരുന്നു, ബാക്കി മുഖങ്ങളും പരിചയമുള്ളതുപോലെ തോന്നി. വളരെ നീണ്ട കാലം സർക്കാരും നക്സലുകളും തമ്മിൽ നടത്തുന്ന അക്രമങ്ങൾ റിപ്പോർട്ട് ചെയ്തുചെയ്ത് പല മുഖങ്ങളും അയാളുടെ മനസ്സിൽ പതിഞ്ഞുപോയിരുന്നു. പിന്നെ പല മുഖങ്ങളും ഭാവനയിൽ വിരിഞ്ഞിട്ടുള്ളതാണ്, അവ പലപ്പോഴും യഥാർത്ഥ ജീവിതത്തിൽ എവിടെയെങ്കിലും കണ്ടുമുട്ടിയിട്ടുള്ളതാകും.

സഞ്ജീവൻ റെഡ്ഡി സിപിഐ (മാവോവാദി) വിട്ട് സ്വന്തമായി ഒരു പാർട്ടി ഉണ്ടാക്കിയെന്ന് അഭീക്കിന് അറിയാൻ കഴിഞ്ഞിരുന്നു. ആ വാർത്തയെ പിന്തുടർന്നാണ് അയാൾ ഇവിടെ എത്തിയിരിക്കുന്നത്. ഒരിക്കൽ ബസ്തറിലെ കമാണ്ടറായിരുന്ന ബീരംറാവു ഏതാണ്ട് രണ്ടര വർഷം മുമ്പ് ഇവിടേക്ക് തിരിച്ചുവന്നിരിക്കുന്നു. ഇപ്പോൾ മാവോയിസ്റ്റുകൾ, ബീരംറാവുവിന് തന്നെയാണ് മുഴുവൻ ഛത്തീസ്ഗഢിന്റേയും ചുമതല നൽകിയിരിക്കുന്നത്. 2007 ൽ ഝാർഖണ്ഡിൽ നടന്ന സിപിഐ (മാവോവാദി) പാർട്ടി കോൺഗ്രസിൽ നക്സലുകളിൽ ഒരു വിഭാഗം ബസ്തറിൽ സുരക്ഷാ സൈനികർക്കും പൊലീസിനും നേരെ നടത്തുന്ന ആക്രമണം ശക്തിപ്പെടുത്തണമെന്ന് ആവശ്യപ്പെട്ടു. ചില മാവോയിസ്റ്റു നേതാക്കൾ സഞ്ജീവൻ റെഡ്ഡിയുടെ പ്രവർത്തനരീതി വളരെ മൃദുവും നിഷ്പ്രഭവുമാണെന്ന് പറഞ്ഞു. അന്നു മുതൽ ബീരംറാവു ഇവിടെ തിരിച്ചുവരാനുള്ള ശ്രമത്തിലായിരുന്നു. സർക്കാർ ബസ്തറിൽ ഓപ്പറേഷൻ ഗ്രീൻ ഹണ്ട് ആരംഭിച്ചതോടെ മാവോവാദി പാർട്ടി ബീരംറാവുവിനെ ഛത്തീസ്ഗഢിലേക്ക് തിരിച്ചയച്ചു.

ബീരംറാവു തിരിച്ചു വന്നതോടുകൂടി പാർട്ടിയിൽ സഞ്ജീവൻ റെഡ്ഡിയുടെ സ്ഥാനത്തിന് ഇടിവുപറ്റി. ഇപ്പോൾ അയാളെ ദക്ഷിണ ബസ്തറിലെ ചില പ്രദേശങ്ങളിൽ മാത്രമാക്കി ചുരുക്കി. ബീരംറാവുവിന്റെ പ്രവർത്തനരീതി ഏകാധിപത്യം നിറഞ്ഞതായിരുന്നു. അയാൾ തന്റെ സഖാക്കളോട് അഭിപ്രായം ആരായാതെ തന്നെ തീരുമാനങ്ങൾ എടുക്കും, എന്നിട്ട് അവ നടപ്പിലാക്കാൻ കേഡർമാരോട് പറയും. അധികം വൈകാതെ തന്നെ റെഡ്ഡിയും ബീരംറാവുവും തമ്മിലുള്ള സംഘർഷം മൂർച്ഛിക്കുകയും പാർട്ടി പിളരുകയും ചെയ്തു.

"ഇതിനെ താൽബേഡാ വനം എന്നാണ് പറയുന്നത്. നാം ഇപ്പോൾ അബൂഝ്മാഡിന്റെ വാതിൽക്കലാണ്," റെഡ്ഡി അഭീക്കിനോട് പറഞ്ഞു. താൽബേഡാ വനം ബസ്തറിനുള്ളിൽ റെഡ്ഡിക്കും അയാളുടെ കൂട്ടാളികൾക്കും ഇപ്പോൾ അനിവാര്യമായ ഒരു സുരക്ഷിതതാവളമായിരുന്നു. ഇവിടെ നിന്ന് അബൂഝ്മാഡിലേക്ക് പ്രവേശിക്കാൻ നിരവധി വഴികൾ ഉണ്ട്.

“ഇത് താങ്കൾക്ക് വളരെ സുരക്ഷിതമായ പ്രദേശമാണെന്നു തോന്നുന്നു,” അഭീക് പറഞ്ഞു.

“സുരക്ഷിതമാകുന്നതും അല്ലാതാകുന്നതും ഞങ്ങളുടെ നെറ്റ് വർക്കുമായി ബന്ധപ്പെട്ട പ്രവർത്തകരുടെ വിശ്വസ്തത അനുസരിച്ചായിരിക്കും,” സഞ്ജീവൻ റെഡ്ഡി നിഗൂഢമായ ഒരു ചിരി ചിരിച്ചുകൊണ്ട് പറഞ്ഞു. ഇപ്പോൾ റെഡ്ഡിക്കുമേൽ വലിയ സമ്മർദ്ദമുണ്ടെന്ന് അഭീക്കിന് മനസ്സിലായി. പൊലീസിൽ നിന്നും, പിന്നെ രോഷാകുലരായ മാവോവാദി സുഹൃത്തുക്കളിൽ നിന്നും.

“കോമ്രേഡ്, പാർട്ടിയിലെ മുതിർന്ന നേതാക്കളുമായി താങ്കൾക്ക് ശക്തമായ അഭിപ്രായ വ്യത്യാസം ഉണ്ടെന്നു കേൾക്കുന്നത് സത്യമാണോ?” സമയം പാഴാക്കാതെ അഭീക് ചോദിച്ചു.

“അഭിപ്രായ വ്യത്യാസം എന്നു പറഞ്ഞാൽ, പരസ്പരം ചർച്ച ചെയ്യണമെന്ന് നാം ആഗ്രഹിക്കുന്നു. സംവാദം നടക്കണം. പല വിഷയങ്ങളിലും അതു സംബന്ധിച്ച് വ്യത്യസ്ത അഭിപ്രായങ്ങൾ ഉണ്ടാകും.”

“എന്നുവെച്ചാൽ?”

“പല വിഷയങ്ങളുണ്ട്. പാർട്ടിയുടെ ലക്ഷ്യവുമായി ബന്ധപ്പെട്ട വിഷയങ്ങൾ. ഉദാഹരണമായി ആരെയെങ്കിലും കൊല്ലാനുള്ള തീരുമാനം. നാം ആരെയെങ്കിലും കൊല്ലുകയാണ്... ഇയാളെ കൊല്ലുന്നത്... ഇത് എത്രത്തോളം ശരിയാണ് അല്ലെങ്കിൽ തെറ്റാണ്, ഈ ചർച്ച പാർട്ടിക്കുള്ളിൽ ശരിയായ രീതിയിൽ നടക്കുന്നില്ല.”

റെഡ്ഡി എന്താണ് പറയാൻ ഉദ്ദേശിക്കുന്നതെന്ന് അഭീക്കിന് മനസ്സിലായി. ബീരംറാവു തിരിച്ചു വന്നതിനു ശേഷം മാവോയിസ്റ്റ് ആക്രമണങ്ങൾ ശക്തിപ്പെട്ടിരിക്കുന്നു. റെഡ്ഡി ഏറ്റവും കുറവ് കൊലപാതകങ്ങൾ മാത്രമാണ് ആഗ്രഹിച്ചിരുന്നത്. എന്നാൽ നിരന്തരമായ ആക്രമണങ്ങളിലൂടെ സുരക്ഷാസേനയേയും പൊലീസിനേയും പിന്നിലേക്ക് തള്ളിവിടുക എന്ന ആശയമായിരുന്നു ബീരംറാവുവിന്റേത്. ആക്രമണങ്ങളെ സംബന്ധിച്ച് ബീരംറാവുവും റെഡ്ഡിയുമായുള്ള അഭിപ്രായ വ്യത്യാസം വർദ്ധിക്കുകയായിരുന്നു. ഇക്കൊല്ലം ജനുവരിയിൽ ബീരംറാവു റെഡ്ഡിയോടൊപ്പം ദീർഘകാലമായി പ്രവർത്തിച്ചു വന്നിരുന്ന ചില സഖാക്കളെതന്നെ കൊന്നു കളഞ്ഞു. ഇതിന് തൊട്ടു പിന്നാലെ സഞ്ജീവൻ റെഡ്ഡി പാർട്ടിയുടെ സുപ്രീംകമാണ്ടർ ഗണപതിക്ക് കത്തെഴുതി. അവിടെ നിന്ന് യാതൊരു മറുപടിയും കിട്ടാതെ വന്നപ്പോൾ ഫെബ്രുവരി അവസാനം റെഡ്ഡി പാർട്ടി വിട്ട് തന്റെ സ്വന്തം ഗ്രൂപ്പ് ഉണ്ടാക്കി.

സഞ്ജീവൻ റെഡ്ഡിയെ പാർട്ടിയിൽ നിന്ന് പുറത്താക്കി എന്നാണ് സിപിഐ (മാവോവാദി) പറയുന്നത്. എന്തായാലും ഇക്കാര്യം റെഡ്ഡി ഒരിക്കലും സമ്മതിച്ചില്ല. പാർട്ടിയിലെ ഏകാധിപത്യം കണ്ട് അയാൾ സ്വയം പാർട്ടി വിടാൻ തീരുമാനിച്ചു എന്നാണ് അയാൾ പറയുന്നത്. റെഡ്ഡി പാർട്ടി വിട്ടില്ലായിരുന്നു എങ്കിൽ അയാളെ പുറത്താക്കുമായിരുന്നു എന്ന

കാര്യം സത്യമാണ്. ദക്ഷിണ ബസ്തറിൽ റെഡ്ഡിക്ക് നല്ല പിടിപാടും ജനപ്രിയതയും ഉണ്ടായിരുന്നു. അയാൾ വേറിട്ടു പോന്നിട്ടും അയാളുടെ കൂടെ സരിതയേയും സീമയേയും പോലെ സമർപ്പണബോധമുള്ള വനിതാ മാവോവാദികൾ ഉണ്ടായിരുന്നു, ഭൂട്ടയേയും അപ്പുവിനേയും പോലുള്ള സഖാക്കൾ ഉണ്ടായിരുന്നു. അവർക്ക് ഏതൊരു ഓപ്പറേഷനും വേണ്ടി നൂറു കണക്കിന് ഗ്രാമീണരെ സംഘടിപ്പിക്കാൻ കഴിയുമായിരുന്നു. അഭീക് ഈ മീറ്റിംഗിൽ വെച്ച് മാവോവാദികളുടെ യുദ്ധതന്ത്രത്തെക്കുറിച്ച് പരമാവധി വിവരങ്ങൾ ലഭ്യമാക്കണമെന്ന് ആഗ്രഹിച്ചിരുന്നു.

'ഓപ്പറേഷൻ ഗ്രീൻ ഹണ്ടി'ന് മറുപടിയായി പൊലീസിനും സുരക്ഷാസേനയ്ക്കും നേരെ നടത്തുന്ന ആക്രമണങ്ങളെ സംബന്ധിച്ച് നിങ്ങൾക്കിടയിൽ രണ്ട് അഭിപ്രായമുണ്ടോ?" അയാൾ റെഡ്ഡിയോട് ചോദിച്ചു.

"ആരെങ്കിലും ഫോഴ്സുമായി ഞങ്ങളെ കൊല്ലാൻ വരുന്നുണ്ടെങ്കിലോ ഞങ്ങളെക്കുറിച്ച് പൊലീസിന് ആരെങ്കിലും വിവരം നല്കുന്നുണ്ടെങ്കിലോ അയാളെ കൊല്ലുന്നത് ശരിയാണ്, എന്നാൽ ആരേയും കൊല്ലുന്നത്... അത് ശരിയല്ല. ഞങ്ങൾ ഇതിനെയാണ് പാർട്ടിയിൽ എതിർത്തിരുന്നത്."

'കമാണ്ടർ ബീരംറാവു ഛത്തീസ്ഗഢിൽ വീണ്ടും തിരിച്ചു വന്നതിനു ശേഷമാണോ പാർട്ടിയിൽ ഈ അഭിപ്രായ വ്യത്യാസം ഉടലെടുത്തത്?" അഭീക് ചോദിച്ചു. ഈ ഭിന്നതയുടെ യഥാർത്ഥ കാരണം അറിയാൻ അയാൾ ആഗ്രഹിച്ചു.

"തുടക്കത്തിൽ എല്ലാം നല്ല രീതിയിലായിരുന്നു. രണ്ട് വർഷം മുമ്പ് ഞങ്ങൾ താഡ്മേട്ലയിൽ സിആർപിഎഫ് ക്യാമ്പ് ആക്രമിച്ചപ്പോൾ പാർട്ടിയിൽ ഒരൊറ്റ അഭിപ്രായമായിരുന്നു. ആ ആക്രമണത്തെ ഞങ്ങൾ തെറ്റായി കാണുന്നില്ല, കാരണം സിആർപിഎഫിന്റെ സായുധരായ ബറ്റാലിയൻ മുഴുവൻ ഞങ്ങളെ കൊല്ലാനും ഉന്മൂലനം ചെയ്യാനുമായി കറങ്ങി നടക്കുകയായിരുന്നു. ഞങ്ങൾ അവരെ വളഞ്ഞ് കൊന്നപ്പോഴും അതിനൊരു റീസൺ ഉണ്ടായിരുന്നു."

താഡ്മേട്ലയിലെ മാവോയിസ്റ്റ് ആക്രമണം 2010 ഏപ്രിൽ 6 നാണ് നടന്നത്. ബസ്തറിലെ മാവോവാദി കൊലപാതകങ്ങളുടെ ചരിത്രത്തിലെ ഏറ്റവും പ്രധാനപ്പെട്ട ദിവസമാണത്. ഈ ദിവസം നക്സലുകൾ സിആർപിഎഫിന്റെ മുഴുവൻ ബറ്റാലിയനേയും ഇല്ലാതാക്കി. ചൊവ്വാഴ്ച രാവിലെ ആറ് മണിക്ക് ദന്തേവാഡയിൽ നിന്ന് ഏകദേശം 200 കിലോമീറ്റർ ദൂരെ ചിന്തൻനാർ ഗ്രാമത്തിനടുത്ത് ഏതാണ്ട് 200 മാവോവാദികൾ സിആർപിഎഫിന്റെ 62-ാം ബറ്റാലിയൻ വളഞ്ഞ് കൊന്നു. രാത്രി മുഴുവൻ കാട്ടിൽ അലഞ്ഞു നടന്ന ജവാന്മാർ രാവിലെ തളർന്ന് വന്ന് കിടന്നുറങ്ങുമ്പോഴാണ് നക്സലുകൾ പെട്ടെന്ന് അവരെ ആക്രമിച്ചത്. ജവാന്മാർ എതിരിട്ടെങ്കിലും ബറ്റാലിയൻ പൂർണമായും മാവോവാദികളുടെ വലയിൽ കുടുങ്ങിപ്പോയിരുന്നു. ഒരു മണിക്കൂറോളം നീണ്ടു നിന്ന സംഘട്ടനത്തിൽ

സിആർപിഎഫിന്റെ 75 ജവാന്മാരും ഒരു പോലീസുകാരനും കൊല്ലപ്പെട്ടു. ഈ ഏറ്റുമുട്ടലിൽ കുറച്ച് നക്സലുകളും കൊല്ലപ്പെട്ടിരുന്നു. മാവോവാദികൾ തങ്ങളുടെ ഈ സഹപ്രവർത്തകരുടെ സ്മാരകം ഇന്നും ബസ്തറിലെ കാടുകളിൽ നിലനിർത്തിയിട്ടുണ്ട്.

താഡ്മേട്ല സംഭവത്തിനു ശേഷം അഭീക് റെഡ്ഡിയുമായി കൂടിക്കാഴ്ച നടത്തിയിരുന്നു. മാവോവാദികൾ ദിവസങ്ങളോളം ആ ആക്രമണത്തിന്റെ പ്ലാനിംഗ് നടത്തിയിരുന്നുവെന്നും അന്ന് പാർട്ടി ഒറ്റക്കെട്ടായിരുന്നുവെന്നും അഭീകിന് അറിയാമായിരുന്നു.

"പിന്നെ എവിടെ നിന്നാണ് അഭിപ്രായവ്യത്യാസം തുടങ്ങിയത്?"

"ആ കൊല്ലം മൂന്നു മാസത്തിനുള്ളിൽ ഞങ്ങൾ നൂറിലധികം സിആർപിഎഫ് ജവാന്മാരെ കൊന്നു. ആദ്യം താഡ്മേട്ല, പിന്നെ ബീജാപുർ, പിന്നെ നാരായൺപുർ," റെഡ്ഡി ഒന്നൊന്നായി സംഭവങ്ങൾ അഭീക്കിനു മുന്നിൽ അവതരിപ്പിച്ചു. ഈ മിന്നലാക്രമണങ്ങൾക്ക് ശേഷം പോലീസ് അവരുടെ നെറ്റ് വർക്ക് ശക്തിപ്പെടുത്തി. ചാരപ്പണി ആരോപിച്ച് പാർട്ടി ജനകീയ കോടതികൾ നടത്തി നിരവധിപേരെ കൊല്ലാൻ തുടങ്ങി. നാം പറയുന്നത് ആരെങ്കിലും പറയുന്നതു കേട്ട് ആരേയും കൊല്ലുന്നത് ശരിയല്ല എന്നാണ്. ആരെങ്കിലും ഞങ്ങളോട് എതിർപ്പ് പ്രകടിപ്പിച്ചാൽ കേവലം എതിർപ്പിന്റെ പേരിൽ അയാളെ കൊല്ലുന്നത് ശരിയല്ല."

"പിന്നെ?"

"ഇതിനെ എതിർത്തപ്പോൾ കോമ്രേഡ് റാവു ഞങ്ങളുടെ സഖാക്കൾക്കെതിരെ തന്നെ ആക്ഷൻ എടുത്തു. തെറ്റൊന്നും പറഞ്ഞില്ലെങ്കിലും ശിക്ഷ കിട്ടി. രണ്ട് സഖാക്കളെ മരത്തിൽ കെട്ടിത്തൂക്കിയിട്ട് കൈകാലുകൾ വെട്ടി..."

"വെട്ടിയെന്നു പറഞ്ഞാൽ മുറിവേല്പിച്ചു എന്നാണോ?" തങ്ങളുടെ തന്നെ സഹപ്രവർത്തകരോട് മാവോയിസ്റ്റുകൾ ഇങ്ങനെയെല്ലാം ചെയ്യുമെന്ന് അഭീക്കിന് വിശ്വസിക്കാൻ കഴിഞ്ഞില്ല.

"അതെ... അവരുടെ രക്തം ഒഴുകി കൊണ്ടിരുന്നു. ബ്ലീഡിംഗ് കാരണം സഖാക്കൾ മരണപ്പെട്ടു."

മാവോവാദി പ്രസ്ഥാനം അഴുകാൻ തുടങ്ങിയെന്ന് അഭീക്കിന് തോന്നി. ഇത് ആദ്യത്തെ കാര്യമല്ല. ഏത് ഏകാധിപത്യ സ്വഭാവമുള്ള ഭരണത്തിലും ഈ രോഗം കാണാൻ കഴിയും. ചരിത്രത്തിൽ മിക്കപ്പോഴും ഇതു തന്നെയാണ് സംഭവിച്ചിട്ടുള്ളത്.

എപ്പോഴും ജനാധിപത്യത്തെക്കുറിച്ച് പറയുന്ന മുഖ്യധാര ഇടതുപക്ഷങ്ങളും അവസരം കിട്ടിയാൽ ഏകാധിപത്യം കാണിക്കുന്നതിൽ യാതൊരു കുറവും വരുത്താറില്ല.

റെഡ്ഡിയുടെ അടുത്ത് ഒരു കേഡർ വളരെ ഗൗരവഭാവത്തിൽ ഇരിക്കുന്നത് അഭീക്ക് കണ്ടു. അയാൾ ഉടുതുണി കൊണ്ട് തലയും നെറ്റിയും മറച്ചിരുന്നു. മുഖത്ത് ഇടതൂർന്ന താടിയുണ്ട് . അയാളെപ്പോഴും അഭീക്കിനെ നോക്കിക്കൊണ്ട് ഇരിക്കുകയായിരുന്നു. അയാൾ റെഡ്ഡിയുടെ കവചത്തിലെ പ്രധാനികളിൽ ഒരാളാണ് എന്ന് അഭീക്കിന് തോന്നി. അയാൾ വീണ്ടും തന്റെ ശ്രദ്ധ ഇന്റർവ്യൂവിലേക്ക് തിരിച്ചു.

"മാവോവാദി നേതാക്കളുടെ മനോഭാവം ഏകാധിപത്യം നിറഞ്ഞതാണെന്ന് താങ്കൾ കരുതുന്നു. എന്നാൽ ഇത് മൊത്തത്തിൽ മാവോയിസ്റ്റ് പ്രത്യയശാസ്ത്രത്തിന്റെ തന്നെ പ്രശ്നമല്ലേ?"

"ഏകാധിപത്യസ്വഭാവമുള്ള ആളുകൾ ഏതു പ്രത്യയശാസ്ത്രത്തിലും ഉണ്ടാകാം. എന്നാൽ മാവോയിസ്റ്റ് കോമ്രേഡിൽ ഏകാധിപത്യം വന്നാൽ തെറ്റാണ്. നമുക്ക് പരസ്പരം സംസാരിക്കാൻ കഴിയണം, പരസ്പരം പറയുന്നത് കേൾക്കാൻ കഴിയണം."

റെഡ്ഡി വളരെ സൗമ്യനായിപ്പോയെന്ന് അഭീക്കിന് തോന്നി. മാവോവാദി പ്രത്യയശാസ്ത്രത്തിൽ അയാൾ വിശ്വസിക്കുന്നുണ്ട് എങ്കിൽ പോലും ഇപ്പോൾ അയാളുടെ ഉള്ളിൽ ഈ പ്രസ്ഥാനത്തിലുള്ള വിശ്വാസം കുറഞ്ഞുവരുന്നതായി അഭീക്ക് കണ്ടു. ചുരുങ്ങിയപക്ഷം ഈ പിളർപ്പോടെ അയാൾക്ക് തീവ്രവാദത്തിന്റെ കയ്പേറിയതും വെറുപ്പുളവാക്കുന്നതുമായ വശം മനസ്സിലാക്കാൻ കഴിഞ്ഞിരുന്നു.

ഈ സന്ദർഭത്തിൽ അഭീക്ക് റെഡ്ഡിയിൽ നിന്ന് കൂടുതൽ എന്തെങ്കിലും കിട്ടുവാനായി ശ്രമിച്ചു.

"കഴിഞ്ഞ തവണ നമ്മൾ കണ്ടുമുട്ടിയപ്പോൾ ഞാൻ താങ്കളോട് ഒരു കാര്യം ചോദിച്ചത് ഓർമ്മ ഉണ്ടാകുമല്ലോ? സർവ്വ രാജ്യ തൊഴിലാളികളെ സംഘടിക്കുവിൻ എന്നാണ് നിങ്ങളുടെ മുദ്രാവാക്യം... പക്ഷേ നിങ്ങൾക്കു തന്നെ ഐക്യപ്പെടാൻ കഴിയുന്നില്ല. മാർക്സിസ്റ്റുകൾ പരസ്പരം പോരടിക്കുന്നു, മാവോയിസ്റ്റുകളും."

ഇത് റെഡ്ഡിയെ വിഷമത്തിലാക്കുന്ന ചോദ്യമായിരുന്നു. അഭീക് പറഞ്ഞത് ശരിയായിരുന്നു. ഇടതുപക്ഷത്തിന് ഒരിക്കലും പരസ്പരം ഐക്യപ്പെടാൻ കഴിഞ്ഞിരുന്നില്ല. സിപിഐ യിൽ നിന്ന് വിഘടിച്ച് സി.പി.ഐ.(എം.) ഉണ്ടായി. പിന്നീട് ഒരു വിഭജനം കൂടി, സി.പി.എം.എൽ. പാർട്ടി ഉണ്ടായി. നക്സൽബാരിക്കുശേഷം സി.പി.എം.എൽ പല ഗ്രൂപ്പുകളായി, അതിൽ നിന്ന് ഡസൻ കണക്കിന് തീവ്ര ഇടതുപക്ഷ ഗ്രൂപ്പുകളുണ്ടായി. ഇന്ന് രാജ്യത്ത് എല്ലാം കൂടി ചുരുങ്ങിയത് നാല് ഡസൻ ഇടതുപക്ഷ, തീവ്ര ഇടതുപക്ഷ പാർട്ടികൾ ഉണ്ട്.

കഴിഞ്ഞ തവണ നടന്ന കൂടിക്കാഴ്ചയിൽ അഭീക്കുമായി നടത്തിയ സംഭാഷണം റെഡ്ഡിക്ക് ഓർമ്മയുണ്ട്. അയാൾ പുഞ്ചിരിച്ചു, എന്നിട്ട് പറഞ്ഞു, "മാവോയിസ്റ്റ് പാർട്ടി വിഘടിച്ചുകൊണ്ടിരുന്നു എന്നുള്ളത്

ശരിയാണ്. ആളുകൾ വിട്ടുപോയിക്കൊണ്ടിരുന്നു. എന്നാൽ സംവാദവും വിലയിരുത്തലും ഒരിക്കലും അവസാനിക്കാൻ പാടില്ല." റെഡ്ഡി വിഷയം മാറ്റാൻ ശ്രമിച്ചു.

റെഡ്ഡിക്കു പറയാൻ കഴിയാത്ത കാര്യം അഭീക്കിന് സ്പഷ്ടമായി മനസ്സിലായിരുന്നു. മാവോവാദി പാർട്ടിക്കുള്ളിൽ തങ്ങളുടെ തന്നെ സഖാക്കളുടെ വിയോജിപ്പിന്റെ സ്വരം വെച്ചുപൊറുപ്പിക്കാൻ കഴിഞ്ഞിരുന്നില്ല. വിയോജിപ്പിന്റെ സ്വരം ഉയർത്തുന്നവരെ ഭരണവർഗ്ഗത്തിനോട് ആഭിമുഖ്യം പുലർത്തുന്നവർ എന്ന് കണക്കാക്കുക ഈ പാർട്ടിയുടെ ചരിത്രം ആയിരുന്നു.

"അപ്പോൾ താങ്കൾ ആയുധം താഴെ വെക്കുമോ? താങ്കൾ സറണ്ടർ ചെയ്യുമോ?" അഭീക് ചോദിച്ചു.

"സറണ്ടർ ചെയ്യുക എന്നു പറഞ്ഞാൽ, ഈ സർക്കാരും ഭരണ വർഗ്ഗവും നടത്തുന്ന അടിച്ചമർത്തലുകളെ അംഗീകരിക്കലാകും സറണ്ടർ ചെയ്യൽ," റെഡ്ഡിയുടെ ഉത്തരം കേട്ടപ്പോൾ അയാൾ ഈ ചോദ്യത്തിന് തയ്യാറായി ഇരിക്കുകയായിരുന്നു എന്ന് തോന്നും. "സറണ്ടറിന്റെ അർത്ഥം തന്നെ സർക്കാരിന്റെ ആശയത്തെ അംഗീകരിക്കലും അടിച്ചമർത്തലിന് കൂട്ടുനില്ക്കലുമാണ്... അതുകൊണ്ട് സറണ്ടറിന്റെ കാര്യം നാം ആലോചിക്കുന്നതുപോലുമില്ല."

സറണ്ടറിന്റെ കാര്യം റെഡ്ഡിക്കിപ്പോൾ മീഡിയയോട് പറയാനോ ഏതെങ്കിലും പത്രക്കാരന്റെ മുന്നിൽ അത്തരമൊരു ചിന്തയെ സ്വീകരിക്കാനോ കഴിയുകയില്ല എന്ന് അഭീക്കിന് തോന്നി. ഇപ്പോൾ അയാൾ ത്രിശങ്കുവിൽ അകപ്പെട്ടതുപോലെയായിരുന്നു. ഒരു ഭാഗത്ത് പൊലീസിൽ നിന്നും സിആർപിഎഫിൽ നിന്നും അയാൾക്ക് ജീവന് ഭീഷണിയുണ്ട്, മറുഭാഗത്ത് അയാളുടെ സ്വന്തം പാർട്ടിയിലെ ക്രുദ്ധരായ സഖാക്കൾ അയാളുടെ ജീവൻ എടുക്കാൻ സാധ്യതയുണ്ട്. റെഡ്ഡിയുടെ കീഴടങ്ങലിന്റെ ചെറിയൊരു വാർത്ത പോലും അയാളുടെ ജീവൻ അപകടത്തിലാക്കും. ഇതുകൂടാതെ ഇപ്പോൾ തന്നോടൊപ്പമുള്ള ഏതാണ്ട് അഞ്ച് ഡസൻ കൂട്ടാളികളെക്കുറിച്ചും റെഡ്ഡിക്ക് ആശങ്കയുണ്ടായിരുന്നു.

റെഡ്ഡിയുടെ താടിയുള്ള സുരക്ഷാഗാർഡ് ഇപ്പോഴും നിരന്തരം അഭീക്കിനെ തന്നെ നോക്കുകയായിരുന്നു. അയാളിങ്ങനെ ഇടയ്ക്കിടെ തന്നെ നോക്കുന്നത് അഭീക്കിന് വിചിത്രമായി തോന്നി.

റെഡ്ഡി തന്റെ ആ മാവോവാദി സുഹൃത്തിനു നേരെ നോക്കി, എന്നിട്ട് പറഞ്ഞു, "അല്ലാ ഇയാളെ പരിചയപ്പെട്ടില്ലേ? താങ്കളുടെ പഴയ പരിചയക്കാരൻ ഞങ്ങളോടൊപ്പം വന്നിരിക്കുന്നു."

അഭീക് ആശ്ചര്യപ്പെട്ടു.

ആ നക്സൽ തന്റെ തലയിൽ നിന്ന് തുണി മാറ്റി, എന്നിട്ട് അഭീക്കിന് നേരെ നോക്കി മന്ദഹസിച്ചു.

"ഏയ്... രാംദേവ്!"

അഭീക് അത്ഭുതപ്പെട്ടു.

"രാംദേവ് നിങ്ങൾ ഇവിടെ...! നിങ്ങളെ ഇങ്ങനെ കാണുമെന്ന് ഞാൻ കരുതിയതുപോലുമില്ല." രാംദേവ് താടി വളർത്തിയിരുന്നു. അയാൾ വളരെ മാറിപ്പോയി എന്ന് തോന്നിയിരുന്നു.

"ഞങ്ങൾ ഇദ്ദേഹത്തെ കോമ്രേഡ് രാമ എന്നാണ് വിളിക്കുന്നത്. ഇയാൾ സരിതയ്ക്കും സീമയ്ക്കുമൊപ്പം ഞങ്ങളുടെ ഏറ്റവും ലോയൽ ആയ കമാണ്ടർമാരിൽ ഒരാളാണ്." റെഡ്ഡി പറഞ്ഞു.

അഭീക് മൗനം പാലിച്ചു. അയാൾക്ക് പെട്ടെന്ന് ഒന്നും പറയാൻ ഉണ്ടായിരുന്നില്ല.

"അതേയ്, ഇദ്ദേഹമാണ് താങ്കൾക്ക് ഗ്യാരണ്ടി പറഞ്ഞത്. അതുകൊണ്ടാണ് ഇത്രയും അപകടകരമായ ചുറ്റുപാടിലും താങ്കളെ പെട്ടെന്ന് കാണാൻ തയ്യാറായത്. താങ്കളെ നന്നായി അറിയാം, പരിചയമുണ്ട് എന്ന് ഇദ്ദേഹമാണ് പറഞ്ഞത്," രാംദേവിന്റെ പുറത്ത് തട്ടിക്കൊണ്ട് റെഡ്ഡി പറഞ്ഞു.

ഈ ഇന്റർവ്യൂവിനും കൂടിക്കാഴ്ചയ്ക്കും അവസരം ഒരുക്കാൻ റെഡ്ഡിയോട് രാംദേവ് ശിപാർശ ചെയ്തിട്ടുണ്ടാകാം എന്ന കാര്യത്തിൽ അഭീക്കിന് സംശയമൊന്നും ഉണ്ടായിരുന്നില്ല. എന്നാൽ അപ്രതീക്ഷിതമായി രാംദേവുമായുണ്ടായ ഈ കണ്ടുമുട്ടൽ അയാൾക്ക് വല്ലാത്തൊരു ആഘാതമായി അനുഭവപ്പെട്ടു. രാംദേവിനെ കണ്ടപ്പോൾ അയാൾക്ക് ഭീമേയെ ഓർമ്മ വന്നു, അവൾ അഹിംസാത്മക രീതിയിൽ സർക്കാരിന്റെ നയങ്ങളെ എതിർത്തു കൊണ്ടിരിക്കുന്നു. തന്റെ പ്രാണനെക്കാളുപരി രാംദേവിനെ സ്നേഹിക്കുന്ന ഭീമേയെ ഉപേക്ഷിച്ചിട്ട് അയാൾ ഇപ്പോൾ തോക്കുമായി കാടുകളിൽ അലയുന്നു. അയാൾ രാംദേവിനോട് ഒറ്റയ്ക്ക് സംസാരിക്കാൻ ആഗ്രഹിച്ചിരുന്നു.

അയാൾ ഇതിനായി റെഡ്ഡിയോട് അനുവാദം ചോദിച്ചു."ദാദാ, താങ്കൾ മറ്റൊന്നും വിചാരിക്കില്ല എങ്കിൽ എനിക്ക്..."

"ങാ, തീർച്ചയായും.. നിങ്ങൾ പഴയ സഖാക്കളല്ലേ... നാം പോയി താങ്കൾക്കുള്ള ഭക്ഷണം ഏർപ്പാടാക്കട്ടെ. താങ്കൾ സംസാരിച്ചിരിക്കൂ," എന്ന് പറഞ്ഞ് റെഡ്ഡി മറ്റു പ്രവർത്തകരോടൊപ്പം വേറൊരു ഭാഗത്തേക്ക് പോയി.

അഭീക് രാംദേവിനെ നോക്കി. രാംദേവ് അഭീക്കിനെ നോക്കുന്നതിനു പകരം മറുഭാഗത്തേക്ക് നോക്കുകയായിരുന്നു.

"എന്തുപറ്റി ? ഏയ് രാംദേവ്, ഇപ്പോൾ നിങ്ങളെ തിരിച്ചറിഞ്ഞപ്പോൾ നിങ്ങളെന്നെ നോക്കുന്നതുപോലും ഇല്ലല്ലോ," അഭീക് പറഞ്ഞു.

"ഇല്ല... അങ്ങനെയൊന്നും ഇല്ല ഭയ്യ..." രാംദേവിന്റെ സ്വരത്തിൽ കുറ്റബോധം ഉണ്ടായിരുന്നു. ഈ തോക്ക് ഞാൻ എന്റെ ഇഷ്ടപ്രകാരം

എടുത്തതല്ല, ചുറ്റുപാടുകൾ നിർബന്ധിതനാക്കിയതാണെന്ന് അയാൾ പറയാൻ ആഗ്രഹിച്ചതുപോലെ തോന്നി.

"എങ്ങനെയുണ്ട്... കോമ്രേഡ് രാമാ?" അഭീക് കരുതിക്കൂട്ടിയാണ് കോമ്രേഡ് എന്നു പറഞ്ഞ് വിളിച്ചത്.

"എന്റെ അടുത്ത് മറ്റൊരു വഴിയും ഉണ്ടായിരുന്നില്ല ഭയ്യാ. അന്ന് അന്താഗഢിലെ വഴിയിൽ വെച്ച് പോലീസുകാർ എന്നെ കൊല്ലുമായിരുന്നു," രാംദേവ് പറഞ്ഞു. അയാളുടെ തൊണ്ട ഇടറി. ഇടറുന്ന സ്വരത്തിൽ അയാൾ പറഞ്ഞു, "ഞാൻ തളർന്നുപോയിരുന്നു ഭയ്യാ... വെറുതെ ഓടിയോടി. ചിലപ്പോൾ ഇതിലേ... ചിലപ്പോൾ അതിലെ... അവർ എന്നെ ജീവിക്കാൻ പോലും അനുവദിച്ചിരുന്നില്ല."

രാംദേവിന്റെ കണ്ണുകൾ നിറഞ്ഞിരിക്കുന്നത് അഭീക് കണ്ടു.

"നിങ്ങൾ ഭീമേയെ ഒറ്റയ്ക്ക് ആക്കിയിട്ടാണ് വന്നത് രാംദേവ്." അഭീക് പറഞ്ഞു.

ഇതു കേട്ടപ്പോൾ രാംദേവിന് ആരോ തന്റെ നെഞ്ചിൽ കഠാര കുത്തിയിറക്കിയതുപോലെ തോന്നി. ഭീമേയെ വേർപിരിഞ്ഞതിന്റെ വേദന അയാളെ രാപകൽ അലട്ടുന്നുണ്ട്. കുറച്ചു നാളുകളായി അയാളുടെ മനസ്സ് കാടുമായി ഇഴുകി ചേരാൻ തുടങ്ങിയിരുന്നു. എന്നാൽ ഇന്ന് അഭീക് വീണ്ടും അയാളുടെ മുറിവിനെ വേദനിപ്പിച്ചിരിക്കുന്നു.

"അതിനെക്കുറിച്ചോർക്കുമ്പോൾ വലിയ വിഷമമുണ്ട് ഭയ്യാ. പക്ഷേ എന്തുചെയ്യും...? അവിടെ ആയിരുന്നപ്പോഴും എനിക്ക് ഒന്നും ചെയ്യാൻ പറ്റിയിരുന്നില്ല ഭയ്യാ. കോടതി കയറി ഇറങ്ങുകയും നീതിക്കുവേണ്ടി പീഢനം ഏറ്റുവാങ്ങുകയും ആയിരുന്നു ഞങ്ങൾ... അതുതന്നെ... അതായിരുന്നു ഞങ്ങളുടെ ജീവിതം. ഞങ്ങൾക്കൊന്നും കിട്ടിയില്ല ഭയ്യാ."

"ഇവിടെ എന്തെങ്കിലും കിട്ടിയോ?" അഭീക് വ്യംഗ്യമായി ചോദിച്ചു.

ഈ വ്യംഗ്യം കേട്ട് രാംദേവിന് കോപം വരികയോ മോശമായി തോന്നുകയോ ചെയ്തില്ല.

"ചിലത് കിട്ടി ഭയ്യാ... ചിലത് കിട്ടി. മനസ്സിലെ തീ അല്പം ശമിച്ചിട്ടുണ്ട്," രാംദേവ് ഏതാണ്ട് ഉറച്ച സ്വരത്തിൽ പറഞ്ഞു. അയാളുടെ സ്വരത്തിൽ പ്രതികാരം ചെയ്ത സന്തോഷം ഉണ്ടായിരുന്നു.

"എന്നുവെച്ചാൽ?" അഭീക് ഞെട്ടലോടെ ചോദിച്ചു.

"താങ്കൾക്കറിയില്ല. എന്നാൽ വികാസിനേയും അൻസാരിയേയും അവസാനിപ്പിച്ചു ഭയ്യാ. ഈ കൈകൾ കൊണ്ട്..." രാംദേവ് തന്റെ കൈപത്തികൾ അഭീക്കിന്റെ മുന്നിൽ വിടർത്തി കാണിച്ചു. പിന്നെ തോക്കെടുത്ത് വായുവിൽ ചുഴറ്റി. "എത്രനാളാണ് ഞങ്ങൾ നീതി തേടിയത് ഭയ്യ... കിട്ടിയില്ല... പിന്നെ ഈ.... ഈ തോക്കെടുത്തപ്പോൾ കിട്ടി ഭയ്യ. നീതി കിട്ടി."

അഭീക് ഒന്നും പറഞ്ഞില്ല. കുന്ദർപാഡയിലെ ആമ്പുഷിൽ ഇയാളും മാവോവാദികളുടെ കൂടെ ഉണ്ടായിരുന്നുവെന്ന് അയാൾക്ക് അറിയുമായിരുന്നില്ല. ഈ ഏറ്റുമുട്ടലിനെക്കുറിച്ച് രാംദേവ് ഫോണിലൂടെ ഭീമേയോട് മാത്രമാണ് പറഞ്ഞിട്ടുള്ളത്. ഭീമേ ആകട്ടെ ഈ രഹസ്യം തന്റെ ഉള്ളിൽ അടക്കിവെച്ചു. ആരോടും പറഞ്ഞില്ല. ചിലപ്പോൾ സുരിയോടും ബിഷനോടു പോലും.

“താങ്കൾക്ക് ചിലപ്പോൾ അറിയില്ല ഭയ്യ. കുന്ദർപാഡ എൻകൗണ്ടറിൽ ഞാനും ഉണ്ടായിരുന്നു. അന്നാണ് ആദ്യമായി ഞാൻ ശത്രുവിന് നേരെ വെടിവെച്ചത്. വികാസിനെ വെടിവെച്ചു ഞാൻ. ഞാൻ വെടിവെച്ചു ഭയ്യ... ഈ കൈകളെ കൊണ്ട്...”

അഭീക് നിശ്ശബ്ദനായി അയാളെ നോക്കിക്കൊണ്ട് ഇരുന്നു.

“അൻസാരിയേയും അവസാനം വെടിവെച്ചത് ഞാനാണ്. തെമ്മാടിയുടെ നെഞ്ചിനു തന്നെ കൊടുത്തു.”

എന്താണ് പറയേണ്ടതെന്ന് അഭീക്കിന് ഒരു പിടിയും കിട്ടിയില്ല.

“ഒറ്റയടിക്ക് നീതി കിട്ടി ഭയ്യാ. സുരിയെ ബലാത്സംഗം ചെയ്ത... ഞങ്ങളുടെ ഗ്രാമം കത്തിച്ച.. പിന്നെ എത്രയോ പേരെ കൊന്ന വികാസ് രണ്ടു മിനിട്ടു കൊണ്ട് നിശ്ശേഷ്ടനായി,” രാംദേവ് പറഞ്ഞുകൊണ്ടിരിക്കുകയായിരുന്നു. “അന്ന് ഒരു വീഴ്ച പറ്റിപ്പോയി ഭയ്യാ. ആ തെമ്മാടി ശുക്ല രക്ഷപ്പെട്ടു, അല്ലെങ്കിൽ കണക്ക് തുല്യമാകുമായിരുന്നു. ഞാൻ അന്നുതന്നെ ഭീമേയുടെ അടുത്തേക്ക് തിരിച്ചുപോകുമായിരുന്നു.”

ഭീമേയുടെ അടുത്തേക്കുള്ള തിരിച്ചുപോക്ക് ഇനി സാധ്യമല്ല എന്ന കാര്യത്തെക്കുറിച്ച് രാംദേവ് എത്ര അജ്ഞനാണ്. വെടിയുതിർക്കുന്നവന്റെ അവസാനവും മിക്കപ്പോഴും വെടിയുണ്ട കൊണ്ടുതന്നെ ആകും. ഏറ്റവും കൂടിയാൽ രാംദേവിന് സറണ്ടർ ചെയ്ത് ജയിലിൽ പോകാം. എന്നാൽ ഭീമേ എപ്പോഴെങ്കിലും അയാളെ സ്വീകരിക്കുമോ? അല്ലെങ്കിൽ ജീവിതത്തിൽ ഒരുമിച്ചു പോകുക സാധ്യമാകുമോ?

കുറച്ചു വർഷങ്ങൾ മുമ്പു വരെ രാംദേവും മറ്റുള്ള ആളുകളെപ്പോലെ നിയമത്തിൽ വിശ്വസിച്ചിരുന്നു. ഭീമേയോടൊപ്പം ചേർന്ന് അയാൾ ജനങ്ങളെ ബോധവൽക്കരിക്കാനും ആരുടേയും ചതിയിൽ പെടരുത് എന്നു പറയാനും നടന്നിരുന്നു. ഇന്ന്, ഭരണകൂടത്തിന്റെ പരാജയവും ക്രൂരതയുമാണ് അയാളെ ആയുധമെടുക്കാൻ നിർബന്ധിതനാക്കിയത് എന്ന് അയാൾ അഭീക്കിനോട് പറയുകയാണ്.

ബസ്തറിൽ ബീരംറാവു വന്നതിനുശേഷം എന്തെല്ലാം മാറ്റങ്ങളാണ് ഉണ്ടായതെന്ന് അന്ന് രാംദേവ് അഭീക്കിനോട് പറഞ്ഞു. എങ്ങനെയാണ് മുതിർന്ന രണ്ട് മാവോയിസ്റ്റ് നേതാക്കൾക്കിടയിൽ വിള്ളൽ ഉണ്ടായത്. എങ്ങനെയാണ് സഞ്ജീവൻ റെഡ്ഡിയുടെ സൗമ്യമായ നിലപാട് ബീരംറാവുവിന്റെ കോപത്തിന് കാരണമായത്, പിന്നെ എങ്ങനെയാണ്

സഞ്ജീവൻ റെഡ്ഡി തന്റെ കുറച്ച് കൂട്ടാളികളോടൊപ്പം സിപിഐ (മാവോവാദി) യിൽ നിന്ന് വേറിട്ടു പോയത്. രാംദേവ് അഭീക്കിനോട് ഒരു കാര്യം കൂടി പറഞ്ഞു, ബീരംറാവു ബസ്തറിൽ തിരിച്ചെത്തിയതിനു ശേഷം ശങ്കർ കൊഡോപിയും പാർട്ടിയിൽ സജീവമായി. ഈ ശങ്കർ കൊഡോപിയുടെ കള്ളസാക്ഷി പ്രകാരമാണ് ഒരിക്കൽ ബീരംറാവു ഭീമേയുടെ പിതാവ് ഹേഡിയാ കുഞ്ചാമിനെ കൊന്നത്.

63

ഇൻസ്പെക്ടർ ശുക്ല കോപം കൊണ്ട് വിറയ്ക്കുകയായിരുന്നു. ഭീമേയുടേയും രമയ്യയുടേയും ശ്രമത്തിന് വളരെ പെട്ടെന്ന് ഫലം കാണുകയായിരുന്നു. ഗ്രാമങ്ങളിൽ ഭൂമിക്കായുള്ള പ്രതിഷേധം ശക്തി പ്രാപിക്കുകയായിരുന്നു. ബസ്തറിലെ ഈ ഗ്രാമങ്ങളിൽ എല്ലാ ആഴ്ചയും ആളുകൾ വലിയ മീറ്റിംഗുകൾ സംഘടിപ്പിക്കുകയായിരുന്നു. ഭീമേ ഇപ്പോൾ ചിട്ടാപാഡയിൽ തന്നെ തങ്ങാൻ തുടങ്ങിയിരുന്നു. കമ്പനിക്ക് എതിരെ പൊരുതാൻ അവൾ ഇവിടെ 'ഭൂമി ഏറ്റെടുക്കൽ വിരുദ്ധ ഗ്രാമസമിതി' രൂപീകരിച്ചിരുന്നു. ഈ പ്രതിരോധ സമിതിയുടെ അദ്ധ്യക്ഷൻ രമയ്യ ആയിരുന്നു. അയാൾ തന്റെ ആളുകളെ ഗ്രാമങ്ങൾ തോറും അയച്ചു. അയാളുടെ സഹപ്രവർത്തകർ എല്ലായിടത്തും നോട്ടീസുകൾ വിതരണം ചെയ്ത് ആളുകളോട് പ്രക്ഷോഭത്തിനായി തയ്യാറാകാൻ പറയും. ഗ്രാമീണരോട് അവരുടെ അവകാശങ്ങളെക്കുറിച്ച് എങ്ങനെയാണ് പറയേണ്ടത് എന്ന് രമയ്യ പ്രതിരോധ സമിതിയിലെ ആളുകൾക്ക് പറഞ്ഞു കൊടുക്കും. ഭീമേയുടെ പക്കൽ പ്രസംഗപാടവം ഉണ്ടായിരുന്നു, ആദിവാസികൾക്ക് അവളോട് ഒരു പ്രത്യേക അടുപ്പവും ഉണ്ടായിരുന്നു. അവളുടെ പോരാട്ട കഥ ബസ്തറിൽ എല്ലാവർക്കും അറിയാമായിരുന്നു. ആളുകൾ ഇപ്പോൾ ഇവിടെ അവളെ തങ്ങളുടെ നേതാവായി കണക്കാക്കാനും തുടങ്ങിയിരുന്നു.

ഗ്രാമീണരെ ഭൂമി നൽകുന്നതിനായി പ്രേരിപ്പിക്കാൻ കമ്പനി കോൺട്രാക്ടർമാർക്ക് പണം നൽകിയിരുന്നു. കോൺട്രാക്ടർമാർ സഹായത്തിനായി പൊലീസിനെ ആശ്രയിച്ചിരുന്നു. ആളുകൾ അവരുടെ ഭൂമി നൽകാൻ ഒഴിവുകഴിവ് പറയില്ലെന്ന് ശുക്ല കോൺട്രാക്ടർമാരെ വിശ്വസിപ്പിച്ചിരുന്നു. കമ്പനി മോഹവില നൽകും, പോലീസുകാർ ഭയപ്പെടുത്തിയും ഭീഷണിപ്പെടുത്തിയും ഗ്രാമത്തിലെ ആളുകളെ ഭൂമി നൽകാൻ സമ്മതിപ്പിക്കും എന്നാണ് അയാൾ കരുതിയത്. എന്നാൽ സംഭവിച്ചത് മറ്റൊന്നാണ്. ബസ്തറിലെ പാവപ്പെട്ട ആദിവാസികളുടെ കരുത്തിനു മുന്നിൽ പൊലീസിന്റെ തോക്കും കമ്പനിയുടെ പ്രലോഭനവും ഒന്നുമല്ലെന്ന് തെളിയിക്കപ്പെട്ടു.

ചിട്ടാപാഡയും അടുത്തുള്ള നിരവധി ഗ്രാമങ്ങളും ഇന്ന് ദന്തേവാഡയിൽ ഒത്തുചേർന്നിരിക്കുകയാണ്. ഇവരുടെ പക്കൽ പ്രതിരോധക്കമ്മിറ്റിയുടെ പച്ചനിറത്തിലുള്ള കൊടികൾ ഉണ്ട്, സർക്കാരിനോടുള്ള എതിർപ്പ് പ്രകടിപ്പിക്കാൻ ആളുകൾ തലയിൽ കറുത്ത റിബ്ബൺ കെട്ടിയിരുന്നു. പ്രാദേശിക നേതാവ് ശക്തി കവാസി ദന്തേവാഡയിൽ നടക്കുന്ന ഈ പബ്ലിക് മീറ്റിംഗിന് വളരെയേറെ പ്രയത്നിച്ചിരുന്നു. കുറച്ചു വർഷങ്ങൾക്കു മുമ്പ് ബേൽഘാട്ട് സംഭവത്തിൽ കേസ് രജിസ്റ്റർ ചെയ്യാൻ പോലീസ് തയ്യാറാവാതിരുന്നപ്പോൾ ഭീമേ, രാംദേവ്, സുരി എന്നിവരോടൊപ്പം നിന്ന് കവാസിയും പ്രതിഷേധിച്ചിരുന്നു. അയാൾ സാമൂഹിക പ്രവർത്തകൻ രതൻലാലിന്റെ സുഹൃത്താണ്. അയാളാണ് റായ്പുരിൽ ഭീമേയ്ക്കു വേണ്ടി പ്രതിഷേധ പ്രകടനം നടത്താൻ മുഖ്യറോൾ വഹിച്ചത്. ഭീമേയ്ക്ക് അന്നു മുതലേ കവാസിയെ അറിയാം.

ചിലപ്പോഴെല്ലാം അടുത്തുള്ള ഗ്രാമങ്ങളിൽ സർപഞ്ച് ആയിട്ടുള്ള കവാസി രണ്ടുതവണ ദന്തേവാഡയിൽ നിന്ന് നിയമസഭയിലേക്ക് മത്സരിച്ച് പരാജയപ്പെട്ടിട്ടുണ്ട്. എന്നാലും കവാസി ഗ്രാമീണരുടെ ഇടയിൽ ഇടപഴകിക്കൊണ്ടിരുന്നു. അവരുടെ സുഖദുഃഖങ്ങളിൽ പങ്കുചേരും. ബസ്തറിൽ നക്സലുകളുടെ കൊലപാതകങ്ങൾക്കൊപ്പം പൊലീസിന്റേയും സുരക്ഷാസേനയുടേയും നടപടി ശക്തിപ്പെട്ടപ്പോൾ കവാസി ആദിവാസികൾക്കിടയിൽ സജീവമായിരുന്നു. പൊലീസ് ഫോഴ്സിന്റേയും നക്സലുകളുടേയും പിടിയിലകപ്പെടുന്ന നിരപരാധികളായ ആദിവാസികളുടെ സഹായത്തിനായി അയാൾ എവിടേയും എത്തുമായിരുന്നു.

കഴിഞ്ഞ കൊല്ലം നക്സലുകൾ പൊലീസിന്റെ ചാരന്മാരാണ് എന്നു പറഞ്ഞ് ഭൈരംഗഢിനടുത്ത ഗംഗാലൂർ ഗ്രാമത്തിൽ നിന്ന് നാല്പത് ആദിവാസികളെ പൊക്കിയപ്പോൾ ചില മധ്യസ്ഥരോടൊപ്പം കവാസി അവരെ മോചിപ്പിക്കാനായി ഉൾഗ്രാമങ്ങളിൽ എത്തി. മാവോവാദികളുടെ പിടിയിൽ നിന്ന് ഈ ആളുകളെ മോചിപ്പിക്കാൻ കവാസി വലിയ റോളാണ് വഹിച്ചത്. ഇതുപോലെതന്നെ രണ്ടുവർഷം മുമ്പ് നക്സലുകളുടെ നിരന്തരമായ ആക്രമണത്തിനു മറുപടിയായി സിആർപിഎഫ് ജവാന്മാരും കോയാ കമാണ്ടോകളും ഗ്രാമീണരെ മർദ്ദിക്കുകയും പോലീസ് കുറച്ച് ആളുകളെ പിടിച്ച് ജയിലിൽ ഇടുകയും ചെയ്തപ്പോൾ അന്നും കവാസി ആളുകൾക്ക് നേരെ നടക്കുന്ന അതിക്രമത്തിൽ പ്രതിഷേധിക്കുകയും റായ്പുരിൽ പോയി നിയമസഭയ്ക്ക് പുറത്ത് ധർണ ഇരിക്കുകയും ചെയ്തു. ആളുകൾക്കിടയിൽ അയാളുടെ പ്രതിഛായ ഒരു സൗഹൃദം നിറഞ്ഞ നേതാവിന്റേത് ആയിരുന്നുവെങ്കിലും തെരഞ്ഞെടുപ്പ് ജയിക്കാൻ അതുമാത്രം മതിയായിരുന്നില്ല. ഇന്ന് ഈ മീറ്റിംഗിൽ ജനങ്ങളോട് സംസാരിക്കാൻ ഭീമേ അയാളെ ക്ഷണിച്ചു. കവാസിയെ സംബന്ധിച്ച് ആദിവാസികൾക്കിടയിൽ തന്റെ മേൽവിലാസം ഉറപ്പിക്കാൻ പറ്റിയ നല്ല അവസരമായിരുന്നു ഇത്.

"സുഹൃത്തുക്കളേ, ജീവൻ നൽകാം, ഭൂമി വിട്ടുതരില്ല."

കവാസി ഗോണ്ടി ഭാഷയിൽ ഇതുപറഞ്ഞപ്പോൾ കയ്യടികൾ മുഴങ്ങി. ആളുകൾ മുദ്രാവാക്യം വിളിക്കാൻ തുടങ്ങി.

"ഈ ഭൂമി നമ്മുടേതാണ് ആരുടേയും തന്തയുടേതല്ല." തുടർന്ന് ഇരുപതു മിനിറ്റു നേരം കവാസി ഉജ്ജ്വല പ്രസംഗം നടത്തി. നിങ്ങൾക്ക് ആരേയും ഭയക്കേണ്ട കാര്യമില്ല എന്ന് അയാൾ ആളുകളോട് പറഞ്ഞു.

"പൊലീസിന്റെ മർദ്ദനവും അതിക്രമവും അനുഭവിച്ച ഭീമേ കുഞ്ചാമിന് തന്റെ വേദന മറന്ന് നിങ്ങൾക്കു വേണ്ടി പോരാടാൻ കഴിയുമെങ്കിൽ നിങ്ങൾക്ക് സ്വന്തം നിലനില്പിനായി പോരാടാൻ കഴിയില്ലേ?"

ഇതു കേട്ടപ്പോൾ ആളുകൾ ഉച്ചത്തിൽ കയ്യടിക്കുകയും 'ഭീമേ ദീദീ സിന്ദാബാദ്' എന്ന് മുദ്രാവാക്യം വിളിക്കുകയും ചെയ്തു. കവാസി സംസാരിച്ചു കഴിഞ്ഞപ്പോൾ രമയ്യ ഭൂമി ഏറ്റെടുക്കലുമായി ബന്ധപ്പെട്ട നിയമപരമായ വശങ്ങൾ ഗ്രാമീണർക്ക് പറഞ്ഞു കൊടുത്തു. കമ്പനി നടത്തുന്ന ഈ ഭൂമി ഏറ്റെടുക്കൽ എങ്ങനെയാണ് കോടതി വഴി റദ്ദാക്കാൻ കഴിയുക എന്ന് അയാൾ ആളുകളോട് പറഞ്ഞു. ഗ്രാമീണർക്ക് കാര്യങ്ങൾ മുഴുവൻ മനസ്സിലാകുന്നുണ്ട് എന്നതിൽ ഭീമേ സന്തോഷവതിയായിരുന്നു. കമ്പനിയും കോൺട്രാക്ടർമാരും സർക്കാർ ഉദ്യോഗസ്ഥരുമായുള്ള പൊലീസിന്റെ ചങ്ങാത്തവും ആളുകൾക്ക് ബോധ്യപ്പെടുന്നുണ്ടായിരുന്നു.

രമയ്യയ്ക്കു ശേഷം ഭീമേ സംസാരിക്കാൻ തുടങ്ങി.

"സുഹൃത്തുക്കളെ, അറുപതു വർഷം മുമ്പ് ഈ രാജ്യത്ത് ഇംഗ്ലീഷുകാരുടെ സർക്കാരായിരുന്നു. അന്ന് ബസ്തറിൽ ആദിവാസിൾക്കെതിരെ ആക്രമണം ഉണ്ടായിട്ടില്ല. ഇന്ന് പല ഭാഗത്തു നിന്നും നമുക്കെതിരെ ആക്രമണം നടക്കുകയാണ്," ഭീമേ ഇത്രയും പറയുമ്പോഴേക്കും വീണ്ടും മുദ്രാവാക്യം മുഴങ്ങാൻ തുടങ്ങി.

"ജീവൻ നൽകാം ഭൂമി വിട്ടുതരില്ല."

ദന്തേവാഡയിൽ ഡിഎമ്മിന്റേയും എസ്പിയുടേയും വാസസ്ഥലത്തു നിന്ന് ഒന്നര കിലോമീറ്റർ ദൂരെയാണ് പ്രതിഷേധ പ്രകടനം നടന്നിരുന്നത്. പ്രതീക്ഷിച്ചതിലും അധികം ആളുകൾ വന്നുചേർന്നിരുന്നു. ആളുകളുടെ ആവേശവും രോഷവും വർദ്ധിക്കുകയായിരുന്നു. ഇവിടെ ഏകദേശം അമ്പത് പൊലീസുകാർ ഉണ്ടായിരുന്നു. കഴിഞ്ഞ ഒരു മണിക്കൂറിനുള്ളിൽ കുറച്ച് സിആർപിഎഫ് ജവാന്മാരേയും നിയോഗിച്ചിരിക്കുന്നത് ഭീമേയുടെ ശ്രദ്ധയിൽപ്പെട്ടു. പെട്ടെന്ന് അവിടെ ഒരു പോലീസ് ജീപ്പ് വന്നു നിന്നു. ജീപ്പിനുള്ളിൽ നിന്ന് ഇൻസ്പെക്ടർ ശുക്ലയും കുറച്ച് പൊലീസുകാരും ഇറങ്ങി. ശുക്ല ഇറങ്ങിയിട്ട് മീറ്റിംഗ് നിരീക്ഷിച്ചു, പിന്നെ പൊലീസുകാരോട് എന്തോ പറഞ്ഞു. അതിൽ രണ്ടു പൊലീസുകാർ സ്റ്റേജിന്റെ അടുത്തേക്ക് നീങ്ങി. ബാക്കി മൂന്നുപേരുമായി ശുക്ല അവിടെ തന്നെ നിന്നു. രമയ്യയും കവാസിയും പോലീസുകാർ വരുന്നത് നോക്കി ഇരുന്നു. ഭീമേ പ്രസംഗം തുടർന്നു.

"നമ്മൾ ആദിവാസികളോട് ഇടയ്ക്കിടെ വീട് ഉപേക്ഷിച്ചു പോകാൻ എന്തിനാണ് പറയുന്നതെന്നാണ് നമ്മൾ ചോദിക്കുന്നത്. എന്നുവരെ നമ്മളോട് വീടുപേക്ഷിക്കാൻ പറയും? ഒരിക്കൽ അണക്കെട്ടിനായി വീട് ഉപേക്ഷിച്ചു. പിന്നെ സൽവാ ജുഡുമിനു വേണ്ടി വീട് ഉപേക്ഷിച്ചു. വീട് ഉപേക്ഷിച്ചാൽ നമ്മൾ തെരുവിലായി പോകുന്നു. ഉപേക്ഷിച്ചില്ലെങ്കിൽ ഇവർ നമ്മളുടെ വീടുകൾ കത്തിച്ചു കളയുന്നു. ഇത് എന്നുവരെ?" ഭീമേ ഗർജ്ജിക്കുകയായിരുന്നു.

ആളുകൾ വീണ്ടും അലറാൻ തുടങ്ങി.

"ഞങ്ങൾ വീടുപേക്ഷിക്കില്ല.... വീടുപേക്ഷിക്കില്ല ഞങ്ങൾ!"

പോലീസുകാർ സ്റ്റേജിൽ വന്ന് രമയ്യയോടും കവാസിയോടും ഭീമേയുടെ പ്രസംഗം നിർത്താൻ പറഞ്ഞു. അവരുടെ വാക്കുകൾ കേട്ടപ്പോൾ രമയ്യയ്ക്ക് കോപം വന്നു. അയാൾ രണ്ട് പോലീസുകാരേയും ശകാരിച്ച് പറഞ്ഞുവിട്ടു. ഈ മീറ്റിംഗ് സമാധാനപരമാണെന്നും ആവശ്യമായ അനുവാദം മുൻകൂട്ടി തന്നെ വാങ്ങിയിട്ടുണ്ടെന്നും രമയ്യ പറഞ്ഞു. പോലീസുകാരുമായി രമയ്യ തർക്കിക്കുന്നതു കണ്ടപ്പോൾ ഭീമേയുടെ ശ്രദ്ധ ഒരു നിമിഷം മാറി, ഒരു ക്ഷണം അവൾ പ്രസംഗം നിർത്തി. പോലീസുകാരൻ രമയ്യയോട് പറയുന്നത് അവൾ കേട്ടു, 'സർ ഈ മീറ്റിംഗ് അവസാനിപ്പിക്കാനാണ് പറയുന്നത്. ഈ ആൾക്കൂട്ടത്തിൽ മാവോവാദികളുണ്ട്.' പൊലീസുകാരൻ പറയുന്നതു കേട്ടപ്പോൾ ഭീമേയ്ക്ക് ദേഷ്യം വന്നു.

"സുഹൃത്തുക്കളേ, പൊലീസുകാർ നമ്മളോട് ഈ മീറ്റിംഗ് അവസാനിപ്പിക്കാനാണ് പറയുന്നത്. ഇവിടെ നക്സലുകൾ വന്നിട്ടുണ്ടെന്നാണ് അവർ പറയുന്നത്. നിങ്ങളുടെ കൈ ഉയർത്തി പറയൂ നിങ്ങൾ ആരാണെന്ന്. സ്വന്തം വീട് രക്ഷിക്കാൻ പോരാടുന്ന ആദിവാസികളാണെന്ന്... പാവപ്പെട്ട കർഷകരാണോ അതോ നക്സലുകളാണോ?" ഭീമേ ആക്രോശിക്കുകയായിരുന്നു.

ഭീമേയുടെ വാക്കുകൾ കേട്ടപ്പോൾ ഗ്രാമീണർക്ക് കോപം വന്നു. എല്ലാവരും പച്ചക്കൊടി ഉയർത്തി പൊലീസിനെ വെറുപ്പോടെ നോക്കി ഉച്ചത്തിൽ വിളിച്ചു പറയാൻ തുടങ്ങി, "ഞങ്ങൾ നക്സലുകളല്ല, ഞങ്ങൾ കർഷകരാണ്."

തന്റെ രണ്ടു പൊലീസുകാരും സ്റ്റേജിൽ നിന്ന് ഇറങ്ങി വിഡ്ഢികളെപ്പോലെ വരുന്നത് ശുക്ല കണ്ടു. അവരെ കണ്ടപ്പോൾ അയാൾക്ക് വല്ലാത്ത ദേഷ്യം വന്നു.

"തെണ്ടികള്. നായിന്റെ മക്കളെ ഇപ്പോൾ തന്നെ വെടിവെച്ചു കൊല്ലാനാണ് തോന്നുന്നത്," ശുക്ല പിറുപിറുത്തു.

പൊലീസുകാർ അല്പസമയത്തിനകം ശുക്ലയുടെ അടുത്തെത്തി. ശുക്ല അവരെ വഴക്കു പറയുന്നത് രമയ്യ കണ്ടു. പിന്നെ ശുക്ല മറ്റു ചില പൊലീസുകാരെ കൂടി വിളിച്ചു. അവരെയെല്ലാം ഒരുമിച്ചു നിർത്തി അയാൾ

അവരോട് എന്തോ പറയാൻ തുടങ്ങി. അല്പസമയത്തെ സംഭാഷണത്തിനു ശേഷം പൊലീസുകാർ നാല്-അഞ്ച് ആളുകളുടെ ഗ്രൂപ്പുകളായി പല വഴിക്ക് പോയി.

അവിടെ ഭീമേയുടെ പ്രസംഗം തുടരുകയായിരുന്നു. "ഞങ്ങൾ തോൽക്കില്ല. ഞങ്ങൾ ഭയക്കില്ല..." ഭീമേ ഉറക്കെ പറഞ്ഞു.

ആളുകൾ ആ മുദ്രാവാക്യം ഏറ്റുവിളിച്ചു, "ഞങ്ങൾ തോൽക്കില്ല, ഞങ്ങൾ ഭയക്കില്ല..."

പെട്ടെന്ന് കുറച്ചു പൊലീസുകാർ ആദ്യം ആളുകളെ തള്ളിമാറ്റുന്നതും പിന്നെ ലാത്തികൊണ്ട് അവരെ അടിക്കുന്നതും ഭീമേ കണ്ടു. കുറച്ച് ആളുകൾ എഴുന്നേറ്റു നിന്നു. ബാക്കി ആളുകൾ പരിഭ്രമിച്ച് ഓടാൻ തുടങ്ങി.

"സുഹൃത്തുക്കളേ, നിങ്ങൾ പരിഭ്രമിക്കരുത്. എല്ലാവരും അവരവരുടെ സ്ഥാനത്ത് നില്ക്കൂ. ഞാൻ പൊലീസുകാരോട് പറയുന്നു, ഇവിടെ ഈ പൊതുയോഗം നടത്താൻ ഞങ്ങൾക്ക് പെർമിഷൻ ഉണ്ട്. ഞങ്ങൾ ഇവിടെ സമാധാനപരമായി പ്രതിഷേധിക്കുകയാണ്. ഈ ആളുകളെ ലാത്തി ചാർജ് ചെയ്യാൻ പോലീസിന് ഒരധികാരവും ഇല്ല."

എന്നാൽ പോലീസ് ഭീമേ പറയുന്നതിന് ചെവി കൊടുക്കാതെ ആളുകളെ തല്ലുന്നത് തുടർന്നു.

ശുക്ല ലൗഡ് സ്പീക്കറിൽ വിളിച്ചു പറഞ്ഞു, "എല്ലാവരും ഇവിടെ നിന്ന് പിരിഞ്ഞു പോകണം. ഈ യോഗത്തിൽ രക്തച്ചൊരിച്ചിൽ ഉണ്ടാകുമെന്ന് ഞങ്ങൾക്ക് വിവരമുണ്ട്. എല്ലാവരും പെട്ടെന്ന് ഇവിടെ നിന്ന് പിരിഞ്ഞു പോകണം."

ഇതിനു മറുപടിയായി കുറച്ച് ആളുകൾ പൊലീസിനു നേരെ കല്ലെറിയാൻ തുടങ്ങി. പൊലീസും ആൾക്കൂട്ടവും തമ്മിൽ പിടിവലിയായി. "ഇവിടെ കൂടിയിരിക്കുന്ന നമ്മുടെ സുഹൃത്തുക്കൾ ആരും തന്നെ അക്രമം കാണിക്കരുത്. ആരും അക്രമം കാണിക്കരുത്. പൊലീസ് നമ്മളെ പ്രകോപിപ്പിക്കുകയാണ്. ഇത് പൊലീസിന്റെ തന്ത്രമാണ്," ഭീമേ പറഞ്ഞു.

ആൾക്കൂട്ടത്തിൽ നിന്ന് എറിഞ്ഞ ചില കല്ലുകൾ പൊലീസിന് അടുത്തുവന്ന് വീണു.

ഭീമേ സ്റ്റേജിൽ നിന്ന് അലറിക്കൊണ്ട് പറഞ്ഞു, "ആരും അക്രമം കാണിക്കരുത്..." എന്നാൽ അപ്പോഴേക്കും സ്ഥിതിഗതികൾ കൈവിട്ടു പോകാൻ തുടങ്ങിയിരുന്നു. പൊലീസ് ലാത്തിവീശാൻ തുടങ്ങി.

പൊലീസുകാർ ആളുകളുടെ തോളിലും തലയിലും ലാത്തികൊണ്ട് അടിക്കുന്നത് രമയ്യ കണ്ടു. ആളുകൾ ഓടാൻ തുടങ്ങി.

'ഇത് പൊലീസിന്റെ അതിക്രമമാണ്... പൊലീസ് റാലിയെ അലങ്കോലമാക്കാൻ ശ്രമിക്കരുത്," രമയ്യ അലറി. അയാൾ ഭീമേയുടെ കയ്യിൽ നിന്ന് മൈക്ക് തട്ടിപ്പറിച്ചിരുന്നു.

ഇതിനിടെ മുറിവേറ്റ ഒരാൾ ഒരു കല്ലെടുത്ത് എറിഞ്ഞു, അത് ഒരു പോലീസുകാരന്റെ തലയിൽ കൊണ്ടു. തന്റെ സഹപ്രവർത്തകന്റെ തലയിൽ നിന്ന് രക്തം വരുന്നത് ശുക്ല കണ്ടു. ഈ ആൾക്കൂട്ടത്തെ പാഠം പഠിപ്പിക്കാൻ അയാൾക്ക് ഇതുതന്നെ ധാരാളമായിരുന്നു.

അയാൾ ആകാശത്തേക്ക് വെടിവെച്ചു. ആളുകൾ പരക്കം പായാൻ തുടങ്ങി. അല്പ സമയത്തിനുള്ളിൽ റാലി നടന്നിരുന്ന സ്ഥലം പൂർണ്ണമായും അലങ്കോലപ്പെട്ടു. പൊലീസുകാർ ആളുകൾക്കു നേരെ വെടിവെയ്ക്കാൻ തുടങ്ങി. അന്ന് ദന്തേവാഡയിലെ റാലിയിൽ ആകെ അഞ്ചു പേർ കൊല്ലപ്പെട്ടു. രണ്ടുപേർ ആസ്പത്രിയിലാണ് മരിച്ചത്.

അടുത്ത ദിവസം ശുക്ല പ്രകോപനപരമായി പ്രസംഗിച്ചതിനും അക്രമത്തിന് പ്രേരിപ്പിച്ചതിനും ഭീമേയേയും രമയ്യയേയും അറസ്റ്റ് ചെയ്തു.

64

ഭീമേയുടെ അറസ്റ്റ് വിവരം രാംദേവിന് അടുത്തെത്താൻ വലിയ താമസം ഉണ്ടായില്ല. ഭീമേ ജഗദൽപുർ ജയിലിലാണെന്ന് കുറച്ച് ദിവസങ്ങൾക്കകം അയാൾക്ക് അറിയാൻ കഴിഞ്ഞു. ഈ വാർത്ത കേട്ട് രാംദേവ് വിഷമിച്ചു. പൊലീസ് ഭീമേയ്ക്കു മേൽ രാജ്യദ്രോഹകുറ്റമാണ് ചുമത്തിയിരിക്കുന്നത്. ഭീമേ രാംദേവുമായി ചേർന്ന് നക്സൽ ആയി എന്ന് പൊലീസിന്റെ വക്കീൽ ജഡ്ജിയുടെ മുന്നിൽ പറഞ്ഞു. നിരവധി മാവോവാദി ആക്രമണങ്ങളിൽ രാംദേവിന് പങ്കുണ്ട്. ചിട്ടാപാഡയിൽ ഭൂമി ഏറ്റെടുക്കൽ വിരുദ്ധ പ്രക്ഷോഭത്തിന്റെ മറവിൽ മാവോവാദികൾ അവരുടെ കാഡർമാരുടെ എണ്ണം വർദ്ധിപ്പിക്കുകയാണ്. ഇക്കാര്യത്തിൽ ഭീമേ നക്സലുകളെ സഹായിക്കുകയാണ്. ഭീമേ മാവോവാദികളുടെ ആശയപരമായ മുന്നണിയുടെ ഭാഗമാണെന്നും അവൾ ഒരു 'ഓവർഗ്രൗണ്ട് മാവോവാദി' ആണെന്നും പൊലീസ് അവരുടെ ചാർജ് ഷീറ്റിൽ എഴുതിയിരുന്നു. ഇത്തരം ആരോപണങ്ങൾ പൊലീസ് മുമ്പും പല സാമൂഹ്യപ്രവർത്തകർക്കെതിരെയും ഉന്നയിച്ചിരുന്നു. ഡോ.ബിനായക് സെന്നിന് ഇത്തരം ആരോപണങ്ങളുടെ പേരിൽ ദീർഘകാലം ജയിലിൽ കിടക്കേണ്ടിവന്നു, ജാമ്യം പോലും കിട്ടിയില്ല. അവസാനം 2011 ൽ സുപ്രീംകോടതിയിൽ നിന്നാണ് ജാമ്യം കിട്ടിയത്.

ഇന്ന് താൽബേഡാ കാടുകളിൽ ഇരുന്നുകൊണ്ട് രാംദേവ് സീമയോട് ഭീമേയുടേയും തന്റേയും കഥ പറയുകയായിരുന്നു. ബാല്യകാലത്തെ സ്നേഹം തുടങ്ങി കൗമാര കാലത്തെ കുസൃതികൾ, പിന്നെ യൗവ്വന കാലത്ത് പരസ്പരം ലയിച്ചു പോകുന്ന കഥ. ഭീമേ സ്വതന്ത്രചിന്തയുള്ള ഒരു പെൺകുട്ടിയായിരുന്നു. അവൾ വളരെ വലുതും ഉന്നതവുമായ ഒരു ലക്ഷ്യത്തിനു വേണ്ടി ജീവിക്കുകയായിരുന്നു. അവൾക്ക് തന്റെ മനസ്സിന്റെ

സ്വാതന്ത്ര്യമായിരുന്നു ഏറ്റവും പ്രധാനപ്പെട്ടത്. ബസ്തറിലെ ജനങ്ങളെയാകെ തന്നെപോലെ നിർഭയരും സ്വതന്ത്രചിന്തയുള്ളവരും ആക്കി മാറ്റണം എന്നായിരുന്നു അവളുടെ ആഗ്രഹം. രാംദേവ് നല്ല ഒരു സഹയാത്രികനെപോലെ അവളെ പിന്തുണച്ചു. എന്നാൽ സാഹചര്യങ്ങളെ കൊണ്ട് അവരുടെ ബന്ധം മുറിഞ്ഞു.

"ബീരംറാവു ഭീമേയുടെ പിതാവിനെ കൊല്ലുമ്പോൾ ആ സമയത്തും ഞാൻ അവളുടെ കൂടെ ഉണ്ടായിരുന്നു. ചിട്ടാപാഡയിലെ കാടുകളിൽ," രാംദേവ് സീമയോട് പറഞ്ഞു. ഭീമേയോടൊപ്പം ചെലവഴിച്ച ആ ദിവസങ്ങൾ അയാൾക്ക് ഒരിക്കലും മറക്കാൻ കഴിയില്ല. "അന്ന് അവളേയും കൊണ്ട് ഞാൻ ഓടി, അവളുടെ മരിച്ചു കൊണ്ടിരിക്കുന്ന അച്ഛൻ ഹേഡിയാ കുഞ്ചാമിന്റെ അടുത്തേക്ക്."

ഭീമേയുടെ പിതാവ് ഹേഡിയായെ ബീരംറാവു എങ്ങനെയാണ് തന്റെ ഒരു ചാരനായ ശങ്കർ കൊഡോപിയുടെ സാക്ഷിമൊഴി പ്രകാരം ജനകീയ കോടതിയിൽ വെച്ച് കൊന്നതെന്ന് രാംദേവ് സീമയോട് പറഞ്ഞു.

"അതേ ശങ്കറാണ് ബീരംറാവു വീണ്ടും തിരിച്ചുവന്നപ്പോൾ പാർട്ടിക്കു വേണ്ടി പ്രവർത്തിക്കാൻ തുടങ്ങിയിരിക്കുന്നത്," രാംദേവ് പറഞ്ഞു.

"എന്ത്?" സീമയ്ക്ക് ശങ്കറിന്റെ ചരിത്രം അറിയില്ലായിരുന്നു.

"അതേ... ഇതൊക്കെ നിങ്ങളെല്ലാം പാർട്ടിയിൽ വരും മുമ്പുള്ള കാര്യമാണ്. സഞ്ജീ ദാദയും ചിലപ്പോൾ പാർട്ടിയുമായി ബന്ധപ്പെട്ടിട്ടുണ്ടാകില്ല," രാംദേവ് പറഞ്ഞു. "ഭീമേ വളരെ ദീർഘമായ പോരാട്ടമാണ് നടത്തിയിട്ടുള്ളത് സീമ. അവളുടെ അച്ഛൻ മരിച്ചതിനു ശേഷം അവൾ ആളുകളെ പഠിപ്പിച്ചു കൊണ്ടിരുന്നു. പിന്നെ സ്ത്രീകളെ ബോധവത്കരിക്കാൻ ബസ്തർ മുഴുവൻ അവൾ പ്രവർത്തിച്ചുകൊണ്ടിരുന്നു."

സീമ നിശ്ശബ്ദം കേട്ടുകൊണ്ടിരുന്നു. അന്ന് ഡോംഗർപാൽ വെച്ച് അവൾ ഭീമേയെ അടിച്ച കാര്യം അവൾക്ക് മിക്കപ്പോഴും ഓർമ്മ വരുമായിരുന്നു. ഭീമേ ഇത്രയും കരുത്താർന്ന വ്യക്തിത്വമുള്ള പെൺകുട്ടിയാണെന്ന് അന്ന് അവൾക്ക് അറിയുമായിരുന്നില്ല. ഭീമേയെ ബേൽഘാട്ട് ക്യാമ്പിൽ നിന്ന് മോചിപ്പിച്ച ദിവസവും സീമയ്ക്ക് നല്ല ഓർമ്മയുണ്ട്. ക്യാമ്പിൽ നിന്ന് മോചിതയായ ശേഷവും ഭീമേയ്ക്ക് രാംദേവിനെക്കുറിച്ചുള്ള ചിന്ത മാത്രമേ ഉണ്ടായിരുന്നുള്ളൂ. അവൾ കാട്ടിൽ ഭക്ഷണം പോലും കഴിച്ചില്ല. അവൾ തന്നെയാണ് ഭീമേയോട് രാംദേവിനെ സുരക്ഷിതമായി രക്ഷപ്പെടുത്തിയിട്ടുണ്ടെന്ന കാര്യം പറഞ്ഞതെന്ന് സീമയ്ക്ക് ഓർമ്മ വന്നു.

സീമയുടെ മനസ്സിൽ ഭീമേയോടുള്ള ആദരവ് പലമടങ്ങ് വർദ്ധിച്ചു. ബേൽഘാട്ട് ക്യാമ്പിലുണ്ടായ ബലാത്സംഗത്തിനു ശേഷവും ഭീമേ എങ്ങനെയാണ് ആത്മധൈര്യം കൈവെടിയാതിരുന്നത് എന്നും നാരായൺപുരിൽ പെൺകുട്ടികൾക്ക് അവൾ ട്രെയിനിംഗ് കൊടുക്കുന്ന ജോലി തുടങ്ങിയതെന്നും രാംദേവ് സീമയോട് പറഞ്ഞു.

സീമ കുറച്ചുനാളുകളായി രാംദേവിലേക്ക് ആകർഷിക്കപ്പെടുകയായിരുന്നു. അയാളുടെ ധൈര്യവും ഭീമേയോടുള്ള സ്നേഹവും അവളിൽ വലിയ മതിപ്പുളവാക്കി. ഇതിനിടെ അവൾക്കും രാംദേവിനോട് പ്രണയമായി.

“നിങ്ങളും ചെറിയ പോരാട്ടമൊന്നുമല്ല നടത്തിയത് കോമ്രേഡ് രാമാ. ബേൽഘാട്ട് ക്യാമ്പിൽ നിങ്ങൾക്കും എത്ര ടോർച്ചർ അനുഭവിക്കേണ്ടി വന്നു. പിന്നെ പോലീസ് നിങ്ങളെ കഷ്ടപ്പെടുത്തികൊണ്ടിരുന്നപ്പോഴും നിങ്ങൾ ശരിക്കും പൊരുതി. ഭീമേയോടൊപ്പം നിന്നു,” സീമ അയാളുടെ കൈ പിടിച്ചുകൊണ്ട് പറഞ്ഞു.

“ഇല്ല കോമ്രേഡ്, ഞാൻ ഇപ്പോൾ അവളുടെ കൂടെയുണ്ടെന്ന് ഭീമേയ്ക്ക് തോന്നുന്നില്ല. അവൾക്ക് അഹിംസയുടെ മാർഗ്ഗമാണ് ഏറ്റവും വലുത്. അവൾ ഹിംസയ്ക്ക് തീർത്തും എതിരാണ്.”

“അപ്പോൾ നിങ്ങളോ?” സീമ രാംദേവിന്റെ തോളിൽ തന്റെ തല വെച്ചു. കഴിഞ്ഞ നാലു വർഷമായിട്ടും രാംദേവിന് ഭീമേയെ മറക്കാൻ കഴിഞ്ഞിട്ടില്ല എന്ന് അവൾക്ക് അറിയാമായിരുന്നു. എന്നിട്ടും അവൾ അയാളിൽ തന്റെ അവകാശം സ്ഥാപിക്കാനുള്ള ശ്രമം നടത്തിക്കൊണ്ടിരുന്നു.

‘കോമ്രേഡ് റെഡ്ഡി പറയുന്നത് ഞാൻ അംഗീകരിക്കുന്നു. അനീതി തടയുന്നതിനുള്ള എല്ലാ വഴികളും അടയുമ്പോൾ വെടി വെയ്ക്കുന്നത് തെറ്റല്ല,” സീമയുടെ തലയിൽ തലോടികൊണ്ട് രാംദേവ് പറഞ്ഞു. അന്യായത്തെ ചെറുക്കുന്നതിന് ചുരുങ്ങിയ തോതിലുള്ള ഹിംസ തെറ്റല്ല എന്നാണ് ബസ്തറിലെ മാവോവാദികൾ സാധാരണയായി വാദമുന്നയിക്കുന്നുത്. നക്സലുകളുടെ ഈ സിദ്ധാന്തത്തെയാണ് രാംദേവ് സ്വീകരിച്ചിരുന്നത്. വികാസിനേയും അൻസാരിയേയും പോലുള്ള ആളുകളെ കൊല്ലുന്നതിൽ അയാൾക്ക് ഒരു കുറ്റബോധവും തോന്നിയിരുന്നില്ല, കാരണം അയാളുടെ ദൃഷ്ടിയിൽ ഇത്തരം ആളുകൾ ബസ്തറിലെ ഓരോ പാവപ്പെട്ട ആദിവാസിക്കും കുറ്റവാളികളാണ്.

“അപ്പോൾ നിങ്ങൾ ഭീമേയെ പ്രണയിക്കുകയും പിന്നെ അവളുടെ ആദർശത്തിന് വിരുദ്ധമായി പ്രവർത്തിക്കുകയും ചെയ്യും!” സീമ മുന്നോട്ട് നീങ്ങിയിരുന്ന് രാംദേവിന്റെ കണ്ണുകളിലേക്ക് നോക്കിക്കൊണ്ട് ചോദിച്ചു. അവളുടെ ചോദ്യത്തിൽ ആകാംക്ഷയും ഉണ്ടായിരുന്നു, രാംദേവിനെ ചൊടിപ്പിക്കാനുള്ള എളിയ ശ്രമവും ഉണ്ടായിരുന്നു.

“അന്യായത്തിനെതിരെ തോക്ക് എടുക്കുന്നത് തെറ്റല്ല എന്നാണ് എനിക്ക് തോന്നുന്നത്,’ രാംദേവ് പറഞ്ഞു. “ഭീമേയോട് തെറ്റ് ചെയ്തവർക്ക് ശിക്ഷ കൊടുക്കണമെന്ന് ഞാൻ വിചാരിക്കുന്നു. കാരണം ഇവർ ഇതിനു മുമ്പും നിരവധി പാവങ്ങളെ ഉപദ്രവിച്ചിട്ടുണ്ട്. ഇവർ ഇനിയും ഇത് ചെയ്തുകൊണ്ടിരിക്കും.”

സീമ അടുത്ത് വെച്ചിരുന്ന ഒരു തോക്ക് എടുത്തു. പിന്നെ ഒരു കണ്ണ് അടച്ചുകൊണ്ട് അതിന്റെ കുഴലിന്റെ മുകളിലൂടെ താഴ്‌വരയിലേക്ക് നോക്കാൻ തുടങ്ങി, ദൂരെ എവിടെയോ ലക്ഷ്യം വെയ്ക്കുന്നതുപോലെ. “ആ തെണ്ടി ശങ്കർ കൊഡോപി മിക്കപ്പോഴും അങ്ങാടിയിൽ വരാറുണ്ട് എന്ന് കേട്ടു. കോമ്രേഡ് ബൂട്ടയെ ഞാൻ അയാളുടെ പുറകെ വിടുന്നുണ്ട്,” സീമ പറഞ്ഞു. എന്നിട്ട് രാംദേവിനെ നോക്കി പുഞ്ചിരിച്ചു.

65

“**അ**ങ്ങനെയല്ല... ഇതിനു ശേഷം ഒരു വര കൂടി വരയ്ക്കൂ... ങാ... ഇങ്ങനെ തന്നെ...” ഭീമേ പറഞ്ഞപ്പോൾ ആ സ്ത്രീയുടെ മുഖത്ത് പുഞ്ചിരി വിടർന്നു.

ഭീമേ റായ്പുർ ജയിലിൽ ഒരു നാല്പതു വയസ്സുകാരി ആദിവാസി സ്ത്രീയെ അക്ഷരമാല പഠിപ്പിക്കുകയായിരുന്നു. അറസ്റ്റിനു ശേഷം മൂന്നു മാസം കഴിഞ്ഞപ്പോൾ രമയ്യയ്ക്ക് ജാമ്യം കിട്ടി. എന്നാൽ ഭീമേ കഴിഞ്ഞ ആറുമാസമായി ജയിലിൽ തന്നെയായിരുന്നു. ആദ്യം അവളെ ദന്തേവാഡ, പിന്നെ ജഗദൽപുർ, അതിനു ശേഷം റായ്പുർ ജയിലിൽ കൊണ്ടുവന്നു. ഈ ജയിലുകളിൽ വന്ന ഭീമേ ഒരു കടുത്ത യാഥാർത്ഥ്യം തന്റെ കൺമുന്നിൽ കണ്ടു. ജയിലുകളെല്ലാം പാവപ്പെട്ട ആദിവാസികളെ കൊണ്ട് നിറഞ്ഞിരിക്കുകയാണെന്ന് അവൾക്കു മനസ്സിലായി. സൽവാ ജുഡും തുടങ്ങിയതിനു ശേഷം നക്സലുകളെ സഹായിക്കുന്നുവെന്ന് ആരോപിച്ച് ജയിലിൽ അടയ്ക്കുന്ന ആളുകളുടെ എണ്ണം പെട്ടെന്ന് വർദ്ധിച്ചിരുന്നു. ഇപ്പോൾ ജയിലിലുള്ള ആദിവാസികളുടെ മേൽ അടിസ്ഥാനരഹിതമായ പച്ചക്കള്ളങ്ങളാണ് ആരോപിച്ചിരിക്കുന്നത്. പലരുടേയും പക്കൽ ജാമ്യത്തിനുള്ള അഞ്ഞൂറോ ആയിരമോ രൂപ പോലും ഉണ്ടായിരുന്നില്ല. അതുകൊണ്ട് അവർക്ക് ജയിലിൽ തന്നെ നരകിക്കേണ്ടി വന്നിരുന്നു. ഈ ആളുകളെ കണ്ടപ്പോൾ ഭീമേ സ്വന്തം പ്രയാസം മറന്നു. അവൾ ജയിലുകളിൽ തടവിലാക്കപ്പെട്ട ഈ ആളുകളെ ബോധവാന്മാരാക്കാനുള്ള പ്രവർത്തനം തുടങ്ങി.

ഇന്ന് അവൾ ഹിന്ദി എഴുതുവാൻ പഠിപ്പിച്ചിരുന്ന സ്ത്രീയുടെ പേര് കാന്ന എന്നായിരുന്നു.അവർ കഴിഞ്ഞ മൂന്നു വർഷമായി ജയിലിലാണ്. അവരുടെ കൂടെ അവരുടെ ഭർത്താവിനേയും നക്സലുകളെ സഹായിക്കുന്നുവെന്ന് ആരോപിച്ച് ജയിലിൽ അടച്ചിരിക്കുകയായിരുന്നു. ഒരു കൊല്ലത്തിനു ശേഷം ഇവിടെ വെച്ച് അയാൾ മരിച്ചു. അന്നു മുതൽ കാന്ന ദുഃഖത്തിലായിരുന്നു. കഴിഞ്ഞ ഒരു മാസമായി ഭീമേ അവരുടെ ജീവിതത്തിൽ മാറ്റം വരുത്താൻ തുടങ്ങിയിരുന്നു.

കാന്നയുടെ കൂടെ ഏകദേശം ഇരുപത്തിയഞ്ച് പേർ ഇപ്പോൾ ജയിലിൽ ഭീമേയിൽ നിന്ന് എഴുതാനും വായിക്കാനും പഠിക്കുന്നുണ്ട്.

സുരിയും ബിഷനും ഇന്ന് റായ്പൂർ ജയിലിൽ ഭീമേയെ കാണാൻ വന്നിരുന്നു. താൻ എങ്ങനെയാണ് ജയിലിൽ ആളുകളെ പഠിപ്പിക്കുന്ന പ്രവർത്തനം ചെയ്യുന്നതെന്ന് ഭീമേ ഇരുവരോടും പറഞ്ഞു. ഇന്നലെയാണ് അവൾ ജയിലറോട് രണ്ട്-മൂന്ന് തുന്നൽ മെഷീനുകൾ ഇവിടേക്ക് വേണമെന്ന് ആവശ്യപ്പെട്ടത്. കിട്ടിയാൽ പെൺകുട്ടികളെ തുന്നൽ പഠിപ്പിക്കാമായിരുന്നു. ബിഷനും സുരിയും ഏതാണ്ട് എല്ലാ ആഴ്ചയും അവളെ കാണാൻ വരാറുണ്ട്. ഭീമേയ്ക്ക് ജാമ്യം കിട്ടാത്തതിൽ സുരിക്ക് ഉണ്ടായിരുന്നത്ര വിഷമം ഭീമേയിൽ കാണപ്പെടുന്നുണ്ടായിരുന്നില്ല.

“ഭീമേ, ജയിലിൽ നീ ആളുകളെ ബോധവത്കരിക്കുന്നതിൽ എനിക്ക് സന്തോഷമുണ്ട്. അവരെ പഠിപ്പിക്കാനും നീ ശ്രമിക്കുകയാണല്ലോ. എന്നാൽ ജയിലിനു പുറത്താണ് നിന്റെ ആവശ്യം കൂടുതൽ...”

ഇതു പറഞ്ഞു സുരി മനസ്സുകൊണ്ട് സ്വയം ശാസിക്കാൻ തുടങ്ങി. കാരണം ഭീമേയോട് ഇതെല്ലാം പറയുന്നതുകൊണ്ട് ഒരർത്ഥവും ഉണ്ടായിരുന്നില്ല. ജയിലിനു പുറത്തുവരാൻ എന്തെങ്കിലും ചെയ്യുക എന്നുള്ളത് ഭീമേ വിചാരിച്ചാൽ നടക്കുന്ന കാര്യമായിരുന്നില്ല. എങ്ങനെയെങ്കിലും ഹൈക്കോടതിയിൽ നിന്നും ജാമ്യം കിട്ടാൻ രമയ്യയും കവാസിയും നിരന്തരം ശ്രമിച്ചുകൊണ്ടിരിക്കുന്നുണ്ട്. ഇതിനായി അവർ റായ്പുരിലുള്ള ഒരു വക്കീലുമായി സംസാരിച്ച് ജാമ്യാപേക്ഷ തയ്യാറാക്കിക്കൊണ്ടിരിക്കുകയാണ്. സിസ്റ്റത്തോട് പൊരുതുന്നത് ഇപ്പോൾ ഭീമേയുടെ സ്വഭാവമായി മാറിക്കഴിഞ്ഞു. അതുകൊണ്ട് അവൾക്ക് യാതൊരുവിധ വേവലാതിയും തോന്നിയിരുന്നില്ല. നിമിഷങ്ങൾക്കുള്ളിൽ അവൾ ജീവിക്കാൻ പഠിച്ചിരുന്നു. ഇപ്പോൾ അവൾക്ക് ജയിലിലുള്ള തടവുകാരോടൊപ്പം ജീവിക്കുന്നതിൽ തന്നെ ഒരു ലക്ഷ്യം കാണപ്പെടാൻ തുടങ്ങിയിരുന്നു

“വിഷമിക്കേണ്ടതില്ല സുരി. ജനങ്ങൾ ഉണർന്നു കഴിഞ്ഞിരിക്കുന്നു. ആരെയെങ്കിലും അറസ്റ്റ് ചെയ്തതുകൊണ്ട് ജനങ്ങൾ ഭൂമിയിലുള്ള അവരുടെ അവകാശം വിട്ടുകൊടുക്കില്ല,” ഭീമേ സുരിയോട് പറഞ്ഞു.

“നിന്നോടൊപ്പം ജീവിക്കുക സുരിയുടെ സ്വഭാവമായി മാറി ഭീമേ... നീ അടുത്തില്ലെങ്കിൽ ഇവൾ പരിഭ്രമിച്ചു പോകുന്നു,” ബിഷൻ പറഞ്ഞു.

“എന്താ? നിങ്ങളോടൊപ്പം ജീവിക്കാനുള്ള സ്വഭാവം ഇവൾക്ക് ഉണ്ടായിട്ടില്ലേ?” ഭീമേ ബിഷനെ നോക്കിക്കൊണ്ട് സുരിയെ കളിയാക്കുന്ന ഭാവത്തിൽ പറഞ്ഞു.

ഭീമേ പറയുന്നതുകേട്ടപ്പോൾ ബിഷൻ ചിരിക്കാൻ തുടങ്ങി, സുരിക്ക് നാണമായി. പിന്നെ അവൾ പറഞ്ഞു, “ഭീമേ, നീ എത്രയും പെട്ടെന്ന് പുറത്തു വരണമെന്നാണ് ഞാൻ ആഗ്രഹിക്കുന്നുത്.”

“ശരി. ധൈര്യമായി ഇരിക്കൂ. പലരും എനിക്ക് ജാമ്യത്തിനു വേണ്ടി ശ്രമിക്കുന്നുണ്ട്. എനിക്കെതിരെ ഒരു കേസും നിലനിൽക്കില്ല. ഇന്നല്ലെങ്കിൽ നാളെ എന്നെ വിടേണ്ടി തന്നെ വരും,” ഭീമേ അഴിക്കുള്ളിലൂടെ കൈ പുറത്തിട്ട് സുരിയുടെ മുടിയിൽ തലോടി.

“നമ്മുടെ സർക്കാരിനോടു തന്നെ നമ്മൾ പോരാടാൻ തുടങ്ങിയിട്ട് എത്ര വർഷമായി. നമ്മുടെ ആളുകളെ തന്നെ എതിർത്തുകൊണ്ട്. ഇനി എത്ര നാൾ ഈ പോരാട്ടം തുടരും?” സുരി അസ്വസ്ഥതയോടെ പറഞ്ഞു.

“നമ്മൾ ഒറ്റയ്ക്കല്ല പൊരുതുന്നത് സുരി. നിരവധി ആളുകൾ പൊരുതുന്നുണ്ട്. ഈ ജയിലുകളെ നോക്കൂ, എത്ര ആളുകളാണ് ജയിലുകളിൽ അടയ്ക്കപ്പെട്ടിരിക്കുന്നത്. ഈ ആളുകളെ കാണുമ്പോൾ എനിക്ക് എന്റെ വേദന ഒന്നുമായി തോന്നുന്നില്ല.”

ഭീമേ പറയുന്നതുകേട്ട് സുരി നിശ്ശബ്ദയായി. ബസ്തർ അടക്കം രാജ്യത്താകമാനമുള്ള ജയിലുകളിൽ സർക്കാരിനെതിരെ സംസാരിക്കുകയോ അല്ലെങ്കിൽ അവരോട് സഹകരിക്കാതിരിക്കുകയോ ചെയ്യുന്ന നിരവധി ആളുകൾ തടവിൽ അടയ്ക്കപ്പെട്ടിട്ടുണ്ട്. ഭീമേ സംസാരിക്കുന്നത് ബിഷൻ കേട്ടു. കാലം ഏല്പിച്ച പ്രഹരം ഭീമേയെ ഏതവസ്ഥയിൽ എത്തിച്ചിരിക്കുന്നുവെന്ന് അയാൾക്ക് തോന്നി. അവൾ സ്വതന്ത്ര ചിന്താഗതിക്കാരിയായിരുന്നു. എന്നാൽ ഇപ്പോൾ അവളുടെ ചിന്തയിൽ ഗൗരവവും ആഴവും കാണാമായിരുന്നു. പൊലീസിന്റെ അതിക്രമവും സർക്കാരിനോടുള്ള പോരാട്ടവും അവളെ പഠിപ്പിച്ച സാമൂഹ്യശാസ്ത്രം അവൾക്ക് ഒരു സർവ്വകലാശാലയിൽ നിന്നും പഠിക്കുക സാധ്യമായിരുന്നില്ല.

“അല്ലാ, ഇതിനിടെ ഒരു കാര്യം നിങ്ങളോടു പറയാൻ വിട്ടുപോയി ഭീമേ. അഭീക് ഭയ്യാ അടുത്തിടെ കാടിനുള്ളിൽ പോയിരുന്നു. അദ്ദേഹം രാംദേവിനെ കണ്ടിരുന്നു. ഇതു നോക്കൂ...” ബിഷൻ പതുക്കെ പറഞ്ഞു, എന്നിട്ട് സഞ്ചിയിൽ നിന്ന് പത്രമെടുത്ത് ഭീമേയെ കാണിച്ചു. രാംദേവിന്റെ പേര് കേട്ടപ്പോൾ അല്പനേരത്തേക്ക് ഭീമേയുടെ മനോനില തെറ്റിയതുപോലെയായി. കഴിഞ്ഞ കുറച്ചു നാളുകളായി അവൾ പതുക്കെ പതുക്കെ രാംദേവിനെ മറന്നുവരികയായിരുന്നു.

ഭീമേ പത്രം നോക്കി. അവളുടെ ഹൃദയം ശക്തിയായി മിടിക്കുകയായിരുന്നു.

ഇങ്ങനെയാണ് നക്സലുകൾ ഉണ്ടാകുന്നത്!

വാർത്തയുടെ തലവാചകമായിരുന്നു.

സർക്കാരിന്റെ നയങ്ങൾക്കും പൊലീസിന്റെ മർദ്ദന പരമ്പരകൾക്കും രാംദേവിനെ മാവോയിസ്റ്റുകളുമായി ചേർക്കുന്നതിൽ വലിയ പങ്കുണ്ടെന്ന് അഭീക് എഴുതിയിരുന്നു.

“(ഛരുട്ടേപാൽകാരനായ) രാംദേവ് തന്റെ കുട്ടിക്കാലത്തെ കൂട്ടുകാരി ഭീമേയെ ഇപ്പോഴും വല്ലാതെ സ്നേഹിക്കുന്നുണ്ട്. ഭീമേയ്ക്ക് അഹിംസയിൽ വലിയ വിശ്വാസമുണ്ടെന്ന് അയാൾക്ക് അറിയാം. നീതി ലഭിക്കുന്നതിനു വേണ്ടിയാണ് താൻ തോക്ക് എടുത്തതെന്നാണ് രാംദേവ് പറയുന്നത്. “എനിക്ക് മാവോവാദി പ്രത്യയശാസ്ത്രത്തിൽ വിശ്വാസം ഉണ്ടായിരുന്നില്ല. എന്നാൽ നീതിയ്ക്കായി കാത്തിരുന്ന് കാത്തിരുന്ന് തളർന്നപ്പോൾ

തോക്കെടുത്തു. ഇപ്പോൾ നോക്കൂ എനിക്ക് നീതി കിട്ടാൻ തുടങ്ങി,' രാംദേവ് ഇക്കാര്യം 'ഷഗ്ബന്ധു'വിനോട് പറഞ്ഞു..."

വാർത്ത ജയിലിൽ നിന്നുള്ള തന്റെ മോചനത്തിന് തടസ്സമാകുമോ എന്ന് ആദ്യം ഭീമേയ്ക്ക് തോന്നി. എന്നാൽ വാർത്ത മുഴുവൻ വായിച്ചപ്പോൾ, രാംദേവ് ഒരിടത്തും ഏതെങ്കിലും തരത്തിൽ താനുമായി ബന്ധപ്പെടുന്ന കാര്യം പറഞ്ഞിട്ടില്ലെന്ന് അവൾക്ക് മനസ്സിലായി. അഭീക് തന്റെ ഈ റിപ്പോർട്ടിൽ വ്യക്തമായി എഴുതിയിരുന്നു, തോക്ക് എടുത്ത കാരണം കൊണ്ട് ഭീമേ ഇനി ഒരിക്കലും തന്നെ സ്വീകരിക്കില്ല എന്നോർത്ത് രാംദേവ് വളരെ സങ്കടത്തിലാണ്. ഇത്ര നാളുകൾക്കു ശേഷം രാംദേവിനെക്കുറിച്ച് വായിച്ചപ്പോൾ ഭീമേയുടെ കണ്ണുകൾ നിറഞ്ഞു. എന്തൊക്കെയായാലും അവൾ തന്റെ രാമയെ സ്നേഹിച്ചിരുന്നു. കുറച്ചു വർഷങ്ങൾക്കു മുമ്പു വരെ ഇരുവരും ഓരോ നിമിഷവും ഒരുമിച്ച് ജീവിച്ചിരുന്നു. ഇന്ന് അയാളുടെ രാമ അവളെ വിട്ട് ദൂരേക്ക് പോയി.

66

രാവിലെ ഒമ്പതു മണി ആയിരുന്നു. സഞ്ജീവൻ റെഡ്ഡി തന്റെ മാവോവാദി സുഹൃത്തുക്കളുടെ ഒരു പ്രത്യേക മീറ്റിംഗ് വിളിച്ചിരുന്നു. സരിത, അപ്പു തുടങ്ങിയ അയാളുടെ എല്ലാ മാവോവാദി സഹപ്രവർത്തകരും അവിടെ എത്തിച്ചേർന്നിരുന്നു. എന്നാൽ സീമ, രാംദേവ്, ബൂട്ട തുടങ്ങി ഏഴ് സഖാക്കളുടെ ഒരു വിവരവും ഉണ്ടായിരുന്നില്ല. സരിത രാവിലെ മുതൽ അവരെ പ്രതീക്ഷിച്ചുകൊണ്ടിരിക്കുകയാണ്.

"ഇവർ എവിടെ പോയതാണ്?" റെഡ്ഡി ചോദിച്ചു.

"ഇന്നലെ ഉച്ചയ്ക്ക് പോയതാണ്. കോമ്രേഡ് ബൂട്ട എന്തോ ക്ലൂ നൽകിയിട്ടുണ്ട് എന്നാണ് പറഞ്ഞത്. ആരെയോ പിടിച്ച് താങ്കളുടെ മുന്നിൽ കൊണ്ടു വരുന്ന കാര്യമാണ് പറഞ്ഞത്."

"എന്ത്?" റെഡ്ഡി ആശ്ചര്യത്തോടെ പറഞ്ഞു. "കോമ്രേഡ്, ഇവർ ഏതെങ്കിലും ഓപ്പറേഷനാണ് പോകുന്നതെങ്കിൽ അതിന്റെ മുഴുവൻ വിവരവും നൽകണമായിരുന്നല്ലോ," റെഡ്ഡി അല്പം രോഷത്തിലാണെന്ന് സരിതയ്ക്ക് മനസ്സിലായി.

"കോമ്രേഡ് സീമയും കൂടെയുണ്ട് കമാണ്ടർ. നമ്മുടെ പ്രദേശം വിട്ട് ഇവർ പുറത്തു പോകില്ല."

"എന്നാലും... പൊലീസിന്റെ ആളുകൾ നാലുഭാഗത്തും നമ്മളെ അന്വേഷിക്കുകയാണ്. ഇൻഫോർമേഴ്സിന്റെ വല വിരിച്ചിരിക്കുകയാണ് അവർ. അപ്പോൾ നമുക്ക് എങ്ങനെയാണ് കെയർലസ് ആകാൻ കഴിയുക," റെഡ്ഡി വളരെ രോഷാകുലനായി കാണപ്പെട്ടു. സഞ്ജീവൻ

റെഡ്ഡിയെ ഇതിന് മുമ്പൊരിക്കലും ഇത്ര വേവലാതിയോടെ കണ്ടിട്ടില്ലെന്ന് സരിതയ്ക്ക് തോന്നി. എന്നാൽ പാർട്ടിയിൽ പിളർപ്പ് ഉണ്ടായതിനു ശേഷം ഏതൊരു വിഷയത്തിലും അയാൾ പെട്ടെന്ന് ചൂടാകുമായിരുന്നു.

സഞ്ജീവൻ റെഡ്ഡി ഉലാത്താൻ തുടങ്ങി. അയാളുടെ അസ്വസ്ഥത സരിതയെ ഭയപ്പെടുത്താൻ തുടങ്ങി. അവൾ അപ്പുവിനെ നോക്കി. അയാൾ എഴുന്നേറ്റ് മുകളിൽ നിന്ന് ദൂരദർശിനിയിലൂടെ താഴ്വാരത്തിലേക്ക് നോക്കി. അടുത്ത പത്തു മിനിട്ടു നേരം ക്യാമ്പിലാകെ വിചിത്രമായ ഒരു നിശ്ശബ്ദത വ്യാപിച്ചു.

'അതാ അവർ വരുന്നുണ്ട് കോമ്രേഡ്," പെട്ടെന്ന് അപ്പു ഉറക്കെ വിളിച്ചു പറഞ്ഞു. താഴെ താഴ്വരയിൽ ദൂരെ ഒരു രേഖ പോലെ അയാൾക്ക് തന്റെ സുഹൃത്തുക്കളെ കാണാൻ കഴിഞ്ഞു. ഒന്നിനു പുറകെ ഒന്നായി നടന്നു വരുന്ന മാവോവാദികൾ ഇവിടെ നിന്നു നോക്കുമ്പോൾ ഉറുമ്പുകൾ ഇഴഞ്ഞു വരുന്നതുപോലെ ഉണ്ടായിരുന്നു.

"കോമ്രേഡ് സീമയ്ക്കും രാംദേവിനും ഒപ്പം എല്ലാവരും വരുന്നുണ്ട്. ഏഴ് സഖാക്കളാണ് പോയിരുന്നത്. എല്ലാവരും വരുന്നുണ്ട്," അപ്പു പറഞ്ഞു. പിന്നെ വീണ്ടും ദൂരദർശിനിയിലൂടെ നോക്കാൻ തുടങ്ങി. പിന്നെ പറഞ്ഞു, "കോമ്രേഡ് ബൂട്ടായും കൂടെയുണ്ട്."

അപ്പു പറയുന്നതു കേട്ടപ്പോൾ സരിതയ്ക്ക് ആശ്വാസമായി. റെഡ്ഡിയുടെ മുഖത്ത് ശാന്തഭാവം തിരിച്ചു വന്നു.

"അവർ എത്തിയ ഉടനെതന്നെ മീറ്റിംഗ് തുടങ്ങണം," അയാൾ സരിതയോട് പറഞ്ഞു. "ഞാൻ ഇവിടെ തന്നെ ഉണ്ട്."

ഏതാണ്ട് അര മണിക്കൂർ കഴിഞ്ഞപ്പോൾ സീമ രാംദേവും മറ്റ് സഹപ്രവർത്തകരുമൊത്ത് ക്യാമ്പിൽ തിരിച്ചെത്തി. എല്ലാവരും നന്നായി തളർന്നിരുന്നു.

"നിങ്ങളെല്ലാം എവിടെയാണ് പോയത്?" അവർ വന്ന ഉടനെ റെഡ്ഡി കടുത്ത സ്വരത്തിൽ ചോദിച്ചു.

സീമയ്ക്കും രാംദേവിനും റെഡ്ഡി ഇങ്ങനെ ചോദ്യം ചോദിച്ചതിൽ അല്പം അസ്വാഭാവികത തോന്നി. ഇരുവരും സരിതയേയും അപ്പുവിനേയും നോക്കി. അവരുടെ മുഖഭാവങ്ങളിൽ നിന്ന് റെഡ്ഡി ഇന്ന് അത്ര സന്തോഷവാനല്ല എന്ന് വ്യക്തമായിരുന്നു.

"കോമ്രേഡ് ഒരു ഇൻഫർമേഷൻ പ്രകാരം പ്രവർത്തിക്കുകയായിരുന്നു," സീമ പറഞ്ഞു.

"എന്ത് ഇൻഫർ...?"

കാര്യം വലിച്ചു നീട്ടി പറഞ്ഞിട്ട് കാര്യമില്ലെന്ന് സഞ്ജീവൻ റെഡ്ഡിയുടെ മുഖഭാവത്തിൽ നിന്ന് രാംദേവിന് മനസ്സിലായി. അവർ ശങ്കർ കൊഡോപിയെ കൊന്നുവെന്ന് അയാൾ റെഡ്ഡിയോട് പറഞ്ഞു. ഇതു കേട്ട് റെഡ്ഡി കോപാകുലനായി.

"കൊന്നു.... എന്തിന്? നിങ്ങൾക്ക് അത് എങ്ങനെ ചെയ്യാൻ പറ്റും?"

"വളരെ പഴയ ഒരു കണക്കാണ് സഞ്ജീ ദാദാ," രാംദേവ് പറഞ്ഞു. "ശങ്കർ കെഡോപി പാർട്ടിക്ക് തെറ്റായ വിവരം നൽകുമായിരുന്നു. സ്വന്തം നേട്ടത്തിനായി."

"ഇത് നിങ്ങൾക്ക് എങ്ങനെ പറയാൻ പറ്റും? അയാൾ എത്രകാലമായി കമാണ്ടർ ബീരംറാവുവിന് വേണ്ടി പ്രവർത്തിക്കുകയാണ്. അങ്ങനെയല്ലേ?"

"ഇതുകൊണ്ടാണോ അയാൾ നമ്മുടെ സഖാക്കളായ വിശ്വയേയും ശാന്തിയേയും അവസാനിപ്പിക്കാനായി കമാണ്ടർ ബീരംറാവുവിനെ പ്രേരിപ്പിച്ചത്?" സീമ വെറുപ്പോടെ പറഞ്ഞു. റെഡ്ഡി അവളെ ആശ്ചര്യത്തോടെ നോക്കി. സഖാക്കൾ വിശ്വയും ശാന്തിയും റെഡ്ഡിയുടെ ഏറ്റവും വിശ്വസ്തരും സത്യസന്ധരുമായ സഹപ്രവർത്തകർ ആയിരുന്നു. ശത്രുവിനെതിരെയുള്ള ഒരു ഓപ്പറേഷനിൽ വീഴ്ച വരുത്തി എന്ന് ആരോപിച്ചാണ് ബീരംറാവു അവർക്കെതിരെ നടപടി എടുത്തത്. ഇരുവരേയും മരത്തിൽ കെട്ടിയിട്ട് അവരുടെ ശരീരത്തിൽ കത്തി കൊണ്ട് മുറിവുകൾ ഉണ്ടാക്കി. രക്തമൊഴുകി രണ്ടു ചെറുപ്പക്കാരും മരിച്ചു. ഈ രണ്ടുപേരുടേയും മരണത്തിനു ശേഷമാണ് റെഡ്ഡി സുപ്രീംകമാണ്ടർ ഗണപതിക്ക് പരാതി കത്ത് എഴുതിയത്. അവിടെ നിന്നാണ് റെഡ്ഡി പാർട്ടിയിൽ നിന്ന് അകന്നു പോകാൻ തുടങ്ങിയത്.

"എന്ത്? വിശ്വവും ശാന്തിയും...!"

"അതേ....കോമ്രേഡ്..." സീമയുടെ മുഖത്ത് കനത്ത ഗൗരവമായിരുന്നു. "ചിന്താഗുഫാ ഓപ്പറേഷനിൽ വിശ്വയും ശാന്തിയും നിവൃത്തികേടു കൊണ്ട് ചെയ്തതിനെ കമാണ്ടർ റാവുവിന്റെ അടുത്ത് തെറ്റായ രീതിയിലാണ് പറഞ്ഞുകൊടുത്തത്. ശങ്കർ കൊഡോപി ബീരംദാദയുടെ ചെവിയിൽ ഓതുന്നതിൽ ഏറ്റവും മുന്നിലായിരുന്നു. അയാൾ എപ്പോഴും അദ്ദേഹത്തിന്റെ വിശ്വസ്തനാണെന്നു കാണിക്കാൻ ആഗ്രഹിച്ചിരുന്നു."

റെഡ്ഡിക്ക് വിശ്വയുടേയും ശാന്തിയുടേയും മുഖങ്ങൾ ഓർമ്മ വന്നു. വിശ്വ തെലുങ്കനായിരുന്നു, ശാന്തി ഒരു ഗോണ്ട് ആദിവാസിയും. ഇരുവരും ചിന്താഗുഫയിൽ പത്തുപേരടങ്ങുന്ന പൊലീസ് പാർട്ടിയെ ആക്രമിച്ചു. അവർ രണ്ടുപേരുടേയും കൂടെ പുതിയ പയ്യന്മാരാണ് ഉണ്ടായിരുന്നത്. ചിലപ്പോൾ അതുകൊണ്ടായിരിക്കാം പൊലീസുകാർ അവരുടെ കെണിയിൽ കുടുങ്ങിയതിനു ശേഷം രക്ഷപ്പെടുന്നതിൽ വിജയിച്ചു. രണ്ട് പൊലീസുകാർക്ക് ഗുരുതരമായി പരിക്കേറ്റിരുന്നു. വിശ്വയും ശാന്തിയും ആ രണ്ടു പൊലീസുകാരേയും ബീരംറാവിന്റെ അടുത്തു കൊണ്ടുവരണമായിരുന്നു.

അപ്പോൾ വിശ്വ സഞ്ജീവൻ റെഡ്ഡിയോട് പറഞ്ഞത് ഇതായിരുന്നു – "മുറിവേറ്റ രണ്ടു പൊലീസുകാർക്കും ശരിക്ക് നടക്കാൻ കഴിഞ്ഞിരുന്നില്ല. അവരുടെ രക്തം കുറെ വാർന്നു പോയിരുന്നു. അവരെ എടുത്ത്

ക്യാമ്പ് വരെ കൊണ്ടുവരുന്നതിൽ ഞങ്ങൾക്ക് ഏറെ സമയം എടുക്കുകയായിരുന്നു. വലിയ തോതിൽ പോലീസ് പാർട്ടി ഞങ്ങളെ ആക്രമിക്കാൻ വരുന്നുണ്ട് എന്ന് ഞങ്ങൾക്ക് പെട്ടെന്ന് മനസ്സിലായി. ഞങ്ങൾ പന്ത്രണ്ട് പേർ മാത്രമാണ് ഉണ്ടായിരുന്നത്, അതിൽ മിക്കവരും പുതിയ പയ്യന്മാർ. പൊലീസുകാരെ അവിടെ ഉപേക്ഷിച്ച് കാട്ടിലേക്ക് രക്ഷപ്പെടുന്നതാണ് നല്ലതെന്ന് ഞങ്ങൾ മനസ്സിലാക്കി.

സഞ്ജീവൻ റെഡ്ഡിക്ക് തന്റെ സഖാക്കളിൽ വിശ്വാസമുണ്ടായിരുന്നു. അയാൾ അവരോട് കൂടുതൽ കരുതൽ വേണമെന്നും നല്ല തയ്യാറെടുപ്പോടു കൂടി മാത്രമേ ഓപ്പറേഷന് പോകാവൂ എന്നും പറഞ്ഞിരുന്നു. എന്നാൽ പിന്നീട് പോലീസുമായുള്ള വഴിവിട്ട ബന്ധം ആരോപിച്ച് ബീരം റാവു ഇരുവരേയും കൊന്നു. ഇതിൽ ശങ്കർ കൊഡോപിയുടെ വലിയ റോൾ ഉണ്ടായിരുന്നു.

“എന്തായാലും കൊഡോപിയെ പിടിച്ച് നിങ്ങൾ ഇവിടെ കൊണ്ടുവരണമായിരുന്നു. എന്തിനാണ് അയാളെ കൊന്നത്?” റെഡ്ഡി ചൊടിച്ചു കൊണ്ട് ചോദിച്ചു.

“ഞങ്ങൾ അയാളെ ഇവിടേക്ക് കൊണ്ടുവരിക തന്നെയായിരുന്നു ദാദ. ഇന്നലെ വൈകുന്നേരം ഞങ്ങൾ അയാളെ പിടിച്ചിരുന്നു. എന്നാൽ രാത്രിയിൽ അയാൾ ഓടി രക്ഷപ്പെടാൻ ശ്രമിച്ചപ്പോൾ അയാളെ വെടിവെയ്ക്കേണ്ടി വന്നു. അയാൾ രക്ഷപ്പെട്ടിരുന്നുവെങ്കിൽ നമുക്ക് അത് അപകടകരം ആവുമായിരുന്നു,” രാംദേവ് റെഡ്ഡിയോട് പറഞ്ഞു.

റെഡ്ഡി ഒന്നും പറഞ്ഞില്ല. എന്നാൽ അയാളുടെ മുഖത്ത് വിചിത്രമായ സംഘർഷഭാവം ഉണ്ടായിരുന്നു. ഈ സംഭവവികാസത്തിൽ അയാൾ ഒട്ടും സന്തോഷവാനല്ലാത്തതു പോലെ തോന്നിച്ചിരുന്നു. അയാൾ സരിതയോട് വെള്ളം ചോദിച്ചു. അല്പസമയത്തിനു ശേഷം അയാൾ ഏതാണ്ട് സാധാരണനിലയിൽ ആയപ്പോൾ രാംദേവും സീമയും അയാളോട് ശങ്കർ കൊഡോപിയുടെ ചരിത്രത്തെക്കുറിച്ച് പറഞ്ഞു. അയാൾ കുറെ വർഷങ്ങളായി ഇതാണ് ചെയ്തുവരുന്നതെന്നും പറഞ്ഞു. ഊഞ്ചാപാഡയിൽ നടന്ന ജനകീയ കോടതിയിൽ ഭീമേ കുഞ്ചാമിന്റെ പിതാവ് ഹേഡിയയെ വധിച്ച പതിന്നാലു കൊല്ലം മുമ്പത്തെ കഥയും രാംദേവ് റെഡ്ഡിയോട് പറഞ്ഞു.

“നോക്കൂ കോമ്രേഡ്, നമ്മുടെ പാർട്ടിക്ക് പല തെറ്റുകളും പറ്റിയിട്ടുണ്ട് എന്ന് എനിക്കറിയാം. എന്നാൽ ഇതിനർത്ഥം നമ്മൾ പരസ്പരം കില്ലിംഗ് തുടങ്ങണം എന്നല്ല. കോമ്രേഡ് ബീരംറാവു ചെയ്തത് തെറ്റാണ്. ഞാൻ അതിനെ എതിർത്തു. പാർട്ടിയിലെ മുതിർന്ന നേതാക്കൾ മൗനം പാലിച്ചപ്പോൾ നാം പാർട്ടിയിൽ നിന്ന് വേറിട്ടു പോന്നു. എന്നാൽ പരസ്പരം കില്ലിംഗ് നടത്തുന്നത്... ഇത് ശരിയല്ല.”

“പക്ഷേ സ്വന്തം സഖാക്കളെ തന്നെ വഞ്ചിച്ച് അവരെ കൊല്ലുന്നത് തെറ്റല്ലേ സഞ്ജീ ദാദാ?” ഇത്തവണ സീമയ്ക്കും രാംദേവിനും വേണ്ടി സംസാരിച്ചത് സരിതയാണ്.

"നാം ഇപ്പോൾ ശങ്കർ കൊഡോപിയുടെ കാര്യം ചർച്ച ചെയ്യുന്നില്ല. ഈ വിഷയം ഇപ്പോൾ ഇവിടെ അവസാനിപ്പിക്കാം. ഞാൻ ഈ മീറ്റിംഗ് ഒരു പ്രത്യേക കാര്യത്തിനായാണ് വിളിച്ചത്. കാര്യം എന്തെന്നു വെച്ചാൽ ഓരോ ദിവസവും നമ്മൾ നടത്തുന്ന കില്ലിംഗ്... അത് ആരെ തന്നെയായാലും ശരിയല്ല."

കഴിഞ്ഞ കുറേ നാളുകളായി ഏതൊരു കൊലപാതകത്തിനും എതിരെയാണ് റെഡ്ഡി സംസാരിക്കുന്നതെന്ന് സരിത ശ്രദ്ധിച്ചു. അയാൾക്ക് തോക്കിനോട് മനംമടുത്തതുപോലെ.

"ഞങ്ങൾ അനീതിയെ ചെറുക്കാനാണ് താങ്കളോടൊപ്പം വന്നത് സഞ്ജീ ദാദാ. എന്നാൽ ഇന്ന് ഇപ്പോൾ താങ്കൾ പറയുന്ന കാര്യം ഞങ്ങൾക്ക് മനസ്സിലാകുന്നില്ല... തല പെരുകുന്നതുപോലെ. ഇനി എന്തു ചെയ്യണമെന്നു പറയൂ," സരിത പറഞ്ഞു.

"ഞാൻ പ്രത്യാക്രമണത്തിന്.... ചുരുങ്ങിയ പ്രത്യാക്രമണത്തിന് എതിരല്ല. മാന്യമായി ജീവിക്കാൻ വേണ്ടി പലപ്പോഴും തോക്കിനെ ആശ്രയിക്കേണ്ടിവരും. വേറെ ഒരു വഴിയും ഇല്ലാതെ വരികയും അക്രമം വർദ്ധിച്ചുവരികയും ചെയ്യുമ്പോൾ തോക്കുകൊണ്ടു തന്നെ തീരുമാനം എടുക്കണം. എന്നാൽ തോക്കിന്റെ പ്രയോഗം വഴി എല്ലാ പ്രശ്നങ്ങൾക്കും പരിഹാരം കാണാൻ കഴിയില്ല എന്ന് നാം മനസ്സിലാക്കുന്നു."

രാംദേവിന് റെഡ്ഡിയുടെ അവസാന വാചകത്തിൽ ഭീമേയുടെ സ്വരം കേൾക്കാൻ കഴിഞ്ഞു. ഭീമേ എപ്പോഴും അക്രമത്തിനെതിരേയും സമാധാനപരമായ പ്രതിഷേധത്തിന്റേയും പക്ഷത്തായിരുന്നു. തോക്ക് ഒരു പ്രശ്നത്തിനും പരിഹാരമേയല്ല എന്ന് അവൾ എപ്പോഴും പറയുമായിരുന്നു. ഇന്ന് റെഡ്ഡിയുടെ വാക്കുകൾക്ക് ആ ഭാഗത്തേക്ക് ചായ്‌വുള്ളതായി കാണാമായിരുന്നു.

"സഞ്ജീ ദാദാ, ഞങ്ങൾ താങ്കളോടൊപ്പം ഉണ്ട്. ഞങ്ങളോട് വിപ്ലവത്തിനായി തയ്യാറാകാൻ താങ്കൾ പറഞ്ഞതുകൊണ്ടാണ് ഞങ്ങൾ വീടുപേക്ഷിച്ച് താങ്കളുടെ കൂടെ വന്നത്," സീമ സഞ്ജീവൻ റെഡ്ഡിയോട് പറഞ്ഞു.

ഇത്തരം പ്രതിസന്ധിയെ അഭിമുഖീകരിക്കേണ്ടി വരുമെന്ന് റെഡ്ഡിക്ക് അറിയാമായിരുന്നു. ഏതു മാവോവാദി നേതാവും ആയുധം ഉപേക്ഷിക്കാൻ ആഗ്രഹിച്ചാൽ മിക്കപ്പോഴും അയാൾ തന്റെ സഹപ്രവർത്തകരോട് പറയാതെ ഒന്നുരണ്ടു പേരുടെ കൂടെ ആയുധം വെച്ച് കീഴടങ്ങും. എന്നാൽ റെഡ്ഡി തന്റെ കൂട്ടാളികളെ ഇരുട്ടിലാക്കാൻ ആഗ്രഹിച്ചിരുന്നില്ല. ബൂട്ടാ, അപ്പു, സരിത, സീമ, ഇപ്പോൾ രാംദേവും- എല്ലാവരും അയാൾക്ക് ഒരു കുടുംബമാണ്.

"നിങ്ങളോട് ഞാൻ കാര്യങ്ങൾ വളച്ചുകെട്ടി പറയില്ല. എനിക്ക് നേരിട്ട് കാര്യം പറയണം. പാർട്ടിയിലെ പിളർപ്പിനുശേഷം ദിവസങ്ങളോളം നമുക്ക്

കാട്ടിൽ കറങ്ങാൻ കഴിഞ്ഞിരുന്നില്ല. നമ്മുടെ എണ്ണം കുറവാണ്. കൊലപാതകങ്ങൾ വർദ്ധിച്ചു വരികയാണ്. ഒരിക്കൽ നമ്മുടെ കോമ്രേഡ് ആയിരുന്ന ബീരംറാവു കൊലകൾ വർദ്ധിപ്പിക്കുകയാണ്. വരുംനാളുകളിൽ കൂടുതൽ വർദ്ധിപ്പിക്കും. ഇത് ശരിയായ കാര്യമല്ല."

സഞ്ജീവൻ റെഡ്ഡി ഇതു പറയുമ്പോൾ അപ്പു ഒരു മരക്കഷ്ണം കൊണ്ട് മണ്ണ് മാന്തുകയായിരുന്നു. അയാളുടെ മുഖം കനത്തിരുന്നു. ഉള്ളിൽ നടക്കുന്ന സംഘർഷത്തിന്റെ വരകൾ നെറ്റിയിൽ സ്പഷ്ടമായി കാണാമായിരുന്നു.

"ദാദാ, പറയുകയാണെങ്കിൽ തെളിച്ചു പറയൂ. നമുക്ക് സറണ്ടർ ചെയ്യണോ?" അപ്പു നേരിട്ടു ചോദിച്ചു.

റെഡ്ഡി അപ്പുവിനെ നോക്കി, പിന്നെ അല്പനേരം മൗനം പാലിച്ചു. അയാൾക്ക് ഇപ്പോഴും തന്റെ സഹപ്രവർത്തകരോട് സറണ്ടർ ചെയ്യുന്ന കാര്യം പറയാൻ വളരെ പ്രയാസമായിരുന്നു. എന്നാൽ അപ്പു ഇക്കാര്യം പറഞ്ഞ് പെട്ടെന്ന് അയാളുടെ ഭാഗം വളരെ എളുപ്പമാക്കി.

"അതേ, തെളിച്ചു പറയുകയാണെങ്കിൽ സറണ്ടർ ചെയ്യണം," റെഡ്ഡി പറഞ്ഞു.

സഞ്ജീവൻ റെഡ്ഡി ഇതു പറഞ്ഞതോടു കൂടി കുറച്ചു സമയത്തേക്ക് അയാളുടെ ക്യാമ്പിൽ അസ്വസ്ഥത പരന്നു. ഈ സമയത്ത് മീറ്റിംഗിൽ റെഡ്ഡിയടക്കം പന്ത്രണ്ട് പേർ മാത്രമേ ഉണ്ടായിരുന്നുള്ളൂ. ബാക്കി ആരും മീറ്റിംഗിന്റെ ഭാഗമായിരുന്നില്ല.

റെഡ്ഡി എല്ലാവരേയും ശാന്തരാക്കിയിട്ട് പറഞ്ഞു, "സറണ്ടർ ചെയ്യണം, എന്നാൽ അതിന് ഉപായം വേണം. ഞാൻ ഒരു പ്ലാൻ തയ്യാറാക്കിയിട്ടുണ്ട്."

എല്ലാവരും നിശ്ശബ്ദരായി തങ്ങളുടെ കമാണ്ടർ പറയുന്നത് കേൾക്കുകയായിരുന്നു. റെഡ്ഡി തന്റെ സഹപ്രവർത്തകരോട് പറഞ്ഞു - ഇതുവരെ ഒരു ഓപ്പറേഷനിലും പങ്കാളിയാകാത്തവരേയും പൊലീസിന്റെ റെക്കാർഡുകളിൽ പേരു വരാത്തവരേയും അടുത്ത രണ്ടുമൂന്നു മാസങ്ങൾക്കുള്ളിൽ പതുക്കെ പതുക്കെ അടുത്തുള്ള ഗ്രാമങ്ങളിലേക്ക് പറഞ്ഞയയ്ക്കും, അവിടെ അവർ സാധാരണ ജീവിതം ആരംഭിക്കും. ബാക്കിയുള്ളവർക്ക് സാവധാനം ഗ്രൂപ്പുകളായി സറണ്ടർ ചെയ്യാൻ അയാൾ പദ്ധതി തയ്യാറാക്കും.

"ഇവിടുത്തേക്കാളും നല്ല പോളിസി ആന്ധ്രപ്രദേശിലുണ്ട്," റെഡ്ഡി തന്റെ സഹപ്രവർത്തകരോട് പറഞ്ഞു. "എല്ലാവരും അവിടെ ആയുധം വെച്ച് കീഴടങ്ങാൻ നമ്മൾ ശ്രമിക്കും." പിന്നെ അയാൾ കീഴടങ്ങുന്നതിന്റെ വിശദമായ പ്ലാൻ അവതരിപ്പിച്ചു. ഈ കാര്യങ്ങൾക്കിടയിൽ രാംദേവിന് തന്റെ ഭാവി വളരെ അനശ്ചിതത്വം നിറഞ്ഞതായി തോന്നി. ഇന്നലെയാണ് അയാൾ തന്റെ കൈകളെ കൊണ്ട് ശങ്കർ കൊഡോപിയെ മരണത്തിലേക്ക് തള്ളിവിട്ടത്. എങ്ങനെയാണ് കൊഡോപിയെ വധിച്ച വാർത്ത ഭീമേയ്ക്ക് എത്തിക്കുക എന്ന് അയാൾ ആലോചിക്കാൻ തുടങ്ങി.

67

ഭീമേയ്ക്ക് ഹൈക്കോടതിയിൽ നിന്നും സമാശ്വാസം കിട്ടിയില്ല. അവളുടെ ഹർജിയിൽ വാദം കേൾക്കുന്ന ദിവസം അഭീക് ബാനർജിയടക്കം നിരവധി പത്രക്കാർ കോടതിയിൽ സന്നിഹിതരായിരുന്നു. പൊലീസ് അവൾക്കെതിരെ ഗുരുതരമായ വകുപ്പുകളാണ് ചുമത്തിയിരുന്നത്. എന്നാൽ ഭീമേയ്ക്ക് എതിരെ പൊലീസിന്റെ പക്കൽ ഒരു തെളിവും ഇല്ലെന്ന് വാദി ഭാഗം വക്കീൽ ജഡ്ജിയോട് പറഞ്ഞു. എന്നാൽ ഛത്തീസ് ഗഢ് ജനസുരക്ഷാ ആക്ട്-2005 പ്രകാരം ഭീമേ കുഞ്ചാം സാധാരണ ജനങ്ങളുടെ സുരക്ഷയ്ക്ക് ഭീഷണിയായിരുന്നു. ഭീമേയെ വിടുകയാണെങ്കിൽ ദന്തേവാഡയിൽ മാവോവാദികളുടെ ഓവർ ഗ്രൗണ്ട് കാഡർമാരുടെ ധൈര്യം വർദ്ധിക്കുമെന്നാണ് പോലീസ് പറയുന്നത്.

ഹൈക്കോടതിയിൽ നിന്ന് ജാമ്യം കിട്ടാതിരുന്നിട്ടും ഭീമേയുടെ ആത്മധൈര്യം നഷ്ടപ്പെട്ടില്ല. എന്നെങ്കിലും ഒരു ദിവസം നീതി ലഭിക്കുക തന്നെ ചെയ്യുമെന്ന് അവൾക്ക് പൂർണ വിശ്വാസം ഉണ്ടായിരുന്നു. സുപ്രീംകോടതിയിൽ ഭീമേയുടെ ജാമ്യത്തിനായി അപ്പീൽ നൽകുകയായിരുന്നു അടുത്തതായി രമയ്യയുടേയും ശക്തി കവാസിയുടേയും ഉദ്ദേശ്യം. ഹൈക്കോടതിയിൽ നടന്ന വാദ-പ്രതിവാദങ്ങളുടെ അടിസ്ഥാനത്തിൽ അഭീക് ബാനർജി 'ഛഗ്ബന്ധു'വിൽ വിശദമായ ഒരു ലേഖനം എഴുതി, അതിൽ നിയമം അറിയുന്നവർ ഭീമേയ്ക്ക് ജാമ്യം കിട്ടേണ്ടതായിരുന്നുവെന്ന് പറഞ്ഞു. സാമൂഹിക പ്രവർത്തകരും, അഭീക്കിന്റെ ഈ ലേഖനത്തിൽ, ഭീമേയ്ക്ക് ജാമ്യം അനുവദിക്കാത്തത് നീതിയുടെ സ്വാഭാവിക നിയമത്തിന് വിരുദ്ധമാണെന്ന് പറഞ്ഞു. അഭീക്കിന്റെ ഈ ലേഖനത്തോടെ ദേശീയ മീഡിയയും ഭീമേയുടെ വാർത്തയ്ക്ക് പ്രാധാന്യം നൽകാൻ തുടങ്ങി. ഭീമേയെ ജയിലിൽ നിന്ന് മോചിപ്പിക്കണമെന്ന് ആവശ്യപ്പെട്ട് ദില്ലിയിൽ പ്രതിഷേധ പ്രകടനവും നടന്നു. അവളുടെ ജാമ്യാപേക്ഷ സുപ്രീംകോടതിയിൽ എത്തും മുമ്പുതന്നെ ജനമനസ്സ് അവൾക്ക് ഒപ്പമായി കഴിഞ്ഞിരുന്നു.

16 ജനുവരി 2013 : കോടതി തിങ്ങി നിറഞ്ഞിരുന്നു. ഇന്ന് ഭീമേയുടെ ജാമ്യഹർജിയിൽ വാദം കേൾക്കുകയാണ്. കോടതിക്കുള്ളിൽ പത്ര പ്രവർത്തകർ നിറഞ്ഞിരുന്നു, പുറത്താകട്ടെ ടിവിക്കാരും പത്രക്കാരുടെ ക്യാമറാമാന്മാരും വിധി നിർണയവും പ്രതീക്ഷിച്ചു നിൽക്കുകയായിരുന്നു. കോടതിയിൽ വാദം തുടങ്ങിയപ്പോൾ പ്രൊസിക്യൂഷൻ ഭീമേയ്ക്ക് എതിരെ കീഴ്ക്കോടതിയിൽ ഉന്നയിച്ച അതേ വാദഗതികൾ തന്നെയാണ് ഉന്നയിച്ചത്. തങ്ങളുടെ ഇതുവരെയുള്ള വാദഗതികൾ തന്നെ സുപ്രീം കോടതിയിലും ഫലം ചെയ്യുമെന്ന് പ്രൊസിക്യൂഷൻ വിശ്വസിച്ചു. എന്നാൽ ഇവിടെ ജഡ്ജി വക്കീലിനോട് ഭീമേയ്ക്കെതിരെയുള്ള തെളിവ് ചോദിക്കാൻ തുടങ്ങി. നിങ്ങൾ കുറ്റാരോപിതയ്ക്ക് എതിരെ ഛത്തീസ്ഗഢ് പബ്ലിക് സെക്യൂരിറ്റി ആക്ട് ആണ് ചേർത്തിരിക്കുന്നത്. "ഹൗ ഈസ്

ഷീ എ ത്രെട്ട് ടു പബ്ലിക് സെക്യൂരിറ്റി? ഗിവ് മി ദ പ്രൂഫ്. വൈ ഷുഡ് ഐ ഡിനൈ ഹേർ ബേൽ." (ഈ സ്ത്രീ ജനസുരക്ഷയ്ക്ക് ഭീഷണിയാണെങ്കിൽ എനിക്ക് അതിനുള്ള തെളിവ് തരൂ. ഞാൻ എന്തിന് ഇവരുടെ ജാമ്യം നിഷേധിക്കണം?)'

ജഡ്ജി കടുത്ത സ്വരത്തിലാണ് വക്കീലിനോട് ഈ ചോദ്യങ്ങൾ ചോദിച്ചത്. പ്രൊസിക്യൂഷൻ ഇതിന് തയ്യാറെടുത്തിരുന്നില്ല. വക്കീൽ പതറി.

"സർ, ദന്തേവാഡയിൽ ഒരു സ്റ്റീൽ പ്ലാന്റ് സ്ഥാപിക്കുന്നതിനായി ഭൂമി ഏറ്റെടുക്കുന്നതിന് എതിരെ പ്രക്ഷോഭം നടക്കുന്നുണ്ട്. ഈ സ്ത്രീ ആ പ്രക്ഷോഭത്തെ പ്രകോപിപ്പിക്കുകയാണ്."

"എതിർക്കുന്നുണ്ടെങ്കിൽ അതിൽ എന്താണ് തെറ്റ്? ഷുഡ് ഐ ടേക് എവേ പീപ്പിൾസ് റൈറ്റ് ടു ഡിസെന്റ്?" (ആളുകളുടെ എതിർക്കാനുള്ള അവകാശത്തെ ഞാൻ എടുത്തുകളയണോ?')

"നോ സർ, ഷീ ഈസ് ഹാൻഡ് ഇൻ ഗ്ലൗ വിത്ത് മാവോയിസ്റ്റ്." (വേണ്ട സർ, ഇവർ മാവോയിസ്റ്റുകളുമായി കൈകോർത്തിരിക്കുകയാണ്.)

"ഹൗ കാൻ യൂ സേ ദിസ്... പ്രൂഫ്?" (നിങ്ങൾക്ക് ഇതെങ്ങനെ പറയാൻ കഴിയും... തെളിവ് എവിടെ?)

തെളിവിനായി നൽകാൻ വക്കീലിന്റെ പക്കൽ പ്രത്യേകിച്ച് ഒന്നും ഉണ്ടായിരുന്നില്ല. അയാൾ പതറിപ്പോയി. കീഴ്ക്കോടതിയിൽ ഒരു ജഡ്ജിയും ഇത്ര കടുപ്പത്തിൽ തെളിവ് ചോദിച്ചിരുന്നില്ല. എന്നാൽ ഇവിടെ ഭീമേ മാവോവാദികളെ അനുകൂലിക്കുന്നവളാണ് എന്നു പറയുമ്പോൾ എന്തിന്റെ അടിസ്ഥാനത്തിലാണെന്ന് തെളിവ് ചോദിക്കുകയാണ്.

ചിട്ടാപാഡയിലെ റാലികളിൽ ഭീമേ നടത്തിയ പ്രസംഗങ്ങളുടെ ഓഡിയോ ടേപ്പ് പോലീസ് കോടതിയിൽ ഹാജരാക്കി.

"സർ, ഈ ഓഡിയോ ടേപ്പുകളിൽ ഈ സ്ത്രീ ഉപയോഗിച്ചിരിക്കുന്ന ഭാഷ മാവോവാദികളുടെ ഭാഷയാണ്. അവർ സർക്കാരിന് എതിരെയാണ് സംസാരിക്കുന്നത്. അവർ ആളുകളോട് പറയുന്നത് നിങ്ങളെക്കുറിച്ച് ചിന്തിക്കാത്ത സർക്കാരിന് തുടരാനുള്ള അവകാശം ഇല്ലെന്നാണ്."

'സർക്കാരിനെതിരെ സംസാരിക്കുന്നത് തെറ്റാണോ? രാഷ്ട്രീയ പാർട്ടികളുടെ നേതാക്കന്മാർ ഓരോ ദിവസവും എതിർകക്ഷിയുടെ സർക്കാരിനെ മറിച്ചിടാൻ ശ്രമിച്ചുകൊണ്ടിരിക്കുകയാണ്. അവരെല്ലാം മാവോവോദികളാണോ?"

"എ.... എന്നാൽ സർ, ഈ പ്രസംഗങ്ങളിലൂടേയും റാലികളിലൂടേയും ഇവർ രാജ്യത്തിനെതിരെ പ്രക്ഷോഭത്തിന് തയ്യാറെടുക്കുകയാണ്," വക്കീൽ പതറുകയായിരുന്നു.

"സർക്കാരുകൾക്കെതിരെയുള്ള പ്രക്ഷോഭം രാജ്യത്തിന് എതിരെയുള്ള പ്രക്ഷോഭമാണോ?" ജഡ്ജി ചോദിച്ചു.

വക്കീലിന്റെ തല കുനിഞ്ഞുപോയി. ഭീമേയുടെ ജാമ്യഹർജി ഇവിടെ തടയുക പ്രയാസമാണെന്ന് അയാൾക്ക് തോന്നി.

“ഞങ്ങളുടെ അടുത്ത് ഓഡിയോ ടേപ്പ് ഉണ്ട് മൈ ലോർഡ്. വി റിക്വസ്റ്റ് യൂ ടു ലിസൺ ടു ദീസ് ടേപ്പ് വൺസ്,” വക്കീൽ അവസാനശ്രമം നടത്തി.

“അതിന്റെ ഒരാവശ്യവും ഇല്ല. വേറെ എന്തെങ്കിലും പറയാനുണ്ടോ താങ്കൾക്ക്?” ജഡ്ജി വക്കീലിനോട് ചോദിച്ചു.

“നോ മൈ ലോർഡ്”

ജഡ്ജി കുറച്ചു സമയം നിശ്ശബ്ദനായി ഇരുന്നു, പിന്നെ ഫയലുകളിൽ എന്തോ എഴുതാൻ തുടങ്ങി.

ഭീമേയുടെ വക്കീൽ സംസാരിക്കാൻ ആഗ്രഹിച്ചിരുന്നു, പക്ഷേ ജഡ്ജിയുടെ ശ്രദ്ധ ഫയലിൽ തന്നെയായിരുന്നു.

“ബെയിൽ ഗ്രാന്റഡ് വിത്ത് കണ്ടീഷൻ,” പെട്ടെന്ന് ജഡ്ജി പറഞ്ഞപ്പോൾ അയാൾ സന്തോഷം കൊണ്ട് തുള്ളിച്ചാടി.

“കടപ്പെട്ടിരിക്കുന്നു സർ... കടപ്പെട്ടിരിക്കുന്നു...” ഭീമേയുടെ വക്കീൽ പറഞ്ഞു. രമയ്യയുടേയും ശക്തിയുടേയും സന്തോഷത്തിന് ഒരതിരും ഉണ്ടായിരുന്നില്ല. ഇരുവരും പരസ്പരം കെട്ടിപ്പിടിച്ചു.

68

“കോമ്രേഡ് രാമാ... കോമ്രേഡ് രാമാ...” സീമയുടെ ശബ്ദം താൽബേഡയിലെ കാടുകളിൽ മുഴങ്ങി.

രാംദേവ് ആ സമയത്ത മാവോവാദി ക്യാമ്പിൽ നിന്ന് കുറച്ചകലെ കാട്ടിൽ ഗഹനമായ ചിന്തയിൽ മുഴുകി ഇരിക്കുകയായിരുന്നു. കുറച്ചു ദിവസങ്ങളായി അയാളുടെ ചിന്തകളിൽ മിക്കപ്പോഴും ഭീമേ മാത്രമാണ് ചുറ്റിക്കറങ്ങിക്കൊണ്ടിരിക്കുന്നത്. അയാൾ ഭീമേയെക്കുറിച്ചുതന്നെ ചിന്തിച്ചുകൊണ്ടിരുന്നു, എന്നാൽ അവളെ ജയിലിൽ നിന്ന് വിടുവിക്കുന്നതിനായി എന്തെങ്കിലും ചെയ്യുക അയാളെക്കൊണ്ട് കഴിയുന്ന കാര്യമായിരുന്നില്ല. രാംദേവ് മിക്കപ്പോഴും റെഡ്ഡിയുടെ ക്യാമ്പിൽ നിന്ന് കുറച്ച് അകലെയുള്ള ഈ സ്ഥലത്ത് വലിയൊരു പാറക്കല്ലിൽ വന്ന് ഇരിക്കും. ഏകാന്തതയിൽ ഈ സ്ഥലമാണ് അയാൾക്ക് ഇഷ്ടപ്പെട്ടിരുന്നത്. സീമയ്ക്ക് ഇക്കാര്യം അറിയാമായിരുന്നു. അതുകൊണ്ട് അവൾ ഓടി ഈ ഭാഗത്തേക്കാണ് വന്നുകൊണ്ടിരുന്നത്.

“കോമ്രേഡ് രാമാ... എവിടെയാണ്... കോമ്രേഡ്...” സീമയുടെ ശബ്ദം ഉച്ചത്തിലായി വരികയായിരുന്നു. രാംദേവ് അവളുടെ കിതച്ചുകൊണ്ടുള്ള ശബ്ദം കേട്ടു. അയാൾ പാറമേൽ നിന്നുകൊണ്ട് താഴേക്ക് നോക്കി. സീമ

ഭ്രാന്തുപിടിച്ചവളെപ്പോലെയാണ് ഓടി വന്നുകൊണ്ടിരുന്നത്. സാധാരണ യായി അവളുടെ തോളിൽ എ.കെ.47ഉം അരയിൽ ഒരു പിസ്റ്റളും എപ്പോഴും ഉണ്ടാകുമായിരുന്നു. എന്നാൽ ഇപ്പോൾ സീമ പരിഭ്രാന്തയായി നിരായുധ യായി ആണ് ഓടി വന്നുകൊണ്ടിരുന്നത്. രാംദേവിന് ആശ്ചര്യമായി. ക്യാമ്പ് ഇവിടെ നിന്ന് ഏതാണ്ട് അഞ്ഞൂറ് മീറ്റർ ദൂരെയാണ്.

ഇത്ര അശ്രദ്ധയാകാൻ സീമയ്ക്ക് എങ്ങനെയാണ് കഴിയുന്നത്. ഇത്രയും ഓടി വന്ന് പറയാൻ മാത്രം എന്താണ് ഉണ്ടായിരിക്കുന്നത്?

"നില്ക്കൂ..." രാംദേവ് മുകളിൽ നിന്ന് ഉറക്കെ പറഞ്ഞു. "കോമ്രേഡ്... അവിടെ നില്ക്കൂ."

സീമ നിന്നു. അവൾ കിതയ്ക്കുന്നുണ്ടായിരുന്നു. അവൾ അവിടെ നിന്ന് തന്റെ കൈകൾ കാൽമുട്ടുകളിൽ വെച്ച് താഴേക്ക് തലകുനിച്ചു നിന്ന് ശ്വാസമെടുക്കാൻ തുടങ്ങി. അയാൾ പാറയിൽ നിന്ന് ഉരുമ്മി താഴെ ഇറങ്ങി, പിന്നെ പതിനഞ്ചടി മുകളിൽ നിന്ന് താഴേക്ക് ചാടി. അയാൾ ധും എന്ന് താഴെ വീണു. പിന്നെ തന്റെ വസ്ത്രം തട്ടിക്കുടഞ്ഞു കൊണ്ട് സീമയുടെ അടുത്ത് എത്തി. സീമ ഇപ്പോഴും കിതയ്ക്കുകയായിരുന്നു. അവളുടെ മുഖം തളർന്ന് അവശയായിരുന്നു, എന്നാൽ അവളുടെ ചുണ്ടുകളിൽ മനോഹരമായ ഒരു മന്ദഹാസം ഉണ്ടായിരുന്നു. അവൾ അവിടെതന്നെ രാംദേവ് അടുത്തേക്ക് വരുന്നതും കാത്ത് നിൽക്കുകയാ യിരുന്നു.

"എന്താണ്? കോമ്രേഡ് സീമ ഇത്ര ദൂരെ നിന്ന് ഓടിക്കൊണ്ട്?"

"ഗുഡ്ന്യൂസ് ഉണ്ട്... നിങ്ങൾക്ക്, " സീമ ഇപ്പോഴും കിതയ്ക്കുകയാ യിരുന്നു.

"എന്താണ്...?"

"ഭീമേ... ഭീമേ... മോചിതയായി..."

"എന്ത്?" രാംദേവ് സീമയുടെ കയ്യിൽ പിടിച്ചു. അയാൾക്ക് തന്റെ കാതുകളെ വിശ്വസിക്കാൻ കഴിഞ്ഞില്ല. "നിങ്ങൾ എന്താ പറഞ്ഞത്?"

"റേഡിയോയിൽ കേട്ടു ഇപ്പോൾ.... സുപ്രീംകോടതിയിൽ നിന്ന് അവൾക്ക് ജാമ്യം കിട്ടി..." സീമയുടെ മുഖത്ത് ഒരു വിജയിയുടെ പുഞ്ചിരി ഉണ്ടായിരുന്നു.

"എന്താ.... എന്താണ് നിങ്ങൾ പറയുന്നത് കോമ്രേഡ് സീമാ? നിങ്ങൾ നേരിട്ടു കേട്ടോ?"

"എല്ലാവരും കേട്ടു.... ഭീമേ ജയിലിൽ നിന്ന് മോചിതയായി," സീമ രാംദേവിനെ വിശ്വസിപ്പിക്കുംവിധം പറഞ്ഞു.

രാംദേവിന്റെ സന്തോഷത്തിന് അതിരില്ലായിരുന്നു. അയാൾ സീമയെ കെട്ടിപ്പിടിച്ചു. സീമ അയാളോട് ചേർന്നു നിന്നു. രാംദേവിന്റെ മനസ്സിൽ ഭീമേയോടുള്ള അത്രയും പ്രണയം രാംദേവിനോട് സീമയ്ക്ക് ഉണ്ടായി രുന്നു. അവൾ രാംദേവിനെ മുറുകെ കെട്ടിപ്പിടിച്ചു.

"അഭിനന്ദനങ്ങൾ കോമ്രേഡ് രാമാ," സീമ രാംദേവിനോട് ഒട്ടി നിന്നുകൊണ്ട് പറഞ്ഞു.

രാംദേവ് സീമയെ തന്നിൽ നിന്നകറ്റി അവളുടെ കണ്ണുകളിലേക്ക് നോക്കണമെന്ന് ആഗ്രഹിച്ചു. എന്നാൽ സീമ അയാളെ വിടാൻ തയ്യാറായിരുന്നില്ല. അവൾ അയാളോട് ചേർന്നു നിന്നു.

"ഇന്ന് എന്നെ വിടരുത് രാമാ," സീമ പതുക്കെ പറഞ്ഞു. രാംദേവിന്റെ ചെവികളിലേക്ക് അവളുടെ ശബ്ദമെത്തി. അയാൾ നിവർന്നു നിന്നു. സീമയുടെ അടുക്കൽ വരുമ്പോൾ രാംദേവിന് സ്വയം വിഭജിക്കപ്പെട്ടതുപോലെ അനുഭവപ്പെടുമായിരുന്നു. അയാളുടെ ഹൃദയം ഇപ്പോഴും ഭീമേയുടെ അടുത്തായിരുന്നു. എന്നാൽ സീമയുടെ പ്രണയം അയാളെ പലപ്പോഴും നിസ്സഹായനാക്കും. പിന്നെ തന്റെ പ്രണയിനിയിൽ നിന്ന് അകലെ ആയിരുന്നിട്ട് ഇത്രയും സ്നേഹിക്കുന്ന പെൺകുട്ടിയുടെ വികാരങ്ങളെ മുറിപ്പെടുത്താനും അയാൾ ആഗ്രഹിച്ചിരുന്നില്ല. അവളുടെ സമീപത്ത് ഇരിക്കുമ്പോൾ ശരീരങ്ങൾ തമ്മിലുള്ള നൈസർഗികമായ ആകർഷണത്തെ തടയാൻ അയാൾക്ക് പലപ്പോഴും കഴിഞ്ഞിരുന്നില്ല എന്നതായിരുന്നു വാസ്തവം. രാംദേവിന് ഈ സമയത്ത് സീമയുടെ സ്പർശവും ആലിംഗനവും സുഖകരമായി തോന്നി. അയാൾ അവളെ തന്നിൽ നിന്ന് അകറ്റിയില്ല.

"ഭീമേ സ്വതന്ത്രയായി സീമേ," രാംദേവ് ഒരിക്കൽകൂടി പറഞ്ഞു.

സീമ മൗനം പാലിച്ചു. അവൾ ഇപ്പോഴും രാംദേവിനോട് ചേർന്നു നിൽക്കുകയായിരുന്നു. കുറച്ചു സമയത്തിനു ശേഷം രാംദേവ് സീമയെ തന്നിൽ നിന്നകറ്റി.

പിന്നെ അവളുടെ മുന്നിൽ നിന്ന് അവളുടെ തോളിൽ പിടിച്ചുകൊണ്ട് പറഞ്ഞു, "ഞാൻ ഇവിടെ വന്നതു മുതൽ നിങ്ങൾ എത്രമാത്രമാണ് എന്റെ കാര്യത്തിൽ ശ്രദ്ധിക്കുന്നത് സീമേ" അയാളിൽ നിന്ന് ചിലപ്പോഴെല്ലാം കോമ്രേഡ് സീമയ്ക്കു പകരം തന്റെ പേരു മാത്രം കേൾക്കുന്നത് സീമയ്ക്ക് വളരെ ഇഷ്ടമായിരുന്നു. അവൾ തല കുനിച്ചു. അവൾ ഒന്നും പറഞ്ഞില്ല.

"ഇപ്പോൾ ഇന്ന് എനിക്കു വേണ്ടി ഈ വാർത്തയും കൊണ്ട് നിങ്ങൾ തന്നെ വന്നു. ഞാൻ പ്രതീക്ഷിച്ചുകൊണ്ടിരുന്ന വാർത്ത," രാംദേവ് പറഞ്ഞു

"ഇതിലൊന്നും വലിയ കാര്യമില്ല കോമ്രേഡ് രാമാ. എനിക്ക് ഭ്രാന്തു പിടിച്ചിരിക്കുകയാണ്," സീമ പറഞ്ഞു. പിന്നെ ദൂരെ കുന്നിലേക്ക് നോക്കാൻ തുടങ്ങിയ അവളുടെ കണ്ണുകൾ നിറഞ്ഞിരുന്നു.

"നിങ്ങൾ കരയുകയാണോ?"

"എന്തുചെയ്യും കോമ്രേഡ്... എനിക്കിനി സഹിക്കാൻ കഴിയില്ല," സീമ പറഞ്ഞു. അവൾ കരയാൻ തുടങ്ങി. കരഞ്ഞുകൊണ്ട് അവൾ തന്റെ

മുഖം മറച്ചു, പിന്നെ കമീസിന്റെ അറ്റം കൊണ്ട് കണ്ണുനീർ തുടക്കാൻ തുടങ്ങി.

രാംദേവ് ഒന്നും പറഞ്ഞില്ല. ആരംഭം മുതൽ തന്നെ റെഡ്ഡിയുടെ ടീമിലെ ഏറ്റവും വിശ്വസ്തയും ജിഹാദി കോമ്രേഡുമാരിൽ ഒരാളുമായിരുന്നു സീമ. എന്നാൽ കഴിഞ്ഞ കുറച്ചു വർഷങ്ങളായി രാംദേവ് അവളുടെ ഉള്ളിൽ ഒരു ചലനം കണ്ടു. ഏതാണ്ട് ഏഴു വർഷം മുമ്പ് അയാൾ റെഡ്ഡിയുടെ അടുത്തു വന്ന സമയം മുതൽ മിക്കപ്പോഴും സീമ ഗൗരവമാർന്ന കാര്യങ്ങൾ പറയുന്നതു മാത്രമാണ് കേട്ടത്. അവൾ പൊലീസിനും സുരക്ഷാസേനയ്ക്കുമെതിരെ ഓപ്പറേഷൻ പ്ലാൻ ചെയ്യുന്നതു കാണാം, അല്ലെങ്കിൽ ഗ്രാമങ്ങളിൽ മാവോവാദികളുടെ ജനായത്ത സർക്കാർ വ്യാപിപ്പിക്കുന്നതിനുള്ള ഏതെങ്കിലും പദ്ധതി തയ്യാറാക്കുന്നതിൽ മുഴുകിയിരിക്കുന്നതു കാണാം. അവൾ സരിതയും തന്റെ മറ്റ് സുഹൃത്തുക്കളുമൊത്ത് ബസ്തറിലെ എത്രയെത്ര ഗ്രാമങ്ങളിൽ സഞ്ചരിച്ചിട്ടുണ്ടാകും. സീമ മാവോവാദി പ്രവർത്തനങ്ങളിൽ മാത്രം മുഴുകിയിരുന്നു. അവളുടെ ജീവിതം ഇതല്ലാതെ മറ്റൊന്നും ആയിരുന്നില്ല.

രാംദേവ് ഇവിടെ വന്നതിനുശേഷവും അവളുടെ ജീവിതത്തിൽ പ്രത്യേക മാറ്റമൊന്നും കണ്ടില്ല. എന്നാൽ പിന്നീട് രാംദേവിന്റെ കഥ കേട്ടപ്പോൾ അവളുടെ ഉള്ളിൽ ഒരു ഇളക്കം പോലെ ഉണ്ടായി. അയാളെക്കുറിച്ച് അറിഞ്ഞപ്പോഴും പിന്നീട് അയാൾ തന്നെ ചിട്ടാപാഡയിലേയും ഛുട്ടേപാലിലേയും കഥകൾ പറഞ്ഞപ്പോഴും അവൾക്ക് തന്റെ ഗ്രാമം വല്ലാതെ ഓർമ്മ വന്നു. സീമയും തന്റെ വീടും മാതാപിതാക്കളേയും സഹോദരങ്ങളേയും ഉപേക്ഷിച്ച് കാട്ടിൽ കഴിഞ്ഞുകൂടുകയായിരുന്നു. വീടും ബന്ധുമിത്രാദികളും നഷ്ടപ്പെടുമ്പോഴുണ്ടാകുന്ന വേദന പങ്കുവെച്ചപ്പോൾ അവൾ രാംദേവിലേക്ക് കൂടുതൽ അടുക്കുകയായിരുന്നു. ബേൽഘാട്ട് ക്യാമ്പിൽ രാംദേവിനും ഭീമേയ്ക്കും സുരിക്കും ഉണ്ടായ ദുരനുഭവങ്ങൾ അറിഞ്ഞപ്പോൾ അവളുടെ മനസ്സിൽ അവർക്കു വേണ്ടി പ്രത്യേകം ഒരിടമുണ്ടായി. ഭീമേയോടുള്ള രാംദേവിന്റെ പ്രണയം അവളെ വല്ലാതെ സ്വാധീനിച്ചിരുന്നു. പിന്നെ അവൾ സ്വയം പതുക്കെ പതുക്കെ രാംദേവിലേക്ക് അടുത്തുകൊണ്ടിരുന്നു.

എന്നാൽ രാംദേവ് ഇപ്പോഴും ഭീമേയുടേതായിരുന്നു. അയാൾ അവളെക്കുറിച്ചുതന്നെയാണ് സംസാരിച്ചുകൊണ്ടിരുന്നത്. സീമയ്ക്ക് ഈ യാഥാർത്ഥ്യം ഇരട്ടവേദനയായി അനുഭവപ്പെട്ടു.

"എനിക്ക് നിങ്ങൾ പ്രിയപ്പെട്ടവളാണ് സീമാ. നിങ്ങൾക്ക് പ്രത്യേക ഇടമുണ്ട്," രാംദേവ് സീമയുടെ ചുമലിൽ കൈ വെച്ചുകൊണ്ട് പറഞ്ഞു. കരച്ചിലിനുശേഷം സീമ അല്പം സാധാരണപോലെ ആയിരുന്നു.

"കോമ്രേഡ് രാമാ, ഭീമേ വീണ്ടും ഒരിക്കൽകൂടി നിങ്ങളുടെ കൂടെ കഴിയുമെന്ന് നിങ്ങൾക്ക് വിശ്വാസമുണ്ടോ?" സീമ ചോദിച്ചു.

"എന്നുവെച്ചാൽ?"

"നിങ്ങൾ തോക്കെടുത്തു കോമ്രേഡ്. വീണ്ടും നിങ്ങൾക്ക് ഒന്നുചേരാൻ കഴിയുമോ!"

രാംദേവിന് സീമയുടെ ചോദ്യം അസ്ത്രം പോലെ കൊണ്ടു. ഭീമേയ്ക്ക് കൊലപാതകം ഒരിക്കലും സഹിക്കാൻ കഴിയില്ലെന്ന് അയാൾക്ക് അറിയാമായിരുന്നു. ഇവിടെ നിന്ന് ഇനി സാധാരണജീവിതത്തിലേക്ക് മടങ്ങിപ്പോവുക എന്നുള്ളത് അത്ര എളുപ്പമല്ല. ഒന്നുകിൽ അയാൾ പൊലീസിന്റെ വെടിയേറ്റ് മരിക്കും, അല്ലെങ്കിൽ പിടിക്കപ്പെട്ടാൽ ദീർഘകാലം ജയിലിൽ കഴിയേണ്ടി വരുമെന്ന് അയാൾക്ക് അറിയാമായിരുന്നു.

"അറിയില്ല സീമേ," രാംദേവ് തളർന്ന സ്വരത്തിൽ പറഞ്ഞു. "നമ്മളിൽ കുറച്ച് ആളുകൾ ഇതെല്ലാം സ്വന്തം ഇഷ്ടപ്രകാരം തെരഞ്ഞെടുത്തതാണ്. എന്നാൽ കൂടുതൽ ആളുകൾക്കും തോക്കെടുക്കുകയല്ലാതെ മറ്റു മാർഗ്ഗം ഉണ്ടായിരുന്നില്ല. ഞാനും നിയമത്തിന്റെ ഒപ്പം നിൽക്കാൻ ആഗ്രഹിച്ചിരുന്നു, എന്നാൽ ഒന്നൊന്നായി എല്ലാ വഴികളും അടഞ്ഞുകൊണ്ടിരുന്നു. ഞാൻ ആദ്യം തോക്കെടുക്കാൻ ആഗ്രഹിച്ചിരുന്നതല്ല, എന്നാൽ തോക്കെടുത്ത് അന്യായത്തെ എതിർത്തു എന്നതിൽ എനിക്ക് സന്തോഷമുണ്ട്. എനിക്കിനി എന്ത് സംഭവിക്കും എന്നതിൽ എനിക്ക് ഒരു വിഷമവും തോന്നുന്നില്ല."

"കോമ്രേഡ് റെഡ്ഡിയുടെ പക്കൽ ഒരു പ്ലാൻ ഉണ്ടെന്ന് നിങ്ങൾക്ക് അറിയാമല്ലോ. സറണ്ടർ ചെയ്യാനുള്ള വഴി തയ്യാറാക്കുകയാണ് അദ്ദേഹം," സീമ അയാളെ ഓർമ്മിപ്പിച്ചു. രാംദേവ് നിശ്ശബ്ദനായി അവളെ നോക്കിക്കൊണ്ടിരുന്നു.

"നമ്മളെല്ലാം ആന്ധ്രയിൽ സറണ്ടർ ചെയ്യുകയാണെങ്കിൽ ചിലപ്പോൾ നമുക്ക് ഒരു ജീവിതം കിട്ടാം.... അല്ലേ രാമാ..." സീമ എപ്പോഴും അയാളെ കോമ്രേഡ് രാമാ എന്നാണ് വിളിച്ചുകൊണ്ടിരുന്നത്, എന്നാൽ ഇത്തവണ അവൾ പേരു മാത്രം പറഞ്ഞു. രാംദേവ് ചോദ്യരൂപത്തിൽ അവളെ നോക്കി.

"... അഥവാ ജീവിതം കിട്ടുകയാണെങ്കിൽ അത് എന്റെ കൂടെ ചെലവഴിക്കുമോ രാമാ?" സീമ ധൈര്യം സംഭരിച്ച് ചോദിച്ചു.

രാംദേവ് ഒന്നും മിണ്ടിയില്ല. അയാളുടെ മുന്നിൽ ഭീമേയുടെ മുഖം തെളിയുകയായിരുന്നു.

"എനിക്ക് ഭീമേയുടെ അടുത്തേക്ക് തിരിച്ചു പോകാൻ കഴിയില്ലേ സീമേ?" ഈ ചോദ്യത്തിന് ശരിയായ ഉത്തരം അവൾക്കറിയാം എന്നതുപോലെയാണ് രാംദേവ് സീമയോട് ചോദിച്ചത്.

"ഭീമേ മറ്റാരുടേയെങ്കിലും ആയി പോയിട്ടുണ്ടെങ്കിലോ? അപ്പോഴും നിങ്ങൾ എന്നോടൊപ്പം കഴിയില്ലേ രാമാ?"

“എന്ത്?” രാംദേവ് തളർന്നതുപോലെ ആയി.

അയാൾ സീമയുടെ കൈ പിടിച്ചു. ഭീമേ മറ്റൊരാളുടേതാകും എന്ന ചിന്ത ഒരിക്കലും അയാളുടെ മനസ്സിൽ ഉണ്ടായിട്ടില്ല. ഇതിൽ ഭീമേ യോടുള്ള അയാളുടെ പ്രണയമാണോ അതോ അയാളുടെ പുരുഷസഹജ മായ ചിന്താഗതിയാണോ ഉണ്ടായിരുന്നത് എന്ന് പറയുക പ്രയാസ മാണ്. എന്നാൽ രാംദേവ് ഇതുവരെ വിചാരിച്ചത് ഭീമേ എന്നും തനി ക്കായി കാത്തിരിക്കും എന്നാണ്.

“എന്താണ് നീ പറഞ്ഞത്...? ഭീമേ മറ്റാരുടേയെങ്കിലും....!”

ഭീമേയുടെ മനസ്സ് രമയ്യയുമായി ചേർന്നിരിക്കുന്നുവെന്ന് സീമ രാംദേ വിനോട് പറഞ്ഞു. അയാൾ അവളെ പോലെത്തന്നെ അഹിംസാ സിദ്ധാന്തം പാലിക്കുന്ന വ്യക്തിയാണ്. ഏറെക്കാലമായി അയാൾ ഭീമേയെ അവളുടെ മിഷനിൽ സഹായിക്കുന്നുണ്ട്. അയാൾ ഭീമേയെ ഏഴു കൊല്ലം മുമ്പ് ഉപേക്ഷിച്ചു പോന്നതാണെന്ന് സീമ രാംദേവിനെ ഓർമ്മിപ്പിച്ചു. ഈ കാലയളവിൽ ഭീമേ അയാളില്ലാതെ തന്നെ തന്റെ പോരാട്ടം നടത്തിയിട്ടുണ്ട്. ദീർഘകാലം രമയ്യ അവളോടൊപ്പം നിന്നു. അപ്പോൾ പിന്നെ രമയ്യയോട് ഭീമേയ്ക്കുണ്ടാകുന്ന അടുപ്പം അത്ര ആശ്ചര്യപ്പെടേണ്ട കാര്യമൊന്നുമല്ല.

രാംദേവ് മനസ്സാന്നിദ്ധ്യം വീണ്ടെടുത്തു. അയാൾ യാഥാർത്ഥ്യത്തെ അഭിമുഖീകരിക്കാൻ സ്വയം തയ്യാറെടുക്കുകയായിരുന്നു.

“നിങ്ങൾക്കിതെല്ലാം എങ്ങനെ അറിയാൻ കഴിഞ്ഞു, കോമ്രേഡ് സീമാ?” രാംദേവ് ചോദിച്ചു. അയാളുടെ സ്വരത്തിൽ പരാജിതഭാവം ഉണ്ടാ യിരുന്നു.

“ചിട്ടാപാഡയിൽ സ്റ്റീൽ പ്ലാന്റിന് എതിരെ നടക്കുന്ന മീറ്റിംഗുകളിൽ കോമ്രേഡ് ബൂട്ടായുടെ കൂട്ടുകാർ മിക്കപ്പോഴും പോകാറുണ്ട്. അവിടെ കണ്ട കാര്യങ്ങളെല്ലാം അവർ എന്നോടും കോമ്രേഡ് ബൂട്ടയോടും പറ യാറുണ്ട്.”

സീമ ഭീമേയെ ചാരപ്പണി ചെയ്യുകയാണ്. പിന്നെ സീമ തന്നെ എത്ര മാത്രം ഇഷ്ടപ്പെടുന്നുണ്ടെന്ന് അയാൾക്ക് തോന്നി. ഭീമേയുടെ വ്യക്തി ഗത ജീവിതത്തെക്കുറിച്ച് അന്വേഷണം നടത്തി സീമ രാംദേവുമൊ ത്തുള്ള തന്റെ ഭാവിയുടെ സാധ്യതകൾ തേടുകയായിരുന്നു.

“എനിക്കൊരിക്കൽ ഭീമേയെ കാണണം സീമേ,” രാംദേവ് പറഞ്ഞു. “ഇക്കാര്യത്തിൽ എന്നെ സഹായിക്കാൻ നിങ്ങൾ കോമ്രേഡ് ബൂട്ടയോട് പറയുമോ?”

സീമ അല്പനേരം രാംദേവിനെ നോക്കി. പിന്നെ ശരി എന്നർത്ഥ ത്തിൽ തലയാട്ടി.

കുറച്ചു സമയത്തിനുശേഷം ഇരുവരും പരസ്പരം കൈ പിടിച്ച് ക്യാമ്പിലേക്ക് തിരിച്ചു നടക്കാൻ തുടങ്ങി.

69

“നിങ്ങൾക്കു ജാമ്യം എടുക്കുന്നതാണ് പ്രയാസകരം, ബാക്കിയെല്ലാം നടന്നുകൊള്ളും എന്നാണ് ആദ്യം തോന്നിയിരുന്നത്. എന്നാലിപ്പോൾ തോന്നുന്നു ഭീമേ മുന്നോട്ടുള്ള വഴി അതിലും കഠിനമാണെന്ന്,” രമയ്യ പറഞ്ഞു.

“ഈ പോരാട്ടത്തിൽ താങ്കൾ എളുപ്പവഴി പ്രതീക്ഷിക്കുന്നുണ്ടോ രമയ്യാ?” ഭീമേ രമയ്യയോട് പറഞ്ഞു, ഓരോ ചുവടും ബുദ്ധിമുട്ടുകളില്ലാതെ മുന്നേറാൻ കഴിയില്ലെന്ന് അയാളെ ഓർമ്മിപ്പിക്കുന്നതുപോലെ.

ഭീമേ ജയിൽ മോചിതയായിട്ട് മൂന്നു ദിവസമായി. ജാമ്യം കിട്ടിയതിനു ശേഷം ഭീമേ റായ്പുരിൽ തന്നെയായിരുന്നു. ബിഷൻ ഇവിടെ തന്റെ എൻജിഒ യുടെ ഗസ്റ്റ് ഹൗസിൽ അവൾക്ക് താമസം ഒരുക്കിയിരുന്നു. ചിട്ടാപാഡയിൽ സ്റ്റീൽ പ്ലാന്റിന് എതിരെ നടക്കുന്ന പ്രക്ഷോഭം എങ്ങനെ മുന്നോട്ടു കൊണ്ടുപോകാമെന്ന് അവൾ രമയ്യയുമായി ആലോചിച്ച് പദ്ധതി തയ്യാറാക്കുകയായിരുന്നു. ഇപ്പോൾ ഈ പോരാട്ടത്തിന് പിന്തുണ നേടിയെടുക്കുക എന്ന വലിയ വെല്ലുവിളി ഭീമേയ്ക്കും രമയ്യയ്ക്കും മുന്നിൽ ഉണ്ടായിരുന്നു. രാഷ്ട്രീയമായി ഭീമേയ്ക്കിപ്പോൾ നല്ല പക്വത വന്നിരുന്നു. ഈ പോരാട്ടത്തിന് സാമൂഹികപ്രവർത്തകരുടെ കൂടെത്തന്നെ മീഡിയയുടെ സഹകരണവും വേണമെന്ന് അവൾക്ക് അറിയാമായിരുന്നു. സാധാരണ ആദിവാസികൾക്കൊപ്പം ഈ പ്രക്ഷോഭത്തെ അനുകൂലിക്കുന്ന ഒരു ജനാഭിപ്രായം വളർത്തിയെടുക്കാൻ കഴിയുന്ന ആളുകളെക്കൂടി തങ്ങളോടൊപ്പം കൊണ്ടുവരേണ്ടത് ആവശ്യമാണെന്നും ഭീമേയ്ക്ക് അറിയാമായിരുന്നു.

ഭീമേയുടെ അറസ്റ്റ് ഉണ്ടായപ്പോൾ കുറച്ച് ആളുകൾ സഹതാപത്തോടെ അവൾക്കൊപ്പം നിന്നിരുന്നു, പക്ഷേ അവരുടെ പിന്തുണ പരിമിതമായിരുന്നു. പരസ്യമായി ഭീമേയുടെ പോരാട്ടത്തിന് പിന്തുണ നൽകുന്നവരുടെ എണ്ണം കുറവായിരുന്നു. മറുഭാഗത്ത് കമ്പനിയും പൊലീസും ചേർന്ന് സ്റ്റീൽ പ്ലാന്റ് സ്ഥാപിക്കാനുള്ള ശ്രമം ഊർജ്ജിതമാക്കിയിരിക്കുകയാണ്. പ്രതിഷേധ പ്രകടനത്തെ അടിച്ചമർത്താൻ സർക്കാർ ലാത്തി വീശിയെങ്കിൽ കമ്പനി കണ്ടമാനം പണം വിതറി. ഭീമേയുടേയും രമയ്യയുടേയും മുന്നിൽ ലാത്തിയുടേയും പണത്തിന്റേയും ഇരട്ട കരുത്തിനോട് ഏറ്റുമുട്ടുക എന്ന വെല്ലുവിളി ഉണ്ടായിരുന്നു. പ്രക്ഷോഭത്തിന് പുതിയൊരു ആവേശം ഉണ്ടാക്കേണ്ടതുണ്ട്. പുതിയത് എന്തെങ്കിലും ചെയ്യണമെന്ന് ഭീമേയ്ക്ക് മനസ്സിലായി.

“നിങ്ങളുടെ ധൈര്യം കാണുമ്പോൾ വഴി എളുപ്പമാകും എന്ന് പലപ്പോഴും തോന്നാറുണ്ട്, എന്നാൽ യാഥാർത്ഥ്യം കാണുമ്പോൾ കണ്ണുകൾ അടയ്ക്കുന്നു,” രമയ്യ തളർന്ന സ്വരത്തിൽ പറഞ്ഞു, എന്നിട്ട് ഭീമേയുടെ

കൈ പിടിച്ചു. ഇരുവരും ഗസ്റ്റ്ഹൗസിലെ സോഫയിൽ അടുത്തടുത്ത് ഇരിക്കുകയായിരുന്നു. രമയ്യ മുൻപു തന്നെ ഭീമേയിലേക്ക് ആകർഷിക്കപ്പെട്ടിരുന്നു. പതുക്കെ പതുക്കെ ഭീമേയും അയാളുടെ സ്നേഹത്തോട് അനുകൂലഭാവം പ്രകടിപ്പിക്കാൻ തുടങ്ങിയിരുന്നു. ഇപ്പോൾ രമയ്യ അവളുടെ കൈ പിടിച്ചാൽ അവൾ എതിർപ്പ് പ്രകടിപ്പിക്കുന്നില്ല. അയാളുടെ സ്പർശം അവൾക്ക് ഇഷ്ടമായിത്തോന്നി, അവൾ അയാളുമായുള്ള ബന്ധത്തിന് മൗനസമ്മതം നൽകുകയായിരുന്നു.

“കണ്ണുകൾ അടയ്ക്കുന്നതുകൊണ്ട് പ്രയാസങ്ങൾ കുറയുന്നില്ല രമയ്യാ, നാം ഒരുമിച്ചാണ് പൊരുതിയത്. ഇനിയും നാം ഒരുമിച്ചുണ്ടാകും.”

“നിങ്ങൾ എന്റെ കൂടെ ഉണ്ടാകുമോ?” സംഭാഷണത്തിനിടയിൽ രമയ്യ തന്റെ വ്യക്തിപരമായ ജീവിതകാര്യം ചോദിച്ചു.

ഭീമേ മൗനം പാലിച്ചു. രാംദേവിന്റെ സ്നേഹം ഇപ്പോഴും അവളുടെ ഹൃദയത്തിലുണ്ട്. അത് മറന്നു കളയുക അവൾക്ക് അത്ര എളുപ്പമായിരുന്നില്ല. എന്നാൽ അവൾ പ്രായോഗികസമീപനം ഉള്ള പെൺകുട്ടിയായിരുന്നു. രാംദേവ് വേറൊരു വഴി തെരഞ്ഞെടുത്തിരിക്കുന്നുവെന്ന് അവൾക്ക് അറിയാം.

“പറയൂ. നിങ്ങൾ ഞാൻ പറഞ്ഞതിന് മറുപടി തന്നില്ല ഭീമേ,” രമയ്യ അവളുടെ മുഖത്തേക്ക് വീണ മുടിയിഴകൾ പുറകിലേക്ക് ഒതുക്കിക്കൊണ്ട് പറഞ്ഞു.

തന്റെ ജീവിതത്തിലെ ഒരു ശൂന്യത ഇല്ലാതാക്കാൻ രമയ്യ പ്രയത്നിച്ചിട്ടുണ്ടെന്ന് ഭീമേയ്ക്ക് അറിയാം. താൻ ഒറ്റയ്ക്കായി എന്ന തോന്നൽ അവൾക്കുണ്ടായ കാലഘട്ടത്തിലാണ് അയാൾ തനിക്ക് ധൈര്യവും സന്തോഷവും പ്രതീക്ഷയും കൊണ്ടുവന്നത്. കഴിഞ്ഞ കുറച്ചു നാളുകളായി അവളുടെ ചേഷ്ടകളും സൂചനകളും തന്റെ പ്രണയം പ്രകടിപ്പിക്കാൻ ശ്രമിച്ചുകൊണ്ടിരുന്ന രമയ്യയ്ക്ക് ധൈര്യം പകരുംവിധമുള്ളതായിരുന്നു.

“എന്നെ ജയിലിൽ നിന്ന് മോചിപ്പിക്കാൻ നിങ്ങൾ കഠിനപ്രയത്നം ചെയ്തു രമയ്യാ, ഈ കാലഘട്ടത്തിൽ നിങ്ങൾ എന്റെ കൂടെ നിൽക്കുകയും എന്റെ കരുത്തായി തീർന്നിരിക്കുകയുമാണ് രമയ്യാ....എന്നാൽ എന്റെ കഴിഞ്ഞകാല ജീവിതത്തെക്കുറിച്ച് നിങ്ങൾക്ക് അറിയാമല്ലോ അല്ലേ. ഒരാളുടെ കൂടെ ചെലവഴിച്ച കുറേ നല്ല ഓർമ്മകളും പിന്നെ വളരെ കയ്പേറിയ ഒരു അനുഭവവും. എന്റെ ജീവിതത്തിലെ ആ ഭാഗം മറക്കാൻ സമയം എടുക്കും.”

രമയ്യയുമായി ഒറ്റയ്ക്കു സംസാരിച്ചുകൊണ്ടിരിക്കുമ്പോൾ ചിലപ്പോഴെല്ലാം ഭീമേ ‘താങ്കൾ’ എന്നതിനു പകരം ‘നിങ്ങൾ’ എന്നു പറയും. അവളുടെ ഈ സംബോധന കേൾക്കുമ്പോൾ രമയ്യ മനസ്സിൽ

പുഞ്ചിരിക്കും. തന്റെ സ്നേഹം അരിച്ചരങ്ങി അവളുടെ ഹൃദയത്തിലേക്ക് എത്തിയിരിക്കുന്നുവെന്ന് അയാൾ മനസ്സിലാക്കും. ഭീമേയുടെ ചരിത്രം രമയ്യയ്ക്ക് അറിയാം. ശുക്ലയുടെ പൈശാചികത്വവും രാംദേവിന്റെ പ്രേമവും മറക്കാൻ ഭീമേയ്ക്ക് സമയം വേണമെന്ന് അയാൾക്ക് നന്നായി അറിയാമായിരുന്നു.

"എനിക്ക് എല്ലാം അറിയാം. ഈ പോരാട്ടം കടുത്തതാണ്. ഞാൻ നിങ്ങൾക്ക് കരുത്തായിട്ടുണ്ട് എങ്കിൽ നിങ്ങളും എനിക്ക് പോരാടാനുള്ള ധൈര്യം തന്നുകൊണ്ടിരുന്നിട്ടുണ്ട്. ഞാൻ കാത്തിരിക്കാം. എനിക്ക് നിങ്ങളുടെ വാക്ക് കിട്ടണം, അത്രമാത്രം."

ഭീമേ ഒന്നും പറഞ്ഞില്ല. തന്റെ തല രമയ്യയുടെ തോളിൽ വെക്കുക മാത്രം ചെയ്തു. രമയ്യ അവളുടെ തലയിലും കവിളിലും പിന്നെ തോളിലും തഴുകിക്കൊണ്ടിരുന്നു. അപ്പോൾ പുറത്ത് ആരുടേയോ ശബ്ദം കേട്ടു. ഭീമേ ചാടി എഴുന്നേറ്റ് തന്റെ വസ്ത്രം ശരിയാക്കി. രമയ്യ എഴുന്നേറ്റ് മറ്റൊരിടത്ത് പോയി ഇരുന്നു. പിന്നെ മേശമേൽ നിന്ന് പത്രമെടുത്ത് വായിക്കാൻ തുടങ്ങി.വാതിൽ തുറന്നിരുന്നു. ചാരിയിട്ടു മാത്രമേ ഉണ്ടായിരുന്നുള്ളൂ. വന്നയാൾ തട്ടി വിളിച്ചു.

"ആരാണ്? വന്നാലും. വാതിൽ തുറന്നിട്ടുണ്ട്," ഭീമേ പറഞ്ഞു.

അകത്തേയ്ക്കു വന്ന ആൾ ശക്തി കവാസി ആയിരുന്നു. തോളിൽ സഞ്ചി തൂക്കിയ കവാസി വിയർത്തു കുളിച്ചിരുന്നു. പുറത്ത് നല്ല ചൂടുണ്ടായിരുന്നു. അയാളുടെ കയ്യിൽ കുട ഉണ്ടായിരുന്നു. എന്നാൽ ഈ കടുത്ത ചൂടിൽ നിന്ന് രക്ഷപ്പെടാൻ അത് പര്യാപ്തമായിരുന്നില്ല.

"അല്ലാ ശക്തി ഭയ്യാ, താങ്കൾ ദന്തേവാഡയിലേക്ക് പോകാൻ ഇരുന്നതല്ലേ. പോയില്ലേ?" ഭീമേ ചോദിച്ചുകൊണ്ട് അയാളെ അകത്തേക്ക് കൂട്ടിക്കൊണ്ടു വന്നു.

"ഇല്ല, പ്ലാൻ മാറി." ശക്തി അകത്തു വന്ന് രമയ്യയുടെ അടുക്കൽ കസേരയിൽ ഇരുന്നുകൊണ്ട് പറഞ്ഞു.

"എന്തെങ്കിലും പ്രത്യേക കാര്യം?" രമയ്യ ചോദിച്ചു. ഭീമേ മേശമേൽ വെച്ചിരുന്ന ജഗ്ഗിൽ നിന്ന് ശക്തിക്ക് നൽകാനായി ഗ്ലാസ്സിലേക്ക് വെള്ളമൊഴിക്കാൻ തുടങ്ങി. പിന്നെ അവൾ ഗസ്റ്റ്ഹൗസിലെ പ്യൂണിനെ വിളിച്ച് ചായ കൊണ്ടുവരാൻ പറഞ്ഞു.

"ചിട്ടാപാഡയിൽ പോലീസ് ആളുകൾക്കുമേൽ അതിക്രമത്തിന് ആക്കം കൂട്ടിയിരിക്കുന്നുവെന്ന് അറിയാൻ കഴിഞ്ഞു. ഇന്നലെ പോലീസുകാർ പതിന്നാലുപേരെ പിടിച്ച് അരൻപുർ പോലീസ് സ്റ്റേഷനിലേക്ക് കൊണ്ടുവന്നു."

"എന്തിന്?"

"എല്ലാവരും അവിടുത്തെ ഗ്രാമീണരാണ്. പ്ലാന്റിനെ എതിർക്കുന്നതിൽ അവർ ഏറ്റവും മുന്നിലുണ്ട്."

"എന്ത്... ഇത്രയൊക്കെ സംഭവിച്ചതിനു ശേഷവും?" രമയ്യ പറഞ്ഞു. ഭീമേ ഒന്നും മിണ്ടാതെ നിന്നു.

"ജനങ്ങൾ അവരുടെ അവകാശത്തിനു വേണ്ടി പ്രതിഷേധ പ്രകടനം നടത്തുകയാണ്. ഈ അവകാശം ശരിയാണെന്നു പറഞ്ഞുകൊണ്ടാണ് സുപ്രീംകോടതി ഭീമേയ്ക്ക് ജാമ്യം അനുവദിച്ചത്. എന്നാൽ ഈ പോലീസുകാർ രാജ്യത്തെ ഏറ്റവും വലിയ കോടതി പറയുന്നത് കേൾക്കാൻ തയ്യാറല്ല," രമയ്യ കോപത്തോടെ പറഞ്ഞു.

"ആരെയെങ്കിലും വിട്ടോ അതോ എല്ലാവരും ഇപ്പോഴും സ്റ്റേഷനിൽ തന്നെയാണോ?" ഭീമേ ചോദിച്ചു.

"ഇന്ന് അവരെ കോടതിയിൽ ഹാജരാക്കും." കവാസി പറഞ്ഞു.

"ആരെയെങ്കിലും അയച്ചോ?" രമയ്യ ചോദിച്ചു. ഈ ആളുകൾക്ക് നിയമസഹായം ആവശ്യമായി വരുമെന്ന് അയാൾക്കറിയാം. അവരുടെ ഭാഗം കോടതിയിൽ പറയാൻ ഏതെങ്കിലും വക്കീൽ വേണ്ടിവരും.

"ഉണ്ട്, ചിലര് പോയിട്ടുണ്ട്," കവാസി പറഞ്ഞു.

കഴിഞ്ഞ കുറച്ചു വർഷങ്ങളായി ശക്തി കവാസി ജയിലിൽ അടയ്ക്കപ്പെട്ട ആദിവാസികൾക്കായി ഏറെ പോരാടിയിട്ടുണ്ട്. ജഗദൽപുരിൽ മനുഷ്യാവകാശങ്ങൾക്കായി പ്രവർത്തിക്കുന്ന ചില ആളുകളുടെ സഹായത്തോടെ അയാൾ നിരവധി ആളുകൾക്ക് ജാമ്യം നേടിക്കൊടുത്തു. പലരേയും അവരുടെ കേസ് നടത്താനും സഹായിച്ചു. ഇനിയും വളരെയേറെ ആദിവാസികൾ ജയിലുകളിൽ അടയ്ക്കപ്പെട്ടിട്ടുണ്ട്.

"ജനകീയ അവകാശപ്രവർത്തകർ കോടതിയിൽ പോയിട്ടുണ്ട്," കവാസി പറഞ്ഞു. "ഞാൻ ഫോണിൽ സംസാരിച്ചിരുന്നു അവരുമായി."

"ജനകീയ അവകാശം" എന്ന സംഘടന ആദിവാസികളടക്കമുള്ള ബസ്തറിലെ മുഴുവൻ ജനങ്ങൾക്കും പല വിഷയങ്ങളിലും നിയമോപദേശം നൽകുന്നുണ്ട്. കവാസി ഏറെ കാലമായി അവരുമായി ബന്ധപ്പെട്ട് പ്രവർത്തിക്കുന്നുണ്ട്.

"കഴിഞ്ഞ കുറച്ചു നാളുകളായി എല്ലാം നല്ല രീതിയിലായിരുന്നു. ഭീമേജിക്ക് ജാമ്യം കിട്ടിയതോടുകൂടി പൊലീസിന് വിറളി പിടിച്ചതുപോലെയായി, " കവാസി പറഞ്ഞു. "ഗ്രാമത്തിൽ എല്ലാ ദിവസവും മർദ്ദനമാണ്."

ഭീമേ ആലോചനയിലായി. രമയ്യ ഒന്നും മിണ്ടിയില്ല. ഇതിനിടെ ഗസ്റ്റ്ഹൗസിലെ പ്യൂൺ ചായയും കൊണ്ട് അകത്തുവന്നു.

"പ്രക്ഷോഭത്തെ അടിച്ചമർത്താനുള്ള ശ്രമം ഉണ്ടാകുമെന്ന് ഞാൻ താങ്കളോട് പറഞ്ഞിരുന്നില്ലേ രമയ്യാ. ആളുകളെ ഭയപ്പെടുത്താനും ഇവർ ശ്രമിക്കും," ശക്തിക്കും രമയ്യയ്ക്കും ചായ കൊടുത്തുകൊണ്ട് ഭീമേ പറഞ്ഞു.

ഭീമേ എന്താണ് ഉദ്ദേശിക്കുന്നതെന്ന് ഇരുവർക്കും അറിയാമായിരുന്നു. ചിട്ടാപാഡയിൽ നിന്ന് കുറച്ച് കിലോമീറ്ററുകൾ മാത്രം അകലെയുള്ള ലോഹാണ്ടിഗുഡയിൽ ടാറ്റയുടെ സ്റ്റീൽപ്ലാന്റുമായി ബന്ധപ്പെട്ട് സർക്കാരിന്റെ കൈ പൊള്ളിയിരിക്കുകയാണ്. 2005ൽ കരാർ ഒപ്പുവെച്ചു എങ്കിലും ഇതുവരെയും ഭൂമി ഏറ്റെടുക്കാൻ കഴിഞ്ഞിട്ടില്ല.

"ഭീമേജി, അതുകൊണ്ടാണ് ഞാൻ ഇന്ന് റായ്പുരിൽ തങ്ങിയത്. താങ്കളുടെ അറസ്റ്റിനു ശേഷം ബസ്തറിൽ എങ്ങനെയാണ് പോലീസ് അതിക്രമം വർധിച്ചിരിക്കുന്നത് എന്ന് ഞാൻ ഇവിടുത്തെ പത്രക്കാരോട് പറയാൻ പോകുകയാണ്."

"ങും..." രമയ്യ ആലോചിച്ചുകൊണ്ട് പറഞ്ഞു. "ഛഗ്ബന്ധു' പത്രത്തിന്റെ അഭീക്കിനെ തീർച്ചയായും കാണണം കവാസി ഭായി. കാടിന്റേയും ഭൂമിയുടേയും പ്രശ്നങ്ങളെക്കുറിച്ച് അദ്ദേഹം ഒരുപാട് എഴുതുന്നുണ്ട്."

സൽവാ ജുഡുമിനു ശേഷം അഭീക് ബാനർജി ബസ്തറിന്റെ ചരിത്രം എഴുതുന്നതുപോലെയായിരുന്നു. ഈ മുഴുവൻ യുദ്ധത്തിനിടയിലും അയാളുടെ പേന ഒരിക്കലും നിശ്ചലമായില്ല. ഭീമേ, ബിഷൻ, സുരി, രമയ്യ, കവാസി തുടങ്ങി എത്രയെത്ര ആദിവാസികൾക്കാണ് അയാളിൽ പൂർണ വിശ്വാസം ഉണ്ടായിരുന്നത്. അയാൾ ബസ്തറിലെ ജനങ്ങളുടെ ശബ്ദമായി മാറിക്കഴിഞ്ഞിരുന്നു.

"ഈ പ്രക്ഷോഭത്തെ നിലനിർത്തി കൊണ്ടുപോകണമെങ്കിൽ നമ്മുടെ ആവശ്യത്തെ തെരഞ്ഞെടുപ്പുമായി ബന്ധപ്പെടുത്തേണ്ടി വരും," ഭീമേ രമയ്യയെ നോക്കിക്കൊണ്ട് പറഞ്ഞു. പിന്നെ അവൾ കവാസിയെ നോക്കി. "ഈ വർഷം അവസാനമാണ് ഛത്തീസ്ഗഢിൽ നിയമസഭാ തെരഞ്ഞെടുപ്പ് നടക്കേണ്ടത്."

"ശരിയാണ്. രാജ്യത്തിന്റെ പല ഭാഗത്തും ഭൂമിക്കായുള്ള സമരങ്ങൾ നടക്കുന്നുണ്ട്. ഇതിനെ വോട്ടിന് പകരമായുള്ള ഒരു ആവശ്യമാക്കി മാറ്റാൻ നമുക്കു കഴിയണം" കവാസി പറഞ്ഞു.

"തീർച്ചയായും...നമ്മുടെ ഭൂമി തട്ടിയെടുക്കുന്നതിൽ നിന്ന് നമ്മളെ രക്ഷിക്കുന്നവർക്ക് മാത്രമേ നാം വോട്ടു ചെയ്യൂ എന്ന് ഗ്രാമങ്ങളിലും പ്രചരിപ്പിക്കണം, " ഭീമേ പറഞ്ഞു.

രമയ്യ ഒന്നും പറഞ്ഞില്ല, എന്നാൽ ഈ ഐഡിയ കൊള്ളാമെന്ന് അയാൾക്ക് തോന്നി. ഈ ആവശ്യം ശക്തിപ്പെടുകയാണെങ്കിൽ ബിജെപി, കോൺഗ്രസ്സ് പോലെയുള്ള വലിയ ദേശീയ പാർട്ടികൾക്ക് മേൽ ഗ്രാമീണർ പറയുന്നതു കേൾക്കാനുള്ള സമ്മർദ്ദം ഉണ്ടാകും. കഴിഞ്ഞ പത്തു വർഷമായി സംസ്ഥാനത്ത് ബിജെപി സർക്കാരാണ്. മുഖ്യമന്ത്രി രമൺസിങ്ങ് ഈ ദിവസങ്ങളിൽ കസേര നിലനിർത്താനായി വികസനയാത്രയും പ്രതിപക്ഷ പാർട്ടിയായ കോൺഗ്രസ് ബിജെപിയെ

പുറത്താക്കാനായി പരിവർത്തനയാത്രയും നടത്തുകയാണ്. ഒരു ഭാഗത്ത് ഭരിക്കുന്ന പാർട്ടിയുടെ വികസന മുദ്രാവാക്യം ആയിരുന്നെങ്കിൽ മറു ഭാഗത്ത് പ്രതിപക്ഷം പരിവർത്തനം കൊണ്ടുവരാനുള്ള ശ്രമത്തിലായിരുന്നു. ഈ സന്ദർഭത്തിൽ ബസ്തറിലെ ചിട്ടാപാഡ, ഛരുട്ടേപാൽ പോലെയുള്ള ഗ്രാമങ്ങളുടെ ശബ്ദം കേൾപ്പിക്കാനുള്ള ഒരു മാർഗ്ഗം ഇതായിരുന്നു- സ്റ്റീൽപ്ലാന്റിനെതിരെയുള്ള ശബ്ദത്തെ ജനങ്ങളുടെ തെരഞ്ഞെടുപ്പ് ആവശ്യമാക്കി മാറ്റുക.

"കാര്യം ശരിയാണ്, എന്നാൽ കോൺഗ്രസും, ബിജെപിയും ഈ ഗ്രാമങ്ങൾ പറയുന്നത് കേൾക്കാൻ തയ്യാറാകുമോ?" രമയ്യ സംശയത്തോടെ ചോദിച്ചു.

"ഇതിന്റെ സ്വാധീനം നമ്മുടെ ഗ്രാമങ്ങളിൽ മാത്രമല്ല, മറ്റു പ്രദേശങ്ങളിലും ഉണ്ടാകും രമയ്യാജി. ബംഗാൾ കാണിച്ചു കൊടുത്തതാണല്ലോ, ഒരു സ്ഥലത്ത് പ്രക്ഷോഭമുണ്ടാകുമ്പോൾ തെരഞ്ഞെടുപ്പിൽ എല്ലാ സ്ഥലത്തും അതിന്റെ പ്രതിഫലനം കാണാം," കവാസി പറഞ്ഞു.

രമയ്യയ്ക്ക് കേട്ടപ്പോൾ നല്ലതായി തോന്നി. ഭീമേ നല്ലൊരു രാഷ്ട്രീയ ജീവിയായി മാറുകയാണ്. രണ്ടുകൊല്ലം മുമ്പാണ് പശ്ചിമബംഗാളിൽ മമതാ ബാനർജി മുപ്പത്തിനാല് വർഷം പഴക്കമുള്ള ഇടതുപക്ഷ സർക്കാരിനെ പിഴുതെറിഞ്ഞത്. ലെഫ്റ്റ് ഫ്രണ്ടിന്റെ എല്ലാ നാശവും നന്ദിഗ്രാമിൽ നിന്നാണ് തുടങ്ങിയത്. അവിടെ പൊലീസിന്റേയും സർക്കാരിന്റേയും അടിച്ചമർത്തലിനെ മമതാ ബാനർജി ചർച്ചാ വിഷയമാക്കി. പിന്നീട് എതിർപ്പിന്റെ അഗ്നി സിംഗൂർ, ലാൽഗഢ് തുടങ്ങിയ പ്രദേശങ്ങളിലേക്കും കടന്നുകയറി.

"എന്റെ മനസ്സിൽ ഒരു കാര്യം തോന്നുന്നു ഭയ്യാ. തെരഞ്ഞെടുപ്പിനായി നമുക്ക് നമ്മുടെ ഒരു സ്ഥാനാർത്ഥിയെ ഇപ്പോൾതന്നെ തയ്യാറാക്കണമെന്നാണ് എനിക്ക് തോന്നുന്നത്."

രമയ്യയ്ക്ക് ആശ്ചര്യം തോന്നി. ഭൂമിയുടെ പ്രശ്നവുമായി ബന്ധപ്പെട്ട് നേതാക്കളിലും സർക്കാരിലും തെരഞ്ഞെടുപ്പ് സമ്മർദ്ദം ചെലുത്തുന്നത് വേറെ കാര്യം, തെരഞ്ഞെടുപ്പിൽ മത്സരിക്കുന്നത് തീർത്തും വ്യത്യസ്തമായ കാര്യം. നമ്മളിൽ ആരെങ്കിലും തെരഞ്ഞെടുപ്പിൽ മത്സരിക്കുകയാണെങ്കിൽ പ്രശ്നത്തിന്റെ ഗൗരവം മുഴുവൻ ചോർന്നുപോകില്ലേ? രമയ്യ ആദ്യം കവാസിയേയും പിന്നെ ഭീമേയേയും നോക്കി.

"ഞാൻ രണ്ടു തവണ നിയമസഭ തെരഞ്ഞെടുപ്പിൽ മത്സരിച്ചിട്ടുണ്ട്. എനിക്ക് പരിചയമുണ്ട് ഭയ്യാ. ഈ പ്രശ്നം ചൂടുപിടിച്ചതാണ്, ഇതിന്റെ പ്രഭാവം തീർച്ചയായും ഉണ്ടാകും," ശക്തി കവാസി പറഞ്ഞു.

ഭീമേയുടെ സഹായത്തോടെ കവാസി തന്റെ തെരഞ്ഞെടുപ്പു മോഹം സഫലീകരിക്കാൻ ശ്രമിക്കുകയാണോ എന്നൊരു ചിന്ത രമയ്യയുടെ മനസ്സിൽ ഉണ്ടായി. നിയമസഭാ തെരഞ്ഞെടുപ്പിനു മുമ്പ് രാഷ്ട്രീയ കരുനീക്കം

നടത്താനാണോ കവാസി ഇതുവരെയും നമ്മുടെ കൂടെ കൂടിയത്? രമയ്യ ധർമ്മസങ്കടത്തിലായി. അയാൾ ഭീമേയെ നോക്കി.

ഭീമേയുടെ മനസ്സിൽ യാതൊരു ആശയക്കുഴപ്പവും ഉണ്ടായിരുന്നില്ല.

“ശക്തി ഭയ്യാ, നമ്മൾ ഒരു പാർട്ടി രൂപീകരിച്ച് ഭൂമി പ്രശ്നത്തിന്റെ പേരിൽ തെരഞ്ഞെടുപ്പിൽ മത്സരിക്കണമെന്നാണോ താങ്കൾ പറയുന്നത്? താങ്കൾക്ക് തെരഞ്ഞെടുപ്പിൽ മത്സരിക്കണോ?” ഭീമേ ചോദിച്ചു.

“വേണ്ട ഭീമേജി. ഞാൻ രണ്ടു തവണ തെരഞ്ഞെടുപ്പിൽ മത്സരിച്ചതാണ്,” കവാസി പറഞ്ഞു.

“പിന്നെ...?” രമയ്യ ചോദിച്ചു.

“എനിക്ക് തെരഞ്ഞെടുപ്പിൽ മത്സരിച്ച പരിചയമുണ്ട്. എന്നാൽ ശരിക്കുള്ള കഴിവും ആളുകളുമായുള്ള അടുപ്പവും താങ്കൾക്കാണ് ഭീമേജി.”

“എന്നുവെച്ചാൽ?” ഭീമേ ചോദിച്ചു.

“താങ്കൾ എത്രവർഷമായി ദന്തേവാഡയിലെ ജനങ്ങൾക്കിടയിൽ പ്രവർത്തിക്കുന്നു. ഗ്രാമങ്ങൾതോറും പോയി പ്രവർത്തിച്ചിട്ടുണ്ട് താങ്കൾ. സ്ത്രീകൾക്കിടയിൽ വലിയ അംഗീകാരമാണ് താങ്കൾക്ക്. തെരഞ്ഞെടുപ്പിൽ താങ്കൾ തന്നെ മത്സരിക്കണം,” കവാസി തീരുമാനം പ്രഖ്യാപിച്ചതുപോലെ ആയിരുന്നു.

ഭീമേ ആലോചനയിലായി. അവൾക്ക് ഒരു കുറ്റബോധം തോന്നി. കവാസി തന്റെ ചുമലിലേറി നേതാവാകണമെന്ന് ആഗ്രഹിച്ചു എന്നാണ് അവൾ കരുതിയത്. പക്ഷേ അത് എത്രമാത്രം തെറ്റായിരുന്നു!

“ചിന്തിക്കേണ്ട ഭീമേജി. തെരഞ്ഞെടുപ്പ് ഇനിയും കുറച്ച് അകലെയാണ്. നമുക്ക് തയ്യാറെടുപ്പ് നടത്തണം. താങ്കൾ ഗ്രാമങ്ങൾതോറും ഓരോ വീട്ടിലും ചെന്ന് ആളുകളെ കാണൂ. ഈ പോരാട്ടത്തിൽ താങ്കൾ അവരുടെ കൂടെയാണെന്നും എന്നാൽ സർക്കാരിനെ തോല്പിക്കണമെങ്കിൽ താങ്കൾക്കും ജനങ്ങളുടെ സഹായം വേണമെന്ന് അവരോട് പറയണം,” ശക്തി കവാസി ഭീമേയോട് പറഞ്ഞു.

കവാസിയുടെ വാക്കുകൾ ഭീമേയെ പിടിച്ചുകുലുക്കി. കവാസിയെ തെറ്റിദ്ധരിച്ചതിൽ ഉള്ള കുറ്റബോധത്തിൽ നിന്ന് അവൾ ഇപ്പോഴും മുക്തയായിരുന്നില്ല. പെട്ടെന്ന് കവാസിയുടെ വാക്കുകൾ അവളെ യഥാർത്ഥ ലോകത്തേക്ക് തിരിച്ചുകൊണ്ടുവന്നു.

താൻ തെരഞ്ഞെടുപ്പിൽ മത്സരിക്കണോ അതോ വീണ്ടും ജനങ്ങൾക്കു വേണ്ടി ഇതുപോലെതന്നെ പ്രക്ഷോഭം നടത്തിക്കൊണ്ടിരിക്കണോ? അവൾ ആലോചിച്ചു.

കവാസിയുടെ നിർദ്ദേശം കേട്ടപ്പോൾ രമയ്യ വളരെ സന്തോഷവാനായി. അയാളുടെ മനസ്സിൽ കവാസിയോടുള്ള ബഹുമാനം വർദ്ധിച്ചു.

“ശക്തി പറയുന്നത് ശരിയാണ് ഭീമേ. ജനങ്ങളുമായി ഇടപഴകാൻ ഇതാണ് അവസരം,” രമയ്യ പറഞ്ഞു.

“താങ്കൾ ഇപ്പോൾ ജയിലിൽ നിന്ന് വന്നതാണ്. ജനങ്ങൾക്ക് താങ്കളോട് സഹതാപമുണ്ട്. ജനങ്ങളുമായുള്ള സമ്പർക്കയാത്ര തുടങ്ങാൻ പറ്റിയ അവസരമാണിത്,” കവാസി പറഞ്ഞു.

“എന്നാൽ ഇപ്പോൾ നമ്മൾ തെരഞ്ഞെടുപ്പിന്റെ ഒരു കാര്യവും പറയില്ല. നമ്മൾ ഭൂമി ഏറ്റെടുക്കലിന് എതിരെയുള്ള പ്രക്ഷോഭം മാത്രം നടത്തും,” ഭീമേ പറഞ്ഞു.

“ശരിയാണ്....ഈ പ്രക്ഷോഭം നമ്മുടെ ഭൂമി ഏറ്റെടുക്കൽ വിരുദ്ധ ഗ്രാമസമിതി നടത്തും, അതിന്റെ അദ്ധ്യക്ഷ ഇപ്പോൾ ഭീമേ കുഞ്ചാം ആണ്,” കവാസി പറഞ്ഞുകൊണ്ട് പുഞ്ചിരിച്ചു.

ഭീമേയും രമയ്യയും ചിരിച്ചു.

“അങ്ങനെയല്ല, ഞാൻ ഇതിനെ വളരെ ഗൗരവത്തിലാണ് കാണുന്നത്... മീഡിയക്കാരെ കൂടെ കൊണ്ടുപോകേണ്ടിവരും. ഈ പ്രക്ഷോഭത്തെക്കുറിച്ച് പത്രങ്ങളിൽ വാർത്ത വരണം, ടിവിയിലും വാർത്ത വരണം.” ഒരു തെരഞ്ഞെടുപ്പ് തന്ത്രജ്ഞനെ പോലെയാണ് കവാസി സംസാരിച്ചിരുന്നത്.

“അങ്ങനെ എങ്കിൽ റായ്പുരിൽ ആളുകളുമായി ബന്ധപ്പെടാൻ തുടങ്ങൂ. പത്രക്കാർക്ക് വിശദവിവരങ്ങൾ നല്കൂ. ഇക്കാര്യം എല്ലായിടത്തും പ്രചരിക്കണം. ഒന്നുരണ്ടു ദിവസത്തിനകം നമുക്ക് ദന്തേവാഡയിൽ പോകാം,” രമയ്യ പറഞ്ഞു.

“ശരി...” ശക്തി കവാസി സമ്മതിച്ചു. പിന്നെ കീശയിൽ നിന്ന് ഫോൺ എടുത്ത് അഭീക്കിന്റെ നമ്പർ ഡയൽ ചെയ്തു.

70

പൊലീസ് സ്റ്റേഷനിൽ ഇരുന്നുകൊണ്ട് ഇൻസ്പെക്ടർ അനുപം ശുക്ല ഭീമേയ്ക്ക് ജാമ്യം നൽകിയ ആ സുപ്രീംകോടതി ജഡ്ജിയെ ഇപ്പോൾ തെറി വിളിക്കുകയാണ്.

“ഈ പുലയാടി ജഡ്ജിമാരെ കൊണ്ടുവന്ന് ബസ്തറിലെ ഈ കാടുകളിൽ വിടണം. നക്സലുകൾ ഇവരുടെ പുറത്ത് വെടിവെയ്ക്കുമ്പോൾ ഇവർക്ക് മനസ്സിലാകും നിയമവും ഫ്രീഡവും.... പട്ടി തെണ്ടികള്...”

ശുക്ല ഇങ്ങനെ രോഷത്തോടെ സംസാരിക്കുന്നത് വെറ്റി, രംഗ, കന്നു എന്നിവർക്കൊപ്പം ഏതാണ്ട് ഒരു ഡസൻ പൊലീസുകാരും കേൾക്കുന്നുണ്ടായിരുന്നു. ഇന്ന് അയാളുടെ മൂഡ് വളരെ മോശമായിരുന്നു.

ഭീമേയ്ക്ക് ജാമ്യം കിട്ടിയതിനു ശേഷം ഉയർന്ന ഉദ്യോഗസ്ഥർ എസ്പി മോഹൻകുമാറിനെ ശകാരിച്ചിരുന്നു. അയാൾ തന്റെ രോഷം ശുക്ലയുടെ മേൽ ചൊരിഞ്ഞു. മോഹൻകുമാർ പുതിയ പൊലീസ് ഓഫീസർ ആയിരുന്നു. അയാൾ രണ്ടര മാസം മുമ്പു മാത്രമാണ് ബസ്തറിൽ വന്നത്. ശുക്ലയുടെ അഭിപ്രായത്തിൽ മോഹൻകുമാറിന് ഈ പ്രദേശത്തിനെക്കുറിച്ചോ നക്സലുകളുടെ യുദ്ധതന്ത്രത്തെക്കുറിച്ചോ ഒന്നും അറിയില്ല.

"നേതാക്കളും കോടതികളും അല്ലെങ്കിലും നമുക്ക് എതിരെ തന്നെയാണ്. ഇപ്പോൾ നമ്മുടെ തന്നെ ഓഫീസർമാരും തെണ്ടികള് നമുക്ക് നേരെ കുരയ്ക്കുകയാണ്," ശുക്ല എസ്പി മോഹൻകുമാറിനെ ശപിക്കുകയാണ്. കോപത്തിലായിരിക്കുമ്പോൾ അയാൾ ആരേയും വക വെയ്ക്കാറില്ല. അയാൾ ബസ്തറിൽ തന്റെ കരുത്തിന്റെ ബലത്തിൽ നിരവധി ആളുകളെ അമർച്ച ചെയ്തിട്ടുണ്ട്. എന്നാൽ ഭീമേ ഈ മർദ്ദനമുറകളിൽ തകർന്നിട്ടും വീണ്ടും വീണ്ടും ഉയർത്തെണീറ്റു വരികയാണ്. അതിക്രമം, ബലാത്സംഗം, പീഡനം എന്നിവയ്ക്ക് ഇരയായ ഒരു പെൺകുട്ടി ഏതോ ധൂമകേതുവിനെ പോലെ ബസ്തർ മുഴുവൻ തിളങ്ങുകയാണ്. ആളുകൾ ഇപ്പോൾ ഭീമേ ദീദീ... ഭീമേ ദീദീ എന്നു വിളിച്ചുകൊണ്ട് അവളുടെ പിറകേ നടക്കുകയാണ്. ഭീമേയുടെ വ്യക്തിത്വം തന്നെ പരിഹസിക്കുകയാണെന്ന് ശുക്ലയ്ക്ക് തോന്നി.

"ഈ നായിന്റെ മോളെ ഒരു ദിവസം തട്ടിക്കളയും ഞാൻ... ഇത്ര പ്രഹരമേറ്റിട്ടും ഒരു കൂസലുമില്ല... പുലയാടി പട്ടി," ശുക്ല പറഞ്ഞു, പിന്നെ സിഗരറ്റ് കത്തിച്ചു.

"സർ, ഭീമേ ഇപ്പോൾ ഒന്നൊന്നായി മീറ്റിംഗുകൾ സംഘടിപ്പിക്കുകയാണ് എന്നാണ് കേട്ടത്... ചിട്ടാപാഡയിൽ ഭൂമിയുമായി ബന്ധപ്പെട്ട് നടന്ന പ്രൊട്ടസ്റ്റിനു ശേഷം ബസ്തറിലെ മുഴുവൻ ആദിവാസികളും ഇവളുടെ പുറകെ നടക്കുകയാണ്." രമൺ വിവരം നല്കി. ശുക്ലയുടെ ടീമിലെ ഏറ്റവും ചുറുചുറുക്കുള്ള പയ്യന്മാരിൽ ഒരാളായിരുന്നു രമൺ. കുന്ദർപാഡയിലെ ഓപ്പറേഷനിൽ വികാസും അൻസാരിയുമടക്കം ശുക്ലയുടെ നിരവധി കൂട്ടാളികൾ കൊല്ലപ്പെട്ടെങ്കിലും അയാൾ ആത്മധൈര്യം കൈവിട്ടിരുന്നില്ല. അയാൾ പുതിയൊരു ടീം ഉണ്ടാക്കി. രമൺ കഴിഞ്ഞ രണ്ടു വർഷമായി അയാളുടെ കൂടെ ഉണ്ട്.

"ഇതാണ് ബസ്തറിൽ നടക്കുന്നത്... നമ്മൾ നക്സലുകളുടെ തോക്കിന് ഇരയാകുന്നു... ഈ തെമ്മാടികളാകട്ടെ നക്സലുകളുടെ നേതാവാകുന്നു...," ശുക്ല വെറുപ്പോടെ പറഞ്ഞു.

"തെരഞ്ഞെടുപ്പ് വരികയാണ് സർ. താങ്കൾ പറയുന്നത് ശരിയാണ്. ഇത്തവണ എം എൽ എ യുടെ ഇലക്ഷനിൽ ഭീമേ മത്സരിക്കാൻ ഉദ്ദേശിക്കുന്നു എന്നാണ് ആളുകൾ പറയുന്നത്," കന്നു ചിരിച്ചുകൊണ്ട് പറഞ്ഞു.

"അല്ല, നീ വലിയ സന്തോഷത്തിലാണല്ലോ. നീ പോയി അവൾക്ക് വോട്ട് ചോദിക്ക്," ശുക്ലയ്ക്ക് കന്നുവിന്റെ ചിരി ഇപ്പോൾ ഒട്ടും ഇഷ്ടപ്പെട്ടില്ല. എപ്പോഴെങ്കിലും ആരെങ്കിലും ഭീമേയുടെ പേര് ഉച്ചരിക്കുകയാണെങ്കിൽ അത് വെറുപ്പോടുകൂടി ആയിരിക്കണമെന്ന് അയാൾ ആഗ്രഹിച്ചിരുന്നു.

കന്നു വിഷണ്ണനായി. അയാളുടെ ചിരി മാഞ്ഞു.

ശുക്ല സിഗരറ്റ് ഒന്നു വലിച്ചുകൊണ്ട് തന്റെ ടീമിലെ ആളുകളുടെ മുഖഭാവം ശ്രദ്ധിച്ചു. പിന്നെ സിഗരറ്റിന്റെ ചാരം ആഷ്ട്രേയിൽ തട്ടിക്കൊണ്ട് പറഞ്ഞു, "എംഎൽഎ ആയാലും ശരി ഇല്ലെങ്കിലും ശരി ഈ പിഴച്ചവളുടെ പോക്കു കണ്ടാൽ ഈ പട്ടി കുറച്ചു ദിവസങ്ങൾക്കുള്ളിൽ തീർച്ചയായും നേതാവാകും."

ശുക്ലയുടെ കൂട്ടാളികൾ മൗനം പാലിച്ചു. അതിനിടെ വെറ്റി വാതിൽക്കൽ വന്നു.

"അകത്തേക്ക് വരട്ടെ സർ?"

"വരൂ വെറ്റി, വരൂ." ശുക്ലയ്ക്ക് വെറ്റിയെ വലിയ ഇഷ്ടമായിരുന്നു. വെറ്റി എപ്പോൾ വരുമ്പോഴും എന്തെങ്കിലും പ്രയോജനമുള്ള വാർത്ത കൊണ്ടു വരും.

മുറിക്ക് അകത്തുവന്ന് വെറ്റി ശുക്ലയ്ക്ക് ചുറ്റും ഇരിക്കുന്ന ആളുകളെ നോക്കി. പിന്നെ ചോദ്യരൂപത്തിൽ ശുക്ലയെ നോക്കി.

ശുക്ലയ്ക്ക് കാര്യം മനസ്സിലായി.

"രമൺ, കന്നൂ... നിങ്ങളെല്ലാം ഒന്നു പുറത്തിരിക്കൂ. എനിക്ക് വെറ്റിയോട് ചില കാര്യങ്ങൾ ചോദിക്കാനുണ്ട്."

"ശരി സർ," രമൺ പറഞ്ഞു. അയാൾ സല്യൂട്ട് ചെയ്തു. പിന്നെ എല്ലാവരേയും കൂട്ടി പുറത്തുപോയി. ശുക്ല വെറ്റിയോട് കസേരയിൽ ഇരിക്കാൻ ആംഗ്യം കാണിച്ചു.

"പറയൂ," ശുക്ല പറഞ്ഞു. "എന്തൊക്കെയാണ് വാർത്തകൾ?"

"ഭൂമി പ്രതിരോധക്കാർക്ക് നിരവധി ഗ്രാമങ്ങളിൽ സപ്പോർട്ട് ഉണ്ട് സർ. കമ്പനിക്കെതിരെ എല്ലായിടത്തും ആളുകൾ നിലകൊള്ളുകയാണ്."

ശുക്ല വെറ്റിയെ നോക്കിക്കൊണ്ടിരുന്നു, കാര്യം പറഞ്ഞ് പൂർത്തിയാക്കാൻ പറയുന്നതുപോലെ.

"സർ, കാര്യം എന്താണ് എന്നുവെച്ചാൽ ആളുകൾ ഇതുവരെ ഭയത്തിലായിരുന്നു. എന്നാൽ ഭീമേ മോചിതയായി വന്നതിനു ശേഷം ആളുകളുടെ ധൈര്യം വർദ്ധിച്ചിരിക്കുന്നു സർ."

ശുക്ല നിശ്ശബ്ദനായി കേട്ടുകൊണ്ടിരുന്നു.

"ഇപ്പോൾ ഗ്രാമങ്ങളിൽ നക്സലുകളും കുറച്ച് വിഷമത്തിലാണ്. കാരണം നക്സലുകൾ പറയുന്നകാര്യങ്ങൾ തന്നെയാണ് ഇപ്പോൾ കമ്മിറ്റിക്കാരും പറയുന്നത്. എന്നാൽ ഭീമേ നക്സലുകളെ അടുപ്പിക്കുന്നില്ല എന്നാണ് കേൾക്കുന്നത് സർ."

ശുക്ല ഇത് കേൾക്കാൻ ആഗ്രഹിച്ചിരുന്നില്ല. ഭീമേ നക്സലുകളുമായി ചേർന്നിരിക്കുന്നുവെന്ന് വെറ്റി പറയണം എന്നാണ് അയാൾ ആഗ്രഹിച്ചിരുന്നത്.

"പക്ഷേ നക്സലുകൾ അവളെ സഹായിക്കാൻ ആഗ്രഹിക്കും വെറ്റീ. കമ്പനിയെയാണോ ഗ്രാമീണരെയാണോ സപ്പോർട്ട് ചെയ്യേണ്ടത് എന്ന സ്ഥിതി വന്നാൽ അവർ ഗ്രാമീണരെ തന്നെയാകും സപ്പോർട്ട് ചെയ്യുക."

"ശരിയാണ്, സർ പറയുന്നത് ശരിയാണ്. പക്ഷേ ഈ പെൺകുട്ടി മുന്നേറുന്ന രീതി കണ്ടിട്ട് നക്സലുകളും അല്പം രോഷത്തിലാണ് എന്നാണ് മനസ്സിലാകുന്നത് സർ. കാര്യങ്ങൾ ഇങ്ങനെ പോയാൽ ആളുകൾ ജനായത്ത സർക്കാർ പറയുന്നതു കേൾക്കാതെ ഇവൾ പറയുന്നതു കേൾക്കുമെന്ന് അവർക്ക് തോന്നുന്നുണ്ട്."

അപ്പോൾ നക്സലുകൾ ഭീമേയെ നിലയ്ക്ക് നിർത്തുമോ? ശുക്ല ആലോചനയിലായി.

"സർ, ഇവർ വലിയൊരു റാലിയും പ്ലാൻ ചെയ്യുന്നുണ്ട്, പെട്ടെന്നു തന്നെ."

"എന്ന്?"

"ഡേറ്റിനെക്കുറിച്ച് ഒന്നും അറിയില്ല. എന്നാൽ ഗ്രാമത്തിൽ ആളുകളെ പങ്കെടുപ്പിക്കുന്ന കാര്യം ചർച്ച ചെയ്യുന്നുണ്ട്. വലിയ പരിപാടി നടത്തണം, എങ്കിൽ മാത്രമേ കമ്പനി ഓടിപോകൂ എന്ന് കമ്മറ്റിക്കാർ ആളുകളോട് പറയുന്നുണ്ടെന്ന് കേൾക്കുന്നുണ്ട്."

ശുക്ലയുടെ ചോര തിളയ്ക്കാൻ തുടങ്ങി. ഭൂമിയുടെ കാര്യത്തിൽ ആളുകളെ സമ്മതിപ്പിക്കാം എന്ന് അയാൾ കമ്പനിയുടെ ആൾക്കാരുടെ മുന്നിൽ വീമ്പ് പറഞ്ഞിരുന്നു. ആളുകൾ ലാത്തിയും തോക്കും കണ്ടാൽ ഭയന്നു പോകും എന്നാണ് അയാൾ കരുതിയത്. എന്നാൽ ആളുകൾ ഭീമേയുടെ പുറകേ ചേർന്നുകൊണ്ടിരുന്നു. ഹിംസയ്ക്ക് മറുപടി നൽകാൻ ശുക്ലയ്ക്ക് കഴിയുമായിരുന്നു. എന്നാൽ ഭീമേയുടെ പ്രക്ഷോഭം പൂർണമായും അഹിംസാപരമായിരുന്നു. പൊലീസിന് ഇവരെ അടിച്ചമർത്തുക പ്രയാസകരമായി മാറുകയായിരുന്നു.

"എവിടെയാണ് ഈ റാലി നടക്കുന്നത്... എന്തെങ്കിലും വിവരം ഉണ്ടോ?"

"ഗ്രാമത്തിന്റെ പേര് അറിയില്ല സർ. എന്നാൽ വാർസൂരിന് അടുത്ത് തന്നെ നടത്താനാണ് പ്ലാനിംഗ് നടക്കുന്നത്."

ശുക്ലയുടെ മനസ്സിൽ ഒരു പ്ലാനിംഗ് തിരയടിച്ചു. അയാൾ വെറ്റിയോട് പറഞ്ഞു, "പോയി രമന്റേയും രാജേഷിന്റേയും കൂടെ രംഗയേയും കന്നു വിനേയും വിളിച്ചുകൊണ്ടു വരൂ."

അന്ന് ഏറെ നേരം ശുക്ല ഇവരെ ചില കാര്യങ്ങൾ ബോധ്യപ്പെടുത്തി. ഭീമേയോടൊപ്പമുള്ള അവസാനയുദ്ധത്തിന് അയാൾ തയ്യാറെടുക്കുകയാ യിരുന്നു.

71

സമയം പിന്നിട്ടുകൊണ്ടിരുന്നു. ചുറ്റുപാടുകൾ പെട്ടെന്ന് തെരഞ്ഞെടുപ്പ് ചൂടിലേക്ക് മാറാൻ തുടങ്ങി. ഇത് മെയ് മാസമായിരുന്നു. ഈ ദിവസങ്ങ ളിൽ തനി ഉൾനാടൻ ഗ്രാമങ്ങളിലാണ് ഭീമേയുടെ പ്രചരണം നടന്നിരു ന്നത്. ഇത് എല്ലായിടത്തും ചർച്ചയായിരുന്നു. അവൾ തെരഞ്ഞെടുപ്പ് പ്രചരണമല്ല, ഭൂമി ഏറ്റെടുക്കലിന് എതിരായ പ്രചരണമാണ് നടത്തിയി രുന്നത്. തന്റെ പൊതുയോഗങ്ങളിലെല്ലാം അവൾ ജനങ്ങളോട് ഭൂമി തട്ടി പ്പറിക്കുന്നതിനെ എതിർക്കണമെന്ന് മാത്രം പറഞ്ഞു. ഇതുവരെയും അവൾ തെരഞ്ഞെടുപ്പിൽ മത്സരിക്കുന്ന കാര്യം പ്രഖ്യാപിച്ചിരുന്നില്ല, അതുകൊണ്ടുതന്നെ ആളുകളോട് വോട്ട് ചോദിച്ചിരുന്നുമില്ല. എന്നിരു ന്നാലും നിരവധി നേതാക്കന്മാർക്ക് അവൾ തലവേദനയായി തീർന്നി രുന്നു, കാരണം ഭീമേ ഉപയോഗിച്ചിരുന്നത് രാഷ്ട്രീയ ഭാഷയായിരുന്നു.

"നമ്മുടെ ഗ്രാമത്തിൽ വരുന്ന ദാദാമാർ നിങ്ങളോട് ആയുധമെടുക്കാൻ പറയുന്നു. നിങ്ങൾ എടുത്തില്ലെങ്കിലും പോലീസ് പറയുന്നു നിങ്ങൾ നക്സൽ ആണെന്ന്. നിങ്ങളെ മർദ്ദിക്കുന്നു. മർദ്ദിക്കുന്നില്ലേ?" ഭീമേ ആളു കളോട് ചോദിച്ചു.

"ശരിയാണ്... ശരിയാണ്..." ആളുകൾ പറഞ്ഞു.

"പിന്നെ നിങ്ങളുടെ നേതാക്കന്മാർ... അവർ എന്താ ചെയ്യുന്നത്? എപ്പോഴെങ്കിലും ഇവിടെ വരാറുണ്ടോ?" ഭീമേ വീണ്ടും ചോദിച്ചു.

"ഇല്ല... ഇല്ല...വരാറില്ല..." ആളുകൾ തലയും കയ്യും ആട്ടിക്കൊണ്ട് പറഞ്ഞു. അവർ പ്രകോപിതരായിരുന്നു. രോഷം മുഖത്ത് പ്രകടമായി രുന്നു. അവർ ഭീമേയുമായി ഇഴുകി ചേരുകയായിരുന്നു. ദന്തേവാഡയിൽ നിന്ന് കുറച്ചു കിലോമീറ്റർ അകലെ ഗീദം എന്ന സ്ഥലത്താണ് ഇന്ന് ഭീമേ സംസാരിച്ചുകൊണ്ടിരുന്നത്. ആളുകളുടെ പങ്കാളിത്തവും ആവേശവും കണ്ട് ഭീമേയുടെ കൂടെ ഉണ്ടായിരുന്ന രമയ്യയുടേയും ശക്തിയുടേയും ആത്മവിശ്വാസം കൂടുകയായിരുന്നു. ഭീമേ അവരുടെ ഇടയിൽ ജീവി ക്കുന്ന പെൺകുട്ടിയാണ്. അവൾ തങ്ങളുടെ മനസ്സിലെ കാര്യങ്ങളാണ്

പറയുന്നത്. ബിഷനും സുരിയും പരസ്പരം നോക്കി പുഞ്ചിരിച്ചു. ഭീമേയുടെ വണ്ടി പാളത്തിൽ തന്നെയായിരുന്നു

"കഷ്ടകാലത്ത് ആരെങ്കിലും നിങ്ങളോടൊപ്പം നിന്നില്ലെങ്കിൽ നിങ്ങൾ എന്തുചെയ്യും? സ്വന്തം വീട് കൊള്ളയടിക്കുന്നത് നോക്കി നിൽക്കോ അതോ സ്വന്തം വീടും ഭൂമിയും രക്ഷിക്കാനായി പൊരുതുമോ?"

"പൊരുതും... പൊരുതും..."

"പൊരുതും... പക്ഷേ തോക്കു കൊണ്ടല്ല... നമ്മുടെ ശബ്ദം കൊണ്ട്," ഭീമേ ഉറക്കെ പറഞ്ഞു.

"അതേ...അതേ...." ആളുകൾ ഒരേ സ്വരത്തിൽ ആർത്തു വിളിച്ചു.

"എങ്കിൽ പറയൂ ഒറ്റക്കെട്ടായി... ജീവൻ നൽകാം..."

"...ഭൂമി വിട്ടുതരില്ല," ആളുകൾ ഭീമേയുടെ മുദ്രാവാക്യം പൂർത്തിയാക്കി.

"നമ്മുടെ പോരാട്ടം..." ഭീമേ പറഞ്ഞു.

"നമ്മൾ തന്നെ പോരാടും..." ജനങ്ങളുടെ ശബ്ദം മുഴങ്ങി.

"നമ്മുടെ നേതാവ്..."

"നമ്മൾ തന്നെ," ആളുകൾ അലറി.

ഭീമേയുടെ പ്രസംഗത്തിന്റേയും സംവാദത്തിന്റേയം ഈ രീതി ഫലം കാണുകയായിരുന്നു. തങ്ങളുടെ ഭൂമി വിട്ടുകൊടുക്കാതിരിക്കാൻ ആളുകൾ സംഘടിക്കുകയായിരുന്നു. ഭൂമി ഏറ്റെടുക്കലിന്റെ ഭീഷണി ഇപ്പോൾ ഇല്ലാതിരുന്ന ഗ്രാമങ്ങളിലും ജനങ്ങൾ ഭീമേയ്ക്കും അവളുടെ പ്രക്ഷോഭത്തിനും ഒപ്പം പങ്കുചേരുകയായിരുന്നു.

സന്ധ്യാസമയമായിരുന്നു. ദിവസം മുഴുവൻ ഓടി തളർന്ന ഭീമേ ദന്തേവാഡയിൽ ഒരു പ്രതിരോധ സമിതി പ്രവർത്തകന്റെ വീട്ടിൽ തങ്ങി. ഇവിടെയും ഭീമേയെ കാണാൻ വരുന്ന ആളുകൾക്ക് കുറവുണ്ടായിരുന്നില്ല. ദിവസം മുഴുവൻ നീണ്ടു നിന്ന പ്രചരണത്തിനു ശേഷവും ഭീമേ ആളുകളെ കാണുവാൻ വിമുഖത പ്രകടിപ്പിച്ചിരുന്നില്ല. അവൾ ആളുകളുമായി സംസാരിക്കും, അവരുടെ പ്രയാസങ്ങൾ മനസ്സിലാക്കും. സംഭാഷണത്തിനിടയിൽ ഭീമേ ആളുകളുടെ നിർദ്ദേശങ്ങളും ചോദിക്കും.

"ബസ്തറിലെ ജനങ്ങളുടെ പ്രശ്നങ്ങൾക്കുള്ള പരിഹാരം ഇവിടുത്തെ ഗ്രാമീണർ പറയും, അല്ലാതെ റായ്പുരിലും ദില്ലിയിലുമുള്ള ആളുകളല്ല," അവൾ എപ്പോഴും പറയും.

ഛത്തീസ്ഗഢ് അടക്കം മുഴുവൻ രാജ്യത്തേയും പിടിച്ചുകുലുക്കിയ വാർത്തയാണ് സന്ധ്യയായതോടെ വന്നത്. ജഗദൽപുരിൽ നിന്ന് കുറച്ചു കിലോമീറ്റർ ദൂരെ ജീരംഘാട്ടിയിൽ കോൺഗ്രസ് പാർട്ടിയുടെ പ്രചരണ സംഘത്തിനു നേരെ നക്സലുകൾ വൻ ആക്രമണം നടത്തിയിരിക്കുന്നു.

ഇത് മെയ് 25 ന് ആണ്. സന്ധ്യനേരത്ത് സുക്മയിൽ നിന്ന് ജഗദൽപുരി ലേക്ക് പോകുകയായിരുന്ന കോൺഗ്രസ് നേതാക്കളേയും പ്രവർത്തക രേയും മാവോയിസ്റ്റുകൾ വളഞ്ഞ് കൊന്നു. ജഗദൽപുരിൽ നിന്ന് ഏതാണ്ട് 40 കിലോമീറ്റർ ദൂരെയുള്ള ഒരു സ്ഥലമാണ് നക്സലുകൾ ആക്രമണത്തിനായി തെരഞ്ഞെടുത്തത്. ഈ പ്രദേശത്തെ ജീരംഘാട്ടി എന്നാണ് പറയുന്നത്. ഇത് ഒരു നാഷണൽ ഹൈവേ ആണ്, എന്നാൽ ഇവിടെ ഇരുവശവും ഇടതൂർന്ന കാടും കൊച്ചു കൊച്ചു കുന്നുകളുമാണ്. മാവോവാദികൾക്ക് പതിയിരുന്ന് ആക്രമിക്കാനും കെണിയൊരുക്കാനും ഏറ്റവും അനുകൂലമായ സ്ഥലം.

കോൺഗ്രസ് പാർട്ടിയുടെ ഈ സംഘത്തിൽ വലിയ വലിയ നേതാക്കൾ ഉണ്ടായിരുന്നു. പക്ഷേ സുരക്ഷാസംവിധാനം വളരെ മോശമായിരുന്നു. സൽവാ ജുഡുമിന്റെ മുഖമായിരുന്ന മഹേന്ദ്രകർമയെ കൂടാതെ കോൺഗ്രസിന്റെ സംസ്ഥാന പ്രസിഡണ്ട് ദിനേശ് പട്ടേൽ, വിദ്യാചരൺ ശുക്ല, ഉദയ് മുതലിയാർ, പിന്നെ കോണ്ടയിലെ നിയമസഭാ സാമാജികൻ കവാസി ലക്മാ. ഇത് വലിയ സുരക്ഷാ വീഴ്ചയായിരുന്നു. ഇന്റലിജൻസ് വിഭാഗം പൂർണമായും പരാജയപ്പെട്ടു. സംസ്ഥാനത്തെ തെരഞ്ഞെടുപ്പിന് ഏതാണ്ട് ആറ് മാസം മുമ്പ് നക്സലുകൾ പ്രധാന പ്രതിപക്ഷ പാർട്ടിയുടെ നേതാക്കളെ തങ്ങളുടെ കെണിയിൽ കുടുക്കി. ഒരു മണിക്കൂറോളം നീണ്ടു നിന്ന ഏറ്റുമുട്ടലിൽ മുപ്പതിലധികം ആളുകൾ കൊല്ലപ്പെട്ടു. മഹേന്ദ്രകർമ, ദിനേശ് പട്ടേൽ, ഉദയ് മുതലിയാർ എന്നിവർ സംഭവ സ്ഥലത്തു വെച്ചുതന്നെ മരിച്ചു.

ഈ ആക്രമണം ഭീമേയെ അസ്വസ്ഥയാക്കി. ഹിംസ എപ്പോഴും അവളെ വളരെ നിരാശയാക്കിയിരുന്നു. വരുംനാളുകളിൽ ബസ്തറിൽ ഏതൊരു രാഷ്ട്രീയപ്രവർത്തനവും എത്ര പ്രയാസം നിറഞ്ഞതായിരിക്കും എന്ന് അവൾക്ക് കാണിച്ചുകൊടുക്കുന്നതായിരുന്നു ഈ ആക്രമണം. അവൾ സ്വയം രാഷ്ട്രീയക്കാരിയായി മാറുകയായിരുന്നു. അവൾ തന്റെ യോഗങ്ങളിലെല്ലാം മിക്കപ്പോഴും ബിജെപിയുടേയും കോൺഗ്രസ്സിന്റേയും നേതാക്കളെ വിമർശിക്കാറുണ്ട്. എന്നാൽ ഇന്ന് തന്റെ തന്നെ സമുദായത്തിൽപ്പെട്ടവർക്കു നേരെയാണ് ആക്രമണമുണ്ടായിരിക്കുന്നതെന്ന് അവൾക്ക് തോന്നി.

“കോൺഗ്രസുകാർ ബസ്തറിലെ ഉൾഗ്രാമങ്ങളിൽ പോകാനുള്ള ശ്രമമാണ് നടത്തിയത്. ഈ ആക്രമണം ഒരു പാർട്ടിയുടെ രാഷ്ട്രീയശ്രമത്തെയാണ് കൊന്നത്,” ഭീമേ തണുത്തസ്വരത്തിൽ പറഞ്ഞു.

“വലിയ ആക്രമണമായിരുന്നു. മുന്നൂറ് നാന്നൂറ് ആളുകൾ ഇതിൽ പങ്കെടുത്തിരുന്നു എന്നാണ് കേൾക്കുന്നത്,” രമയ്യ പറഞ്ഞു.

“രാഷ്ട്രീയ പാർട്ടികൾ ഉള്ളിൽ കാലുറപ്പിക്കരുത് എന്നാണ് മാവോയിസ്റ്റുകൾ ആഗ്രഹിക്കുന്നത്,” രമയ്യയെ നോക്കിക്കൊണ്ട് ബിഷൻ

പറഞ്ഞു. ഭീമേയുടെ മനസ്സറിയാനാണ് ബിഷൻ ഇതുപറഞ്ഞതെന്ന് രമയ്യയ്ക്ക് മനസ്സിലായി.

“വർഷങ്ങളോളം കാടുകളിലേക്ക് ചെല്ലാതിരുന്ന നേതാക്കളാണ് ഈ വിപ്ലവകാരികൾക്ക് കാലുറപ്പിക്കാൻ അവസരം കൊടുത്തത്. ഇനിയിപ്പോൾ അതിന് വില നൽകുകതന്നെ വേണം.” ഭീമേ പറഞ്ഞു.

ഇത്രയും പറഞ്ഞ് അവൾ നിശ്ശബ്ദയായി. രമയ്യയും ബിഷനും സശ്രദ്ധം കേൾക്കുകയായിരുന്നു. അവളുടെ മൗനത്തിന് ഒരു രഹസ്യ സ്വഭാവം ഉണ്ടായിരുന്നു.

“ഈ ആക്രമണം നമ്മുടെ ദൗത്യത്തിനും നല്ലതല്ല,” അല്പനേരത്തെ മൗനത്തിനു ശേഷം രമയ്യ പറഞ്ഞു.

“നമുക്ക് രണ്ടുതരത്തിലുള്ള അപകടമുണ്ട്. നമ്മുടെ പ്രവർത്തന ങ്ങളിൽ മാവോവാദികൾ രോഷത്തിലാണ്, ഇനിയിപ്പോൾ ഗ്രാമീണർക്കു മേൽ പൊലീസിന്റെ അതിക്രമവും വർധിക്കും,” ഭീമേ പറഞ്ഞു.

പിന്നെ അല്പസമയത്തിനു ശേഷം അവൾ പറഞ്ഞു, “എന്നാൽ ഇനി യിപ്പോൾ പിന്മാറുന്നതിൽ അർത്ഥമില്ല. നമുക്ക് നമ്മുടെ പ്രവർത്തനം തുടർന്നുകൊണ്ടിരിക്കണം.”

നാലു മാസത്തിനു ശേഷം

72

ജീരംഘാട്ടി സംഭവത്തിനു ശേഷം ഏകദേശം രണ്ടുമാസത്തോളം ബസ്തറിൽ പാർട്ടികളുടെ തെരഞ്ഞെടുപ്പു പ്രചരണം ഏതാണ്ട് നിലച്ചു പോയിരുന്നു. ഉൾപ്രദേശങ്ങളിൽ നേതാക്കൾ തീർത്തും പോകുന്നുണ്ടായിരുന്നില്ല. പ്രചരണം മിക്കപ്പോഴും നഗരങ്ങളിലും തൊട്ടടുത്ത പ്രദേശങ്ങളിലും മാത്രമായിരുന്നു നടന്നിരുന്നത്. എന്നാൽ സെപ്തംബർ ആയതോടെ വീണ്ടും ഒരിക്കൽകൂടി തെരഞ്ഞെടുപ്പിന്റെ ചൂടും ചൂരും അനുഭവപ്പെടാൻ തുടങ്ങി. ഇതുവരെ ഭൂമി ഏറ്റെടുക്കലിനെ എതിർക്കുക മാത്രം ചെയ്തിരുന്ന ഭീമേ പരസ്യമായി രാഷ്ട്രീയപ്രചരണം തുടങ്ങി. എന്നാൽ ഇതുവരേയും അവൾ തെരഞ്ഞെടുപ്പിൽ മത്സരിക്കുന്ന കാര്യം പ്രഖ്യാപിച്ചിരുന്നില്ല. എന്നാൽ പരിഭ്രമിച്ചുപോയ എല്ലാ പാർട്ടികളുടേയും നേതാക്കന്മാർ അവളെ ഭയക്കുകയായിരുന്നു.

പകൽ മുഴുവനുമുള്ള പ്രചരണത്തിനുശേഷം ഭീമേ ഇന്ന് കൂകാനാർ എന്ന സ്ഥലത്ത് ശക്തി കവാസിയുടെ ഒരു ബന്ധു രൂപൻരാമന്റെ വീട്ടിലാണ് തങ്ങിയത്. രൂപൻരാമൻ ഇവിടെ വളരെ സജീവമായിരുന്നു. ഇതുവരെ ശക്തി കവാസി മത്സരിച്ച തെരഞ്ഞെടുപ്പുകളിലെല്ലാം രൂപന്റെ വലിയൊരു ഇടപെടൽ ഉണ്ടായിരുന്നു. രൂപൻ തന്റെ വീട്ടിൽ ഭീമേയ്ക്ക് താമസിക്കാൻ വേണ്ടി നടത്തിയ ഒരുക്കങ്ങൾ കണ്ടപ്പോൾ താൻ വിശേഷപ്പെട്ട നേതാവായി തീർന്നിരിക്കുന്നു എന്ന ഒരു തോന്നൽ ഭീമേയ്ക്ക് ഉണ്ടായി. ശക്തിയും രമയ്യയും ഇന്ന് റായ്പുരിൽ ആയിരുന്നു. ഒക്ടോബർ ആദ്യവാരം ഭീമേ ദന്തേവാഡയ്ക്ക് അടുത്ത് വലിയൊരു റാലി സംഘടിപ്പിക്കുമെന്നും അവിടെ വെച്ച് അവൾ തെരഞ്ഞെടുപ്പിൽ മത്സരിക്കുന്ന കാര്യം ഔദ്യോഗികമായി പ്രഖ്യാപിക്കും എന്നത് മാധ്യമങ്ങളെ അറിയിക്കാനാണ് അവർ പോയിരിക്കുന്നത്.

ബിഷനും സുരിയും ജഗദൽപുരിലായിരുന്നു. ഭീമേയുടെ തെരഞ്ഞെടുപ്പു തന്ത്രം തയ്യാറാക്കുന്നതുമായി ബന്ധപ്പെട്ട് അവർക്ക് പട്ടണത്തിലെ തങ്ങളുടെ പ്രവർത്തകരുടെ നെറ്റ് വർക്ക് കൂടി വ്യാപിപ്പിക്കേണ്ടതുണ്ടായിരുന്നു. ബിഷന് ഇപ്പോൾ 'ആരോഗ്യ'യുമായി ഔദ്യോഗിക ബന്ധമൊന്നുമില്ല, എന്നിരുന്നാലും ആ സ്ഥാപനം ഭീമേയ്ക്ക് പിന്തുണ

നൽകുകയായിരുന്നു. പഴയതും പുതിയതുമായ സുഹൃത്തുക്കൾ ബിഷനെ സഹായിക്കാൻ സന്നദ്ധരായിരുന്നു. ഭീമേയുടെ എല്ലാ അടുപ്പക്കാരും അവിടേയും ഇവിടേയും ഒക്കെ ആയതിനാൽ രൂപന് ഇന്ന് ആളുകളുടെ മുന്നിൽ തന്റെ മഹത്വം പ്രകടിപ്പിക്കാൻ അവസരം കിട്ടുകയായിരുന്നു. ബസ്തറിലെ ഗ്രാമങ്ങളിൽ ഭീമേ ഏതോ ഒരു ഫിലിംസൂപ്പർസ്റ്റാറിനെ പോലെ ആയിരുന്നു. അവൾ ഇന്ന് തന്റെ വീട്ടിൽ തങ്ങുമ്പോൾ തന്റെ പിടിപാട് പ്രകടമാക്കാനുള്ള അവസരം എങ്ങനെയാണ് രൂപൻ കളഞ്ഞ് കുളിക്കുക?

“ഭീമേ ദീദി കഴിഞ്ഞ പതിനഞ്ചു ദിവസമായി നിരന്തരം പ്രചരണം നടത്തുകയാണ്. ഇന്ന് അവർ വിശ്രമിക്കും. എല്ലാവരും വീട്ടിൽ പോകൂ. ഇനി നാളെ രാവിലെ മാത്രമേ ദീദി ആളുകളെ കാണൂ. അതിനു ശേഷം അവർ പ്രചരണത്തിന് തിരിക്കും.”

രൂപൻ ആതിഥ്യമര്യാദയ്ക്കൊപ്പം തന്റെ മേലുള്ള അയാളുടെ അധികാരം ആളുകളെ ബോധ്യപ്പെടുത്താൻ ആഗ്രഹിക്കുന്നുണ്ടെന്ന് ഭീമേയ്ക്കു മനസ്സിലായി. എന്നാൽ അവൾക്ക് ആളുകളുടെ ഇടയിൽ കഴിയുന്നത് നല്ലതായി തോന്നി.

“അവർ ഇരിക്കട്ടെ രൂപൻ. കുറച്ചുനേരം കൂടി അവരോട് സംസാരിക്കാം,” ഭീമേ പറഞ്ഞു.

“ഇരുട്ടുംമുമ്പ് എല്ലാവരും ഇവിടെ നിന്ന് പോകണമെന്നാണ് ഞാൻ വിചാരിക്കുന്നത് ദീദി. താങ്കൾ ഭക്ഷണം കഴിച്ച് വിശ്രമിക്കണം, ഉറങ്ങണം എന്നാണ് എനിക്ക് പറയാനുള്ളത്.”

കഴിഞ്ഞ കുറച്ചു ദിവസങ്ങളായി ഭീമേയുടെ ആരോഗ്യം തൃപ്തികരമല്ല. ഡോക്ടർ അവളോട് വിശ്രമിക്കാനാണ് പറഞ്ഞിട്ടുള്ളത്.

“ശരി. അല്പസമയത്തിനുശേഷം അവരെല്ലാം പൊയ്ക്കൊള്ളും,” ഭീമേ പറഞ്ഞു.

ഭീമേയുടെ ഈ സ്നേഹനിർഭരമായ പെരുമാറ്റം കൊണ്ടാണ് ആളുകൾ സന്തോഷവാന്മാർ ആകുന്നതും അവളോട് കൂടുതൽ അടുക്കുന്നതും. തങ്ങളുടെ ഭൂമി തട്ടിയെടുക്കലിന് എതിരെയുള്ള പ്രക്ഷോഭം എങ്ങനെയാണ് ശക്തിപ്പെടുത്തുക എന്ന് അവർ അവളോട് ചോദിച്ചു.

“നിങ്ങളുടെ പട്ടണങ്ങളിൽ താമസിക്കുന്ന നിങ്ങളുടെ ബന്ധുക്കളോടും സുഹൃത്തുക്കളോടും പറയണം, ഗ്രാമത്തിലെ ജനങ്ങൾ സന്തോഷവാന്മാർ അല്ലെങ്കിൽ പട്ടണങ്ങളും രക്ഷപ്പെടുകയില്ല എന്ന്” അവിടെ വന്നു ചേർന്നിരുന്ന ഗ്രാമീണരോട് ഭീമേ പറഞ്ഞു. ഗ്രാമങ്ങളിലെ വേദനയും യാതനയും പട്ടണങ്ങളിൽ എത്തണം. എങ്കിൽ മാത്രമേ വ്യവസായികളുടേയും സർക്കാരിന്റേയും ദുരാഗ്രഹങ്ങൾക്കെതിരെ ഒരു വലിയ ഐക്യം രൂപപ്പെടുകയുള്ളൂവെന്ന് ഭീമേയ്ക്ക് അറിയാമായിരുന്നു.

ഏകദേശം ഒരു മണിക്കൂർ നേരം രൂപൻരാമന്റെ മുറ്റത്ത് ഇരുന്ന് ഭീമേ എല്ലാവരോടും സംസാരിച്ചുകൊണ്ടിരുന്നു. പിന്നെ രൂപൻ രാമൻ ആംഗ്യം

കാണിച്ചതു പ്രകാരം മധ്യവയസ്കനായ ഒരാൾ എഴുന്നേറ്റ് നിന്ന് പറഞ്ഞു, "എന്നാൽ ശരി ദീദി. ഇനി താങ്കൾ വിശ്രമിക്കൂ. താങ്കളുടെ വിലപ്പെട്ട സമയം ഞങ്ങൾ എടുത്തു. ഞങ്ങൾ നാളെ വീണ്ടും വരാം."

ഈ അവസരം മുതലെടുത്തുകൊണ്ട് രൂപൻ എല്ലാവരേയും യാത്ര യാക്കാൻ തുടങ്ങി.

"ശരി, ദീദിയുമായുള്ള അടുത്ത മീറ്റിംഗ് നാളെയാകാം.... അടുത്തുള്ള ഗ്രാമത്തിൽ."

ആളുകൾ പതുക്കെ പതുക്കെ പോയി. നല്ല ഉഷ്ണമുള്ള സന്ധ്യയാ യിരുന്നു. പകൽ മുഴുവനുമുള്ള പ്രചരണം കാരണം ഭീമേ തളർന്ന് അവശയായിരുന്നു. രൂപൻ ഭീമേയ്ക്ക് കുളിക്കാനുള്ള ഏർപ്പാടാക്കി. കുളിച്ചു വന്നപ്പോൾ അവൾക്ക് നല്ല ആശ്വാസം തോന്നി. രൂപന്റെ ഭാര്യ ഭീമേയ്ക്ക് ഭക്ഷണം വിളമ്പി. കുരുട്ടു വെള്ളരിയുടെ കറി, ചപ്പാത്തി, ചോറ്, തൈര്, മുട്ടക്കറി.

"അല്ലാ രൂപൻ, ഇതെന്തിനാ ഇത്രയധികം വിഭവങ്ങൾ?"

"ദീദി താങ്കൾ അതിഥിയാണ്... ഞങ്ങളുടെ വീട്ടിൽ ആദ്യമായി വരിക യാണ്."

"രൂപൻ, നിങ്ങൾ എന്നെ അതിഥിയായി ആണോ കാണുന്നത്?" ഭീമേ സ്നേഹത്തോടേയും എന്നാൽ അയാളെ ഒന്നു ഭയപ്പെടുത്താൻ ക്രോധ ഭാവത്തിലും ചോദിച്ചു.

"അതല്ല ദീദി.... താങ്കൾ ഞങ്ങളുടെ എല്ലാമെല്ലാമാണ്.... എന്നാൽ ഇന്ന് താങ്കളെ സേവിക്കാനുള്ള അവസരം കിട്ടി."

"അതു ശരി, എന്നാൽ നിങ്ങളും കഴിക്കാൻ ഇരിക്കൂ. ഞാൻ ഒറ്റയ്ക്ക് എങ്ങനെ കഴിക്കും?"

അല്പനിമിഷങ്ങൾക്കകം രൂപൻരാമന്റെ ഭാര്യ ബിഢ്മേ രൂപന് ഭക്ഷണം വിളമ്പി.

ഇരുവരും ഭക്ഷണം കഴിക്കാൻ തുടങ്ങി.

"ഉം.... ഭക്ഷണം വളരെ നന്നായിട്ടുണ്ട്. ബിഢ്മേ വളരെ ഗംഭീരം," ഇതു പറയമ്പോൾ ഭീമേയ്ക്ക് അല്പം വിചിത്രമായി തോന്നി. ഇന്ന് രൂപന്റെ കുടുംബം അവരുടെ തന്നെ ആദിവാസികൾക്കിടയിൽ അവൾക്ക് കുറച്ചൊരു ഉയർന്ന സ്ഥാനം ഉണ്ടെന്ന് തോന്നിപ്പിക്കുവാൻ ശ്രമിക്കുക യായിരുന്നു. ഭീമേയ്ക്ക് ഇത് ഇഷ്ടപ്പെട്ടില്ല. എന്നാൽ ഇതിൽ ഇവരുടെ എത്രമാത്രം സ്നേഹം അടങ്ങിയിരിക്കുന്നുവെന്ന കാര്യവും അവൾക്ക് അറിയാമായിരുന്നു.

"ഒരു കാര്യം ചോദിക്കട്ടെ, എന്നും നമ്മൾ ഏറെ വൈകുംവരെ ജോലി ചെയ്യാറുണ്ട്. ഉണർന്നിരുന്നുകൊണ്ടുതന്നെ. ഇന്ന് എന്താ ഇത്ര നേരത്തെ ഉറങ്ങാൻ നിങ്ങൾ പറയുന്നത്?"

'ദീദീ, താങ്കൾ എന്നും കഠിനാധ്വാനം ചെയ്യുകയാണ്. രാവിലെ മുതൽ വൈകുന്നേരം വരെ. ഇന്ന് ഒരു ദിവസം താങ്കൾ വിശ്രമിക്കുക തന്നെ വേണമെന്ന് ശക്തിജി വളരെ കർശനമായി പറഞ്ഞിട്ടുണ്ട്."

"അതുശരി, ശക്തിജിക്ക് ഇതിനു മുമ്പൊരിക്കലും എന്നെക്കുറിച്ച് ഇത്ര ചിന്ത ഉണ്ടായിട്ടില്ലല്ലോ..." പറഞ്ഞുകൊണ്ട് ഭീമേ ചിരിക്കാൻ തുടങ്ങി. രൂപന്റെ മുഖത്ത് ഒരു രഹസ്യഭാവം ഉണ്ടെന്ന് അവൾ ശ്രദ്ധിച്ചു. ഭീമേയ്ക്ക് ഒന്നും മനസ്സിലായില്ല.

"ഭക്ഷണം കഴിച്ച് ഉറങ്ങിക്കൊള്ളൂ ദീദീ. അടുത്തുള്ള മുറിയിൽ മുകളിൽ താങ്കൾക്ക് ഉറങ്ങാനുള്ള സൗകര്യം ചെയ്തിട്ടുണ്ട്."

ഈ ഗ്രാമത്തിൽ അധികവും കുടിലുകൾ ആയിരുന്നു. രൂപന്റേതു മാത്രമാണ് വീട് ആയിട്ടുള്ളത്. അയാൾ മുകളിൽ ഒരു മുറിയും ടോയ്‌ലറ്റും ഉണ്ടാക്കിയിരുന്നു, അതിഥികൾക്കായി. ഭക്ഷണം കഴിച്ച് ഭീമേ മുകളിലേക്ക് പോയി. രാത്രി ഏതാണ്ട് ഒമ്പതര മണി ആയിരുന്നു. ഏറെ കാലമായി ഭീമേയ്ക്ക് ഇത്രയും നേരത്തെ ഉറങ്ങാൻ അവസരം കിട്ടിയിരുന്നില്ല. പെട്ടെന്ന് തനിക്ക് ഇന്ന് നല്ല ക്ഷീണമുള്ളതായി അവൾക്ക് തോന്നി. അവൾ കിടക്കയിൽ കിടന്നു, കിടന്ന ഉടനെ അവളുടെ കണ്ണുകൾ അടഞ്ഞു. രൂപൻരാമനും ഭാര്യയും താഴെയാണ് ഉറങ്ങിയിരുന്നത്.

അർദ്ധരാത്രി കഴിഞ്ഞപ്പോൾ ഭീമേയുടെ ഉറക്കം ഞെട്ടി. തന്റെ മുറിക്ക് പുറത്ത് ദൂരെ എവിടെയോ ആരുടേയോ ശബ്ദം അവൾ കേട്ടു. പിന്നെ പതുക്കെ സംസാരിക്കുന്ന ശബ്ദം. ചീവിടുകളുടെ ബഹളത്തിനിടെ പെട്ടെന്ന് നായ്ക്കൾ കുരയ്ക്കാൻ തുടങ്ങി. ഈ ശബ്ദങ്ങൾ രാത്രിയുടെ നിശ്ശബ്ദതയെ കീറിമുറിച്ചു. അതിനിടെ തന്റെ വാതിലിൽ മുട്ടുന്നത് അവൾ കേട്ടു. ഭീമേയുടെ ഹൃദയം ശക്തിയായി മിടിക്കാൻ തുടങ്ങി. അവൾ എഴുന്നേറ്റ് കട്ടിലിൽ ഇരുന്നു. ലൈറ്റ് ഇട്ടു, വാച്ചിൽ നോക്കി. രണ്ടു മണിയായിരുന്നു.

ഈ പാതിരാത്രിയിൽ ആരാണ് രൂപൻരാമന്റെ വീട്ടിൽ വരാനുള്ളത്?

വാതിലിൽ വീണ്ടും മുട്ടുന്ന ശബ്ദം കേട്ടു.

"ആരാ?" ഭീമേ ഉറക്കെ ചോദിച്ചു.

"ഭീമേ ദീ, ഞാനാ രൂപൻ," പുറത്തു നിന്ന് ശബ്ദം കേട്ടു.

ഭീമേയ്ക്ക് പ്രാണൻ തിരിച്ചു കിട്ടി. പക്ഷെ എന്തിനാണ് ഈ പാതിരാത്രിയിൽ ഉണർത്തുന്നത്? ഭീമേ വാതിൽ തുറന്നു.

"ദീദീ താങ്കളുടെ ഏതോ പരിചയക്കാരൻ കാണാൻ വന്നിട്ടുണ്ട്."

"ഈ പാതിരാത്രിയിലോ?" ഭീമേ ചോദിച്ചു. "നിങ്ങൾക്ക് ഭ്രാന്തുണ്ടോ രൂപൻ. ഇത് ആരെയെങ്കിലും കാണുന്ന സമയമാണോ?" ഭീമേ കോപത്തോടെ പറഞ്ഞു.

"ദീദീ പക്ഷേ..." രൂപൻ പറഞ്ഞു തീരും മുമ്പ് ആരോ അയാളുടെ ചുമലിൽ കൈ വെച്ച് അയാളെ പുറകിലേക്ക് വലിച്ചു.

ഭീമേ നോക്കി. പുതപ്പുകൊണ്ടു മൂടി, മുഖം തുണികൊണ്ടു മറച്ച് ഒരാൾ നില്ക്കുന്നു. മറച്ച മുഖത്ത് രണ്ട് കണ്ണുകൾ മാത്രമേ പുറത്ത് കാണാൻ ഉണ്ടായിരുന്നുള്ളൂ. ആ മനുഷ്യൻ രൂപനോട് താഴേയ്ക്ക് പൊയ്ക്കൊള്ളാൻ പറഞ്ഞു, പിന്നെ ഭീമേയെ മുറിക്ക് അകത്തേക്ക് തള്ളി വാതിൽ അടച്ചു.

നിമിഷനേരം ഭീമേയുടെ തൊണ്ട വരണ്ടു. അവളുടെ ഹൃദയം ദ്രുത ഗതിയിൽ മിടിക്കുകയായിരുന്നു. അയാൾ അവളുടെ മുന്നിൽ അല്പനേരം നിന്നു. പിന്നെ തന്റെ പുതപ്പ് താഴെ ഇട്ടു. ഭീമേയ്ക്ക് എന്തെങ്കിലും മനസ്സിലാകും മുമ്പ് അയാൾ തന്റെ മുഖത്തെ തുണി മാറ്റി. ഇപ്പോൾ അവൾക്ക് അയാളെ ശരിക്കും കാണാമായിരുന്നു. ഒരു നിമിഷം കൊണ്ട് ഭീമേ അയാളെ തിരിച്ചറിഞ്ഞു. പക്ഷേ അവളുടെ ശബ്ദം പുറത്തു വന്നില്ല. അല്പസമയത്തിനു ശേഷം മാത്രമേ അവൾക്ക് സംസാരിക്കാൻ കഴിഞ്ഞുള്ളൂ.

"രാമാ.... നിങ്ങൾ?" ഭീമേയുടെ ശബ്ദം പുറത്തു വന്നു. രാംദേവിന്റെ ഈ രൂപം ആദ്യമായാണ് അവൾ കാണുന്നത്. ഏഴു വർഷത്തിനു ശേഷം ഇന്ന് അവൾ തന്റെ രാമയെ കണ്ടു. രാംദേവിന്റെ താടി വളർന്നിരുന്നു. എന്നാലും അയാളുടെ മുഖം മുമ്പത്തെക്കാളും മെലിഞ്ഞതായി അവൾക്കു തോന്നി. അയാളുടെ തോളിൽ ഒരു എ.കെ. 47 തൂങ്ങിക്കിടന്നിരുന്നു, അരയിൽ വെടിയുണ്ടകളുടെ പെട്ടിയും ഗ്രനേഡുകളും തൂങ്ങിക്കിടന്നിരുന്നു. എന്നാലും ഭീമേയുടെ നോട്ടം അയാളുടെ മുഖത്ത് തന്നെയായിരുന്നു

അവളുടെ മുന്നിൽ നിന്ന രാംദേവ് തന്റെ കൈകൾ വിടർത്തി. ഒരു നിമിഷം എല്ലാം മറന്ന് ഭീമേ ഓടിച്ചെന്ന് അയാളെ കെട്ടിപ്പിടിച്ചു. രാംദേവ് അവളെ മുറുകെ കെട്ടിപ്പുണർന്നു.

ഏഴു വർഷത്തിനു ശേഷം കാമുകീകാമുകർ പരസ്പരം കാണുകയാണ്. ഭീമേയുടേയും രാംദേവിന്റേയും കണ്ണുകളിൽ നിന്ന് കണ്ണുനീർ ഒഴുകുകയായിരുന്നു.

"ഭീമേ....ഭീമേ... നീയില്ലാതെ എനിക്ക് കഴിയാൻ പറ്റിയിരുന്നില്ല," രാമാ പറഞ്ഞു.

"നീ എന്തിനാ ഇതൊക്കെ ചെയ്തത് രാമാ? എന്നെ വിട്ടു നീ എന്തിനാ പോയത്?"

രാംദേവ് ഒന്നും മിണ്ടിയില്ല. പിന്നെ കുറച്ചു സമയത്തിനുശേഷം ഭീമേയെ ചേർത്തു പിടിച്ചുകൊണ്ട് പറഞ്ഞു, "എന്തെങ്കിലും പറയേണ്ട കാര്യമുണ്ടോ ? എല്ലാം നിനക്കറിയാമല്ലോ"

പെട്ടെന്ന് ഭീമേ രാംദേവിൽ നിന്ന് അകന്ന് മാറി, കറണ്ടടിച്ചതു പോലെ.

“നീ എങ്ങനെയാണ് ഇവിടെ വന്നത് രാമാ? എന്തിനാണ് വന്നത്?” ഭീമേ രൂക്ഷമായി നോക്കിക്കൊണ്ട് ചോദിച്ചു.

തന്റെ പ്രണയത്തിൽ ഭീമേ അല്പനേരത്തേക്ക് എല്ലാം മറന്നുപോയിരുന്നു. രാംദേവ് ഒരു നക്സലെറ്റ് ആയിരിക്കുന്നുവെന്ന് പെട്ടെന്ന് അവൾക്ക് തോന്നി. പൊലീസാണെങ്കിൽ തന്റെ അഹിംസാപരമായ പ്രക്ഷോഭത്തിന് നക്സലുകളുമായി രഹസ്യബന്ധമുണ്ടെന്ന് ആരോപണം ഉന്നയിച്ചുകൊണ്ടിരിക്കുകയാണ്. തന്റെ അഹിംസാത്മകമായ നിഷ്ഠയുടെ ഒരു ഭാഗം തന്നെ ആയിരുന്നു രാംദേവുമായുള്ള അകലവും.

ആരെങ്കിലും ഇവിടെ വെച്ച് രാംദേവിനെ കണ്ടാൽ പിന്നെ എന്താണ് സംഭവിക്കുക? തനിക്ക് രാംദേവുമായുള്ള ബന്ധം എന്താണെന്ന് രൂപന് അറിയുമോ?

രാംദേവിന് ഭീമേയുടെ മനസ്സിലെ സംഘർഷം മനസ്സിലായി. ഈ കൂടിക്കാഴ്ചയെക്കുറിച്ച് അറിയുക എന്നുവെച്ചാൽ ഭീമേയുടെ പ്രക്ഷോഭത്തിന്റെ അന്ത്യം എന്നാണർത്ഥം. ഭീമേ എന്നും അഹിംസയുടെ വഴിയേ സഞ്ചരിച്ചു. പൊലീസിന്റെ അതിക്രമങ്ങളെ എതിർക്കുന്നതിനോടൊപ്പം തന്നെ അവളെപ്പോഴും നക്സലുകളുടെ കൊലപാതകങ്ങളേയും അവരുടെ തീവ്ര ആശയങ്ങളേയും എതിർത്തിരുന്നു. ഈ കൂടിക്കാഴ്ചയുമായി ബന്ധപ്പെട്ട അപകടം രാംദേവിന് അറിയാമായിരുന്നു.

“നോക്കൂ ഭീമേ, ഞാൻ നിന്നെ ഒരു തവണ കാണാൻ മാത്രമായാണ് വന്നത്. ഇപ്പോൾ തന്നെ പോകും. നീ ആശങ്കപ്പെടേണ്ടതില്ല. ഇവിടെ ഇപ്പോൾ ആരും വരാൻ പോകുന്നില്ല. രൂപൻരാമനോട് ഞങ്ങളുടെ പാർട്ടിയുടെ സഖാക്കൾ മുൻപു തന്നെ കാര്യം പറഞ്ഞിട്ടുണ്ട്. ഇന്നു രാത്രി നിന്നെ കാണാൻ ഞാൻ വരുമെന്ന് അയാൾക്ക് അറിയാമായിരുന്നു.”

രൂപൻ എന്തിനാണ് ഇടയ്ക്കിടെ തന്നോട് പെട്ടെന്ന് ഉറങ്ങാൻ പറഞ്ഞിരുന്നത് എന്ന് ഇപ്പോൾ ഭീമേയ്ക്ക് മനസ്സിലായി. ഗ്രാമത്തിൽ മിക്കപ്പോഴും പാർട്ടിയുടെ ആളുകൾ തോക്കിന്റെ ബലത്തിൽ തന്നിഷ്ടം കാണിക്കാറുണ്ട്. തീർച്ചയായും രൂപനെ രാംദേവും അയാളുടെ കൂട്ടാളികളും ഭീഷണിപ്പെടുത്തിയിട്ടുണ്ടാകാം, എന്നിട്ട് എന്നെ കാണാനുള്ള പ്ലാൻ തയ്യാറാക്കിയിരിക്കാം. ഭീമേയുടെ ചിന്ത തെറ്റായിരുന്നില്ല. സീമയും രാംദേവും ചേർന്നാണ് ഭീമേയുമായുള്ള ഈ കൂടിക്കാഴ്ചയ്ക്ക് പ്ലാനിംഗ് നടത്തിയത്. സീമ ബൂട്ടയുടെ നെറ്റ് വർക്കിന്റെ സഹായത്തോടെ ഭീമേയുടെ യാത്രാ പരിപാടി മനസ്സിലാക്കി. പിന്നെ അവസരം നോക്കി ഇന്ന് രാംദേവ് ഭീമേയെ കാണാൻ വന്നു. ഈ കൂടിക്കാഴ്ചയെക്കുറിച്ച് സഞ്ജീവൻ റെഡ്ഡിക്കുപോലും അറിവുണ്ടായിരുന്നില്ല. രാംദേവ് വലിയ റിസ്ക് എടുത്തിട്ടാണ് വന്നത്, കാരണം പൊലീസിന്റെ ചാരന്മാർ സദാസമയവും ഭീമേയെ പിന്തുടരുന്നുണ്ടായിരുന്നു. രാംദേവ് ഭീമേയെ സന്ദർശിക്കുന്ന

സമയത്ത് സീമ ഇരുപതോളം മാവോവാദികളുടെ കൂടെ ഈ വീടിനെ വളഞ്ഞിരിക്കുകയായിരുന്നു.

രാംദേവ് ഭീമേയോടുള്ള പ്രണയത്താൽ റിസ്ക് എടുത്തു, സീമയാകട്ടെ തന്റെ പ്രണയത്തിനു വേണ്ടി.

ഭീമേ ദീർഘശ്വാസം വിട്ടു. അവൾ വിഭജിക്കപ്പെട്ടതുപോലെയായി. അവൾ ഇപ്പോൾതന്നെ സിദ്ധാന്തങ്ങളുടേയും കുട്ടിക്കാലത്തെ പ്രണയവുമായി ബന്ധപ്പെട്ട വികാരങ്ങളുടേയും ഇടയിൽ കിടന്ന് ആടുകയായിരുന്നു. രാംദേവ് അവളുടെ മുഖത്ത് ആശയക്കുഴപ്പത്തിന്റെ ഒരു കൊടുങ്കാറ്റ് തന്നെ കണ്ടു.

“നീ എന്തിനാണ് എന്നെ വിട്ടുപോയത്?” ഭീമേ ചോദിച്ചു. “നീ എന്നെക്കുറിച്ച് ചിന്തിച്ചതുപോലുമില്ല. എന്താവശ്യമുണ്ടായിരുന്നു നിനക്ക്.... ഇത്... ഇത്.... എടുക്കാൻ?” രാംദേവിന്റെ തോക്കിലേക്ക് ചൂണ്ടിക്കാണിച്ചുകൊണ്ട് ഭീമേ ചോദിച്ചു. രാംദേവ് എ.കെ.47 തോളിൽ നിന്നിറക്കി താഴെ വെച്ചു. പിന്നെ ഭീമേയുടെ അടുത്ത് ചെന്ന് അവളെ നെഞ്ചോട് ചേർത്തു. “അന്ന് പൊലീസുകാർ എന്നെ ജീവനോടെ കൊല്ലുമായിരുന്നു, ഭീ.... ഞാൻ എങ്ങനെയോ കാട്ടിലേക്ക് ഓടി ജീവൻ രക്ഷിച്ചു,” അയാൾ ഭീമേയുടെ നെറ്റിയിൽ ചുംബിച്ചുകൊണ്ട് പറഞ്ഞു.

രാംദേവിൽനിന്ന് തന്റെ പേരിനു പകരം ഭീ... എന്നു കേട്ടപ്പോൾ ഭീമേയ്ക്ക് ശരീരത്തിൽ രോമാഞ്ചമുണ്ടായി. എത്ര വർഷങ്ങൾക്കു ശേഷമാണ് അവൾക്ക് തന്റെ സ്നേഹം തിരിച്ചുകിട്ടിയത്. പക്ഷേ ഇരുവരുടേയും വഴികൾ എന്നന്നേക്കുമായി വ്യത്യസ്തമായി പോയി എന്ന് അവൾക്ക് അറിയാമായിരുന്നു.

അവൾ തന്റെ രാമയെ കട്ടിലിൽ ഇരുത്തി, എന്നിട്ട് അയാളുടെ തോളിൽ തലവെച്ചിരുന്നു. നാരായൺപുർ-അന്താഗഢ് വഴിയിൽ പൊലീസ് എങ്ങനെയാണ് തന്നെ കൊല്ലാൻ ശ്രമിച്ചതെന്ന കഥ രാംദേവ് വിസ്തരിച്ച് ഭീമേയോട് പറഞ്ഞു.

“എനിക്ക് തിരിച്ചുവരാൻ ഒരു വഴിയും അവശേഷിച്ചിരുന്നില്ല. ഞാൻ എന്നുവരെ ഓടിക്കൊണ്ടിരിക്കും ഭീമേ?” രാംദേവ് പറഞ്ഞു. “അഥവാ തിരിച്ചു വന്നാൽ തന്നെ വീണ്ടും ആ ഒളിച്ചുകളി ആരംഭിക്കുകയും ചെയ്യും. എന്നെ ജീവനോടെ വിടരുത് എന്ന് പൊലീസ് തീരുമാനിച്ചിരുന്നു.”

ഭീമേ രാംദേവിനെ നോക്കി. അയാളുടെ മുഖത്ത് വേർപാടിന്റെ വേദനയും നിസ്സഹായാവസ്ഥയുടെ നിഴലാട്ടവും ഉണ്ടായിരുന്നു.

“സ്ഥിതി എത്ര വഷളായാലും രാമാ... നീ ചെയ്തത് ഒരിക്കലും ശരിയായില്ല,” ഭീമേ പറഞ്ഞു. “നിന്റെയും എന്റെയും വഴികൾ ഇപ്പോൾ വ്യത്യസ്തമാണ്.”

“നീതി ലഭിക്കാതെ വരുമ്പോൾ തോക്കിന്റെ വഴി സ്വീകരിക്കേണ്ടി വരുന്നു ഭീമേ. ഞാൻ തോക്ക് എടുത്തില്ലായിരുന്നുവെങ്കിൽ സുരിയെ ബലാത്സംഗം ചെയ്ത, അവളുടെ വീടു കത്തിച്ച, നിന്നെ അപമാനിച്ച വികാസ് എപ്പോഴെങ്കിലും മരിക്കുമായിരുന്നുവെന്ന് നിനക്ക് ആലോചിക്കുവാൻ കഴിയുമായിരുന്നോ? ശുക്ലയുടെ എല്ലാ പാപങ്ങളിലും അയാളുടെ കൂടെ നിന്നിരുന്ന അൻസാരി ഇപ്പോഴും ജീവിച്ചിരിക്കുമായിരുന്നില്ലേ? ഇരുവരേയും ഞാൻ എന്റെ ഈ കൈകൾ കൊണ്ടാണ് കൊന്നത്, ഇതിലെനിക്ക് യാതൊരു ദുഃഖവും ഇല്ല.” രാംദേവ് കുന്ദർപാഡയിൽ നക്സലുകൾ നടത്തിയ മിന്നലാക്രമണമാണ് സൂചിപ്പിച്ചത്, അതിൽ ശുക്ല തലനാരിഴയ്ക്ക് രക്ഷപ്പെട്ടു, എന്നാൽ അൻസാരിയും വികാസും അടക്കം നിരവധി പൊലീസുകൾ കൊല്ലപ്പെട്ടിരുന്നു.

“നീതിക്കുവേണ്ടിയുള്ള നിന്റെ ആ ദൗത്യത്തിനു ശേഷം പൊലീസുകാർ എത്ര ഗ്രാമീണരെയാണ് കൊന്നത്. നിനക്ക് അത് അറിയുമോ?” ഭീമേ പരിഹസിച്ചു. “എത്ര നിരപരാധികളാണ് ജയിലിൽ പോയത്. അവരെ മർദ്ദിച്ചു, പൊലീസ് അവരെ പീഡിപ്പിച്ചു... ടോർച്ചർ ചെയ്തു. ഇപ്പോഴും എത്രയെത്ര പേരാണ് ജയിലിൽ ഉള്ളത്? നിനക്കറിയോ....?”

“ഇതാണ് പോലീസിന്റെ അതിക്രമം...” രാംദേവ് പറഞ്ഞു. എന്നാൽ ഭീമേ ഇടയ്ക്കുതന്നെ അയാളെ തടഞ്ഞു.

“നിർത്ത്,” അവൾ ഉറക്കെ പറഞ്ഞു. ‘‘രാമാ, നീതി കൊടുപ്പിക്കാൻ കരാർ എടുത്തിരിക്കുന്ന ആ വിപ്ലവകാരികളുടെ കൂടെയാണ് നീ. എന്നാൽ ഇവർ കാരണം ബസ്തറിലെ ഗ്രാമങ്ങളിലെ എത്ര ആളുകളുടെ ജീവനാണ് തകർന്നുപോകുന്നതെന്ന യാഥാർത്ഥ്യവുമുണ്ട്. നിർദ്ധനരും നിഷ്കളങ്കരുമായ ഗ്രാമീണർ ജയിലുകളിലാണ്. അഹിംസാത്മക രീതിയിൽ പൊരുതുന്ന എന്നെപ്പോലുള്ള ആളുകളേയും നക്സലുകൾ എന്നു പറഞ്ഞ് ജയിലുകളിൽ അടയ്ക്കുകയാണ്.”

“പക്ഷേ ഭീമേ. ഞാൻ എന്തു ചെയ്യും? അക്രമം സഹിച്ചുകൊണ്ടിരിക്കണോ? പൊലീസിന്റെ വെടിയേറ്റു മരിക്കണോ? ബസ്തറിൽ എന്നെപ്പോലുള്ള ആളുകൾ നിയമത്തിന്റെ ഒപ്പം നിൽക്കാൻ ആഗ്രഹിക്കുന്നു, എന്നാൽ പൊലീസ് അവരെ പീഡിപ്പിച്ച് പീഡിപ്പിച്ച് നക്സലുകൾ ആക്കുന്നു.”

“എന്തൊക്കെ പറഞ്ഞാലും നിന്റെ വഴി തെറ്റാണ് രാമാ. അൻസാരിയേയും വികാസിനേയും കൊന്നിട്ട് നീ എന്റെ വഴി എളുപ്പമാക്കിയെന്ന് നിനക്ക് തോന്നുന്നുണ്ടോ? ഇല്ല,” ഭീമേ കടുത്തസ്വരത്തിൽ പറഞ്ഞു. “നിന്റെ മനസ്സിനു മാത്രം ശാന്തി തോന്നുണ്ടാകും. കാരണം നീയും ആ പ്രതികാര ചിന്തയുടെ ഭാഗമായല്ലോ. നീ നിന്റെ ഭീമേയ്ക്കു വേണ്ടി പ്രതികാരം ചെയ്തുവെന്ന് നിനക്ക് തോന്നുന്നുണ്ടാകാം. എന്നാൽ നീ നിന്റെ കോപം മാത്രമാണ് ശമിപ്പിച്ചത്.”

രാംദേവ് മൗനം പാലിച്ചു.

"എനിക്കും കോപം വരുന്നുണ്ട്. ബേൽഘാട്ട് ക്യാമ്പിൽ എന്നെ റേപ്പ് ചെയ്ത ശുക്ലയോട്. നമ്മുടെ വീടും നമ്മുടെ ഗ്രാമവും കത്തിച്ച ആ വികാസിനോടും നല്ല ദേഷ്യം വരുന്നുണ്ട്. നമ്മളെ തല്ലി, ഉപദ്രവിച്ചു, പീഡിപ്പിച്ചു... അവർ ഗണേശിയെ കൊന്നു. പക്ഷേ എന്റെ സ്വപ്നം മറ്റു ചിലതാണ് രാമാ, മറ്റു ചിലത്," പറയുന്നതിനിടെ ഭീമേയുടെ തൊണ്ട ഇടറി. അവളുടെ കണ്ണുകൾ നിറഞ്ഞത് രാംദേവ് കണ്ടു. ഭീമേ മുഖം മറുഭാഗത്തേക്ക് തിരിച്ചു.

"ശരി ഭീമേ, നിന്റേയും എന്റേയും വഴി വേറെയാണ്. പക്ഷേ നമ്മൾ രണ്ടുപേരും പൊലീസിന്റെ അതിക്രമത്തിനെതിരെയാണ് പോരാടുന്നത്."

"അല്ല രാമാ... അല്ല," ഭീമേ പെട്ടെന്ന് മറുപടി പറഞ്ഞു. അവളുടെ ശബ്ദം ഇടറിയിരുന്നു. തന്റെ മുണ്ടു കൊണ്ട് കണ്ണുനീർ തുടച്ച് പറഞ്ഞു, "നമ്മുടെ രണ്ടുപേരുടേയും വഴിയും വേറെയാണ്, നമ്മുടെ ലക്ഷ്യവും വേറെയാണ്. നീ കുറച്ചു പൊലീസുകാരെ വെടിവെച്ചു കൊന്ന് നിന്റെ പ്രതികാരം ചെയ്യുകയാണ്. ചിലപ്പോൾ ഒരു നിമിഷത്തേക്ക് കുറച്ച് ആദിവാസികൾക്ക് നീതിയും നൽകുകയാണ്. എന്നാൽ ഇവരുടെ നന്മയ്ക്കായി നീ ഒന്നും ചെയ്തില്ല."

ഭീമേ തന്റെ മുഖത്തടിച്ചതുപോലെ രാംദേവിന് തോന്നി. അയാളുടെ മുഖം കുനിഞ്ഞു.

"രാമാ, ചിട്ടാപാഡയിലെ കാടുകളിൽ നിന്നോടൊപ്പം ഉണ്ടായിരുന്ന ആ ദിവസം എനിക്ക് ഓർമ്മയുണ്ട്. എന്റെ നിരപരാധിയായ അച്ഛനെ ബീരംറാവു കൊന്നു. അന്നു നീയാണ് എന്നെ അച്ഛന്റെ അടുത്ത് കൊണ്ടുപോയത്. ആ ദിവസം നീ മറന്നുപോയോ രാമാ? നക്സലുകൾ നിരവധി നിരപരാധികളെ കൊന്നിട്ടുണ്ട്. ഇന്ന് നീ ആ നക്സലുകളുടെ കൂടെയാണ് ചേർന്നിരിക്കുന്നത്."

"ഭീമേ, നിനക്ക് പൊലീസിന്റെ അതിക്രമങ്ങളിലും നക്സലുകളുടെ ഹിംസയിലും ഒരു വ്യത്യാസവും തോന്നുന്നില്ലേ?" രാമാ ഭീമേയോട് ചോദിച്ചു.

"ഉണ്ട്... അല്പം വ്യത്യാസമുണ്ട്...." ഭീമേ പറഞ്ഞു. "നക്സലുകൾ തോക്കിന്റെ ബലത്തിൽ അരാജകത്വം പരത്തുന്നു. അവർ ഭരണഘടനയെ അട്ടിമറിക്കണമെന്ന് ആഗ്രഹിക്കുന്നു. പൊലീസുകാരാകട്ടെ ഭരണഘടനയെ ആണയിട്ട് നക്സലുകൾ ചെയ്യുന്ന അതേ കാര്യം ചെയ്യുന്നു. നമ്മുടെ ഭരണഘടനയെ ഇല്ലാതാക്കാനുള്ള പരിശ്രമം."

"ഭീമേ...."

രാംദേവ് എന്തെങ്കിലും പറയും മുമ്പ് പെട്ടെന്ന് മുറിയുടെ വാതിൽ തുറന്നു. രാംദേവ് ദ്രുതഗതിയിൽ തന്റെ തോക്കെടുത്തു. സീമ അകത്തേക്ക് വന്നു.

“സമയമില്ല കോമ്രേഡ് രാമാ. പെട്ടെന്ന് താഴെ വരൂ. ഉടനെ പുറപ്പെടണം.”

ഭീമേ സീമയെ നോക്കി. അവൾ യൂണിഫോമിലായിരുന്നു. തലയിൽ തൊപ്പി. തോളിൽ എ.കെ. 47, അരയിൽ വെടിയുണ്ടകളുടെ ബെൽറ്റ്, ഗ്രനേഡുകൾ തൂങ്ങിക്കിടക്കുന്നു. ഇരുവർക്കും പരസ്പരം അറിയാമായിരുന്നു.

“ഇത് ഞങ്ങളുടെ കോമ്രേഡ് സീമ.” രാംദേവ് പറഞ്ഞു.

“ഞങ്ങൾ മുൻപും കണ്ടിട്ടുണ്ട്,” ഭീമേ ഒരു ചെറു പുഞ്ചിരിയോടെ പറഞ്ഞു.

“സമയം കുറവാണ് ഭീമേ. പിന്നെ എപ്പോഴെങ്കിലും കാണാം. കോമ്രേഡ് രാമാ എപ്പോഴും താങ്കളെക്കുറിച്ചുതന്നെയാണ് പറയാറുള്ളത്.”

ഭീമേ മൗനം പാലിച്ചു. അവൾക്ക് രാംദേവിനെ നഷ്ടപ്പെട്ടിരുന്നു. ഭീമേയ്ക്ക് താൻ പറയുന്നതിൽ ഒരു താത്പര്യവും ഇല്ലെന്ന് സീമയ്ക്ക് തോന്നി.

“പൊയ്ക്കോളളൂ രാമാ, നിന്നെ ഇവിടെ കാണുന്നത് ആർക്കും നല്ലതല്ല. എനിക്കൊരിക്കലും അല്ല,” ഭീമേ പറഞ്ഞു.

രാംദേവ് അവളെ നോക്കിക്കൊണ്ടിരുന്നു.

“വരൂ,” സീമേ കടുത്തസ്വരത്തിൽ പറഞ്ഞു, പിന്നെ അയാളുടെ കൈ പിടിച്ചു വലിച്ചു.

“ഭീമേ, നിന്റെ ഭൂമി സംരക്ഷണസമിതി വലിയൊരു റാലി ഉടനെ നടത്തുന്നുണ്ടെന്ന് കേട്ടു. അത് പ്രതീക്ഷിക്കുകയാണ്,” രാംദേവ് പറഞ്ഞു, പിന്നെ സീമയുടെ കൂടെ മുറിയുടെ പുറത്തേക്ക് പോയി.

ശനിയാഴ്ച, 2013 ഒക്ടോബർ 12

73

ജഗദൽപുരിൽ നിന്ന് ഏകദേശം 40 കിലോമീറ്റർ ദൂരെ ദർഭാ താഴ്വരയിലെ മാരേംഗയിൽ ഇന്ന് എല്ലായിടത്തും പച്ച കൊടികൾ മാത്രമാണ് പാറിയിരുന്നത്. അടുത്തുള്ള ഗ്രാമങ്ങളെല്ലാം ഇവിടെ വന്ന് ഒത്തു ചേർന്നതുപോലെ തോന്നിയിരുന്നു. സുക്മാ, ദന്തേവാഡ, ജഗദൽപുർ - എല്ലാ പ്രദേശങ്ങളിൽ നിന്നും ആളുകൾ ഇവിടേക്ക് വരികയായിരുന്നു. പരുക്കൻ പാതകളിലൂടേയും നല്ല വഴികളിലൂടേയും. ജനസമുദ്രം തന്നെ മാരേംഗയിലേക്ക് മുന്നേറുകയായിരുന്നു. കാൽനടയായി വരുന്ന നിരവധി ആളുകൾ തങ്ങളുടെ കുട്ടികളെ ചുമലിൽ ഏറ്റിയിരുന്നു. ചിലർ വെള്ളത്തിന്റെ കുപ്പികളും ഭക്ഷണപാത്രങ്ങളും കക്ഷത്ത് അമർത്തിപിടിച്ചിരുന്നു. എവിടെ നോക്കിയാലും അവിടെയെല്ലാം സൈക്കിളുകൾ, മോട്ടോർ ബൈക്കുകൾ, നിറയെ ആളുകളുമായി കാളവണ്ടികൾ. ഹൈവേയിലൂടേയും ട്രാക്ടറുകളിലും ട്രോളികളിലും ജീപ്പുകളിലും ആളുകൾ വരുന്നുണ്ടായിരുന്നു.

ഈ ആളുകളിൽ കൂടുതൽ പേരും കർഷകരായിരുന്നു. കൃഷി ചെയ്യുന്നവർ. മഹുവ പെറുക്കുന്നവർ. ബീഡിയില കച്ചവടക്കാരുടെ അടുത്ത് ജോലി ചെയ്യുന്നവർ.

ഈ ആളുകൾ പണക്കാർ ആയിരുന്നില്ല. എന്നാൽ സന്തോഷവാന്മാരായിരുന്നു. ഇവരുടെ പക്കൽ അധികാരം ഉണ്ടായിരുന്നില്ല, പക്ഷേ സന്തോഷം ഉണ്ടായിരുന്നു. ജീവിതത്തിലെ കൊച്ചു കൊച്ചു സന്തോഷങ്ങളിൽ ഇവർ ഉന്മത്തരാകുമായിരുന്നു.

ഇന്ന് ഈ ആളുകളുടെ കൈകളിൽ പ്ലക്കാർഡുകൾ ഉണ്ട്, ബാനറുകൾ ഉണ്ട്, പച്ച കൊടികൾ ഉണ്ട്. ഇവരുടെ മനസ്സിൽ രോഷമുണ്ടായിരുന്നു, അല്പം ആശങ്കയും. എന്നാൽ ഭയം ഉണ്ടായിരുന്നില്ല. ഇന്ന് അവരുടെ പ്രതീക്ഷ ആകാശത്തോളം ഉയർന്നിരിക്കുന്നു. ഇന്നുവരെ പൊലീസിന്റെ അതിക്രമത്തിനെതിരെ മൗനം പാലിച്ചിരുന്ന, നക്സലുകളുടെ കാരുണ്യത്തിൽ കഴിഞ്ഞുകൂടിയിരുന്ന ഗ്രാമത്തിലെ ജനങ്ങൾ ഇന്ന് അവരുടെ കരുത്ത് കാണിക്കാൻ പുറപ്പെട്ടിരിക്കുകയാണ്. പൊതുയോഗം തുടങ്ങിയിരുന്നു, ആളുകൾ വരുന്നത് തുടർന്നുകൊണ്ടിരുന്നു. രമയ്യ ഈ

പബ്ലിക് മീറ്റിംഗിന്റെ നടത്തിപ്പുകാരനായിരുന്നു, ഇന്നത്തെ കാര്യപരിപാടിയിലെ മുഖ്യ പ്രാസംഗികനും ആയിരുന്നു. പുറത്തേക്ക് കാണിക്കുന്ന ആവേശത്തിലധികം ഭയം അയാളുടെ ഉള്ളിൽ ഉണ്ടായിരുന്നു. ഈ റാലി വിജയപ്രദമാക്കുന്നതിനുള്ള വലിയ ഉത്തരവാദിത്തം അയാൾക്ക് ഉണ്ടായിരുന്നു. ഈ പോരാട്ടം എല്ലാവരും ഒത്തൊരുമിച്ച് നടത്തേണ്ടതാണെന്ന ബോധ്യം രമയ്യ ജനങ്ങളിൽ ഉണ്ടാക്കി.

ഇന്ന് പരീക്ഷയാണ് - ജനങ്ങൾക്ക് തന്നോടുള്ള വിശ്വാസത്തിന്റെ പരീക്ഷ.

“സഹോദരീ സഹോദരന്മാരേ, നമ്മുടെ ഈ പ്രക്ഷോഭം ഇപ്പോൾ എത്തിയിരിക്കുന്ന അവസ്ഥയിൽ നിന്ന് ഇനി തിരിച്ചുപോകാൻ വഴിയൊന്നുമില്ല. നമ്മൾ നമ്മുടെ വീട് സംരക്ഷിക്കാനും നമ്മുടെ ഭൂമി തട്ടിക്കൊണ്ടുപോകുന്നത് തടയാനും വേണ്ടിയാണ് സംഘടിച്ചിരിക്കുന്നത്.”

രമയ്യ സംസാരിക്കാൻ തുടങ്ങി. ഈ യോഗത്തിലാണ് ഭീമേ കുഞ്ചാം ഈ നിയമസഭാ തെരഞ്ഞെടുപ്പിൽ സ്ഥാനാർത്ഥിയാകും എന്ന കാര്യം പ്രഖ്യാപിക്കേണ്ടത്.

“ദീർഘകാലമായി നിങ്ങൾക്കൊപ്പം നിലകൊള്ളുന്ന, നിങ്ങൾക്കെല്ലാം വേണ്ടി, നമുക്കെല്ലാം വേണ്ടി പോരാടുന്ന ഭീമേ കുഞ്ചാം ഈ പോരാട്ടത്തിൽ നിങ്ങൾക്കൊപ്പമുണ്ട്. നിങ്ങളുടെ നേതാവ് ശക്തി കവാസി, നിങ്ങളുടെ തന്നെ ഗ്രാമത്തിന്റെ മകളായ സുരി നിങ്ങളോടൊപ്പമുണ്ട് ഈ പോരാട്ടത്തിൽ. പിന്നെ നിങ്ങളോടൊപ്പം നിൽക്കുന്നത്, കുറേ വർഷങ്ങളായി നിങ്ങളുടെ മക്കൾക്ക് മരുന്നുകൾ വിതരണം ചെയ്യുന്ന, നിങ്ങളെ പ്രത്യേകം ശ്രദ്ധിക്കുന്ന നിങ്ങളുടെ സ്വന്തം ബിഷൻ ഉസേണ്ടി. സഹോദരന്മാരേ, ഇന്ന് ഇവിടെ വന്നുചേർന്നിട്ടുള്ള ജനക്കൂട്ടം ബസ്തറിലെ ഗ്രാമങ്ങളിൽ നിന്നു മാത്രമുള്ളവരല്ല... തങ്ങളുടെ വീടും വസ്തുവകകളും തട്ടിപ്പറിക്കപ്പെട്ടതിലുള്ള വേദന നെഞ്ചിലേറ്റി രാജ്യം മുഴുവൻ അലഞ്ഞുതിരിയുന്ന മുഴുവൻ കുടുംബങ്ങളിലേയും ആളുകളാണ്. ബസ്തറിലെ സഹോദരങ്ങളേ, നമ്മുടെയെല്ലാം വേദന ഒന്നു തന്നെയാണ് - പോകാൻ പറഞ്ഞാൽ നമ്മൾ എവിടെ പോകും?”

തന്റെ മുന്നിൽ ഇത്രയും വലിയ ജനക്കൂട്ടത്തെ കണ്ടപ്പോൾ രമയ്യ ഗർജ്ജിക്കാൻ തുടങ്ങി. ഭീമേ തെരഞ്ഞെടുപ്പിൽ മത്സരിക്കുന്നുവെന്ന് ബിഷന്റെ സഹപ്രവർത്തകർ മുമ്പുതന്നെ ബസ്തറിലെ ഗ്രാമങ്ങളിൽ പ്രചരിപ്പിച്ചിരുന്നു. ജനങ്ങൾ ഇന്ന് ഭീമേയുടെ മുഖത്തുനിന്നുതന്നെ താൻ ഗോദയിൽ ഇറങ്ങുകയാണ് എന്ന പ്രഖ്യാപനം കേൾക്കാൻ വേണ്ടിയാണ് വന്നിട്ടുള്ളത്.

ബിഷന്റേയും സുരിയുടേയും ഈ തന്ത്രത്തിനു പിറകിൽ രമയ്യയുടെ ആശയവും ഉണ്ടായിരുന്നു. ഇത്തരം ഒരു അനുകൂല കാറ്റ് ഉണ്ടാക്കാനായി ബിഷൻ തന്റെ എൻജിഒ ‘ആരോഗ്യ’ യിലെ പയ്യന്മാരെ പ്രയോജനപ്പെടുത്തിയിരുന്നു. പതുക്കെ പതുക്കെ ജനങ്ങളുടെ വിശ്വാസം ഭീമേയുടെ

സങ്കോചം ഇല്ലാതാക്കി, അവൾ തെരഞ്ഞെടുപ്പിൽ മത്സരിക്കാൻ തയ്യാറായി.

ഇന്ന് രമയ്യ ഈ റാലിയിൽ പ്രസംഗിക്കാനായി ഓരോരുത്തരെയായി വിളിച്ചുകൊണ്ടിരിക്കുകയാണ്. നിരവധി ഗ്രാമങ്ങളിലെ പഞ്ചായത്തു മുഖ്യന്മാർ സംസാരിച്ചു. എല്ലാവരും തങ്ങളുടെ ഭൂമി വിട്ടുനൽകില്ല എന്ന തിൽ ഉറച്ചു നിന്നു. ജനങ്ങൾ കേവലം എതിർക്കാൻ വേണ്ടി മാത്രമല്ല സംസാരിച്ചിരുന്നത്, മറിച്ച് അവർക്ക് അവരുടെ അവകാശങ്ങളെക്കുറിച്ചും മനസ്സിലായിരിക്കുന്നു എന്നതിൽ ഭീമേയ്ക്കും രമയ്യയ്ക്കും ബിഷനും സന്തോഷം തോന്നി.

രമയ്യ ശക്തി കവാസിയെ പ്രസംഗിക്കാനായി വിളിച്ചു.

കവാസി രാഷ്ട്രീയജീവിയായിരുന്നു. പഞ്ചായത്ത് മുഖ്യൻ, എംഎൽഎ തുടങ്ങി അര ഡസൻ സ്ഥാനങ്ങളിലേക്ക് തെരഞ്ഞെടുപ്പിൽ മത്സരിച്ചിട്ടുണ്ട്. ഗ്രാമങ്ങളിൽ ജനങ്ങളുമായി ബന്ധപ്പെട്ടുകൊണ്ടിരിക്കും. പ്രതിഷേധ പ്രകടനങ്ങളിലും റാലികളിലും പങ്കെടുക്കാൻ അയാൾ സംസ്ഥാനം മുഴുവൻ സഞ്ചരിച്ചുകൊണ്ടിരിക്കും. ഇത്തരം അന്തരീക്ഷം അയാൾക്ക് പുത്തരിയല്ല. എന്നാൽ ഇന്ന് പ്രസംഗിക്കാനായി എഴുന്നേറ്റ പ്പോൾ അയാൾക്ക് ശരീരത്തിൽ ഒരു വിറയൽപോലെ അനുഭവപ്പെട്ടു. ഇത്രയും വലിയ ഒരു ജനക്കൂട്ടത്തിനു മുന്നിൽ അയാൾ ഇതുവരേയും പ്രസംഗിച്ചിട്ടുണ്ടായിരുന്നില്ല.

അയാൾ എഴുന്നേറ്റതോടുകൂടി ഗ്രാമീണർ മുദ്രാവാക്യം വിളിക്കാൻ തുടങ്ങി.

"ശക്തി ഭയ്യാ സിന്ദാബാദ്, ശക്തി ഭയ്യാ സിന്ദാബാദ്."

ബസ്തറിലെ ഗ്രാമങ്ങളിൽ ഒട്ടനവധിപേർക്ക് ശക്തി കവാസിയെ അറിയാം. തനിക്കു വേണ്ടി മുദ്രാവാക്യം വിളിക്കുന്ന ആളുകളെ കണ്ട പ്പോൾ കവാസിക്ക് ശരീരമാകെ രോമാഞ്ചമുണ്ടായി.

അയാൾ ഉറക്കെ പറഞ്ഞു, "സഹോദരന്മാരേ, ജീവൻ നൽകാം, ഭൂമി വിട്ടുതരില്ല."

അയാൾ അതു പറഞ്ഞതോടുകൂടി ജനം ഇളകി മറിഞ്ഞു. ആളു കൾ കയ്യടിക്കാൻ തുടങ്ങി. ഇത് കവാസിയുടെ പ്രിയപ്പെട്ട മുദ്രാവാക്യ മായി മാറിക്കഴിഞ്ഞിരുന്നു. എല്ലായിടത്തും അയാൾ ഈ മുദ്രാവാക്യ ത്തോടെയാണ് പ്രസംഗം ആരംഭിച്ചിരുന്നത്. അയാൾ ഭീമേയെ നോക്കി, പിന്നെ സംസാരിക്കാൻ തുടങ്ങി.

"സഹോദരന്മാരേ, നിങ്ങളെല്ലാവരും ഇവിടെ വന്നതിൽ വലിയ സന്തോഷമുണ്ട്. ഇത്രയും വലിയ റാലി നടത്തിയതിന് എല്ലാവർക്കും അഭിനന്ദനങ്ങൾ. ഇന്ന് ഇവിടെ നിങ്ങൾക്ക് ഒരു സന്തോഷവാർത്ത കിട്ടു മെന്ന് നിങ്ങളിൽ പലർക്കും അറിയുമായിരിക്കാം.... എല്ലാവർക്കും അറി യില്ലേ?" ശക്തി കവാസി ഇതുപറഞ്ഞതോടെ ആളുകൾ കയ്യടിക്കാനും വിസിലടിക്കാനും തുടങ്ങി.

ആളുകൾ "ഭീമേ ദീദി, ഭീമേ ദീദി" എന്ന് ഉറക്കെ പറയാൻ തുടങ്ങി.

ആളുകളുടെ ആവേശം കണ്ടപ്പോൾ കവാസിക്ക് വലിയ സന്തോഷമായി. അയാളുടെ ഉള്ളിൽ താൻ ഒരു നേതാവാണെന്ന അഭിമാനബോധം ഉണ്ടായി. ഒരു നിമിഷനേരത്തേയ്ക്ക് അയാൾ മറന്നുപോയ ഒരു കാര്യം ജനങ്ങളുടെ മുദ്രാവാക്യം അയാളെ ഓർമ്മിപ്പിച്ചു. മാരേംഗയിൽ വന്നിരിക്കുന്ന ജനക്കൂട്ടം ഭീമേ കുഞ്ചാമിനു വേണ്ടി വന്നിരിക്കുന്നതാണ്.

മാരേംഗ ഗ്രാമം ഹൈവേയിൽ നിന്ന് കഷ്ടിച്ച് ഒരു കിലോമീറ്റർ ദൂരെയായിരുന്നു. എന്നിരുന്നാലും ആ പ്രദേശം മാവോവാദികൾക്ക് സ്വാധീനം ഉള്ളതായിരുന്നു. ഇവിടെ നക്സലുകൾ പറയുന്നതാണ് നടന്നിരുന്നത്. പൊലീസും സൈന്യവും ഈ പ്രദേശം അവരുടെ കൈകളിൽനിന്ന് മോചിപ്പിക്കുന്നതിനുള്ള പരിശ്രമത്തിലാണ്. ഇത്തരം യോഗങ്ങളിലും മീറ്റിംഗുകളിലും മിക്കപ്പോഴും നക്സലുകളുടെ ചാരന്മാർ ജനങ്ങളുടെ ഇടയിൽ നുഴഞ്ഞുകയറാറുണ്ട്. ഇന്നും ഇവിടെ അവർക്ക് കുറവൊന്നും ഉണ്ടായിരുന്നില്ല.

ബീരംറാവു ആദ്യം മുതലേ ഭീമേയുടെ വർദ്ധിച്ചു വരുന്ന ജനപ്രിയതയും അവരുടെ പ്രക്ഷോഭവും കൊണ്ട് അസ്വസ്ഥനായിരുന്നു. അയാളുടെ ചാരന്മാർ ഭീമേയുടെ പ്രസംഗങ്ങളുടെ ഓഡിയോ ടേപ്പ് പലതവണ ബീരംറാവുവിനെ കേൾപ്പിച്ചിരുന്നു. ഭീമേയുടെ ശബ്ദം ബീരംറാവുവിനെ ഭയപ്പെടുത്തി. അയാൾക്കു വിറളി പിടിക്കും. അയാൾക്ക് ഭീമേയുടെ ശബ്ദം ഹേഡിയാ കുഞ്ചാമിന്റേതായി തോന്നി. നല്ലവാശിയും നിർഭയത്വവും.

ഭീമേ തന്നെ നേരിട്ട് വെല്ലുവിളിക്കുകയാണെന്ന് ബീരംറാവുവിന് തോന്നി, അതും തന്റെ കോട്ടയിൽ കടന്നു കയറി.

ഏകാധിപതികൾ എപ്പോഴും സത്യത്തെ അമർത്തി വെച്ച് ആളുകളുടെ കണ്ണുകളിൽ തങ്ങളുടെ ആഗ്രഹങ്ങൾ അടിച്ചേല്പിക്കുന്നു. എന്നാൽ സത്യം എപ്പോഴും അമർന്ന് ഇരിക്കുന്നില്ല. അത് മിക്കപ്പോഴും ലാവ പോലെ പൊട്ടി പ്രവഹിക്കുന്നു. ഒരു സത്യം അമർത്തി വെയ്ക്കാനായി പതിനഞ്ചു വർഷം മുമ്പ് കൊല ചെയ്യപ്പെട്ട ഹേഡിയാ കുഞ്ചാമിന്റെ ഭൂതം ഇന്നും ബീരംറാവുവിനെ പിന്തുടരുകയാണ്.

അതുകൊണ്ട് ഇന്ന് ബീരംറാവു മാരേംഗയിൽ തന്റെ നിരവധി കൂട്ടാളികളെ അയച്ചു. അയാളുടെ ദൃഷ്ടിയിൽ ഭീമേയെ പോലുള്ള ആളുകൾ ജനായത്ത സർക്കാരിന് ഭീഷണിയാണ്. അയാൾ തന്റെ കൂട്ടാളികളോട് പറഞ്ഞിരുന്നു - അവസരം കിട്ടിയ ഉടനെ ഭീമേയെ തട്ടിക്കളയണം. ബീരംറാവുവിന്റെ വിശ്വസ്തനായ കൂട്ടാളി രുസ്തം ഇന്ന് നിരവധി നക്സലുകളുടെ കൂടെ ഈ റാലിയിൽ പങ്കെടുക്കുന്നുണ്ട്. അയാൾ സംഗത്തിന്റെ ആളുകളോടും ജനക്കൂട്ടത്തിനിടയിൽ ഇരുന്ന് അയാളെ സഹായിക്കണം എന്നു പറഞ്ഞിരുന്നു. രുസ്തമിന്റെ മനസ്സിലെ പ്ലാനിംഗ് പ്രകാരം ഇവർക്ക് വലിയൊരു റോൾ വഹിക്കാൻ ഉണ്ടായിരുന്നു.

ജനങ്ങൾ ഇപ്പോഴും ' ഭീമേ ദീദി, ഭീമേ ദീദി' എന്ന് അലറുകയായിരുന്നു. കവാസി ജനങ്ങളുടെ മർമ്മത്തിൽതന്നെ പിടിച്ചിരുന്നു.

"സഹോദരന്മാരേ, വോട്ടെടുപ്പിന്റെ ദിനം വരുമ്പോൾ എല്ലാ നേതാക്കന്മാരേയും ഇവിടെ കാണാം. ഈ നേതാക്കന്മാരെയൊന്നും നിങ്ങൾ മുമ്പ് ഒരിക്കലും കണ്ടിരിക്കില്ല. ഇവരെല്ലാം നിങ്ങളുടെ ഭൂമിയിൽ വലിയ വലിയ കമ്പനികളെ കുടിയിരുത്തണമെന്ന് ആഗ്രഹിക്കുന്നു. ഇവരൊന്നും വാസ്തവത്തിൽ നിങ്ങളുടെ നേതാക്കന്മാരല്ല, കമ്പനികളുടെ ദല്ലാൾമാരാണ്. എന്നാൽ പട്ടണങ്ങളിൽ പോയി അവർ പറയുന്നത് അവർ രാജ്യത്ത് വികസനം നടപ്പാക്കുകയാണ് എന്നാണ്"

ജനങ്ങൾ കയ്യടിച്ചു. കവാസി ചുറ്റുപാടും നോക്കി, എന്നിട്ട് തുടർന്നു, "നിങ്ങളുടെ ഈ നേതാക്കന്മാർ നിങ്ങളെ ഭയപ്പെടുത്താനായി പൊലീസിനെ വിളിക്കുന്നു.... അതെ.... പൊലീസിനെ.... അവർ നിങ്ങളെ തല്ലുന്നു, അടിക്കുന്നു. പാവപ്പെട്ടവരെ അവരുടെ വീടുകളിൽ നിന്ന് ഓടിക്കുന്നു, അല്ലെങ്കിൽ ജയിലിൽ അടയ്ക്കുന്നു, നിങ്ങളെ സംരക്ഷിക്കേണ്ട പൊലീസ് നിങ്ങളുടെ ശത്രുവായി തീരുന്നു. പിന്നെ നിങ്ങൾ വീട് വിട്ട് ഓടുന്നു... റോഡരികിലെ ഏതെങ്കിലും ചേരിയിൽ തങ്ങാൻ തുടങ്ങുന്നു. അതിനുശേഷം ഏതെങ്കിലും കമ്പനി വന്ന് നിങ്ങളുടെ ഭൂമി കയ്യടക്കുന്നു."

ആളുകൾ തങ്ങളുടെ നേതാക്കൾക്കെതിരെ 'മൂർദ്ദാബാദ്' മുദ്രാവാക്യം വിളിക്കാൻ തുടങ്ങി.

പിന്നെ എല്ലാവരും ഒറ്റക്കെട്ടായി അലറി.

"ശക്തി ഭയ്യാ സിന്ദാബാദ്."

"സിന്ദാബാദ്, സിന്ദാബാദ്."

"ഈ തെമ്മാടി അധികപ്രസംഗം നടത്തുകയാ!" ശുക്ല അടുത്തു നിന്നിരുന്ന കന്നുവിനോട് പറഞ്ഞു, എന്നിട്ട് സിഗരറ്റ് കത്തിച്ചു. അയാൾക്ക് കവാസിയെ അറിയാമായിരുന്നു, എന്നാൽ അയാൾ പ്രസംഗിക്കുന്നത് ആദ്യമായാണ് കേൾക്കുന്നത്.

"ഉം.... കഴിഞ്ഞ കുറച്ചു മാസങ്ങളായി വല്ലാതെ കിടന്നു ചാടുകയാണ് സർ. ഇയാളെക്കുറിച്ച് ഞാൻ അങ്ങയോട് പറഞ്ഞിട്ടുണ്ട്..." കന്നു പറഞ്ഞു. ജനക്കൂട്ടത്തിന്റെ മുദ്രാവാക്യം ഒന്നു ശമിച്ചപ്പോൾ ലൗഡ്സ്പീക്കറിൽ കവാസിയുടെ ശബ്ദം വീണ്ടും മുഴങ്ങി.

"ഈ നേതാക്കൾ വീണ്ടും ഇവിടെ ഗ്രാമങ്ങളിൽ വരണമെന്ന് നിങ്ങൾ ആഗ്രഹിക്കുന്നുണ്ടോ? പൊലീസിന്റെ ലാത്തിയടിയും വെടിവെയ്പും ഇവിടെ നടക്കണമെന്ന് നിങ്ങൾ ആഗ്രഹിക്കുന്നുണ്ടോ? ഇനിയും വീട് ഉപേക്ഷിച്ച് പോകേണ്ട അവസ്ഥ നിങ്ങൾ ആഗ്രഹിക്കുന്നുണ്ടോ? ആരെങ്കിലും ആഗ്രഹിക്കുന്നുണ്ടോ?"

ആളുകൾ കയ്യുയർത്തി നിഷേധാർത്ഥത്തിൽ ആംഗ്യം കാണിച്ചു. പിന്നെ "ഇല്ലാ... ഇല്ലാ..." എന്ന് ഉച്ചത്തിൽ പറയാൻ തുടങ്ങി.

ശക്തി സ്റ്റേജിൽ നിന്ന് അലറി - "ജീവൻ നൽകാം..."

ജനങ്ങൾ പൂർത്തീകരിച്ചു - "ഭൂമി വിട്ടുതരില്ല..."

ഏറെനേരം "ജീവൻ നൽകാം, ഭൂമി വിട്ടുതരില്ല" മുദ്രാവാക്യം മുഴങ്ങിക്കൊണ്ടിരുന്നു.

ശുക്ല സ്റ്റേജിലേക്ക് വെറുപ്പോടെ നോക്കി. പിന്നെ കന്നുവിനോട് പറഞ്ഞു, "രമണിനെ വിളിക്ക്."

ലൗഡ്സ്പീക്കറിലെ ബഹളത്തിൽ നിന്ന് രക്ഷപ്പെടാൻ കന്നു അല്പം മാറി നിന്ന് റേഡിയോ സെറ്റിൽ രമണിനോട് സംസാരിക്കാൻ തുടങ്ങി.

മാരേംഗയിലെ ഈ റാലിക്ക് ധാരാളം പോലീസുകാരെ നിയോഗിച്ചിരുന്നു. ശുക്ല മുൻകയ്യെടുത്ത് കന്നുവിന്റെ കൂടെ ഏതാണ്ട് ഒരു ഡസൻ പരിശീലിപ്പിച്ച പൊലീസുകാരെ സാധാരണവേഷത്തിൽ ഇവിടെ നിയോഗിച്ചിരുന്നു. ഇവരിൽ രണ്ടുപേർ ഏറ്റവും പ്രധാനികളായിരുന്നു. ഉന്നം പിഴയ്ക്കാത്ത രമണും രാജേഷും. ഇതുകൂടാതെ ആൾക്കൂട്ടത്തെ നിയന്ത്രിക്കാനും സമാധാനം പരിപാലിക്കാനുമായി ഇവിടെ അമ്പത് പൊലീസുകാരേയും നിയോഗിച്ചിട്ടുണ്ടായിരുന്നു. വെറ്റിയും രംഗയുമടക്കം ഏതാണ്ട് പത്ത് ചാരന്മാരെ ഈ റാലിയെ നിരീക്ഷിക്കാനായി ശുക്ല ഏർപ്പാടാക്കിയിരുന്നു. ബീരംറാവുവിന്റെ ആളുകളും സംഗത്തിന്റെ ആളുകളും ഇവിടെ ഈ ജനക്കൂട്ടത്തിൽ ഉണ്ട് എന്ന് അല്പം മുമ്പാണ് വെറ്റി പറഞ്ഞത്. പൊലീസുകാരേയും തന്റെ മുഴുവൻ കമാന്റോമാരേയും ശുക്ല അലർട്ട് ചെയ്തിരുന്നു.

എന്നാൽ വെറ്റിയുടേയും രംഗയുടേയും കണ്ണുകൾക്ക് ആൾക്കൂട്ടത്തിലുണ്ടായിരുന്ന രണ്ട് ആളുകളെ തിരിച്ചറിയാൻ കഴിഞ്ഞിരുന്നില്ല. ആദിവാസി പാട്ടിന്റെ താളത്തിനനുസരിച്ച് നൃത്തം ചെയ്യുകയും കൊട്ടുകയും ചെയ്തിരുന്ന രണ്ട് ആളുകളുടെ മേൽ അവരുടെ നോട്ടം പതിഞ്ഞില്ല. കാങ്കേറിൽ നിന്ന് വന്ന ഒരു സാംസ്കാരിക സംഘത്തിലാണ് ഈ രണ്ടുപേരും ചേർന്നത്. രാംദേവിന്റെ നിർബന്ധം മൂലമാണ് സീമയ്ക്ക് ഇവിടെ വരേണ്ടി വന്നത്. രാംദേവിനാകട്ടെ ഭീമേയുടെ ഈ റാലിയിൽ പങ്കെടുക്കുക ഒരു ഉന്മാദം പോലെയായിരുന്നു. പിന്തിരിപ്പിക്കാൻ സീമ കഠിന പ്രയത്നം നടത്തിയിട്ടും അയാൾ സമ്മതിച്ചില്ല. പിടിക്കപ്പെടുന്നതിലോ പൊലീസിന്റെ കൈകളാൽ കൊല്ലപ്പെടുന്നതിലോ അയാൾക്ക് ഭയമുണ്ടായിരുന്നില്ല.

രാംദേവിനെ ഇങ്ങനെ ഉന്മാദാവസ്ഥയിൽ കണ്ടപ്പോൾ സീമ പിന്നെ അയാളെ തടഞ്ഞില്ല, മാത്രമല്ല അവൾ സ്വയം അയാളുടെ കൂടെ ഇവിടെ വരികയും ചെയ്തു. രാംദേവിനെ ഇവിടേയ്ക്ക് ഒറ്റയ്ക്ക് അയയ്ക്കാൻ സീമയുടെ മനസ്സ് അനുവദിച്ചിരുന്നില്ല. രാംദേവ് ഭീമേയ്ക്കു വേണ്ടിയും സീമ രാംദേവിനു വേണ്ടിയും ഭ്രാന്ത് പിടിച്ചിരിക്കുകയായിരുന്നു. രാംദേവില്ലാതെ അവൾക്ക് ജീവിക്കാൻ പറ്റിയിരുന്നില്ല. ബസ്തറിലെ ഗ്രാമങ്ങളിൽ വേഷം മാറി സീമ ധാരാളം സഞ്ചരിച്ചിട്ടുണ്ട്, സരിതയുടേയും

ബൂട്ടയുടേയും അപ്പുവിന്റേയും കൂടെ. ഇന്ന് ബൂട്ടയും അപ്പുവും അവളോടൊപ്പം വന്നിട്ടുണ്ട്, എന്നാൽ ഇക്കാര്യം അവൾ സരിതയോട് പറഞ്ഞിട്ടില്ല. സരിത അറിഞ്ഞാൽ അവൾ റെഡ്ഡിയോട് പറയും. സറണ്ടർ ചെയ്യാനായി പ്ലാനിംഗ് നടത്തുന്ന സഞ്ജീവൻ റെഡ്ഡി ഒരിക്കലും ഇത്തരം ഒരു കളിക്ക് സമ്മതം കൊടുക്കുമായിരുന്നില്ല.

കന്നു വിളിച്ചതനുസരിച്ച് രമൺ ശുക്ലയുടെ അടുത്തു വന്നു. രാജേഷും അയാളുടെ കൂടെ ഉണ്ടായിരുന്നു.

“സർ,” രമൺ സെല്യൂട്ട് ചെയ്തു.

“രമൺ ഒരു പ്ലാനുണ്ട്.” ശുക്ല പറഞ്ഞു.

“കന്നു, രാജേഷ്.... ഇവിടെ വരൂ. ഞാൻ പറയുന്നത് ശ്രദ്ധയോടെ കേൾക്കണം.”

കുറച്ചു മിനിറ്റുകൾ നേരം കന്നുവിനും രാജേഷിനും രമണിനും ശുക്ല എന്തോ വിശദമാക്കി കൊടുത്തു. ശുക്ല പറയുന്നത് കേട്ട് അവർ അനുകൂലിച്ച് തലയാട്ടി. പിന്നെ ശുക്ല പറഞ്ഞു, ‘ഈ പ്ലാൻ പ്രകാരം പ്രവർത്തിക്കണം. വെറ്റിയോടും രംഗയോടും അവർ എന്തുചെയ്യണമെന്ന് ഞാൻ പറയാം.’

ഇതിനിടെ ശക്തി കവാസിയുടെ പ്രസംഗം അവസാനിച്ചിരുന്നു. രമയ്യ മൈക്ക് എടുത്തു, ലൗഡ്സ്പീക്കറിൽ അയാളുടെ ശബ്ദം മുഴങ്ങി.

“സഹോദരീ സഹോദരന്മാരേ, ഇനി ഞാൻ നിങ്ങളുടെ മുന്നിലേക്ക് ക്ഷണിക്കുന്നു - നിങ്ങളുടെ ഭീമേ ദീദിയെ.”

രമയ്യ പറയുമ്പോഴേക്കും ജനങ്ങളുടെ നിലയ്ക്കാത്ത കയ്യടി ഉയർന്നു, മുദ്രാവാക്യങ്ങൾ മുഴങ്ങി.

“ഭീമേ ദീദീ സിന്ദാബാദ്....”

“ഭീമേ ദീദീ സിന്ദാബാദ്....”

ഭീമേ എഴുന്നേറ്റ് സ്റ്റേജിന് മുന്നിലേക്ക് വന്നു. അവൾ കൈ വീശി ജനങ്ങളെ അഭിവാദ്യം ചെയ്തു. കൊട്ടും വാദ്യവും മുഴങ്ങാൻ തുടങ്ങി. നാലുപാടും ഭീ...മേ..., ഭീ...മേ... ശബ്ദം മുഴങ്ങുകയായിരുന്നു.

സീമയോടൊപ്പം നൃത്തസംഘത്തിൽ നൃത്തം ചെയ്യുകയായിരുന്ന രാംദേവും ആളുകളുടെ ഈ ആവേശം കണ്ടു. അയാൾക്ക് തന്റെ കണ്ണുകളെ വിശ്വസിക്കാൻ കഴിഞ്ഞിരുന്നില്ല. പെട്ടെന്ന് അയാൾക്ക് ഭീമേയുടെ കരുത്ത് ബോധ്യമായി. അയാൾ തന്റെ നൃത്തം നിർത്തി, ആവേശത്തിമിർപ്പിലായ ആൾക്കൂട്ടത്തെ നോക്കാൻ തുടങ്ങി.

ആളുകൾ എത്രത്തോളം ഭീമേയുമായി ഇഴുകിചേർന്നിരിക്കുന്നു! അയാൾ ആലോചിച്ചു. ഈ നിമിഷം അയാൾക്ക് തന്റെ തോക്കിന്റെ കരുത്ത് വളരെ നിസ്സാരമായി തോന്നി. സീമ ആംഗ്യം കാണിച്ചു. രാംദേവ് വീണ്ടും നൃത്തം ചെയ്യാൻ തുടങ്ങി. താൻ ഇവിടെ പിടിക്കപ്പെട്ടാം എന്ന കാര്യം രാംദേവ് അല്പനേരത്തേക്ക് മറന്നുപോയിരുന്നു.

രമയ്യ സ്റ്റേജിൽ നിന്ന് പ്രഖ്യാപിച്ചു, 'വരുന്ന നിയമസഭാ തെരഞ്ഞെടുപ്പിൽ...."

ഇത്രയും പറഞ്ഞ് അയാൾ നിറുത്തി. ആളുകൾ നാലുഭാഗത്തും കൊടികൾ വീശുന്നതും പ്ലക്കാർഡുകൾ ഉയർത്തി കാണിക്കുന്നതും അയാൾ കണ്ടു.

ഭീ...മേ...,ഭീ...മേ... എന്ന ശബ്ദം നാലുപാടും മുഴങ്ങുകയായിരുന്നു.

"വരുന്ന നിയമസഭാ തെരഞ്ഞെടുപ്പിൽ ദന്തേവാഡയിൽ നിന്ന് നിങ്ങളുടെ ഭീമേ കുഞ്ചാം മത്സരിക്കും," രമയ്യ ഉറക്കെ പറഞ്ഞു.

ഭീമേയുടെ തെരഞ്ഞെടുപ്പ് മത്സരമല്ല, മറിച്ച് അവളുടെ വിജയപ്രഖ്യാപനമാണ് നടത്തിയത് എന്ന രീതിയിലാണ് ജനങ്ങൾ ആഹ്ലാദാരവം മുഴക്കിയത്. ഗ്രാമീണർ വീണ്ടും 'ഭീമേ....ഭീമേ...' എന്ന് അലറാൻ തുടങ്ങി.

ഈ മുദ്രാവാക്യങ്ങൾക്കിടയിൽ ബീരംറാവുവിന്റെ വിശ്വസ്തനായ രുസ്തം കുറച്ച് മാവോവാദികളുമൊത്ത് ആൾക്കൂട്ടത്തിൽ നില്ക്കുന്നത് സീമ കണ്ടു. ഇതു കണ്ടപ്പോൾ സീമ ഞെട്ടിപ്പോയി.

ബീരംറാവുവിന്റെ കൂട്ടാളികൾ ഞങ്ങളെ രഹസ്യമായി പിന്തുടരുകയാണോ? അവൾ ആലോചിച്ചു.

ഇവരുടെ സാന്നിദ്ധ്യം അവളെ അസ്വസ്ഥയാക്കി. പിന്നെ അല്പസമയത്തിനുശേഷം അവൾ സ്വയം നിയന്ത്രിച്ചു. പിന്നെ നൃത്തം ചെയ്യാൻ തുടങ്ങി. പതുക്ക പതുക്കെ നീങ്ങി രാംദേവിന്റെ അടുത്തെത്തി അവൾ അയാളുടെ കഴുത്തിൽ കയ്യിട്ട് നൃത്തം ചെയ്തുകൊണ്ടിരുന്നു.

"കോമ്രേഡ് രാമാ, നിങ്ങൾ എന്തെങ്കിലും കണ്ടോ?" സീമ രാംദേവിന്റെ ചെവിയിൽ പറഞ്ഞു.

"എന്ത്?" രാംദേവ് ചോദിച്ചു. ഈ ബഹളത്തിനിടെ സീമ പറഞ്ഞത് അയാൾക്ക് മനസ്സിലായില്ല.

"അങ്ങോട്ട് നോക്കൂ," സീമ പറഞ്ഞു, എന്നിട്ട് കണ്ണുകൊണ്ട് തന്റെ വലതുഭാഗത്തേക്ക് ആംഗ്യം കാണിച്ചു.

അവിടെ രുസ്തം തന്റെ രണ്ട് കൂട്ടുകാരോടൊപ്പം സംസാരിച്ചുകൊണ്ടു നിൽക്കുന്നത് രാംദേവ് കണ്ടു.

"ഇവർ ഇവിടെ എന്താണ് ചെയ്യുന്നത്?" രുസ്തമിനേയും അയാളുടെ കൂട്ടുകാരേയും രാംദേവ് പെട്ടെന്ന് തിരിച്ചറിഞ്ഞു.

"ചിലപ്പോൾ നമ്മുടെ പുറകേ വന്നതാകാം," സീമ പറഞ്ഞു.

"അല്ല.... അങ്ങനെ തോന്നുന്നില്ല." രുസ്തവും അയാളുടെ കൂട്ടാളികളും തങ്ങളെ തിരിച്ചറിഞ്ഞിട്ടില്ല എന്നു മാത്രമല്ല, അവർ തങ്ങളെ തേടിയല്ല ഇവിടെ വന്നിരിക്കുന്നതെന്ന് രാംദേവിന് ഉറച്ച വിശ്വാസം ഉണ്ടായിരുന്നു.

"പിന്നെ?" സീമ ആശ്ചര്യത്തോടെ ചോദിച്ചു. രാംദേവ് വല്ലാതെ അസ്വസ്ഥനായിരിക്കുന്നത് സീമ ശ്രദ്ധിച്ചു.

''ഭീമേ.... അതെ അവളെ...'' രാംദേവ് പറഞ്ഞു. ബീരംറാവു ഭീമേയുടെ പിതാവിനെ വെറുത്തിരുന്നതുപോലെ തന്നെ അവളേയും വെറുക്കുന്നുണ്ടെന്ന് അയാൾക്ക് അറിയാമായിരുന്നു.

"എന്ത്....എന്ത്?" സീമ ചോദിച്ചു. ജനക്കൂട്ടത്തിന്റെ ബഹളത്തിനിടയിൽ രാംദേവ് പറഞ്ഞത് അവൾക്ക് കേൾക്കാൻ കഴിഞ്ഞില്ല.

"ഇവർ ഭീമേയെ ഇല്ലാതാക്കാൻ വന്നതാണെന്നു തോന്നുന്നു." രാംദേവ് പറഞ്ഞു. അയാൾ വിറളികൊള്ളുകയായിരുന്നു. ഭീമേയുടെ അടുത്തു ചെന്ന് അവൾക്ക് മുന്നറിയിപ്പ് നൽകണമെന്ന് അയാൾ ആഗ്രഹിച്ചു.

"ഭീമേയെ കൊല്ലാനോ?" സീമ പരിഭ്രമത്തോടെ ചോദിച്ചു. ശബ്ദം താഴ്ത്തി സംസാരിക്കാൻ രാംദേവ് അവളോട് പറഞ്ഞു. അവർ ഇരുവരും ആൾക്കൂട്ടത്തിലെ നുഴഞ്ഞുകയറ്റക്കാരാണ് എന്ന കാര്യം സീമ ഒരു നിമിഷനേരത്തേക്ക് മറന്നുപോയിരുന്നു. രുസ്തമും അയാളുടെ കൂട്ടാളികളും പെട്ടെന്ന് അപ്രത്യക്ഷരായത് രാംദേവ് ശ്രദ്ധിച്ചു.

"ചിലപ്പോൾ പാർട്ടിയുടെ ആളുകൾ പൊലീസുകാരെ ആക്രമിക്കാനായി തയ്യാറെടുത്തുവന്നതുമാകാം," സീമ പറഞ്ഞു.

"അങ്ങനെയുമാകാം" രാംദേവ് പറഞ്ഞു. "പക്ഷേ അതിനായി ഇവർ ജനക്കൂട്ടത്തിൽ പൊലീസുകാർക്കിടയിൽ വരില്ല. എവിടെയെങ്കിലും ആമ്പുഷ് നടത്തുകയോ ലാൻഡ്മൈൻ സ്ഥാപിക്കുകയോ ചെയ്യും."

അയാൾ പറയുന്നത് സീമ മനസ്സിലാക്കാൻ ശ്രമിക്കുന്നതിനിടെ രുസ്തമും അയാളുടെ കൂട്ടാളികളും അപ്രത്യക്ഷരായത് അവളുടെ ശ്രദ്ധയിൽപ്പെട്ടു.

ഈ തെമ്മാടികൾ എവിടെപ്പോയി? രാംദേവ് ആലോചിച്ചു.

ഇതിനിടെ ഭീമേ സ്റ്റേജിൽ സംസാരിക്കാൻ തുടങ്ങിയിരുന്നു.

"പറയൂ - കൃഷിഭൂമി ആരുടെയാണോ"

മറുപടിയായി ജനങ്ങൾ അലറി - "തീരുമാനം അവരുടെ തന്നെ"

അവൾ മുദ്രാവാക്യം വിളിക്കും, ജനങ്ങൾ അത് ഏറ്റുവിളിക്കും.

"കൃഷിഭൂമി ആരുടെയാണോ"

"തീരുമാനം അവരുടെ തന്നെ"

"കൃഷിഭൂമി ആരുടെയാണോ"

"തീരുമാനം അവരുടെ തന്നെ"

ഭീമേ തുടർന്നു, "ബസ്തറിലെ ജനങ്ങളെ, ഈ കാട്ടിലും ഈ ഭൂമിയിലും ഈ അരുവിയിലും ഈ പർവ്വതത്തിലും, ഈ കാറ്റിലും ഈ വെള്ളത്തിലും...ഇതിലെല്ലാം തങ്ങൾക്കു മാത്രമാണ് അധികാരമെന്ന് സർക്കാർ കരുതുന്നു. ഞാൻ നിങ്ങളോട് പറയുന്നത്, ഉറക്കെ മുദ്രാവാക്യം വിളിച്ചു പറയുക ഇതെല്ലാം ആരുടേതാണെന്ന്."

"ഞങ്ങളുടെ" ജനങ്ങൾ ഉച്ചത്തിൽ പറഞ്ഞു. പിന്നീട് 'ഞങ്ങളുടെ.... ഞങ്ങളുടെ....' എന്ന ശബ്ദം നാലുഭാഗത്തുനിന്നും മുഴങ്ങാൻ തുടങ്ങി.

ജനങ്ങൾ ആവേശത്തിലായിരുന്നു. എന്നാൽ അവർക്ക് ഒരേ താളത്തിൽ മുദ്രാവാക്യം വിളിക്കാൻ കഴിഞ്ഞിരുന്നില്ല. ഏതു നേതാവും കേൾക്കാൻ ആഗ്രഹിക്കുന്ന സംഘടിതതാളം മുദ്രാവാക്യത്തിന് ഉണ്ടായിരുന്നില്ല.

"ഒന്നിച്ചു പറയൂ.... ഇതെല്ലാം ആരുടേതാണ്" ഭീമേ തന്റെ കൈ നാലു ഭാഗത്തേക്കും വീശിക്കൊണ്ട് ചോദിച്ചു. അടുത്തുള്ള കാടുകളേയും ഭൂമിയേയും ആകാശത്തേയുമാണ് അവൾ സൂചിപ്പിച്ചത്.

"ഞങ്ങളുടെ!!!" ജനങ്ങൾ അലറി വിളിച്ചു.

പിന്നെ ഭീമേ മുദ്രാവാക്യം വിളിച്ചു-

"ആരുടേയും തറവാട്ടു സ്വത്തല്ല..."

ജനങ്ങൾ പ്രതികരിച്ചു- "ഈ ബസ്തർ ഞങ്ങളുടേതാണ്."

"ആരുടേയും തറവാട്ടു സ്വത്തല്ല...ഈ ബസ്തർ ഞങ്ങളുടേതാണ്."

കുറച്ചു നേരം ഇങ്ങനെ മുദ്രാവാക്യങ്ങൾ മുഴങ്ങിക്കൊണ്ടിരുന്നു. ഈ മുദ്രാവാക്യങ്ങൾ ഇപ്പോൾ ഭീമേയുടെ റാലികളുടേയും പൊതുയോഗങ്ങളുടേയും പ്രാണനാണ്. മിക്കപ്പോഴും ഭീമേ ഇങ്ങനെയാണ് തന്റെ പ്രസംഗം തുടങ്ങാറുള്ളത്.

ഈ മുദ്രാവാക്യങ്ങൾക്കു ശേഷം ഭീമേ സംസാരിക്കാൻ തുടങ്ങി.

"...ഓരോ അഞ്ചുവർഷവും നിങ്ങൾ വോട്ട് ചെയ്യുന്നുണ്ട്... സർക്കാരിനെ തെരഞ്ഞെടുക്കുന്നുണ്ട്.... നിങ്ങളുടെ നേതാക്കന്മാർ വാഗ്ദാനങ്ങളുമായി വരുന്നു... റോഡ് ഉണ്ടാക്കുമെന്ന്.... സ്കൂൾ ഉണ്ടാക്കുമെന്ന്... ആസ്പത്രി ഉണ്ടാക്കുമെന്ന്....എന്നിട്ട് ഉണ്ടാക്കിയോ?" ഭീമേ ചോദിച്ചു.

"ഇല്ല....ഇല്ല..." ജനങ്ങൾ ഉറക്കെ പറഞ്ഞു.

"തെരഞ്ഞെടുപ്പുകളിൽ അവർ നിങ്ങൾക്ക് വാഗ്ദാനങ്ങൾ നൽകുന്നു... മരുന്നു നൽകാമെന്ന്.... ജോലി നൽകാമെന്ന്.... തൊഴിൽ നൽകാമെന്ന്... എന്നിട്ട് കിട്ടിയോ?"

"ഇല്ല...ഇല്ല..." ആളുകൾ ഇരുകൈകളും ഉയർത്തിവീശികൊണ്ട് പറഞ്ഞു.

"ഇക്കാര്യങ്ങളെല്ലാം പോകട്ടെ. നമ്മൾ സർക്കാരിനോട് എന്താണ് ചോദിക്കുന്നത്. അല്പം ജീവിതം. അല്പം സ്വാതന്ത്ര്യം, ജീവിക്കാൻ വേണ്ടി... എന്നിട്ട് കിട്ടുന്നുണ്ടോ?" ഭീമേ ഉച്ചത്തിൽ ചോദിച്ചു.

"ഇല്ല...ഇല്ല...." ആളുകൾ ഉറക്കെ മറുപടി പറഞ്ഞു. ഭീമേയുടെ വാക്കുകൾ ജനങ്ങൾ ഏറ്റെടുക്കുന്നത് രമയ്യ കണ്ടു. അവൾ ജനങ്ങളുടെ മനസ്സിലെ കാര്യങ്ങളാണ് പറയുന്നത്.

"ജനാധിപത്യത്തിൽ വോട്ട് ജനങ്ങളുടെ ഏറ്റവും വലിയ ശക്തിയാണെന്നാണ് ഇവർ പറയുന്നത്. നമ്മൾ ഈ നേതാക്കൾക്ക് വോട്ട് കൊടുക്കുന്നു. എന്നിട്ട് നമുക്ക് എന്തു കരുത്താണ് കിട്ടുന്നത്. പറയൂ. ഈ വോട്ടുകൊണ്ട് നിങ്ങൾക്ക് എന്തെങ്കിലും കരുത്ത് കിട്ടുന്നുണ്ടോ?"

ഭീമേ ചോദിച്ചു. ഭീമേ ഇന്ന് നിർത്താനുള്ള മൂഡിലായിരുന്നില്ല എന്ന് ശക്തി മനസ്സിലാക്കി.

ജനങ്ങളുടെ മറുപടിക്ക് കാത്തുനില്ക്കാതെ ഭീമേ തുടർന്നു, “നമ്മൾ ഇവർക്ക് വോട്ട് കൊടുക്കുന്നു, സർക്കാരിനെ തെരഞ്ഞെടുക്കുന്നു... എന്നിട്ട് ഈ സർക്കാർ എന്തുചെയ്യുന്നു?” അല്പനിമിഷം നിറുത്തിയിട്ട് ഭീമേ തന്നെ മറുപടി പറഞ്ഞു.

“സർക്കാർ നമ്മുടെ ഗ്രാമത്തിലേക്ക് പൊലീസിനെ അയയ്ക്കുന്നു....” സദസ്സിൽ ഒരു നിശ്ശബ്ദത വ്യാപിച്ചു. ഭീമേയുടെ ശബ്ദം മാത്രമാണ് മുഴങ്ങി കേട്ടത്. ‘അതേ, സർക്കാർ നമ്മുടെ ഗ്രാമങ്ങളിലേക്ക് പൊലീസിനെ അയയ്ക്കുന്നു. വെടി വെയ്ക്കുന്നു, നമ്മുടെ മക്കളേയും സഹോദരങ്ങളേയും പിടിച്ചുകൊണ്ടു പോകുന്നു.നമ്മുടെ പെൺകുട്ടികളെ ബലാത്സംഗം ചെയ്യുന്നു. നമ്മൾ വോട്ട് നൽകുന്നുണ്ട് എങ്കിൽ ഇവർ നമുക്ക് ഭക്ഷണം തരണം, മരുന്ന് നൽകണം. സ്കൂൾ നൽകണം. ആശുപത്രി നൽകണം. തൊഴിൽ നൽകണം. പക്ഷേ ഇവർ നമുക്ക് എന്താണ് തരുന്നത്?”

ആളുകളിൽ നിശ്ശബ്ദത പരന്നു.

“ഇവർ നമുക്കു നേരെ വെടിയുതിർക്കുന്നു. നമ്മൾ ഇവർക്ക് വോട്ട് നൽകുന്നു, ഇവർ നമുക്ക് വെടിയുണ്ട നൽകുന്നു. ഇത് ജനാധിപത്യമാണോ?” ഭീമേ അലറി.

ജനങ്ങൾക്കിടയിൽ നിന്ന് ശബ്ദമുയർന്നു. “ഭീമേ ദീദീ സിന്ദാബാദ്.” പിന്നെ എല്ലായിടത്തും മുദ്രാവാക്യങ്ങൾ മുഴങ്ങാൻ തുടങ്ങി.

“പുലയാടി മോള്, നക്സൽ പട്ടി.” ശുക്ല പിറുപിറുത്തു.

അയാളുടെ നെഞ്ചിൽ പാമ്പ് ഇഴയുകയായിരുന്നു. അവളുടെ ഓരോ വാക്കും അയാളുടെ നെഞ്ചിൽ കൂടം പോലെ പതിക്കുകയായിരുന്നു. കാതുകളിൽ ഈയം പോലെ വീഴുകയായിരുന്നു. സാധാരണവേഷത്തിലായിരുന്ന ശുക്ലയുടെ കൂട്ടാളികളായ കന്നു, രാജേഷ്, രമൺ എന്നിവർ പൊസിഷൻ എടുത്തിരുന്നു. എല്ലാം പ്ലാൻ ചെയ്തതുപോലെയാണ് നടന്നിരുന്നത്. മറ്റു നിരവധി പൊലീസുകാരേയും പോലെ രമണും ഒരു മരത്തിൽ കയറി. അവിടെ നിന്ന് അയാൾക്ക് ഭീമേയുടെ കഴുത്തും പുറവും വ്യക്തമായി കാണാമായിരുന്നു. അയാളെ പോലുള്ള ഒരു സമർത്ഥന് ഇവിടെ നിന്ന് വെടിവെയ്ക്കുക അത്ര പ്രയാസമുള്ള കാര്യമായിരുന്നില്ല. എന്നാൽ അയാൾ ഉന്നംപിടിക്കാനായി കുനിഞ്ഞപ്പോൾ ഭീമേയ്ക്കും അയാൾക്കും ഇടയിൽ കവാസി വന്നു. കവാസിയും രമയ്യയും ഇടയ്ക്കിടെ സ്റ്റേജിൽ അങ്ങോട്ടും ഇങ്ങോട്ടും നടക്കുകയായിരുന്നു. രമൺ കോപത്തോടെ താഴേക്ക് നോക്കി. കന്നുവും രാജേഷും അവിടെ നില്ക്കുന്നുണ്ടായിരുന്നു. ആൾക്കൂട്ടത്തെ നിരീക്ഷിക്കലായിരുന്നു അവരുടെ ജോലി.

ഈ ആൾക്കൂട്ടത്തിൽ മാവോയിസ്റ്റുകൾ ഉണ്ടെന്ന് ശുക്ലയ്ക്ക് അറിയാമായിരുന്നു. ഭീമേയെ നക്സൽ ചിന്താഗതിക്കാരി ആയാണ് അയാൾ കരുതിയിരുന്നത്. എന്നാൽ നക്സലുകളും ഭീമേയെ തട്ടാനുള്ള

ശ്രമത്തിലാണെന്ന് അയാൾ മനസ്സിലാക്കിയിരുന്നു. ഭീമേയുടെ വർദ്ധിച്ചു വരുന്ന ജനസ്വാധീനത്തിൽ നക്സലുകളും അത്ര സന്തുഷ്ടരല്ല എന്ന് രംഗയും വെറ്റിയും അയാളോട് പറഞ്ഞിരുന്നു. ഇന്ന് അയാൾ ഇക്കാര്യം പ്രയോജനപ്പെടുത്താൻ ഉദ്ദേശിക്കുന്നുണ്ട്.

രാംദേവ് ആകട്ടെ അസ്വസ്ഥനായിരുന്നു. രുസ്തമും അയാളുടെ കൂട്ടാളികളും എന്തെങ്കിലും കുഴപ്പം സൃഷ്ടിക്കാനാണ് ഇന്ന് ഈ യോഗത്തിൽ വന്നിരിക്കുന്നതെന്ന് അയാൾക്ക് തോന്നി. ഈ അപകടത്തെക്കുറിച്ച് ഭീമേയുടെ അടുത്തുചെന്ന് മുന്നറിയിപ്പു നൽകാൻ അയാൾ ആഗ്രഹിച്ചു. അയാൾ സ്റ്റേജിന്റെ അടുത്തെത്താൻ ശ്രമിച്ചുകൊണ്ടിരുന്നു.

"ആരാണ് ദേവാ?" ഭീമേ അലറി. "ദേവ ആരാണ്?"

പെട്ടെന്ന് ദേവയുടെ പേര് കേട്ടപ്പോൾ ബിഷൻ ഭീമേയുടെ നേരെ നോക്കി. തന്റെ പഴയ സുഹൃത്തിന്റെ ഓർമ്മകൾ വന്നു. എത്രയെത്ര ഗ്രാമങ്ങളിൽ ചുറ്റി സഞ്ചരിച്ച് ദേവയും ബിഷനും ആളുകളെ ചികിത്സിച്ചിട്ടുണ്ട്.

"ദേവ ഒരു ആദിവാസിയായിരുന്നു. ഗ്രാമങ്ങൾതോറും സഞ്ചരിച്ച് അയാൾ നമ്മുടെ മക്കളെ ചികിത്സിക്കുകയായിരുന്നു. അവർക്ക് മരുന്നുകൾ നൽകുകയായിരുന്നു. അയാൾ പൊലീസിന്റെ വെടിയേറ്റ് മരിച്ചു. എന്നാൽ ഈ പൊലീസുകാർ അയാൾക്കു വേണ്ടി ഒരിറ്റ് കണ്ണുനീർ പോലും ഒഴുക്കിയില്ല. അയാളുടെ മരണത്തിന് മാപ്പുപോലും ചോദിച്ചില്ല. മറിച്ച് അയാൾ നക്സലായിരുന്നുവെന്ന് ഇവർ പറഞ്ഞുകൊണ്ടിരുന്നു."

ഭീമേയുടെ വാക്കുകൾ കേട്ടപ്പോൾ ബിഷന്റെ കണ്ണുകൾ നിറഞ്ഞു. ദേവയുടെ മുഖം അയാളുടെ മുന്നിൽ പ്രകടമായി. തന്റെ കൈകളെ കൊണ്ട് ദേവയെ ചിതയിലേക്ക് കിടത്തിയ ആ ദിവസം അയാൾക്ക് ഓർമ്മ വന്നു. അയാൾക്ക് കരച്ചിൽ വന്നു. സുരി അയാളുടെ അടുത്തു ചെന്ന് അയാളുടെ തോളിൽ കൈവെച്ചു. ബിഷൻ അവളെ മുറുകെ പിടിച്ചു.

"നമ്മളിൽ ആരെങ്കിലും നമ്മുടെ അവകാശത്തെക്കുറിച്ച് പറഞ്ഞാൽ, പൊലീസും നമ്മുടെ സർക്കാരും അവരെ നക്സലുകൾ എന്നും മാവോയിസ്റ്റുകൾ എന്നും പറയും. ഞങ്ങൾ ബസ്തറിലെ ജനങ്ങൾ പരസ്യമായി പറയുന്നു, ഞങ്ങളിൽ ഒട്ടുമിക്ക ആളുകളും ഗ്രാമത്തിൽ നക്സലുകൾക്ക് ഭക്ഷണവും വെള്ളവും കൊടുക്കാറുണ്ട്. ആരെങ്കിലും വീട്ടിൽ വന്നാൽ അവർക്ക് താമസവും നൽകേണ്ടി വരാറുണ്ട്. അവർ ലാൻഡ് മൈൻ സ്ഥാപിക്കുമ്പോൾ കുഴിയെടുക്കാനായി ആളുകളെ ഗ്രാമത്തിൽ നിന്ന് വിളിക്കാറുണ്ട്. ആളുകൾ അവർക്കു വേണ്ടി ജോലി ചെയ്താൽ അവർ നക്സലുകളായി എന്നാണോ അർത്ഥം?" ഭീമേ അത്യുച്ചത്തിൽ പറഞ്ഞു.

രമണിന് ഇപ്പോഴും ഭീമേയെ കൃത്യമായി ഉന്നം വെയ്ക്കാൻ അവസരം കിട്ടുന്നുണ്ടായിരുന്നില്ല. വെടിവെയ്ക്കുകയും എന്നാൽ ഭീമേ രക്ഷപ്പെടുകയും ചെയ്യുന്ന അവസ്ഥ അയാൾ ആഗ്രഹിച്ചിരുന്നില്ല. അവിടെയാകട്ടെ ശുക്ലയുടെ അസ്വസ്ഥത വർദ്ധിക്കുകയായിരുന്നു.

'പെട്ടെന്ന് വെടിവെയ്ക്കൂ രമൺ... ആ നായിന്റെ മോളെ കൊല്ല്.... വേഗം തീർത്തു കളയ്,' ശുക്ല തന്നോടുതന്നെ പറഞ്ഞു. എന്നാൽ ചെറിയ ഒരു പിഴവു പറ്റിയാൽ വിപരീതഫലം ചെയ്യുമെന്നും അയാൾക്ക് അറിയാമായിരുന്നു.

ശുക്ലയുടെ കാതുകളിൽ ഭീമേയുടെ വാക്കുകൾ പതിച്ചു, "ഏയ്, പൊലീസുകാരേ... ഞാൻ നിങ്ങളോട് ചോദിക്കുകയാണ്... നിങ്ങളുടെ നെഞ്ചിലേക്ക് തോക്ക് ചൂണ്ടിയാൽ, അപ്പോഴും നിങ്ങൾ നക്സലുകളെ സഹായിക്കില്ലാ? നിങ്ങൾ അവർക്ക് ഭക്ഷണവും വെള്ളവും നൽകില്ലാ? ഏയ്, ആർക്കാണ് സ്വന്തം ജീവനിൽ ഭയമില്ലാത്തത്? ചെയ്യേണ്ടി വരിക തന്നെ ചെയ്യും... എന്നാൽ ഞങ്ങൾ നക്സലുകൾ അല്ല... വാസ്തവത്തിൽ ഞങ്ങൾ അവരാൽ പീഡിപ്പിക്കപ്പെട്ട ആളുകളാണ്."

ആളുകൾ കയ്യടിച്ചു. അവസാനം ഭീമേ വാർസോണിൽ കുടുങ്ങിയ ആദിവാസികളുടെ യാഥാർത്ഥ്യം പരസ്യമായി പറഞ്ഞിരിക്കുന്നു.

"സർക്കാരിന്റെ ആളുകളും പൊലീസുകാരും കേട്ടോളൂ. നിങ്ങൾ ഇവിടെ ക്യാമ്പുകൾ സ്ഥാപിക്കുന്നു. എന്നാൽ ബസ്തറിലെ ആദിവാസികളുടെ ഹൃദയത്തിൽ പ്രവേശിക്കാൻ നിങ്ങൾക്ക് കഴിയുന്നില്ല. കാരണം നിങ്ങളുടെ നേതാക്കന്മാർ ഇവിടെ വരാൻ ഭയക്കുന്നു. തോക്കു കൊണ്ട് ജനങ്ങളുടെ ഹൃദയം കീഴടക്കാൻ നിങ്ങൾക്ക് കഴിയില്ല. എന്നാൽ ഒരു കാര്യം ശ്രദ്ധിച്ചു കേട്ടോളൂ. ബസ്തറിലെ ജനങ്ങൾക്ക് എപ്പോഴെങ്കിലും അല്പം നീതി ലഭിക്കുന്നുണ്ട് എങ്കിൽ അത് കാട്ടിൽ സ്വന്തം പാർട്ടിയുമായി നടക്കുന്ന ഈ ദാദാമാരിൽ നിന്നാണ്. നിങ്ങളുടെ പക്കൽ കോടതികളുണ്ട്, എന്നാൽ അവിടെ നിങ്ങൾ ഞങ്ങൾക്ക് നീതിയല്ല, ശിക്ഷയാണ് വാങ്ങി തരുന്നത്. നിങ്ങളുടെ ജയിലുകളിൽ കുറ്റവാളികളല്ല, ദരിദ്രരായ ആദിവാസികളാണ് നിറഞ്ഞിരിക്കുന്നത്. ഞങ്ങളെ രക്ഷിക്കുകയല്ല. കുടുക്കുകയാണ് നിങ്ങൾ..."

ഭീമേ ജനക്കൂട്ടത്തെ നോക്കി. എല്ലാവരുടെ മുഖത്തും അവൾ പറയുന്നതു ശരിവെയ്ക്കുന്ന ഭാവമായിരുന്നു. അവൾ ഇന്ന് സംസാരിച്ചു കൊണ്ടേ ഇരുന്നു. ഇന്ന് അവളുടെ നാവ് നിറുത്താൻ തയ്യാറില്ലാത്തതുപോലെ.

ശുക്ല അസ്വസ്ഥനായിരുന്നു. അയാൾ മരത്തിൽ കയറി ഇരിക്കുന്ന രമണിനെ നോക്കി. അയാൾ പലതവണ ലക്ഷ്യം വെയ്ക്കാൻ ശ്രമിച്ച്, നിരാശനായി നില്ക്കുകയാണ്. മരണം അല്പനേരത്തേക്ക് ഭീമേയിൽ നിന്ന് അകന്നു പോയി.

"ഞാൻ നിങ്ങളോട് ഒരു കാര്യം പറയാൻ ആഗ്രഹിക്കുന്നു. പതിനഞ്ചു കൊല്ലം മുമ്പ് എന്റെ അച്ഛനെ കൊന്നു. ജനായത്ത സർക്കാരിന്റെ ജനകീയ കോടതിയിൽ മാവോയിസ്റ്റ് പാർട്ടി അദ്ദേഹത്തെ കലാപകാരി എന്നു പറഞ്ഞു.... എന്നിട്ട് കൊന്നു. എന്തിന്?" ഭീമേ ഉറക്കെ പറഞ്ഞു. എന്നിട്ട് നിർത്തി.

ആൾക്കൂട്ടത്തിൽ കൗതുകം നിറഞ്ഞ ഒരു ഇളക്കം ഉണ്ടായി. എല്ലാവരും പിറുപിറുത്തുകൊണ്ട് പരസ്പരം എന്തോ പറയുന്നുണ്ടായിരുന്നു.

“കാരണം എന്റെ അച്ഛൻ സാധാരണ ജനങ്ങളുടെ സ്വാതന്ത്ര്യത്തെ കുറിച്ച് പറയുമായിരുന്നു. അദ്ദേഹം ബസ്തറിലെ ജനങ്ങളുടെ അവകാശ ങ്ങൾക്കു വേണ്ടി പോരാടുകയായിരുന്നു.” അവൾ സാധാരണ ശബ്ദ ത്തിൽ പറഞ്ഞു.

എല്ലായിടത്തും നിശ്ശബ്ദത പരന്നു. ഭീമേയുടെ പിതാവ് വളരെ ജന പ്രിയനായിരുന്നു, അയാൾ നിർഭയനായിരുന്നു, നക്സലുകളുടെ കൈക ളാൽ കൊല്ലപ്പെട്ടു. ഇന്ന് നക്സലുകളുടെ കോട്ടയിൽ ഹേഡിയയുടെ മകൾ മാവോവാദികളോട് അവരുടെ പാപത്തെക്കുറിച്ച് പറയുകയാണ്.

“ജനകീയ യുദ്ധം നടത്തുന്ന ഈ ആളുകൾ... ഈ വിപ്ലവകാരികൾ ഒരു നിരപരാധിയെ കൊന്നു. ഇവർ ജനകീയ കോടതി നടത്തുന്നു. ജന ങ്ങൾ തന്നെയാണ് ജനകീയ കോടതിയിൽ തീരുമാനം എടുക്കുന്നതെന്ന് ഇവർ പറയുന്നു. അന്ന്... അന്ന് തീരുമാനം എടുക്കുന്ന കാര്യം പോകട്ടെ... എന്റെ മരിച്ച പിതാവിന്റെ സംസ്കാരത്തിനു പോലും എന്നെ സഹായി ക്കാൻ ആർക്കും വരാൻ കഴിഞ്ഞിരുന്നില്ല. ഈ വിപ്ലവകാരികളെ ഭയന്ന്. ഇവർ കാരണം മരിച്ച ഒരാളെ സംസ്കരിക്കാൻ സഹായിക്കുന്നതിനെ ഭയക്കുന്നവരാണോ ജീവിച്ചിരിക്കുന്ന ആരെയെങ്കിലും രക്ഷിക്കാൻ ശബ്ദ മുയർത്തുക?” സംസാരിക്കുന്നതിനിടയിൽ അവളുടെ തൊണ്ടയിടറി.

ഭീമേയുടെ സ്വരത്തിൽ ഒരു വിറയൽ ഉണ്ടായിരുന്നു, അത് രോഷം കൊണ്ടും തന്റെ പിതാവിന്റെ ഓർമ്മയും അദ്ദേഹം നഷ്ടപ്പെട്ടതിലുള്ള വേദന കൊണ്ടും ഉണ്ടായതാണ്.

മാരേംഗയിലെ ഈ പൊതുയോഗത്തിലെ ആളുകൾക്ക് പാമ്പുകടി യേറ്റ പ്രതീതിയുണ്ടായി. ഇതുവരെ ബഹളം വെച്ചിരുന്ന ആളുകൾ തീർത്തും ശാന്തരായി ഭീമേ പറയുന്നതു കേൾക്കുകയായിരുന്നു. ഭീമേ മാവോയിസ്റ്റുകളുടെ വീട്ടിൽ കടന്നു കയറി അവരെ വെല്ലുവിളിക്കുക യാണ്.

“ഇവർ റോഡുകൾ വെട്ടിപ്പൊളിക്കുന്നു. റെയിൽപാളങ്ങൾ തകർ ക്കുന്നു. സ്കൂളുകൾ നശിപ്പിക്കുന്നു. ഈ അക്രമങ്ങളെല്ലാം ജനകീയ യുദ്ധത്തിന്റെ പേരിലാണ് നടക്കുന്നത്. ഗ്രാമത്തിലെ ദാദമാർ പൊലീസി ന്റേയും സേനയുടേയും സംഘങ്ങളെ ആക്രമിക്കുന്നു. ആമ്പുഷ് നട ത്തുന്നു. എല്ലാ ഹിംസയും നമ്മളുടെ നന്മയ്ക്കു വേണ്ടിയാണ് നടത്തു ന്നത്. എന്നാൽ പൊലീസും സൈന്യവും ഗ്രാമങ്ങളിൽ നുഴഞ്ഞുകയറി നമ്മളെ ആക്രമിക്കുമ്പോൾ ഏതെങ്കിലും വിപ്ലവകാരി നമ്മളെ രക്ഷി ക്കാൻ വരുന്നുണ്ടോ?” ഭീമേ ഗർജ്ജിക്കും സ്വരത്തിൽ പറഞ്ഞു.

കവാസി ഭീമേയോട് ഇവിടെ നിർത്തണമെന്നു പറയാൻ ആഗ്രഹി ച്ചിരുന്നു. അയാൾ പ്രായോഗിക രാഷ്ട്രീയ നേതാവാണ്. നക്സലുകളെ നേരിട്ട് വെല്ലുവിളിക്കുന്നതിന്റെ പരിണാമം എന്തായിരിക്കുമെന്ന് അയാൾക്ക് അറിയാമായിരുന്നു. ഇന്ന് എത്ര തവണ കയ്യടികൾ കിട്ടി യാലും വോട്ടെടുപ്പു ദിവസം ഭീമേയ്ക്ക് നക്സലുകളുടെ സഹകരണം

ആവശ്യമായി വരുമല്ലോ എന്ന് അയാൾ ആലോചിക്കാൻ തുടങ്ങി. എന്നാൽ ഇന്ന് ഭീമേ മറ്റ് ഏതോ ഒരു ലോകത്തായിരുന്നു.

"ആരും വരുന്നില്ല നമ്മളെ രക്ഷിക്കാൻ," ഭീമേ ഉറക്കെ പറഞ്ഞു. "ഈ വിപ്ലവകാരികൾ നമ്മുടെ മുന്നിൽ ഒരു ചുവപ്പു വര വരയ്ക്കുക മാത്രമാണ് ചെയ്തിട്ടുള്ളത്. ഒരു ചുവപ്പു വര!" ഭീമേ ഉറക്കെ അലറി ക്കൊണ്ട് പറഞ്ഞു. "ഈ ചുവപ്പുവരയ്ക്ക് പിന്നിൽ മാത്രം നില്ക്കൂ. ഇതാണ് ഇവർ പറയുന്നത്. ഈ ചുവപ്പു വരയ്ക്കു പിന്നിൽ ഇവരുടെ സർക്കാരാണ്."

ഭീമേയുടെ പ്രസംഗം ആദിവാസികളുടെ എല്ലാ ദിവസത്തേയും കഥ യാണ്.

ബീരംറാവുവിന്റെ അനുയായി രുസ്തം ഇതിനകം തന്റെ കൂട്ടാളികളെ നാലുഭാഗത്തും വിന്യസിച്ചിരുന്നു. ഒട്ടേറെ പൊലീസുകാർ സിവിൽ ഡ്രസ്സിൽ മരത്തിൽ കയറി ഇരിക്കുന്നത് അയാൾ കണ്ടിരുന്നു. അവർ മുഖത്ത് തുണി ചുറ്റിയിരുന്നു. തലയും മൂടിയിരുന്നു. രുസ്തമും ഇതുപോലെ ഒരു മര ത്തിൽ കയറുന്ന കാര്യം ആലോചിക്കുകയായിരുന്നു. കാരണം സാധാര ണക്കാർക്ക് സംശയമുണ്ടാകാൻ പാടില്ല. അയാൾ അവിടെ നിന്നുകൊണ്ട് അടുത്തുള്ള പ്രദേശങ്ങൾ നിരീക്ഷിച്ചു. സ്റ്റേജിന് വലതുവശത്ത് ദൂരെ യായി രണ്ട് മരങ്ങൾ ഉണ്ടായിരുന്നു. അതിൽ കയറി അവളെ ലക്ഷ്യം വെയ്ക്കാൻ എളുപ്പമാണ്. അയാൾ സാവധാനം അങ്ങോട്ട് നീങ്ങി.

ഭീമേയുടെ പ്രസംഗം തുടരുകയായിരുന്നു.

"ഈ ചുവപ്പുവരയ്ക്ക് പിന്നിൽ നിന്നാൽ പൊലീസിന്റെ അക്രമം. ഈ ചുവപ്പ് വര മറികടന്നാലോ വിപ്ലവകാരികളുടെ അക്രമം. നമ്മൾ ഈ വരയുടെ അടിമകളാണ്."

"ജനായത്ത സർക്കാരിന്റേയും പൊലീസ് രാജ് സർക്കാരിന്റേയും അതിക്രമങ്ങളിൽ യാതൊരു വ്യത്യാസവുമില്ല. ഇരുഭാഗവും നമ്മൾ പറയു ന്നതു കേൾക്കാൻ തയ്യാറല്ല... ഇരുഭാഗത്തു നിന്നും ഉള്ള ഹിംസ നമുക്ക് അനുഭവിക്കേണ്ടിവരുന്നു. അല്ലെങ്കിൽ ഏതെങ്കിലും ഒരു കൂട്ടരുടെ ഹിംസയ്ക്ക് കൂട്ടുനിൽക്കേണ്ടിവരുന്നു. നമ്മുടെ ഗ്രാമത്തിലെ തന്നെ രാംദേവിന്, എന്റെ സുഹൃത്തിന് ദിവസങ്ങളോളം നീതിക്കു വേണ്ടി അല യേണ്ടി വന്നു. അയാൾക്കു വേണ്ടി, എനിക്കു വേണ്ടി, എന്റെ കൂട്ടുകാരി സുരിക്കു വേണ്ടി, പിന്നെ ബസ്തറിലെ ജനങ്ങൾക്കു വേണ്ടി പൊരുതി ക്കൊണ്ടിരുന്നു. പക്ഷേ പൊലീസ് തന്നെ ജീവനോടെ വിടുമെന്ന് അയാൾക്ക് വിശ്വാസമുണ്ടായിരുന്നില്ല... ഇന്ന് അയാൾ പാർട്ടിയുടെ ആളുകളുടെ കൂടെയാണ്. ഞാൻ ഹിംസയ്ക്ക് എതിരാണ്. ഞാൻ എന്റെ സുഹൃത്ത് രാംദേവുമായുള്ള ബന്ധം ഉപേക്ഷിച്ചു. എന്നാൽ പൊലീസിന്റെ അതിക്രമങ്ങൾക്ക് ഇരയായ ആളുകൾക്ക് നീതി കിട്ടുന്നില്ലെങ്കിൽ അവർ മാവോയിസ്റ്റുകളുടെ കൂടെ ചേരില്ലേ?"

"ബസ്തറിലെ എന്റെ സുഹൃത്തുക്കളെ, ഞാൻ വീണ്ടും പറയുക യാണ്, നമുക്ക് ഹിംസയുടെ മാർഗ്ഗം വേണ്ട.... ഒരിക്കലും വേണ്ട... നമുക്ക് ഈ ചുവപ്പുവര ഇല്ലാതാക്കണം. നമുക്ക് നമ്മുടെ ജീവിതത്തെ...."

സംസാരിക്കുന്നതിനിടെ ഭീമേ പെട്ടെന്ന് നിശ്ശബ്ദയായി. ആർക്കെങ്കിലും എന്തെങ്കിലും മനസ്സിലാകും മുമ്പ് ഭീമേ കുഴഞ്ഞു വീഴാൻ തുടങ്ങി.

കടുത്ത ചൂടിൽ അവൾക്ക് തലകറങ്ങിയതാകാം, രമയ്യ വിചാരിച്ചു. ഭീമേയെ പിടിച്ച് കസേരയിൽ ഇരുത്താൻ തുടങ്ങി. ഇതിനിടെ ഭീമേയുടെ തോളിൽ നിന്ന് രക്തം രമയ്യയുടെ കയ്യിൽ പരന്നു. ഭീമേയുടെ കഴുത്തിനും തോളിനും ഇടയിൽ വെടിയേറ്റിരുന്നു.

രമയ്യയ്ക്ക് എന്തെങ്കിലും പിടികിട്ടും മുമ്പ് കസേരയിൽ ഇരിക്കുകയായിരുന്ന ഭീമേയ്ക്ക് രണ്ട് വെടികൂടി ഏറ്റു. ഇപ്പോൾ നേരെ മുന്നിൽ നിന്ന്. അവളുടെ നെഞ്ചിൽ.

ഭീമേ കുഴഞ്ഞ് താഴെ വീണു.

ഈ സമയത്ത് പൊലീസുകാർക്ക് നേരെ ഫയറിംഗ് തുടങ്ങി. രുസ്തമിന്റെ പ്ലാൻ പ്രകാരം പൊലീസിനു നേരെ വെടിയുതിർത്തും ഗ്രനേഡുകൾ വർഷിച്ചും മാവോവാദികൾക്ക് ഇവിടെ നിന്ന് രക്ഷപ്പെടണമായിരുന്നു. ആൾക്കൂട്ടത്തിൽ പരിഭ്രാന്തി പരന്നു. ആളുകൾ പലവഴിക്ക് ഓടാൻ തുടങ്ങി.

രമൺ, കന്നു, രാജേഷ് എന്നിവർ നക്സലുകളുടെ വെടിവെയ്പിന് തിരിച്ചടി നൽകാൻ നേതൃത്വം നൽകി. പൊലീസുകാർ മരങ്ങൾക്കു പുറകിൽ പൊസിഷൻ എടുത്തു. രുസ്തമും അയാളുടെ കൂട്ടാളികളും ഇവിടെ നിന്ന് രക്ഷപ്പെടാൻ മാത്രമാണ് ആഗ്രഹിച്ചത്. മാംരേംഗയിലെ യോഗത്തിലുണ്ടായ പരക്കംപാച്ചിൽ അവർക്ക് വളരെ സഹായകരമായിരുന്നു. സാധാരണവേഷത്തിൽ വന്ന നക്സലുകൾക്ക് സാധാരണ ജനങ്ങളുടെ മറവിൽ രക്ഷപ്പെടാനുള്ള അവസരമാണ് കിട്ടിയിരുന്നത്.

ഈ കോലാഹലത്തിനിടെ ശുക്ല ഓടി രമണിന്റെ അടുത്തെത്തി.

"ശരിയായില്ലേ....?" ശുക്ല ചോദിച്ചു.

"ഉവ്വ് സർ, ഞാൻ രണ്ടു തവണ നിറയൊഴിച്ചു. അതിൽ ഒന്ന് കൊണ്ടു. പക്ഷേ വേറെ എവിടെ നിന്നോ കൂടി അവൾക്കു നേരെ വെടിവെച്ചിട്ടുണ്ട്."

"ഷട്ടപ്പ് സ്റ്റുപിഡ്. നിങ്ങൾ വെടിയൊന്നും വെച്ചിട്ടില്ല" ശുക്ല മന്ദഹസിച്ചുകൊണ്ട് പറഞ്ഞു.

"പുലയാടി നക്സലുകളാണ് അവളെ വെടിവെച്ചത്."

നക്സലുകൾ വെടിയുതിർത്ത് രക്ഷപ്പെട്ടു.

ഭീമേ സ്റ്റേജിൽ വീഴുന്നതു കണ്ട് രാംദേവ് അലറി, "ഭീ..." അയാൾ സ്റ്റേജിലേക്ക് ഓടി.

"കോമ്രേഡ് രാമാ," എന്നു വിളിച്ചു കൊണ്ട് സീമ ഓടിച്ചെന്ന് അയാളുടെ കൈ പിടിച്ചു. "എന്താണ് കോമ്രേഡ് ചെയ്യുന്നത്? നമ്മൾ പിടിക്കപ്പെടും."

രാംദേവ് സീമയെ നോക്കി. രാംദേവിന്റെ മുഖത്ത് ഇന്നുവരെ കാണാത്ത ഒരു വേദന സീമ കണ്ടു. ആരോ രാംദേവിന്റെ ശരീരത്തിന്റെ ഒരു ഭാഗം മുറിച്ചുമാറ്റിയതു പോലെ അവൾക്കു തോന്നി.

“കോമ്രേഡ് നില്ക്കൂ... അവളെ മറക്കൂ.”

“സീമാ... ഭീമേയെ ഒരു തവണ....”

ഇതിനിടെ സീമയേയും രാംദേവിനേയും ആരോ ശക്തിയോടെ തള്ളി. ഇരുവരും താഴെ വീണു. നാല് പൊലീസുകാർ അവരുടെ മേൽ കാലുകൾ വെച്ചിരുന്നു.

“അനങ്ങരുത്...” അതിൽ ഒരാൾ പറഞ്ഞു. ഇരുവരുടേയും തലയിൽ പൊലീസുകാരുടെ തോക്ക് ഉന്നംവെച്ചിരുന്നു.

ഭീമേയുടെ മരണത്തിന്റെ അടുത്ത ദിവസം തന്നെ ആഭ്യന്തരമന്ത്രി ആദരാഞ്ജലികൾ അർപ്പിച്ചു, സർക്കാർ പ്രസ്താവന ഇറക്കി “ഈ വിധം സമാധാപരമായ രീതിയിൽ പ്രതിഷേധിക്കുന്നവരെ കൊല്ലുന്നത് നക്സലുകളുടെ യഥാർത്ഥ മുഖമാണ് വെളിവാക്കുന്നത്. രാഷ്ട്രീയ പ്രവർത്തകരെ കൊന്നുകൊണ്ട് നക്സലുകൾ ജനാധിപത്യത്തെ കഴുത്തു ഞെരിച്ചു കൊല്ലുകയാണ്. ഇതൊരിക്കലും വകവെച്ചു കൊടുക്കാൻ കഴിയില്ല. വരുംദിവസങ്ങളിൽ തെരഞ്ഞെടുപ്പിലെ എല്ലാ സ്ഥാനാർത്ഥികൾക്കും പൊലീസ് പൂർണ സംരക്ഷണം നൽകും, എല്ലാവർക്കും നിർഭയമായി പ്രചരണം നടത്താൻ കഴിയും.”

ഈ ദിവസം തന്നെ നക്സലുകൾ പ്രസ്താവന ഇറക്കി ഭീമേയുടെ കൊലപാതകത്തിന്റെ ഉത്തരവാദിത്വം ഏറ്റെടുത്തു. ബീരംറാവു പ്രസ് റിലീസിലൂടെ പറഞ്ഞു - “ഭീമേ സായുധ വിപ്ലവത്തിന്റെ മാർഗ്ഗത്തെ എതിർത്ത് തൊഴിലാളി വർഗ്ഗത്തിലേയും ദുർബലവിഭാഗങ്ങളിലേയും ജനങ്ങളെ യഥാർത്ഥ വിപ്ലവകാരികൾക്കെതിരെ തിരിച്ചുവിടുന്നതിൽ മുഴുകിയിരിക്കുകയായിരുന്നു. മാറ്റത്തിനായി ശ്രമിച്ചുകൊണ്ടിരുന്ന സഖാക്കൾക്ക് അവർ ഭീഷണിയായിത്തീർന്നിരുന്നു. തെരഞ്ഞെടുപ്പിൽ മത്സരിക്കാൻ തീരുമാനിച്ചതിലൂടെ അവർ, കഴിഞ്ഞ അറുപത്തിയഞ്ച് വർഷമായി ഭരണവർഗ്ഗത്തെ മാത്രം ശക്തിപ്പെടുത്തിക്കൊണ്ടിരിക്കുന്ന അഴുകിയ പാർലമെന്ററി ജനാധിപത്യത്തിന്റെ ഭാഗമായി തീരുകയായിരുന്നു. ഭീമേയുടെ മരണം പാവപ്പെട്ടവർക്കു വേണ്ടി പോരാടുന്ന പിഎൽജിഎ യുടെ വിജയമാണ്. തൊഴിലാളി വർഗ്ഗത്തിന്റേയും ദരിദ്രജനതയുടേയും മോചനത്തിന് ഭീമേയുടെ മരണം അനിവാര്യമായിരുന്നു.”

ഭീമേയുടെ മരണത്തിന്റെ മുഴുവൻ സത്യവും ഒരിക്കലും പുറത്തു വന്നില്ല.

അടുത്ത ദിവസം രാംദേവിനേയും സീമയേയും ഭീമേയെ കൊലപ്പെടുത്താൻ ഗൂഢാലോചന നടത്തിയ കുറ്റത്തിന് കോടതിയിൽ ഹാജരാക്കി.

ഈ വർഷം, നക്സലുകളോട് ഏറ്റുമുട്ടാൻ ശ്രദ്ധേയമായ ധൈര്യം കാണിച്ചതിന് രമൺ, കന്നു, രാജേഷ് എന്നിവർക്കൊപ്പം ഇൻസ്പെക്ടർ അനുപം ശുക്ലയുടെ പേരും പൊലീസ് മെഡലിനായി ശിപാർശ ചെയ്യപ്പെട്ടു.

ചുവപ്പുവര
ഉണ്ടായിക്കൊണ്ടിരുന്നു...

ബസ്തറിൽ ആദ്യം പോയ തിയ്യതി എനിക്ക് ഓർമ്മയില്ല. എന്നാൽ കഴിഞ്ഞ പത്തുവർഷമായി ഞാൻ ബസ്തറിൽ നിരന്തരം പോയിക്കൊണ്ടിരിക്കുന്നുണ്ട്.

ഞാൻ ബസ്തറിൽ വന്നു പോയിക്കൊണ്ടിരുന്നു, കൂടെ തന്നെ എന്റെ ഉള്ളിൽ രൂപപ്പെട്ടുകൊണ്ടിരുന്നു - ചുവപ്പു വര

ഈ കഥയും ഇതിലെ കഥാപാത്രങ്ങളും സാങ്കല്പികമാണ്. എന്നിരുന്നാലും എല്ലാവരേയും ജീവനോടെ, സക്രിയമായി സമൂഹത്തിൽ കാണാം. ബസ്തറിൽ നിന്ന് ഇപ്പോഴും മിക്കപ്പോഴും എനിക്ക് ഫോൺ വരാറുണ്ട്. വികൃതമായ ചുവപ്പു വരകളിൽ കുടുങ്ങിയ, ഭയചകിതരായ ഗ്രാമീണരുടെ ഫോൺ. പൊറുതിമുട്ടിയ പ്രദേശവാസികളുടെ ഫോൺ. അവരാണെങ്കിൽ റിസ്ക് എടുത്തും വാസ്തവം പുറത്തു കൊണ്ടുവരാൻ ശ്രമിക്കുന്നവരായിരുന്നു. ബസ്തറിലെ 'വിപ്ലവകാരി' കളുടേയും പൊലീസിന്റേയും തോക്കുകൾക്കിടയിൽ കുടുങ്ങിയ ആദിവാസികളുടെ പരാതികൾ തന്നെയാണ് നിങ്ങൾക്ക് ഈ കഥയിൽ വായിക്കാൻ കിട്ടുന്നത്. അതുകൊണ്ടുതന്നെ കഥാപാത്രങ്ങളെല്ലാം സാങ്കല്പികമാണെങ്കിലും അവർ സത്യത്തിന്റെ കണ്ണാടിയാണ്.

അനുപം ശുക്ലയെ തേടി നിങ്ങൾക്ക് ബസ്തറിൽ പോകേണ്ട ആവശ്യമില്ല. അയാൾ പട്ടണങ്ങളിലും നിങ്ങളുടെ ചുറ്റുവട്ടത്തും തന്നെയുണ്ട്. ഒരു വ്യത്യാസം മാത്രമേയുള്ളു. ബസ്തറിലെ വാർസോണിൽ എന്തും ചെയ്യാൻ കിട്ടുന്ന സ്വാതന്ത്ര്യം പട്ടണത്തിന്റെ ചുറ്റുപാടിൽ കിട്ടുന്നില്ല എന്നുമാത്രം. ബീരംറാവുവിനെ പോലെയുള്ള കലാപകാരിയായ കമാണ്ടർ സമൂഹത്തിലെ വളരെ വലിയൊരു വിഭാഗത്തെ തന്റെ പ്രത്യയശാസ്ത്രത്തിന്റെ ചുവപ്പുവരയിൽ കുരുക്കിയിരിക്കുകയാണ്. അയാളുടെ തോക്കുകൊണ്ട് നീതി ഉറപ്പാക്കാൻ കഴിയുന്നില്ലെങ്കിലും എല്ലാ ദിവസവും ഒരു ജനകീയ കോടതി വിളിച്ചു ചേർക്കുന്നുണ്ട്.

ഭീമേയും രാംദേവും ഈ കഥയിലെ കഥാപാത്രങ്ങൾ മാത്രമല്ല, എന്റെ വളരെ അടുപ്പക്കാരുമാണ്. എന്റെ ഡ്രോയിംഗ് റൂമിൽ ഞാൻ മിക്കപ്പോഴും അവരോട് സംഭാഷണം നടത്തുന്നു. ഒറ്റയ്ക്ക് പിറുപിറുക്കുന്നു. അവരോട് ചോദ്യങ്ങൾ ചോദിക്കുന്നു.

ഇരുവരും എന്റെ വീട്ടിൽ താമസിക്കുന്നു, എന്റെ കൂടെ.

അങ്ങനെ തന്നെയാണ് സുരിയും ബിഷനും സഞ്ജീവൻ റെഡ്ഡിയും സരിതയും സീമയും രമയ്യയും ശക്തി കവാസിയും. കഴിഞ്ഞ കുറച്ചു വർഷങ്ങളായി ഞാൻ ബസ്തറിനെ ഉൾക്കൊള്ളുകയായിരുന്നു. ഈ കഥാപാത്രങ്ങളോടൊപ്പമാണ് ഞാൻ വളർന്നുവലുതായത്. എന്റെ ഉള്ളിലെ പലതും ബസ്തർ തകർത്തു തരിപ്പണമാക്കി എന്നു ചിലപ്പോൾ തോന്നും. എന്നാലും, ഇതുകൊണ്ട് എന്നെ നിർമ്മിക്കുകയും ചെയ്തിട്ടുണ്ട്, ഈ കഥയിലെ അഭീക് ബാനർജിയെപോലെ.

'ചുവപ്പുവര' ഒരു പ്രണയകഥയാണ് – രണ്ട് ആദിവാസികളുടെ പ്രണയത്തിന്റെ കഥ. ഈ നോവൽ ഭരണകൂടത്തിന്റെ ഹിംസയുടേയും അത് പ്രചരിപ്പിക്കുന്ന നുണകളുടേയും അതിന്റെ അഹങ്കാരത്തിന്റേയും കൂടി കഥയാണ്. ഇത് കാട്ടിൽ തോക്കിനോടൊപ്പം പ്രത്യയശാസ്ത്രത്തിന്റെ പൊതിക്കെട്ടുമേന്തി ചുറ്റിയടിക്കുന്ന 'വിപ്ലവകാരി' കളുടെ കഥ കൂടിയാണ്. ചിലപ്പോൾ അവർക്കുതന്നെ അറിയുന്നുണ്ടായിരിക്കില്ല അവർ എന്താണ് ചെയ്യുന്നത് എന്ന്. അഹിംസയുടേയും സ്വാതന്ത്ര്യത്തിന്റേയും ദർശനത്തെ ഉയർത്തിപ്പിടിക്കാനുള്ള ശ്രമമാണ് 'ചുവപ്പു വര.'

നിരവധി ആളുകളുടെ സഹായം ഇല്ലായിരുന്നു എങ്കിൽ ഈ കഥ നിങ്ങളുടെ മുന്നിൽ വരുമായിരുന്നില്ല. എല്ലാവരുടേയും പേര് എഴുതുക, പറയുക എന്നത് എളുപ്പമല്ല, ചിലപ്പോൾ അത് ശരിയുമല്ല. എന്നാൽ ചിലരെ ഓർക്കേണ്ടതുണ്ട്. 1960 ദശകത്തിൽ നക്സൽബാരി പ്രസ്ഥാനത്തിൽ പങ്കാളിയായിരുന്ന, ഇപ്പോൾ മാവോയിസ്റ്റുകളുടെ ഹിംസയുടെ ഏറ്റവും കടുത്ത വിമർകരിൽ ഒരാളായ പ്രൊഫ. ദിലീപ് സിമിയനുമായി മണിക്കൂറുകളോളം നടത്തിയ ചർച്ച ഈ നോവൽ എഴുതുന്നതിൽ വളരെ വലിയ തോതിൽ സഹായകരമായിട്ടുണ്ട്. പ്രൊഫ. സിമിയനിൽ നിന്നു കേട്ട ചില കാര്യങ്ങൾ ഈ കഥയിലെ ചില കഥാപാത്രങ്ങളുടെ സംഭാഷണമായി വന്നിട്ടുള്ളതിൽ എനിക്ക് അല്പം പോലും ആശ്ചര്യമില്ല.

ഇതുപോലെതന്നെ പത്രപ്രവർത്തകനും എഴുത്തുകാരനുമായ അക്ഷയ് മുകുൾ കഴിഞ്ഞ കുറച്ചു വർഷങ്ങളായി പലവിധത്തിലും എന്നെ സഹായിച്ചിട്ടുണ്ട്. ഈ കഥ എഴുതാൻ തുടങ്ങിയതു മുതൽ അവസാനിക്കുന്നതുവരെ ഞാൻ അദ്ദേഹത്തോട് ചർച്ച ചെയ്തിട്ടുണ്ട്. മാനുസ്ക്രിപ്റ്റ് മുഴുവൻ വായിച്ച് നിർദ്ദേശങ്ങൾ നൽകിയ ഒരാളാണ് അദ്ദേഹം.

എന്റെ പഴയ സുഹൃത്ത് അനു സിങ് ചൗധരിയും ഹാർപർ കോളിൻസിലെ എഡിറ്റർ മീനാക്ഷി ഠാക്കൂറും ഇല്ലായിരുന്നെങ്കിൽ ഈ

കഥ പറയുക സാധ്യമായിരുന്നില്ല. അനുവിന്റെ നോട്ടം ആദ്യം മുതൽ അവസാനം വരെ ഓരോ പേജിലും ഉണ്ടായിരുന്നു, അവർ ഇത് ഒരിക്കലും ഒരു ഭാരമായി കരുതിയില്ല. ഈ കഥ എഴുതാൻ എനിക്ക് കഴിയുമെന്ന് മീനാക്ഷി എപ്പോഴും ആത്മവിശ്വാസം നൽകിക്കൊണ്ടിരുന്നു. എല്ലാവർക്കും ഹൃദയം നിറഞ്ഞ നന്ദി!

കഴിഞ്ഞ കുറച്ചു വർഷങ്ങളായി എന്നെ സഹായിച്ചുകൊണ്ടിരിക്കുന്ന, എന്റെ പ്രാണപ്രിയയും ഏറ്റവും അടുത്ത കൂട്ടുകാരിയുമായ ലൂചയ്ക്ക് നന്ദി. ലൂച എനിക്കു വേണ്ടി ചെയ്ത കാര്യങ്ങളെല്ലാം എന്റെ അനുഭവബോധ്യങ്ങളാണ്, അവ വാക്കുകളിലൂടെ പ്രകടിപ്പിക്കുക പ്രയാസകരമാണ്.

അവസാനം, ബസ്തറിലെ ജനങ്ങളുടെ ആത്മധൈര്യത്തിന് അഭിവാദ്യം. ഈ 'ചുവപ്പു വര' അവരുടെ പേരിലാണ്.

■

www.ingramcontent.com/pod-product-compliance
Lightning Source LLC
LaVergne TN
LVHW101359051026
849519LV00005BC/1585
* 9 7 8 9 3 8 9 6 7 1 4 3 8 *